TỨ PHẦN TĂNG GIỚI BỔN

ĐÀM-VÔ-ĐỨC BỘ TẠP YẾT-MA

CĂN BẢN THUYẾT NHẤT THIẾT HỮU BỘ
TÌ-NẠI-DA SỰ

I0540917

GIÁO HỘI PHẬT GIÁO VIỆT NAM THỐNG NHẤT
HỘI ĐỒNG PHIÊN DỊCH TAM TẠNG LÂM THỜI

ĐẠI TẠNG KINH VIỆT NAM

THANH VĂN TẠNG

Tập 17

LUẬT BỘ V

TỨ PHẦN TĂNG GIỚI BỔN

Hán dịch: Tam Tạng Phật-đà-da-xá
Việt dịch: Tỳ-kheo Thích Đồng Minh
Hiệu chú: Tỳ-kheo Thích Tuệ Sỹ

ĐÀM-VÔ-ĐỨC BỘ TẠP YẾT-MA

Hán dịch: Tam Tạng Khang Tăng Khải
Việt dịch: Tỳ-kheo Thích Đồng Minh

CĂN BẢN THUYẾT NHẤT THIẾT HỮU BỘ TỲ-NẠI-DA SỰ (1 - 4)

Việt dịch: Tuệ Sỹ &
Nguyên An, Tâm Nhãn, Nguyên Thịnh, Hoằng Trí

HỘI ĐỒNG HOẰNG PHÁP

PL 2565 – DL 2022

ĐẠI TẠNG KINH VIỆT NAM
THANH VĂN TẠNG - Tập 17 - LUẬT BỘ V
 * TỨ PHẦN TĂNG GIỚI BỔN
 * ĐÀM-VÔ-ĐỨC BỘ TẠP YẾT-MA
 * CĂN BẢN THUYẾT NHẤT THIẾT HỮU BỘ
 TÌ-NẠI-DA SỰ

Ban Báo Chí & Xuất Bản Hội Đồng Hoằng Pháp
Ấn hành lần thứ nhất, quý II/2022

Trách nhiệm xuất bản: Thích Hạnh Viên
Sửa bản in: Thích Hạnh Viên, Thích Nữ Thông Tánh, Nguyên Đạo
Trình bày: Nhuận Pháp, Quảng Hạnh Tuệ
Thiết kế bìa: Quảng Pháp, Nhuận Pháp

https://hoangphap.org

Copyright © 2022. All rights reserved - Bản quyền thuộc về
Hội Ấn Hành Đại Tạng Kinh Việt Nam | Vietnamese Tripitaka Foundation

TỨ PHẦN TĂNG GIỚI BỔN
四分僧戒本
後秦世罽賓三藏佛陀耶舍

Hán dịch:
Tam Tạng Phật-đà-da-xá (*Buddhayaśas*)
Việt dịch: Tỳ-kheo Thích Đồng Minh
Hiệu chú: Tỳ-kheo Thích Tuệ Sỹ

ĐÀM-VÔ-ĐỨC BỘ TẠP YẾT-MA
曇無德律部雜羯磨
曹魏天竺三藏康僧鎧譯

Hán dịch: Tam tạng Khang Tăng Khải
Việt dịch: Tỳ-kheo Thích Đồng Minh

CĂN BẢN THUYẾT NHẤT THIẾT HỮU BỘ TÌ-NẠI-DA SỰ (1-4)
Mūlasarvāstivādavinayavastu
Pravrajyāvastu
gzhi thams cad yod par smra ba
'dul ba gzhi

Việt dịch: Tuệ Sỹ &
Nguyên An, Tâm Nhãn,
Nguyên Thịnh, Hoằng Trí

MỤC LỤC PHÂN TÍCH

GIỚI THIỆU CÔNG TRÌNH PHIÊN DỊCH
ĐẠI TẠNG KINH VIỆT NAM

Yo vo, ānanda,
mayā dhammo ca vinayo ca desito paññatto,
so vo mamaccayena satthā. *

I. SƠ LƯỢC QUÁ TRÌNH PHIÊN DỊCH

Trước khi nhập Niết-bàn, đức Phật có di giáo tối hậu cho các chúng đệ tử: "Pháp và Luật mà Ta đã thuyết và quy định, là Đạo Sư của các ngươi sau khi Ta diệt độ." Phụng hành di giáo của đức Thế Tôn, các vị Trưởng lão A-la-hán đã thực hiện cuộc kiết tập lần thứ nhất tại thành Vương Xá, cùng hòa hiệp phúng tụng tất cả những điều đã được Phật giảng dạy trong suốt bốn mươi lăm năm giáo hóa; nền tảng của văn hiến Phật giáo mà về sau được gọi là Tam tạng được thành lập từ đó.

Kể từ đó, giáo pháp của đức Thích Tôn theo bước chân du hóa của các Thánh đệ tử lan tỏa khắp bốn phương. Nơi nào Giáo pháp được truyền đến, nơi đó bốn chúng đệ tử học tập và hành trì theo phương ngôn của bản địa, như điều đã được đức Phật chỉ giáo: *anujānāmi, bhikkhave, sakāya niruttiyā buddhavacanaṃpariyāpuṇitun"ti.* "Này các tỳ-kheo, Ta cho phép các ngươi học Phật ngôn bằng chính phương ngữ của mình." Y cứ theo lời dạy này, ngay từ khởi thủy Phật ngôn đã được chuyển thể qua nhiều phương ngữ khác nhau. Khi các bộ phái Phật giáo phát triển, mỗi bộ phái cố gắng thành lập Tam tạng Thánh điển theo phương ngữ của địa phương được xem là căn cứ địa. Khi mà hệ thống văn tự tại cổ

---

* Này *Ānanda*! Pháp và Luật mà Ta đã thuyết và qui định, là Đạo Sư của các ngươi sau khi Ta diệt độ.

Ấn Độ chưa phổ biến, sự lưu truyền Thánh điển bằng khẩu truyền là phương tiện chính. Do khẩu truyền, những biến âm do khẩu âm của từng địa phương khác nhau thỉnh thoảng cũng ảnh hưởng đến một vài thay đổi nhỏ trong các văn bản. Những biến thiên âm vận ấy trong nhiều trường hợp dẫn đến những giải thích khác nhau về một điểm giáo nghĩa giữa các bộ phái. Tuy nhiên, nhìn từ đại thể, các giáo nghĩa trọng yếu vẫn được hiểu và hành trì như nhau giữa tất các các truyền thống, nam phương cũng như bắc phương. Điều có thể được khẳng định qua các công trình nghiên cứu tỉ giảo về văn bản trong hai nguồn văn hệ Phật giáo hiện tại: Pali và Hán tạng. Các bản Hán dịch xuất xứ từ A-hàm, và các bản văn Pali hiện đọc được, đại bộ phận đều tương ưng với nhau. Do đó, những điều được cho là dị biệt giữa hai truyền thống nam và bắc phương, mà thường hiểu lệch lạc là Tiểu thừa và Đại thừa, chỉ là sự khác biệt bởi môi trường lịch sử văn minh theo các địa phương và dân tộc. Đó là sự khác biệt giữa nguyên thủy và phát triển. Phật pháp truyền sang phương nam, đến các nước Nam Á, nơi đó sự phát triển văn minh và các định chế xã hội chưa đến mức phức tạp, nên giáo pháp của Phật được hiểu và hành gần với nguyên thủy. Về phương bắc, tại các vùng đông bắc Ấn, và tây bắc Trung Quốc, nhiều chủng tộc dị biệt, nhiều nền văn hóa khác nhau, và do đó cũng xuất hiện nhiều định chế xã hội khác nhau. Phật pháp được truyền vào đó, một thời đã trở thành quốc giáo của nhiều nước. Thích ứng theo sự phát triển của đất nước ấy, từ ngôn ngữ, phong tục, định chế xã hội, giáo pháp của đức Phật cũng dần dần được bản địa hóa.

Thánh điển Tam tạng là nguồn suối cho tất cả nhận thức về Phật pháp, để học tập và hành trì, cũng như để nghiên cứu. Kinh tạng và Luật tạng là tập đại thành Pháp và Luật do chính đức Phật giảng dạy và quy định, là sở y cho tri thức và hành trì của Thánh đệ tử để tiến tới thành tựu cứu cánh Minh và Hành. Kinh và Luật cũng bao gồm những diễn giải của các Thánh đệ tử được thân truyền từ kim khẩu của đức Phật. Luận tạng, theo truyền thống Thượng tọa bộ nam phương, và cũng theo truyền thống Hữu bộ, do chính đức Phật thuyết. Nhưng các đại luận sư như Thế Thân (*Vasubandhu*), cũng như hầu hết các nhà nghiên cứu Phật học trên thế giới hiện đại, đều không công nhận truyền thuyết này, mà cho rằng đó là tập đại thành các công trình phân tích, quảng diễn, và hệ thống hóa những điều đã được Phật thuyết trong Pháp và Luật. Kinh và Luật tạng được thành lập trong một khoảng thời gian nhất định, trực tiếp hoặc gián tiếp từ kim khẩu của Phật, và là sở y chung cho tất cả các bộ phái Phật giáo, bao gồm cả Phật giáo Đại thừa, mặc dù có những sai biệt do vấn đề truyền khẩu với các khẩu âm và phương ngữ khác nhau, theo thời gian và địa vức.

Luận tạng là bộ phận Thánh điển phản ánh lịch sử phát triển của Phật giáo, bao gồm các phương diện tín ngưỡng tôn giáo, tư duy triết học, nghiên cứu khoa học, định chế và tổ chức xã hội chính trị. Tổng quát mà nói, đó không chỉ là phản ánh lịch sử phát triển của nội bộ Phật giáo, mà trong đó cũng phản ánh toàn bộ văn minh tại những nơi mà giáo lý của đức Phật được truyền đến. Điều này cũng được chứng minh cụ thể bởi lịch sử Việt Nam.

Mỗi bộ phái Phật giáo tự xây dựng cho mình một nền văn hiến Luận tạng riêng biệt, tập hợp các luận giải giáo nghĩa, bảo vệ kiến giải Phật pháp của mình, bài trừ các quan điểm dị học. Đây là nền văn hiến đồ sộ, liên tục phát triển trên nhiều khu vực địa lý khác nhau. Cho đến khi Hồi giáo bành trướng tại Ấn Độ, Phật giáo bị đào thải. Một bộ phận văn hiến Phật giáo được chuyển sang Tây Tạng, qua các bản dịch Phạn Tạng, và một số lớn nguyên bản Phạn văn được bảo trì. Một bộ phận khác, lớn nhất, gần như hoàn chỉnh nhất, văn hiến Phật giáo được chuyển dịch sang Hán tạng, bao gồm hầu hết mọi xu hướng tư tưởng dị biệt của Phật giáo phát triển trong lịch sử Ấn Độ, từ Nguyên thủy, Bộ phái, Đại thừa, cho đến Mật giáo.

Truyền thuyết ghi rằng Phật giáo được truyền vào Trung Hoa dưới đời Hán Minh Đế, niên hiệu Vĩnh bình thứ 10 (Tl. 65), và bản kinh Phật đầu tiên được dịch sang Hán văn là Kinh Tứ thập nhị chương, do Ca-diếp Ma-đằng và Trúc Pháp Lan. Nhưng truyền thuyết này không được nhất trí hoàn toàn giữa các nhà nghiên cứu lịch sử Phật giáo Trung Quốc. Điều chắc chắn là Khương Tăng Hội, quê quán Việt Nam, xuất phát từ Giao Chỉ (Việt Nam), đã đưa Phật giáo vào Giang Tả, miền Nam Trung Hoa. Các công trình phiên dịch và chú giải của Khương Tăng Hội đã chứng tỏ rằng trước đó, tức từ năm thứ 247 kỷ nguyên Tây lịch, thời gian được nói là Tăng Hội vào đất Kiến nghiệp, quy y cho Tôn Quyền,

Phật giáo đã phát triển đến một hình thái nhất định tại Việt Nam, cùng một số kinh Phật được phiên dịch. Điều này cũng được củng cố thêm bởi những điều được ghi chép trong Mâu Tử Lý Hoặc Luận. Có lẽ do hậu quả của thời kỳ Bắc thuộc, hầu hết những điều được tìm thấy trong hành trạng của Khương Tăng Hội và trong ghi chép của Mâu Tử đều bị xóa sạch. Chỉ tồn tại những gì được ghi nhận là truyền từ Trung Quốc.

Dịch giả Phạn Hán đầu tiên tại Trung Quốc được khẳng định là An Thế Cao (đến Trung Quốc trong khoảng Tl. 147 – 167). Tất nhiên trước đó hẳn cũng có các dịch giả khác mà tên tuổi không được ghi nhận. Lương Tăng Hựu căn cứ trên bản Kinh lục xưa nhất của Đạo An (Tl. 312 – 385) ghi nhận có chừng 134 kinh không rõ dịch giả; và do đó cũng không xác định trước hay sau An Thế Cao.

Sự nghiệp phiên dịch Phật kinh Phạn Hán liên tục từ An Thế Cao, cho đến các đời Minh, Thanh được tập thành trong 32 tập của Đại Chánh, bao gồm Thánh điển Nguyên thủy, Bộ phái, Đại thừa, Mật giáo, 1692 bộ. Những trước tác của Trung Hoa, từ sớ giải, luận giải, cho đến sử truyện, du ký, v.v., tập thành từ tập 33 đến 55 trong Đại Chánh, gồm 1492 tác phẩm. Số tác phẩm được ấn hành trong Tục tạng chữ Vạn còn nhiều hơn thế nữa. Đây là hai bản Hán tạng tương đối đầy đủ nhất, trong đó tạng Đại Chánh được sử dụng rộng rãi trên quy mô thế giới.

Sự nghiệp phiên dịch Kinh điển ở nước ta được bắt đầu rất sớm, có thể trước cả thời Khương Tăng Hội, mà dấu vết có thể tìm thấy trong *Lục độ tập kinh*. Ngôn ngữ phiên dịch của Khương Tăng Hội là Hán văn. Hiện chưa có phát hiện nào về các bản dịch Kinh Phật bằng tiếng quốc âm. Suốt trong thời kỳ Bắc thuộc, do nhu cầu tinh thông Hán văn như là sách lược cấp thời để đối phó sự đồng hóa của phương bắc, Hán văn trở thành ngôn ngữ thống trị. Vì vậy công trình phiên dịch Kinh điển thành quốc âm không thể thực hiện. Bởi vì, công trình phiên dịch Tam tạng tại Trung Hoa thành tựu đồ sộ được thấy ngay, chủ yếu do sự bảo trợ của triều đình. Quốc âm chỉ được dùng như là phương tiện hoằng pháp trong nhân gian.

Cho đến thời Pháp thuộc, trước tình trạng vong quốc và sự đe dọa bởi văn hóa xâm lược, văn hóa dân tộc có nguy cơ mất gốc, cho nên sơn môn phát động phong trào chấn hưng Phật giáo, phổ biến kinh điển bằng tiếng quốc ngữ qua ký tự La-tinh. Từ đó, lần lượt các Kinh điển quan trọng từ Hán tạng được phiên dịch theo nhu cầu học và tu của Tăng già và Phật tử tại gia. Phần lớn các Kinh điển này đều thuộc Đại thừa, chỉ một số rất ít được trích dịch từ các A-hàm. Dù Đại thừa hay A-hàm, các Kinh Luận được phiên dịch đều không theo một hệ thống nào cả. Do đó sự nghiên cứu Phật học Việt Nam vẫn chưa có cơ sở chắc chắn. Mặt khác, do ảnh hưởng ngữ pháp Phạn, các bản dịch Hán hàm chứa một số vấn đề ngữ pháp Phạn Hán khiến cho ngay cả các nhà chú giải Kinh điển lớn như Cát Tạng, Trí Khải cũng phạm phải rất nhiều sai lầm. Chính Ngạn Tông, người tổ chức dịch trường theo lệnh của Tùy Dạng đế đã nêu lên một số sai lầm này. Cho đến Huyền Trang, vì phát hiện nhiều sai lầm trong các bản Hán dịch nên quyết tâm nhập Trúc cầu pháp, bất chấp lệnh cấm triều đình và các nguy hiểm trên lộ trình.

Ngày nay, do sự phát hiện nhiều bản Kinh Luận quan trọng bằng tiếng Sanskrit, cũng như sự phổ biến ngôn ngữ Tây Tạng, mà phần lớn Kinh điển Sanskrit được phiên dịch, nên nhiều công trình chỉnh lý được thực hiện cho các bản dịch Phạn Hán. Thêm vào đó, do sự phổ biến ngôn ngữ Pali, vốn được xem là ngôn ngữ Thánh điển gần với nguyên thuyết nhất, một số sai lầm trong các bản dịch A-hàm cũng được chỉnh lý, và tỉ giảo, khiến cho lời dạy của Đức Thích Tôn được thọ trì một cách trong sáng hơn.

Trên đây là những nhận thức cơ bản để Ban phiên dịch Đại Tạng Kinh Việt Nam y theo đó mà thực hiện các bản dịch. Trước hết, là bản dịch các kinh A-hàm đang được giới thiệu ở đây. Các kinh thuộc bộ A-hàm được dịch sang Hán rất sớm, kể từ thời Hậu Hán với An Thế Cao. Nhưng phần lớn các truyền bản này đều phát xuất từ Tây vực, từ các nước Phật giáo thịnh hành thời đó như Quy-tư, Vu-điền. Do khẩu âm và phương ngữ nên trong các truyền bản được nói là Phạn văn đã hàm chứa khá nhiều sai lạc. Điều này có thể thấy rõ qua sự so sánh các đoạn tương đương Pali, hay các dẫn chứng trong Đại Tì-bà-sa, Du-già sư địa. Thêm vào đó, các dịch giả hầu hết đều học Phật và học tiếng Sanskrit tại các nước Tây Vực chứ không trực tiếp tại Ấn Độ như La-thập và Huyền Trang, nên trình độ ngôn ngữ Phạn có hạn chế. Các vị ấy khi vừa đặt chân lên Trung Hoa, do khát vọng thâm thiết của các Phật tử Trung Hoa, muốn có thêm kinh Phật để học và tu, cho nên trong khi chưa tinh thông tiếng Hán, mà công trình phiên dịch lại được thôi thúc cần thực hiện. Vì không tinh thông Hán ngữ nên công tác phiên dịch luôn luôn qua trung gian một người chuyển ngữ. Quá trình phiên dịch đi qua nhiều giai đoạn mà chính người chủ dịch không thể quán triệt, cho nên trong các bản dịch hàm chứa những đoạn văn rất tối nghĩa, và nhiều khi nhầm lẫn. Trong tình hình như vậy, một bản dịch Việt từ Hán đòi hỏi rất nhiều tham khảo để hy vọng tiếp cận với nguyên bản Sanskrit đã thất lạc, và cũng từ đó mà hy vọng có thể tiếp cận với lời Phật dạy hơn, điều mà các bản Hán dịch do trở ngại ngôn ngữ đã không thể thực hiện được.

Đại Tạng Kinh Việt Nam chủ yếu căn cứ trên Đại Chánh Đại Tạng Kinh, Nhật Bản, gồm 100 tập, được biên tập khởi đầu từ niên hiệu Đại Chánh (Taisho) thứ 11, Tl. 1922, cho đến niên hiệu Chiêu Hòa (Showa) thứ 9, Tl. 1934, tập hợp trên 100 nhà nghiên cứu Phật học hàng đầu của Nhật Bản, dưới sự chủ trì của Cao Nam Thuận Thứ Lang (Takakusu Junjiro) và Độ Biên Hải Húc (Watanabe Kaigyoku). Để bản sử dụng là bản in của chùa Hải Ấn, Triều Tiên, được gọi là bản Cao-lệ. Công trình chỉnh lý văn bản căn cứ các khắc bản Tống, Nguyên, Minh, cùng một số khắc bản và thủ bản tại Hoa và Nhật khác như tả bản Thiên Bình, bản Liêu của Cung nội sảnh, bản chùa Đại Đức, bản chùa Vạn Đức, v.v. Một số bản văn được phát hiện tại các vùng trong Tây Vực như Vu Điền, Đôn Hoàng, Quy Tư, Cao Xương, cũng được dùng làm tham khảo. Nhiều đoạn văn từ Pali và Sanskrit cũng được dẫn dưới cước chú để đối chiếu đoạn Hán dịch mà người biên tập nghi ngờ là không chính xác hoặc thuộc về dị bản nào đó.

Nội dung Đại tạng Đại Chánh được phân làm ba phần chính: phần thứ nhất, gồm 32 tập, là các bản dịch Phạn Hán bao gồm Kinh, Luật, Luận, được thuyết bởi chính kim khẩu của Phật, hay được kiết tập bởi các Thánh đệ tử, hoặc được trước tác bởi các Luận sư. Phần thứ hai, từ Đại Chánh tập 33 đến tập 55, trước tác của Trung Hoa, bao gồm các sớ giải Kinh, Luật, Luận, và luận thuyết riêng biệt của các tông phái Phật giáo Trung Hoa, các sử truyện, truyện ký, du ký, truyền kỳ; các bản Hán dịch thuộc ngoại giáo như Thắng luận, Số luận, Ba tư giáo, Thiên chúa giáo, các tập ngữ vựng Phạn Hán, giáo khoa Phạn Hán, các Kinh lục. Phần thứ ba, từ tập 56 đến 85, tập hợp các trước tác của Nhật Bản, gồm các sớ giải Kinh, Luật, Luận, phần lớn căn cứ trên các bản sớ giải Trung

Hoa mà giải nghĩa rộng thêm, và các luận thuyết của các tông phái tại Nhật Bản. Còn lại 12 tập sưu tập các đồ tượng, tranh ảnh, phần lớn là các đồ hình mạn-đà-la của Mật tông. 3 tập cuối, tổng mục lục, liệt kê nội dung các bản Đại tạng lưu hành.

Ban phiên dịch Đại Tạng Kinh Việt Nam chọn Đại Chánh tạng làm để bản, phiên dịch tất cả tác phẩm được ấn hành trong đó. Phàm lệ để thực hiện bản dịch tạm thời được quy định như sau:

1. Đại Tạng Kinh Việt Nam bao gồm tất cả các bản dịch tiếng Việt của Tam Tạng Kinh Điển Phật giáo đã xuất hiện ở nước ta từ trước đến nay, qua các thời kỳ với nhiều dịch giả khác nhau, để cho thấy quá trình hình thành Đại Tạng Kinh Việt Nam qua lịch sử.

2. Về bản đáy, bản dịch Việt căn cứ trên ấn bản Đại Chánh Tân Tu Đại Tạng Kinh 100 tập, mỗi tập trên dưới 1000 trang chữ Hán cỡ 10pt và sẽ được đánh số theo thứ tự của số ghi trong bản in Đại Chánh. Mỗi trang của bản in Đại chính được chia làm ba cột: a, b, c. Số trang và cột này đều được ghi trong bản dịch để tiện tham khảo.

3. Vì thế, một bản kinh chữ Hán có thể có nhiều bản dịch tiếng Việt, nên sau số thứ tự của Đại Chánh, sẽ đánh thêm các mẫu tự A, B, C... để phân biệt các bản dịch tiếng Việt khác nhau của cùng một bản kinh chữ Hán đó.

4. Về xử lý văn bản trong khi phiên dịch, phần lớn căn cứ công trình hiệu đính và đối chiếu của bản Đại Chánh. Ngoài ra, tham khảo thêm các công trình hiệu đính và đối chiếu khác.

5. Giữa các ấn bản có những điểm khác nhau, bản Việt sẽ lựa chọn hoặc hiệu đính theo nhận thức của người dịch.

6. Trong bản Hán, nếu chỗ nào xét thấy văn dịch hay từ ngữ không phù hợp với giáo nghĩa truyền thống phổ biến, người dịch sẽ tham khảo các Kinh, Luật, Luận cần thiết để hiệu chính. Những hiệu chính này được giải thích ở phần cước chú.

7. Bản Hán dịch thực hiện căn cứ phần lớn trên sự truyền khẩu. Do đó những từ phát âm tương tự dễ đưa đến ngộ nhận, như *sam* Pāli hay *sama* và *samyak*; *cala* và *jala*; *muti* và *muṭṭhi*, v.v... Trong những trường

hợp này, người dịch sẽ tham chiếu các kinh tương đương, các bản Hán biệt dịch, suy đoán tự dạng nguyên thủy có thể có trong Phạn bản để hiệu chính. Những hiệu chính này đều được ghi ở phần cước chú.

8. Do các truyền bản khác nhau giữa các bộ phái, để có nhận thức về giáo nghĩa nguyên thủy, chung cho tất cả, cần có những nghiên cứu đối chiếu sâu rộng. Công việc này ngoài khả năng hiện tại của các dịch giả. Tuy nhiên, trong trường hợp có thể, những điểm dị biệt giữa các truyền bản sẽ được ghi nhận và đối chiếu. Những ghi nhận này được nêu ở phần cước chú.

9. Bản Hán dịch được phân thành số quyển. Bản dịch Việt không chia số quyển như vậy, nhưng sẽ ghi ở phần cước chú mỗi khi bắt đầu một quyển khác.

10. Các từ Phật học trong một số bản Hán dịch nếu không phổ biến, do đó có thể gây khó khăn cho việc đọc và nghiên cứu, trong các trường hợp như vậy, tuy vẫn giữ nguyên dịch ngữ của bản Hán, nhưng dịch ngữ tương đương thông dụng hơn sẽ được ghi trong phần cước chú. Trong trường hợp có thể, sẽ ghi luôn dịch giả của những dịch ngữ này và xuất xứ của chúng từ bản dịch nào để tiện việc tham khảo.

11. Các kinh sách tham khảo trong cước chú đều được viết tắt theo quy định phổ thông của giới nghiên cứu quốc tế; xem quy định về viết tắt ở cuối mỗi tập của Đại tạng kinh Việt Nam.

II. PHƯƠNG ÁN THỰC HIỆN

Dự án thực hiện bao gồm các công trình phiên dịch, biên tập, và ấn hành, một Hội Đồng phiên dịch Đại Tạng Kinh Việt Nam được thành lập, được điều phối bởi Tổng biên tập, với các nhiệm vụ được phân phối như sau:

1. Ủy ban Phiên dịch. Để hoàn tất một bản dịch, các công tác sau đây cần được thực hiện:

a. Phiên dịch trực tiếp: Các văn bản lần lượt được phân phối đến các vị có trình độ Hán văn tương đối, kiến thức Phật học cơ bản, và khả năng ngôn ngữ cần thiết, phiên dịch trực tiếp từ Hán sang Việt.

b. Hiệu đính và chú thích: nhiệm vụ chủ yếu của phần hiệu chính là đọc lại bản dịch thô và bổ túc những sai lầm có thể có trong bản dịch. Trong thực tế, người hiệu đính còn phải làm nhiều hơn thế nữa.

Trước hết là phần chỉnh lý văn bản. Phần này đáng lý phải thực hiện trước khi phiên dịch. Việc chỉnh lý văn bản thoạt tiên có vẻ đơn giản, vì người dịch chỉ lưu ý một số nhầm lẫn trong việc khắc bản của để bản. Những điểm khác nhau giữa các bản khắc hầu hết được ghi ở cước chú trong ấn bản Đại Chánh, người dịch chỉ cần hiểu rõ nội dung đoạn dịch thì có thể lựa chọn những từ thích hợp trong cước chú. Tuy nhiên, do hạn chế về trình độ Phật pháp và khả năng tham khảo nên đa số người dịch không chọn được từ chính xác. Mặt khác, ngay cả các từ trong cước chú không phải hoàn toàn chính xác. Ngay cả Đại sư Ấn Thuận cũng phạm phải một số sai lầm khi chọn từ, vì không tìm ra các đoạn Pali hoặc Sanskrit tương đương nên phải dựa trên ức đoán. Những ức đoán phần nhiều là sai. Mặt khác, nhiều sai lầm không phải do tả bản hay khắc bản, mà do chính từ truyền bản. Bởi vì, kinh điển từ Ấn Độ truyền sang hầu hết đều do khẩu truyền. Những biến đổi trong khẩu âm, phát âm, khiến nhầm lẫn từ này với từ khác, làm cho ý nghĩa nguyên thủy của giáo lý sai lạc. Người dịch từ Hán văn mà không có trình độ Phạn văn nhất định thì không thể phát hiện những sai lầm này. Điều đáng lưu ý những sai lầm này xuất hiện rất nhiều và rất thường xuyên trong nhiều bản dịch Phạn Hán.

Phần hiệu đính tập trung trên cú pháp Phạn mà ảnh hưởng của nó trong các bản dịch khiến cho nhiều khi ngay cả những vị tinh thông Hán, ngay cả các nhà chú giải kinh điển nổi tiếng cũng phải nhầm lẫn. Để hiểu rõ nội dung bản dịch Hán, cần thiết phải tìm lại nguyên bản Phạn để đối chiếu. Đại sư Cát Tạng đã vấp phải sai lầm khi không có cơ sở để phân tích mệnh đề Hán dịch là năng động hay thụ động, do đó đã nhầm lẫn người giết với kẻ bị giết. Đó là một đoạn văn trong *Thắng man* mà nguyên bản Phạn của kinh này đã thất lạc, nhưng đoạn văn tương đương lại được tìm thấy trong trích dẫn của *Sikṣasamuccaya* của *Sāntideva*. Nếu không tìm thấy đoạn Sanskrit được trích dẫn này thì không ai có thể biết rằng Cát Tạng đã nhầm lẫn.

Rất nhiều kinh điển trong nguyên bản Phạn đã bị thất lạc. Ngay cả những tác phẩm quan trọng như Đại Tì-bà-sa chỉ tồn tại trong bản dịch của Huyền Trang. Nhiều đoạn được trích dẫn trong bản dịch *Câu-xá*, mà Phạn văn đã được phát hiện, cũng giúp người đọc Đại Tì-bà-sa có manh mối để đi sâu vào nội dung. Đọc một bản văn mà không nắm vững nội dung của nó, nghĩa là chính dịch giả cũng không hiểu, hoặc hiểu sai, sao có thể hy vọng người đọc hiểu được đoạn văn phiên dịch? Do đó, công tác hiệu đính không đơn giản chỉ bổ túc những khuyết điểm trong bản dịch về lối hành văn, mà đòi hỏi công phu tham khảo rất nhiều để nắm vững nội dung nguyên tác trong một giới hạn khả dĩ.

Đại Tạng Kinh Việt Nam là bản dịch Việt từ Hán tạng, do đó không thể tự tiện thay đổi nội dung dù phát hiện những sai lầm trong bản Hán. Những sai lầm mang tính lịch sử, do đó không được phép loại bỏ tùy tiện. Tuy vậy, bản dịch Việt cũng không thể bỏ qua những nhầm lẫn được phát hiện. Những phát hiện sai lầm cần được nêu lên, và những hiệu đính cũng cần được đề nghị. Những điểm này được ghi ở phần cước chú để cho bản Việt vẫn còn gần với bản Hán dịch.

Trên đây là một số điều kiện tất yếu để thực hiện một bản dịch tương đối khả dĩ chấp nhận. Trong tình hình hiện tại, chúng ta chỉ có rất ít vị có thể hội đủ điều kiện yêu cầu như trên. Do đó, dự án thực hiện hướng đến chương trình đào tạo, không đơn giản chỉ là đào tạo chuyên gia dịch thuật, mà là bồi dưỡng những vị có trình độ Phật học cao với khả năng đọc và hiểu các ngôn ngữ chuyển tải Thánh điển, chủ yếu các thứ tiếng Pali, Sanskrit, Tây Tạng và Hán. Trong tình hình nghiên cứu Phật học hiện tại trên thế giới, người muốn nghiên cứu Phật học mà không biết đến các ngôn ngữ này thì khó có thể nắm vững giáo nghĩa căn bản. Và đây cũng là điều mà Ngạn Tông đã nêu rõ trong các điều kiện tham gia dịch thuật trong viện phiên dịch bảo trợ bởi Tùy Dạng Đế, mặc dù Ngạn Tông chỉ yêu cầu hiểu biết Phạn văn nhưng đồng thời cũng yêu cầu kiến thức uyên bác, không chỉ tinh thông Phật điển mà còn cả thư tịch ngoại giáo.

Chi tiết chương trình đào tạo cần được trình bày trong một dịp khác.

2. Ủy ban Ấn hành. Công tác ấn hành gồm các phần:

a. Sửa lỗi chính tả của các bản dịch. Hiện tại lỗi chính tả trong các bản dịch do các Thầy, Cô, và Phật tử tự nguyện chỉnh sửa. Nhưng chỉ là công tác nghiệp dư, do không chuyên trách, và do đó cũng thiếu kinh nghiệm trong việc phát hiện lỗi, nên các bản in phổ biến tồn tại khá nhiều lỗi chính tả.

b. Trình bày bản in. Công tác này tùy thuộc điều kiện kỹ thuật vi tính. Sơ khởi, ban ấn hành chưa đủ điều kiện để có những vị thành thạo sử dụng kỹ thuật vi tính trong việc trình bày văn bản. Công việc này hiện tại do các Thầy, Cô phụ trách, với trình độ kỹ thuật do tự học, và tự phát. Vì vậy, trong nhiều trường hợp không khắc phục được lỗi kỹ thuật nên hình thức trình bày của bản văn chưa được hoàn hảo như mong đợi.

Sự nghiệp phiên dịch được định khoảng 15 năm, hoặc có thể lâu hơn nữa. Hình thức Đại Tạng Kinh do đó không thể được thiết kế một lần hoàn hảo. Trong diễn tiến như vậy, tất nhiên trình độ kỹ thuật được cải tiến theo thời gian, khiến cho hình thức trình bày cũng cần thay đổi cho phù hợp với thời đại. Hậu quả sẽ khó tránh khỏi là sự không đồng bộ giữa các tập Đại Tạng Kinh ấn hành trước và sau.

c. Ấn loát. Sau khi hình thức trình bày được chấp nhận, bản dịch được đưa đi nhà in. Trách nhiệm ấn loát được giao cho nhà in với các khoản được ghi thành hợp đồng. Vấn đề ấn loát như vậy tương đối ổn định. Tuy nhiên, cũng cần có người chuyên trách để theo dõi quá trình ấn loát, hầu tránh những sai sót kỹ thuật có thể có do nhà in.

d. Phát hành, phổ biến và vận động. Một nhiệm vụ không kém quan trọng là phát hành và phổ biến Đại Tạng Kinh. Công việc này đáng lý do một ban phát hành chuyên trách. Nhưng trong điều kiện nhân sự hiện tại, một Ban như vậy chưa thể thành lập, do đó ban ấn hành kiêm nhiệm. Thêm nữa, công trình phiên dịch là sự nghiệp chung của toàn thể Phật tử Việt Nam, không phân biệt Giáo hội, hệ phái, do đó cần có sự tham gia và cống hiến của chư Tăng Ni, Phật tử, bằng hằng sản và hằng tâm, bằng tâm nguyện cá nhân hay tập thể dưới các hình thức hỗ trợ và bảo trợ bằng vật chất hoặc tinh thần, cống hiến bằng tất cả khả năng vật chất và trí tuệ. Công việc vận động này để cho được hữu hiệu với sự tham gia tích cực của nhiều chúng đệ tử cũng cần được chuyên trách bởi một ban vận động. Trong điều kiện nhân sự hiện tại, ban ấn hành kiêm nhiệm.

HẬU TỪ

Trải qua trên dưới 2 nghìn năm du nhập, những giáo nghĩa căn bản mà đức Phật đã giảng được học và hành tại Việt Nam, đã đem lại nhiều an lạc cho nhiều cá nhân và xã hội, đã góp phần xây dựng tình cảm và tư duy của các cộng đồng cư dân trên đất nước Việt. Thế nhưng, sự nghiệp phiên dịch cũng như ấn hành để phổ biến Thánh điển, làm nền tảng sở y cho sự học và hành, chưa được thực hiện trên quy mô rộng lớn toàn quốc.

Sự nghiệp phiên dịch tại Trung Quốc trải qua gần hai nghìn năm, với thành tựu vĩ đại, tập đại thành và bảo tồn kho tàng Thánh điển thoát qua nhiều trận hủy diệt do những đức tin mù quáng, quàng tín. Sự nghiệp ấy đại bộ phận do các quốc vương Phật tử tích cực bảo trợ, đã là sự nghiệp chung của toàn thể nhân dân theo từng giai đoạn đặc biệt của lịch sử. Việt Nam tuy cũng có các minh quân Phật tử, nhưng do tác động bởi các yếu tố chính trị xã hội nên chưa từng được tổ chức quy mô dưới sự bảo trợ của triều đình. Chỉ do yêu cầu thực tế học và hành mà một số kinh điển được phiên dịch, nhưng chưa đủ để lập thành nền tảng tương đối hoàn bị cho sự nghiên cứu sâu giáo nghĩa.

Gần đây, vào năm 1973, một Hội đồng phiên dịch Tam tạng lần đầu tiên trong lịch sử được thành lập. Chủ tịch: Thượng tọa Thích Trí Tịnh, Tổng thư ký: Thượng tọa Thích Quảng Độ, với các thành viên quy tụ tất cả các Thượng tọa và Đại đức đã có công trình phiên dịch và có uy tín trên phương diện nghiên cứu Phật học, dưới sự chỉ đạo của Viện Tăng Thống, Giáo hội Phật giáo Việt Nam Thống nhất. Chương trình phiên dịch được soạn thảo trên quy mô rộng lớn, nhưng do bởi hoàn cảnh chiến tranh cho nên chỉ mới thực hiện được một phần nhỏ. Một phần của thành quả này về sau được ấn hành năm 1993 bởi Viện Nghiên cứu Phật học Việt Nam, trực thuộc Giáo hội Phật giáo Việt Nam, dưới danh hiệu "Đại Tạng Kinh Việt Nam." Thành quả này là các Kinh thuộc bộ A-hàm được phân công bởi Hội đồng Phiên dịch Tam tạng, trong đó, *Trường A-hàm* và *Tạp A-hàm* do TT Thiện Siêu, TT Trí Thành và

ĐĐ Tuệ Sỹ thuộc Viện Cao đẳng Phật học Hải đức Nha Trang; *Trung A-hàm* và *Tăng nhất A-hàm* do TT Thanh Từ, TT Bửu Huệ, TT Thiền Tâm thuộc Viện Cao đẳng Phật học Huệ Nghiêm Saigon.

Ngoài ra, một phần phân công khác cũng đã được hoàn thành như:

TT Trí Nghiêm: Đại Bát Nhã (Huyền Trang dịch, 600 cuốn) thuộc bộ Bát-nhã. TT Trí Tịnh: Kinh *Ma-ha Bát-nhã-ba-la-mật* (Đại phẩm) thuộc bộ Bát-nhã; Kinh *Diệu pháp Liên hoa* (La-thập dịch), thuộc bộ Pháp hoa; Kinh Đại phương Quảng Phật Hoa nghiêm (bản Bát thập) thuộc bộ Hoa nghiêm, và toàn bộ Đại bảo tích.

Các bản dịch này cũng đã được ấn hành nhưng do bởi đệ tử của các Ngài chứ chưa đưa vào Đại Tạng Kinh Việt Nam.

Những vị được phân công khác chưa thấy có thành quả được công bố.

Mặc dù với nỗ lực to lớn, nhưng do hoàn cảnh nhiễu nhương của đất nước nên thành tựu rất khiêm nhượng. Thêm nữa, các thành tựu này cũng chưa hội đủ điều kiện và thời gian thuận tiện được hiệu đính và biên tập theo tiêu chuẩn nghiên cứu và phiên dịch Phật điển trong trình độ nghiên cứu Phật giáo hiện đại của thế giới, do đó cũng chưa thể được dự phần trong sự nghiệp phiên dịch và nghiên cứu Phật học trên quy mô quốc tế, như cống hiến của Phật giáo Việt Nam cho cộng đồng nhân loại trong sự nghiệp hoằng dương Chánh pháp chung của toàn thể Phật tử thế giới vì lợi ích và an lạc của hết thảy mọi loài chúng sanh.

Sự nghiệp như vậy không thể là cống hiến cá biệt của một cá nhân hay tập thể, của một Giáo hội hay hệ phái, mà là sự nghiệp chung của toàn thể Tăng tín đồ Phật giáo Việt Nam, không chỉ một thế hệ, mà liên tục trong nhiều thế hệ, cùng tồn tại và tiến bộ theo đà thăng tiến của xã hội và nhân loại. Trên hết là báo đáp ân đức của Phật Tổ, đã vì an lạc của chúng sanh mà trải qua vô vàn khổ hành, qua vô số a-tăng-kỳ kiếp. Thứ đến, kế thừa sự nghiệp hoằng pháp lợi sanh của Thầy Tổ để cho ngọn đèn Chánh pháp luôn luôn được thắp sáng trong thế gian.

Vì vậy, chúng tôi khẩn thiết, trên nương nhờ uy thần nhiếp thọ của Chư Phật và Thánh Tăng, cùng với sự tán trợ của chư vị Trưởng lão hiện tiền trong hàng Tăng bảo, kêu gọi sự hỗ trợ cống hiến bằng tất cả tâm nguyện và trí lực, bằng tất cả hằng sản và hằng tâm, của bốn chúng đệ tử Phật, cho sự nghiệp hoằng pháp đệ nhất tối thắng này được tiến hành vững chắc và liên tục từ thế hệ này cho đến nhiều thế hệ tiếp theo, duy trì ngọn đèn Chánh pháp tồn tại lâu dài trong thế gian vì lợi ích và an lạc của hết thảy chúng sanh.

Mùa Phật đản Pl. 2552 – Mậu Tý 2008
Trí Siêu – Tuệ Sỹ
cẩn bạch

GIÁO HỘI PHẬT GIÁO VIỆT NAM THỐNG NHẤT
HỘI ĐỒNG PHIÊN DỊCH TAM TẠNG LÂM THỜI

DUYÊN KHỞI

Kể từ phong trào chấn hưng Phật giáo vào thập niên 1930, chư vị dịch giả đã cố gắng phiên âm và phiên dịch Kinh điển từ Hán văn hay chữ Nôm sang chữ quốc ngữ để sử dụng trong sinh hoạt thiền môn Việt Nam cũng như để đem giáo lý Phật đi vào quần chúng. Những nỗ lực như vậy rất đáng trân trọng, nhưng vẫn còn là những đóng góp từ cá nhân, mang tính cấp thời, chưa có sự phối hợp đồng bộ, và chưa đủ tầm mức học thuật để giới thiệu Thánh điển Phật giáo tiếng Việt đến với cộng đồng dân tộc.

Vài thập niên sau đó thì chữ quốc ngữ qua ký tự La-tinh mới được phổ cập trong thiền môn, và kinh sách Phật giáo bằng tiếng Việt, phiên dịch cũng như trước tác, mới được bừng khai, không những tạo nên các phong trào tu học của quần chúng khắp nước, mà còn là sự dẫn đạo tư tưởng của Phật giáo Việt Nam đối với các thế hệ trưởng thành trong chiến tranh qua sự thành lập Giáo Hội Phật Giáo Việt Nam Thống Nhất (GHPGVNTN), đồng thời kiến lập Đại Học Vạn Hạnh, một viện đại học tư thục Phật giáo đầu tiên tại Nam Việt Nam vào năm 1964.

Từ nguồn nhân lực dồi dào với nhiều vị pháp sư, học giả được đào tạo trong và ngoài nước, cũng như các cơ sở giáo dục Phật giáo được trải rộng khắp miền Trung và Nam Việt, Viện Tăng Thống GHPGVNTN đã có nền tảng vững chắc về học thuật để quyết định thành lập Hội Đồng Phiên Dịch Tam Tạng; và qua Hội nghị Toàn thể Hội đồng Phiên dịch Tam Tạng tổ chức tại Viện Đại Học Vạn Hạnh vào các ngày 20, 21, 22 tháng 10 năm 1973, hội nghị đã đưa ra dự án phiên dịch với mục lục tổng quát các Kinh điển truyền bản Hán tạng cần phiên dịch, phân chia công việc, cũng như giới thiệu thành viên của Hội đồng Phiên dịch Tam Tạng gồm 18 vị Pháp sư như sau:

HỘI ĐỒNG PHIÊN DỊCH TAM TẠNG 1973

A. *Ủy Ban Phiên Dịch:*

1. Hòa thượng Trưởng lão Thích Trí Tịnh (1917 – 2014)
   Trưởng Ban

2. Hòa thượng Trưởng lão Thích Minh Châu (1918 – 2012)
   Phó Trưởng Ban

3. Hòa thượng Trưởng lão Thích Quảng Độ (1928 – 2020)
   Tổng Thư Ký

4. Hòa thượng Trưởng lão Thích Trí Quang (1923 – 2019)

5. Hòa thượng Trưởng lão Thích Đức Nhuận (1924 – 2002)

6. Hòa thượng Trưởng lão Thích Bửu Huệ (1914 – 1991)

7. Hòa thượng Trưởng lão Thích Trí Thành (1921 – 1999)

8. Hòa thượng Trưởng lão Thích Nhật Liên (1923 – 2010)

9. Hòa thượng Trưởng lão Thích Thiện Siêu (1921 – 2001)

10. Hòa thượng Trưởng lão Thích Huyền Vi (1926 – 2005)

B. *Thành Viên Bổ Sung:*

1. Hòa thượng Trưởng lão Thích Đức Tâm (1928 – 1988)

2. Hòa thượng Trưởng lão Thích Huệ Hưng (1917 – 1990)

3. Hòa thượng Trưởng lão Thích Thuyền Ấn (1927 – 2010)

4. Hòa thượng Trưởng lão Thích Trí Nghiêm (1911 – 2003)

5. Hòa thượng Trưởng lão Thích Trung Quán (1918 – 2003)

6. Hòa thượng Trưởng lão Thích Thiền Tâm (1925 – 1992)

7. Hòa thượng Trưởng lão Thích Thanh Từ (1924 –)

8. Hòa thượng Thích Tuệ Sỹ (1943 –)

Sau gần 50 năm kể từ khi Hội đồng Phiên dịch Tam Tạng được thành lập, nhiều Kinh điển đã được phiên dịch, góp phần đáng kể vào kho tàng

Thánh điển Phật giáo Việt Nam, nhưng có thể nói rằng dự án phiên dịch đưa ra thời ấy, vẫn chưa hoàn tất. Lý do thứ nhất, do hoàn cảnh chiến tranh và bất toàn xã hội, các Kinh điển được dịch rồi vẫn không có đủ thời gian thuận tiện để được hiệu đính và nhuận sắc lại theo đúng tiêu chuẩn Phật điển hàn lâm. Thứ nữa, với nguồn tài liệu cổ ngữ, sinh ngữ dồi dào hiện nay cùng với phương tiện kỹ thuật vi tính, thông tin liên mạng, chư vị dịch giả có rất nhiều cơ hội để truy cập, tham khảo, đối chiếu các truyền bản khác nhau để có được định bản tiếng Việt đáng tin cậy, theo chuẩn mực quốc tế. Ngoài ra, chư vị thành viên Hội đồng Phiên dịch đã theo thời gian, tuần tự viên tịch khi công trình phiên dịch còn dang dở. Nay chỉ còn 2 trong số 18 vị dịch giả còn đương tiền, nhưng một vị đang trong tình trạng bất hoạt; vị duy nhất còn lại có thể tiếp tục đảm đương trọng nhiệm là Hòa thượng Thích Tuệ Sỹ. Xét thấy, đây cũng là phước duyên hy hữu cho Phật giáo Việt Nam cũng như cho công trình phiên dịch Tam Tạng do Viện Tăng Thống đề ra nửa thế kỷ trước:

a) Về phương diện học thuật, Hòa thượng Tuệ Sỹ là một trong số ít học giả uy tín trong việc nghiên tầm, phiên dịch, chú giải và giảng thuật về Tam Tạng Kinh điển từ nhiều thập niên qua; đã và đang đào tạo, nâng đỡ nhiều thế hệ Tăng Ni và Cư sĩ có trình độ Phật học và cổ ngữ có thể phụ trợ công trình phiên dịch;

b) Về phương diện điều hành, Hòa thượng Tuệ Sỹ chính thức tiếp nhận ấn tín Viện Tăng Thống từ Đức Đệ ngũ Tăng Thống, hàm nghĩa kế thừa sự nghiệp hoằng pháp của GHPGVNTN, đồng thời kế thừa công trình phiên dịch của Hội đồng Phiên dịch Tam Tạng được Hội đồng Giáo phẩm Trung ương Viện Tăng Thống thành lập năm 1973.

Từ những nhân duyên và điều kiện kể trên, công trình phiên dịch dang dở của chư vị tiền hiền tất yếu phải được Hòa thượng Tuệ Sỹ đưa vai gánh vác, không thể để cho gián đoạn. Đó là lý do, từ danh nghĩa Viện Tăng Thống GHPGVNTN, Hội Đồng Phiên Dịch Tam Tạng Lâm Thời (HĐPDTTLT) đã được thành lập vào ngày 03 tháng 12 năm 2021, theo Thông Bạch số 11/VTT/VP, nhằm kế thừa sự nghiệp phiên dịch Tam Tạng của chư vị Trưởng lão Hội Đồng Phiên Dịch Tam Tạng Viện Tăng Thống, với thành phần nhân sự như sau:

HỘI ĐỒNG PHIÊN DỊCH TAM TẠNG LÂM THỜI 2021[1]

Cố Vấn:	Giáo sư Trí Siêu Lê Mạnh Thát (Việt Nam)
Chủ Tịch:	Hòa thượng Thích Tuệ Sỹ (Việt Nam)
Chánh Thư Ký:	Hòa thượng Thích Như Điển (Đức quốc)
Phó Thư Ký Quốc Nội:	Hòa thượng Thích Thái Hòa (Việt Nam)
Phó Thư Ký Hải Ngoại:	Hòa thượng Thích Nguyên Siêu (Hoa Kỳ)

Ủy Ban Duyệt Sách:

Hòa thượng Thích Tuệ Sỹ; Giáo sư Trí Siêu Lê Mạnh Thát.

Ủy Ban Phiên Dịch:

Hòa thượng Thích Đức Thắng (Việt Nam); Hòa thượng Thích Thái Hòa (Việt Nam); Thượng tọa Thích Nguyên Hiền (Việt Nam); Thượng tọa Thích Nhuận Châu (Việt Nam); Đại đức Thích Nhuận Thịnh (Việt Nam); Cư sĩ Đạo Sinh Phan Minh Trị (Việt Nam); Cư sĩ Trí Việt Đỗ Quốc Bảo (Đức quốc).

Ủy Ban Chứng Nghĩa Chuyết Văn:

Hòa thượng Thích Thiện Quang (Canada); Thượng tọa Thích Nguyên Tạng (Úc); Đại đức Thích Nhuận Thịnh (Việt Nam); Cư sĩ Tâm Huy Huỳnh Kim Quang (Hoa Kỳ); Cư sĩ Tâm Quang Vĩnh Hảo (Hoa Kỳ).

Những thành viên khác tùy theo nhu cầu sẽ được thỉnh cử sau.

Xét thấy công hạnh tu trì cũng như kiến văn của thành viên chưa thể sánh ngang với chư Tôn túc Trưởng lão Hội đồng Phiên dịch Tam Tạng 1973, do đó chỉ có thể thành lập Hội đồng Lâm thời để kế thừa việc phiên dịch Kinh-Luật-Luận theo khả năng. Trong điều kiện như thế, HĐPDTTLT sẽ không phiên dịch theo thứ tự lịch sử hình thành Thánh điển như Đại Chánh, mà theo phương pháp các Kinh Lục cổ điển, phân Thánh giáo thành Ba thừa: Thanh Văn Tạng, Bồ-tát Tạng và Mật Tạng. Cho đến khi nào sở học và đạo hạnh được nâng cao, đủ để xác định tín tâm trong hàng bốn chúng đệ tử, bấy giờ Hội đồng Phiên dịch Tam Tạng Lâm thời sẽ chuyển thành chính thức, và sẽ tuần tự thực hiện chương trình phiên dịch đúng theo đề xuất của Hội đồng Phiên dịch Tam Tạng 1973.

---

[1] Cập nhật ngày 08.05.2022.

Sự nghiệp phiên dịch Đại Tạng Kinh là sự nghiệp chung, hệ trọng và trường kỳ, của Tăng tín đồ Phật giáo Việt Nam trong và ngoài nước. Hình thành Đại Tạng Kinh tiếng Việt không những tạo điều kiện thuận lợi cho việc nghiên cứu và thực hành Phật Pháp đúng đắn cho tứ chúng đệ tử, khẳng định vị thế của Phật giáo Việt Nam đối với nhân loại và cộng đồng Phật giáo quốc tế, mà còn là sự phục hưng những giá trị văn hóa dân tộc nhằm góp phần vào việc xây dựng và phát triển đất nước. Nhận thức được tầm quan trọng này, chư vị lãnh đạo các Giáo hội Phật giáo Việt Nam Thống Nhất tại hải ngoại đã vận động thành lập Hội Đồng Hoằng Pháp vào ngày 08 tháng 5 năm 2021, với sự tán trợ của Viện Tăng Thống, nhằm mở rộng con đường hoằng pháp ngoài nước theo tiêu hướng của GHPGVNTN, cũng như để vận động yểm trợ và thúc đẩy công trình phiên dịch và ấn hành Đại Tạng Kinh Việt Nam tiến đến thành tựu viên mãn.

Để tri niệm ân sâu của chư lịch đại Tổ sư và chư vị Tôn túc trong Hội Đồng Phiên Dịch Tam Tạng 1973 trong sự nghiệp hoằng truyền chánh đạo, Hội Đồng Hoằng Pháp nguyện góp phần công đức, toàn tâm ủng hộ, cúng dường tâm lực, trí lực và tài lực để Đại Tạng Kinh Việt Nam chuẩn mực được lần lượt ấn hành, khởi đầu từ Thanh Văn Tạng, tháng 01 năm 2022, cho đến khi hoàn tất Bồ-tát Tạng và Mật Tạng trong thập niên tới.

Nguyện đem công đức Pháp thí này hồi hướng chánh pháp cửu trụ, tứ chúng an hòa, phát Bồ-đề tâm tiến tu đạo nghiệp; lại nguyện nhân loại được an vui, phúc lạc; sớm chấm dứt thiên tai dịch bệnh, khắp loài chúng sinh đều được lạc nghiệp an cư.

Ngưỡng vọng chư tôn Trưởng lão, chư Hòa thượng, Thượng tọa, Đại đức Tăng Ni cùng bốn chúng đệ tử trong và ngoài nước chứng minh và liễu tri.

Nam mô Công Đức Lâm Bồ-tát.

Phật lịch 2565, năm Tân Sửu
Ngày 01 tháng 01 năm 2022
Hội Đồng Phiên Dịch Tam Tạng Lâm Thời
Cẩn bạch

PHÀM LỆ

1. Đại Tạng Kinh Việt Nam bao gồm tất cả các bản dịch tiếng Việt của Tam Tạng Kinh Điển Phật giáo đã xuất hiện ở nước ta từ trước đến nay, qua các thời kỳ với nhiều dịch giả khác nhau, để cho thấy quá trình hình thành Đại Tạng Kinh Việt Nam qua lịch sử.

2. Về bản đáy, bản dịch Việt căn cứ trên ấn bản Đại Chánh Tân Tu Đại Tạng Kinh 100 tập, mỗi tập trên dưới 1000 trang chữ Hán cỡ 10pt và sẽ được đánh số theo thứ tự của số ghi trong bản in Đại Chánh. Mỗi trang của bản in Đại chính được chia làm ba cột: a, b, c. Số trang và cột này đều được ghi trong bản dịch để tiện tham khảo.

3. Vì thế, một bản Kinh chữ Hán có thể có nhiều bản dịch tiếng Việt, nên sau số thứ tự của Đại Chánh, sẽ đánh thêm các mẫu tự A, B, C... để phân biệt các bản dịch tiếng Việt khác nhau của cùng một bản Kinh chữ Hán đó.

4. Về xử lý văn bản trong khi phiên dịch, phần lớn căn cứ công trình hiệu đính và đối chiếu của bản Đại Chánh. Ngoài ra, tham khảo thêm các công trình hiệu đính và đối chiếu khác.

5. Giữa các ấn bản có những điểm khác nhau, bản Việt sẽ lựa chọn hoặc hiệu đính theo nhận thức của người dịch.

6. Trong bản Hán, nếu chỗ nào xét thấy văn dịch hay từ ngữ không phù hợp với giáo nghĩa truyền thống phổ biến, người dịch sẽ tham khảo các Kinh, Luật, Luận cần thiết để

hiệu chính. Những hiệu chính này được giải thích ở phần cước chú.

7. Bản Hán dịch thực hiện căn cứ phần lớn trên sự truyền khẩu. Do đó những từ phát âm tương tự dễ đưa đến ngộ nhận, như *sam* Pāli hay *sama* và *samyak*; *cala* và *jala*; *muti* và *muṭṭhi*, v.v... Trong những trường hợp này, người dịch sẽ tham chiếu các Kinh tương đương, các bản Hán biệt dịch, suy đoán tự dạng nguyên thủy có thể có trong Phạn bản để hiệu chính. Những hiệu chính này đều được ghi ở phần cước chú.

8. Do các truyền bản khác nhau giữa các bộ phái, để có nhận thức về giáo nghĩa nguyên thủy, chung cho tất cả, cần có những nghiên cứu đối chiếu sâu rộng. Công việc này ngoài khả năng hiện tại của các dịch giả. Tuy nhiên, trong trường hợp có thể, những điểm dị biệt giữa các truyền bản sẽ được ghi nhận và đối chiếu. Những ghi nhận này được nêu ở phần cước chú.

9. Bản Hán dịch được phân thành số quyển. Bản dịch Việt không chia số quyển như vậy, nhưng sẽ ghi ở phần cước chú mỗi khi bắt đầu một quyển khác.

10. Các từ Phật học trong một số bản Hán dịch nếu không phổ biến, do đó có thể gây khó khăn cho việc đọc và nghiên cứu, trong các trường hợp như vậy, tuy vẫn giữ nguyên dịch ngữ của bản Hán, nhưng dịch ngữ tương đương thông dụng hơn sẽ được ghi trong phần cước chú. Trong trường hợp có thể, sẽ ghi luôn dịch giả của những dịch ngữ này và xuất xứ của chúng từ bản dịch nào để tiện việc tham khảo.

11. Các Kinh sách tham khảo trong cước chú đều được viết tắt theo quy định phổ thông của giới nghiên cứu quốc tế; xem quy định về viết tắt ở cuối mỗi tập của Đại Tạng Kinh Việt nam.

12. Quy ước các danh từ viết hoa

Các từ gốc Sanskrit/Pāli:

a. Từ thường phiên âm: tất cả viết thường với gạch nối. Như *śūnyatā* = thuấn-nhã-đa tính, *kṣatriya* = sát-đế-lợi. Trừ các từ tôn kính, theo ngữ cảnh; như: *Nirvāṇa* = Niết-bàn; *Ācārya* = A-xà-lê; *Bhikṣu* = Tỳ-kheo v.v...

b. Từ đặc hữu (nhân danh, địa danh): Chữ đầu hoa, còn lại thường, với gạch nối. Như *Śāriputra* = Xá-lợi-phất, *Śrāvastī* = Xá-vệ, *Kapilavastu* = Ca-tì-la-vệ.

c. Trường hợp vừa âm vừa nghĩa, phần phiên âm chữ đầu hoa, còn lại thường với gạch nối; phần nghĩa viết Hoa, như *Śāriputra* = Xá-lợi Tử.

Các từ thuần Việt, chưa có quy tắc chính thức, nhưng theo cách viết phổ thông hiện nay:

a. Từ phổ thông: tất cả không hoa, trừ trường hợp tôn kính hay đặc biệt.

b. Từ đặc hữu, nhân danh, địa danh: tất cả viết hoa.

Vạn Hạnh, Pl. 2550 - Dl. 2006
Trí Siêu và **Tuệ Sỹ** cẩn chí

BẢNG VIẾT TẮT

A	*Aṅguttara-Nikāya* – Tăng chi bộ kinh
Câu-xá	A-tỳ-đạt-ma-câu-xá luận, T 29 No 1558
Cf.	*confer*, Tham chiếu, so sánh
Chân Đế	bản dịch của Chân Đế
cht.	chú thích
...cho đến	Lặp lại nguyên văn đoạn trên
D	*Dīgha-nikāya*, Trường bộ kinh
Đại.	Đại Chánh Tân Tu Đại Tạng Kinh, Taisho
đd	đã dẫn
Dh, Dhp	*Dhammapada*, kinh Pháp cú
Du-già	Du-già sư địa luận, T 30 No 1579
Huyền Tráng	bản dịch của Huyền Trang
ibid.	*ibidem*, cùng chỗ đã dẫn, đã dẫn, dẫn thượng
M	*Majjhima-Nikāya* – Trung bộ kinh
NM	bản in đời Nguyên Minh
nt	như trên
Pl.	Pāli
S	*Samyutta-Nikāya* – Tương ưng bộ kinh
Sdt.	sách dẫn trên
Sđd.	Sách đã dẫn
Skt.	Sanskrit
Sn	*Sutta-nipāta* – Kinh tập
TN	Taisho, bản Đại Chánh, theo số quyển
Tập dị	Tập dị môn túc luận

Th 1	*Theragātha* – Trưởng lão kệ
Th 2	*Therīgāthā* – Trưởng lão ni kệ
thc.	tham chiếu
thk.	tham khảo
Tì-bà-sa	A-tì-đạt-ma Đại tì-bà-sa luận
Tl.	Tây lịch
TNM	bản in các đời Tống Nguyên Minh
tr.	Trang
vd.	ví dụ
Vin.	*Vinaya*, Luật tạng Pāli
Vsm.	*Visuddhimagga* – Thanh tịnh đạo luận
x.	xem
Wogihara	Phạn Hòa từ điển, Địch Nguyên Vân Lai (Wogihara Unrai)

TỨ PHẦN TĂNG GIỚI BỔN

No. 1430 [No. 1429; cf. No. 1428]

四分僧戒本
後秦世罽賓三藏佛陀耶舍

———⟨⟩———

Hán dịch:

Tam Tạng Phật-đà-da-xá (*Buddhayaśas*)

Việt dịch:

Tỳ-kheo Thích Đồng Minh

Hiệu chú:

Tỳ-kheo Thích Tuệ Sỹ

TÁN DUYÊN KHỞI

[1023a18] *Cúi đầu lễ chư Phật,*
Tôn Pháp, tỳ-kheo Tăng.
Nay diễn pháp Tì-ni
Để Chánh pháp trường tồn.

Giới như biển không bờ
Như báu cầu không chán
Muốn hộ tài sản Thánh
Chúng họp nghe tôi tụng.

Muốn trừ bốn pháp khí
Và diệt pháp tăng tàn
Ngăn ba mươi xả đọa
Chúng họp nghe tôi tụng.

Tỳ-bà-thi, Thức-khí
Tỳ-xá, Câu-lưu-tôn
Câu-na-hàm-mâu-ni
Ca-diếp, Thích-ca-văn;

Chư Đại Đức Thế Tôn,
Vì tôi, thuyết việc này.
Tôi nay sẽ thuyết lại
Chư Hiền hãy cùng nghe.

Thí như người què chân
Không thể bước đi được
Người phá giới cũng vậy
Không thể sanh trời, người.

[1023b01] *Muốn được sanh lên trời*

Hoặc sanh vào cõi người
Thường phải hộ chân giới
Đừng để bị thương tổn.

Như xe vào đường hiểm
Lo hư chốt, gãy trục
Phá giới cũng như vậy
Khi chết lòng sợ hãi.

Như người tự soi kiếng
Đẹp, xấu sanh vui, buồn
Thuyết giới cũng như vậy
Vẹn, hỏng sanh mừng, lo.

Như hai trận xáp chiến
Gan tiến, nhát thối lui
Thuyết giới cũng như vậy
Tịnh, nhiễm sanh vui, sợ.

Thế gian, vua là lớn
Sông ngòi, biển rộng hơn
Các sao, trăng sáng nhất
Các Thánh, Phật trên hết.

Trong tất cả các luật
Giới kinh là tối thượng
Như Lai lập cấm giới
Nửa tháng tụng một lần.

(*Thượng tọa hỏi:*)

- Tăng tập hội chưa?

- Người chưa thọ Đại giới đã ra chưa?

- Các tỳ-kheo không đến có thuyết dục và thanh tịnh không?

- Có ai sai tỳ-kheo-ni đến thỉnh giáo giới không?

- Tăng nay hòa hợp để làm gì?'

(*Đáp:*)

- Thuyết giới yết-ma.

"Đại đức Tăng xin lắng nghe, hôm nay ngày 15, bố-tát thuyết giới. Nếu thời gian thích hợp đối với Tăng, Tăng đồng ý hòa hợp thuyết giới. Đây là lời tác bạch.

Thưa các Đại đức! Tôi nay sẽ thuyết giới Ba-la-đề-mộc-xoa, Tăng tập hợp hiện tiền hãy im lặng lắng nghe, khéo suy nghiệm kỹ. Nếu ai có phạm thì nên phát lồ; ai không phạm thì im lặng. Do sự im lặng này, nên biết Tăng thanh tịnh.

Nếu có người khác cử tội thì nên như thật mà đáp.[1] Cũng vậy, các tỳ-kheo ở trong chúng, cho đến ba lần được cử tội, nhớ nghĩ mình có tội, hãy phát lồ; nếu không phát lồ, mắc tội cố ý vọng ngữ. Phật dạy: 'Cố ý vọng ngữ là pháp chướng đạo.' Nếu tỳ-kheo nào tự nhớ nghĩ biết mình

---

[1] 若有他問者，亦如是答。如是比丘，在眾中乃至三問，憶念有[11]罪不懺悔者，得故妄語罪。Nơi khác, *Tứ phần*, quyển 35: T22n1428_p0817c07若有他問者，亦如是答。如是比丘，在眾中乃至三問，憶念有罪不懺悔者，得故妄語罪. Pāli: *Yathā kho pana paccekaputṭhassa veyyākaraṇaṃ hoti, evam-evaṃ evarūpāya parisāya yāvatatiyaṃ anussāvitaṃ hoti. Yo pana bhikkhu yāvatatiyaṃ anussāviyamāne saramāno santiṃ āpattiṃ nāvikareyya, sampajānamusāvādassa hoti.* "Như một tỳ-kheo trả lời khi được công bố (tội); cũng vậy, tỳ-kheo ở trong chúng như vậy khi được công bố ba lần. Tì-kheo nào được công bố đến ba lần, nhớ nghĩ mình có phạm mà không phát lồ, tỳ-kheo ấy phạm tội vọng ngữ." Định nghĩa tội cố ý vọng ngữ trong trường hợp thuyết giới, *Câu-xá* iv, T29n1558_p0088a02 頗有不動身不發語二罪所觸耶？曰：有，謂仙人意憤及布灑他時。Có trường hợp nào không tiến hành bởi thân, cũng không tiến hành bởi ngữ, mà xúc cả hai tội không? - Có; bằng ý phẫn nộ của các Tiên nhân, và tỏ thái độ khi bố-tát. Vọng ngữ thuộc ngữ nghiệp đạo, do đó chỉ thành tội khi nào phát thành lời. Trong trường hợp thuyết giới, tỳ-kheo được hỏi, tự biết có phạm nhưng không phát biểu bằng lời hay bằng cử chỉ, phạm cố ý vọng ngữ. *Ngũ phần giới bản* T22 tr. 195a02; *Tăng-kì giới bản* T22 tr. 549b18. Tăng bố-tát thuyết giới, hỏi "Trong đây có tỳ-kheo nào phạm tội không?" Tỳ-kheo tự biết có phạm, nhưng ngồi im, không động thân, không phát ngữ, đắc tội vọng ngữ.

có tội, muốn cầu thanh tịnh, hãy nên phát lồ. Phát lồ thì được an lạc; không phát lồ thì tội thêm lớn.

Thưa các Đại đức! Tôi đã thuyết tựa của Giới kinh. Nay hỏi các Đại đức, trong đây có thanh tịnh không? *(Hỏi như vậy ba lần).*

Các Đại đức trong đây thanh tịnh, vì im lặng. Việc này tôi ghi nhận như vậy.

CHƯƠNG MỘT
BỐN PHÁP BA-LA-DI

Thưa các Đại đức! Đây là bốn pháp ba-la-di[2], xuất từ Giới kinh, mỗi nửa tháng thuyết một lần.

1. Tỳ-kheo nào cùng các tì-kheo đồng giới, đồng xứ[3], không hoàn giới, giới sút kém không tự phát lồ,[4] mà phạm bất tịnh hạnh, hành pháp dâm dục, cho đến cùng với loài súc sinh. Tỳ-kheo ấy phạm ba-la-di, **[1023c01]** không được sống chung.[5]

2. Tỳ-kheo nào nơi thôn xóm hay rừng vắng[6], với tâm trộm cắp, lấy vật không cho. Tùy theo vật không cho mà lấy, bị vua hay đại thần của vua bắt, hoặc giết[7], hoặc trói[8], hoặc đuổi ra khỏi nước, nói rằng: 'Ngươi là giặc, ngươi phạm ngu, ngươi không biết gì.'[9] Tỳ-kheo nào trộm như vậy phạm ba-la-di, không được sống chung.

---

[2] Pāli: *cattāro pārājikā dhammā*.

[3] 共戒同戒. Pāli: *sikkhāsājīvasamāpanno*, đồng học xứ và cùng sống chung.

[4] 不自悔. Pāli: *dubbalyaṃ anāvikatvā*: không phát lồ sự yếu kém của mình.

[5] Pāli: *asaṃvāso*, không được sống chung với các tỳ-kheo khác, bị trục xuất khỏi Tăng.

[6] 閑靜處. Pāli: *araññā*, a-lan-nhã, rừng vắng, rừng không có nguy hiểm.

[7] Pāli: *haneyyum*, gia hại thân thể, từ đánh đập cho đến giết chết; không nhất thiết giết.

[8] Pāli: *bandheyyum*, buộc trói, hay giam cầm, cầm tù.

[9] Pāli: *bālo*, ngu, ấu trĩ; *mūḷho*, si, dại, không biết gì. Pāli, thêm: *theno'si ti*, "Ngươi là kẻ trộm."

3. Tỳ-kheo nào cố ý tự tay dứt sinh mạng người,[10] cầm dao đưa người, khen ngợi sự chết, khuyến khích cho chết, nói: 'Này nam tử, ích gì đời sống xấu ác này, thà chết còn hơn sống!' Với tâm tư duy như vậy, bằng mọi phương tiện khen ngợi sự chết, khuyến khích cho chết. [Người kia nếu do thế mà chết], tỳ-kheo ấy phạm ba-la-di, không được sống chung.

4. Tỳ-kheo nào thật không biết gì[11] mà tự xưng rằng: 'Tôi chứng đắc pháp thượng nhân, tôi đã nhập pháp Thánh trí thù thắng[12], tôi biết như vậy, tôi thấy như vậy.' Vào lúc khác, tỳ-kheo ấy hoặc bị người cật vấn[13], hoặc không bị người cật vấn, muốn tự thanh tịnh nên nói như vầy: 'Tôi thật không biết, không thấy, mà nói có biết có thấy, nói lời hư dối vọng ngữ,' trừ tăng thượng mạn. Tỳ-kheo ấy phạm ba-la-di, không được sống chung.

Các Đại đức! Tôi đã thuyết xong bốn pháp ba-la-di. Tỳ-kheo nào phạm bất kỳ một pháp ba-la-di nào, tỳ-kheo ấy không được sống chung với các tỳ-kheo như trước đây, sau này cũng vậy.[14] Tỳ-kheo ấy phạm tội ba-la-di, không được sống chung.

Nay hỏi các Đại đức, trong đây[15] có thanh tịnh không? *(Hỏi như vậy ba lần).*

Các Đại đức trong đây thanh tịnh, vì im lặng. Việc này tôi ghi nhận như vậy.

---

[10] 人命. Pāli: *manussaviggahaṃ*, người và tợ người, có hình dáng người.

[11] 實無所知. Pāli: *anabhijānaṃ*, không biết gì, không chứng đắc.

[12] Pāli: *alamariyañāṇadassanaṃ*, Thánh tri kiến.

[13] Được Tăng thẩm vấn.

[14] Như trước khi thọ giới cụ túc thành tỳ-kheo, sau khi phạm cũng vậy, không còn là tỳ-kheo.

[15] 是中. Pāli: *kacci'ttha*, "trong vấn đề này."

CHƯƠNG HAI
MƯỜI BA PHÁP TĂNG-GIÀ-BÀ-THI-SA

Thưa các Đại đức! Đây là mười ba pháp tăng-già-bà-thi-sa[16], xuất từ Giới kinh, mỗi nửa tháng thuyết một lần.

1. Tỳ-kheo nào cố ý vọc âm xuất tinh, trừ trong chiêm bao, tăng-già-bà-thi-sa.

2. Tỳ-kheo nào có ý dâm dục[17], xúc chạm thân người nữ, hoặc nắm tay, hoặc nắm tóc, hoặc xúc chạm bất cứ một thân phần nào, tăng-già-bà-thi-sa.

3. Tỳ-kheo nào có ý dâm dục, nói lời thô tục dâm dục với người nữ, tùy theo lời nói thô tục dâm dục,[18] tăng-già-bà-thi-sa.

4. Tỳ-kheo nào có ý dâm dục, đối trước người nữ, tự khen thân mình[19]: "Này cô, tôi tu phạm hạnh, trì giới tinh tấn, tu tập pháp thiện. Cô nên đem pháp dâm dục ấy cúng dường tôi, sự cúng dường ấy là bậc nhất." Nói như vậy, tăng-già-bà-thi-sa.

5. **[1024a01]** Tỳ-kheo nào qua lại người này người kia làm mai mối, đem ý người nam nói với người nữ, đem ý người nữ nói với người nam, hoặc để thành việc vợ chồng, hoặc để cho tư thông dù chỉ trong chốc lát, tăng-già-bà-thi-sa.

---

[16] Pāli: *terasa saṅghādisesā dhammā.*

[17] 婬欲意. Pāli: *otiṇṇo vipariṇatena cittena*, bị ức chế với tâm biến thái.

[18] Pāli: *yathātaṃ yuvā yuvatiṃ*, như thiếu niên với thiếu nữ.

[19] 自歎身言. Pāli: *attakāmapāricariyāya vaṇṇaṃ bhāseyya*, tán thán cúng dường thân mình bằng dục lạc.

6. Tỳ-kheo nào tự khất cầu để cất thất[20], không có thí chủ, tự làm
    cho mình, cần phải làm đúng lượng. Trong đây đúng lượng là dài
    mười hai gang tay Phật, bên trong rộng bảy gang tay Phật. Nên
    mời tỳ-kheo khác đến xem nơi chốn. Nơi chốn mà tỳ-kheo đó cần
    phải chỉ định là nơi không có tai nạn, không có chướng ngại[21].
    Nếu tỳ-kheo tự khất cầu để cất thất, không có thí chủ, tự làm cho
    mình mà không mời tỳ-kheo khác đến xem nơi chốn, làm nơi có
    tai nạn, có chướng ngại, hoặc làm quá lượng, tăng-già-bà-thi-sa.

7. Tỳ-kheo nào muốn cất phòng lớn[22], có thí chủ làm cho mình, nên
    mời tỳ-kheo khác đến xem nơi chốn. Nơi chốn mà tỳ-kheo đó cần
    phải chỉ định là nơi không có tai nạn, không có chướng ngại. Nếu
    tỳ-kheo cất phòng lớn, có thí chủ làm cho mình, mà không mời
    tỳ-kheo khác đến xem nơi chốn, làm nơi có tai nạn, có chướng
    ngại, tăng-già-bà-thi-sa.

8. Tỳ-kheo nào vì ấp ủ sân hận, đối với tỳ-kheo phi ba-la-di, mà vu
    khống bằng pháp ba-la-di không căn cứ[23], muốn hủy hoại đời
    sống tịnh hạnh của vị ấy. Vào lúc khác, dù bị cật vấn hay không
    bị cật vấn, sự việc ấy được biết là không căn cứ, tỳ-kheo ấy nói
    rằng: "Tôi vì sân hận mà nói như vậy." Tỳ-kheo nào nói như vậy,
    tăng-già-bà-thi-sa.

9. Tỳ-kheo nào vì ấp ủ sân hận, dựa lấy tiểu tiết trong phần sự
    khác[24], đối với tỳ-kheo phi ba-la-di, mà vu khống bằng pháp ba-
    la-di không căn cứ, muốn hủy hoại đời sống tịnh hạnh của vị
    ấy. Vào lúc khác, dù bị cật vấn hay không bị cật vấn, sự việc ấy
    được biết là dựa lấy tiểu tiết trong phần sự khác, tỳ-kheo này
    tự nói: "Tôi vì sân hận mà nói như vậy." Tỳ-kheo nào nói như
    vậy, tăng-già-bà-thi-sa.

---

20 屋. Pāli: *kuṭi*, am thất, am cốc.
21 無妨處. Pāli: *saparikkamanaṃ*, có khoảng trống chung quanh.
22 大房. Pāli: *vihāraṃ*, trú xứ, tinh xá, tăng phòng.
23 無根波羅夷法. Pāli: *mūlakena pārājikena dhammena*.
24 異分事中取片. Pāli: *aññabhāgiyassa adhikaraṇassa kiñ-ci desaṃ
    lesamattaṃ upādāya*: lấy tiểu tiết thuộc loại khác trong tránh sự ấy.

10. Tỳ-kheo nào muốn phá hoại hòa hiệp Tăng, phương tiện phá hoại hòa hiệp Tăng, thọ pháp phá hoại hòa hiệp Tăng[25] kiên trì không bỏ. Các tỳ-kheo nên can gián tỳ-kheo này rằng: "Đại đức! Chớ phá hoại hòa hiệp Tăng, chớ phương tiện phá hoại hòa hiệp Tăng, chớ thọ pháp phá Tăng kiên trì không bỏ. Đại đức, nên cùng Tăng hòa hiệp, hoan hỷ không tranh chấp, đồng học một thầy,[26] hòa hiệp như nước với sữa thì trong Phật pháp mới có sự tăng ích, sống an lạc." Tỳ-kheo ấy khi được can gián như vậy, vẫn kiên trì không bỏ; các tỳ-kheo nên can gián ba lần cho bỏ việc ấy. Cho đến ba lần can gián, bỏ việc ấy thì tốt; nếu không bỏ, tăng-già-bà-thi-sa.

11. **[1024b01]** Tỳ-kheo nào có bè đảng từ một, hoặc hai, hoặc ba, cho đến vô số tỳ-kheo.[27] Các tỳ-kheo bè đảng này nói với chúng tỳ-kheo: "Đại đức, chớ can gián tỳ-kheo ấy. Tỳ-kheo ấy là tỳ-kheo nói đúng pháp. Tỳ-kheo ấy là tỳ-kheo nói đúng luật. Những điều tỳ-kheo ấy nói, chúng tôi ưa thích. Những điều tỳ-kheo ấy nói, chúng tôi chấp nhận." Chúng tỳ-kheo nên can gián các tỳ-kheo bè đảng ấy rằng: "Đại đức chớ nói như vầy: Tỳ-kheo ấy là tỳ-kheo nói đúng pháp. Tỳ-kheo ấy là tỳ-kheo nói đúng luật. Những điều tỳ-kheo ấy nói, chúng tôi ưa thích. Những điều tỳ-kheo ấy nói, chúng tôi chấp nhận. Vì sao? Vì tỳ-kheo ấy là tỳ-kheo nói phi pháp, là tỳ-kheo nói phi luật. Đại đức, chớ có ý muốn phá hoại hòa hiệp Tăng. Đại đức, hãy vui hòa hiệp Tăng. Đại đức, hãy cùng Tăng hòa hiệp, hoan hỷ không tranh chấp, đồng học một thầy, hòa hiệp như nước với sữa thì trong Phật pháp mới có sự tăng ích, sống an lạc." Các tỳ-kheo bè đảng khi được can gián như vậy, vẫn kiên trì không bỏ; chúng tỳ-kheo nên can gián ba lần cho bỏ việc ấy. Cho đến ba lần can gián, bỏ việc ấy thì tốt; nếu không bỏ, tăng-già-bà-thi-sa.

---

[25] 方便受壞和合僧法. Pāli: *samaggassa saṅghassa bhedāya parakkameyya bhedanasaṃvattanikaṃ vā adhikaraṇaṃ samādāya paggayha*, nỗ lực phá hòa hiệp Tăng, thọ trì chấp chặt tránh sự dẫn đến phá hòa hiệp Tăng.

[26] 同一師學. Pāli: *ekuddeso*, đồng một thuyết giới.

[27] 乃至無數. Pāli: không.

12. [28] Tỳ-kheo nào sống nương tựa xóm làng, hay thành ấp, mà làm hoen ố nhà người, có hành vi xấu.[29] Sự làm hoen ố nhà người ai cũng thấy, ai cũng nghe. Hành vi xấu ai cũng thấy, ai cũng nghe. Các tỳ-kheo nên nói với tỳ-kheo ấy rằng: "Đại đức là người làm hoen ố nhà người, có hành vi xấu. Sự làm hoen ố nhà người, ai cũng thấy, ai cũng nghe. Hành vi xấu ai cũng thấy, ai cũng nghe. Đại đức, thầy làm hoen ố nhà người, có hành vi xấu, nay nên xa lánh xóm làng này, không nên sống ở đây nữa." Tỳ-kheo ấy nói với các tỳ-kheo rằng: "Chư Đại đức, các tỳ-kheo có thiên vị, có thù nghịch, có sợ hãi, có bất minh. Vì có tỳ-kheo đồng tội như vậy, mà có người bị đuổi, có người không bị đuổi." Các tỳ-kheo nên trả lời tỳ-kheo đó rằng: "Đại đức chớ nói, 'Tăng có thiên vị, có thù nghịch, có sợ hãi, có bất minh. Vì có tỳ-kheo đồng tội như vậy, mà có người bị đuổi, có người không bị đuổi.' Nhưng các tỳ-kheo không có thiên vị, không có thù nghịch, không có sợ hãi, không có bất minh. Đại đức làm hoen ố nhà người, có hành vi xấu. Sự làm hoen ố nhà người, ai cũng thấy, ai cũng nghe. Hành vi xấu, ai cũng thấy, ai cũng nghe." Tỳ-kheo ấy được can gián như vậy mà vẫn kiên trì không bỏ; các tỳ-kheo nên can gián ba lần cho bỏ việc ấy. Cho đến ba lần can gián, bỏ việc ấy thì tốt; nếu không bỏ, tăng-già bà thi sa.

13. [30] Tỳ-kheo nào có tánh ngoan cố không nhận lời khuyên của người khác.[31] Khi được các tỳ-kheo khuyên can như pháp, với những điều trong giới pháp, mà tự thân không nhận lời can gián, lại nói: "Các Đại đức, chớ nói với tôi điều gì **[1024c01]** hoặc tốt hoặc xấu. Tôi cũng không nói với các Đại đức điều gì hoặc tốt hoặc xấu. Các Đại đức thôi đi, đừng can gián tôi." Các tỳ-kheo can gián tỳ-kheo ấy rằng: "Đại đức, chớ tự thân không nhận lời can gián. Đại đức hãy tự thân nhận lời can gián. Đại đức như pháp can gián các tỳ-kheo. Các tỳ-kheo cũng như pháp can gián Đại

---

[28] Pāli: *saṅghādisesa* 13.

[29] 行惡行，污他家。Pāli: *kuladūsako pāpasamācāro*, làm ô danh gia đình người, có hành vi xấu.

[30] Pāli, *saṅghādisesa* 12.

[31] 惡性不受人諫語. Pāli: *dubbacajātiko*, người với bản tánh khó nói.

đức. Như vậy, chúng đệ tử Phật được tăng ích, can gián lẫn nhau, chỉ bảo lẫn nhau, sám hối với nhau." Khi tỳ-kheo này được can gián như vậy, vẫn kiên trì không bỏ; các tỳ-kheo nên can gián ba lần cho bỏ việc ấy. Cho đến ba lần can gián, bỏ việc ấy thì tốt; nếu không bỏ, tăng-già-bà-thi-sa.

Các Đại đức! Tôi đã tụng xong mười ba pháp tăng-già-bà-thi-sa. Chín giới đầu, lần đầu làm là phạm; bốn giới sau cho đến ba lần can gián. Tỳ-kheo nào phạm bất cứ một pháp nào, biết mà che giấu, cần phải bắt hành ba-lị-bà-sa.[32] Hành ba-lị-bà-sa xong, chúng Tăng cho thêm sáu đêm ma-na-đỏa[33]. Hành ma-na-đỏa xong, còn phải xuất tội. Cần phải giữa Tăng gồm hai mươi vị để xuất tội của tỳ-kheo ấy. Nếu thiếu một vị, không đủ chúng hai mươi người mà xuất tội[34] tỳ-kheo ấy, thì tội của tỳ-kheo ấy không được trừ, các tỳ-kheo cũng bị khiển trách. Như vậy là hợp thức.[35]

Nay hỏi các Đại đức, trong đây có thanh tịnh không? *(Hỏi như vậy ba lần)*

Các Đại đức trong đây thanh tịnh, vì im lặng. Việc này tôi ghi nhận như vậy.

---

[32] 波利婆沙.Pāli: *parivāsa.*

[33] Pāli: *chārattaṃ bhikkhumānattāya paṭipajjitabbaṃ.*

[34] 出罪. Pāli: *abbhetabbo.*

[35] 此是時. Pāli: *ayaṃ tattha sāmīci.*

CHƯƠNG BA
HAI PHÁP BẤT ĐỊNH

Thưa các Đại đức! Đây là hai pháp bất định[36], xuất từ Giới kinh, mỗi nửa tháng thuyết một lần.

1. Tỳ-kheo nào cùng một người nữ, một mình ngồi tại chỗ kín, chỗ có ngăn che, chỗ có thể hành dâm, nói lời phi pháp. Có vị ưu-bà-di trụ tín[37] nói một pháp trong ba pháp, hoặc ba-la-di, hoặc tăng-già-bà-thi-sa, hoặc ba-dật-đề, và tỳ-kheo ngồi ấy tự xác nhận 'tôi phạm tội này.' Vậy cần xử trị một trong ba pháp, hoặc ba-la-di, hoặc tăng-già-bà-thi-sa, hoặc ba-dật-đề; đúng như lời ưu-bà-di trụ tín nói. Cần như pháp xử trị tỳ-kheo ấy. Đây gọi là pháp bất định.

2. Tỳ-kheo nào cùng với người nữ ngồi tại chỗ trống, chỗ không thể hành dâm, nói lời thô tục, nói việc dâm dục. Có vị ưu-bà-di trụ tín nói một pháp trong hai pháp, hoặc tăng-già-bà-thi-sa, hoặc ba-dật-đề, và tỳ-kheo ngồi ấy tự xác nhận 'tôi phạm tội này.' Vậy cần xử trị một trong hai pháp, hoặc tăng-già-bà-thi-sa, hoặc ba-dật-đề; đúng như lời ưu-bà-di trụ tín nói. Cần như pháp xử trị tỳ-kheo ấy. Đây gọi là pháp bất định.

[1025a01] Các Đại đức! Tôi đã tụng xong hai pháp bất định. Nay hỏi các Đại đức, trong đây có thanh tịnh không? *(Hỏi như vậy ba lần)*

Các Đại đức trong đây thanh tịnh, vì im lặng. Việc này tôi ghi nhận như vậy.

---

[36] *dve aniyatā dhammā.*

[37] 住信優婆夷. Pāli: *addheyyavacasā upāsikā*, ưu-bà-di mà lời nói đáng tin.

CHƯƠNG BỐN
BA MƯƠI NI-TÁT-KỲ BA-DẬT-ĐỀ

Thưa các Đại đức! Đây là ba mươi pháp ni-tát-kỳ-ba-dật-đề,[38] xuất từ Giới kinh, mỗi nửa tháng thuyết một lần.

1. Tỳ-kheo nào y đã xong, y ca-thi-na đã xả, cất chứa (vải) y dư[39], trong mười ngày không tịnh thí, được phép chứa. Nếu quá mười ngày, ni-tát-kỳ ba-dật-đề.

2. Tỳ-kheo nào y đã xong, y ca-thi-na đã xả, lìa một trong ba y ngủ đêm chỗ khác, trừ tăng yết-ma, ni-tát-kỳ ba-dật-đề.

3. Tỳ-kheo nào y đã xong, y ca-thi-na đã xả, nếu tỳ-kheo được y (vải) phi thời, cần thì nhận; nhận rồi mau chóng may thành y; đủ thì tốt, không đủ thì được phép chứa một tháng, vì chờ cho đủ; nếu chứa quá hạn, ni-tát-kỳ ba-dật-đề.

4. Tỳ-kheo nào thọ nhận y từ tỳ-kheo-ni chẳng phải thân quyến, trừ đổi chác, ni-tát-kỳ ba-dật-đề.

5. Tỳ-kheo nào khiến tỳ-kheo-ni chẳng phải thân quyến giặt y cũ, hoặc nhuộm, hoặc đập, ni-tát-kỳ ba-dật-đề.

6. Tỳ-kheo nào xin y từ cư sĩ hay vợ cư sĩ không phải thân quyến, ni-tát-kỳ ba-dật-đề, trừ trường hợp đặc biệt. Trường hợp đặc biệt là nếu tỳ-kheo y bị cướp, y bị mất, y bị cháy, y bị nước cuốn trôi. Đây là trường hợp đặc biệt.

---

[38] *tiṃsa nissaggiyā pācittiyā dhammā.*
[39] 長衣. Pāli: *atirekacīvaraṃ.*

7. Tỳ-kheo nào y bị mất, y bị cướp, y bị cháy, y bị nước cuốn trôi; nếu có cư sĩ, hay vợ cư sĩ không phải thân quyến, đem cho nhiều (vải) y, yêu cầu tùy ý nhận. Tỳ-kheo ấy nên biết đủ mà nhận.[40] Nếu nhận quá, ni-tát-kỳ ba-dật-đề.

8. Tỳ-kheo nào có cư sĩ, hay vợ cư sĩ để dành tiền sắm y cho tỳ-kheo, nghĩ rằng: 'Mua y như thế cho tỳ-kheo có tên như thế.' Tỳ-kheo ấy trước không được yêu cầu tùy ý mà đến nhà cư sĩ nói như vầy: 'Lành thay cư sĩ, nên vì tôi mua y như vậy, như vậy.' Vì muốn đẹp. Nếu nhận được y, ni-tát-kỳ ba-dật-đề.

9. [1025b01] Tỳ-kheo nào có hai cư sĩ hay vợ cư sĩ để dành tiền sắm y cho tỳ-kheo, đều nói rằng: 'Ta để dành tiền may y như vậy dâng cúng cho tỳ-kheo có tên như vậy.' Tỳ-kheo ấy trước chưa nhận được sự yêu cầu tùy ý của cư sĩ, mà đến hai nhà cư sĩ, nói như vầy: 'Lành thay cư sĩ, hãy sắm y như vậy cho tôi. Hãy chung lại làm một cái y.' Vì muốn đẹp, nếu nhận được, ni-tát-kỳ ba-dật-đề.

10. Tỳ-kheo nào, hoặc vua, hoặc đại thần, hoặc bà-la-môn, hoặc cư sĩ, hay vợ cư sĩ, sai sứ mang tiền sắm y đến tỳ-kheo, bảo rằng: 'Hãy mang số tiền sắm y như vậy cho tỳ-kheo có tên như vậy.' Người sứ kia đến chỗ tỳ-kheo, nói với tỳ-kheo rằng: 'Đại đức, nay tiền sắm y này được gởi đến ngài, ngài hãy nhận.' Tỳ-kheo ấy nên nói với người kia rằng: 'Tôi không được phép nhận tiền may y này, khi nào cần y hợp thời và thanh tịnh tôi sẽ nhận.' Vị sứ kia nên hỏi tỳ-kheo rằng: 'Đại đức có người chấp sự[41] không?' Tỳ-kheo cần y nên nói: 'Có', và chỉ người thủ già-lam[42], hoặc ưu-bà-tắc, nói rằng: 'Đó là người chấp sự của tỳ-kheo, thường chấp sự cho các tỳ-kheo.' Bấy giờ sứ giả đến chỗ người chấp sự, trao số tiền sắm y rồi, trở lại chỗ tỳ-kheo, nói như vầy: 'Đại đức, tôi đã trao số tiền sắm y cho người chấp sự mà Đại đức chỉ đó, khi nào Đại đức cần, đến đó sẽ được y.' Tỳ-kheo khi cần y nên đến chỗ người chấp sự, hoặc hai lần, ba lần nói rằng: 'Tôi cần y.' Đến

---

[40] Pāli: *santaruttaraparamaṃ tena bhikkhunā tato cīvaraṃ sāditabbaṃ*, Tỳ-kheo nhận số vải may y ấy đủ để may thành nội y và thượng y.

[41] 執事人. Pāli: *veyyāvaccakaro*.

[42] 僧伽藍民. Pāli: *ārāmiko*, tịnh nhân, viên đinh.

hai lần, hoặc ba lần khiến cho người ấy nhớ lại, nếu nhận được y thì tốt. Bằng không được y thì bốn lần, năm lần, sáu lần, đứng im lặng trước người ấy. Nếu bốn lần, năm lần, sáu lần đứng im lặng trước người đó mà nhận được y thì tốt; bằng không được y mà cố cầu quá giới hạn đó, nếu được y, ni-tát-kỳ ba-dật-đề. Nếu không được y thì tự mình, hoặc sai sứ đến chỗ người xuất tiền sắm y nói rằng: 'Trước đây, ngài sai sứ mang tiền sắm y cho tỳ-kheo có tên như vậy; tỳ-kheo ấy cuối cùng không nhận được y. Ngài nên lấy tiền lại, đừng để mất.' Như vậy là hợp thức.

11. Tỳ-kheo nào làm ngọa cụ[43] xen tạp với tơ tằm,[44] ni-tát-kỳ ba-dật-đề.

12. Tỳ-kheo nào làm ngọa cụ bằng lông dê toàn đen mới, ni-tát-kỳ ba-dật-đề.

13. Tỳ-kheo nào làm ngọa cụ mới thì nên dùng hai phần lông dê toàn màu đen, phần thứ ba màu trắng, phần thứ tư màu xám. Nếu tỳ-kheo làm ngọa cụ mới mà không dùng hai phần lông dê màu đen, **[1025c01]** phần thứ ba trắng, phần thứ tư xám, ni-tát-kỳ ba-dật-đề.

14. Tỳ-kheo nào làm ngọa cụ mới, phải thọ trì cho đến sáu năm. Nếu chưa đủ sáu năm, không xả, mà lại làm cái mới, trừ Tăng yết-ma, ni-tát-kỳ ba-dật-đề.

15. Tỳ-kheo nào may tọa cụ[45] mới, phải lấy một miếng của cái cũ vuông vức một gang tay, may lên trên cái mới, cho hoại sắc. Nếu tỳ-kheo may tọa cụ mới, không lấy một miếng của cái cũ vuông vức một gang tay đắp lên trên cái mới, cho hoại sắc, ni-tát-kỳ ba-dật-đề.

16. Tỳ-kheo nào khi đi đường được lông dê, cần thì nên lấy. Nếu không có người mang, tự mình được mang đi cho đến ba do tuần. Nếu không có người mang, tự mình mang đi quá ba do tuần, ni-tát-kỳ ba-dật-đề.

---

[43] 臥具. Pāli: *santhata.*

[44] 雜野蠶綿. Pāli: *kosiyamissakaṃ.*

[45] 坐具. Pāli: *nisīdanasanthata.*

17. Tỳ-kheo nào sai tỳ-kheo-ni không phải thân quyến giặt, nhuộm, chải lông dê, ni-tát-kỳ ba-dật-đề.

18. Tỳ-kheo nào tự tay cầm tiền, hoặc vàng, bạc, hoặc bảo người cầm, hoặc ký thác nhận[46], ni-tát-kỳ ba-dật-đề.

19. Tỳ-kheo nào kinh doanh[47] mọi hình thức tiền tài bảo vật, ni-tát-kỳ ba-dật-đề.

20. Tỳ-kheo nào kinh doanh mậu dịch dưới mọi hình thức, ni-tát-kỳ ba-dật-đề.

21. Tỳ-kheo nào chứa bát dư không tịnh thí, được phép chứa trong hạn mười ngày. Quá hạn, ni-tát-kỳ ba-dật-đề.

22. Tỳ-kheo nào có bát trám dưới năm chỗ không chảy rỉ,[48] mà tìm xin bát mới, vì muốn đẹp, nếu được, ni-tát-kỳ ba-dật-đề. Tỳ-kheo kia nên đến trong Tăng để xả, lần lượt cho đến lấy cái bát tối hạ trao cho, khiến thọ trì cho đến khi vỡ. Như vậy là hợp thức.

23. [49] Tỳ-kheo nào tự mình xin chỉ sợi, khiến thợ dệt không phải thân quyến dệt làm ba y, ni-tát-kỳ ba-dật-đề.

24. [50] Tỳ-kheo nào có cư sĩ hay vợ cư sĩ khiến thợ dệt vì tỳ-kheo dệt làm y. Tỳ-kheo kia trước không được yêu cầu tùy ý, mà lại đến chỗ thợ dệt nói rằng: 'Y này vốn làm cho tôi. Hãy dệt cho khéo, khiến cho rộng, dài, bền chắc, thật đều, thật đẹp. Tôi sẽ trả công cho ít nhiều.' Tỳ-kheo kia trả công, dù chỉ đáng giá một bữa ăn; nếu [1026a01] nhận được y, ni-tát-kỳ ba-dật-đề.

25. Tỳ-kheo nào trước đã cho y cho tỳ-kheo khác; sau vì giận hờn tự mình đoạt hay sai người đoạt lại, nói rằng: 'Hãy trả y lại tôi, tôi không cho ngài.' Nếu tỳ-kheo kia trả y, tỳ-kheo này nhận lấy, ni-tát-kỳ ba-dật-đề.

---

[46] 置地受. Pāli: *upanikkhittaṃ vā sādiyeyya*.

[47] 賣買. Pāli: *rūpiyasaṃvohāraṃ*, mua bán đổi chác.

[48] 減五綴不漏. Pāli: *ūnapañcabandhanena*, vá dưới năm chỗ.

[49] Pāli, *Nissaggiya pācittiya* 26.

[50] Pāli, *Nissaggiya pācittiya* 27.

26. [51] Tỳ-kheo nào có bệnh, được chứa tô, dầu, sinh tô, mật, đường thể,[52] trong vòng bảy ngày. Nếu quá bảy ngày mà còn dùng, ni-tát-kỳ ba-dật-đề.

27. [53] Tỳ-kheo nào mùa Xuân[54] còn một tháng có thể tìm cầu y tắm mưa; còn lại nửa tháng, có thể dùng. Nếu tỳ-kheo quá trước một tháng tìm cầu y tắm mưa, dùng quá trước nửa tháng, ni-tát-kỳ ba-dật-đề.

28. Tỳ-kheo nào mười ngày nữa mới mãn ba tháng hạ an cư,[55] nếu có y cấp thí[56] thì nên nhận, nhận xong có thể chứa cất cho đến thời của y; nếu chứa quá hạn, ni-tát-kỳ ba-dật-đề.

29. Tỳ-kheo nào ba tháng hạ đã xong, cho đến hết ngày 15 tháng tám[57], ở tại a-lan-nhã chỗ có sự nghi ngờ, có kinh sợ. Tỳ-kheo sống tại trú xứ như vậy, trong ba y, nếu muốn có thể gởi lại một y trong nhà dân. Các tỳ-kheo có nhân duyên được lìa y ngủ, cho đến sáu đêm; nếu quá, ni-tát-kỳ ba-dật-đề.

30. Tỳ-kheo nào biết đó là vật thuộc Tăng mà tự xoay về cho mình, ni-tát-kỳ ba-dật-đề.

Các Đại đức! Tôi đã tụng xong ba mươi pháp ni-tát-kỳ-ba-dật-đề. Nay hỏi các Đại đức, trong đây có thanh tịnh không? *(Hỏi như vậy ba lần)*

Các Đại đức trong đây thanh tịnh, vì im lặng. Việc này tôi ghi nhận như vậy.

---

[51] Pāli, *Nissaggiya pācittiya* 23.

[52] 酥油生酥蜜石蜜. Pāli: *sappi, navanītaṃ, telaṃ, madhuphāṇitaṃ*, bơ lỏng, bơ tươi, mật ong, và rỉ mật.

[53] Pāli, *Nissaggiya pācittiya* 24.

[54] Pāli: *gimhānaṃ*, mùa nóng, mùa hạ.

[55] 十日未滿夏三月. Pāli: *dasāhānāgataṃ kattikatemāsikapuṇṇamaṃ*, còn 10 ngày nữa mới đến ngày trăng tròn ba tháng *Kattika*. Ngày rằm tháng Ca-đề, khoảng tháng 11 Tl., nhằm ngày tự tứ sau ba tháng an cư.

[56] 急施衣. Pāli, *accekacīvaraṃ*.

[57] 八月十五日滿已. Pāli: *upavassaṃ kho pana kattikapuṇṇamaṃ*, đã hành lễ ngày rằm tháng Ca-đề, tức lễ tự tứ đã qua.

CHƯƠNG NĂM
CHÍN MƯƠI BA-DẬT-ĐỀ

Thưa các Đại đức! Đây là chín mươi pháp ba-dật-đề,[58] xuất từ Giới kinh, mỗi nửa tháng thuyết một lần.

1. Tỳ-kheo nào cố ý nói dối, ba-dật-đề.

2. Tỳ-kheo nào mạ lỵ tỳ-kheo bằng giống loài, ba-dật-đề.

3. Tỳ-kheo nào nói hai lưỡi, ba-dật-đề.

4. Tỳ-kheo nào ngủ chung phòng với người nữ, ba-dật-đề.

5. Tỳ-kheo nào ngủ chung với người chưa thọ đại giới, quá hai đêm, đến đêm thứ ba, ba-dật-đề.

6. Tỳ-kheo nào tụng đọc chung với người chưa thọ giới, ba-dật-đề.

7. **[1026b01]** Tỳ-kheo nào biết tỳ-kheo khác có thô ác tội, đem nói với người chưa thọ đại giới, trừ Tăng yết-ma, ba-dật-đề.

8. Tỳ-kheo nào đối với người chưa thọ đại giới mà tự nói mình chứng ngộ pháp thượng nhân, nói rằng, 'Tôi thấy điều này, tôi biết điều này.' Nếu đây là sự thật, ba-dật-đề.

9. Tỳ-kheo nào nói pháp cho người nữ quá năm, sáu lời, trừ có mặt người nam có hiểu biết, ba-dật-đề.

10. Tỳ-kheo nào tự tay đào đất, hoặc sai người đào, ba-dật-đề.

11. Tỳ-kheo nào phá hoại mầm giống thực vật[59], ba-dật-đề.

---

[58] Pāli: *dvenavuti pācittiyā dhammā*.
[59] 鬼神村. Pāli: *bhūtagāma*.

12. Tỳ-kheo nào nói quanh gây rối[60], ba-dật-đề.

13. Tỳ-kheo nào chỉ trích, nói xấu[61], ba-dật-đề.

14. Tỳ-kheo nào mang giường dây, giường cây, hoặc ngọa cụ, đệm ngồi[62] của Tăng, bày nơi đất trống hoặc bảo người bày, khi bỏ đi không tự mình dọn cất, không sai người dọn cất, ba-dật-đề.

15. Tỳ-kheo nào ở trong phòng của Tăng, trải ngọa cụ của Tăng, hoặc tự mình trải, hoặc bảo người trải, hoặc ngồi, hoặc nằm, khi đi không tự dọn cất, không bảo người dọn cất, ba-dật-đề.

16. Tỳ-kheo nào đã biết đó là chỗ nghỉ của tỳ-kheo đến trước, mình đến sau cố chen vào khoảng giữa trải ngọa cụ để nghỉ, với ý nghĩ rằng: 'Người kia nếu hiềm chật thì tự tránh đi nơi khác'; hành động với nhân duyên như vậy chứ không gì khác, chẳng phải oai nghi, ba-dật-đề.

17. Tỳ-kheo nào giận tỳ-kheo khác, không vui, tự mình kéo ra hay bảo người khác kéo tỳ-kheo ấy ra khỏi Tăng phòng, ba-dật-đề.

18. Tỳ-kheo nào ở trên tầng gác,[63] nằm hay ngồi trên giường cây, ghế bằng chân ráp,[64] ba-dật đề.

19. Tỳ-kheo nào biết nước có trùng, mà tự mình rưới lên bùn hoặc cỏ, hoặc bảo người rưới, ba-dật đề.

20. Tỳ-kheo nào làm phòng xá lớn[65], cánh cửa, khung cửa sổ[66] và các thứ trang trí[67], chỉ dẫn lợp tranh ngang bằng hai, ba lớp; nếu lợp quá, ba-dật-đề.

---

60 妄作異語, nói lăng giữa Tăng để chối tội. Pāḷi: aññavādake vihesake.

61 嫌罵. Pāḷi: ujjhāpanake khiyyanake.

62 繩床 木床 臥具 坐褥. Pāḷi: mañcaṃ vā pīṭhaṃ vā bhisiṃ vā kocchaṃ vā ajjhokāse santharitvā vā santharāpetvā vā.

63 房重閣上. Pāḷi: uparivehāsakuṭiyā, thất nhỏ, hay phòng, có tầng gác.

64 脫脚繩床. Pāḷi: āhaccapādakaṃ.

65 大房. Pāḷi: mahallakaṃ vihāraṃ, trú xứ, tinh xá, phòng.

66 戶扉窓牖. Pāḷi: dvārakosā agga¿aṭṭhapanāya, để đặt then cài cửa sổ.

67 諸莊飾具. Pāḷi: ālokasandhiparikammāya, để trang trí cửa sổ. Pāḷi thêm chi tiết: appaharite pi ṭhito, dựng nơi (không có hoặc) có ít đồng xanh.

21. Tỳ-kheo nào không được Tăng sai mà giáo giới tỳ-kheo-ni, ba-dật-đề.

22. Tỳ-kheo nào tuy được Tăng sai, nhưng giáo thọ tỳ-kheo-ni cho đến mặt trời lặn, ba-dật-đề.

23. [1026c01] Tỳ-kheo nào nói với các tỳ-kheo như vầy: 'Tỳ-kheo vì sự ăn uống mà giáo thọ tỳ-kheo-ni,' ba-dật-đề.

24. Tỳ-kheo nào cho y đến tỳ-kheo-ni chẳng phải thân quyến, trừ trao đổi, ba-dật-đề.

25. Tỳ-kheo nào may y cho tỳ-kheo-ni không phải thân quyến, ba-dật-đề.

26. Tỳ-kheo nào một mình cùng với một tỳ-kheo-ni ngồi chỗ khuất kín, ba-dật-đề.

27. Tỳ-kheo nào cùng hẹn và cùng đi chung đường với tỳ-kheo-ni từ một thôn đến một thôn, trừ trường hợp khác, ba-dật-đề. Trường hợp khác là, cùng đi với khách buôn; hoặc khi có nghi ngờ, có kinh sợ. Đó gọi là trường hợp khác.

28. Tỳ-kheo nào cùng hẹn và cùng đi chung thuyền với tỳ-kheo-ni, ngược dòng nước hay xuôi dòng nước, trừ sang ngang, ba-dật-đề.

29. ỳ-kheo nào ăn thức ăn được biết là do tỳ-kheo-ni khen ngợi giáo hóa, trừ đàn-việt có chủ ý trước, ba-dật-đề.

30. Tỳ-kheo nào cùng hẹn và đi chung đường với người nữ, nhẫn đến trong khoảng giữa hai thôn, ba-dật-đề.

31. Tỳ-kheo nào nơi trú xứ cho một bữa[68], tỳ-kheo không bệnh chỉ nên nhận một bữa; nếu nhận quá một bữa, ba-dật-đề.

32. Tỳ-kheo nào ăn nhiều lần[69], trừ trường hợp đặc biệt, ba-dật-đề. Trường hợp đặc biệt là khi bị bệnh, khi thí y. Đó gọi là trường hợp đặc biệt.

---

[68] 施一食處. Pāli: *āvasathapiṇḍo*, lữ quán có cấp thức ăn (cho người xuất gia).

[69] 展轉食. Pāli: *paramparabhojane*.

33. Tỳ-kheo nào ăn biệt chúng[70], trừ các trường hợp khác, ba-dật-đề. Các trường hợp khác là khi bệnh, thời may y, thời thí y, khi đi đường, khi đi thuyền, khi đại chúng tập hợp, khi sa-môn thí thực. Đó là các trường hợp khác.

34. Tỳ-kheo nào đến nhà bạch y được mời cúng thức ăn như bánh, hoặc lương khô,[71] nếu cần tỳ-kheo nên nhận hai, ba bát; nhận hai, ba bát rồi về trong tăng-già-lam nên phân cho các tỳ-kheo khác dùng; nếu tỳ-kheo không bệnh nhận quá hai, ba bát, về đến trong tăng-già-lam không chia cho các tỳ-kheo khác dùng, ba-dật-đề.

35. Tỳ-kheo nào ăn đã đủ, hoặc khi thọ thỉnh, không làm pháp dư thực[72] mà ăn, ba-dật-đề.

36. Tỳ-kheo nào biết tỳ-kheo khác đã ăn đủ, nếu thỉnh mời, không làm pháp dư thực mà ân cần mời ăn, nói rằng, 'Trưởng lão hãy dùng món ăn này!' chỉ vì mục đích muốn cho người khác phạm giới chứ không gì khác, ba-dật đề.

37. **[1027a01]** Tỳ-kheo nào ăn phi thời, ba-dật-đề.

38. Tỳ-kheo nào ăn thức ăn cách đêm,[73] ba-dật-đề.

39. Tỳ-kheo nào cho vào miệng thức ăn, hoặc thuốc không được trao nhận, trừ nước và tăm xỉa răng, ba-dật-đề.

40. Tỳ-kheo nào không bệnh, vì tự thân mà đòi hỏi cho được các loại thức ăn mỹ diệu như sữa, bơ, cá và thịt, ba-dật-đề.

41. Tỳ-kheo nào tự tay cho thức ăn đến ngoại đạo nam hoặc nữ[74], ba-dật-đề.

42. Tỳ-kheo nào trước đã nhận lời mời, trước bữa ăn hay sau bữa ăn lại đến nhà khác mà không báo cho tỳ-kheo khác, trừ trường

---

[70] 別眾食. Pāli: *gaṇabhojane.*

[71] 餅麨飯. Pāli: *pūvehi vā manthehi,* bánh nướng (rán) hay bánh bột (gạo) khô.

[72] 餘食. Pāli: *atiritta.,* dư thực, thức ăn còn lại. *anatirittaṃ khādanīyaṃ ...pācittiyaṃ:* ăn thức ăn không phải tàn dư, ba-dật-đề.

[73] 殘宿食. Pāli: *sannidhikārakaṃ.*

[74] 外道男 外道女. Pāli: *paribbājakassa vā paribbājikāya vā.*

hợp đặc biệt, ba-dật-đề. Trường hợp đặc biệt là khi bệnh, thời gian may y, thời gian thí y. Đó là những trường hợp đặc biệt.

43. Tỳ-kheo nào cố nán ngồi trong gia đình đang ăn có vật báu [75], ba-dật-đề.

44. Tỳ-kheo nào ngồi chỗ khuất kín trong gia đình đang ăn có vật báu[76], ba-dật-đề.

45. Tỳ-kheo nào một mình ngồi với người nữ tại chỗ trống, ba-dật-đề.

46. Tỳ-kheo nào nói với tỳ-kheo khác như vầy, 'Đại đức, hãy cùng tôi vào tụ lạc, tôi sẽ cho Đại đức ăn.' Tỳ-kheo ấy cuối cùng không bảo cho tỳ-kheo kia thức ăn, nói rằng: 'Trưởng lão hãy đi chỗ khác! Tôi mà ngồi hay nói chuyện với thầy thì không vui. Tôi ngồi một mình, nói chuyện một mình lại vui.' Chỉ với mục đích ấy chứ không gì khác, tìm cách đuổi đi, ba-dật-đề.

47. Tỳ-kheo nào không bệnh, được nhận thuốc thỉnh cầu cúng dường bốn tháng,[77] nếu nhận quá, ba-dật-đề. Trừ thường thỉnh, thỉnh trở lại, thỉnh chia phần, thỉnh trọn đời.[78]

48. Tỳ-kheo nào đi xem quân trận, ba-dật-đề. Trừ nhân duyên hợp thời.

49. Tỳ-kheo nào có nhân duyên được phép đến trong quân trại, ngủ lại hai, ba đêm; nếu quá, ba-dật-đề.

50. Tỳ-kheo nào ở trong quân trại hai, ba đêm, hoặc khi xem quân đội chiến đấu, hoặc xem thế lực quân bộ, quân voi, quân ngựa, ba-dật-đề.

---

[75] 食家中有寶. Pāli: *sabhojane kule*, gia đình có đôi nam nữ đang ăn, đây hiểu theo nghĩa bóng, ám chỉ một đôi nam nữ đang ở trong phòng riêng muốn hành dục.

[76] Pāli: *mātugāmena saddhiṃ raho paṭicchanne āsane*, ngồi chung với người nữ ở chỗ khuất kín.

[77] 請四月與藥. Pāli: *cātumāsappaccayapavāraṇā*, yêu cầu tùy ý các nhu yếu trong bốn tháng.

[78] 常請 更請 分請 盡形請. Pāli: *punapavāraṇāya niccapavāraṇāya*, thỉnh trở lại và thường thỉnh.

51. Tỳ-kheo nào uống rượu, ba-dật-đề.

52. Tỳ-kheo nào đùa giỡn trong nước, ba-dật-đề.

53. Tỳ-kheo nào dùng ngón tay thọc lét nhau, ba-dật-đề.

54. Tỳ-kheo nào không nhận lời can gián, ba-dật-đề.

55. **[1027b01]** Tỳ-kheo nào dọa tỳ-kheo khác, ba-dật-đề.

56. Tỳ-kheo nào không bệnh, nửa tháng nên tắm một lần; nếu quá, ba-dật-đề. Trừ trường hợp đặc biệt. Trường hợp đặc biệt là thời gian nóng bức, khi bệnh, lúc làm việc, khi mưa gió, lúc đi đường, đó là những trường hợp đặc biệt.

57. Tỳ-kheo nào không bệnh, vì sưởi ấm thân, tự nhóm lửa nơi đất trống, hoặc sai người nhóm, ba-dật-đề. Trừ nhân duyên khác.

58. Tỳ-kheo nào giấu y, bát, tọa cụ, ống đựng kim của tỳ-kheo khác, tự mình giấu hoặc bảo người giấu, cho đến giỡn chơi, ba-dật-đề.

59. Tỳ-kheo nào đã cho y đến tỳ-kheo, tỳ-kheo-ni, thức-xoa-ma-na, sa-di, sa-di-ni, về sau không nói với chủ mà lấy mặc, ba-dật- đề.

60. Tỳ-kheo nào nhận được y mới, nên làm cho hoại sắc bằng một trong ba màu: hoặc là xanh, hoặc đen, hoặc mộc lan;[79] nếu không làm cho hoại sắc bằng ba thứ hoặc xanh, hoặc đen, hoặc mộc lan mà mặc nguyên y mới, ba-dật-đề.

61. Tỳ-kheo nào cố ý đoạn mạng sống loài vật, ba-dật-đề.

62. Tỳ-kheo nào biết nước có trùng mà uống hoặc dùng, ba-dật-đề.

63. Tỳ-kheo nào cố ý gây phiền cho tỳ-kheo khác, khiến cho không an tâm, dù chỉ trong chốc lát, ba-dật-đề.

64. Tỳ-kheo nào đã biết tỳ-kheo khác phạm thô tội mà che giấu, ba-dật-đề.

65. Tỳ-kheo nào, người đủ hai mươi tuổi mới cho thọ đại giới; nếu biết người chưa đủ hai mươi tuổi mà cho thọ đại giới, thì người này không đắc giới, các tỳ-kheo kia bị khiển trách vì ngu

---

[79] 青 黑 木蘭. Pāli: *nīlaṃ vā kaddamaṃ vā kālasāmaṃ vā*, xanh đậm, xám (như bùn), nâu đậm (đen).

si, ba-dật-đề.

66. Tỳ-kheo nào biết tránh sự[80] đã được dập tắt như pháp rồi, sau đó lại khơi dậy, ba-dật-đề.

67. Tỳ-kheo nào biết đó là đồng bọn giặc cướp mà giao hẹn cùng đi chung đường, cho đến khoảng cách giữa hai thôn, ba-dật-đề.

68. Tỳ-kheo nào nói như vầy: 'Tôi biết pháp mà đức Phật nói, hành dâm dục chẳng phải là pháp chướng đạo.[81]' Các tỳ-kheo kia nên can gián tỳ-kheo này rằng: 'Đại đức, chớ nói như vậy; chớ xuyên tạc đức Thế Tôn; xuyên tạc đức Thế Tôn là không tốt. Đức Thế Tôn không nói như vậy. [1027c01] Đức Thế Tôn bằng vô số phương tiện nói rằng, hành dâm dục là pháp chướng đạo.' Khi tỳ-kheo kia được các tỳ-kheo can gián như vậy, mà vẫn kiên trì không bỏ; các tỳ-kheo nên can gián ba lần cho bỏ việc này. Cho đến ba lần can gián, bỏ thì tốt, nếu không bỏ, ba-dật-đề.

69. Tỳ-kheo nào biết tỳ-kheo nói lời như vậy, chưa được tác pháp (giải), có tà kiến như vậy mà chưa bỏ, lại cung cấp những thứ cần dùng, cùng yết-ma, cùng ngủ, cùng nói chuyện, ba-dật-đề.

70. Tỳ-kheo nào biết sa-di nói như vầy: 'Tôi biết pháp mà đức Phật nói: 'Hành dâm dục chẳng phải là pháp chướng đạo'. Các tỳ-kheo nên can gián sa-di này như vầy: 'Ông chớ nói như vậy; chớ xuyên tạc đức Thế Tôn; xuyên tạc đức Thế Tôn là không tốt. Đức Thế Tôn không nói như vậy. Này sa-di, đức Thế Tôn bằng vô số phương tiện nói rằng, hành dâm dục là pháp chướng đạo.' Khi sa-di này được các tỳ-kheo can gián như vậy, vẫn kiên trì không bỏ. Các Tỳ-kheo nên can gián ba lần cho bỏ việc đó. Cho đến ba lần can gián, bỏ thì tốt; nếu không bỏ, các tỳ-kheo nên nói với sa-di này như vầy: "Từ nay trở đi, ông không được nói rằng: 'Đức Phật là Thế Tôn của tôi.' Không được đi theo các tỳ-kheo khác. Các sa-di khác được phép cùng ngủ hai, ba đêm với

---

[80] 諍事. Pāli: *adhikaraṇa*.

[81] 障道法. Pāli: *antarāyikā dhammā*, được giải thích là dục (*kāma*: ngũ dục): *appassādā kāmā vuttā bhagavatā bahudukkhā bahupāyāsā, ādīnavo ettha bhiyyo*. "Thế Tôn nói, dục, vị ngọt ít, khổ nhiều, thất vọng nhiều, ở đó tai họa lại càng nhiều hơn."

tỳ-kheo, nhưng nay ông không được phép đó. Ông phải ra khỏi nơi này, không được ở đây nữa." Nếu tỳ-kheo nào biết sa-di này đã bị đuổi, mà vẫn nuôi dưỡng, cùng ngủ chung, ba-dật-đề.

71. Tỳ-kheo nào khi được các tỳ-kheo khác như pháp can gián lại nói như vầy: 'Nay tôi không học giới này, tôi sẽ hỏi các tỳ-kheo trì giới luật có trí tuệ khác đã', ba-dật-đề. Nếu vì muốn biết hay vì muốn học thì nên hỏi.

72. Tỳ-kheo nào khi thuyết giới, nói như vầy: 'Đại đức, thuyết những giới vụn vặt như vậy để làm gì? Khi nói các giới ấy, khiến cho người sanh ra hoài nghi, phiền muộn, xấu hổ;' vì khinh chê giới[82], ba-dật-đề.

73. Tỳ-kheo nào khi thuyết giới, nói như vầy: 'Đại đức, nay tôi mới biết pháp này, Giới kinh này, mỗi nửa tháng thuyết một lần, xuất từ trong giới kinh.' Các tỳ-kheo khác biết tỳ-kheo này không những hai, ba lần mà nhiều lần có ngồi trong chỗ thuyết giới. Tỳ-kheo kia không phải do vô tri, không hiểu. Nếu có phạm tội thì nên xử trị như pháp, lại chồng thêm tội vô tri, dạy rằng: 'Trưởng lão, thật không ích lợi, không có sở đắc tốt đẹp nào cho ngài, vì khi tụng giới, ngài không nhất tâm nhiếp niệm để nghe pháp. Vị kia vì phạm vô tri[83], ba-dật-đề.

74. Tỳ-kheo nào sau khi cùng chung yết-ma[84] rồi, lại nói như vầy: 'Các tỳ-kheo theo chỗ thân quen, [1028a01] lấy vật của chúng Tăng đem cho,' ba-dật-đề.

75. Tỳ-kheo nào khi Tăng đoán sự[85], không dữ dục[86] mà bỏ đi, ba-dật-đề.

76. Tỳ-kheo nào dữ dục rồi, sau lại hối, ba-dật-đề.

---

[82] 輕呵戒. Pāli: *sikkhāpadavivaṇṇake*

[83] 彼無知故. Pāli: *idaṃ tasmiṃ mohanake.*

[84] 共同羯磨. Pāli: *samaggena saṅghena cīvaraṃ datvā*: Tăng đã hòa hiệp phân chia y cho một tỳ-kheo (*Dabbo Mallaputto*).

[85] 斷事. Pāli: *vinicchayakathāya*, phán quyết vấn đề.

[86] 與欲. Pāli: *chandaṃ datvā.*

77. Tỳ-kheo nào sau khi các tỳ-kheo cùng tranh cãi nhau, nghe lời người này đem qua nói với người kia, ba-dật-đề.

78. Tỳ-kheo nào vì sân giận, không vui, đánh tỳ-kheo, ba-dật-đề.

79. Tỳ-kheo nào vì giận hờn, không vui, hươ tay (nhá) đánh[87] tỳ-kheo, ba-dật-đề.

80. Tỳ-kheo nào vì giận hờn, vu khống tỳ-kheo khác bằng pháp tăng-già-bà-thi-sa không căn cứ, ba-dật-đề.

81. Tỳ-kheo nào khi nhà vua Quán đảnh thuộc dòng Sát-lợi[88] chưa ra khỏi, bảo vật chưa được thu cất[89] mà vào; nếu qua khỏi ngạch cửa cung, ba-dật-đề.

82. Tỳ-kheo nào tự mình cầm nắm bảo vật, hay đồ trang sức bằng bảo vật[90], hoặc bảo người khác cầm nắm, ba-dật-đề. Trừ trong tăng-già-lam, hay chỗ nghỉ đêm. Nếu trong tăng-già-lam, hoặc chỗ nghỉ đêm, mà tự mình cầm nắm bảo vật, hay đồ trang sức bằng bảo vật, hoặc bảo người khác cầm, với ý nghĩ như vầy: 'Nếu sở hữu chủ nhận ra, sẽ cho nhận lại.' Chỉ với nhân duyên như vậy chứ không gì khác.

83. Tỳ-kheo nào phi thời vào thôn xóm mà không báo cho tỳ-kheo khác, ba-dật-đề.

84. Tỳ-kheo nào làm giường dây hay giường gỗ[91], chân giường chỉ cao bằng tám ngón tay của đức Như lai, đã trừ phần từ lỗ mộng để ráp thanh giường trở lên.[92] Nếu quá, ba-dật-đề.

---

87 手搏. Pāli: *talasattikaṃ uggireyya*, hươ (vung) bàn tay như lưỡi kiếm.

88 刹利水澆頭王. Pāli: *rañño khattiyassa muddhābhisittassa*.

89 未藏寶. Pāli: *aniggataratanake. Số giải: aniggataratanaketi mahesī sayanigharā anikkhantā hoti*, vương hậu chưa rời (khỏi tẩm phòng).

90 寶莊飾具. Pāli: *ratanasammataṃ*, được xem như bảo vật.

91 繩床 木床. Pāli: *mañcaṃ vā pīṭhaṃ*, giường, ghế.

92 入楗孔上. Pāli: *heṭṭhimāya aṭaniyā*, khung giường thấp nhất.

85. Tỳ-kheo nào dùng bông đâu-la,[93] dồn làm giường dây, giường cây, nệm nằm, nệm ngồi,[94] ba-dật-đề.

86. Tỳ-kheo nào dùng xương, răng, sừng, làm ống đựng kim, làm thành, ba-dật-đề.

87. Tỳ-kheo nào làm ni-sư-đàn, cần phải làm cho đúng lượng. Trong đây đúng lượng là dài hai gang tay Phật, rộng một gang rưỡi tay Phật; lại thêm mỗi bên nửa gang tay nữa làm lề. Nếu quá, ba-dật-đề.

88. Tỳ-kheo nào làm y che ghẻ, cần phải làm đúng lượng. Trong đây đúng lượng là dài bốn gang tay và rộng hai gang tay Phật, sau khi đã cắt, nếu quá, ba-dật-đề.

89. Tỳ-kheo nào may áo tắm mưa phải may đúng lượng. Trong đây đúng lượng là dài sáu gang tay và rộng hai gang rưỡi tay Phật, sau khi đã cắt. Nếu quá, ba-dật-đề.

90. Tỳ-kheo nào, may y bằng lượng y của Như Lai, hoặc may quá lượng đó, ba-dật-đề. Trong đây lượng y của Như Lai là dài mười gang và **[1028b01]** rộng sáu gang tay Phật. Đó gọi là lượng y của Như Lai.

Thưa các Đại đức! Tôi đã tụng xong chín mươi pháp ba-dật-đề. Nay hỏi các Đại đức, trong đây có thanh tịnh không? *(Hỏi như vậy ba lần)*

Các Đại đức trong đây thanh tịnh, vì im lặng. Việc này tôi ghi nhận như vậy.

---

[93] 兜羅綿. Pāli: *tūla*.
[94] Pāli, thêm: *uddālanakaṃ*, cắt bỏ.

CHƯƠNG SÁU
BỐN PHÁP BA-LA-ĐỀ ĐỀ-XÁ-NI

Thưa các Đại đức! Đây là bốn pháp ba-la-đề đề-xá-ni[95], xuất từ Giới kinh, mỗi nửa tháng thuyết một lần.

1. Tỳ-kheo nào vào trong thôn xóm[96], nếu không bệnh mà tự tay nhận thức ăn từ tỳ-kheo-ni không phải thân quyến mà ăn, tỳ-kheo ấy cần phải đối trước tỳ-kheo khác phát lồ rằng: 'Đại đức, tôi phạm pháp đáng khiển trách, làm điều không đáng làm. Nay đối trước Đại đức xin phát lồ sám hối.' Đây là pháp hối quá.

2. Tỳ-kheo nào khi ăn[97] trong nhà bạch y, trong đó có tỳ-kheo-ni chỉ bảo rằng: 'Đem canh cho vị này, dâng cơm cho vị kia'; các tỳ-kheo nên nói với tỳ-kheo-ni ấy rằng: 'Này cô, hãy thôi đi! Hãy để yên cho các tỳ-kheo ăn xong!' Nếu không có một tỳ-kheo nào nói với tỳ-kheo-ni kia rằng: 'Này cô, hãy thôi đi! Hãy để yên cho các tỳ-kheo ăn xong!' thì các tỳ-kheo ấy cần đối trước tỳ-kheo khác mà phát lồ rằng: 'Bạch Đại đức, tôi phạm pháp đáng khiển trách, làm điều không đáng làm. Nay tôi đối trước Đại đức xin phát lồ sám hối.' Đây gọi là pháp hối quá.

3. Có các học gia, Tăng đã tác yết-ma học gia[98]. Nếu tỳ-kheo nào biết học gia đó, trước không có thỉnh mời, không bệnh, tự tay nhận thức ăn và ăn. Tỳ-kheo ấy cần đối trước tỳ-kheo khác phát lồ rằng: 'Tôi phạm pháp đáng khiển trách, làm điều không đáng

---

[95] Pāli: *cattāro pāṭidesanīyā.*

[96] 入村中. Pāli: *antaragharaṃ,* trong khu cấm vào.

[97] Pāli: *nimantitā bhuñjanti,* được thỉnh thọ thực.

[98] 作學家羯磨. Pāli: *sekhasammatāni.* Học gia (*sekha*), chỉ Thánh giả Dự lưu.

làm. Nay tôi đối trước Đại đức, xin phát lồ sám hối.' Đây là pháp hối quá.

4.   Tỳ-kheo nào sống nơi a-lan-nhã, xa xôi hẻo lánh, chỗ đáng nghi, có kinh sợ. Tỳ-kheo sống tại trú xứ a-lan-nhã như vậy, trước không nói cho đàn-việt biết, không thọ nhận thức ăn bên ngoài tăng-già-lam; trái lại, không bệnh mà ở bên trong tăng-già-lam, tự tay nhận thức ăn để ăn; tỳ-kheo ấy cần phải đối trước tỳ-kheo khác mà phát lồ rằng: 'Đại đức, tôi phạm pháp đáng khiển trách. Nay tôi đối trước Đại đức xin phát lồ sám hối.' Đây là pháp hối quá.

Thưa các Đại đức! Tôi đã tụng xong bốn pháp ba-la-đề-đề-xá-ni. Nay hỏi các Đại đức, trong đây có thanh tịnh không? *(Hỏi như vậy ba lần)*

Các Đại đức trong đây thanh tịnh, **[1028c01]** vì im lặng. Việc này tôi ghi nhận như vậy.

CHƯƠNG BẢY
MỘT TRĂM PHÁP CHÚNG HỌC

Thưa các Đại đức! Đây là một trăm pháp chúng học[99], xuất từ Giới kinh, mỗi nửa tháng thuyết một lần.

1. Nên quấn y dưới[100] cho tề chỉnh, cần phải học.

2. Nên quấn ba y[101] cho tề chỉnh, cần phải học.

3. Không được vắt ngược y khi đi vào nhà bạch y, cần phải học.

4. Không được vắt ngược y khi ngồi trong nhà bạch y, cần phải học.

5. Không được quấn y nơi cổ khi đi vào nhà bạch y, cần phải học.

6. Không được quấn y nơi cổ khi ngồi trong nhà bạch y, cần phải học.

7. Không được lấy y trùm đầu khi đi vào nhà bạch y, cần phải học.

8. Không được lấy y trùm đầu khi ngồi trong nhà bạch y, cần phải học.

9. Không được nhảy nhót khi đi vào nhà bạch y, cần phải học.

10. Không được nhảy nhót khi ngồi trong nhà bạch y, cần phải học.

11. Không được ngồi chồm hổm trong nhà bạch y, cần phải học.

12. Không được chống nạnh khi đi vào nhà bạch y, cần phải học.

---

[99] Pāli: *sekhiyā dhammā*.

[100] 著涅槃僧. Pāli: *nivāsessāmi*, quấn y; đây chỉ quấn niết-bàn-tăng (*nivāsana*) hay hạ y.

[101] 著三衣. Pāli: *pārupissāmi*, khoác áo choàng hay thượng y (*pārupana*).

13. Không được chống nạnh khi ngồi trong nhà bạch y, cần phải học.

14. Không được uốn éo thân mình khi đi vào nhà bạch y, cần phải học.

15. Không được uốn éo thân mình khi ngồi trong nhà bạch y, cần phải học.

16. Không được khoác tay khi đi vào nhà bạch y, cần phải học.

17. Không được khoác tay khi ngồi trong nhà bạch y, cần phải học.

18. Phải trùm kín thân khi đi vào nhà bạch y, cần phải học.

19. Phải trùm kín thân khi ngồi trong nhà bạch y, cần phải học.

20. Không được liếc nhìn hai bên khi đi vào nhà bạch y, cần phải học.

21. Không được liếc nhìn hai bên khi ngồi trong nhà bạch y, cần phải học.

22. Phải khẽ tiếng khi vào nhà bạch y, cần phải học.

23. Phải khẽ tiếng khi ngồi trong nhà bạch y, cần phải học.

24. Không được cười giỡn khi vào nhà bạch y, cần phải học.

25. Không được cười giỡn khi ngồi trong nhà bạch y, cần phải học.

26. Phải dụng ý khi nhận thức ăn, cần phải học.

27. Thọ nhận thức ăn vừa ngang bát, cần phải học.

28. **[1029a01]** Thọ nhận canh vừa ngang bát, cần phải học.

29. Ăn cơm và canh đồng đều, cần phải học.

30. Ăn theo thứ lớp, cần phải học.

31. Không được moi giữa bát mà ăn, cần phải học.

32. Tỳ-kheo nào không bệnh, không được vì mình yêu sách cơm canh, cần phải học.

33. Không được dùng cơm che lấp canh để mong được thêm, cần phải học.

34. Không được liếc nhìn vào trong bát người ngồi bên cạnh, mà sanh tâm tỵ hiềm, cần phải học.

35. Phải chú tâm vào bát mà ăn, cần phải học.

36. Không được ăn vắt cơm lớn, cần phải học.

37. Không được há miệng lớn đợi cơm mà ăn, cần phải học.

38. Không được ngậm thức ăn mà nói, cần phải học.

39. Không được vắt cơm thảy vào miệng, cần phải học.

40. Không được để cơm rơi vãi khi ăn, cần phải học.

41. Không được búng má mà ăn, cần phải học.

42. Không được nhai thức ăn có tiếng khi ăn, cần phải học.

43. Không được húp thức ăn có tiếng khi ăn, cần phải học.

44. Không được lấy lưỡi liếm khi ăn, cần phải học.

45. Không được rảy tay khi ăn, cần phải học.

46. Không được nhặt thức ăn rơi mà ăn, cần phải học.

47. Không được tay dơ cầm đồ đựng thức ăn, cần phải học.

48. Không được đổ nước rửa bát trong nhà bạch y, cần phải học.

49. Không được đại tiểu tiện, khạc nhổ trên rau cỏ tươi, trừ bệnh, cần phải học.

50. Không được đại tiểu tiện, khạc nhổ trong nước sạch, trừ bệnh, cần phải học.

51. Không được đứng đại tiểu tiện, trừ bệnh, cần phải học.

52. Không được nói pháp cho người vắt ngược y không cung kính, trừ người bệnh, cần phải học.

53. Không được nói pháp cho người quấn y nơi cổ, trừ người bệnh, cần phải học.

54. Không được nói pháp cho người trùm đầu, trừ người bệnh, cần phải học.

55. Không được nói pháp cho người quấn khăn trên đầu, trừ người bệnh, cần phải học.

56. Không được nói pháp cho người chống nạnh, trừ người bệnh, cần phải học.

57. **[1029b01]** Không được nói pháp cho người mang dép da, trừ người bệnh, cần phải học.

58. Không được nói pháp cho người mang guốc gỗ, trừ người bệnh, cần phải học.

59. Không được nói pháp cho người ngồi trên ngựa, trừ người bệnh, cần phải học.

60. Không được ngủ nghỉ trong tháp Phật, trừ vì canh giữ, cần phải học.

61. Không được cất giấu tài vật trong tháp Phật, trừ để cho chắc chắn, cần phải học.

62. Không được mang dép da vào trong tháp Phật, cần phải học.

63. Không được xách dép da vào trong tháp Phật, cần phải học.

64. Không được mang dép da đi nhiễu quanh tháp Phật, cần phải học.

65. Không được mang giày phú-la vào trong tháp Phật, cần phải học.

66. Không được xách giày phú-la vào trong tháp Phật, cần phải học.

67. Không được ngồi ăn dưới tháp Phật, lưu lại rác và thức ăn làm dơ bẩn mà bỏ đi, cần phải học.

68. Không được khiêng tử thi đi qua dưới tháp Phật, cần phải học.

69. Không được chôn tử thi dưới tháp Phật, cần phải học.

70. Không được thiêu tử thi dưới tháp Phật, cần phải học.

71. Không được thiêu tử thi đối diện tháp Phật, cần phải học.

72. Không được thiêu tử thi quanh bốn phía tháp Phật, làm mùi hôi xông vào, cần phải học.

73. Không được mang áo và giường của người chết đi ngang qua dưới tháp, trừ khi đã giặt, nhuộm và xông hương, cần phải học.

74. Không được đại tiểu tiện dưới tháp Phật, cần phải học.

75. Không được đại tiểu tiện trước tháp Phật, cần phải học.

76. Không được đại tiểu tiện quanh bốn phía tháp Phật, khiến mùi hôi xông vào, cần phải học.

77. Không được đem tượng Phật đến chỗ đại tiểu tiện, cần phải học.

78. Không được nhăm nhành dương dưới tháp Phật, cần phải học.

79. Không được nhăm nhành dương đối diện tháp Phật, cần phải học.

80. Không được nhăm nhành dương xung quanh bốn phía tháp Phật, cần phải học.

81. Không được khạc nhổ dưới tháp Phật, cần phải học.

82. Không được khạc nhổ trước tháp Phật, cần phải học.

83. Không được khạc nhổ quanh bốn phía tháp Phật, cần phải học.

84. Không được ngồi duỗi chân về phía tháp Phật, cần phải học.

85. **[1029c01]** Không được an trí tượng Phật nơi phòng dưới, mình ở phòng trên, cần phải học.

86. Không được nói pháp cho người ngồi mà mình đứng, trừ người bệnh, cần phải học.

87. Không được nói pháp cho người nằm mà mình ngồi, trừ người bệnh, cần phải học.

88. Không được nói pháp cho người ngồi chính giữa, còn mình ngồi một bên, trừ người bệnh, cần phải học.

89. Không được nói pháp cho người ngồi chỗ cao, còn mình ngồi chỗ thấp, trừ người bệnh, cần phải học.

90. Không được nói pháp cho người đi trước, còn mình đi phía sau, trừ người bệnh, cần phải học.

91. Không được nói pháp cho người ở chỗ kinh hành cao, còn mình ở chỗ kinh hành thấp, trừ người bệnh, cần phải học.

92. Không được nói pháp cho người ở giữa đường, còn mình ở bên đường, trừ người bệnh, cần phải học.

93. Không nên nắm tay nhau khi đi đường, cần phải học.

94. Không được leo lên cây cao quá đầu người, trừ khi có nhân duyên, cần phải học.

95. Không được bỏ bình bát vào đãy, xỏ vào đầu gậy quảy trên vai mà đi, trừ người bệnh, cần phải học.

96. Không được nói pháp cho ngươì cầm gậy, không cung kính, trừ người bệnh, cần phải học.

97. Không được nói pháp cho người cầm kiếm, trừ người bệnh, cần phải học.

98. Không được nói pháp cho người cầm mâu, trừ người bệnh, cần phải học.

99. Không được nói pháp cho người cầm dao, trừ người bệnh, cần phải học.

100. Không được nói pháp cho người cầm dù, trừ người bệnh, cần phải học.

Thưa các Đại đức, tôi đã thuyết xong một trăm pháp chúng học. Nay hỏi các Đại đức trong đây có thanh tịnh không? *(Hỏi như vậy ba lần)*

Các Đại đức trong đây thanh tịnh, vì im lặng. Việc này tôi ghi nhận như vậy.

CHƯƠNG TÁM
BẢY PHÁP DIỆT TRÁNH

Thưa các Đại đức, đây là bảy pháp diệt tránh[102], xuất từ Giới kinh, mỗi nửa tháng thuyết một lần. Nếu có tránh sự khởi lên giữa các tỳ-kheo, cần phải trừ ngay.

1. Cần giải quyết bằng hiện tiền tỳ-ni, nên giải quyết bằng hiện tiền tỳ-ni.[103]

2. Cần giải quyết bằng ức niệm tỳ-ni, nên giải quyết bằng ức niệm tỳ-ni.[104]

3. Cần giải quyết bằng bất si tỳ-ni, nên giải quyết bằng bất si tỳ-ni.[105]

4. Cần giải quyết bằng tự ngôn trị, nên giải quyết bằng tự ngôn trị.[106]

5. Cần giải quyết bằng mích tội tướng, nên giải quyết bằng mích tội tướng.[107]

6. Cần giải quyết bằng đa mích tội tướng, nên giải quyết bằng đa mích tội tướng.[108]

7. Cần giải quyết bằng như thảo phú địa, nên giải quyết bằng như thảo phú địa.[109]

---

[102] *satta adhikaraṇasamathā.*
[103] *sammukhāvinayo dātabbo.*
[104] *sativinayo dātabbo.*
[105] *amūḷhavinayo dātabbo.*
[106] *paṭiññāya kāretabbo.*
[107] *tassapāpiyyasikā.*
[108] *yebhuyyasikā.*
[109] *tiṇavatthārako.*

[1030a01] Thưa các Đại đức, tôi đã thuyết xong bảy pháp diệt tránh. Nay hỏi các Đại đức trong đây có thanh tịnh không? *(Hỏi như vậy ba lần.)*

Các Đại đức trong đây thanh tịnh, vì im lặng. Việc này tôi ghi nhận như vậy.

CHƯƠNG KẾT

Thưa các Đại đức, tôi đã thuyết tựa của Giới kinh, đã thuyết bốn ba-la-di, đã thuyết mười ba pháp tăng-già-bà-thi-sa, đã thuyết hai pháp bất định, đã thuyết ba mươi pháp ni-tát-kì ba-dật-đề, đã thuyết chín mươi pháp ba-dật-đề, đã thuyết bốn pháp ba-la-đề đề-xá-ni, đã thuyết các pháp chúng học, đã thuyết bảy pháp diệt tránh. Đó là những điều Phật đã thuyết, xuất từ Giới kinh, mỗi nửa tháng thuyết một lần. Trong đây còn có các Phật pháp khác nữa, cần phải cùng hòa hợp học tập.

THẤT PHẬT GIỚI KINH

Nhẫn: khổ hạnh bậc nhất
Niết-bàn: đạo tối thượng
Xuất gia não hại người
Không xứng danh sa-môn.

Đây là Giới kinh mà đức Tỳ-ba-thi Như Lai, bậc Vô sở trước, Đẳng chánh giác đã giảng dạy.

Cũng như người mắt sáng
Tránh khỏi lối hiểm nghèo
Bậc có trí trong đời
Tránh xa các xấu ác.

Đây là Giới kinh mà đức Thi-khí Như Lai, bậc Vô sở trước, Đẳng chánh giác đã giảng dạy.

Không báng bổ, tật đố
Vâng hành các học giới
Ăn uống biết vừa đủ
Thường ưa chỗ nhàn tịnh

Tâm định, vui tinh tấn
Là lời chư Phật dạy.

Đây là Giới kinh mà đức Tỳ-diếp-la Như Lai, bậc Vô sở trước, Đẳng chánh giác đã giảng dạy.

Như ong đến tìm hoa
Không hại sắc và hương,
Chỉ hút nhụy rồi đi;
Vậy tỳ-kheo vào xóm
Không chống trái việc người,
Người làm hay không làm
Chỉ xét hành vi mình
Đoan chánh, không đoan chánh.

Đây là Giới kinh mà đức Câu-lưu-tôn Như Lai, bậc Vô sở trước, Đẳng chánh giác đã giảng dạy.

Chớ để tâm buông lung
Hãy cần học Thánh pháp,
Như thế dứt ưu sầu
Tâm định nhập Niết-bàn.

Đây là Giới kinh mà đức Câu-na-hàm mâu-ni Như Lai, bậc Vô sở trước, Đẳng chánh giác đã giảng dạy.

[1030b01] *Hết thảy ác chớ làm*
Hãy vâng hành các thiện,
Tự lóng sạch ý chí
Là lời chư Phật dạy.

Đây là Giới kinh mà đức Ca-diếp Như Lai, bậc Vô sở trước, Đẳng chánh giác đã giảng dạy.

Khéo phòng hộ lời nói
Ý chí tự lắng trong,
Thân không làm các ác
Thực hành được như thế;
Ba tịnh nghiệp đạo này
Là đạo đấng Đại Tiên.

Đây là Giới kinh mà đức Thích-ca Mâu-ni Như Lai, bậc Vô sở trước, Đẳng chánh giác đã giảng dạy cho các tỳ-kheo vô sự trong khoảng mười hai năm đầu. Từ đó về sau được phân biệt rộng rãi. Các tỳ-kheo tự mình hâm mộ chánh pháp, hâm mộ sa-môn hạnh, có tàm có quý, hâm mộ học giới, hãy tu học trong đây.

KHUYẾN GIỚI

Kẻ trí khéo hộ giới
Sẽ được ba điều vui:
Danh thơm và lợi dưỡng
Sau khi chết sanh thiên.

Hãy quán sát điều này
Bậc trí siêng hộ giới
Giới tịnh, sanh trí tuệ
Thành tựu đạo tối thượng.

Như chư Phật quá khứ
Và chư Phật vị lai,
Các Thế Tôn hiện tại,
Đấng chiến thắng khổ đau
Thảy đều tôn kính giới
Đây là pháp chư Phật.

Nếu ai vì tự thân
Mong cầu nơi Phật đạo,
Hãy tôn trọng chánh pháp
Đây lời chư Phật dạy.

Bảy đấng Thế Tôn Phật
Diệt trừ mọi kiết sử,
Thuyết bảy giới kinh này
Giải thoát các hệ phược,
Các Ngài đã Niết-bàn
Các hý luận vắng bặt.

Các đệ tử vâng hành
Lời dạy đấng Đại Tiên

Giới, Thánh Hiền khen ngợi
Thảy đều nhập Niết-bàn.

Thế Tôn khi Niết-bàn
Vận khởi tâm đại bi
Họp các tỳ-kheo chúng
Ban giáo giới như vầy:

Chớ nghĩ Ta Niết-bàn
Không còn ai chăn dắt,
Giới kinh và Tì-ni
Những điều Ta dạy rõ.
Hãy xem đó như Phật
Dù Ta nhập Niết-bàn.

[1030c01] *Giới kinh này còn mãi*
Phật pháp còn sáng rỡ,
Do sự sáng rỡ ấy
Niết-bàn được chứng nhập.

Nếu không trì giới này
Không bố-tát như pháp
Khác gì mặt trời lặn
Thế giới thành tối tăm.

Hãy hộ trì giới ấy
Như trâu mao tiếc đuôi,
Hòa hợp ngồi một chỗ
Như lời Phật đã dạy.

Tôi đã thuyết Giới kinh
Chúng Tăng bố-tát xong,
Tôi nay thuyết Giới kinh
Công đức thuyết giới này,
Nguyện ban khắp chúng sanh
Cùng trọn thành Phật đạo.

TỨ PHẦN TỲ-KHEO-NI GIỚI BỔN

四分比丘尼戒戒本
後秦世罽賓三藏佛陀耶舍
西太原寺沙門懷素集

Hán dịch:
Tam Tạng Phật-đà-da-xá (*Buddhayaśas*)
Tập thành bởi:
Sa-môn Hoài Tố
Việt dịch:
Tỳ-kheo Thích Đỗng Minh
Hiệu chú:
Tỳ-kheo Thích Tuệ Sỹ

TỨ PHẦN TỲ-KHEO-NI GIỚI BỔN

TÁN DUYÊN KHỞI

[1031a05] *Cúi đầu lễ chư Phật,*
Tôn pháp, tỳ-kheo Tăng
Nay diễn pháp tỳ-ni
Để chánh pháp trường tồn.
Giới như biển không bờ
Như báu cầu không chán
Muốn hộ tài sản Thánh
Chúng họp nghe tôi tụng.
Muốn trừ tám tội khí
Và diệt tội Tăng tàn
Ngăn ba mươi xả đọa
Chúng họp nghe tôi tụng.
Tỳ-bà-thi, Thức-khí
Tỳ-xá, Câu-lưu-tôn
Câu-na-hàm mâu-ni
Ca-diếp, Thích-ca-văn,
Các Đại đức Thế Tôn
Vì tôi, dạy việc này
Tôi nay sẽ nói lại
Chư Hiền hãy cùng nghe.
Ví như người què chân
Không thể đi đâu được
Người phá giới cũng vậy

Không thể sanh trời, người.
Muốn được sanh lên trời
Hoặc sanh vào cõi người
Thường phải giữ chân giới
Đừng để bị thương tổn.
Như xe vào đường hiểm
Lo hư chốt, gãy trục
Phá giới cũng như vậy
Khi chết lòng sợ hãi.
Như người tự soi kiếng
Đẹp, xấu sanh vui, buồn
Thuyết giới cũng như vậy
Vẹn, hỏng sanh mừng, lo.
Như hai trận xáp chiến
Gan, nhát có tiến, thối
Thuyết giới cũng như vậy
Tịnh, nhiễm sanh vui, sợ.
Thế gian, vua là lớn
Sông ngòi, biển rộng hơn
Các sao, trăng sáng nhất
Các Thánh, Phật trên hết.
Trong tất cả các luật
Giới kinh là tối thượng
Như Lai lập cấm giới
Nửa tháng tụng một lần.

- Tăng tập chưa?

- Đáp: Tăng đã tập.

Hòa hợp không?

- Đáp: Hòa hợp.

Người chưa thọ đại giới đã ra chưa?

(*Nếu có thì khiến đi ra. Đã đi ra rồi thì đáp:*)[110]

---

[110] Văn trong ngoặc tròn, phụ chú của Hoài Tố.

- Đã ra. **[1031b]** (*Nếu không có thì đáp*): Không có.

- Các tỳ-kheo-ni không đến có thuyết dục và thanh tịnh không?

(*Nếu có, y theo pháp mà trả lời. Nếu không, đáp*):

- Thưa không.

- Tăng nay hòa hợp để làm gì?

- Đáp: Thuyết giới yết-ma.

Đại tỷ Tăng xin lắng nghe, hôm nay là ngày thứ 15, chúng Tăng thuyết giới. Nếu thời gian thích hợp đối với Tăng, Tăng chấp thuận hòa hợp thuyết giới. Đây là lời tác bạch.

(Tác bạch như vậy có thành không? - *Đáp:* Thành.)

Các đại tỷ, nay tôi sẽ thuyết giới ba-la-đề-mộc-xoa, các vị hãy lắng nghe, khéo suy nghiệm kỹ. Nếu tự biết mình có phạm thì nên tự phát lồ, ai không phạm thì im lặng. Do sự im lặng mà biết các đại tỷ thanh tịnh. Nếu có ai hỏi thì như sự thực mà trả lời. Cũng vậy, tỳ-kheo-ni ở trong chúng cho đến ba lần được hỏi, nhớ nghĩ mình có tội mà không phát lồ, mắc tội cố ý vọng ngữ. Phật dạy, cố ý vọng ngữ là pháp chướng đạo. Tỳ-kheo-ni nào nhớ nghĩ mình có tội, muốn được thanh tịnh, hãy nên phát lồ. Phát lồ sẽ an lạc.

Các đại tỷ, tôi đã thuyết xong tựa giới kinh, nay hỏi các đại tỷ trong đây có thanh tịnh không? (*Hỏi như vậy 3 lần*)

Các đại tỷ trong đây thanh tịnh vì im lặng. Việc này tôi ghi nhận như vậy.

CHƯƠNG MỘT
TÁM PHÁP BA-LA-DI

Các đại tỷ, đây là tám pháp ba-la-di, xuất từ giới kinh, mỗi nửa tháng thuyết một lần.[111]

1. Tỳ-kheo-ni nào làm việc dâm dục, phạm bất tịnh hạnh, cho đến cùng với súc sanh, tỳ-kheo-ni ấy phạm ba-la-di, không được sống chung.

2. Tỳ-kheo-ni nào ở trong xóm làng hoặc chỗ trống vắng, lấy vật không cho với tâm trộm cắp, tùy theo sự lấy vật không cho mà bị vua hay đại thần của vua, hoặc bắt, hoặc trói, hoặc giết, hoặc đuổi khỏi nước, mắng rằng: 'Ngươi phạm trộm, ngươi phạm ngu, ngươi phạm không biết gì.' Nếu tỳ-kheo-ni nào làm việc lấy vật không cho như vậy, tỳ-kheo-ni ấy phạm ba la di, không được sống chung.

3. Tỳ-kheo-ni nào cố ý tự tay mình dứt sinh mạng người, hoặc cầm dao đưa người khác dứt, hoặc khen ngợi sự chết, hoặc khuyến khích cho chết, nói rằng: 'Ôi, này bạn, sống cuộc sống xấu ác này làm gì, thà chết còn hơn!' Với tâm tư duy như vậy, bằng mọi phương tiện khen ngợi sự chết, khuyến khích cho chết; tỳ-kheo-ni ấy phạm ba la di, không được sống chung.

4. Tỳ-kheo-ni nào thật sự không chứng ngộ mà tự xưng rằng: 'Tôi đã đắc pháp thượng nhân, tôi đã chứng nhập pháp thù thắng của Thánh trí, tôi biết pháp này, tôi thấy pháp này.' Vào thời

---

[111] Có nhiều học xứ chung cho tỳ-kheo và tỳ-kheo-ni. Về những học xứ này, xem chú thích trong Tỳ-kheo Tăng giới bổn.

gian sau, tỳ-kheo-ni ấy dù được cật vấn hay không được cật vấn, muốn được thanh tịnh nên nói như vầy: 'Các đại tỷ, tôi thật không biết, không thấy, mà nói là có biết, có thấy; đó là lời nói hư vọng, dối trá.' Trừ **[1031c]** tăng thượng mạn, tỳ-kheo-ni ấy phạm ba la di, không được sống chung.

5.   Tỳ-kheo-ni nào với tâm nhiễm ô, cùng với người nam cũng có tâm nhiễm ô, thân thể xúc chạm nhau, từ nách trở xuống, từ đầu gối trở lên, hoặc sờ mó, hoặc kéo, hoặc đẩy, hoặc vuốt lên, hoặc vuốt xuống, hoặc bế lên hoặc để xuống, hoặc nắn hoặc bóp; tỳ-kheo-ni ấy phạm ba-la-di, không được sống chung; vì thân thể xúc chạm nhau.

6.   Tỳ-kheo-ni nào với tâm nhiễm ô, biết người nam cũng có tâm nhiễm ô, bằng lòng để cho nắm tay, nắm áo, đi vào chỗ khuất, cùng đứng, cùng nói, cùng đi, hoặc thân thể dựa vào nhau, hoặc cùng nhau hẹn hò; tỳ-kheo-ni ấy phạm ba-la-di, không được sống chung; vì phạm tám việc này.

7.   Tỳ-kheo-ni nào biết tỳ-kheo-ni khác phạm ba-la-di, mà mình không cử tội, không bạch với Tăng, không nói cho người khác biết. Vào thời gian sau, tỳ-kheo-ni đó hoặc mạng chung, hoặc bị đại chúng cử tội, hoặc thôi tu, hoặc theo ngoại đạo; sau đó mới bảo rằng: 'Trước đây tôi đã biết cô này có tội như vậy như vậy'; tỳ-kheo-ni ấy phạm ba-la-di, không được sống chung; vì che giấu tội nặng.

8.   Tỳ-kheo-ni nào biết tỳ-kheo bị Tăng cử tội, đúng pháp, đúng luật, đúng như lời Phật dạy, nhưng không phục tùng, không sám hối, Tăng cũng chưa tác pháp cho phép sống chung; mà lại tùy thuận vị đó. Các tỳ-kheo-ni nên can gián cô ấy rằng: 'Đại tỷ, tỳ-kheo đó bị Tăng cử tội, đúng pháp, đúng luật, đúng như lời Phật dạy nhưng không phục tùng, không sám hối, Tăng cũng chưa tác pháp cho phép sống chung, đại tỷ chớ nên tùy thuận vị đó.' Khi tỳ-kheo-ni này được các tỳ-kheo-ni can gián như vậy, nhưng vẫn ngoan cố không bỏ, các tỳ-kheo-ni nên can gián cho đến lần hai, lần ba để tỳ-kheo-ni này bỏ sự ngoan cố ấy. Can gián cho đến ba lần, bỏ thì tốt, nếu không bỏ, **[1032a]** tỳ-kheo-

ni ấy phạm ba-la-di, không được sống chung; vì phạm vào việc đi theo kẻ bị Tăng cử tội.

Các đại tỷ, tôi đã thuyết xong tám pháp ba-la-di. Tỳ-kheo-ni nào phạm một trong tám pháp này thì không được sống chung với các tỳ-kheo-ni; như trước đây, sau này cũng như vậy, vì tỳ-kheo-ni phạm ba-la-di, không được sống chung.

Nay hỏi các đại tỷ trong đây có thanh tịnh không? (*Hỏi như vậy 3 lần*)

Các đại tỷ trong đây thanh tịnh vì im lặng. Việc này tôi ghi nhận như vậy.

CHƯƠNG HAI
MƯỜI BẢY PHÁP TĂNG-GIÀ-BÀ-THI-SA

Các đại tỷ, đây là mười bảy pháp tăng-già-bà-thi-sa, xuất từ giới kinh, mỗi nửa tháng thuyết một lần.

1. Tỳ-kheo-ni nào làm mai mối, đem lời người nam nói với người nữ, đem lời người nữ nói với người nam, hoặc để thành việc vợ chồng, hoặc để tư thông nhau dù chỉ trong chốc lát. Tỳ-kheo-ni ấy phạm tăng-già-bà-thi-sa, pháp vừa phạm thành tội[112], cần phải xả trí.[113]

2. Tỳ-kheo-ni nào vì tức giận, không hoan hỷ, vu khống tỳ-kheo-ni khác bằng pháp ba-la-di không căn cứ, vì muốn hủy hoại đời sống thanh tịnh của vị ấy. Vào thời gian sau, dù bị cật vấn hay không bị cật vấn, việc ấy được biết là không căn cứ, tỳ-kheo-ni này nói rằng: 'Tôi vì tức giận nên nói như vậy.' Tỳ-kheo-ni ấy phạm tăng-già-bà-thi-sa, pháp vừa phạm thành tội, cần phải xả trí.

3. Tỳ-kheo-ni nào vì tức giận, không hoan hỷ, dựa lấy tiểu tiết trong phần sự khác, vu khống tỳ-kheo-ni không phải ba-la-di, bằng pháp ba-la-di không căn cứ, vì muốn hủy hoại sự thanh tịnh của vị ấy. Vào thời gian sau, dù bị cật vấn hay không bị cật vấn, việc ấy được biết là dựa lấy tiểu tiết trong phần sự khác, tỳ-kheo-ni này tự nói rằng: 'Tôi vì tức giận nên nói như vậy.' Tỳ-

---

[112] 犯初法. Pāli: *paṭhamāpattikaṃ dhammaṃ āpannā*. Sớ giải: *saha vatthujjhācārā āpajjati asamanubhāsanāya*, tối sơ hành sự là phạm, không do Tăng khuyến cáo.

[113] 應捨. Pāli: *nissāraṇīyanti saṅghamhā nissārīyati*, bị đuổi ra ngoài Tăng.

kheo-ni ấy phạm tăng-già-bà-thi-sa, pháp vừa phạm thành tội, cần phải xả trí.

4.   Tỳ-kheo-ni nào đến quan kiện cư sĩ, con cư sĩ, tôi tớ hoặc người làm thuê,[114] dù là ngày hay đêm, dù trong khoảnh khắc, trong khảy ngón tay hay trong chốc lát, tỳ-kheo-ni ấy phạm tăng-già-bà-thi-sa, pháp vừa phạm thành tội, cần phải xả trí.

5.   Tỳ-kheo-ni nào đã biết đây là nữ tặc, tội đáng phải chết, ai cũng biết, mà không hỏi vua, đại thần, không hỏi dòng họ, lại độ cho xuất gia, cho thọ giới cụ túc, tỳ-kheo-ni ấy phạm tăng-già-bà-thi-sa, pháp vừa phạm thành tội, cần phải xả trí.

6.   Tỳ-kheo-ni nào biết tỳ-kheo-ni khác bị Tăng cử tội đúng pháp, đúng luật, đúng như lời Phật dạy, mà không phục tùng, chưa sám hối, Tăng cũng chưa tác pháp yết-ma cho phép sống chung; nhưng vì tình thân, không hỏi Tăng, Tăng không sai bảo, mà ra ngoài giới tác pháp yết-ma **[1032b]** giải tội vị kia, tỳ-kheo-ni ấy phạm tăng-già-bà-thi-sa, pháp vừa phạm thành tội, cần phải xả trí.

7.   Tỳ-kheo-ni nào lội qua nước một mình, vào làng một mình, ngủ lại một mình, đi sau một mình, tỳ-kheo-ni ấy phạm tăng-già-bà-thi-sa, pháp vừa phạm thành tội, cần phải xả trí.

8.   Tỳ-kheo-ni nào với tâm nhiễm ô, biết người nam cũng có tâm nhiễm ô nhưng vẫn nhận thực phẩm, thức ăn hay những vật dụng khác từ họ, tỳ-kheo-ni ấy phạm tăng-già-bà-thi-sa, pháp vừa phạm thành tội, cần phải xả trí.

9.   Tỳ-kheo-ni nào bảo tỳ-kheo-ni khác với lời như vầy: 'Đại tỷ, người đó có tâm nhiễm ô hay không có tâm nhiễm ô thì liên quan gì đến đại tỷ. Miễn đại tỷ không có tâm nhiễm ô, nếu được thức ăn từ người đó, đúng thời thanh tịnh thì cứ nhận.' Tỳ-kheo-ni ấy phạm tăng-già-bà-thi-sa, pháp vừa phạm thành tội, cần phải xả trí.

---

[114] Pāli, thêm chi tiết: *antamaso samaṇaparibbājakenā*, cho đến sa-môn, xuất gia ngoại đạo.

10. Tỳ-kheo-ni nào muốn phá hoại hòa hợp Tăng, tiến hành phá hoại hòa hợp Tăng, chấp chặt pháp phá hoại hòa hợp Tăng, kiên trì không bỏ, các tỳ-kheo-ni nên can gián tỳ-kheo-ni ấy rằng: 'Đại tỷ, chớ phá hòa hợp Tăng, chớ tiến hành phá hoại hòa hợp Tăng, chớ chấp chặt pháp phá hoại hòa hợp Tăng, kiên trì không bỏ. Đại tỷ hãy cùng Tăng hòa hợp vì cùng Tăng hòa hợp, hoan hỷ, không tranh chấp, đồng học một thầy, hòa hợp như nước với sữa thì ở trong Phật pháp mới có sự tăng ích, sống an lạc.' Khi tỳ-kheo-ni ấy được các tỳ-kheo-ni can gián như vậy mà vẫn kiên trì không bỏ, các tỳ-kheo-ni nên can gián ba lần cho bỏ việc đó. Cho đến ba lần can gián, bỏ thì tốt, nếu không bỏ tỳ-kheo-ni ấy phạm tăng-già-bà-thi-sa, pháp sau ba lần can gián xong là phạm, cần phải xả trí.

11. Tỳ-kheo-ni nào có bè đảng, từ một người, hai người, ba người cho đến vô số tỳ-kheo-ni khác. Các tỳ-kheo-ni bè đảng ấy nói với các tỳ-kheo-ni rằng: 'Các đại tỷ, chớ can gián tỳ-kheo-ni ấy, vì tỳ-kheo-ni ấy là tỳ-kheo-ni nói đúng pháp, là tỳ-kheo-ni nói đúng luật. Những gì tỳ-kheo-ni ấy nói chúng tôi ưa thích, những gì tỳ-kheo-ni ấy nói chúng tôi chấp nhận.' Các tỳ-kheo-ni nên nói với tỳ-kheo-ni bè đảng ấy rằng: 'Đại tỷ, chớ nói như vầy: "Tỳ-kheo-ni ấy là tỳ-kheo-ni nói đúng pháp, là tỳ-kheo-ni nói đúng luật. Những gì tỳ-kheo-ni ấy nói chúng tôi ưa thích, những gì tỳ-kheo-ni ấy nói chúng tôi chấp nhận." Vì sao? Vì những gì tỳ-kheo-ni ấy nói không đúng như pháp, không đúng như luật. Đại tỷ, chớ có muốn phá hòa hợp Tăng, nên ưa thích hòa hợp Tăng. Đại tỷ, hãy cùng Tăng hòa hợp, hoan hỷ, không tranh chấp, cùng **[1032c]** học một thầy, hòa hợp như nước với sữa thì ở trong Phật pháp mới có sự tăng ích, sống an lạc.' Khi tỳ-kheo-ni ấy được các tỳ-kheo-ni can gián như vậy mà vẫn kiên trì không bỏ, các tỳ-kheo-ni nên can gián ba lần cho bỏ việc đó. Cho đến ba lần can gián, bỏ thì tốt, nếu không bỏ tỳ-kheo-ni ấy phạm tăng-già-bà-thi-sa, pháp sau ba lần can gián xong là phạm, cần phải xả trí.

12. Tỳ-kheo-ni nào sống ở thành ấp hay làng xóm mà làm hoen ố nhà người, làm những việc xấu. Sự làm hoen ố nhà người, ai

cũng thấy cũng nghe, làm những việc xấu ai cũng thấy cũng nghe. Các tỳ-kheo-ni nên can gián tỳ-kheo-ni ấy rằng: 'Đại tỷ, cô làm hoen ố nhà người, làm những việc xấu. Sự làm hoen ố nhà người, ai cũng thấy cũng nghe, làm những việc xấu ai cũng thấy cũng nghe. Đại tỷ, cô làm hoen ố nhà người, làm những việc xấu, nay nên xa lìa làng xóm này, không nên ở lại đây nữa.' Tỳ-kheo-ni ấy nói với các tỳ-kheo-ni rằng: 'Đại tỷ, các tỳ-kheo-ni có thiên vị, có thù nghịch, có sợ hãi, có bất minh. Vì có tỳ-kheo-ni cùng tội như vậy mà có người bị đuổi, có người không bị đuổi.' Các tỳ-kheo-ni nên trả lời tỳ-kheo-ni ấy rằng: 'Đại tỷ, cô chớ nói: "Các tỳ-kheo-ni có thiên vị, có thù nghịch, có sợ hãi, có bất minh. Vì có tỳ-kheo-ni cùng tội như vậy mà có người bị đuổi có người không bị đuổi." Vì sao? Vì các tỳ-kheo-ni không có thiên vị, không có thù nghịch, không có sợ hãi, không có bất minh, không có việc tỳ-kheo-ni cùng tội như vậy mà có người bị đuổi có người không bị đuổi; mà vì đại tỷ là người làm hoen ố nhà người, làm những việc xấu; sự làm hoen ố nhà người ai cũng thấy cũng nghe, làm những việc xấu ai cũng thấy cũng nghe.' Khi tỳ-kheo-ni ấy được các tỳ-kheo-ni can gián như vậy mà vẫn kiên trì không bỏ, các tỳ-kheo-ni nên can gián ba lần cho bỏ việc đó. Cho đến ba lần can gián, bỏ thì tốt, nếu không bỏ tỳ-kheo-ni ấy phạm tăng-già-bà-thi-sa, pháp sau ba lần can gián xong là phạm, cần phải xả trí.

13. Tỳ-kheo-ni nào có tánh ngoan cố, không nghe lời người khuyên, dù đã được các tỳ-kheo-ni can gián như pháp về những điều trong học giới, nhưng tự thân tỳ-kheo-ni ấy không nhận lời can gián, lại nói: 'Các đại tỷ, chớ nói với tôi điều gì hoặc tốt hoặc xấu, tôi cũng không nói với các đại tỷ điều gì hoặc tốt hoặc xấu. Các đại tỷ hãy thôi, chớ can gián tôi.' Các tỳ-kheo-ni nên can gián [1033a] tỳ-kheo-ni ấy rằng: 'Đại tỷ, cô chớ tự thân không nhận lời can gián, hãy nên tự thân nhận lời can gián. Đại tỷ hãy như pháp can gián các tỳ-kheo-ni, các tỳ-kheo-ni cũng sẽ như pháp can gián đại tỷ. Như vậy, chúng đệ tử Phật được tăng ích, lần lượt can gián lẫn nhau, chỉ bảo lẫn nhau, phát lồ với nhau.' Khi tỳ-kheo-ni ấy được các tỳ-kheo-ni can gián như vậy mà vẫn

kiên trì không bỏ, các tỳ-kheo-ni nên can gián ba lần cho bỏ việc đó. Cho đến ba lần can gián, bỏ thì tốt, nếu không bỏ tỳ-kheo-ni ấy phạm tăng-già-bà-thi-sa, pháp sau ba lần can gián xong là phạm, cần phải xả trí.

14. Tỳ-kheo-ni nào sống gần gũi nhau, cùng làm việc xấu[115], tiếng xấu đồn xa, lần lượt che giấu tội cho nhau. Các tỳ-kheo-ni nên can gián tỳ-kheo-ni ấy rằng: 'Đại tỷ, các cô chớ sống gần gũi nhau[116], cùng làm việc xấu, tiếng xấu đồn xa, lần lượt che giấu tội cho nhau. Nếu các cô không sống gần gũi nhau thì ở trong Phật pháp mới có được sự tăng ích, sống an lạc.' Khi tỳ-kheo-ni ấy được các tỳ-kheo-ni can gián như vậy mà vẫn kiên trì không bỏ, các tỳ-kheo-ni nên can gián ba lần cho bỏ việc đó. Cho đến ba lần can gián, bỏ thì tốt, nếu không bỏ tỳ-kheo-ni ấy phạm tăng-già-bà-thi-sa, pháp sau ba lần can gián xong là phạm, cần phải xả trí.

15. Tỳ-kheo-ni nào khi bị tỳ-kheo-ni Tăng tác pháp khiển trách can gián, mà tỳ-kheo-ni khác dạy như vầy: 'Các cô đừng sống riêng, hãy sống chung với nhau. Tôi cũng thấy có các tỳ-kheo-ni khác không sống riêng, cùng làm việc xấu, tiếng xấu đồn xa, cùng che giấu tội cho nhau. Tỳ-kheo-ni Tăng vì thiên vị nên bắt các đại tỷ sống riêng.' Các tỳ-kheo-ni nên can gián tỳ-kheo-ni ấy rằng: 'Đại tỷ, cô chớ bảo tỳ-kheo-ni kia rằng: "Các cô đừng sống riêng, hãy sống chung với nhau. Tôi cũng thấy có các tỳ-kheo-ni khác không sống riêng, cùng làm việc xấu, tiếng xấu đồn xa, cùng che giấu tội lẫn nhau. Tỳ-kheo-ni Tăng vì thiên vị nên bắt các đại tỷ sống riêng." Nay chỉ có đúng hai tỳ-kheo-ni này cùng sống chung với nhau, cùng làm việc xấu, tiếng xấu đồn xa, cùng che giấu tội cho nhau, ngoài ra không có ai khác. Nếu các tỳ-kheo-ni này sống riêng thì ở trong Phật pháp mới có được sự tăng ích, sống an lạc.' Khi tỳ-kheo-ni ấy được các tỳ-kheo-ni can gián như vậy mà vẫn kiên trì không bỏ, các tỳ-kheo-ni nên can gián

---

[115] 相親近住. Nhân duyên, hai cô Tô-ma và Bà-phả-di sống gần gũi nhau làm những việc xấu.

[116] 汝等莫相親近.

ba lần cho bỏ việc đó. Cho đến ba lần can gián, bỏ thì tốt, nếu không bỏ tỳ-kheo-ni ấy phạm tăng-già-bà-thi-sa, pháp sau ba lần can gián xong là phạm, cần phải xả trí.

16. Tỳ-kheo-ni nào chỉ vì một việc nhỏ nhặt, giận hờn bất mãn, nói rằng: **[1033b]** 'Tôi bỏ Phật, bỏ pháp, bỏ Tăng; không riêng gì sa-môn Thích tử này có tu phạm hạnh mà sa-môn, bà-la-môn khác cũng có tu phạm hạnh, tôi sẽ đến đó tu phạm hạnh với họ.' Các tỳ-kheo-ni nên can gián tỳ-kheo-ni ấy rằng: 'Đại tỷ, cô đừng chỉ vì một việc nhỏ nhặt, giận hờn bất mãn, vội nói: "Tôi bỏ Phật, bỏ pháp, bỏ Tăng; không riêng gì sa-môn Thích tử này có tu phạm hạnh mà sa-môn, bà-la-môn khác cũng có tu phạm hạnh, tôi sẽ đến đó tu phạm hạnh với họ."' Khi tỳ-kheo-ni ấy được các tỳ-kheo-ni can gián như vậy mà vẫn kiên trì không bỏ, các tỳ-kheo-ni nên can gián ba lần cho bỏ việc đó. Cho đến ba lần can gián, bỏ thì tốt, nếu không bỏ tỳ-kheo-ni ấy phạm tăng-già-bà-thi-sa, pháp sau ba lần can gián xong là phạm, cần phải xả trí.

17. Tỳ-kheo-ni nào ưa tranh cãi, không khéo léo ghi nhớ tránh sự[117], sau đó tức giận nói: 'Tăng có thiên vị, có thù nghịch, có sợ hãi, có bất minh.'[118] Các tỳ-kheo-ni nên can gián tỳ-kheo-ni ấy: 'Đại tỷ, cô chớ ưa tranh cãi, không khéo ghi nhớ tránh sự, sau đó tức giận nói: "Tăng có thiên vị, có thù nghịch, có sợ hãi, có bất minh." Thật sự Tăng không thiên vị, không thù nghịch, không sợ hãi, không bất minh mà chính bản thân đại tỷ có thiên vị, có thù nghịch, có sợ hãi, có bất minh.' Khi tỳ-kheo-ni ấy được các tỳ-kheo-ni can gián như vậy mà vẫn kiên trì không bỏ, các tỳ-kheo-ni nên can gián ba lần cho bỏ việc đó. Cho đến ba lần can gián, bỏ thì tốt, nếu không bỏ tỳ-kheo-ni ấy phạm tăng-già-bà-

---

[117] 憙鬭諍，不善憶持諍事. Pāli: *kismiñcideva adhikaraṇe paccākatā kupitā anattamanā*, bị (Tăng) cự tuyệt (khiển trách) trong một tránh sự nào đó, bèn giận hờn, bất mãn. Pāli: *paccākatā = parājitā*, bị cự tuyệt = bị thua. Pāli: *paccākata = Skt; pratyākṛta*; Hán dịch đọc là *paścāt-kṛta* (?)

[118] Vì có tỳ-kheo-ni khác cũng như vậy nhưng Tăng không phán đoán cự tuyệt.

thi-sa, pháp sau ba lần can gián xong là phạm, cần phải xả trí.

Các đại tỷ, tôi đã thuyết xong mười bảy pháp tăng-già-bà-thi-sa, chín giới đầu vừa phạm thành tội, tám giới sau cho đến ba lần can gián xong là phạm. Nếu tỳ-kheo-ni nào phạm một trong các pháp đó, phải hành ma-na-đỏa giữa hai bộ Tăng trong nửa tháng. Hành ma-na-đỏa xong còn phải xuất tội. Cần phải giữa bốn mươi vị của hai bộ Tăng để xuất tội cho tỳ-kheo-ni ấy; nếu thiếu một vị, không đủ chúng bốn mươi người mà xuất tội tỳ-kheo-ni ấy thì tội của tỳ-kheo-ni ấy không được trừ, các tỳ-kheo-ni cũng đáng bị khiển trách. Như vậy là hợp thức.

Nay hỏi các đại tỷ trong đây có thanh tịnh không? *(Hỏi như vậy 3 lần)*

Các đại tỷ trong đây thanh tịnh vì im lặng. Việc này tôi ghi nhận như vậy.

CHƯƠNG BA
BA MƯƠI PHÁP NI-TÁT-KỲ BA-DẬT-ĐỀ

Các đại tỷ, đây là ba mươi pháp ni-tát-kỳ ba-dật-đề, xuất từ giới kinh, mỗi nửa tháng thuyết một lần.

1. **[1033c]** Tỳ-kheo-ni nào y đã xong, y ca-thi-na đã xả, được phép cất chứa y dư không tịnh thí trong mười ngày, nếu quá hạn, ni-tát-kỳ ba-dật-đề.

2. Tỳ-kheo-ni nào y đã xong, y ca-thi-na đã xả, lìa một trong năm y ngủ chỗ khác, qua một đêm, ni-tát-kỳ ba-dật-đề. Trừ Tăng yết-ma.

3. Tỳ-kheo-ni nào y đã xong, y ca-thi-na đã xả, được vải phi thời, cần thì cứ nhận, nhận xong phải nhanh chóng may thành y. Nếu đủ vải thì tốt, nếu không đủ thì được cất trong một tháng để chờ cho đủ. Nếu quá hạn, ni-tát-kỳ ba-dật-đề.

4. Tỳ-kheo-ni nào xin y từ cư sĩ hay vợ cư sĩ không phải bà con, ni-tát-kỳ ba-dật-đề, trừ trường hợp đặc biệt. Trường hợp đặc biệt là y bị cướp, y bị mất, y bị cháy, y bị trôi. Đây gọi là trường hợp đặc biệt.

5. Tỳ-kheo-ni nào y bị cướp, y bị mất, y bị cháy, y bị trôi, có cư sĩ hay vợ cư sĩ không phải bà con đem cho nhiều y yêu cầu tùy ý nhận, tỳ-kheo-ni ấy nên nhận y đó vừa đủ, nếu nhận quá, ni-tát-kỳ ba-dật-đề.

6. Tỳ-kheo-ni nào, có cư sĩ hay vợ cư sĩ để dành tiền sắm y cho tỳ-kheo-ni, nghĩ rằng: 'Ta nên mua y giá trị như thế cho tỳ-kheo-ni tên như thế.' Tỳ-kheo-ni ấy trước không được yêu cầu tùy ý mà

đến nhà cư sĩ, nói rằng: 'Lành thay cư sĩ, nên để dành tiền sắm y giá trị như vậy như vậy cho tôi.' Vì muốn đẹp, nếu nhận được y, ni-tát-kỳ ba-dật-đề.

7. Tỳ-kheo-ni nào, có hai nhà cư sĩ hay vợ cư sĩ để dành tiền sắm y cho tỳ-kheo-ni, nghĩ rằng: 'Chúng ta nên mua y trị giá như thế cho tỳ-kheo-ni tên như thế.' Tỳ-kheo-ni ấy trước không được yêu cầu tùy ý mà đến hai nhà cư sĩ, nói rằng: 'Lành thay cư sĩ, các vị đã để dành tiền sắm y giá trị như vậy như vậy cho tôi, hãy chung lại làm thành một y.' Vì muốn đẹp, nếu nhận được y, ni-tát-kỳ ba-dật-đề.

8. Tỳ-kheo-ni nào được vua, đại thần, bà-la-môn, cư sĩ hay vợ cư sĩ sai người mang tiền sắm y đến đưa cho tỳ-kheo-ni, bảo rằng: 'Hãy mang tiền sắm y này đến cho tỳ-kheo-ni có tên đó.' Người được sai đến chỗ tỳ-kheo-ni ấy, nói rằng: 'A-di, **[1034a]** tiền sắm y này được gởi cho cô, xin cô hãy nhận lấy.' Tỳ-kheo-ni ấy cần nói với người được sai kia rằng: 'Tôi không được phép nhận tiền sắm y này, khi nào tôi cần y, hợp thời và thanh tịnh thì tôi sẽ nhận.' Người được sai hỏi tỳ-kheo-ni ấy rằng: 'A-di, có người giúp việc không?' Tỳ-kheo-ni cần y ấy nên đáp: 'Có'; và chỉ một tịnh nhân tăng-già-lam hoặc một ưu-bà-di[119] nói rằng: 'Đó là người giúp việc của các tỳ-kheo-ni, thường trợ giúp công việc cho các tỳ-kheo-ni.' Khi ấy, người được sai đến chỗ người giúp việc trao cho tiền sắm y, rồi trở lại chỗ tỳ-kheo-ni ấy, nói như vầy: 'A-di, tôi đã trao tiền sắm y cho người có tên đó mà sư cô đã chỉ. Khi nào cần thì sư cô hãy đến người đó sẽ có y.' Khi cần y, tỳ-kheo-ni ấy đi đến chỗ người giúp việc, lần thứ hai hoặc lần thứ ba, nói: 'Tôi cần y.' Nếu lần thứ hai, lần thứ ba đến để nhắc cho nhớ lại, được y thì tốt, nếu không được thì lần thứ tư, lần thứ năm, lần thứ sáu, đứng im lặng trước người đó để cho nhớ lại. Nếu lần thứ tư, lần thứ năm, lần thứ sáu đứng im lặng trước người đó, được y thì tốt, nếu không được y, cố tình đòi quá số lần trên để được y, ni-tát-kỳ ba-dật-đề.

---

[119] Để bản: 優婆塞 ưu-bà-tắc.

Nếu không được y, tỳ-kheo-ni ấy tự mình hay nhờ người đến chỗ người cho tiền sắm y, nói rằng: 'Trước đây, đạo hữu có sai người mang tiền sắm y đến cho tỳ-kheo-ni có tên đó nhưng rốt cuộc tỳ-kheo-ni ấy không có được y, đạo hữu hãy đến lấy tiền về lại, đừng để mất.' Như vậy là hợp thức.

9. Tỳ-kheo-ni nào tự tay nhận lấy vàng, bạc hay tiền, hoặc bảo người nhận lấy, hoặc miệng nói nhận được, ni-tát-kỳ ba-dật-đề.

10. Tỳ-kheo-ni nào kinh doanh tài bảo dưới mọi hình thức, ni-tát-kỳ ba-dật-đề.

11. Tỳ-kheo-ni nào kinh doanh mua bán dưới mọi hình thức, ni-tát-kỳ ba-dật-đề.

12. Tỳ-kheo-ni nào dùng bát dưới năm chỗ vá và không bị chảy rỉ, lại đi xin bát mới chỉ vì muốn đẹp, ni-tát-kỳ ba-dật-đề. Tỳ-kheo-ni ấy phải đem bát mới đó đến giữa Ni chúng để xả, lần lượt đổi đến hạ tọa, lấy bát của hạ tọa trao cho tỳ-kheo-ni ấy và nói: 'Cô hãy thọ trì bát này cho đến khi vỡ.' Như vậy là hợp thức.

13. Tỳ-kheo-ni nào tự xin chỉ sợi, bảo thợ dệt không phải thân quyến dệt thành y, ni-tát-kỳ ba-dật-đề.

14. Tỳ-kheo-ni nào được cư sĩ hay vợ cư sĩ bảo thợ dệt dệt y cho tỳ-kheo-ni; nhưng trước đó tỳ-kheo-ni ấy không được yêu cầu tùy ý, lại tự ý đến chỗ thợ dệt nói rằng: 'Y này vốn dệt cho tôi, vậy hãy dệt cho thật đẹp, làm cho rộng, cho dài, bền chắc, tỉ mỉ, **[1034b]** tề chỉnh hơn, tốn kém bao nhiêu tôi sẽ trả thêm.' Tỳ-kheo-ni ấy trả thêm dù chỉ bằng một bữa ăn, nếu được y, ni-tát-kỳ ba-dật-đề.

15. Tỳ-kheo-ni nào đã cho tỳ-kheo-ni khác y của mình, sau vì giận hờn, tự lấy hay bảo người khác lấy lại, nói rằng: 'Hãy trả y lại cho tôi, tôi không cho cô nữa.' Khi tỳ-kheo-ni kia trả lại y, nếu tỳ-kheo-ni này nhận lấy, ni-tát-kỳ ba-dật-đề.

16. Tỳ-kheo-ni nào có bệnh, cất chứa các loại thuốc như tô, dầu, sanh tô, mật, đường phèn, được phép dùng cách đêm trong vòng bảy ngày, nếu quá bảy ngày mà còn dùng, ni-tát-kỳ ba-dật-đề.

17. Tỳ-kheo-ni nào còn mười ngày nữa mới hết ba tháng hạ, nhận được y cấp thí, tỳ-kheo-ni biết đó là y cấp thí thì nên nhận, nhận rồi được phép chứa cho đến thời của y, nếu chứa quá hạn, ni-tát-kỳ ba-dật-đề.

18. Tỳ-kheo-ni nào biết đó là vật cúng cho Tăng mà tìm cách xoay về cho mình, ni-tát-kỳ ba-dật-đề.

19. Tỳ-kheo-ni nào muốn cái này xong lại đòi cái khác, ni-tát-kỳ ba-dật-đề.

20. Tỳ-kheo-ni nào biết đàn-việt cúng cho Tăng để làm việc này[120], lại xoay làm công việc khác[121], ni-tát-kỳ ba-dật-đề.

21. Tỳ-kheo-ni nào tự mình xin vật đàn-việt cúng cho Tăng để làm việc này[122], lại xoay làm công việc khác[123], ni-tát-kỳ ba-dật-đề.

22. Tỳ-kheo-ni nào đem vật đàn-việt cúng cho mình để làm việc này[124], lại xoay làm công việc khác[125], ni-tát-kỳ ba-dật-đề.

23. Tỳ-kheo-ni nào tự mình xin vật đàn-việt cúng cho Tăng để làm việc này[126], lại xoay làm công việc khác[127], ni-tát-kỳ ba-dật-đề.

24. Tỳ-kheo-ni nào cất chứa bát dư, ni-tát-kỳ ba-dật-đề.

25. Tỳ-kheo-ni nào cất chứa nhiều đồ dùng có màu sắc đẹp, ni-tát-kỳ ba-dật-đề.

26. Tỳ-kheo-ni nào hứa cho tỳ-kheo-ni khác y bệnh, sau lại không cho, ni-tát-kỳ ba-dật-đề.

27. Tỳ-kheo-ni nào đem y phi thời làm y đúng thời, ni-tát-kỳ ba-dật-đề.

---

[120] Theo duyên khởi của điều học này, làm nhà tụng giới.

[121] Làm y.

[122] Vật thực.

[123] Làm y.

[124] Làm thất riêng.

[125] Làm y.

[126] Làm thất.

[127] Làm y.

28. Tỳ-kheo-ni nào cùng với tỳ-kheo-ni khác trao đổi y, sau vì giận hờn, **[1034c]** tự lấy hay bảo người khác lấy lại, nói: 'Cô trả y cho tôi, tôi không đổi cho cô, y cô thuộc về cô, y tôi trả lại tôi;' ni-tát-kỳ ba-dật-đề.

29. Tỳ-kheo-ni nào xin y dày, trị giá chỉ bằng bốn trương điệp; nếu quá, ni-tát-kỳ ba-dật-đề.

30. Tỳ-kheo-ni nào muốn xin y mỏng, trị giá chỉ bằng hai trương điệp rưỡi; nếu quá, ni-tát-kỳ ba-dật-đề.

Các đại tỷ, tôi đã thuyết xong ba mươi pháp ni-tát-kỳ ba-dật-đề.

Nay hỏi các đại tỷ trong đây có thanh tịnh không? *(Hỏi như vậy 3 lần)*

Các đại tỷ trong đây thanh tịnh vì im lặng. Việc này tôi ghi nhận như vậy.

CHƯƠNG BỐN
MỘT TRĂM BẢY MƯƠI TÁM PHÁP
BA-DẬT-ĐỀ

Các đại tỷ, đây là một trăm bảy mươi tám pháp ba-dật-đề, xuất từ giới kinh, mỗi nửa tháng thuyết một lần.

1. Tỳ-kheo-ni nào cố ý nói dối, ba-dật-đề.

2. Tỳ-kheo-ni nào mắng nhiếc người khác, ba-dật-đề.

3. Tỳ-kheo-ni nào nói lời chia rẽ, ba-dật-đề.

4. Tỳ-kheo-ni nào ngủ đêm chung phòng với người nam, ba-dật-đề.

5. Tỳ-kheo-ni nào ngủ đêm chung phòng với người nữ chưa thọ đại giới, quá ba đêm, ba-dật-đề.

6. Tỳ-kheo-ni nào cùng tụng kinh pháp với người chưa thọ đại giới, ba-dật-đề.

7. Tỳ-kheo-ni nào biết người khác có tội thô ác, đem nói với người chưa thọ đại giới, ba-dật-đề. Trừ Tăng yết-ma.

8. Tỳ-kheo-ni nào nói mình chứng ngộ pháp thượng nhân với người chưa thọ đại giới rằng: 'Tôi biết như vậy, tôi thấy như vậy'; dù là sự thật, ba-dật-đề.

9. Tỳ-kheo-ni nào nói pháp cho người nam quá năm sáu lời, ba-dật-đề. Trừ sự có mặt của **[1035a]** người nữ có trí.

10. Tỳ-kheo-ni nào tự mình đào đất hay bảo người khác đào đất, ba-dật-đề.

11. Tỳ-kheo-ni nào chặt phá cây cối, ba-dật-đề.

12. Tỳ-kheo-ni nào nói lời quanh co gây phiền nhiễu người khác, ba-dật-đề.

13. Tỳ-kheo-ni nào chê mắng tri sự Tăng, ba-dật-đề.

14. Tỳ-kheo-ni nào đem giường dây, giường gỗ, đồ nằm, nệm ngồi của Tăng, tự mình bày ở chỗ trống hoặc sai người bày; dùng xong bỏ đi mà không chịu dọn dẹp, cũng không nhờ người dọn cất, ba-dật-đề.

15. Tỳ-kheo-ni nào đem đồ nằm của Tăng, tự mình bày ở trong phòng Tăng hoặc sai người bày, ngồi hay nằm xong, sau đó bỏ đi mà không chịu dọn dẹp, cũng không nhờ người dọn cất, ba-dật-đề.

16. Tỳ-kheo-ni nào biết đó là chỗ của tỳ-kheo-ni ở trước, mình đến sau nhưng vẫn cố chen vào giữa trải đồ nằm để ngủ nghỉ với ý nghĩ rằng: 'Tỳ-kheo-ni kia thấy chật chội sẽ tự tránh đi chỗ khác'; hành động vì nhân duyên như vậy chứ không gì khác, chẳng phải oai nghi, ba-dật-đề.

17. Tỳ-kheo-ni nào giận hờn, không ưa tỳ-kheo-ni khác, tự mình hay bảo người khác lôi kéo họ ra khỏi phòng của Tăng, ba-dật-đề.

18. Tỳ-kheo-ni nào ở trên tầng gác mà ngồi hay nằm trên giường dây, ghế gỗ đã bị sút chân, ba-dật-đề.

19. Tỳ-kheo-ni nào biết nước có trùng mà vẫn tưới trên đất, trên cỏ, hoặc bảo người tưới, ba-dật-đề.

20. Tỳ-kheo-ni nào làm phòng xá lớn có cửa cánh, cửa sổ và nhiều đồ trang trí khác, nên hướng dẫn lợp mái tranh dày chừng hai, ba lớp; nếu quá, ba-dật-đề.

21. Tỳ-kheo-ni nào ở trú xứ chỉ cúng một bữa ăn, tỳ-kheo-ni không bệnh nên ăn một bữa, nếu thọ nhận quá, ba-dật-đề.

22. Tỳ-kheo-ni nào ăn chúng riêng, ba-dật-đề, trừ các trường hợp khác. Trường hợp khác là khi bệnh, thời gian may y, khi có dâng y, khi đi đường, khi đi thuyền, khi đại hội, khi sa-môn thí thực. Đó gọi là trường hợp khác.

23. Tỳ-kheo-ni nào đến nhà đàn-việt, được ân cần cúng bánh, thức ăn, bột. Tỳ-kheo-ni cần thì nhận hai, ba bát, mang về trong chùa, nên chia cho các **[1035b]** tỳ-kheo-ni khác cùng ăn. Nếu tỳ-kheo-ni không bệnh, nhận quá ba bát, mang về trong chùa mà không chia cho các tỳ-kheo-ni khác ăn, ba-dật-đề.

24. Tỳ-kheo-ni nào ăn phi thời, ba-dật-đề.

25. Tỳ-kheo-ni nào ăn thức ăn thừa cách đêm, ba-dật-đề.

26. Tỳ-kheo-ni nào bỏ vào miệng thức ăn hay thuốc chưa được trao cho, trừ nước và tăm, ba-dật-đề.

27. Tỳ-kheo-ni nào trước đã nhận lời mời rồi, nhưng trước bữa ăn hoặc sau bữa ăn lại đi đến nhà khác mà không báo cho tỳ-kheo-ni khác, ba-dật-đề, trừ các trường hợp khác. Trường hợp khác là khi bệnh, thời gian may y, khi có dâng y. Đó gọi là trường hợp khác.

28. Tỳ-kheo-ni nào cố ý ngồi nán trong nhà có ăn, có tài bảo, ba-dật-đề.

29. Tỳ-kheo-ni nào ngồi ở chỗ khuất trong nhà có ăn, có tài bảo, ba-dật-đề.

30. Tỳ-kheo-ni nào một mình ngồi với người nam ở chỗ trống, ba-dật-đề.

31. Tỳ-kheo-ni nào nói với tỳ-kheo-ni khác như vầy: 'Đại tỷ, hãy cùng tôi vào xóm, tôi sẽ cung cấp thức ăn cho cô.' Đến nơi, tỳ-kheo-ni ấy không khuyên cúng thức ăn cho tỳ-kheo-ni này, còn nói: 'Đại tỷ, hãy đi đi, tôi không thích nói chuyện hay cùng ngồi với cô. Tôi thích ngồi một mình, nói chuyện một mình.' Chỉ với mục đích đó chứ không gì khác, cố tìm cách đuổi đi, ba-dật-đề.

32. Tỳ-kheo-ni nào được thỉnh cầu nhận thuốc bốn tháng, tỳ-kheo-ni không bệnh nên nhận. Nếu quá hạn mà nhận, ba-dật-đề. Trừ trường hợp thỉnh thường xuyên, thỉnh tiếp tục, thỉnh chia phần, thỉnh trọn đời.

33. Tỳ-kheo-ni nào đi xem quân trận, ba-dật-đề. Trừ có nhân duyên hợp thời.

34. Tỳ-kheo-ni nào có nhân duyên được phép đến trong quân trại, tá túc hai, ba đêm, nếu quá, ba-dật-đề.

35. Tỳ-kheo-ni nào tá túc trong quân trại hai, ba đêm mà lại xem quân đội diễn tập, hoặc xem thế lực quân đội, quân voi, quân ngựa, ba-dật-đề.

36. Tỳ-kheo-ni nào uống các loại rượu, ba-dật-đề.

37. Tỳ-kheo-ni nào đùa giỡn trong nước, ba-dật-đề.

38. Tỳ-kheo-ni nào dùng ngón tay thọc lét tỳ-kheo-ni khác, ba-dật-đề.

39. Tỳ-kheo-ni nào không chấp nhận lời can gián, ba-dật-đề.

40. **[1035c]** Tỳ-kheo-ni nào hù dọa tỳ-kheo-ni khác, ba-dật-đề.

41. Tỳ-kheo-ni mỗi nửa tháng tắm một lần. Tỳ-kheo-ni không bệnh nên thọ trì, nếu quá, ba-dật-đề. Trừ trường hợp đặc biệt là khi trời nóng, khi bị bệnh, khi làm việc, bị gió lớn và ướt mưa, khi đi xa về. Đó là trường hợp đặc biệt.

42. Tỳ-kheo-ni nào không bệnh, vì sưởi ấm mà tự mình đốt lửa hay bảo người đốt ở nơi đất trống, ba-dật-đề. Trừ trường hợp đặc biệt.

43. Tỳ-kheo-ni nào giấu bát, y, tọa cụ, ống đựng kim của tỳ-kheo-ni khác; tự giấu hay bảo người giấu, dù chỉ giỡn chơi, ba-dật-đề.

44. Tỳ-kheo-ni nào đã tịnh thí y cho tỳ-kheo, tỳ-kheo-ni, thức-xoa-ma-na, sa-di, sa-di-ni rồi, sau đó không hỏi chủ mà lấy lại dùng, ba-dật-đề.

45. Tỳ-kheo-ni nào nhận được y mới, nên dùng một trong ba màu: xanh, đen hoặc mộc lan để nhuộm cho hoại sắc. Nếu tỳ-kheo-ni nhận được y mới, không dùng một trong ba màu: xanh, đen hoặc mộc lan để nhuộm cho hoại sắc mà dùng nguyên màu y mới, ba-dật-đề.

46. Tỳ-kheo-ni nào cố ý giết chết mạng sống loài vật, ba-dật-đề.

47. Tỳ-kheo-ni nào biết nước có trùng mà vẫn uống, ba-dật-đề.

48. Tỳ-kheo-ni nào cố ý gây phiền tỳ-kheo-ni khác, khiến cho không vui dù chỉ trong chốc lát, ba-dật-đề.

49. Tỳ-kheo-ni nào biết tỳ-kheo-ni khác phạm thô tội mà che giấu, ba-dật-đề.

50. Tỳ-kheo-ni nào biết sự tranh cãi đã sám hối như pháp rồi, sau đó lại khơi dậy, ba-dật-đề.

51. Tỳ-kheo-ni nào biết đó là giặc cướp mà làm bạn cùng đi một đường, dù chỉ trong khoảng một xóm, ba-dật-đề.

52. Tỳ-kheo-ni nào nói như vầy: 'Tôi biết giáo pháp mà Phật dạy, hành dâm không phải là pháp chướng đạo. Các tỳ-kheo-ni khác nên can gián tỳ-kheo-ni ấy rằng: 'Đại tỷ, chớ nói như vậy, đừng xuyên tạc đức Thế Tôn, xuyên tạc đức Thế Tôn là không tốt, đức Thế Tôn không nói như vậy. Đức Thế Tôn bằng vô số phương tiện dạy rằng, dâm dục là pháp chướng đạo, phạm dâm là pháp chướng đạo.' Khi được các tỳ-kheo-ni can gián như vậy, mà tỳ-kheo-ni này vẫn kiên trì không bỏ. Các tỳ-kheo-ni nên can gián ba lần cho bỏ việc đó. Cho đến ba lần can gián, bỏ thì tốt, nếu không bỏ, ba-dật-đề.

53. [1036a] Tỳ-kheo-ni nào biết tỳ-kheo-ni khác nói như vậy, mà chưa được tác pháp (giải); với người không từ bỏ tà kiến như vậy, mà lại nuôi chứa, cùng yết-ma, cùng sống chung, ba-dật-đề.

54. Nếu sa-di-ni nào nói như vầy: 'Tôi biết giáo pháp mà Phật dạy, hành dâm không phải là pháp chướng đạo.' Các tỳ-kheo-ni can gián sa-di-ni ấy rằng: 'Ngươi chớ nói lời như vậy, đừng xuyên tạc đức Thế Tôn, xuyên tạc đức Thế Tôn là không tốt, đức Thế Tôn không nói như vậy.' Này sa-di-ni, đức Thế Tôn bằng vô số phương tiện dạy rằng: 'Dâm dục là pháp chướng đạo, phạm dâm là pháp chướng đạo.' Khi được các tỳ-kheo-ni can gián như vậy, mà sa-di-ni ấy vẫn kiên trì không bỏ, các tỳ-kheo-ni nên can gián ba lần cho bỏ việc đó. Cho đến ba lần can gián, bỏ thì tốt, nếu không bỏ, các tỳ-kheo-ni nói với sa-di-ni ấy rằng: 'Từ giờ trở đi, ngươi không phải là đệ tử của Phật, không được đi theo các tỳ-kheo-ni nữa. Các sa-di-ni khác được ngủ chung

phòng với các tỳ-kheo-ni hai đêm, ngươi không có được việc ấy, ngươi hãy đi đi, ra khỏi chỗ này, không được ở đây nữa.' Nếu tỳ-kheo-ni nào biết sa-di-ni ấy đã bị đuổi như vậy mà vẫn chứa chấp, cho ở chung, ba-dật-đề.

55. Tỳ-kheo-ni nào khi được can gián như pháp, lại nói rằng: 'Nay tôi không học điều giới này, cho đến khi nào tôi hỏi người trì luật có trí tuệ khác đã', ba-dật-đề. Nếu vì muốn hiểu biết thì nên nạn vấn.

56. Tỳ-kheo-ni nào khi nghe thuyết giới, nói như vầy: 'Đại tỷ, tụng những giới vụn vặt này có ích lợi gì. Thuyết những giới này chỉ khiến cho người khác phiền muộn, xấu hổ và nghi ngờ.' Vì khinh chê giới pháp, ba-dật-đề.

57. Tỳ-kheo-ni nào khi nghe thuyết giới, nói như vầy: 'Đại tỷ, nay tôi mới biết giới này rút ra từ trong giới kinh, mỗi nửa tháng thuyết một lần.' Các tỳ-kheo-ni khác biết tỳ-kheo-ni ấy đã từng hai hoặc ba lần ngồi nghe thuyết giới, thậm chí nhiều lần. Tỳ-kheo-ni ấy không phải do vì không biết không hiểu mà khởi tội. Nếu có phạm tội thì như pháp xử trị, trị thêm tội không biết giới pháp, và bảo rằng: 'Đại tỷ, thật không lợi ích gì cho cô, không có sở đắc tốt đẹp nào cho cô, vì trong khi thuyết giới, cô không dụng tâm ghi nhớ, không một lòng lắng tai nghe giới pháp.' Tỳ-kheo-ni ấy, vì sự vô tri, ba-dật-đề.

58. Tỳ-kheo-ni nào khi đã cùng chung yết-ma rồi, sau đó lại nói rằng: 'Các tỳ-kheo-ni vì chỗ thân quen riêng, lấy đồ của chúng Tăng đem cho,' ba-dật-đề.

59. Tỳ-kheo-ni nào khi Tăng đoán sự chưa xong, không gửi dục mà đứng dậy bỏ đi, **[1036b]** ba-dật-đề.

60. Tỳ-kheo-ni nào đã gửi dục rồi, sau đó tỏ sự bất bình, ba-dật-đề.

61. Tỳ-kheo-ni nào sau khi nghe các tỳ-kheo-ni tranh cãi với nhau, rồi đem lời ấy nói cho người kia, ba-dật-đề.

62. Tỳ-kheo-ni nào vì tức giận không vui, đánh tỳ-kheo-ni khác, ba-dật-đề.

63. Tỳ-kheo-ni nào vì tức giận không vui, dùng tay dọa đánh tỳ-kheo-ni khác, ba-dật-đề.

64. Tỳ-kheo-ni nào vì tức giận không vui, vu khống tỳ-kheo-ni khác bằng pháp tăng-già-bà-thi-sa không căn cứ, ba-dật-đề.

65. Tỳ-kheo-ni nào khi vua quán đảnh dòng sát-lợi chưa ra khỏi hậu cung, chưa cất bảo vật, mà đi vào hậu cung, vừa bước qua ngưỡng cửa, ba-dật-đề.

66. Tỳ-kheo-ni nào tự mình cầm nắm hay bảo người cầm nắm vật báu hay đồ trang sức bằng vật báu, ba-dật-đề. Trừ trong Tăng-già-lam hoặc chỗ ngủ nhờ. Nếu trong Tăng-già-lam hoặc chỗ ngủ nhờ, tự mình cầm nắm hay bảo người cầm nắm vật báu hay đồ trang sức bằng vật báu, với ý nghĩ như vầy: 'Nếu chủ nhận ra, sẽ trả lại'; chỉ với nhân duyên như vậy chứ không gì khác.

67. Tỳ-kheo-ni nào vào xóm làng phi thời mà không báo cho tỳ-kheo-ni khác, ba-dật-đề.

68. Tỳ-kheo-ni nào làm giường dây, giường gỗ, chân chỉ nên cao bằng tám ngón tay của Phật, không tính phần mộng để ráp, nếu đã cắt bớt mà vẫn cao hơn quy định, ba-dật-đề.

69. Tỳ-kheo-ni nào dùng bông đâu-la độn làm giường dây, giường gỗ, đồ ngồi hay nằm, ba-dật-đề.

70. Tỳ-kheo-ni nào ăn tỏi, ba-dật-đề.

71. Tỳ-kheo-ni nào cạo lông ba chỗ, ba-dật-đề.

72. Tỳ-kheo-ni nào lấy nước tác tịnh, chỉ nên dùng hai ngón tay, mỗi ngón một đốt, nếu quá, ba-dật-đề.

73. Tỳ-kheo-ni nào dùng hồ giao làm nam căn, ba-dật-đề.

74. Tỳ-kheo-ni nào cùng vỗ cho nhau, ba-dật-đề.

75. Tỳ-kheo-ni nào bưng nước, cầm quạt quạt cho tỳ-kheo không bệnh ăn, **[1036c]** ba-dật-đề.

76. Tỳ-kheo-ni nào xin ngũ cốc sống, ba-dật-đề.

77. Tỳ-kheo-ni nào đại tiểu tiện trên cỏ tươi, ba-dật-đề.

78. Tỳ-kheo-ni nào ban đêm đại tiểu tiện trong đồ chứa, sáng đổ bên ngoài tường mà không xem trước, ba-dật-đề.

79. Tỳ-kheo-ni nào đi xem nghe kỹ nhạc, ba-dật-đề.

80. Tỳ-kheo-ni nào vào trong thôn xóm, cùng đứng và cùng nói chuyện với người nam ở chỗ khuất vắng, ba-dật-đề.

81. Tỳ-kheo-ni nào đi cùng với người nam vào chỗ khuất vắng, ba-dật-đề.

82. Tỳ-kheo-ni nào đi vào đường nhỏ ở trong thôn xóm, bảo bạn đi chỗ khác, rồi cùng với người nam đứng nói thì thầm ở chỗ khuất vắng, ba-dật-đề.

83. Tỳ-kheo-ni nào vào ngồi trong nhà bạch y, bỏ đi mà không báo với chủ nhà, ba-dật-đề.

84. 84. Tỳ-kheo-ni nào vào trong nhà bạch y, không hỏi chủ nhà mà tự tiện ngồi liền xuống giường ghế, ba-dật-đề.

85. Tỳ-kheo-ni nào vào trong nhà bạch y, không hỏi chủ nhà mà tự tiện trải bày chỗ ngồi nằm, ba-dật-đề.

86. Tỳ-kheo-ni nào đi cùng với người nam vào trong nhà tối, ba-dật-đề.

87. Tỳ-kheo-ni nào không nghe kỹ lời thầy dạy mà nói ngay với người khác, ba-dật-đề.

88. Tỳ-kheo-ni nào chỉ vì việc nhỏ nhặt mà thề thốt sẽ đọa vào ba đường ác, không sanh trong Phật pháp, rằng: 'Nếu tôi có làm như vậy tôi sẽ đọa vào ba đường ác, không sanh trong Phật pháp, nếu cô có làm như vậy, cô cũng sẽ đọa vào ba đường ác, không sanh trong Phật pháp;' ba-dật-đề.

89. Tỳ-kheo-ni nào tranh cãi với người khác, không nhớ rõ các chi tiết lúc đó, rồi đấm ngực la khóc, ba-dật-đề.

90. Tỳ-kheo-ni nào không bệnh mà hai người nằm chung một giường, ba-dật-đề.

91. Tỳ-kheo-ni nào nằm chung một nệm, đắp chung một chăn, ba-dật-đề. Trừ trường hợp đặc biệt.

92. Tỳ-kheo-ni nào biết người khác ở trước, mình đến sau; biết người khác đến sau, mình ở trước, vì cố ý gây phiền hà nên ở trước họ mà tụng kinh, hỏi nghĩa, chỉ dạy, ba-dật-đề.

93. **[1037a]** Tỳ-kheo-ni nào không chăm sóc tỳ-kheo-ni sống chung bị bệnh, ba-dật-đề.

94. Tỳ-kheo-ni nào đầu an cư cho tỳ-kheo-ni khác đặt giường trong phòng mình để an cư, sau vì giận hờn đuổi ra, ba-dật-đề.

95. Tỳ-kheo-ni nào du hành nhân gian suốt cả các mùa: xuân, hạ và đông, ba-dật-đề. Trừ trường hợp đặc biệt.

96. Tỳ-kheo-ni nào hạ an cư đã xong mà không đi, ba-dật-đề.

97. Tỳ-kheo-ni nào du hành nhân gian ở biên giới, chỗ có nghi ngờ, đáng sợ, ba-dật-đề.

98. Tỳ-kheo-ni nào du hành nhân gian ở nội địa, chỗ có nghi ngờ, đáng sợ, ba-dật-đề.

99. Tỳ-kheo-ni nào gần gũi với cư sĩ, con trai cư sĩ, sống chung, làm hạnh không tùy thuận. Các tỳ-kheo-ni khác nên can gián tỳ-kheo-ni ấy rằng: 'Đại tỷ, cô chớ gần gũi với cư sĩ, con trai cư sĩ, sống chung, làm hạnh không tùy thuận. Đại tỷ hãy sống riêng, vì sống riêng thì ở trong Phật pháp mới có sự tăng ích, sống an lạc.' Khi tỳ-kheo-ni ấy được các tỳ-kheo-ni can gián như vậy mà vẫn kiên trì không bỏ, các tỳ-kheo-ni nên can gián ba lần cho bỏ việc đó. Cho đến ba lần can gián, bỏ thì tốt, nếu không bỏ, ba-dật-đề.

100. Tỳ-kheo-ni nào du lãm hoàng cung, chiêm ngưỡng họa tiết cung điện, vườn rừng, ao tắm, ba-dật-đề.

101. Tỳ-kheo-ni nào lộ thể tắm ở sông, suối, thác nước, ao hồ, ba-dật-đề.

102. Tỳ-kheo-ni nào muốn may y tắm, cần phải may đúng kích thước. Đúng kích thước là dài bằng sáu gang tay Phật, rộng bằng hai

gang rưỡi, nếu quá, ba-dật-đề.

103. Tỳ-kheo-ni nào may y tăng-già-lê quá năm ngày, ba-dật-đề. Trừ khi tìm cầu tăng-già-lê, xuất ca-thi-na, sáu việc nạn phát sinh.

104. Tỳ-kheo-ni nào quá năm ngày không xem tăng-già-lê, ba-dật-đề.

105. Tỳ-kheo-ni nào cản trở việc cúng y cho chúng Tăng, ba-dật-đề.

106. Tỳ-kheo-ni nào lấy y của người khác mặc mà không hỏi chủ, ba-dật-đề.

107. Tỳ-kheo-ni nào lấy y của sa-môn cho ngoại đạo, cư sĩ, **[1037b]** ba-dật-đề.

108. Tỳ-kheo-ni nào có ý nghĩ rằng, chúng Tăng chia y đúng như pháp, bèn ngăn không cho chia, vì sợ đệ tử của mình không được phần, ba-dật-đề.

109. Tỳ-kheo-ni nào có ý nghĩ rằng, 'mong chúng Tăng không xuất y ca-hy-na hôm nay, sau sẽ xuất, để năm việc phóng xả được kéo dài,' ba-dật-đề.

110. Tỳ-kheo-ni nào có ý nghĩ rằng, 'ngăn tỳ-kheo-ni Tăng xuất y ca-hy-na, vì muốn năm việc được phóng xả kéo dài,' ba-dật-đề.

111. Tỳ-kheo-ni nào được tỳ-kheo-ni khác nhờ: 'Xin dập tắt tránh sự này giúp tôi,' mà không tìm cách để dập tắt, ba-dật-đề.

112. Tỳ-kheo-ni nào tự tay đưa thức ăn cho cư sĩ, ngoại đạo ăn, ba-dật-đề.

113. Tỳ-kheo-ni nào làm người sai sử cho cư sĩ, ba-dật-đề.

114. Tỳ-kheo-ni nào tự tay xe sợi, ba-dật-đề.

115. Tỳ-kheo-ni nào vào nhà cư sĩ, nằm hay ngồi trên giường nhỏ, giường lớn, ba-dật-đề.

116. Tỳ-kheo-ni nào đến nhà cư sĩ, xin chủ sắp xếp chỗ nghỉ đêm, sáng ngày đi mà không từ biệt chủ nhà, ba-dật-đề.

117. Tỳ-kheo-ni nào học tụng chú thuật của thế tục, ba-dật-đề.

118. Tỳ-kheo-ni nào chỉ dạy cho người học tụng chú thuật của thế tục, ba-dật-đề.

119. Tỳ-kheo-ni nào biết người nữ đang có thai mà độ cho thọ giới cụ túc, ba-dật-đề.

120. Tỳ-kheo-ni nào biết người nữ có con còn bú mà độ cho thọ giới cụ túc, ba-dật-đề.

121. Tỳ-kheo-ni nào biết thiếu nữ tuổi chưa đủ hai mươi mà cho thọ giới cụ túc, ba-dật-đề.

122. Tỳ-kheo-ni nào đối với thiếu nữ tuổi đã mười tám, không cho hai năm học giới, tuổi vừa hai mươi liền cho thọ giới cụ túc, ba-dật-đề.

123. Tỳ-kheo-ni nào đối với thiếu nữ tuổi đã mười tám, cho hai năm học giới nhưng không trao sáu học pháp, tuổi vừa hai mươi liền cho thọ giới cụ túc, ba-dật-đề.

124. [1037c] Tỳ-kheo-ni nào đối với thiếu nữ tuổi đã mười tám, cho hai năm học giới, trao sáu học pháp, tuổi đủ hai mươi, chư Tăng không đồng ý nhưng vẫn cho thọ giới cụ túc, ba-dật-đề.

125. Tỳ-kheo-ni nào độ phụ nữ mười tuổi đã từng lấy chồng, cho hai năm học giới, tuổi đủ mười hai, cho thọ giới cụ túc. Nếu dưới mười hai tuổi mà cho thọ giới cụ túc, ba-dật-đề.

126. Tỳ-kheo-ni nào độ phụ nữ tuổi nhỏ đã từng có chồng, cho hai năm học giới, tuổi đủ mười hai, không bạch chúng Tăng mà cho thọ giới cụ túc, ba-dật-đề.

127. Tỳ-kheo-ni nào biết người nữ như vậy mà vẫn cho thọ giới cụ túc, ba-dật-đề.

128. Tỳ-kheo-ni nào độ nhiều đệ tử, không dạy hai năm học giới, không chăm sóc bằng hai pháp, ba-dật-đề.

129. Tỳ-kheo-ni nào không có hai năm theo hòa thượng Ni, ba-dật-đề.

130. Tỳ-kheo-ni nào Tăng không cho phép mà trao giới cụ túc cho người, ba-dật-đề.

131. Tỳ-kheo-ni nào chưa đủ mười hai hạ mà trao giới cụ túc cho người, ba-dật-đề.

132. Tỳ-kheo-ni nào đủ mười hai hạ, chúng Tăng chưa cho phép mà trao giới cụ túc cho người, ba-dật-đề.

133. Tỳ-kheo-ni nào Tăng không cho phép trao giới cụ túc cho người, liền nói: 'Chúng Tăng có thiên vị, có thù nghịch, có sợ hãi, có bất minh, muốn cho ai thì cho, không muốn cho ai thì không cho, ba-dật-đề.

134. Tỳ-kheo-ni nào trao giới cụ túc cho người, mà cha mẹ hay chồng người nữ ấy không đồng ý, ba-dật-đề.

135. Tỳ-kheo-ni nào biết người nữ đang luyến ái con trai, đàn ông, hay sầu ưu, hay sân hận, mà độ cho xuất gia, trao giới cụ túc, ba-dật-đề.

136. Tỳ-kheo-ni nào nói với thức-xoa-ma-na rằng: 'Này cô, hãy bỏ cái này, hãy học điều kia, tôi sẽ cho thọ giới cụ túc', nhưng không tạo điều kiện cho thọ giới cụ túc, ba-dật-đề.

137. Tỳ-kheo-ni nào nói với thức-xoa-ma-na rằng: 'Hãy mang y đến cho tôi, tôi sẽ cho thọ giới cụ túc', nhưng không tạo điều kiện cho thọ giới cụ túc, ba-dật-đề.

138. **[1038a]** Tỳ-kheo-ni nào chưa tròn một năm mà trao cụ túc cho người nữa, ba-dật-đề.

139. Tỳ-kheo-ni nào cho người thọ giới cụ túc rồi, để qua đêm mới dẫn đến trong tỳ-kheo Tăng xin nhận giới cụ túc, ba-dật-đề.

140. Tỳ-kheo-ni nào không bệnh mà không đến nhận giáo thọ, ba-dật-đề.

141. Tỳ-kheo-ni nào mỗi nửa tháng phải đến giữa tỳ-kheo Tăng cầu giáo thọ, nếu không cầu, ba-dật-đề.

142. Tỳ-kheo-ni nào khi hạ an cư xong, phải đến giữa tỳ-kheo Tăng cầu ba sự tự tứ: thấy, nghe và nghi. Nếu không như vậy, ba-dật-đề.

143. Tỳ-kheo-ni nào hạ an cư nơi không có tỳ-kheo, ba-dật-đề.

144. Tỳ-kheo-ni nào biết tăng-già-lam có tỳ-kheo, không thưa hỏi mà vào, ba-dật-đề.

145. Tỳ-kheo-ni nào nhục mạ tỳ-kheo, ba-dật-đề.

146. Tỳ-kheo-ni nào ưa tranh cãi, không nhớ rõ các chi tiết tránh sự, sau giận hờn không vui, mắng nhiếc chúng tỳ-kheo-ni, ba-dật-đề.

147. Tỳ-kheo-ni nào thân thể có mụt nhọt và các loại ghẻ, không bạch với chúng hay người khác mà vội nhờ người nam mổ nặn hay băng bó, ba-dật-đề.

148. Tỳ-kheo-ni nào trước đã nhận lời mời, hoặc đã ăn no đủ, sau đó lại ăn tiếp cơm, cơm khô, bánh bột, cá và thịt, ba-dật-đề.

149. Tỳ-kheo-ni nào sinh lòng ganh tị về gia đình, ba-dật-đề.

150. Tỳ-kheo-ni nào dùng hương liệu bôi thoa thân thể, ba-dật-đề.

151. Tỳ-kheo-ni nào dùng cặn dầu mè bôi thoa thân thể, ba-dật-đề.

152. Tỳ-kheo-ni nào sai tỳ-kheo-ni khác xoa bóp thân thể, ba-dật-đề.

153. Tỳ-kheo-ni nào sai thức-xoa-ma-na xoa bóp thân thể, ba-dật-đề.

154. Tỳ-kheo-ni nào sai sa-di-ni xoa bóp thân thể, ba-dật-đề.

155. Tỳ-kheo-ni nào sai người nữ cư sĩ xoa bóp thân thể, ba-dật-đề.

156. Tỳ-kheo-ni nào mặc quần bó đùi độn dày, ba-dật-đề.

157. Tỳ-kheo-ni nào chứa đồ trang sức thân thể của phụ nữ, ba-dật-đề. Trừ trường hợp đặc biệt.

158. Tỳ-kheo-ni nào mang giày da, cầm dù đi, ba-dật-đề. Trừ trường hợp đặc biệt.

159. [1038b] Tỳ-kheo-ni nào không bệnh, ngồi xe mà đi, ba-dật-đề. Trừ trường hợp đặc biệt.

160. Tỳ-kheo-ni nào không mặc tăng-kỳ-chi mà vào trong thôn xóm, ba-dật-đề.

161. Tỳ-kheo-ni nào đến nhà cư sĩ lúc chiều tối mà trước đó không được mời, ba-dật-đề.

162. Tỳ-kheo-ni nào lúc chiều tối mở cửa tăng-già-lam đi ra ngoài mà không dặn lại các tỳ-kheo-ni khác, ba-dật-đề.

163. Tỳ-kheo-ni nào lúc mặt trời lặn mở cửa tăng-già-lam đi ra ngoài mà không dặn lại ai, ba-dật-đề.

164. Tỳ-kheo-ni nào không tiền an cư hoặc không hậu an cư, ba-dật-đề.

165. Tỳ-kheo-ni nào biết người nữ thường són đại tiểu tiện, đàm dãi thường rỉ chảy mà trao cho giới cụ túc, ba-dật-đề.

166. Tỳ-kheo-ni nào biết người hai hình mà trao cho giới cụ túc, ba-dật-đề.

167. Tỳ-kheo-ni nào biết người có hai đường hiệp lại mà trao cho giới cụ túc, ba-dật-đề.

168. Tỳ-kheo-ni nào biết người có nợ nần và bệnh tật mà trao cho giới cụ túc, ba-dật-đề.

169. Tỳ-kheo-ni nào học kỹ thuật thế tục để tự nuôi sống, ba-dật-đề.

170. Tỳ-kheo-ni nào dùng kỹ thuật thế tục chỉ dạy cho cư sĩ, ba-dật-đề.

171. Tỳ-kheo-ni nào bị đuổi mà không đi, ba-dật-đề.

172. Tỳ-kheo-ni nào muốn hỏi nghĩa lý từ các tỳ-kheo nhưng không xin phép trước mà hỏi, ba-dật-đề.

173. Tỳ-kheo-ni nào biết mình ở trước những người đến sau, mình đến sau những người ở trước, vì muốn quấy nhiễu nên cố tình ở trước họ kinh hành, đứng, ngồi hay nằm, ba-dật-đề.

174. Tỳ-kheo-ni nào biết tăng-già-lam có tỳ-kheo mà xây tháp, ba-dật-đề.

175. Tỳ-kheo-ni nào thấy tỳ-kheo mới thọ giới, phải đứng dậy nghinh đón, cung kính lễ bái, chào hỏi, mời ngồi; nếu không làm vậy, ba-dật-đề. Trừ trường hợp đặc biệt.

176. Tỳ-kheo-ni nào vì làm dáng cho đẹp nên vừa đi vừa lắc thân mình, ba-dật-đề.

177. Tỳ-kheo-ni nào trang điểm, dùng hương liệu bôi thoa thân thể như phụ nữ, ba-dật-đề.

178. Tỳ-kheo-ni nào nhờ người nữ ngoại đạo dùng hương liệu bôi thoa thân thể, ba-dật-đề.

[1038c] Các đại tỷ, tôi đã thuyết xong một trăm bảy mươi tám pháp ba-dật-đề.

Nay hỏi các đại tỷ trong đây có thanh tịnh không? *(Hỏi như vậy 3 lần)*

Các đại tỷ trong đây thanh tịnh vì im lặng. Việc này tôi ghi nhận như vậy.

CHƯƠNG NĂM
TÁM PHÁP BA-LA-ĐỀ ĐỀ-XÁ-NI

Các đại tỷ, đây là tám pháp ba-la-đề đề-xá-ni, xuất từ giới kinh, mỗi nửa tháng thuyết một lần.

1. Tỳ-kheo-ni nào không bệnh mà xin bơ để ăn, phạm vào pháp đáng chê trách cần phát lồ. Phải đến tỳ-kheo-ni khác bạch rằng: 'Thưa đại tỷ, tôi đã phạm vào pháp đáng chê trách, làm điều không nên làm, nay đến trước đại tỷ xin phát lồ.' Đó gọi là pháp hối quá.

2. Tỳ-kheo-ni nào không bệnh mà xin dầu để ăn, phạm vào pháp đáng chê trách cần phát lồ. Phải đến tỳ-kheo-ni khác bạch rằng: 'Thưa đại tỷ, tôi đã phạm vào pháp đáng chê trách, làm điều không nên làm, nay đến trước đại tỷ xin phát lồ.' Đó gọi là pháp hối quá.

3. Tỳ-kheo-ni nào không bệnh mà xin mật để ăn, phạm vào pháp đáng chê trách cần phát lồ. Phải đến tỳ-kheo-ni khác bạch rằng: 'Thưa đại tỷ, tôi đã phạm vào pháp đáng chê trách, làm điều không nên làm, nay đến trước đại tỷ xin phát lồ.' Đó gọi là pháp hối quá.

4. Tỳ-kheo-ni nào không bệnh mà xin đường phèn để ăn, phạm vào pháp đáng chê trách cần phát lồ. Phải đến tỳ-kheo-ni khác bạch rằng: 'Thưa đại tỷ, tôi đã phạm vào pháp đáng chê trách, làm điều không nên làm, nay đến trước đại tỷ xin phát lồ.' Đó gọi là pháp hối quá.

5. Tỳ-kheo-ni nào không bệnh mà xin sữa để ăn, phạm vào pháp đáng chê trách cần phát lồ. Phải đến tỳ-kheo-ni khác bạch rằng: 'Thưa đại tỷ, tôi đã phạm vào pháp đáng chê trách, làm điều không nên làm, nay đến trước đại tỷ xin phát lồ.' Đó gọi là pháp hối quá.

6. Tỳ-kheo-ni nào không bệnh mà xin sữa đông để ăn, phạm vào pháp đáng chê trách cần phát lồ. Phải đến tỳ-kheo-ni khác bạch rằng: 'Thưa đại tỷ, tôi đã phạm vào pháp đáng chê trách, làm điều không nên làm, nay đến trước đại tỷ xin phát lồ.' Đó gọi là pháp hối quá.

7. Tỳ-kheo-ni nào không bệnh mà xin cá để ăn, phạm vào pháp đáng chê trách cần phát lồ. Phải đến tỳ-kheo-ni khác bạch rằng: 'Thưa đại tỷ, tôi đã phạm vào pháp đáng chê trách, làm điều không nên làm, nay đến trước đại tỷ xin phát lồ.' Đó gọi là pháp hối quá.

8. Tỳ-kheo-ni nào không bệnh mà xin thịt để ăn, phạm vào pháp đáng chê trách cần phát lồ. Phải đến tỳ-kheo-ni khác bạch rằng: 'Thưa đại tỷ, tôi đã phạm vào pháp đáng chê trách, làm điều không nên làm, nay đến trước đại tỷ xin phát lồ.' Đó gọi là pháp hối quá.

[1039a] Các đại tỷ, tôi đã thuyết xong tám pháp ba-la-đề đề-xá-ni.

Nay hỏi các đại tỷ trong đây có thanh tịnh không? *(Hỏi như vậy 3 lần)*

Các đại tỷ trong đây thanh tịnh vì im lặng. Việc này tôi ghi nhận như vậy.

CHƯƠNG SÁU
MỘT TRĂM PHÁP CHÚNG HỌC GIỚI

Các đại tỷ, đây là một trăm pháp chúng học, xuất từ giới kinh, mỗi nửa tháng thuyết một lần.

1. Phải mặc niết-bàn-tăng cho chỉnh tề, cần phải học.

2. Phải mặc năm y cho chỉnh tề, cần phải học.

3. Không được vắt ngược y khi đi vào nhà cư sĩ, cần phải học.

4. Không được vắt ngược y khi ngồi trong nhà cư sĩ, cần phải học.

5. Không được quấn y ở cổ khi đi vào nhà cư sĩ, cần phải học.

6. Không được quấn y ở cổ khi ngồi trong nhà cư sĩ, cần phải học.

7. Không được trùm đầu khi đi vào nhà cư sĩ, cần phải học.

8. Không được trùm đầu khi ngồi trong nhà cư sĩ, cần phải học.

9. Không được nhún nhảy khi đi vào nhà cư sĩ, cần phải học.

10. Không được nhún nhảy khi ngồi trong nhà cư sĩ, cần phải học.

11. Không được ngồi chồm hổm trong nhà cư sĩ, cần phải học.

12. Không được chống nạnh khi đi vào nhà cư sĩ, cần phải học.

13. Không được chống nạnh khi ngồi trong nhà cư sĩ, cần phải học.

14. Không được lắc mình khi đi vào nhà cư sĩ, cần phải học.

15. Không được lắc mình khi ngồi trong nhà cư sĩ, cần phải học.

16. Không được vung tay khi đi vào nhà cư sĩ, cần phải học.

17. Không được vung tay khi ngồi trong nhà cư sĩ, cần phải học.

18. Phải trùm kín thân thể khi đi vào nhà cư sĩ, cần phải học.

19. Phải trùm kín thân thể khi ngồi trong nhà cư sĩ, cần phải học.

20. Không được liếc nhìn ngang dọc khi đi vào nhà cư sĩ, cần phải học.

21. Không được liếc nhìn ngang dọc khi ngồi trong nhà cư sĩ, cần phải học.

22. Phải khẽ tiếng khi đi vào nhà cư sĩ, cần phải học.

23. Phải khẽ tiếng khi ngồi trong nhà cư sĩ, cần phải học.

24. Không được cười cợt khi đi vào nhà cư sĩ, cần phải học.

25. **[1039b]** Không được cười cợt khi ngồi trong nhà cư sĩ, cần phải học.

26. Phải chánh niệm khi thọ thực, cần phải học.

27. Thọ nhận thức ăn vừa ngang bát, cần phải học.

28. Thọ nhận canh vừa ngang bát, cần phải học.

29. Ăn cơm và đồ ăn cho đồng đều, cần phải học.

30. Theo thứ tự mà ăn, cần phải học.

31. Không được moi giữa bát mà ăn, cần phải học.

32. Không bệnh, không được đòi hỏi cơm và đồ ăn cho mình, cần phải học.

33. Không được dùng cơm che lấp đồ ăn để mong được thêm, cần phải học.

34. Không được liếc nhìn trong bát người ngồi cạnh khi ăn, cần phải học.

35. Phải chú tâm vào bát khi ăn, cần phải học.

36. Không được ăn vắt cơm lớn, cần phải học.

37. Không được há miệng lớn đợi cơm mà ăn, cần phải học.

38. Không được ngậm cơm mà nói, cần phải học.

39. Không được vắt cơm thảy vào miệng, cần phải học.

40. Không được để rơi rớt cơm khi ăn, cần phải học.

41. Không được phồng má mà ăn, cần phải học.

42. Không được nhai cơm ra tiếng khi ăn, cần phải học.

43. Không được húp cơm ra tiếng mà ăn, cần phải học.

44. Không được le lưỡi liếm khi ăn, cần phải học.

45. Không được rảy tay khi ăn, cần phải học.

46. Không được nhặt cơm rơi để ăn, cần phải học.

47. Không được tay dơ cầm đồ đựng thức ăn, cần phải học.

48. Không được đổ nước rửa bát trong nhà cư sĩ, cần phải học.

49. Không được đại tiểu tiện, khạc nhổ trên rau cỏ tươi, trừ bệnh, cần phải học.

50. Không được đại tiểu tiện, khạc nhổ vào nước sạch, trừ bệnh, cần phải học.

51. Không được đứng mà đại tiểu tiện, trừ bệnh, cần phải học.

52. Không được thuyết pháp cho người vắt ngược áo không cung kính, trừ người bệnh, cần phải học.

53. [1039c] Không được thuyết pháp cho người quấn áo trên cổ, trừ người bệnh, cần phải học.

54. Không được thuyết pháp cho người trùm đầu, trừ người bệnh, cần phải học.

55. Không được thuyết pháp cho người quấn khăn quanh đầu, trừ người bệnh, cần phải học.

56. Không được thuyết pháp cho người chống nạnh, trừ người bệnh, cần phải học.

57. Không được thuyết pháp cho người mang dép da, trừ người bệnh, cần phải học.

58. Không được thuyết pháp cho người mang guốc gỗ, trừ người bệnh, cần phải học.

59. Không được thuyết pháp cho người cưỡi ngựa, trừ người bệnh, cần phải học.

60. Không được ngủ nghỉ trong tháp Phật, trừ lúc canh giữ, cần phải học.

61. Không được cất giấu tài vật trong tháp Phật, trừ lúc muốn chắc chắn, cần phải học.

62. Không được mang dép da vào trong tháp Phật, cần phải học.

63. Không được cầm dép da vào trong tháp Phật, cần phải học.

64. Không được mang dép da đi nhiễu tháp Phật, cần phải học.

65. Không được mang ủng vào trong tháp Phật, cần phải học.

66. Không được cầm ủng vào trong tháp Phật, cần phải học.

67. Không được ngồi ăn dưới tháp Phật, để rác và thức ăn làm bẩn đất, cần phải học.

68. Không được khiêng tử thi đi ngang qua tháp Phật, cần phải học.

69. Không được chôn tử thi dưới tháp Phật, cần phải học.

70. Không được thiêu tử thi chỗ tháp Phật, cần phải học.

71. Không được đối diện tháp Phật thiêu tử thi, cần phải học.

72. Không được thiêu tử thi xung quanh tháp Phật, làm mùi hôi bay vào, cần phải học.

73. Không được đem áo quần, giường người chết đi ngang qua tháp Phật, trừ khi đã giặt sạch, nhuộm và xông hương, cần phải học.

74. Không được đại tiểu tiện dưới tháp Phật, cần phải học.

75. Không được đại tiểu tiện trước tháp Phật, cần phải học.

76. Không được đại tiểu tiện xung quanh tháp Phật, làm mùi hôi bay vào, cần phải học.

77. Không được mang ảnh tượng Phật đến chỗ đại tiểu tiện, cần phải học.

78. Không được xỉa răng chỗ tháp Phật, cần phải học.

79. **[1040a]** Không được xỉa răng đối diện tháp Phật, cần phải học.

80. Không được xỉa răng xung quanh tháp Phật, cần phải học.

81. Không được hỉ mũi, khạc nhổ chỗ tháp Phật, cần phải học.

82. Không được hỉ mũi, khạc nhổ đối diện tháp Phật, cần phải học.

83. Không được hỉ mũi, khạc nhổ xung quanh tháp Phật, cần phải học.

84. Không được ngồi duỗi chân về tháp Phật, cần phải học.

85. Không được an trí tượng Phật ở phòng dưới, mình ở phòng trên, cần phải học.

86. Không được thuyết pháp cho người ngồi mà mình đứng, trừ người bệnh, cần phải học.

87. Không được thuyết pháp cho người nằm mà mình ngồi, trừ người bệnh, cần phải học.

88. Không được thuyết pháp cho người ngồi giữa mà mình ngồi một bên, trừ người bệnh, cần phải học.

89. Không được thuyết pháp cho người ở chỗ cao mà mình ở chỗ thấp, trừ người bệnh, cần phải học.

90. Không được thuyết pháp cho người đi phía trước mà mình đi phía sau, trừ người bệnh, cần phải học.

91. Không được thuyết pháp cho người ở chỗ kinh hành cao mà mình ở chỗ kinh hành thấp, trừ người bệnh, cần phải học.

92. Không được thuyết pháp cho người ở giữa đường mà mình ở lề đường, trừ người bệnh, cần phải học.

93. Không được nắm tay nhau khi đi trên đường, cần phải học.

94. Không được leo lên cây cao quá đầu người, trừ trường hợp ngoại lệ, cần phải học.

95. Không được bỏ bát vào trong đãy, xỏ vào đầu gậy rồi vác trên vai mà đi, cần phải học.

96. Không được thuyết pháp cho người đang cầm gậy vì không cung kính, trừ người bệnh, cần phải học.

97. Không được thuyết pháp cho người đang cầm kiếm, trừ người bệnh, cần phải học.

98. Không được thuyết pháp cho người đang cầm mâu, trừ người bệnh, cần phải học.

99. Không được thuyết pháp cho người đang cầm dao, trừ người bệnh, cần phải học.

100. Không được thuyết pháp cho người đang che dù, trừ người bệnh, cần phải học.

Các đại tỷ, tôi đã thuyết xong pháp chúng học.

Nay hỏi các đại tỷ trong đây có thanh tịnh không? *(Hỏi như vậy 3 lần)*

Các đại tỷ trong đây thanh tịnh vì im lặng. Việc này tôi ghi nhận như vậy.

CHƯƠNG BẢY
BẢY PHÁP DIỆT TRÁNH

Các đại tỷ, đây là bảy pháp diệt tránh, xuất từ giới kinh, mỗi nửa tháng thuyết một lần.

[1040b] Nếu có sự tranh cãi khởi lên giữa các tỳ-kheo-ni thì cần phải trừ diệt.

1. Cần giải quyết bằng hiện tiền tì-ni thì phải giải quyết bằng hiện tiền tì-ni.

2. Cần giải quyết bằng ức niệm tì-ni thì phải giải quyết bằng ức niệm tì-ni.

3. Cần giải quyết bằng bất si tì-ni thì phải giải quyết bằng bất si tì-ni.

4. Cần giải quyết bằng tự ngôn trị thì phải giải quyết bằng tự ngôn trị.

5. Cần giải quyết bằng đa nhân ngữ thì phải giải quyết bằng đa nhân ngữ.

6. Cần giải quyết bằng mích tội tướng thì phải giải quyết bằng mích tội tướng.

7. Cần giải quyết bằng như thảo phú địa thì phải giải quyết bằng như thảo phú địa.

Các đại tỷ, tôi đã thuyết xong bảy pháp diệt tránh.

Nay hỏi các đại tỷ trong đây có thanh tịnh không? *(Hỏi như vậy 3 lần)*

Các đại tỷ trong đây thanh tịnh vì im lặng. Việc này tôi ghi nhận như vậy.

CHƯƠNG KẾT

I. KẾT GIỚI

Thưa các đại tỷ, tôi đã thuyết xong tựa của giới kinh, đã thuyết xong tám pháp ba-la-di, đã thuyết xong mười bảy pháp tăng-già-bà-thi-sa, đã thuyết xong ba mươi pháp ni-tát-kỳ ba-dật-đề, đã thuyết xong một trăm bảy mươi tám pháp ba-dật-đề, đã thuyết xong tám pháp ba-la-đề đề-xá-ni, đã thuyết xong một trăm pháp chúng học, đã thuyết xong bảy pháp diệt tránh. Đó là những điều Phật đã thuyết, xuất từ giới kinh, mỗi nửa tháng thuyết một lần. Còn các Phật pháp khác nữa, trong đây cần phải cùng hòa hiệp học tập.

II. THẤT PHẬT GIỚI KINH

Nhẫn: khổ hạnh bậc nhất
Niết-bàn: đạo tối thượng
Xuất gia não hại người
Không xứng danh sa-môn.

Đây là giới kinh mà đức Tỳ-bà-thi Như lai, bậc Vô Sở Trước, Đẳng Chánh Giác đã giảng dạy.

Cũng như người mắt sáng
Tránh khỏi lối hiểm nghèo
Bậc có trí trong đời
Tránh xa các xấu ác.

Đây là giới kinh mà đức Thi-khí Như lai, bậc Vô Sở Trước, Đẳng Chánh Giác đã giảng dạy.

Không báng bổ, tật đố
Vâng hành các học giới

Ăn uống biết vừa đủ
Thường ưa chỗ nhàn tịnh
Tâm định, vui tinh tấn
Là lời chư Phật dạy.

Đây là giới kinh mà đức Tỳ-diếp-la Như lai, bậc Vô Sở Trước, Đẳng Chánh Giác đã giảng dạy.

Như ong đến tìm hoa
Không hại sắc và hương,
[1040c] *Chỉ hút nhụy rồi đi;*
Vậy tỳ-kheo vào xóm
Không chống trái việc người,
Người làm hay không làm
Chỉ xét hành vi mình
Đoan chánh, không đoan chánh.

Đây là giới kinh mà đức Câu-lưu-tôn Như lai, bậc Vô Sở Trước, Đẳng Chánh Giác đã giảng dạy.

Chớ để tâm buông lung
Hãy cần học Thánh pháp,
Như thế dứt ưu sầu
Tâm định nhập Niết-bàn.

Đây là giới kinh mà đức Câu-na-hàm mâu-ni Như lai, bậc Vô Sở Trước, Đẳng Chánh Giác đã giảng dạy.

Hết thảy ác chớ làm
Hãy vâng hành các thiện,
Tự lóng sạch ý chí
Là lời chư Phật dạy.

Đây là giới kinh mà đức Ca-diếp Như lai, bậc Vô Sở Trước, Đẳng Chánh Giác đã giảng dạy.

Khéo phòng hộ lời nói
Ý chí tự lắng trong,
Thân không làm các ác
Thực hành được như thế,

Ba tịnh nghiệp đạo này
Là đạo đấng Đại Tiên.

Đây là giới kinh mà đức Thích-ca Mâu-ni Như lai, bậc Vô Sở Trước, Đẳng Chánh Giác đã giảng dạy cho các tỳ-kheo vô sự trong khoảng mười hai năm đầu. Từ đó về sau được phân biệt rộng rãi. Các tỳ-kheo-ni tự mình hâm mộ chánh pháp, hâm mộ sa-môn hạnh, có tàm có quý, hâm mộ học giới, hãy tu học trong đây.

III. KHUYẾN GIỚI

Người trí khéo hộ giới
Sẽ được ba điều vui:
Danh thơm và lợi dưỡng
Sau khi chết sanh thiên.

Hãy quán sát điều này
Bậc trí siêng hộ giới
Giới tịnh, sanh trí tuệ
Thành tựu đạo tối thượng.

Như chư Phật quá khứ
Và chư Phật vị lai,
Các Thế Tôn hiện tại,
Đấng chiến thắng khổ đau
Thảy đều tôn kính giới
Đây là pháp chư Phật.

Nếu ai vì tự thân
Mong cầu nơi Phật đạo,
Hãy tôn trọng chánh pháp
Đây lời chư Phật dạy.

Bảy đấng Thế Tôn Phật
Diệt trừ mọi kiết sử,
Thuyết bảy giới kinh này
Giải thoát các hệ phược.

[1041a] Các Ngài đã Niết-bàn
Các hý luận vắng bặt.

Các đệ tử vâng hành
Lời dạy đấng Đại tiên
Giới, Thánh hiền khen ngợi
Thảy đều nhập Niết-bàn.

Thế Tôn khi Niết-bàn
Vận khởi tâm đại bi
Họp các tỳ-kheo chúng
Ban giáo giới như vầy:

Chớ nghĩ Ta Niết-bàn
Không còn ai chăn dắt,
Giới kinh và tì-ni
Những điều Ta dạy rõ.
Hãy xem đó như Phật
Dù Ta nhập Niết-bàn.

Giới kinh này còn mãi
Phật pháp còn sáng rỡ,
Do sự sáng rỡ ấy
Niết-bàn được chứng nhập.

Nếu không trì giới này
Không bố-tát như pháp
Khác gì mặt trời lặn
Thế giới thành tối tăm.

Hãy hộ trì giới ấy
Như trâu mao tiếc đuôi,
Hòa hợp ngồi một chỗ
Như lời Phật đã dạy.

Tôi đã thuyết giới kinh
Chúng Tăng bố-tát xong,
Tôi nay thuyết giới kinh
Công đức thuyết giới này,
Nguyện ban khắp chúng sanh
Cùng trọn thành Phật đạo.

ĐÀM-VÔ-ĐỨC BỘ TẠP YẾT-MA

T22, No. 1432 [Nos. 1433, 1434; cf. No. 1428]

曇無德律部雜羯磨

曹魏天竺三藏康僧鎧譯

Hán dịch:

Tam Tạng Khang Tăng Khải

Việt dịch:

Tỳ-kheo Thích Đồng Minh

TỨ PHẦN TẠP YẾT MA[1]

T22, No. 1432 [Nos. 1433, 1434; cf. No. 1428]

Lược dẫn

Bản Hán dịch Đàm-vô-đức luật bộ yết-ma, Hán dịch bởi Khang Tăng Khải (*Saṅghavarman* nguyên là phần trích các pháp yết-ma được nói trong quảng luật của *Luật Tứ phần*, Hán dịch bởi Phật-đà-da-xá (*Buddhayaśas*, tiểu truyện xem *Tứ phần Tổng lục*).

Khang Tăng Khải 康僧鎧[2] người gốc Khang-cư (*Sogdiana*), đến Lạc Dương, Trung Hoa, dưới thời Tào Ngụy vào cuối niên hiệu Gia Bình (Tl. 249-254). *Chúng kinh mục lục* chỉ ghi sư dịch 2 bản Kinh Úc-già Trưởng giả, 2 quyển. *Nội điển lục* ghi có hai bản dịch: Úc-già Trưởng giả và Vô Lượng Thọ, 2 quyển.

---

[1] Gồm cả yết-ma Tăng và Ni.

[2] Trùng tên với Tăng-già-bạt-ma 僧伽跋摩 (*Saṅghavarman*), Hán dịch Tăng Khải 僧鎧 hoặc Chúng Khải 眾鎧, đến Trung Hoa dưới thời Lưu Tống, niên hiệu Nguyên Gia 10 (Tl. 433)

PHẦN I: YẾT-MA TĂNG

CHƯƠNG MỘT
CÁC PHÁP KẾT GIỚI

1. Văn kết giới trường

[1041a27] (Hai cương giới không được dính nhau. Nếu muốn ấn định giới trường bên trong của đại giới, trước hết phải dựng tiêu tướng của giới trường, tướng bốn phương bên trong và bên ngoài cách nhau khoảng 2m. Sai người xướng một vòng tướng bên trong, rồi nói: Đây là tướng bên trong, kia là tướng bên ngoài.' Xướng ba lần như vậy. Trong chúng, sai vị có khả năng làm yết-ma kết giới. Không được nhận dục, vì chưa kết giới.)

"Đại đức Tăng xin lắng nghe! Tỳ-kheo... nơi trú xứ này xướng tướng bốn phương của tiểu giới. **[1041b01]** Nếu thời gian thích hợp đối với Tăng, Tăng đồng ý dựa vào bên trong tiêu tướng bốn phương của tiểu giới kết làm giới trường. Đây là lời tác bạch.

Đại đức Tăng xin lắng nghe! Tỳ-kheo... nơi trú xứ này xướng tướng bốn phương của tiểu giới. Nay Tăng dựa vào bên trong tiêu tướng bốn phương của tiểu giới kết làm giới trường. Các trưởng lão nào đồng ý, Tăng dựa vào bên trong tiêu tướng bốn phương này kết làm giới trường thì im lặng. Vị nào không đồng ý xin nói.

Tăng đã đồng ý bên trong tiêu tướng bốn phương này kết làm giới trường rồi. Tăng đã đồng ý vì im lặng. Việc này tôi ghi nhận như vậy."

2. Văn kết Đại giới

(Thứ đến kết đại giới. Trước hết nêu tướng cố định bốn phương [bên trong và bên ngoài] của đại giới, tường bao ngoài không nên quá xa, trở ngại cho người bố-tát. Xướng ba lần. Trong chúng sai vị có khả năng làm yết-ma kết giới; cũng không được nhận dục, vì chưa kết giới.)

"Đại đức Tăng xin lắng nghe! Tỳ-kheo... nơi trú xứ này đã xướng tiêu tướng bốn phương bên trong [và bên ngoài] của đại giới. Nếu thời gian thích hợp đối với Tăng, Tăng đồng ý, nay Tăng dựa vào tiêu tướng bốn phương bên trong [và bên ngoài] này kết làm đại giới, đồng một trú xứ, đồng một thuyết giới. Đây là lời tác bạch.

Đại đức Tăng xin lắng nghe! Tỳ-kheo... nơi trú xứ này đã xướng tiêu tướng bốn phương bên trong [và bên ngoài] của đại giới. Nay Tăng dựa vào tiêu tướng bốn phương bên trong [và bên ngoài] này kết làm đại giới, đồng một trú xứ, đồng một thuyết giới. Các trưởng lão nào đồng ý, nay Tăng dựa vào tiêu tướng bốn phương bên trong [và bên ngoài] này kết làm đại giới, đồng một trú xứ, đồng một thuyết giới thì im lặng. Vị nào không đồng ý xin nói.

Tăng đã đồng ý tiêu tướng bốn phương bên trong [và bên ngoài] này kết làm đại giới, đồng một trú xứ, đồng một thuyết giới rồi. Tăng đã đồng ý vì im lặng. Việc này tôi ghi nhận như vậy."

3. Kết và giải giới không mất y

3.1 Văn kết giới không mất y

(Giới không mất y không có tiêu tướng riêng, vì dựa vào tướng của đại giới mà kết, nên nói tướng của trú xứ này.)

"Đại đức Tăng xin lắng nghe! Trú xứ này đồng một trú xứ, đồng một thuyết giới. Nếu thời gian thích hợp đối với Tăng, Tăng đồng ý kết giới không mất y, trừ thôn và cương giới ngoài của thôn. Đây là lời tác bạch.

Đại đức Tăng xin lắng nghe! Trú xứ này đồng một trú xứ, đồng một thuyết giới, nay Tăng kết giới không mất y, trừ thôn và cương giới ngoài của thôn. Các trưởng lão nào đồng ý, Tăng trú xứ này đồng một trú xứ, đồng một thuyết giới, kết giới không mất y, trừ thôn và cương giới ngoài của thôn thì im lặng. Vị nào không đồng ý xin nói.

Tăng đã đồng ý trú xứ này đồng một trú xứ, đồng một thuyết giới, kết giới không mất y, trừ thôn và cương giới ngoài thôn ra rồi. Tăng đã đồng ý vì im lặng. Việc này tôi ghi nhận như vậy."

(Nếu hai cương giới [tiểu giới và đại giới] sát nhau, nên chừa khoảng giữa, không được dính liền. Nếu muốn giải giới, trước hết nên giải giới không mất y, sau đó giải đại giới. [Giữa tiểu giới và đại giới] không được cách nhau bởi dòng nước chảy mạnh, hoặc bị cách trở khi qua, trừ có cầu.)

3.2 [1041c01] Văn giải giới không mất y

"Đại đức Tăng xin lắng nghe! Tỳ-kheo trú xứ này, đồng một trú xứ, đồng một thuyết giới. Nếu thời gian thích hợp đối với Tăng, Tăng đồng ý, nay Tăng giải giới không mất y. Đây là lời tác bạch.

Đại đức Tăng xin lắng nghe! Tỳ-kheo trú xứ này, đồng một trú xứ, đồng một thuyết giới, nay Tăng giải giới không mất y. Các trưởng lão nào đồng ý, nay Tăng trú xứ này, đồng một trú xứ, đồng một thuyết giới, giải giới không mất y thì im lặng. Vị nào không đồng ý xin nói.

Tăng đã đồng ý trú xứ này, đồng một trú xứ, đồng một thuyết giới, giải giới không mất y rồi. Tăng đã đồng ý vì im lặng. Việc này tôi ghi nhận như vậy."

4. Văn giải đại giới

"Đại đức Tăng xin lắng nghe! Tỳ-kheo trú xứ này, đồng một trú xứ, đồng một thuyết giới. Nếu thời gian thích hợp đối với Tăng, Tăng đồng ý, nay Tăng giải đại giới. Đây là lời tác bạch.

Đại đức Tăng xin lắng nghe! Tỳ-kheo trú xứ này, đồng một trú xứ, đồng một thuyết giới, nay Tăng giải đại giới. Các trưởng lão nào đồng ý, nay Tăng trú xứ này, đồng một trú xứ, đồng một thuyết giới, giải đại giới thì im lặng. Vị nào không đồng ý xin nói.

Tăng đã đồng ý trú xứ này, đồng một trú xứ, đồng một thuyết giới, giải đại giới rồi. Tăng đã đồng ý vì im lặng. Việc này tôi ghi nhận như vậy."

5. Văn giải giới trường

"Đại đức Tăng xin lắng nghe! Nay có ngần ấy tỳ-kheo tập hợp, nếu thời gian thích hợp đối với Tăng, Tăng đồng ý, nay Tăng giải giới trường trú xứ này. Đây là lời tác bạch.

Đại đức Tăng xin lắng nghe! Nay có ngần ấy tỳ-kheo tập hợp, nay Tăng giải giới trường trú xứ này. Các trưởng lão nào đồng ý, nay Tăng giải giới trường trú xứ này thì im lặng. Vị nào không đồng ý xin nói.

Tăng đã đồng ý giải giới trường trú xứ này rồi. Tăng đã đồng ý vì im lặng. Việc này tôi ghi nhận như vậy."

(Vào ngày bố-tát hay ngày tự tứ, nếu đi trên đường, hoặc chúng không hòa hợp, cho kết tiểu giới để bố-tát hay tự tứ.)

6. Kết và giải tiểu giới tại chỗ ngồi

6.1. Văn kết tiểu giới tại chỗ ngồi

"Đại đức Tăng xin lắng nghe! Chỗ ngồi của các tỳ-kheo đã kín, có... chỗ ngồi của tỳ-kheo như vậy. Nếu thời gian thích hợp đối với Tăng, Tăng đồng ý, nay Tăng kết tiểu giới tại chỗ ngồi này. Đây là lời tác bạch.

Đại đức Tăng xin lắng nghe! Ngần ấy chỗ ngồi của tỳ-kheo như vậy, nay Tăng kết tiểu giới tại chỗ ngồi này. Các trưởng lão nào đồng ý, nay Tăng với ngần ấy chỗ ngồi của tỳ-kheo như vậy, kết làm tiểu giới tại chỗ ngồi này thì im lặng. Vị nào không đồng ý xin nói.

Tăng đã đồng ý với ngần ấy chỗ ngồi của tỳ-kheo như vậy, kết làm tiểu giới tại chỗ ngồi này rồi. Tăng đã đồng ý vì im lặng. Việc này tôi ghi nhận như vậy."

(Việc xong rồi, phải giải giới.)

6.2. [1042a01] Văn giải tiểu giới tại chỗ ngồi

"Đại đức Tăng xin lắng nghe! Ngần ấy chỗ ngồi của tỳ-kheo như vậy. Nếu thời gian thích hợp đối với Tăng, Tăng đồng ý, nay Tăng giải tiểu giới tại chỗ ngồi này. Đây là lời tác bạch.

Đại đức Tăng xin lắng nghe! Ngần ấy chỗ ngồi của tỳ-kheo như vậy, nay Tăng giải tiểu giới tại chỗ ngồi này. Các trưởng lão nào đồng ý, nay Tăng với ngần ấy chỗ ngồi của tỳ-kheo như vậy, giải tiểu giới tại chỗ ngồi này thì im lặng. Vị nào không đồng ý xin nói.

Tăng đã đồng ý với ngần ấy chỗ ngồi của tỳ-kheo như vậy, giải tiểu giới tại chỗ ngồi này rồi. Tăng đã đồng ý vì im lặng. Việc này tôi ghi nhận như vậy."

CHƯƠNG HAI
PHÁP THỌ GIỚI

1. Pháp độ sa-di

(Nếu muốn cho cạo tóc ở trong tăng-già-lam, nên bạch tất cả Tăng. Nếu Tăng không tập hợp được, nên dẫn đến từng phòng thưa cho biết, sau đó cho cạo tóc. Nếu Tăng tập hợp được, nên bạch. Bạch rồi, nhiên hậu cho cạo tóc. Tác bạch như vầy:)

"Đại đức Tăng xin lắng nghe! Người có tên... này muốn cầu tỳ-kheo hiệu... cạo tóc. Nếu thời gian thích hợp đối với Tăng, Tăng đồng ý cho người có tên... này cạo tóc. Đây là lời tác bạch."

(Nếu muốn độ cho xuất gia trong tăng-già-lam nên bạch tất cả Tăng. Bạch rồi mới được phép xuất gia. Tác bạch như vầy:)

"Đại đức Tăng xin lắng nghe! Người này tên... muốn cầu xuất gia theo tỳ-kheo hiệu... Nếu thời gian thích hợp đối với Tăng, Tăng đồng ý cho người tên... này xuất gia. Đây là lời tác bạch."

(Bạch như vậy rồi sau mới cho xuất gia. Hướng dẫn người xuất gia mặc áo ca-sa, trống vai bên hữu, cởi bỏ dép, đầu gối bên hữu chấm đất, bảo họ chắp tay thưa:)

"Con tên là... trọn đời quy y Phật, quy y Pháp, quy y Tăng; con theo Phật xuất gia, tỳ-kheo hiệu... làm Hòa thượng. Đức Như Lai, Chí chân, Đẳng chánh giác là Thế Tôn của con." (Lần thứ hai, lần thứ ba cũng thưa như vậy.)

Con tên là... đã quy y Phật rồi, đã quy y Pháp rồi, đã quy y Tăng rồi, con theo Phật xuất gia, tỳ-kheo hiệu... làm Hòa thượng. Đức Như Lai, Chí chân, Đẳng chánh giác là Thế Tôn của con. (Lần thứ hai, lần thứ ba cũng thưa như vậy. Sau khi giới tử thưa như vậy rồi, giới sư nên trao giới cho họ:)

1- Trọn đời không sát sanh, là giới của sa-di. Ngươi giữ được không?[3]

Đáp: **Vâng được.**

2- Trọn đời không trộm cắp, là giới của sa-di. Ngươi giữ được không?

Đáp: **Vâng được.**

3- Trọn đời không dâm dục, là giới của sa-di. Ngươi giữ được không?

Đáp: **Vâng được.**

4- Trọn đời không nói dối, là giới của sa-di. Ngươi giữ được không?

Đáp: **Vâng được.**

5- Trọn đời không uống rượu, là giới của sa-di. Ngươi giữ được không?

Đáp: **Vâng được.**

6- Trọn đời không được đeo tràng hoa, thoa đồ thơm vào mình, là giới của sa-di. Ngươi giữ được không?

Đáp: **Vâng được.**

7- Trọn đời không ca múa, xướng hát và cố ý xem nghe, là giới của sa-di. Ngươi giữ được không?

Đáp: **Vâng được.**

8- Trọn đời không nằm ngồi trên giường cao rộng lớn, là giới của sa-di. Ngươi giữ được không?

---

[3] Để bản: năng trì phủ 能持不? Trong quảng luật Tứ phần, không có câu hỏi này.

Đáp: **Vâng được.**

9- Trọn đời không ăn phi thời, là giới của sa-di. Ngươi giữ được [1042b01] **không?**

Đáp: **Vâng được.**

10- Trọn đời không cầm nắm vàng ròng, bạc, vật báu, là giới của sa-di. Ngươi giữ được không?

Đáp: **Vâng được.**

Đây là mười giới của sa-di, trọn đời không được phạm. Ngươi đã thọ giới rồi, nên cúng dường Tam bảo: Phật bảo, Pháp bảo, tỳ-kheo Tăng bảo. Tinh cần tu tập ba việc: tọa thiền, tụng kinh và siêng làm việc giúp chúng.

2. Pháp thức truyền thọ Cụ túc

2.1. Văn thỉnh Hòa thượng

"**Đại đức nhất tâm niệm! Con tên là..., nay thỉnh Đại đức làm Hòa thượng. Cúi xin Đại đức vì con làm Hòa thượng. Con nương theo Đại đức được thọ giới cụ túc.**" (Lần thứ hai, lần thứ ba cũng thưa như vậy.)

Hòa thượng nói: "**Được!**" hoặc nói: "**Lành thay!**"

(Chúng Tăng cho người thọ giới Cụ túc đứng chỗ mắt thấy, tai không nghe.)

Khi ấy, giới sư nên hỏi: "**Trong chúng, vị nào có khả năng vì giới tử... làm giáo thọ sư?**" – Vị có khả năng đáp: "**Tôi có khả năng.**"

Giới sư tác bạch yết-ma như sau:

2.2. Văn thỉnh thầy giáo thọ

"**Đại đức Tăng xin lắng nghe! Vị kia tên là..., theo tỳ-kheo hiệu..., cầu thọ giới cụ túc. Nếu thời gian thích hợp đối với Tăng, Tăng đồng ý sai tỳ-kheo hiệu... làm giáo thọ sư. Đây là lời tác bạch.**"

Bấy giờ, thầy giáo thọ đến chỗ người thọ giới, nói:

"Đây là an-đà-hội, đây là uất-đa-la-tăng, đây là tăng-già-lê, đây là bát. Y, bát này là của ngươi phải không?"

Vị kia trả lời: **"Vâng, là của con."**

Thầy giáo thọ nói:

"Thiện nam tử, lắng nghe! Nay chính là lúc cần sự chí thành. Tôi sẽ hỏi ông, điều nào có ông nói có, điều nào không có ông nói không có. Ông đã từng làm tỳ-kheo? *Nếu đáp: Đã làm, thì hỏi:* Có trì giới thanh tịnh? Hoàn giới có như pháp? Ông có phạm tịnh hạnh của tỳ-kheo-ni? Ông có tặc tâm thọ giới? Ông có phá nội, ngoại đạo? Ông có phải huỳnh môn? Ông có giết cha, giết mẹ, giết A-la-hán, phá hòa hợp Tăng? Ông có phải phi nhơn? Ông có phải súc sanh? Ông có phải hai căn? Ông tên gì? Hòa thượng ông tên gì? Ông đủ hai mươi tuổi chưa? Y, bát của ông đầy đủ không? Cha mẹ ông có cho phép không? Ông có phải là người mắc nợ? Ông có phải là đầy tớ? Ông không phải là quan chức? Ông có phải là đàn ông không? Đàn ông, có những chứng bệnh như hủi, ung thư, hủi trắng, càn tiêu, điên cuồng. Hiện tại ông có các chứng bệnh đó không?"

Nếu người thọ giới nói không, thầy giáo thọ nói tiếp:

"Như tôi vừa hỏi ông, lát nữa giữa Tăng, ông cũng sẽ được hỏi như vậy. Vừa rồi ông trả lời với tôi như thế nào thì giữa Tăng, ông cũng trả lời như vậy."

Vị giáo thọ nói như vậy rồi, trở vào trong chúng, với oai nghi như thường lệ, đứng chỗ vừa tầm tay đối với chúng, tác bạch:

"Đại đức Tăng xin lắng nghe! Người kia tên là... theo tỳ-kheo hiệu... cầu thọ giới cụ túc. Nếu thời gian thích hợp đối với Tăng, Tăng đồng ý, tôi đã hỏi xong, cho phép người ấy vào. Đây là lời tác bạch."

2.3. Giới tử bạch Tăng

Thầy giáo thọ kêu người thọ giới vào. Người thọ giới vào rồi, thầy giáo thọ cầm hộ y bát, bảo người ấy kính lễ dưới chân Tăng, rồi quì gối, chắp tay trước giới sư, hướng dẫn họ tác bạch để xin giới như sau:

"Đại đức Tăng xin lắng nghe! Con tên là... theo tỳ-kheo hiệu... cầu thọ giới cụ túc. Con tên là... nay theo chúng Tăng xin thọ giới cụ túc, tỳ-kheo hiệu... làm Hòa thượng. Xin chúng Tăng rủ lòng thương cứu vớt con." [1042c01] (Lần thứ hai, lần thứ ba cũng thưa như vậy.)

Bấy giờ vị giới sư nên tác pháp yết-ma như sau:

2.4. Văn bạch tứ yết-ma

"Đại đức Tăng xin lắng nghe! Người này tên là... theo tỳ-kheo hiệu... cầu thọ giới cụ túc. Nay người này tên là... theo chúng Tăng xin thọ giới cụ túc, tỳ-kheo hiệu... làm Hòa thượng. Nếu thời gian thích hợp đối với Tăng, Tăng đồng ý cho phép tôi hỏi các nạn sự. Đây là lời tác bạch."

"Thiện nam tử, hãy lắng nghe! Nay chính là lúc cần sự chí thành, lúc nói thật. Nay tôi sẽ hỏi ông. Ông nên theo sự thật mà trả lời.

Ông đã từng làm tỳ-kheo? *Nếu đáp: Đã làm, thì hỏi:* Có trì giới thanh tịnh? Hoàn giới có như pháp? Ông có phạm tịnh hạnh của tỳ-kheo-ni? Ông có tặc tâm thọ giới? Ông có phá nội, ngoại đạo? Ông có phải huỳnh môn? Ông có giết cha, giết mẹ, giết A-la-hán, phá hòa hợp Tăng? Ông có phải phi nhơn? Ông có phải súc sanh? Ông có phải hai căn? Ông tên gì? Hòa thượng ông tên gì? Ông đủ hai mươi tuổi chưa? Y, bát của ông đầy đủ không? Cha mẹ ông có cho phép không? Ông có phải là người mắc nợ? Ông có phải là đầy tớ? Ông không phải là quan chức? Ông có phải là đàn ông không? Đàn ông, có những chứng bệnh như hủi, ung thư, hủi trắng, càn tiêu, điên cuồng. Hiện tại ông có các chứng bệnh đó không?"

Nếu giới tử nói không, thì bạch tứ yết-ma như sau:

"Đại đức Tăng xin lắng nghe! Người này tên là... theo tỳ-kheo hiệu... cầu thọ giới cụ túc. Người này tên là..., nay đến giữa Tăng xin thọ giới cụ túc, tỳ-kheo hiệu... làm Hòa thượng. Người này tên là..., tự nói thanh tịnh, không có các nạn sự, tuổi đủ hai mươi, ba y và bát đầy đủ. Nếu thời gian thích hợp đối với Tăng, Tăng đồng ý, nay Tăng trao cho người tên là... giới cụ túc, tỳ-kheo hiệu... làm Hòa thượng. Đây là lời tác bạch.

Đại đức Tăng xin lắng nghe! Người này tên là..., theo tỳ-kheo hiệu... cầu thọ giới cụ túc. Nay người này tên là... đến xin Tăng thọ giới cụ túc, tỳ-kheo hiệu... làm Hòa thượng. Người này tên là..., tự nói thanh tịnh, không có các nạn sự, tuổi đủ hai mươi, ba y và bát đầy đủ. Nay Tăng trao cho người tên là... giới cụ túc, tỳ-kheo hiệu... làm Hòa thượng. Trưởng lão nào đồng ý Tăng trao cho người tên... giới cụ túc, tỳ-kheo hiệu... làm Hòa thượng thì im lặng. Vị nào không đồng ý xin nói. Đây là yết-ma thứ nhất." (Lần thứ hai, thứ ba cũng nói như vậy.)

Tăng đã đồng ý cho người tên là... thọ giới cụ túc, tỳ-kheo hiệu... làm Hòa thượng rồi. Tăng đã đồng ý vì im lặng. Việc này tôi ghi nhận như vậy."

2.5. Truyền tứ khí và tứ y

a. Tứ khí

Thiện nam tử lắng nghe! Đức Như Lai, Chí chân, Đẳng chánh giác nói bốn pháp ba-la-di. Nếu tỳ-kheo nào phạm một trong bốn pháp này thì chẳng phải là sa-môn, chẳng phải là Thích tử.

(1) Tuyệt đối, ông không được phạm dâm, hành bất tịnh hạnh. Nếu tỳ-kheo phạm bất tịnh hạnh, hành pháp dâm dục, cho đến cùng với loài súc sanh thì chẳng phải sa-môn, chẳng phải Thích tử. Trong điều này, trọn đời ông [1043a01] không được làm, ông có thể giữ được không?[4]

- Trả lời: **Giữ được.**

(2) Tuyệt đối, ông không được trộm cắp, cho đến một lá cây, cọng cỏ. Nếu tỳ-kheo ăn trộm của người năm tiền trở lên, tự mình lấy, bảo người lấy, tự mình phá, bảo người phá, tự mình chặt, bảo người chặt, hoặc đốt, hoặc chôn, hoặc làm

---

[4] Theo luật Pāli, truyền tứ khí và tứ y, giới tử phải y giáo phụng hành, là câu khẳng định khuyên bảo, không phải câu hỏi.

cho hoại sắc thì chẳng phải là sa-môn, chẳng phải là Thích tử. Trong điều này, trọn đời ông không được làm, ông có thể giữ được không?

- Trả lời: **Giữ được.**

(3) Tuyệt đối, ông không được đoạn mạng sống của chúng sanh, cho đến loài kiến. Nếu tỳ-kheo cố ý tự tay mình đoạn mạng người, cầm dao trao cho người, dạy bảo cách chết, khen sự chết, khuyên cho chết, trao cho người phi dược, hoặc làm đọa thai, nguyền rủa cho chết, tự mình tạo phương tiện, bảo người tạo phương tiện, thì chẳng phải sa-môn, chẳng phải Thích tử. Trong điều này, trọn đời ông không được làm, ông có thể giữ được không?

- Trả lời: **Giữ được.**

(4) Tuyệt đối, ông không được nói dối, cho đến nói giỡn chơi. Nếu tỳ-kheo chẳng phải chân thật, chẳng phải mình tự có mà tự nói: 'Tôi được pháp thượng nhân, được thiền, được giải thoát, được định, được bốn không định, được quả Tu-đà-hoàn, quả Tư-đà-hàm, quả A-na-hàm, quả A-la-hán, trời đến, rồng đến, quỷ thần đến,' thì chẳng phải sa-môn, chẳng phải Thích tử. Trong điều này, trọn đời ông không được làm, ông có thể giữ được không?

- Trả lời: **Giữ được.**

b. Tứ y

Thiện nam tử, hãy lắng nghe! Đức Như Lai, Chí chân, Đẳng chánh giác, nói pháp tứ y. Tỳ-kheo y nơi đây được xuất gia, thọ giới cụ túc, thành pháp của tỳ-kheo.

(1) Tỳ-kheo y nơi y phấn tảo, nương nơi đây được xuất gia thọ giới cụ túc, thành pháp của tỳ-kheo. Trong đây, trọn đời ông có thể giữ được không?

- Trả lời: **Giữ được.**

Nếu được của lợi: do đàn-việt thí y, y cắt rọc, ba loại y hoại sắc, thì được nhận.

(2) Tỳ-kheo y nơi khất thực, nương vào đây được xuất gia thọ giới cụ túc, thành pháp tỳ-kheo. Trong đây, trọn đời ông có thể giữ được không?

- Trả lời: **Giữ được.**

Nếu được của lợi: hoặc bữa ăn Tăng sai, hoặc bữa ăn do đàn-việt dâng, vào những ngày mồng tám, rằm, mồng một, hoặc thường thực của Tăng, hoặc đàn-việt mời, thì được nhận.

(3) Tỳ-kheo nương dưới gốc cây, được xuất gia thọ giới cụ túc, thành pháp của tỳ-kheo. Trong đây, trọn đời ông có thể giữ được không?

- Trả lời: **Giữ được.**

Nếu được của lợi: phòng riêng, nhà nóc nhọn, phòng nhỏ, hang đá, hai phòng một cửa, thì được nhận.

(4) Tỳ-kheo nương nơi thuốc hủ lạn này được xuất gia thọ giới cụ túc, thành pháp tỳ-kheo. Trong đây, trọn đời ông có thể giữ được không?

- Trả lời: **Giữ được.**

Nếu được của lợi: như bơ, dầu, sanh tô, mật, thạch mật thì được thọ.

2.6. Giáo giới khi đã đắc giới

"Ông nay đã thọ giới rồi. Bạch tứ yết-ma thành tựu như pháp. Xứ sở như pháp, Hòa thượng như pháp, A-xà-lê như pháp, chúng Tăng đủ số. Ông nên khéo thọ nhận giáo pháp, nên siêng năng giáo hóa, làm việc phước đức, tu bổ tháp, cúng dường Phật, Pháp, chúng Tăng. Những gì mà Hòa thượng, A-xà-lê dạy như pháp thì [1043b01] không được chống trái. Nên học hỏi, tụng kinh, siêng năng cần cầu phương tiện, để ở trong Phật pháp, đắc quả Tu-đà-hoàn, Tư-đà-hàm, A-na-hàm, A-la-hán. Có như vậy mới khỏi uổng công ban đầu phát tâm xuất gia, quả báo của nó sẽ không cùng tận. Ngoài ra những gì chưa biết, nên thưa hỏi Hòa thượng, A-xà-lê."

(Khi giải tán, nên để cho người thọ giới đi trước.)

3. Văn thọ y, bát

"**Trưởng lão nhất tâm niệm! Y tăng-già-lê này... điều, là y cắt rọc may thành, nay con xin thọ trì, không lìa y ngủ qua đêm.**(Lần thứ hai, thứ ba cũng nói như vậy; hai y kia cũng nói như vậy.)

Trưởng lão nhất tâm niệm! Bát-đa-la ứng lượng khí này, nay con xin thọ trì, thường sử dụng." (Lần thứ hai, thứ ba cũng nói như vậy.)

4. Văn thỉnh thầy y chỉ

"**Đại đức nhất tâm niệm! Con tên là... xin thỉnh đại đức vì con làm thầy y chỉ, nguyện đại đức vì con làm thầy y chỉ. Con nương đại đức để được trụ như pháp.**"

(Lần thứ hai, thứ ba cũng nói như vậy. Vị thầy nói: **Chớ có phóng dật**; hoặc nói: **tốt lắm**; hoặc nói: **thôi đi**[5]. Đệ tử đáp: **Dạ vâng.**)

---

[5] Tức không cho y chỉ.

CHƯƠNG BA
CÁC PHÁP TRỪ TỘI

1. Yết-ma phú tàng

1.1. Văn xin yết-ma phú tàng

"Đại đức Tăng xin lắng nghe! Tôi, tỳ-kheo... đã phạm tội tăng tàn mà che giấu. Tôi, tỳ-kheo... đã phạm tội tăng tàn tùy theo số ngày che giấu, nay theo Tăng xin yết-ma phú tàng. Cúi xin Tăng từ mẫn cho tôi yết-ma phú tàng tùy theo số ngày che giấu." (Lần thứ hai, thứ ba cũng thưa như vậy.)

1.2. Văn cho yết-ma phú tàng

"Đại đức Tăng xin lắng nghe! Tỳ-kheo... đã phạm tội tăng tàn mà che giấu. Tỳ-kheo... này đã phạm tội tăng tàn tùy theo số ngày che giấu, nay theo Tăng xin yết-ma phú tàng. Nếu thời gian thích hợp đối với Tăng, Tăng đồng ý, nay Tăng cho Tỳ-kheo... yết-ma phú tàng tùy theo số ngày che giấu. Đây là lời tác bạch.

Đại đức Tăng xin lắng nghe! Tỳ-kheo... đã phạm tội tăng tàn mà che giấu. Tỳ-kheo... này đã phạm tội tăng tàn tùy theo số ngày che giấu, nay theo Tăng xin yết-ma phú tàng. Nay Tăng cho Tỳ-kheo... yết-ma phú tàng tùy theo số ngày che giấu. Trưởng lão nào đồng ý, Tăng cho Tỳ-kheo... yết-ma phú tàng tùy theo số ngày che giấu thì im lặng. Vị nào không đồng ý xin nói. Đây là yết-ma lần thứ nhất. (Lần thứ hai, thứ ba cũng nói như vậy.)

Tăng đã đồng ý cho tỳ-kheo... yết-ma phú tàng tùy theo số ngày che giấu rồi. Tăng đã đồng ý vì im lặng. Việc này tôi ghi

nhận như vậy.”

(Người hành phú tàng có tám việc thất túc, nếu phạm mỗi một việc, đắc tội đột-kiết-la. Tám việc đó là: (1) đến chùa khác mà không bạch. (2) Có tỳ-kheo khách đến mà không bạch. (3) Có công việc, ra ngoài mà không bạch. (4) Không bạch với vị có đức hạnh trong chùa. (5) Bệnh mà không báo cho chúng biết. (6) Cùng ngủ qua đêm với một người, hoặc hai, ba người. (7) Không được ở trú xứ không có tỳ-kheo. (8) Mỗi nửa tháng vào lúc bố-tát, phải thưa trình. Đây là **[1043c01]** tám việc thất túc.

Phật cho phép mỗi nửa tháng vào lúc bố-tát, phải thưa trình. Người hành phú tàng kia đến giữa Tăng, bày vai bên phải, cởi bỏ giày dép, quỳ gối phải chấm đất, chấp tay thưa như vầy:)

“Đại đức Tăng xin lắng nghe! Tôi, tỳ-kheo... đã phạm tội tăng tàn mà che giấu. Tôi, tỳ-kheo... đã phạm tội tăng tàn tùy theo số ngày che giấu, nay theo Tăng xin yết-ma phú tàng. Tăng đã cho tôi yết-ma phú tàng tùy theo số ngày. Tôi, tỳ-kheo... đã hành được... ngày, còn lại... ngày chưa hành. Bạch đại đức Tăng biết cho, tôi hành phú tàng.”

2. Yết-ma ma-na-đỏa

2.2. Văn xin yết-ma ma-na-đỏa

“Đại đức Tăng xin lắng nghe! Tôi, tỳ-kheo... đã phạm tội tăng tàn mà che giấu. Tôi, tỳ-kheo... đã phạm tội tăng tàn tùy theo số ngày che giấu, nay theo Tăng xin yết-ma phú tàng. Tăng đã cho tôi yết-ma phú tàng tùy theo số ngày che giấu. Tôi, tỳ-kheo... đã hành phú tàng xong. Nay theo Tăng xin yết-ma sáu đêm ma-na-đỏa. Cúi xin Tăng thương xót cho tôi yết-ma sáu đêm ma-na-đỏa.” (Lần thứ hai, thứ ba cũng thưa như vậy.)

2.2. Văn cho yết-ma ma-na-đỏa

“Đại đức Tăng xin lắng nghe! Tỳ-kheo... này đã phạm tội tăng tàn mà che giấu. Tỳ-kheo... này đã phạm tội tăng tàn tùy theo số ngày che giấu, đã theo Tăng xin yết-ma phú tàng. Tăng đã cho tỳ-kheo... này yết-ma phú tàng tùy theo số ngày che giấu. Tỳ-kheo... này đã hành phú tàng xong. Nay theo Tăng xin

yết-ma sáu đêm ma-na-đỏa. Nếu thời gian thích hợp đối với Tăng, Tăng đồng ý, nay Tăng cho tỳ-kheo... yết-ma sáu đêm ma-na-đỏa. Đây là lời tác bạch.

Đại đức Tăng xin lắng nghe! Tỳ-kheo... này đã phạm tội tăng tàn mà che giấu. Tỳ-kheo... này đã phạm tội tăng tàn tùy theo số ngày che giấu, đã theo Tăng xin yết-ma phú tàng. Tăng đã cho tỳ-kheo... này yết-ma phú tàng tùy theo số ngày che giấu. Tỳ-kheo... này đã hành phú tàng xong, nay theo Tăng xin yết-ma sáu đêm ma-na-đỏa. Tăng nay cho tỳ-kheo... này yết-ma sáu đêm ma-na-đỏa. Trưởng lão nào đồng ý, Tăng cho Tỳ-kheo... yết-ma sáu đêm ma-na-đỏa thì im lặng. Vị nào không đồng ý xin nói. Đây là yết-ma lần thứ nhất. (Lần thứ hai, thứ ba cũng nói như vậy.)

Tăng đã đồng ý cho tỳ-kheo... yết-ma sáu đêm ma-na-đỏa rồi. Tăng đã đồng ý vì im lặng. Việc này tôi ghi nhận như vậy."

(Phật dạy: 'Cho tỳ-kheo hành ma-na-đỏa cũng hành tám việc như trên.' Khi hành ma-na-đỏa, trong nội giới thường có Tăng ngủ qua đêm, tỳ-kheo hành ma-na-đỏa bày vai bên phải, cởi bỏ giày dép, quỳ gối phải chấm đất, chấp tay thưa như vầy:)

"Đại đức Tăng xin lắng nghe! Tôi, tỳ-kheo... đã phạm tội tăng tàn mà che giấu. Tôi, tỳ-kheo... đã phạm tội tăng tàn tùy theo số ngày che giấu, [1044a01] theo Tăng xin yết-ma phú tàng. Tăng đã cho tôi yết-ma phú tàng tùy theo số ngày che giấu. Tôi, tỳ-kheo... đã hành phú tàng xong. Nay theo Tăng xin yết-ma sáu đêm ma-na-đỏa. Tăng đã cho tôi yết-ma sáu đêm ma-na-đỏa. Tôi, tỳ-kheo... đã hành được... ngày, còn lại... ngày chưa hành. Bạch đại đức Tăng biết cho, tôi hành ma-na-đỏa."

3. Yết-ma xuất tội

3.1. Văn xin yết-ma xuất tội

"Đại đức Tăng xin lắng nghe! Tôi, tỳ-kheo... đã phạm tội tăng tàn mà che giấu. Tôi, tỳ-kheo... đã phạm tội tăng tàn tùy theo số ngày che giấu, đã theo Tăng xin yết-ma phú tàng. Tăng đã cho tôi yết-ma phú tàng tùy theo số ngày che giấu. Tôi, tỳ-kheo... đã hành phú tàng xong. Nay xin Tăng cho yết-ma sáu đêm ma-na-đỏa. Tăng đã cho tôi yết-ma sáu đêm ma-na-đỏa. Tôi, tỳ-kheo... đã hành ma-na-đỏa xong. Nay xin Tăng cho yết-ma xuất tội. Cúi xin Tăng thương xót cho tôi yết-ma xuất tội." (Lần thứ hai, thứ ba cũng thưa như vậy.)

3.2. Văn cho yết-ma xuất tội

"Đại đức Tăng xin lắng nghe! Tỳ-kheo... này đã phạm tội tăng tàn mà che giấu. Tỳ-kheo... này đã phạm tội tăng tàn tùy theo số ngày che giấu, đã theo Tăng xin yết-ma phú tàng. Tăng đã cho tỳ-kheo... này yết-ma phú tàng tùy theo số ngày che giấu. Tỳ-kheo... này đã hành phú tàng xong, theo Tăng xin yết-ma sáu đêm ma-na-đỏa. Tăng đã cho tỳ-kheo yết-ma sáu đêm ma-na-đỏa. Tỳ-kheo... này đã hành ma-na-đỏa xong, nay theo Tăng xin yết-ma xuất tội. Nếu thời gian thích hợp đối với Tăng, Tăng đồng ý, nay Tăng cho tỳ-kheo... yết-ma xuất tội. Đây là lời tác bạch.

Đại đức Tăng xin lắng nghe! Tỳ-kheo... này đã phạm tội tăng tàn mà che giấu. Tỳ-kheo... này đã phạm tội tăng tàn tùy theo số ngày che giấu, đã theo Tăng xin yết-ma phú tàng. Tăng đã cho tỳ-kheo... này yết-ma phú tàng tùy theo số ngày che giấu. Tỳ-kheo... này đã hành phú tàng xong, theo Tăng xin yết-ma sáu đêm ma-na-đỏa. Tăng đã cho tỳ-kheo yết-ma sáu đêm ma-na-đỏa. Tỳ-kheo... này đã hành ma-na-đỏa xong, nay theo Tăng xin yết-ma xuất tội. Trưởng lão nào đồng ý, Tăng cho Tỳ-kheo... yết-ma xuất tội thì im lặng. Vị nào không đồng ý xin nói. Đây là yết-ma lần thứ nhất. (Lần thứ hai, thứ ba cũng nói như vậy.)

Tăng đã đồng ý cho tỳ-kheo... yết-ma xuất tội [1044b01] rồi. Tăng đã đồng ý vì im lặng. Việc này tôi ghi nhận như vậy."

4. Xả y dư và sám hối trước Tăng

4.1. Văn xả y phạm xả đọa giữa Tăng

(Vị xả y cho Tăng, đến giữa Tăng, bày vai phải, cởi bỏ giày dép, lễ thượng tọa, quỳ gối, chấp tay thưa:)

"Đại đức Tăng xin lắng nghe! Tôi, tỳ-kheo... cố ý chứa y dư như vậy, quá mười ngày, phạm xả đọa; nay tôi xả cho Tăng."

(Xả y xong, sám hối ngay giữa Tăng.)

4.2. Văn sám hối giữa Tăng

(Lễ Tăng rồi, quỳ gối, chấp tay, thưa như vầy:)

"Đại đức Tăng xin lắng nghe! Tôi, tỳ-kheo... cố ý chứa y dư như vậy, quá mười ngày, phạm xả đọa. Y này đã xả cho Tăng, nay tôi theo Tăng xin sám hối."

(Lần thứ hai, thứ ba cũng thưa như vậy. Sau đó, đến trước một tỳ-kheo ở giữa Tăng, thưa như vầy:)

"Xin đại đức nhận sự sám hối của tôi."

Vị kia đáp: "Tốt lắm"

4.3. Văn bạch giữa Tăng nhận sự sám hối

(Người nhận sự sám hối nên bạch Tăng như vầy:)

"Đại đức Tăng xin lắng nghe! Tỳ-kheo... này cố ý chứa y dư như vậy, quá mười ngày, phạm xả đọa, nay xả cho Tăng. Nếu thời gian thích hợp đối với Tăng, Tăng đồng ý, tôi nhận sự sám hối của tỳ-kheo... Đây là lời tác bạch." (Tác bạch như vậy rồi, mới nhận sự sám hối.)

4.4. Văn sám hối trước một người giữa Tăng

"Đại đức nhất tâm niệm! Tôi, tỳ-kheo... cố ý chứa y dư như vậy, quá mười ngày, phạm xả đọa. Y này đã xả cho Tăng, tôi nay theo đại đức xin sám hối, không dám che giấu. Sám hối thì an lạc, không sám hối thì bất an, nhớ nghĩ phạm nên phát lồ, biết mà không che giấu. Đại đức nhớ nghĩ tôi thanh tịnh, giới thân đầy đủ, thanh tịnh bố-tát."

(Lần thứ hai, thứ ba cũng thưa như vậy. Người nhận sự sám hối nên nói như vầy:) "Hãy tự trách tâm ông, sanh tâm nhàm chán."

Đáp: "Xin vâng."

4.5. Văn yết-ma Tăng trao lại y cho tỳ-kheo

"Đại đức Tăng xin lắng nghe! Tỳ-kheo... này cố ý chứa y dư như vậy, quá mười ngày, phạm xả đọa, nay xả cho Tăng. Nếu thời gian thích hợp đối với Tăng, Tăng đồng ý, nay Tăng đem y này trao lại cho tỳ-kheo... Đây là lời tác bạch.

Đại đức Tăng xin lắng nghe! Tỳ-kheo... này cố ý chứa y dư như vậy, quá mười ngày, phạm xả đọa, nay xả cho Tăng. Nếu thời gian thích hợp đối với Tăng, Tăng đồng ý, nay Tăng đem y này trao lại cho tỳ-kheo... Trưởng lão nào đồng ý Tăng đem y này trao lại cho tỳ-kheo... thì im lặng. Vị nào không đồng ý xin nói.

Tăng đã đồng ý đem y này trao lại cho tỳ-kheo... rồi. [1044c01] Tăng đã đồng ý vì im lặng. Việc này tôi ghi nhận như vậy."

(Xả cho hai người, hay ba người, nói cũng như trên; sám hối cũng như trên. Người nhận sám hối giữa ba người hay hai người, cũng bạch như trên.)

5. Xả y và sám hối trước một người

5.1. Văn xả y cho một người

(Đến trước một tỳ-kheo thanh tịnh, hoặc thượng tọa, bày vai phải, cởi bỏ giày dép, đảnh lễ, quỳ gối, chấp tay thưa như vầy:)

"Đại đức nhất tâm niệm! Tôi, tỳ-kheo... cố ý chứa y dư như vậy, quá mười ngày, phạm xả đọa. Tôi nay xả cho đại đức, xả rồi xin sám hối."

5.2. Văn sám hối trước một người

"Đại đức nhất tâm niệm! Tôi, tỳ-kheo... cố ý chứa y dư như vậy, quá mười ngày, phạm xả đọa. Y này tôi đã xả, nay theo đại đức xin sám hối, không dám che giấu. Sám hối thì an lạc, không sám hối thì bất an, nhớ nghĩ phạm nên phát lồ, biết mà không che giấu. Đại đức nhớ nghĩ tôi thanh tịnh, giới thân đầy đủ, thanh tịnh bố-tát." (Lần thứ hai, thứ ba cũng thưa như vậy.)

(Người nhận sự sám hối nên nói như vầy:) **"Hãy tự trách tâm ông, sanh tâm nhàm chán."**

Đáp: **"Xin vâng."**

6. Văn sám hối các tội nhẹ khác trước một tỳ-kheo

(Đến trước một tỳ-kheo thanh tịnh, hoặc thượng tọa, bày vai phải, cởi bỏ giày dép, đảnh lễ, quỳ gối, chấp tay nói tên tội, loại tội, thưa như vầy:)

"Đại đức nhất tâm niệm! Tôi, tỳ-kheo... đã phạm tội... Nay theo đại đức xin sám hối, không dám che giấu. Sám hối thì an lạc, không sám hối thì bất an, nhớ nghĩ phạm nên phát lồ, biết mà không che giấu. Đại đức nhớ nghĩ tôi thanh tịnh, giới thân đầy đủ, thanh tịnh bố-tát." (Lần thứ hai, thứ ba cũng thưa như vậy.)

(Người nhận sự sám hối nên nói như vầy:) **"Hãy tự trách tâm ông, sanh tâm nhàm chán."**

Đáp: **"Xin vâng."**

(Sám hối trước hai người, hay ba người, cũng nói như trên. Trong hai người, người nhận sự sám hối nên nói với người ngồi bên:)

"Trưởng lão cho phép tôi nhận sự sám hối của tỳ-kheo... này."

Vị kia đáp: **"Cho phép."**

(Nếu muốn sám hối ở giữa Tăng, hay một người, pháp sám hối cũng nói như trên.)

7. Văn phát lồ nghi tội giữa Tăng

"Đại đức Tăng xin lắng nghe! Tôi, tỳ-kheo... nghi đã phạm tội, nay bạch Tăng biết cho, để sau này không còn nghi, nên như pháp sám hối."

(Lần thứ hai, thứ ba cũng thưa như vậy. Trước ba người, hai người, hay một người, cũng thưa như vậy.)

CHƯƠNG BỐN
PHÁP THUYẾT GIỚI

1. Văn dữ dục và thanh tịnh

"Đại đức nhất tâm niệm! Nay chúng Tăng bố-tát thuyết giới, tỳ-kheo... cũng bố-tát thuyết giới. Tôi có việc Phật, Pháp, Tăng, hoặc có việc nuôi bệnh, tôi gửi dục và thanh tịnh, lấy thẻ cho tôi."

(Người bệnh gửi dục có năm cách: hoặc nói 'tôi gửi dục cho thầy', hoặc nói 'tôi thuyết dục', hoặc nói 'thuyết dục giùm tôi', hoặc hiện thân tướng, hoặc nói đầy đủ. Tất cả đều thành gửi dục, không làm như vậy thì không thành gửi dục.

2. Văn thọ dục và thanh tịnh

[1045a01] (Tùy theo khả năng nhớ họ tên nhiều ít mà được nhận, đến trong Tăng nói như vầy:)

"Đại đức nhất tâm niệm! Nhiều tỳ-kheo của chúng có việc Phật, Pháp, Tăng, hoặc việc nuôi bệnh, tôi thọ dục và thanh tịnh của các vị ấy. Như pháp Tăng sự, dữ dục thanh tịnh, tôi được lấy thẻ."

3. Văn yết-ma sai người giáo thọ ni

"Đại đức Tăng xin lắng nghe! Nếu thời gian thích hợp đối với Tăng, Tăng đồng ý, nay Tăng sai tỳ-kheo... giáo thọ tỳ-kheo-ni. Đây là lời tác bạch.

Đại đức Tăng xin lắng nghe! Nay Tăng sai tỳ-kheo... giáo thọ tỳ-kheo-ni, trưởng lão nào đồng ý Tăng sai tỳ-kheo... giáo thọ tỳ-kheo-ni thì im lặng. Vị nào không đồng ý xin nói.

Tăng đã đồng ý sai tỳ-kheo... giáo thọ tỳ-kheo-ni rồi. Tăng đã đồng ý vì im lặng. Việc này tôi ghi nhận như vậy."

(Người được sai đến trong chùa ni, dạy ni chúng vâng tập rồi, vì họ thuyết tám pháp không trái nghịch. Tám pháp:)

(1) Tỳ-kheo-ni tuy trăm tuổi, thấy tỳ-kheo mới thọ giới, nên đứng dậy nghinh tiếp, lễ bái và trải tọa cụ thanh tịnh mời ngồi. Đối với pháp này, nên tôn trọng, tán thán, trọn đời không được trái nghịch.

(2) Tỳ-kheo-ni không được mắng tỳ-kheo, la trách tỳ-kheo, không được phỉ báng: 'Ông là người phá giới, phá kiến, phá oai nghi.' Đối với pháp này, nên tôn trọng, tán thán, trọn đời không được trái nghịch.

(3) Tỳ-kheo-ni không được tác cử, tác ức niệm, tác tự ngôn đối với tỳ-kheo; không được ngăn tỳ-kheo tự tứ, thuyết giới, tha kiến tội; không được la mắng tỳ-kheo, tỳ-kheo có thể la mắng tỳ-kheo-ni. Đối với pháp này, nên tôn trọng, tán thán, trọn đời không được trái nghịch.

(4) Thức-xoa-ma-na học giới rồi, nên đến tỳ-kheo Tăng xin thọ Đại giới. Đối với pháp này, nên tôn trọng, tán thán, trọn đời không được trái nghịch.

(5) Tỳ-kheo-ni phạm tội tăng tàn, nên hành ma-na-đỏa nửa tháng, giữa hai bộ Tăng. Đối với pháp này, nên tôn trọng, tán thán, trọn đời không được trái nghịch.

(6) Tỳ-kheo-ni mỗi nửa tháng nên đến Tăng xin giáo thọ. Đối với pháp này, nên tôn trọng, tán thán, trọn đời không được trái nghịch.

(7) Tỳ-kheo-ni không được an cư tại trú xứ không có tỳ-kheo. Đối với pháp này, nên tôn trọng, tán thán, trọn đời không được trái nghịch.

(8) [1045b01] Tỳ-kheo-ni Tăng an cư xong, nên ở giữa tỳ-kheo Tăng cầu ba việc tự tứ: thấy, nghe, nghi. Đối với pháp này, nên tôn trọng, tán thán, trọn đời không được trái nghịch.

(Nói tám việc này rồi, sau đó tùy ý thuyết pháp.)

4. Văn bố-tát thuyết giới

(Ngày bố-tát, vào bữa ăn sáng, hay ăn trưa, thượng tọa nên thông báo như vầy:)

"Hôm nay là ngày bố-tát, vào lúc... giờ, chúng Tăng tập hợp tại giảng đường để thuyết giới."

(Nếu có bốn người, hoặc hơn bốn người, trước nên bạch, sau đó thuyết giới. Nếu có ba người, hay hai người, mỗi vị đối nhau nói như vầy:)

Trưởng lão nhất tâm niệm! Hôm nay là ngày mười lăm, chúng Tăng thuyết giới, tôi... thanh tịnh." (Lần thứ hai, thứ ba cũng nói như vậy. Nếu chỉ có một người thì tâm nghĩ miệng nói:) **"Hôm nay là ngày mười lăm, chúng Tăng thuyết giới, tôi... thanh tịnh."**

5. Văn thuyết giới lược

Được thuyết giới lược, khi có tám nạn và duyên sự khác. (Tám nạn: nạn vua, giặc cướp, lửa, nước, bệnh, người, phi nhân và trùng độc. Duyên sự khác: đại chúng tập hợp nhiều mà sàn tọa ít, trong chúng có nhiều người bệnh, chỗ đại chúng tập hợp mái che không phủ khắp, hoặc trời mưa, hoặc bố-tát mà trời đã gần sáng, hoặc có nhiều việc tranh đấu, hoặc thuyết pháp, luận a-tì-đàm đã quá khuya. Khi minh tướng chưa xuất hiện, nên tác yết-ma thuyết giới. Nếu khi minh tướng xuất hiện, không được thọ dục thanh tịnh, yết-ma thuyết giới qua đêm. Tùy theo nạn sự xa hay gần, nếu còn xa mới đến, nên thuyết giới đủ thì phải thuyết giới đủ; không làm như vậy thì trị như pháp. Nếu nạn sự đến gần, cần thuyết giới lược thì thuyết giới lược; không làm như vậy thì trị như pháp. Nếu nạn sự đến quá gần, không thể thuyết giới lược thì nên đứng dậy giải tán. Thuyết giới lược: Thuyết phần tựa rồi, những điều còn lại, nên nói: '**Như Tăng thường nghe.**' Hoặc thuyết phần tựa và bốn ba-la-di rồi, những điều còn lại, nên nói: '**Như Tăng thường nghe.**' Như vậy cho đến chín mươi việc, những điều còn lại, nên nói: '**Như Tăng thường nghe.**')

CHƯƠNG NĂM
PHÁP AN CƯ

1. Văn yết-ma Tăng sai người chia phòng

"Đại đức Tăng xin lắng nghe! Nếu thời gian thích hợp đối với Tăng, Tăng đồng ý, nay Tăng sai tỳ-kheo… phân chia phòng xá, ngọa cụ. Đây là lời tác bạch.

Đại đức Tăng xin lắng nghe! Nay Tăng sai tỳ-kheo… phân chia phòng xá, ngọa cụ, trưởng lão nào đồng ý Tăng sai tỳ-kheo… phân chia phòng xá, ngọa cụ thì im lặng. Vị nào không đồng ý xin nói.

Tăng đã đồng ý sai tỳ-kheo… phân chia phòng xá, ngọa cụ rồi. Tăng đã đồng ý vì im lặng. Việc này tôi ghi nhận như vậy."

(Phép chia phòng: trước hết sai vị quản lí công việc chọn lấy một phòng; các phòng còn lại, bạch với các thượng tọa theo thứ lớp để chọn.)

"Bạch Đại đức thượng tọa! Phòng xá, ngọa cụ như vậy, tùy ý ngài chọn."

(Đã trao phòng cho vị đệ nhất thượng tọa rồi, tiếp đến là đệ nhị, đệ tam, đệ tứ thượng tọa cho đến vị hạ tọa, pháp trao phòng cũng như vậy. Nếu có dư phòng, để cho khách tỳ-kheo.)

2. Văn an cư

"Trưởng lão nhất tâm niệm! Tôi, tỳ-kheo… y nơi phòng…, Tăng già lam…, thôn… tiền tam nguyệt hạ an cư. Nếu phòng xá hư hoại, sẽ tu bổ. Nương vào vị trì luật…, nếu có điều nghi, sẽ đến đó thưa hỏi."

(Lần thứ hai, thứ ba, cũng nói như vậy. Pháp hậu an cư, cũng nói như vậy.)

3. Văn thọ pháp bảy ngày

[1045c01] "Trưởng lão nhất tâm niệm! Tôi, tỳ-kheo... thọ pháp bảy ngày ra ngoài giới, vì công việc..., rồi về lại đây an cư. Bạch trưởng lão biết cho." (Lần thứ hai, thứ ba, cũng nói như vậy.)

4. Văn thọ pháp quá bảy ngày

"Đại đức Tăng xin lắng nghe! Tôi, tỳ-kheo... thọ pháp quá bảy ngày, hoặc mười lăm ngày, hoặc một tháng, ra ngoài giới, vì công việc..., rồi về lại đây an cư." (Lần thứ hai, thứ ba, cũng nói như vậy.)

5. Văn yết-ma cho quá bảy ngày

"Đại đức Tăng xin lắng nghe! Nếu thời gian thích hợp đối với Tăng, Tăng đồng ý cho tỳ-kheo... thọ pháp quá bảy ngày, hoặc mười lăm ngày, hoặc một tháng, ra ngoài giới, vì công việc..., rồi về lại đây an cư. Đây là lời tác bạch.

Đại đức Tăng xin lắng nghe! Tỳ-kheo... thọ pháp quá bảy ngày, hoặc mười lăm ngày, hoặc một tháng, ra ngoài giới, vì công việc..., rồi về lại đây an cư. Trưởng lão nào đồng ý Tăng cho tỳ-kheo... thọ pháp quá bảy ngày, hoặc mười lăm ngày, hoặc một tháng, ra ngoài giới, vì công việc..., rồi về lại đây an cư thì im lặng. Vị nào không đồng ý xin nói.

Tăng đã đồng ý tỳ-kheo... thọ pháp quá bảy ngày, hoặc mười lăm ngày, hoặc một tháng, ra ngoài giới, vì công việc..., rồi về lại đây an cư rồi. Tăng đã đồng ý vì im lặng. Việc này tôi ghi nhận như vậy."

CHƯƠNG SÁU
PHÁP TỰ TỨ

1. Văn gửi dục tự tứ

"Đại đức nhất tâm niệm! Hôm nay chúng Tăng tự tứ, tôi, tỳ-kheo... cũng tự tứ. Tôi bị bệnh không đến được, cho tôi gửi dục tự tứ."

(Người bệnh gửi dục tự tứ có năm cách: hoặc nói '**tôi gửi tự tứ cho thầy**', hoặc nói '**tôi nói tự tứ cho thầy**', hoặc nói '**thầy nói tự tứ giúp tôi**', hoặc ra dấu bằng thân tướng, hoặc nói đầy đủ. Tất cả việc này đều thành gửi dục tự tứ. Nếu không làm như vậy thì không thành gửi dục tự tứ.)

2. Văn thọ dục tự tứ

(Tùy khả năng nhớ tên họ nhiều ít mà nhận. Đến trong Tăng nói ba lần như vầy:)

"Đại đức nhất tâm niệm! Nhiều tỳ-kheo của chúng bị bệnh không đến được, tôi nhận dục tự tứ của nhiều tỳ-kheo trong chúng, Tăng sự như vậy, gửi dục tự tứ."

3. Văn yết-ma Tăng sai người thọ tự tứ

"Đại đức Tăng xin lắng nghe! Nếu thời gian thích hợp đối với Tăng, Tăng đồng ý, nay Tăng sai tỳ-kheo... làm người thọ tự tứ. Đây là lời tác bạch.

Đại đức Tăng xin lắng nghe! Nay Tăng sai tỳ-kheo... làm người thọ tự tứ. Trưởng lão nào đồng ý Tăng sai tỳ-kheo... làm người thọ tự tứ thì [1046a01] im lặng. Vị nào không đồng ý xin nói.

Tăng đã đồng ý sai tỳ-kheo... làm người thọ tự tứ rồi. Tăng đã đồng ý vì im lặng. Việc này tôi ghi nhận như vậy."

4. Văn bạch Tăng tự tứ

"Đại đức Tăng xin lắng nghe! Hôm nay chúng Tăng tự tứ, nếu thời gian thích hợp đối với Tăng, Tăng đồng ý, Tăng hòa hợp tự tứ. Đây là lời tác bạch."

(Tác bạch như vậy rồi, sau đó tự tứ.)

5. Văn chúng Tăng tự tứ

"Đại đức nhất tâm niệm! Hôm nay Tăng tự tứ, tôi, tỳ-kheo... cũng tự tứ. Nếu thấy, nghe, nghi tôi có tội, xin đại đức từ mẫn nói cho tôi. Nếu tôi thấy tội, sẽ như pháp sám hối."

(Lần thứ hai, thứ ba, cũng nói như vậy.)

6. Văn tự tứ bốn người

(Nếu bốn người thì thay nhau nói như sau:)

"Trưởng lão nhất tâm niệm! Hôm nay chúng Tăng tự tứ, tôi, tỳ-kheo... cũng tự tứ. Tôi thanh tịnh." (Lần thứ hai, thứ ba, cũng nói như vậy. Nếu ba người, hay hai người, cũng nói như vậy. Nếu một người thì tâm nghĩ, miệng nói:)

"Hôm nay chúng Tăng tự tứ, tôi, tỳ-kheo... cũng tự tứ. Tôi thanh tịnh."

(Lần thứ hai, thứ ba, cũng nói như vậy. Pháp tự tứ cho năm người, hoặc dưới năm người thì không được thọ dục.)

7. Văn bạch Tăng tam ngữ tự tứ

(Khi có tám nạn sự xảy ra, bạch Tăng như vầy:)

"Đại đức Tăng xin lắng nghe! Tăng có nạn sự, nếu thời gian thích hợp đối với Tăng, Tăng đồng ý, nay Tăng đồng loạt nói tam ngữ tự tứ. Đây là lời tác bạch."

(Tác bạch như vậy rồi, đồng loạt nói tự tứ ba lần; nói hai lần, một lần cũng như vậy. Nếu nạn sự đến gần, không thể tam ngữ tự tứ, cũng không thể bạch, các tỳ-kheo nên giải tán vì nạn sự.)

8. Văn bạch Tăng thọ y công đức

"Đại đức Tăng xin lắng nghe! Hôm nay chúng Tăng thọ y công đức, nếu thời gian thích hợp đối với Tăng, Tăng đồng ý, Tăng hòa hợp thọ y công đức. Đây là lời tác bạch."

(Tăng nên hỏi: Ai có thể trì y công đức? Nếu người có khả năng nói: tôi có khả năng; thì nên sai người đó.)

9. Văn yết-ma sai người trì y công đức

"Đại đức Tăng xin lắng nghe! Nếu thời gian thích hợp đối với Tăng, Tăng đồng ý, nay Tăng sai tỳ-kheo... vì Tăng trì y công đức. Đây là lời tác bạch.

Đại đức Tăng xin lắng nghe! Nay Tăng sai tỳ-kheo... vì Tăng trì y công đức. Trưởng lão nào đồng ý Tăng sai tỳ-kheo... vì Tăng trì y công đức thì im lặng. Vị nào không đồng ý xin nói.

Tăng đã đồng ý sai tỳ-kheo... vì Tăng trì y công đức rồi. Tăng đã đồng ý vì im lặng. Việc này tôi ghi nhận như vậy."

10. Văn yết-ma giao y cho người trì y

"Đại đức Tăng xin lắng nghe! Tăng nơi trú xứ này nhận được y vật có thể chia, hiện tiền Tăng nên chia. Nếu thời gian thích hợp đối với Tăng, Tăng đồng ý [1046b01] Tăng đem y này giao cho tỳ-kheo... Tỳ-kheo này sẽ vì Tăng, đem y này thọ làm y công đức, trì ở trú xứ này. Đây là lời tác bạch.

"Đại đức Tăng xin lắng nghe! Tăng nơi trú xứ này nhận được y vật có thể chia, hiện tiền Tăng nên chia. Nay Tăng đem y này giao cho tỳ-kheo... Tỳ-kheo này sẽ vì Tăng, đem y này thọ làm y công đức, trì ở trú xứ này. Trưởng lão nào đồng ý, Tăng đem y này giao cho tỳ-kheo... Tỳ-kheo này sẽ vì Tăng, đem y này thọ làm y công đức, trì ở trú xứ này thì im lặng. Vị nào không đồng ý xin nói.

Tăng đã đồng ý đem y này giao cho tỳ-kheo... Tỳ-kheo này sẽ vì Tăng, đem y này thọ làm y công đức, trì ở trú xứ này rồi. Tăng đã đồng ý vì im lặng. Việc này tôi ghi nhận như vậy."

11. Văn người trì y đem y đến trước chúng Tăng

(Người trì y công đức đem y đến từng tỳ-kheo, tùy theo khoảng cách mà tay các tỳ-kheo chạm được, nói rõ ràng tướng của y, rồi nói tiếp như vầy:)

"**Y này chúng Tăng sẽ thọ làm y công đức. Y này chúng Tăng nay thọ làm y công đức. Y này chúng Tăng đã thọ làm y công đức.**" (Lần thứ hai, thứ ba cũng nói như vậy.)

12. Văn chúng Tăng thọ y công đức

[Từng vị tỳ-kheo đặt tay lên y, nói như vầy:]

"**Người thọ y đã khéo thọ. Công đức trong đây có phần của tôi.**"

(Tỳ-kheo kia đáp:) '**Vâng**'

13. Văn xuất y công đức

Tăng tập chưa? Hòa hợp không? Người chưa thọ Đại giới đã ra chưa? Không có ai thuyết dục chứ? Tăng nay tập hợp để làm gì? - Đáp: Xuất y công đức.

"**Đại đức Tăng xin lắng nghe! Hôm nay chúng Tăng xuất y công đức. Nếu thời gian thích hợp đối với Tăng, Tăng đồng ý, nay Tăng hòa hợp xuất y công đức. Đây là lời tác bạch.**"

CHƯƠNG BẢY
PHÁP CHIA Y VẬT

1. Văn yết-ma Tăng chia y vật

"Đại đức Tăng xin lắng nghe! Y hoặc phi y của trú xứ này, hiện tiền Tăng nên chia. Nếu thời gian thích hợp đối với Tăng, Tăng đồng ý nay Tăng cho tỳ-kheo..., tỳ kheo... này sẽ hoàn lại cho Tăng.[6] Đây là lời tác bạch.

"Đại đức Tăng xin lắng nghe! Y hoặc phi y của trú xứ này, hiện tiền Tăng nên chia; nay Tăng cho tỳ-kheo..., tỳ kheo... này sẽ hoàn lại cho Tăng. Trưởng lão nào đồng ý, y hoặc phi y của trú xứ này, hiện tiền Tăng nên chia; nay Tăng cho tỳ-kheo..., tỳ kheo... này sẽ hoàn lại cho Tăng thì im lặng. Vị nào không đồng ý xin nói.

---

[6] Theo *Tăng yết-ma* (T40n1809-p520b21-27) của luật sư Hoài Tố chú thích: Sau khi Tăng yết-ma sai người chia y rồi, thì Tăng làm yết-ma giao y (差已，應如是付). Theo *Tứ phần Luật sớ* (X41n0731-p745a04) của sa-môn Pháp Lệ: Tăng làm yết-ma giao y cho vị này; vị này hoàn y lại cho Tăng rồi mới chia, nếu không như vậy thì vị này không được phần. Những điều này không thấy giải thích trong *Hành sự sao* của Đạo Tuyên. Lẽ thường khi chia y, Tăng làm yết-ma sai một tỳ-kheo chia đều y cho các tỳ-kheo, tỳ-kheo không phải hoàn y lại cho Tăng. Nhưng khi đang chia y, có khách tỳ-kheo đến, mà chia chưa xong thì Tăng phải chia lại cho khách tỳ-kheo. Nếu đã chia xong thì Tăng không phải chia lại cho khách tỳ-kheo.

Tăng đã đồng ý cho tỳ-kheo..., tỳ kheo... này sẽ hoàn lại cho [1046c01] Tăng rồi. Tăng đã đồng ý vì im lặng. Việc này tôi ghi nhận như vậy."

(Nếu trú xứ có ba người, hay hai người được y vật, nên để tại đó; mỗi vị hướng về nhau nói như vầy:)

"Trưởng lão nhất tâm niệm! Trú xứ này được y vật nên chia, hiện tiền Tăng nên chia. Trong đây không có Tăng, y vật này thuộc về tôi, tôi thọ dụng."

(Lần thứ hai, thứ ba cũng nói như vậy. Nếu có một người thì tâm nghĩ, miệng nói:)

"Trú xứ này được y vật nên chia, hiện tiền Tăng nên chia. Trong đây không có Tăng, y vật này thuộc về tôi, tôi thọ dụng."
(Lần thứ hai, thứ ba cũng nói như vậy.)

2. Chia y vật của tỳ-kheo qua đời cho người nuôi bệnh

(Người nuôi bệnh đem y vật của người qua đời đến giữa Tăng, nói như vầy:)

"Đại đức Tăng xin lắng nghe! Tỳ-kheo... trú xứ này đã mạng chung, để lại y bát, tọa cụ, ống đựng kim, đồ đựng y; hiện tiền Tăng nơi trú xứ này nên chia."

(Lần thứ hai, thứ ba cũng nói như vậy. Trong chúng cử người tác yết-ma)

"Đại đức Tăng xin lắng nghe! Tỳ-kheo... đã mạng chung, để lại y bát, tọa cụ, ống đựng kim, đồ đựng y; hiện tiền Tăng nơi trú xứ này nên chia. Nếu thời gian thích hợp đối với Tăng, Tăng đồng ý, nay Tăng đem y bát, tọa cụ, ống đựng kim, đồ đựng y này cho tỳ-kheo nuôi bệnh tên... Đây là lời tác bạch.

Đại đức Tăng xin lắng nghe! Tỳ-kheo... đã mạng chung, để lại y bát, tọa cụ, ống đựng kim, đồ đựng y; hiện tiền Tăng nơi trú xứ này nên chia. Nay Tăng đem y bát, tọa cụ, ống đựng kim, đồ đựng y này cho tỳ-kheo nuôi bệnh tên... Trưởng lão nào đồng ý, Tăng đem y bát, tọa cụ, ống đựng kim, đồ đựng y này cho tỳ-kheo nuôi bệnh tên... thì im lặng. Vị nào không đồng ý xin nói.

Tăng đã đồng ý đem y bát, tọa cụ, ống đựng kim, đồ đựng y này cho tỳ-kheo nuôi bệnh tên... rồi. Tăng đã đồng ý vì im lặng. Việc này tôi ghi nhận như vậy."

3. Văn yết-ma Tăng chia y vật của người qua đời

"Đại đức Tăng xin lắng nghe! Tỳ-kheo... đã mạng chung, để lại y, hoặc phi y, hiện tiền Tăng nên chia. Nếu thời gian thích hợp đối với Tăng, Tăng đồng ý, nay Tăng cho tỳ-kheo..., tỳ-kheo... này sẽ hoàn lại cho Tăng. Đây là lời tác bạch.

Đại đức Tăng xin lắng nghe! Tỳ-kheo... đã mạng chung, để lại y, hoặc phi y, hiện tiền Tăng nên chia. Nay Tăng cho tỳ-kheo..., tỳ-kheo... này sẽ hoàn lại cho Tăng. Trưởng lão nào đồng ý, y hoặc phi y của tỳ-kheo... đã mạng chung, hiện tiền Tăng nên chia; Tăng cho tỳ-kheo... Tỳ-kheo... này sẽ hoàn lại cho Tăng thì im lặng. Vị nào không đồng ý xin nói.

Tăng đã đồng ý cho tỳ-kheo..., tỳ-kheo... này sẽ hoàn lại cho Tăng rồi. Tăng đã đồng ý vì im lặng. [1047a01] Việc này tôi ghi nhận như vậy."

4. Văn chia y vật của tỳ-kheo qua đời cho hai, hoặc ba tỳ-kheo

(Nếu trú xứ có hai, hoặc ba người, muốn chia y vật của người qua đời, mỗi vị hướng về nhau nói như vầy:)

"Trưởng lão nhất tâm niệm! Tỳ-kheo... đã mạng chung, để lại y, hoặc phi y; hiện tiền Tăng nên chia. Trong đây không có Tăng, y vật này thuộc về tôi, tôi thọ dụng."

(Lần thứ hai, thứ ba cũng nói như vậy. Nếu có một người thì tâm nghĩ, miệng nói:)

"Tỳ-kheo... đã mạng chung, để lại y, hoặc phi y; hiện tiền Tăng nên chia. Trong đây không có Tăng, y vật này thuộc về tôi, tôi thọ dụng." (Lần thứ hai, thứ ba cũng nói như vậy.)

CHƯƠNG TÁM
PHÁP TÁC TỊNH

1. Văn kết tịnh địa

(Tịnh địa có bốn loại: (1) Đàn việt, hay người tri sự khi làm tăng-già-lam đã ấn định chỗ. (2) Hoặc xây cất tăng-già-lam mà chưa thí cho Tăng. (3) Tăng-già-lam hoàn toàn không có tấm chắn và hào cách li, hoặc một nửa có tường và hào cách li. (4) Tăng tác bạch nhị yết-ma để kết.)

"Đại đức Tăng xin lắng nghe! Nếu thời gian thích hợp đối với Tăng, Tăng đồng ý, nay Tăng kết chỗ... làm tịnh địa. Đây là lời tác bạch.

Đại đức Tăng xin lắng nghe! Nay Tăng kết chỗ... làm tịnh địa, các trưởng lão nào đồng ý Tăng kết chỗ... làm tịnh địa thì im lặng. Vị nào không đồng ý xin nói.

Tăng đã đồng ý kết chỗ... làm tịnh địa rồi. Tăng đã đồng ý vì im lặng. Việc này tôi ghi nhận như vậy."

(Nếu nghi tăng-già-lam trước đã có tịnh địa, nên giải rồi nhiên hậu kết lại.)

2. Văn yết-ma sai tịnh pháp nhân

(Tịnh pháp nhân: vị này như pháp tác tịnh đồ ăn, rau củ, dương chi...)

"Đại đức Tăng xin lắng nghe! Nếu thời gian thích hợp đối với Tăng, Tăng đồng ý sai tỳ-kheo... có khả năng vì Tăng làm tịnh pháp nhân. Đây là lời tác bạch.

Đại đức Tăng xin lắng nghe! Tỳ-kheo... có khả năng vì Tăng làm tịnh pháp nhân, các trưởng lão nào đồng ý sai tỳ-kheo... làm tịnh pháp nhân thì im lặng. Vị nào không đồng ý xin nói.

Tăng đã đồng ý sai tỳ-kheo... làm tịnh pháp nhân rồi. Tăng đã đồng ý vì im lặng. Việc này tôi ghi nhận như vậy."

(Các pháp yết-ma sai người làm duy-na, chia tọa cụ cho Tăng, chia cháo, bánh, y tắm mưa, chia phần cho sa-di, người giữ Tăng viên... văn yết-ma cũng như vậy, chỉ khác là nêu tên sự việc.)

3. Văn chân thật tịnh thí

"Trưởng lão nhất tâm niệm! Tôi, tỳ-kheo... có y dư này chưa tác tịnh. Nay vì muốn tịnh nên xả cho trưởng lão, để làm chân thật tịnh thí."

(Người tác chân thật thí muốn sử dụng y này, nên hỏi chủ thọ y, sau đó mới được dùng.)

4. Văn triển chuyển tịnh thí

"Trưởng lão nhất tâm niệm! Tôi, tỳ-kheo... có y dư này chưa tác tịnh. Nay vì muốn triển chuyển tịnh nên xả cho trưởng lão."

Người thọ thỉnh nên nói [1047b01] như vầy:

"Trưởng lão nhất tâm niệm! Y dư này của thầy chưa tác tịnh, vì muốn triển chuyển tịnh nên xả cho tôi, nay tôi nhận nó."

Nhận rồi, nên hỏi lại vị kia:

"Thầy thí cho ai"

Người kia đáp:

"Thí cho tỳ-kheo..."

Người thọ thỉnh nên nói như vầy:

"Trưởng lão nhất tâm niệm! Y dư này của thầy chưa tác tịnh, vì muốn triển chuyển tịnh nên xả cho tôi. Nay tôi đã nhận nó. [Nhận rồi tôi sẽ cho tỳ-kheo...][7] Y này thuộc về tỳ-kheo... ấy rồi. Thầy nên vì tỳ-kheo... mà giữ gìn, tùy thời sử dụng."

(Người triển chuyển tịnh thí tùy thời sử dụng, không cần hỏi.)

---

[7] Để bản không có câu này. Ở đây theo quảng luật Tứ phần, thêm vào cho rõ nghĩa.

5. Văn thọ thuốc bảy ngày

(Nhận thuốc từ tịnh nhân rồi, đem đến chỗ đại tỳ-kheo, nói như vầy:)

"Trưởng lão nhất tâm niệm! Tôi, tỳ-kheo... vì có nhân duyên bệnh, đây là thuốc bảy ngày, tôi được trữ bảy ngày. Nay tôi thọ bên trưởng lão." (Lần thứ hai, thứ ba, cũng nói như vậy.)

6. Văn thọ thuốc trọn đời

(Nhận thuốc từ tịnh nhân rồi, đem đến chỗ đại tỳ-kheo, nói như vầy:)

"Trưởng lão nhất tâm niệm! Tôi, tỳ-kheo... vì có nhân duyên bệnh, đây là thuốc trọn đời, tôi được trữ trọn đời. Nay tôi thọ bên trưởng lão." (Lần thứ hai, thứ ba, cũng nói như vậy.)

CHƯƠNG CHÍN
TẠP PHÁP

1. Văn yết-ma xin làm thất nhỏ

"Đại đức Tăng xin lắng nghe! Tôi, tỳ-kheo… tự khất cầu để cất thất, không có thí chủ, tự làm cho mình. Tôi nay đến trong Tăng, xin Tăng biết cho đó là chỗ không có nguy hiểm, không bị bít lối."

(Lần thứ hai, thứ ba cũng nói như vậy. Tăng xem xét tỳ-kheo này nếu đáng tin thì cho. Nếu không đáng tin thì tất cả Tăng nên đến chỗ đó xem, hoặc sai người đáng tin đến xem. Xem rồi, nên tác yết-ma.)

"Đại đức Tăng xin lắng nghe! Tỳ-kheo… tự khất cầu để cất thất, không có thí chủ, tự làm cho mình, nay đến trong Tăng xin chỉ định nơi chốn, là nơi không có nguy hiểm, không bị bít lối. Nếu thời gian thích hợp đối với Tăng, Tăng đồng ý chỉ định nơi chốn, là nơi không có nguy hiểm, không bị bít lối. Đây là lời tác bạch.

Đại đức Tăng xin lắng nghe! Tỳ-kheo… tự khất cầu để cất thất, không có thí chủ, tự làm cho mình, nay đến trong Tăng xin chỉ định nơi chốn, là nơi không có nguy hiểm, không bị bít lối. Nay Tăng chỉ định nơi chốn cho tỳ-kheo…, nơi không có nguy hiểm, không bị bít lối. Các trưởng lão nào đồng ý, nay Tăng chỉ định nơi chốn cho tỳ-kheo…, nơi không có nguy hiểm, không bị bít lối thì im lặng. Vị nào không đồng ý xin nói.

Tăng đã đồng ý chỉ định nơi chốn cho tỳ-kheo…, nơi không có nguy hiểm, không bị bít lối rồi. Tăng đã đồng ý vì im lặng. Việc này tôi ghi nhận như vậy."

(Văn yết-ma làm thất lớn cũng đồng như đây, chỉ khác là xưng có chủ.)

2. Văn ăn đủ rồi, thọ tàn thực

(Nên đem thức ăn đến chỗ tỳ-kheo khác, nói như vầy:)

"Trưởng lão! Tôi đã ăn đủ rồi, trưởng lão xem đây biết đây, làm pháp dư thực."

[1047c01] (Vị kia nên lấy ăn một ít, rồi nói:)

"Tôi đã dùng rồi, thầy có thể ăn."

3. Văn thọ thỉnh rồi, tác tàn thực

(Nên đem thức ăn đến chỗ tỳ-kheo khác, nói như vầy:)

"Trưởng lão! Tôi đã thọ thỉnh, trưởng lão xem đây biết đây, làm pháp dư thực."

(Vị kia nên lấy ăn một ít, rồi nói:)

"Tôi đã dùng rồi, thầy có thể ăn."

4. Văn thông báo vào thôn, trước và sau bữa ăn đã thọ thỉnh

"Trưởng lão nhất tâm niệm! Tôi, tỳ-kheo... đã nhận lời mời của..., vì có duyên sự, muốn vào thôn..., đến nhà... Bạch trưởng lão biết cho."

5. Văn thông báo vào thôn phi thời

"Trưởng lão nhất tâm niệm! Tôi, tỳ-kheo... phi thời vào thôn..., đến nhà..., vì duyên sự như vậy. Bạch trưởng lão biết cho."

PHẦN II: YẾT-MA TỲ-KHEO-NI

CHƯƠNG I
CÁC PHÁP KẾT GIỚI

(Pháp kết và giải các giới của tỳ-kheo-ni, tất cả đồng với đại Tăng, chỉ khác là xưng đại tỷ ni.)

CHƯƠNG II
PHÁP THỌ GIỚI

1. Văn tỳ-kheo-ni xin nuôi chúng

(Nếu tỳ-kheo-ni muốn độ người, nên đến tỳ-kheo-ni Tăng, bày vai phải, cởi bỏ giày dép, lễ tỳ-kheo-ni Tăng, quì xuống chấp tay thưa:)

"Đại tỷ Tăng xin lắng nghe! Tôi, tỳ-kheo-ni tên là..., xin chúng Tăng cho tôi độ người, trao giới cụ túc. Ngưỡng mong chúng Tăng cho tôi độ người, trao giới cụ túc." (Lần thứ hai, lần thứ ba cũng nói như vậy).

2. Văn ni Tăng yết-ma cho nuôi chúng

"Đại tỷ Tăng xin lắng nghe! Tỳ-kheo-ni này tên là..., nay đến giữa chúng Tăng cầu xin phép độ người, trao giới cụ túc cho người. Nếu thời gian thích hợp đối với Tăng, Tăng đồng ý, nay Tăng cho phép tỳ-kheo-ni tên là... được độ người, trao giới cụ túc cho người. Đây là lời tác bạch.

Đại tỷ Tăng xin lắng nghe! Tỳ-kheo-ni này tên là..., nay đến giữa chúng Tăng cầu xin phép độ người, trao giới cụ túc cho người. Nay Tăng cho phép tỳ-kheo-ni tên là... được độ người, trao giới cụ túc cho người. Các đại tỷ nào đồng ý, Tăng cho phép tỳ-kheo-ni tên là... được độ người, trao giới cụ túc cho người thì im lặng. Vị nào không đồng ý xin nói.

Tăng đã đồng ý cho phép tỳ-kheo-ni tên là... được độ người, trao giới cụ túc cho người rồi. Tăng đã đồng ý vì im lặng. Việc này tôi ghi nhận như vậy."

3. Văn độ sa-di ni

(Nếu muốn cạo tóc ở trong chùa tỳ-kheo-ni, [tỳ-kheo-ni tập trung được] nên bạch ni Tăng; hoặc dẫn đến từng phòng thưa cho các tỳ-kheo-ni biết, sau đó mới cạo tóc. Văn tác bạch như vầy:)

"Đại tỷ Tăng xin lắng nghe! Người này tên là... muốn theo tỳ-kheo-ni... cầu cạo tóc. Nếu thời gian thích hợp đối với Tăng, [1048a01] Tăng đồng ý, nay Tăng cho người tên là... cạo tóc. Đây là lời tác bạch."

(Tác bạch như vậy rồi, được cạo tóc. Nếu muốn xuất gia trong chùa tỳ-kheo-ni, [nếu tỳ-kheo-ni tập trung được] nên bạch ni Tăng; hoặc dẫn đến từng phòng thưa cho các tỳ-kheo-ni biết, sau đó mới cho xuất gia. Văn tác bạch như vầy:)

"Đại tỷ Tăng xin lắng nghe! Người này tên là... theo tỳ-kheo-ni... cầu xuất gia. Nếu thời gian thích hợp đối với Tăng, Tăng đồng ý, nay Tăng cho người tên là... xuất gia. Đây là lời tác bạch."

(Tác bạch như vậy rồi, cho xuất gia. Nên dạy người xuất gia mặc ca-sa, bày vai bên phải, cởi bỏ dép, quì gối phải chấm đất, chấp tay thưa như vầy:)

"Con tên là... qui y Phật, qui y Pháp, qui y Tăng. Con nay theo Phật xuất gia, tỳ-kheo-ni hiệu... làm Hòa thượng. Đức Như Lai, Vô sở trước, Đẳng chánh giác là Thế Tôn của con."

(Lần thứ hai, thứ ba cũng thưa như vậy. Rồi thưa tiếp:)

"Con tên là... đã qui y Phật, đã qui y Pháp, đã qui y Tăng. Con nay theo Phật xuất gia, tỳ-kheo-ni hiệu... làm Hòa thượng. Đức Như Lai, Vô sở trước, Đẳng chánh giác là Thế Tôn của con." (Lần thứ hai, thứ ba cũng thưa như vậy. Sau khi giới tử thưa như vậy rồi, giới sư nên trao giới:)

1- Trọn đời không được sát sanh, là giới của sa-di-ni. Ngươi giữ được không?

Người thọ giới đáp: **Vâng được.**

2- Trọn đời không được ăn trộm, là giới của sa-di-ni. Ngươi giữ được không?

Người thọ giới đáp: **Vâng được.**

3- Trọn đời không được dâm dục, là giới của sa-di-ni. Ngươi giữ được không?

Người thọ giới đáp: **Vâng được.**

4- Trọn đời không được nói dối, là giới của sa-di-ni. Ngươi giữ được không?

Người thọ giới đáp: **Vâng được.**

5- Trọn đời không được uống rượu, là giới của sa-di-ni. Ngươi giữ được không?

Người thọ giới đáp: **Vâng được.**

6- Trọn đời không được đeo tràng hoa, thoa đồ thơm vào mình, là giới của sa-di ni. Ngươi giữ được không?

Người thọ giới đáp: **Vâng được.**

7- Trọn đời không được ca múa, xướng hát và cố ý xem nghe, là giới của sa-di-ni. Ngươi giữ được không?

Người thọ giới đáp: **Vâng được.**

8- Trọn đời không được nằm ngồi trên giường cao rộng lớn, là giới của sa-di-ni. Ngươi giữ được không?

Người thọ giới đáp: **Vâng được.**

9- Trọn đời không được ăn phi thời, là giới của sa-di-ni. Ngươi giữ được không?

Người thọ giới đáp: **Vâng được.**

10- Trọn đời không được cầm nắm vàng bạc, vật báu, là giới của sa-di-ni. Ngươi giữ được không?

Người thọ giới đáp: **Vâng được.**

(Giới sư nói:) **Mười giới của sa-di-ni như vậy, ngươi trọn đời không được phạm; nên cúng dường Tam bảo: Phật bảo, Pháp bảo, Tăng bảo; siêng tu ba nghiệp: tọa thiền, tụng kinh, làm việc giúp chúng.**

(Cho phép đồng nữ mười tám tuổi, học giới hai năm, tuổi đủ hai mươi, thọ đại giới trong tỳ-kheo-ni Tăng. Nếu mười tuổi đã từng có chồng, cho hai năm học giới, tuổi đủ mười hai cho thọ giới cụ túc. Cho thọ hai năm học giới theo thể thức sau:)

4. Văn thức-xoa-ma-na thọ sáu pháp

(Sa-di-ni nên đến trong tỳ-kheo-ni Tăng để trống vai bên hữu, cởi bỏ dép, kính lễ dưới chân ni Tăng, quì gối bên hữu chấm đất, chắp tay thưa:)

"Đại tỷ Tăng xin lắng nghe! Con là sa-di-ni tên... đến xin Tăng hai năm học giới, Hòa thượng ni hiệu là... Cúi xin Tăng từ mẫn, cho con hai năm học giới."

(Lần thứ hai, lần thứ ba cũng thưa xin như vậy. Nên bảo sa-di-ni đến chỗ mắt thấy, tai không nghe. Trong chúng nên sai một vị có khả năng tác **[1048b01]** yết-ma, dựa theo sự việc trên tác bạch:)

"Đại tỷ Tăng xin lắng nghe! Sa-di-ni kia tên là... nay đến Tăng xin hai năm học giới, Hòa thượng ni hiệu là... Nếu thời gian thích hợp đối với Tăng, Tăng đồng ý cho sa-di-ni tên là... hai năm học giới, Hòa thượng ni hiệu... Đây là lời tác bạch.

Đại tỷ Tăng xin lắng nghe! Sa-di-ni tên là... nay đến Tăng xin hai năm học giới, Hòa thượng ni hiệu là... Nay Tăng trao cho sa-di-ni tên... hai năm học giới, Hòa thượng ni hiệu là... Các đại tỷ nào đồng ý Tăng cho sa-di-ni tên... hai năm học giới, Hòa thượng ni hiệu là... thì im lặng. Vị nào không đồng ý xin nói. Đây là yết-ma lần thứ nhất."

(Lần thứ hai, thứ ba cũng nói như vậy.)

"Tăng đã đồng ý cho sa-di-ni tên là... hai năm học giới, Hòa thượng ni hiệu... rồi. Tăng đã đồng ý vì im lặng. Việc này tôi ghi nhận như vậy."

(Tiếp theo kêu sa-di-ni vào, lễ chân ni Tăng, giới sư trao cho sáu pháp như vầy:)

Này cô, hãy lắng nghe! Như Lai, Vô sở trước, Đẳng chánh giác nói sáu pháp:

1- Không được phạm bất tịnh hạnh, hành pháp dâm dục. Nếu thức-xoa-ma-na nào hành pháp dâm dục thì chẳng phải thức-xoa-ma-na, chẳng phải nữ họ Thích. Nếu cùng với nam tử có tâm nhiễm ô, hai thân xúc chạm nhau là phạm giới, cần phải thọ giới lại. Trong đây, trọn đời không được phạm. Cô giữ được không?

Người thọ giới đáp: **Vâng được.**

2- Không được trộm cắp, cho đến một cọng cỏ, một lá cây. Nếu thức-xoa-ma-na nào lấy của người năm tiền hoặc hơn năm tiền, hoặc tự mình lấy, hoặc dạy người lấy, hoặc tự mình làm đứt hoặc dạy người làm đứt, hoặc tự mình phá hoặc dạy người phá, hoặc đốt, hoặc chôn, hoặc làm cho hoại sắc, thì chẳng phải thức-xoa-ma-na, chẳng phải nữ họ Thích. Nếu lấy dưới năm tiền thì phạm giới, phải thọ lại. Trong đây, trọn đời không được phạm. Cô giữ được không?

Người thọ giới đáp: **Vâng được.**

3- Không được cố tâm đoạn mạng chúng sanh, cho đến loài kiến. Nếu thức-xoa-ma-na nào cố ý tự tay mình đoạn mạng người, tìm dao trao cho người, bảo chết, khuyên chết, khen chết, hoặc cho người uống thuốc độc, hoặc làm đọa thai, rủa nộp chú thuật, tự mình làm, dạy người làm, thì chẳng phải thức-xoa-ma-na, chẳng phải nữ họ Thích. Nếu đoạn mạng loài súc sanh không thể biến hóa thì phạm giới, phải thọ lại. Trong đây, trọn đời không được phạm. Cô giữ được không?

Người thọ giới đáp: **Vâng được.**

4- Không được nói dối, cho đến nói vui chơi. Nếu thức-xoa-ma-na nào không chân thật, thật sự mình không có mà tự xưng là tôi đắc pháp thượng nhân, đắc thiền, đắc giải thoát, đắc định, đắc chánh thọ, đắc Tu-đà-hoàn, cho đến A-la-hán, trời đến, rồng đến, quỷ thần đến cúng dường tôi, thì không phải là thức-xoa-ma-na, [1048c01] không phải là nữ họ Thích. Nếu ở trong chúng cố ý nói vọng là phạm giới, phải thọ lại. Trong đây, trọn đời không được phạm. Cô giữ được không?

Người thọ giới đáp: **Vâng được.**

5- Không được ăn phi thời. Nếu thức-xoa-ma-na nào ăn phi thời tức là phạm giới phải thọ lại. Trong đây, trọn đời không được phạm. Cô giữ được không?

Người thọ giới đáp: **Vâng được.**

6- Không được uống rượu. Nếu thức-xoa-ma-na nào uống rượu là phạm giới, phải thọ lại. Trong đây, trọn đời không được phạm. Cô giữ được không?

Người thọ giới đáp: **Vâng được.**

Thức-xoa-ma-na nên học tất cả giới của tỳ-kheo-ni, trừ việc tự lấy thức ăn trao cho tỳ-kheo-ni.

5. Văn thức-xoa-ma-na thọ đại giới giữa hai bộ Tăng

5.1. Cầu Hòa thượng

(Nên thưa như vầy:)

"Con tên là... nay cầu A-di làm Hòa thượng, cúi xin A-di vì con làm Hòa thượng. Con nương nơi A-di để được thọ đại giới." (Lần thứ hai, lần thứ ba cũng cầu thỉnh như vậy.)

Hòa thượng trả lời: **"Được."**

5.2. Bản bộ yết-ma

(Thức-xoa-ma-na nào đã có học giới rồi, tuổi đủ hai mươi, hoặc đủ mười hai, nên cho thọ đại giới bằng pháp bạch tứ yết-ma, theo diễn tiến sau đây: Dẫn người thọ giới đến đứng chỗ mắt thấy, tai không nghe. Trong khi ấy giới sư nên sai một vị giáo thọ, bạch như sau:)

"Đại tỷ Tăng xin lắng nghe! Người này tên... theo Hòa thượng ni hiệu là... cầu thọ đại giới. Nếu thời gian thích hợp đối với Tăng, Tăng đồng ý tỳ-kheo-ni... làm giáo thọ sư. Đây là lời tác bạch."

(Vị giáo thọ nên đến chỗ người thọ giới nói:)

"Này cô, đây có phải là an-đà-hội, uất-đa-la-tăng, tăng-già-lê; đây có phải là tăng-kiệt-chi, phú kiên y; đây có phải là bình bát; đây có phải là y bát của cô không? Cô lắng nghe, nay chính là lúc cần nói đúng sự thật. Nay tôi hỏi cô, có cô nói có, không cô nói không. Cô đã từng làm tỳ-kheo-ni không? Cô có phải tặc tâm thọ giới không? Cô có giết cha, giết mẹ, giết A-la-hán không? Cô có phải phi nhân không? Cô có phải súc sanh không? Cô có phải là người hai căn không? Cô tên gì? Hòa thượng cô hiệu gì? Cô đã đủ hai mươi tuổi chưa? Y bát có đủ không? Cha mẹ hoặc phu chủ có cho phép cô không? Cô không mắc nợ của ai chăng? Cô không phải là tôi tớ chăng? Cô có phải là người nữ không? Người nữ có các bệnh hủi trắng, ung thư, can tiêu, điên cuồng, hai căn, hai đường hiệp lại, đại tiểu tiện thường rỉ chảy, đàm dãi thường tiết ra. Cô có các chứng bệnh như vậy không?"

(Nếu người thọ giới trả lời đúng cách thì nên nói như vầy:)

"Như tôi vừa hỏi, chút nữa trong Tăng cũng sẽ hỏi như vậy, cô cũng trả lời đúng như vậy."

(Vị giáo thọ sư hỏi xong, trở lại trong Tăng với oai nghi bình thường, chỗ có thể đưa tay đụng các tỳ-kheo-ni, đứng nơi đó tác bạch:)

"Đại tỷ Tăng xin lắng nghe! Người kia tên là... theo Hòa thượng ni hiệu... cầu thọ đại giới. Nếu thời gian thích hợp đối với Tăng, Tăng đồng ý, tôi đã giáo thọ xong, cho phép gọi vào. Đây là lời tác bạch."

[1049a01] (Giáo thọ sư nên gọi người thọ giới vào, vào rồi để y bát xuống, dạy kính lễ dưới chân tỳ-kheo-ni Tăng, rồi quỳ trước mặt giới sư, chắp tay bạch:)

"Đại tỷ Tăng xin lắng nghe! Con tên là... theo Hòa thượng ni hiệu... cầu thọ đại giới. Nay, con tên là... đến Tăng xin thọ đại giới, Hòa thượng ni hiệu... Cúi xin chúng Tăng tế độ con. Từ mẫn cố."

(Lần thứ hai, lần thứ ba cũng xin như vậy. Khi ấy, giới sư nên tác bạch:)

"Đại tỷ Tăng xin lắng nghe! Người này tên là... theo Hòa thượng ni hiệu là... cầu thọ đại giới. Nay người này tên là... đến Tăng xin thọ đại giới, Hòa thượng ni hiệu... Nếu thời gian thích hợp đối với Tăng, Tăng đồng ý, cho phép tôi hỏi các nạn sự. Đây là lời tác bạch."

Giới sư nói:

"Cô hãy lắng nghe, nay chính là lúc cần nói đúng sự thật. Nay tôi hỏi cô, có thì nói có, không thì nói không. Cô đã từng làm tỳ-kheo-ni không? Cô có phải tặc tâm thọ giới không? Cô có giết cha, giết mẹ, giết A-la-hán không? Cô có phải phi nhân không? Cô có phải súc sanh không? Cô có phải là người hai căn không? Cô tên gì? Hòa thượng cô hiệu gì? Cô đã đủ hai mươi tuổi chưa? Y bát có đủ không? Cha mẹ hoặc phu chủ có cho phép cô không? Cô không phải là người mắc nợ chăng? Cô không phải là tôi tớ? Cô là người nữ phải không? Người nữ có các chứng bệnh hủi trắng, ung thư, can tiêu, điên cuồng, hai căn, hai đường hiệp lại, đại tiểu tiện thường rỉ chảy, đàm dãi thường tiết ra. Cô có các chứng bệnh như vậy không?"

(Nếu trả lời đúng cách thì nên tác bạch:)

"Đại tỷ Tăng xin lắng nghe! Người này tên là... theo Hòa thượng ni hiệu... cầu thọ đại giới. Nay người này tên là... đến

Tăng xin thọ đại giới, Hòa thượng ni hiệu... Người này nói thanh tịnh, không có các nạn sự, tuổi đủ hai mươi, y bát đủ. Nếu thời gian thích hợp đối với Tăng, Tăng đồng ý cho người tên là... thọ đại giới, Hòa thượng ni hiệu... Đây là lời tác bạch.

Đại tỷ Tăng xin lắng nghe! Người này tên là... theo Hòa thượng ni hiệu... cầu thọ đại giới. Nay người này tên là... đến Tăng xin thọ đại giới, Hòa thượng ni hiệu... Người này nói thanh tịnh, không có các nạn sự, tuổi đã đủ hai mươi, y bát có đủ. Nay Tăng trao đại giới cho người này tên là..., Hòa thượng ni hiệu... Các đại tỷ nào đồng ý Tăng trao đại giới cho người tên..., Hòa thượng ni hiệu... thì im lặng. Vị nào không đồng ý xin nói. Đây là yết-ma lần thứ nhất." (Lần thứ hai, lần thứ ba cũng nói như vậy.)

"Tăng đã đồng ý trao đại giới cho người có tên... Hòa thượng ni hiệu... rồi. Tăng đã đồng ý vì im lặng. Việc này tôi ghi nhận như vậy."

5.3. Chánh pháp yết-ma

(Người thọ giới cùng tỳ-kheo-ni Tăng đến trong Tăng tỳ-kheo kính lễ dưới chân Tăng, quì gối bên hữu sát đất, chắp tay bạch:)

[1049b01] "Đại đức Tăng xin lắng nghe! Con tên là... theo Hòa thượng ni hiệu... cầu thọ đại giới. Con tên là... nay đến Tăng xin thọ đại giới, Hòa thượng ni hiệu... Cúi xin Tăng tế độ con. Từ mẫn cố."

(Lần thứ hai, lần thứ ba cũng bạch như vậy. Sau khi giới tử thưa như vậy rồi, giới sư nơi đây tác bạch rồi, hỏi các nạn sự.)

"Đại đức Tăng xin lắng nghe! Người này tên là... theo Hòa thượng ni hiệu là... cầu thọ đại giới. Nay người này tên là... đến Tăng xin thọ đại giới, Hòa thượng ni hiệu... Nếu thời gian thích hợp đối với Tăng, Tăng đồng ý, cho phép tôi hỏi các nạn sự. Đây là lời tác bạch."

"Cô hãy lắng nghe, nay chính là lúc cần nói đúng sự thật, có thì nói có, không thì nói không. Theo những điều tôi hỏi cô, cô thành thật đáp. Cô đã từng làm tỳ-kheo-ni không? Cô có phải tặc tâm thọ giới không? Cô có giết cha, giết mẹ, giết A-la-hán không? Cô có phải phi nhân không? Cô có phải súc sanh không? Cô có phải là người hai căn không? Cô tên gì? Hòa thượng cô hiệu gì? Cô đã đủ hai mươi tuổi chưa? Y bát có đủ không? Cha mẹ hoặc phu chủ có cho phép cô không? Cô không phải là người mắc nợ chăng? Cô không phải là tôi tớ? Cô là người nữ phải không? Người nữ có các chứng bệnh hủi trắng, ung thư, can tiêu, điên cuồng, hai căn, hai đường hiệp lại, đại tiểu tiện thường rỉ chảy, đàm dãi thường tiết ra. Cô có các chứng bệnh như vậy không?"

(Nếu đáp đúng cách thì giới sư hỏi tiếp:)

"Cô đã học giới chưa? Cô có thanh tịnh không?"

(Nếu nói đã học giới thanh tịnh thì nên hỏi các tỳ-kheo-ni khác rằng:)

"Cô này đã học giới chưa? Có thanh tịnh không?"

Nếu trả lời: "**Đã học giới và thanh tịnh**" thì nên bạch tứ yết-ma liền:

"Đại đức Tăng xin lắng nghe! Người này tên là... theo Hòa thượng ni hiệu... cầu thọ đại giới. Nay, người này tên là... đến Tăng xin thọ đại giới, Hòa thượng ni hiệu... Người này tên là... nói thanh tịnh, không có các nạn sự, tuổi đời đã đủ, y bát đã có, đã học giới thanh tịnh. Nếu thời gian thích hợp đối với Tăng, Tăng đồng ý, nay Tăng cho người tên là... thọ đại giới, Hòa thượng ni hiệu... Đây là lời tác bạch.

Đại đức Tăng xin lắng nghe! Người này tên là... theo Hòa thượng ni hiệu... cầu thọ đại giới. Nay người này tên là... đến Tăng xin thọ đại giới, Hòa thượng ni hiệu... Người này tên là... nói thanh tịnh, không có các nạn sự, tuổi đời đã đủ, y bát đã có, đã học giới thanh tịnh. Nay Tăng cho người tên là... này thọ đại giới, Hòa thượng ni hiệu... Các Trưởng lão nào đồng ý Tăng trao đại giới cho người có tên... Hòa thượng ni hiệu là... thì im lặng. Vị nào không đồng ý xin nói. Đây là yết-ma lần thứ nhất."

(Lần thứ hai, lần thứ ba cũng nói như vậy.)

"Tăng đã đồng ý trao đại giới cho người có tên... Hòa thượng ni tên... rồi. Tăng đã đồng ý vì im lặng. Việc này tôi ghi nhận như vậy."

5.4. Truyền tám pháp ba-la-di và pháp tứ y

a. Tám pháp ba-la-di

"Thiện nữ nhân lắng nghe! Đức Như Lai, Vô sở trước, Đẳng chánh giác, nói tám pháp ba-la-di, nếu tỳ-kheo-ni [1049c01] phạm thì chẳng phải là tỳ-kheo-ni nữa, chẳng phải là người con gái của dòng họ Thích.

1- Không được hành bất tịnh hạnh, hành pháp dâm dục. Tỳ-kheo-ni nào hành bất tịnh hạnh, hành pháp dâm dục, cho đến cùng loài súc sanh, thì vị ấy chẳng phải là tỳ-kheo-ni, chẳng phải là người nữ dòng họ Thích. Trong đây, trọn đời không được phạm. Cô có thể giữ được không?

Trả lời: **Vâng được.**

2- Không được trộm cắp, cho đến cọng cỏ, lá cây. Tỳ-kheo-ni nào lấy của người năm tiền hoặc hơn năm tiền, hoặc tự mình lấy hoặc dạy người khác lấy, hoặc tự làm đứt hoặc bảo người khác làm đứt, hoặc tự phá hoặc bảo người khác phá, hoặc đốt hoặc chôn, hoặc làm hoại sắc, thì chẳng phải tỳ-kheo-ni, chẳng phải người nữ dòng họ Thích. Trong đây, trọn đời không được phạm. Cô có thể giữ được không?

Trả lời: **Vâng được.**

3- Không được đoạn mạng chúng sanh, cho đến loài kiến. Tỳ-kheo-ni nào tự tay đoạn mạng người, cầm dao đưa cho người, hướng dẫn cách chết, khen sự chết, khuyên cho chết, cho uống thuốc độc, làm đọa thai, nguyền rủa, ếm thư chú thuật, hoặc tự làm, phương tiện bảo người làm, thì vị ấy chẳng phải là tỳ-kheo-ni, chẳng phải là người nữ của dòng họ Thích. Trong đây, trọn đời không được phạm. Cô có thể giữ được không?

Trả lời: **Vâng được.**

4- Không được nói dối, cho đến nói giỡn. Tỳ-kheo-ni nào không chân thật, chẳng phải tự mình có mà nói: 'Tôi đắc pháp thượng nhân, đắc thiền, đắc giải thoát, tam muội chánh thọ, đắc quả Tu-đà-hoàn, cho đến quả A-la-hán, trời đến, rồng đến, quỷ thần đến cúng dường tôi', thì vị ấy chẳng phải là tỳ-kheo-ni, chẳng phải là người nữ dòng họ Thích. Trong đây, trọn đời không được phạm. Cô có thể giữ được không?

Trả lời: **Vâng được.**

5- Không được hai thân xúc chạm nhau, cho đến cùng với loài súc sanh. Tỳ-kheo-ni nào với tâm nhiễm ô cùng nam tử có tâm nhiễm ô, hai thân xúc chạm nhau, từ nách trở xuống từ đầu gối trở lên, hoặc xoa hoặc đẩy, vuốt xuôi, vuốt ngược, hoặc kéo, hoặc xô, hoặc bồng lên, hoặc để xuống, hoặc nắm chặt hay lỏng, thì vị ấy không phải tỳ-kheo-ni, chẳng phải là người nữ dòng họ Thích. Trong đây, trọn đời không được phạm. Cô có thể giữ được không?

Trả lời: **Vâng được.**

6- Không được phạm tám việc, cho đến cùng với loài súc sanh. Tỳ-kheo-ni nào có tâm nhiễm ô chấp nhận tâm nhiễm ô của nam tử, nhận sự nắm tay, nắm y, đứng nơi chỗ vắng, cùng đứng, nói chuyện nơi chỗ vắng, cùng đi, hai thân kề nhau, cùng hẹn, phạm tám việc này, thì chẳng phải là tỳ-kheo-ni, chẳng phải là người nữ dòng họ Thích. Trong đây, trọn đời không được phạm. Cô có thể giữ được không?

Trả lời: **Vâng được.**

7- Không nên che giấu trọng tội của người, cho đến đột-kiết-la, ác thuyết. Tỳ-kheo-ni nào biết tỳ-kheo-ni phạm ba-la-di, không tự cử cũng không bạch Tăng, không nói với ai, sau đó vào một thời gian khác tỳ-kheo-ni này thôi tu, hoặc bị diệt tẫn, hoặc bị ngăn không cùng làm Tăng sự, hoặc vào ngoại đạo. [1050a01] Vị ấy nói như vầy: 'Trước đây tôi biết người này phạm tội như vậy như vậy,' thì vị ấy chẳng phải tỳ-kheo-ni, chẳng phải người nữ dòng họ Thích, vì che giấu trọng tội của người khác vậy. Trong đây, trọn đời không được phạm. Cô có thể giữ được không?

Trả lời: **Vâng được.**

8- Không được nói theo tỳ-kheo bị cử, cho đến sa-di. Tỳ-kheo-ni nào biết tỳ-kheo bị Tăng cử tội như pháp, như tỳ-ni, như lời Phật dạy, phạm oai nghi chưa sám hối, không tác pháp cộng trú, mà tùy thuận theo tỳ-kheo kia, cùng nói chuyện. Các tỳ-kheo-ni can gián tỳ-kheo-ni này rằng: 'Đại tỷ, tỳ-kheo kia bị Tăng cử tội như pháp, như tỳ-ni, như lời Phật dạy, phạm oai nghi chưa sám hối, không tác pháp cộng trú, cô đừng tùy thuận theo tỳ-kheo kia, cùng nói chuyện.' Khi các tỳ-kheo-ni can gián tỳ-kheo-ni này mà kiên trì không bỏ. Các tỳ-kheo-ni nên can gián cho đến ba lần để bỏ việc này. Cho đến ba lần can gián bỏ thì tốt, không bỏ thì vị này không phải tỳ-kheo-ni, không phải người nữ dòng thọ Thích vì đã tùy thuận kẻ bị cử. Trong đây, trọn đời không được phạm. Cô có thể giữ được không?

Trả lời: **Vâng được.**

b. Tứ y

"Này thiện nữ nhân, hãy lắng nghe! Đức Như Lai, Vô sở trước, Đẳng chánh giác nói pháp tứ y. Tỳ-kheo-ni xuất gia y vào pháp này. Đó là pháp của tỳ-kheo-ni:

1- Y nơi áo phấn tảo là pháp của tỳ-kheo-ni xuất gia. Trong đây, trọn đời cô có thể giữ được không?

Trả lời: **Vâng được.**

Nếu được của lợi đàn-việt cúng y cắt rọc may thành thì nên nhận.

2- Y nơi khất thực là pháp của tỳ-kheo-ni xuất gia. Trong đây, trọn đời cô có thể giữ được không?

Trả lời: **Vâng được.**

Nếu được của lợi hoặc Tăng sai thọ thực, hay đàn-việt dâng thức ăn vào những ngày chay, mồng tám, mười lăm, mồng một, hoặc thường thực của chúng Tăng, hay đàn-việt mời thì nên nhận.

3- Y nơi dưới gốc cây để ngồi là pháp của tỳ-kheo-ni xuất gia. Trong đây, trọn đời cô có thể giữ được không?

Trả lời: **Vâng được.**

Nếu được của lợi người cho phòng riêng, nhà có nóc nhọn, phòng nhỏ, hang đá, hai phòng có một cửa thông thì nên nhận.

4- Y nơi hủ lạn dược là pháp của tỳ-kheo-ni xuất gia. Trong đây, trọn đời cô có thể giữ được không?

Trả lời: **Vâng được.**

Nếu được của lợi như tô, dầu, sanh tô, mật, thạch mật thì nên nhận.

5.5. Giáo giới khi đã đắc giới

"**Cô đã thọ giới rồi. Bạch tứ yết-ma như pháp thành tựu, đúng cách. Hòa thượng như pháp. A-xà-lê như pháp. Hai bộ Tăng đầy đủ. Cô nên khéo thọ giáo pháp, nên siêng năng giáo hóa, làm việc phước đức, tu bổ tháp, cúng dường Phật, Pháp, Tăng. Hòa thượng, A-xà-lê dạy bảo những điều như pháp, cô không được chống trái. Nên học vấn, [1050b01] tụng kinh, cố gắng cầu phương tiện ở trong Phật pháp để đạt được quả Tu-đà-hoàn, quả Tư-đà-hàm, quả A-na-hàm, quả A-la-hán, thì sơ tâm xuất gia của cô mới không bị uổng phí... Những gì chưa biết cô nên hỏi Hòa thượng, A-xà-lê.**"

(Khi giải tán, bảo người thọ giới đi trước)

6. Văn thọ y, bát

(Văn thọ y, bát và thỉnh y chỉ, tất cả đều giống như trong phần của tỳ-kheo, chỉ khác là xưng tỷ ni.)

CHƯƠNG III
PHÁP TRỪ TỘI

1. Văn tỳ-kheo-ni xin yết-ma ma-na-đỏa từ hai bộ Tăng

(Trị tội tăng tàn của tỳ-kheo-ni không phú tàng, chỉ có nửa tháng hành ma-na-đỏa trong hai bộ Tăng. Hành ma-na-đỏa rồi, cho xuất tội. Khi yết-ma ma-na-đỏa, đại Tăng phải đủ bốn người trở lên, ni Tăng cũng vậy. Khi xuất tội, phải hai bộ Tăng, mỗi bộ hai mươi vị. Tỳ-kheo-ni kia đến giữa Tăng, cởi bỏ dép, bày vai phải, lễ chân Tăng, quì gối, chấp tay xin hành ma-na-đỏa nửa tháng từ hai bộ Tăng, nên thưa như vầy:)

"Đại đức Tăng xin lắng nghe! Con, tỳ-kheo-ni... phạm tội tăng tàn... nay đến hai bộ Tăng xin yết-ma ma-na-đỏa nửa tháng. Ngưỡng mong Tăng từ mẫn cho con yết-ma ma-na-đỏa nửa tháng." (Lần thứ hai, thứ ba cũng thưa như vậy.)

2. Văn cho yết-ma ma-na-đỏa

"Đại đức Tăng xin lắng nghe! Tỳ-kheo-ni... phạm tội tăng tàn... nay đến hai bộ Tăng xin yết-ma ma-na-đỏa nửa tháng. Nếu thời gian thích hợp đối với Tăng, Tăng đồng ý, nay Tăng cho tỳ-kheo-ni... yết-ma ma-na-đỏa nửa tháng. Đây là lời tác bạch.

"Đại đức Tăng xin lắng nghe! Tỳ-kheo-ni... phạm tội tăng tàn... nay đến hai bộ Tăng xin yết-ma ma-na-đỏa nửa tháng. Nay Tăng cho tỳ-kheo-ni... yết-ma ma-na-đỏa nửa tháng. Các trưởng lão nào đồng ý, nay Tăng cho tỳ-kheo-ni... yết-ma ma-na-đỏa nửa tháng thì im lặng. Vị nào không đồng ý xin nói. Đây là yết-ma lần thứ nhất.

(Lần thứ hai, thứ ba cũng nói như vậy.)

Tăng đã đồng ý cho tỳ-kheo-ni... yết-ma ma-na-đỏa nửa tháng rồi. Tăng đã đồng ý vì im lặng. Việc này tôi ghi nhận như vậy."

(Pháp hành ma-na-đỏa như pháp của đại tỳ-kheo không khác. Ở tại chùa Ni, mỗi ngày đến chỗ đại Tăng, bạch cho đại Tăng biết. Thưa như vầy:)

"Đại đức Tăng xin lắng nghe! Con, tỳ-kheo-ni... phạm tội tăng tàn... nay đến hai bộ Tăng xin yết-ma ma-na-đỏa nửa tháng. Tăng đã cho con yết-ma ma-na-đỏa nửa tháng. Con, tỳ-kheo-ni... đã hành được... ngày, còn lại... ngày. Nay bạch cho đại Tăng biết con hành ma-na-đỏa."

3. Văn xin yết-ma xuất tội

(Tỳ-kheo-ni kia đến giữa hai bộ Tăng xin yết-ma xuất tội, nên xin như vầy:)

[1050c01] "Đại đức Tăng xin lắng nghe! Con, tỳ-kheo-ni... phạm tội tăng tàn... đến hai bộ Tăng xin yết-ma ma-na-đỏa nửa tháng. Tăng đã cho con yết-ma ma-na-đỏa nửa tháng. Con ở trong hai bộ Tăng hành ma-na-đỏa nửa tháng rồi, nay đến Tăng xin yết-ma xuất tội. Ngưỡng mong Tăng từ mẫn cho con yết-ma xuất tội." (Lần thứ hai, thứ ba cũng thưa như vậy.)

4. Văn cho yết-ma xuất tội

"Đại đức Tăng xin lắng nghe! Tỳ-kheo-ni... phạm tội tăng tàn... đến hai bộ Tăng xin yết-ma ma-na-đỏa nửa tháng. Tăng đã cho tỳ-kheo-ni... này yết-ma ma-na-đỏa nửa tháng. Tỳ-kheo-ni... này ở trong hai bộ Tăng hành ma-na-đỏa nửa tháng rồi, nay đến Tăng xin yết-ma xuất tội. Nếu thời gian thích hợp đối với Tăng, Tăng đồng ý, nay Tăng cho tỳ-kheo-ni... này yết-ma xuất tội. Đây là lời tác bạch.

Đại đức Tăng xin lắng nghe! Tỳ-kheo-ni... phạm tội tăng tàn... đến hai bộ Tăng xin yết-ma ma-na-đỏa nửa tháng. Tăng đã cho tỳ-kheo-ni... này yết-ma ma-na-đỏa nửa tháng. Tỳ-kheo-ni... này ở trong hai bộ Tăng hành ma-na-đỏa nửa tháng rồi, nay đến Tăng xin yết-ma xuất tội. Các trưởng lão nào đồng ý Tăng cho tỳ-kheo-ni... này yết-ma xuất tội thì im lặng. Vị nào không đồng ý xin nói. Đây là yết-ma lần thứ nhất.

(Lần thứ hai, thứ ba cũng nói như vậy.)

Tăng đã đồng ý cho tỳ-kheo-ni... này yết-ma xuất tội rồi. Tăng đã đồng ý vì im lặng. Việc này tôi ghi nhận như vậy."

5. Văn xả y xả đọa giữa ni Tăng

(Giống như trong phần tỳ-kheo, các tội khác cũng vậy, chỉ khác là xưng tỷ ni.)

CHƯƠNG IV
PHÁP THUYẾT GIỚI

1. Văn yết-ma ni Tăng sai người cầu giáo thọ

"Đại tỷ Tăng xin lắng nghe! Nếu thời gian thích hợp đối với Tăng, Tăng đồng ý, nay Tăng sai tỳ-kheo-ni... vì tỳ-kheo-ni Tăng đến giữa Tăng tỳ-kheo cầu giáo thọ nửa tháng. Đây là lời tác bạch.

"Đại tỷ Tăng xin lắng nghe! Nay Tăng sai tỳ-kheo-ni... vì tỳ-kheo-ni Tăng [1051a01] đến giữa Tăng tỳ-kheo cầu giáo thọ nửa tháng. Các đại tỷ nào đồng ý Tăng sai tỳ-kheo-ni... vì tỳ-kheo-ni Tăng đến giữa Tăng tỳ-kheo cầu giáo thọ nửa tháng thì im lặng. Vị nào không đồng ý xin nói.

Tăng đã đồng ý sai tỳ-kheo-ni... vì tỳ-kheo-ni Tăng đến giữa Tăng tỳ-kheo cầu giáo thọ nửa tháng rồi. Tăng đã đồng ý vì im lặng. Việc này tôi ghi nhận như vậy."

(Hai người làm bạn đi đến chùa Tăng. Đến chỗ một cựu tỳ-kheo, lễ dưới chân, cúi mình chấp tay thưa:)

"Đại đức nhất tâm niệm! Tỳ-kheo-ni Tăng thanh tịnh hòa hợp, lễ chân tỳ-kheo Tăng, cầu thỉnh giáo thọ." (Lần thứ hai, thứ ba cũng nói như vậy. Khi Tăng thuyết giới, tỳ-kheo nhận lời bạch như vầy:)

"Đại đức Tăng xin lắng nghe! Tỳ-kheo-ni Tăng thanh tịnh hòa hợp, lễ chân tỳ-kheo Tăng, cầu thỉnh giáo thọ."

(Lần thứ hai, thứ ba cũng nói như vậy. Sáng hôm sau, tỳ-kheo-ni nên đến hỏi để biết có được hay không. Tỳ-kheo nên nói giờ đến, tỳ-kheo-ni theo đó nghinh đón. Khi nghe người giáo thọ đến, tỳ-kheo-ni ra ngoài nghinh đón vào chùa, cung cấp các vật cần dùng như: nước rửa, cháo ngon, đồ ăn, hoa quả... Nếu không làm như vậy, phạm đột-kiết-la. Nếu tỳ-kheo bệnh hết, hoặc không hòa hợp, hoặc chúng bất mãn, tỳ-kheo-ni nên sai người đến lễ bái, thăm hỏi. Nếu tỳ-kheo-ni bệnh hết, hoặc không hòa hợp, hoặc chúng bất mãn, cũng phải sai người đến lễ bái, thăm hỏi. Nếu không làm như vậy, phạm đột-kiết-la.)

2. Văn dữ dục và thanh tịnh

(Dữ dục và thanh tịnh thọ dục, pháp thanh tịnh bố tát thuyết giới, tám nạn và duyên lược thuyết giới, tất cả thứ lớp tên gọi đều đồng như tỳ-kheo Tăng, chỉ khác là xưng tỷ ni.)

CHƯƠNG V
PHÁP AN CƯ

(Văn sai người chia phòng xá, an cư, thọ bảy ngày, thọ quá bảy ngày, pháp cho quá bảy ngày, tất cả thứ lớp tên gọi đều đồng như tỳ-kheo Tăng, chỉ khác là xưng đại tỷ ni.)

CHƯƠNG VI
PHÁP TỰ TỨ

1. Văn yết-ma ni Tăng sai người cầu tự tứ giữa đại Tăng

"Đại tỷ Tăng xin lắng nghe! Nếu thời gian thích hợp đối với Tăng, Tăng đồng ý, nay Tăng sai tỳ-kheo-ni... vì tỳ-kheo-ni Tăng đến giữa đại Tăng nói ba việc tự tứ: thấy, nghe, nghi. Đây là lời tác bạch.

Đại tỷ Tăng xin lắng nghe! Nay Tăng sai tỳ-kheo-ni... vì tỳ-kheo-ni Tăng đến giữa đại Tăng nói ba việc tự tứ: thấy, nghe, nghi. Các đại tỷ nào đồng ý, Tăng sai tỳ-kheo-ni... vì tỳ-kheo-ni Tăng đến giữa đại Tăng nói ba việc tự tứ: thấy, nghe, nghi thì im lặng. Vị nào không đồng ý xin nói.

Tăng đã đồng ý sai tỳ-kheo-ni... vì tỳ-kheo-ni Tăng đến giữa đại Tăng nói ba việc tự tứ: thấy, nghe, nghi rồi. Tăng đã đồng ý vì im lặng. Việc này tôi ghi nhận như vậy."

(Hai tỳ-kheo-ni làm bạn đến giữa đại Tăng, lễ chân Tăng rồi, cúi người chấp tay thưa như vầy:)

"Tỳ-kheo Tăng hạ an cư đã xong. Tỳ-kheo-ni Tăng hạ an cư cũng đã xong. Tỳ-kheo Tăng nói ba việc tự tứ: [1051b01] thấy nghe, nghi. Đại đức Tăng từ mẫn nói cho con. Con nếu thấy tội sẽ như pháp sám hối."

(Lần thứ hai, thứ ba cũng nói như vậy. Ngày tỳ-kheo Tăng tự tứ, tỳ-kheo-ni kia cũng tự tứ, mà tỳ-kheo mệt nhọc, Phật dạy: Không nên như vậy. Tỳ-kheo Tăng tự tứ ngày mười bốn thì tỳ-kheo-ni tự tứ ngày mười lăm. Nếu đại Tăng bệnh, hoặc chúng không hòa hợp, hoặc chúng bất mãn, tỳ-kheo-ni nên sai người đến lễ bái thăm hỏi. Không làm như vậy, phạm đột-kiết-la. Nếu chúng tỳ-kheo-ni bệnh, hoặc chúng không hòa hợp, hoặc chúng bất mãn, tỳ-kheo-ni cũng nên sai người đến lễ bái thăm hỏi. Không làm như vậy, phạm đột-kiết-la.)

2. Văn dữ dục tự tứ

(Văn dữ dục tự tứ, thọ dục tự tứ, bạch Tăng tự tứ, ni Tăng tự tứ; bốn người, ba người, hai người nói với nhau; một người tâm nghĩ miệng nói, bát nạn bạch Tăng tam ngữ tự tứ, bạch Tăng thọ y công đức, yết-ma cho người trì y, trước Tăng nói chúng Tăng ni thọ y công đức, bạch xuất y công đức, tất cả thứ lớp tên gọi đều đồng như tỳ-kheo Tăng, chỉ khác là xưng tỷ ni.)

CHƯƠNG VII
PHÁP CHIA Y VẬT

(Văn yết-ma chia y vật, ba hoặc hai người hướng về nhau thọ, một người tâm niệm thọ, người nuôi bệnh đem y vật của người chết đến giữa ni Tăng nói, yết-ma cho y bát; yết-ma chia y khác; ba hoặc hai người hướng về nhau thọ, một người tâm niệm thọ; tất cả thứ lớp tên gọi đều đồng như tỳ-kheo Tăng, chỉ khác là xưng tỷ ni.)

CHƯƠNG VIII
PHÁP TÁC TỊNH

(Văn kết tịnh địa, sai người giám tịnh, chân tịnh và triển chuyển tịnh, pháp thọ bảy ngày và trọn đời, tất cả thứ lớp tên gọi đều đồng như tỳ-kheo Tăng, chỉ khác là xưng tỷ ni.)

CHƯƠNG IX
TẠP PHÁP

(Văn tự xin làm thất nhỏ, túc thực thọ tàn thực, thọ thỉnh rồi tác tàn thực, dặn dò trước và sau bữa ăn đã thọ thỉnh, dặn dò phi thời vào thôn, tất cả thứ lớp tên gọi đều đồng như tỳ-kheo Tăng, chỉ khác là xưng tỷ ni. Vì văn dông dài nên không nêu ra.)

[Theo Tăng kì luật] Văn một người an cư: "Tôi, tỳ-kheo... tiền tam nguyệt hạ an cư nơi tăng-già-lam này. Tôi, tỳ-kheo... tiền tam nguyệt hạ an cư nơi trú xứ này, có duyên sự ra ngoài giới, thọ pháp bảy ngày, an cư tự tứ trú xứ này."

CĂN BẢN
THUYẾT NHẤT THIẾT HỮU BỘ
TÌ-NẠI-DA SỰ
(1-4)

Mūlasarvāstivādavinayavastu

Pravrajyāvastu

gzhi thams cad yod par smra ba

'dul ba gzhi

根本說一切有部毘奈耶事

━━━◦❖◦━━━

Việt dịch:

Tuệ Sỹ &

Nguyên An, Tâm Nhãn,

Nguyên Thịnh, Hoằng Trí

Vinayavastu –pravrajyāvastu
rab tu byung ba'i gzhi

CĂN BẢN THUYẾT NHẤT THIẾT HỮU BỘ TÌ-NẠI-DA

❧

A. XUẤT GIA SỰ

根本說一切有部毘奈耶出家事

大唐三藏義淨奉 制譯

Hán dịch

Đại Đường, Tam Tạng Nghĩa Tịnh

Đại chánh T23 No 1444

Nguồn:

Hán: NT. 根本說一切有部毘奈耶出家事 - Taisho 23 No 1444, tr. 1020b11-1041a21.

Phạn: MSV. *Mūlasarvāstivādavinayavastu*, vol. II, edited by Dr. S. Bagchi, Darbhanga, 1970.

Tạng: *bka' 'gyur (sde dge)* – scanned from the photomechanical reprint of the par phud printing published in Delhi by karmpae chodhey gyalwae sungrab partun khang – Tibetan Buddhist Resource Center, TBRC Volume number: 886, TBRC Work number (W): 22084 – current volume 1. |*rab tu byung ba'i gzhi*- |(a) gZhi.2^1-261^4|- (b) sDe-dge |*'dul ba* ka 2a1-131a4|

Kính lễ Tam Bảo
Kính lễ Đấng đã đoạn trừ triền phược
Kính lễ Đấng đã chiết phục tất cả Ma quân Ngoại đạo
Kính lễ Đấng đã chứng đắc Bồ-đề

TỔNG KHOA MỤC

Sau khi lìa bỏ gia đình, việc khó làm là xuất gia. Sau khi đã được xuất gia, việc khó làm hơn nữa là có thể hoan hỷ với sự tu học khi kinh lịch nhân gian.[1] Sự hoan hỷ này phát sinh như thế nào? Việc khó làm là hành sự chân chính.[2] Việc khó làm là trì y ca-sa. Việc cực kỳ khó làm là giới nghiệp tâm thiện xảo.[3]

Các Chủ đề của Tì-nại-da được phân như sau: Xuất gia sự, Tùy ý sự, Bì cách sự, Dược & Y & Ca-thi-na sự, Câu-thiểm-di & Yết-ma sự, Bàn-đồ-lô-già sự, Bổ-đặc-già-la sự, Biến trú sự, Già bao-sái-đà sự, Ngọa cụ sự, Phá tăng sự.[4]

---

[1] *janapadacaryādhigamanānandaḥ*, Tạng: *yul spyad dag gis dga' thob dka'|*

[2] *duṣkarā samyakkriyā|* Tạng: *yang dag pa byed dka'|*

[3] *duṣkaraṃ kuśalaśīlakarmacittam iti|* Tạng: *mkhas pa tshul las nyams pa dka'|*

[4] *pravrajyavastu pravāraṇāvastu carmavastu bhaiṣajyacīvarakaṭhinavastu kośāmbakakarmavastu pāṇḍulohitakavastu pudgalavastu pārivāsikavastu poṣadhasthāpanavastu śayanāsanavastu saṅghabhedavastu ceti |* Trong 17 tì-nại-da sự *(vinayavastu)*, bản Phạn dẫn đây chỉ liệt kê 14, còn lại 3 tì-nại-da sự: Bao-sái-đà sự *(poṣadhavastu)*, An cư sự *(varṣāvastu)*, Tránh sự *(adhikaraṇavastu)*. *gZhi.* liệt kê đủ 17 sự: *rab byung gso sbyong gzhi dang ni| dgag dbye*

Trong đó, xuất gia sự lại được phân chi tiết: Xá-lị-phất, Ngoại đạo, Hai sa-di, Hại A-la-hán, Quân-trà.⁵

[1020b17] Tụng tổng nhiếp:

Xá-lị Tử, xuất gia,
Ngoại đạo và hai người,
Và thiểu nhi đuổi qụa,
A-la-hán, bệnh, nữ.⁶

Nhiếp tụng phân đoạn:

Xá-lị Tử, xuất gia,
Nghi thức thọ cận viên,
Điều phục gọi Tiểu quân,
Ngoại đạo: thảy năm mục.⁷

I. NHÂN DUYÊN XÁ-LỢI-PHẤT

1. Chiến tranh Ương-già & Ma-kiệt

Khi Đức Bồ-tát trú tại nội cung Đâu-suất (Đỗ-sử).⁸

Bấy giờ, tại nước Chiêm-ba có vua hiệu Ương-già.⁹ Nước láng giềng là Ma-yết-đà,¹⁰ có vua hiệu Đại Liên Hoa. Hai nước tiếp giáp nhau, nhân

---

dbyar dang ko lpags gzhi| sman dang gos dang sra brkyang dang| kau
sham bī dang las kyi gzhi| dmar ser can dang gang zag dang| spo dang
gso sbyong bzhag pa dang | gnas mal dang ni rtso pa dang| dge 'dun
dbyen rnams bsdus pa yin|

⁵ Phần Lễ kính & Tổng khoa mục, không có trong bản Hán. Ở đây dịch theo
   bản Phạn.

⁶ Trong Chương Xá-lợi-phất có năm mục.

⁷ *Tuṣitālaya.* Câu này NT. đưa xuống đoạn dưới. Tạng: *dga' ldan gyi gnas.*

⁸ 占波國-央伽, *aṅgadeśe rājādhirāja iti nāma rājā*, vua nước Ương-già hiệu
   là *Rājādhirāja* (Tối Thắng vương) Tạng: *ang ga'i rgyal po zhes bya bas.*

⁹ 占波國-央伽, *aṅgadeśe rājādhirāja iti nāma rājā*, vua nước Ương-già hiệu
   là *Rājādhirāja* (Tối Thắng vương) Tạng: *ang ga'i rgyal po zhes bya bas.*

¹⁰ 摩揭陀王號大蓮華, *magadhadeśe mahāpadma iti nāma rājā.* Tạng: *yul ma*
   ga dha dag na yang rgyal po pa dma chen po zhes bya bas.

dân cả hai nước đều thịnh vượng, giàu có, yên ổn, binh mã tinh nhuệ, hùng cường. Đã trải qua nhiều năm, hai nước đánh nhau, khi được khi thua.

Thời gian sau, nước giàu dân mạnh, vua Ương-già nghĩ lại việc oán thù xưa, nên sửa sang áo giáp, tu bổ binh khí, dấy khởi quân binh, khuyến cáo binh chủng, thề quyết cùng nhau ra trận tiêu diệt kẻ thù.

Khi ấy, những người ở biên cương biết được, sai sứ giả báo cho vua Liên Hoa. Nghe tin ấy rồi, vua xuất binh chống cự. Hai bên giao chiến, vua Liên Hoa thua trận, rút quân vào thành, đóng cửa cố thủ.

Lúc này, vua Ương-già quyết chí bình định, sai sứ báo: "Nếu ra hàng thì tốt, bằng không thì ta không tha; dù cho có bay lên trời, ta cũng quăng lưới tóm bắt; hay lặn xuống biển, cũng thả lưới kéo lên; thậm chí có lên núi cao, chạy vào rừng sâu cũng không đường trốn thoát."

Nghe vậy, vua Liên Hoa run rẩy, bảo quần thần: "Nay quân đội của Ương-già hùng mạnh, thông điệp nghiêm khắc được gửi đến, quốc gia nguy khốn, các khanh có cách gì để tránh thoát?"

Quần thần đáp vua bằng bài kệ:

> *Có vua thì có nước,*
> *Không vua, nước cũng không.*
> *Nước mất còn lập lại,*
> *Mạng dứt khó nối lại.*
> *Nước, mạng trái nghịch nhau,*
> *Ngài nên khéo hộ mạng.*
> *Nước mất còn lập lại,*
> *Mạng diệt khó có lại.*

Thuận theo lời khuyên của quần thần, vua tự trói cổ rồi ra hàng. Đến chỗ Ương-già, hai bên lập hòa ước, xin chịu cống nạp mãi mãi. Công việc đã xong, Ương-già liền thả cho về.[11]

---

[11] *athāṅgarājā tasya vārṣiṃ śulkaṃ nirdhārya prakrāntaḥ*, sau khi thỏa thuận mức thuế cống nạp hằng năm, vua *Anga* quay về.

2. Bồ-tát giáng thần

Bấy giờ, Bồ-tát ngự tại cung trời Đỗ-sử,[12] quán sát thế giới, nơi nào có đủ năm điều kiện để hạ sanh. Khi ấy, chư thiên trong sáu dục giới thiên làm các việc cần làm, tại vương gia vua Duyệt-đầu-đàn,[13] nước Ca-duy-la-vệ,[14] ba lần tịnh hóa bào thai Ma-da phu nhơn, làm cho bà chiêm bao thấy điềm cực tốt đẹp, thấy Bồ-tát hiện hình voi trắng, giáng thần vào thai mẹ.[15] Ngay khi ấy, đại địa chấn Động, ánh sáng rực rỡ, chói lấp cả màu vàng ròng, tỏa khắp thế giới, sáng hơn mặt trời mặt trăng, lên đến tận trời Tam thập tam; tất cả trở thành rỗng suốt, soi thấu cả mọi nơi tối tăm, không nơi nào mà không được soi sáng. Ngay cả những chỗ trước đây mà mặt trời, mặt trăng không chiếu đến được, mãi mãi tối tăm, không thấy gì cả, một khi gặp được thần quang này thì mọi loài đều thấy nhau.[16] Thế nhưng, tướng thị hiện của Thánh nhơn, thế gian chẳng thể biết được.

3. Thái tử Ảnh Thắng

Trong thời gian này, có bốn vị đại quốc vương: thứ nhất, vua Đại Liên Hoa, thành Vương Xá;[17] thứ hai, đại vương Ma-la, thành Thất-la-phiệt;[18] thứ ba, đại vương Xa-đa-di, thành Ô-xá-ni;[19] thứ tư, đại vương A-nan-

---

[12] 覩史天宮, xem cht. 142 trên.

[13] 閱頭檀, *Śuddhodana*, Tịnh Phạn vương.

[14] 迦維羅衛, *Kapilavastu*; âm khác, Ca-tì-la-vệ.

[15] *kāmāvacarān ṣaḍdevanikāyān trikṛtvo jñāpayitvā sa gajavaramahāpramāṇaṃ mātuḥ kukṣim avakrāmati sma*, sau khi ba lần thông báo cho sáu bộ thiên chúng trong dục giới thiên, Bồ-tát với hình tướng voi chúa cực lớn nhập vào bụng mẹ.

[16] MSV... "Chúng bảo nhau, 'Kìa, có các chúng sinh mới sinh ra ở đây'."

[17] *rājagṛhe mahāpadma*. Tạng: *rgyal po'i khab tu rgyal po pa dma chen po*.

[18] 室羅伐城摩羅大王, *śrāvastyāṃ brahmadatta*, Vua Phạm-ma-đạt, thành bang Xá-vệ. Tạng: *mnyan yod du ni rgyal po rtsibs kyis 'phur tshangs byin*.

[19] 鄔舍尼城奢多彌大王, bản Phạn: vua nước Ô-xá-ni (*ujjayinī*) là A-nan-đa-nê-di (*anantanemi*); vua nước Kiêu-xa-di (*kauśāmbī*) là Xa-đa-di

đa-nê-di, thành Kiêu-xa-di.[20]

Vào ngày Bồ-tát giáng sanh, trong cung của bốn vị vua này đều hạ sanh thái tử. Vì khi thái tử sanh ra gặp ánh sáng ấy, nên vua Đại Liên Hoa cho đây là điểm tốt của con mình, bèn nghĩ: "Oai đức của con ta như mặt trời mọc. Oai quang của con ta chiếu sáng thế giới." Vì bóng rọi của ánh sáng ấy thù thắng, vua đặt tên thái tử là Ảnh Thắng[21] để biểu hiện cho sự tốt lành.

[1021a01] Đại vương Ma-la, cũng như vua kia, cho ánh sáng ấy là điểm tốt lành của con mình, nên nghĩ: "Ngay khi con ta chào đời, báo điểm thù thắng, ánh sáng chiếu khắp, quốc giới thanh bình, nên theo đó mà đặt tên để biểu hiện oai đức này." Nghĩ rồi, vua bèn đặt tên thái tử là Thắng Quân.[22]

Vua Xà-đa-di, cũng như vua kia, cho đó là điểm tốt lành của con mình, nên nghĩ: "Con ta có oai đức, ánh sáng xuất hiện, nên theo đó mà đặt tên để biểu dương điểm tốt ấy." Nghĩ rồi, vua bèn đặt tên thái tử là Xuất Quang.[23]

Vua A-nan-đa-nê-di, cũng như vua kia, cho đó là điểm tốt của con mình, nên nghĩ: "Con ta chào đời như thái dương xuất hiện, chiếu phá u ám, ngày càng rực sáng, biểu hiện điểm kiết tường." Nghĩ vậy, vua đặt tên thái tử là Nhật Sơ.[24]

Lúc bấy giờ, vua bốn nước đều đặt tên cho con theo điểm tốt. Nhưng họ đều chẳng biết, đó là sự biểu hiện đại oai thần lực của Bồ-tát Thích-ca.

Thế nhưng, các vương tử này đã lâu đời tích lũy nhân thù thắng, có đại nguyện lực, thảy đều cùng với quyến thuộc của mình hạ sanh theo

---

(śatānīka) Tạng: *'phags rgyal du ni rgyal po mu khyud mtha' yas.kau sham bīr rgyal po dmag brgya pa.*

[20] 憍奢彌城阿難多泥彌大王. Xem cht. 153 trên.

[21] 影勝 *Bimbisāra* (phiên âm, Tần-bà-sa-la, Bình-sa vương). Ht. dịch: 影堅 Ảnh Kiên: sự kiên cố của cái bóng. Tạng: *gzugs can snying po.*

[22] 勝軍 *Prasenajit* (phiên âm, Ba-tư-nặc). Tạng: *gsal rgyal.*

[23] 出光 *pradyota.* Tạng: *rab snang.*

[24] 日初 *udayana* (âm khác, Ưu-điền).

Đức Thánh. Cho nên, nhiều người khác cũng chào đời đúng thời điểm với Ảnh Thắng, khiến cho năm trăm đại thần đều sanh con trong cùng ngày đầu, mỗi người tùy theo tộc tánh mà đặt tên.

Thái tử Ảnh Thắng được tám nhũ mẫu nuôi dưỡng,[25] mỗi ngày mỗi lớn nhanh chóng, như sen lên khỏi mặt nước. Các môn mà thái tử học tập, như kinh thư, kỹ nghệ, lịch số, kế toán, và pháp của hết thảy vua quán đảnh thuộc dòng sát-lợi,[26] không điều gì mà thái tử không thông hiểu.[27] Thái tử lại còn lưu tâm học tập các môn công xảo, điều khiển voi ngựa, phép đánh xe, kéo giây cung, ruổi ngựa bắn tên, quăng dây,[28] đâm kiếm, trị vết thương;[29] mọi thuật đều tận cùng rốt ráo.[30] Đối với bốn loại

---

[25] Tám bà nhũ mẫu: 2 bồng ẩm (*aṅka-dhātrī*), 2 cho sữa (*kṣīra-dhātrī*), 2 trang sức (*mala-dhātrī*), và 2 vui đùa (*krīḍanikā-dhātrī*). Các nhũ mẫu này nuôi lớn thái tử bằng năm loại thực phẩm chế biến từ sữa: *dugdhena dadhnā navanītena sarpiṣā sarpirmaṇḍenānyaiśca* (sữa tươi, sữa đặc, bơ, bơ trong, bơ lỏng).

[26] 刹利灌頂王, sát-lị quán đảnh vương; *kṣatriyo mūrdhābhiṣikto rājā*. Tạng: *rgayl po rgyal rigs spyi bor dbang bskur.*

[27] Các môn học kinh điển: số học (*saṃkhyā*), toán thuật (*gaṇanā*), thủ ấn (*mudrā*).

[28] 搭索 tháp sách, vũ khí tấn công của kỵ binh; đầu sợi dây có móc câu để giựt chân ngựa. Skt. *pāśagrāha*.

[29] 治瘡 trị sang.

[30] Các môn nghệ thuật (*śilpasthānakarmasthānāni*, công xảo xứ): trên đầu voi (*hastigrīvāyām*), trên lưng ngựa (*aśvapṛṣṭhe*), bắn tên khi ruổi xe (*rathetsarau*), kéo giây cung (*dhanuṣi*), phóng ngựa (*paryāṇe*), chạy vòng tròn (*niryāṇe*), nắm móc câu (*aṅkuśagrāhe*), bủa lưới (*pāśagrāhe*), phóng lao (*tomaragrāhe*), trong các thế chém (*chedye*), chẻ đôi (*bhedye*), xuyên thủng (*vedhye*), như bắn cự ly xa (*dūravedhye*), bắn theo tiếng mà không nhìn (*śabdavedhye*), xuyên tử huyệt (*marmavedhye*), bắn liên tiếp nối đuôi (*akṣuṇṇavedhye*), bắn công phá? (*dṛḍhaprahāritāyāṃ*). Tạng: *glang po che'i gnyar bzhon pa dang| rta bzhon pa dang| shing rta'i thabs dang| ral gri'thabs dang| 'phongs dang| phyir bsnur ba dang| mdun du bsnur ba dang| lcags kyi bsgyur thabs dang| zhags pa dang| mda' po che 'phen thabs dang| 'dzin stangs*

minh xứ,[31] thái tử lão luyện không sót. Và con của năm trăm đại thần, cũng đều thông đạt các môn kĩ thuật như vậy.[32]

Vào thời gian sau, khi thái tử làm giám quốc, nhân ngày rảnh rỗi, cởi voi du hành nhân gian, thấy nhiều người đang trưng thu thuế, bèn hỏi người hầu: "Vì cớ gì bọn này yêu sách trưng thu?"

- Đó là thuộc hạ của vua Ương-già nước lân cận, từ xa đến thu thuế.

Thái tử hỏi:

- Tại sao nước ta nạp thuế cho họ?

- Lâu nay như vậy.

Khi ấy, thái tử liền triệu bọn thuộc hạ ấy đến hỏi:

- Vua nước kia là vua quán đảnh thuộc dòng sát-lợi; vua nước ta cũng là vua quán đảnh thuộc dòng sát-lợi. Nhưng phạm vi thống trị bất đồng, nhân dân cũng khác nhau, vì duyên cớ gì các ông vượt ranh giới của hai nước để thu thuế? Ngươi nên về ngay. Từ nay hãy chấm dứt!

Bọn thuộc hạ nghe thế, liền suy xét: "Thái tử này bẩm tánh cang cường hung hãn, **[1021b01]** ý muốn bội ước, bắt ta trở về tay không. Nay chúng ta phải gặp Đại Liên Hoa để yêu sách trưng thu." Sau khi gặp vua, chúng được lệnh trưng thu y như cũ.

---

dang|gom stangs dang| thor tshugs dang| gcad pa dang| dral pa dang| dbug pa dang| gnas lnga po 'di lta ste|rgyang nas phogs pa dang| sgra grags par phogs pa dang| gnad du phogs pa dang| mi 'tshor bar phogs pa dang|...

[31] Bốn minh xứ, bốn ngành học thuật (*vidyā-sthāna*), trừ công xảo xứ kể trên, còn lại, kể theo Phật điển: nội minh (triết học), thanh mimh (ngôn ngữ học), nhân minh (luận lý học), và y phương minh (y học).

[32] MSV. giải thích hiệu vua: "Ông được liệt trong hàng (*śreṇī*: đại quân) thứ 18 của tổ phụ, nên có hiệu là "Đại quân Bình-sa vương" (*sa pitrāṣṭādaśasu śreṇīṣv avatāritaḥ| ato' sya śreṇyo bimbisāra iti khyātiḥ.* Pāli gọi là *Bimbisāra Seniya*, và giải thích *Seniya* có nghĩa là "có tùy tùng đông đảo = đại quân" (Pāli *Proper Names*).

Trên đường trở về, thái tử lại gặp bọn ấy thu thuế như trước, không bỏ. Thái tử nói:

- Ta đã đuổi đi, sao các ngươi còn ở đây? Về ngay thì tốt, nếu không, ắt phải bị nghiêm phạt.

Nghe vậy, mọi người run sợ, dẫn nhau trở về. Về đến nước mình, họ bẩm báo đầy đủ cho vua biết:

- Thái tử Ảnh Thắng kia là người hung bạo, bội ước không thủ tín, không cho thu thuế. Mong đại vương sớm ra kế sách đối trị, nếu không làm vậy, sợ rước họa sau này."

Vua trả lời sứ thần bằng bài kệ:

> *Cây cối khi còn mầm,*
> *Móng tay bấm đứt ngay;*
> *Lớn rồi liên kết nhau,*
> *Búa rìu chặt khó đổ.*[33]

Khi ấy, vua Ương-già phẫn nộ, liền sai sứ mang thư đến cho vua Đại Liên Hoa, nói: "Ảnh Thắng nghịch mạng, trói cổ dẫn đến đây. Nếu không, ta sẽ đích thân đến đó giết sạch. Hãy biết ý trẫm."

Nghe vậy, vua Liên Hoa và quần thần đều run rẩy. Chỉ lo sợ mất nước, liền triệu Ảnh Thắng, quở trách việc chống lại vua kia, và đưa thư cho xem. Ảnh Thắng nói:

- Kia là vua sát-lợi quán đảnh, vua nước ta cũng là vua sát-lợi quán đảnh. Quốc giới khác nhau, tại sao phải cống nạp? Cúi xin đại vương cho con bốn binh, con quyết chiến với họ.

Vua Liên Hoa liền tự suy tính, biết Ảnh Thắng có khả năng mưu tính việc lớn, bèn viết thư phúc đáp vua Ương-già:

- Theo nhục thư, mang giao Ảnh Thắng, trói cổ dẫn đến; nhưng đó là con của tôi, sẽ cho kế ngôi tiên vương. Dù ngài nghiêm cáo thế nào, tôi cũng không thể vâng mệnh. Đại vương ắt muốn dùng sức mạnh bao phủ, mãnh khí lấn lướt, dàn binh khắp đồng; tôi chỉ biết đợi tội.

---

[33] MSV..., bài kệ do bọn thuộc hạ đọc.

Nghe lời tấu trình, Ương-già vô cùng phẫn nộ, liền ra lệnh tổng động viên quân lực cả nước, rèn đúc khí giới, tuyên bố: "Ta sẽ thân chinh, phá diệt Liên Hoa, chém đầu Ảnh Thắng."

Sau đó, vua hưng khởi vạn chúng ngàn quân, binh mã rầm rập, cờ xí rợp đất, chuông trống rền trời, tiến thẳng đến nước Ma-kiết-đà.

Khi ấy, vua Liên Hoa run sợ, liền triệu Ảnh Thắng đến giao cho bốn binh. Sau khi nhận mệnh lệnh của vua, thái tử thống suất con các đại thần và tuyên lệnh:

- Ương-già là thù xưa của nước ta, nay ta phục hận. Bọn giặc này vào nước ta, mưu kế cao minh. Các ông đã nhiều đời lập công trạng, nhận ân sủng quốc gia, có phương sách gì giúp ta phá giặc, an dân?

Mọi người đáp:

- Chúng tôi tuy không có kế lược gì, nhưng dám liều mạng, hết lòng phục tùng thái tử.

Bấy giờ, Ảnh Thắng **[1021c01]** nói kệ:

Trị quốc, an dưỡng dân,
Phải nên khéo thủ hộ;
Để kẻ khác chiếm đoạt,
Muôn họ mất chỗ nương.

Lúc đó, thái tử bảo mọi người:

- Các ông đồng tâm hiệp lực hộ vệ ta.

Nói lời ấy rồi, thái tử ra lệnh ba quân, binh mã đồng xuất phát.

Khi ấy, vua Đại Liên Hoa bước lên lầu cao cùng các thị vệ vây quanh trước sau quan sát quân chúng, nói với quần thần:

- Đấy là quân binh của ai?

Đáp:

- Đấy là quân binh của thái tử Ảnh Thắng.

Vua nói:

- Các khanh nên biết, quân binh hùng hậu đó nên gọi là "Quân binh Ảnh Thắng".[34]

Trong các đại thần, có người gọi đây là "Đại thê Ảnh Thắng".[35] Có đủ mọi thứ mỹ danh như vậy tán dương tướng thịnh oai đức của thái tử.

Bấy giờ, thái tử bảo mọi người:

- Ta nghe rằng, người thiện chiến thì không nhọc sức dàn quân chiến đấu. Nay binh mã của vua Ương-già quá lớn, chúng ta đấu không dễ chạm trán để tổn thương quân ta. Dùng mưu kế bí quyết mà bắt được là thượng sách.

Tức thì Ảnh Thắng tuyển chọn quân sĩ kiêu hùng, đợi lúc quân địch không phòng bị, liền giết Ương-già; các binh chủng[36] của Ương-già nhất thời tháo chạy tán loạn. Thừa thắng, các binh sĩ của Ảnh Thắng rượt đuổi địch quân đến trước cửa phía Bắc. Người của nước Ương-già chưa biết vua đã bị giết, giữ thành cố thủ. Thái tử Ảnh Thắng liền ra lệnh bêu đầu vua kia trên cây giáo dài để người trong thành thấy, rồi tuyên lệnh:

- Đây là đầu vua nước Ương-già của các ngươi. Các ngươi hãy mở cổng gấp. Nếu không làm vậy, ta sẽ giết sạch.

---

[34] 兵眾影勝, dịch sát theo Hán: "sự thù thắng của cái bóng của quân binh (?)" Skt. Vua nói: "Ôi, quân binh này thật là hùng hậu." (*prabhūtabalakāyo' yam iti*).

[35] 大梯影勝, "Ảnh thắng của thang lớn"? Không rõ ý nghĩa chính xác. MSV.: Có người đề nghị gọi là "quân lực như mặt trời lộng lẫy/ quân lực vững chắc như mặt trời" (*ke cid balakāyabimbisāra iti saṃjānate*). Có người đề nghị gọi "Đại quân là Ảnh Thắng" (*kecit/ śreṇyo bimbisāra iti saṃjānate*). [gZhi.11] *de na kha cig ni bzo sbyangs gzugs can snying po zhes bya bar shes so/ kha cig nu dmag ldan gzugs can snying po zhes bya bar she so*|

[36] Nguyên Hán: 三軍六師 "ba quân sáu sư"; *Thái bình ngự lãm*, q. 298: "500 lính là 1 lữ; 5 lữ là 1 sư = 2.500 lính. Sáu sư: 2.500 x 6 = 15.000 lính. Bản Phạn: *aṅgasya rājñaś caturaṅga*, bốn binh chủng của vua Ương-già.

Nghe vậy, mọi người thất kinh, liền mở cổng thành. Các đại thần tự trói cổ qui hàng. Nhân dân trong thành thảy đều thuận phục.

Sau khi vào thành, Ảnh Thắng sai sứ giả trở về trình lên phụ vương:

- May nhờ oai nghiêm của Đại vương, thần dân tận lực, Ương-già nghịch mạng nay đã mất đầu, nơi biên cương không còn lo sợ, xa gần đều thanh bình.

Nghe trình, vua Liên Hoa vui mừng khôn xiết, liền ban cho Ảnh Thắng đủ các loại đồ trang nghiêm thân, anh lạc, y phục và lọng bảy báu; đồng thời phong cho Ảnh Thắng làm vua nước Chiêm-ba thay thế Ương-già. Nhân đây, bách tánh nước đó đều xưng hô là "Ảnh Thắng Đại vương". Về sau, thần công thánh đức lan tỏa khắp nơi, nhân dân phú lạc, trộm cướp không còn, tiếng tốt oai đức truyền khắp gần xa.

Một thời gian sau, vua Liên Hoa băng hà, quần thần nước Ma-kiết-đà báo tin buồn cho Ảnh Thắng biết, và rước Ảnh Thắng trở về để thống trị bổn quốc. Bấy giờ, Ảnh Thắng liền đem việc nước Chiêm-ba giao cho cựu thần của nước ấy, chuẩn bị xe cộ về gấp bổn quốc để thọ tang cha. Tang chế đã xong **[1022a01]**, Ảnh Thắng kế ngôi phụ vương, trị dân bằng pháp, mưa thuận gió hòa, mùa màng bội thu, nhân dân an lạc. Với đức độ của vua ngày càng cao, các nước lân bang ngưỡng mộ qui thuận, không còn thù địch.

4. Bà-la-môn Ma-tra-la

Bấy giờ, ở Trung bộ[37] có con của một bà-la-môn[38] muốn học pháp thuật, đi khắp các xứ, lần hồi đến phương Nam.[39] Nam Thiên trúc ấy có đại bà-la-môn tên là Địa-sư,[40] thông thạo bốn Luận,[41] người đời xưng là

---

[37] *madhyadeśa*, chỉ nước Ma-kiệt-đà (Ma-yết-đà). Tạng: *yul dbus*.

[38] *māṇava* (ma-nạp) niên thiếu bà-la-môn. Tạng: *bram ze'i khye'u*.

[39] *dakṣiṇāpatha*, địa phương phía Nam Vương Xá, Ma-kiệt-đà. Tạng: *lho phyogs*.

[40] 地師; có thể phiên âm của *Tiṣya*, đồng nhất với các đoạn sau, phiên âm là 底沙 Để-sa. MSV. không nói tên, chỉ mô tả: *vedavadāṅgapāragaḥ*, thông suốt Vệ-đà và chi phần Vệ-đà.

[41] 四論, chỉ bốn Vệ-đà.

đại sư. Đồng tử đi đến chỗ vị ấy, đánh lễ dưới chân, chắp tay thưa:

- Con xin theo thầy làm đệ tử.

Thầy hỏi:

- Ngươi muốn học gì?

Đáp:

- Nay con muốn học bốn Vệ-đà.[42]

Thầy đáp:

- Tùy ý học.

Đồng tử bèn học các nghi thức hành sự.

Theo pháp của bà-la-môn, mỗi tháng có ba ngày, vào những ngày này, tất cả mọi việc đều không làm; bấy giờ hoặc đi tắm sông,[43] hoặc đi quan sát thị thành,[44] hoặc kiếm củi trong rừng.[45] Đến ngày này, các con của bà-la-môn cùng đi lấy cây để đốt lửa. Trên đường đi, họ hỏi thăm nhau về dòng họ, nơi sanh, dòng dõi trong bốn giai cấp, như dòng họ Độc tử, v.v.;[46] mỗi mỗi tùy theo mà trả lời.

Họ lại hỏi nhau:

- Anh là người phương nào?

Có người nói:

- Tôi là người phương Đông.

Hoặc có người nói:

---

[42] 四明大論.

[43] *tīrthopasparśaka*, tắm ở bến sông được xem là Thánh địa.

[44] *nagarāvalokaka*.

[45] 火中燒木: gỗ đốt trong lửa=củi? *samid-āhāraka*.

[46] 犢子等四姓. MSV. liệt kê: *kautsavātsa*: hậu duệ của *Kutsa* (hiệu của Tiên Arjuneya, tác giả một số tụng Vệ-đà), *śāṇḍilya*: hậu duệ của *Saṇḍila*; *bhāradvāja*: hậu duệ của *Bharadvāja* (vị Tiên tác giả một số thi tụng Vệ-đà), *paṃcakā upapaṃcakāḥ*: thuộc giai cấp thứ năm hoặc dưới thứ năm.

- Tôi là người phương Nam.

Hoặc có người nói:

- Tôi là người phương Tây.

Hoặc có người nói:

- Tôi là người phương Bắc.

Rồi họ lại nói:

- Các quốc độ đó tôi đều biết cả.[47]

Và đọc kệ:

> *Trí tuệ xuất phương Đông,*
> *Hai lưỡi ở Tây quốc,*
> *Kính thuận sanh phía Nam*
> *Ác khẩu ở phương Bắc.*

Các con của bà-la-môn đều nói như vầy:

- Các xứ chúng ta đều biết, nhưng không biết Trung bộ như thế nào?

[...][48]

Các đệ tử bèn thưa hỏi thầy mình:

- Thưa Thầy,[49] nay con muốn đến Trung bộ để tham quan đất nước ấy và tắm sông ở đó; phụng sự, tham lễ các tông sư ở địa phương đó. Con

---

[47] MSV. thêm một đoạn: "Người kia nói: Tôi từ Trung bộ đến. Bọn họ nói: Tất cả các địa phương này, chúng tôi đều thấy và nghe, trừ địa phương Trung bộ."

[48] Bản Hán có thể nhảy sót; thiếu mạch lạc với đoạn tiếp theo. MSV. một đoạn dài: Ma-nạp xuất thân Trung bộ được hỏi và mô tả chi tiết xứ Trung bộ: "Ở đó, có mía, có thóc lúa, có trâu, bò dẫy đầy, có hàng trăm ăn mày lang thang, không có những kẻ xấu; ở đó có hiển minh, thức giả sống chung, thân cận. Ở đó có sông *Gaṅgā*, sông *Puṇyā*, sông *Maṅgalyā*, sông *Śuci*, nước chảy tràn hai bờ. Có núi *Aṣṭādaśavakra* là trú xứ của các Tiên nhân. Các Tiên nhân ở đây tu khổ hành, mong cho thân được sanh thiên."

[49] 鄔波馱耶, *upādhyāya* (Hòa thượng).

muốn khuất phục các luận sư⁵⁰ ở đó. Như vậy, danh xưng của chúng ta vang xa, mọi người đều nghe biết. Chúng ta sẽ thu nhiều tài vật, được lợi ích lớn.

Ông bà-la-môn này rất mực thương yêu đệ tử, có tài vật gì cũng đều chia cho đệ tử.⁵¹ Tư lương đã đầy đủ, họ cùng nhau⁵² lên đường đến Trung bộ.

[gZh.16] Trên đường đi, hoặc có các người trí đến nghị luận, họ⁵³ đều đắc thắng; hoặc khi đắc thắng, bọn họ dùng bình đựng đầy tro đánh đầu những người ấy;⁵⁴ hoặc có những người đến học thuật cưỡi ngựa, làm cung tên, vũ khí, họ đều chỉ dạy;⁵⁵ hoặc có những người mang cờ phướn, lọng báu, hương hoa nghinh tiếp. Lại có vô số người tìm đến tôn làm thầy. Họ lần hồi du hành qua các nước, thôn xóm, thành ấp, [1022b01] nơi nào đi qua, họ cũng đều đắc thắng, cuối cùng đến Trung bộ. Ông thầy bà-la-môn nghĩ: "Ta nghe rằng, các người có trí đều hội kiến vương gia. Ngày nay, chúng ta cũng nên đến đó và sẽ nhiếp phục họ. Giống như những gì? Giống như gốc rễ và cành lá của cây đại thọ. Các chỗ mà chúng ta đi qua, nghị luận đều đắc thắng, chỉ như dọn dẹp cành lá; nếu ở trước vua mà nghị luận đắc thắng thì như chặt đứt gốc rễ. Ta

---

⁵⁰ *vādivṛṣabha*, trâu chúa, thủ lãnh, trong các luận sĩ.

⁵¹ MSV. Ông cung cấp cho các đệ tử như: da sơn dương (*ajināni*), y phục vỏ cây (*valkalāni*), gậy (*daṇḍaka*), v.v., các vật dụng tùy thân của bà-la-môn khi đi đường.

⁵² MSV. Thầy bà-la-môn cùng đi với các đệ tử (*sa taiḥ sārdhaṃ*; Tạng: *bram ze de bram ze'i khyeu de dag dang lhan cig...*)

⁵³ MSV. Chính thầy bà-la-môn này khuất phục một số các luận sư; mỗi khi chiến thắng, ông chiếm dụng xe của họ (*sa kāṃścid vādino nigṛhya vādirathe yojayati*).

⁵⁴ MSV. Thầy bà-la-môn đánh vỡ đầu họ bằng những bình tro (*keṣāṃcid bhasmaghaṭikayā śirāṃsi bhinatti*; Tạng: *kha cig mgor thal ba'i dag gis bsnun*).

⁵⁵ Dịch sát theo Hán, nhưng ý nghĩa còn nghi ngờ. MSV. *kecid iṣv astra śālām iva vāyasā ārāt parivarjayanti*, một số tránh xa bọn họ như con quạ tránh xa trường luyện tập cung thủ. Tạng: *kha cig 'phong gi dpong sar khwa bzhin du thag ring po nas yongs su spong bar byed.*

nay nên đến chỗ vua."

Thế rồi, họ liền đến đó. Đến nơi, họ chúc lành vua, "Cầu cho vua trường thọ, không có các tai nạn." Sau đó, đứng một bên, bà-la-môn ấy tâu vua:

- Tôi theo thầy học, có được ít nhiều học vấn, nay mong được đàm luận cùng với các luận sư trong nước của vua.

Vua liền đáp:

- Ý ông sẽ được thỏa mãn.

Rồi quay lại hỏi các quan:

- Trong nước của ta, có bà-la-môn nào có khả năng luận nghị với người này?

Các quan đáp:

- Có bà-la-môn trong thôn Na-la, thông hiểu bốn bộ Vệ-đà, trí tuệ như lửa. Người đó tự sáng tác nghị luận, đề tên là Ma-tra-la.[56]

Vua bảo:

- Gọi ô-ba-đà-da đó đến đây!

Đại thần y mạng mời đến chỗ vua. Ông bà-la-môn này chúc lành như bà-la-môn trước. Vua liền hỏi:

- Ông có thể trước mặt ta luận nghị với bà-la-môn kia không?

Đáp:

- Vâng theo uy mệnh của vua, tôi sẽ dốc hết sức để đền đáp.

Khi đó, y theo nghi thức, lập nghị luận đài,[57] hai bên đặt chỗ ngồi. Bấy giờ, vua ra lệnh:

---

[56] MSV. *nāladagrāmake māṭharo nāma brāhmano… tena māṭharaṃ nāma sāstraṃ praṇītam*, "trong thôn *Nālada* có ông bà-la-môn tên là *Māṭhara* (Tib: *gnas len kyi bu*)… ông sáng tác luận tên là *Māṭhara*." *Mathara* ở đây có thể chỉ tên luận thư hay luận giả của Số luận (*Saṃkhyā*). Đại trí độ 11, tr. 137a29: bà-la-môn luận nghị sư tên 摩陀羅 Ma-đà-la.

[57] 曼荼羅, *vādimaṇḍala*. Tạng: *rgol ba'i dkyil 'khor*.

- Ai là người lập luận?[58]

Đại thần đáp:

- Nên để bà-la-môn khách tên Địa Sư lập luận trước.

Là người lập luận, ông tụng đọc chủ đề với năm trăm bài tụng; rồi ngồi im. Khi ấy, Ma-tra-la tụng lại số bài tụng kia, nêu ra nhiều lỗi trong ấy, và kết luận:

- Ngôn từ và ý nghĩa của các tụng này thật chẳng tương xứng, chẳng hợp đạo lí.

Nghe vậy, Địa Sư lặng câm, không nói lời nào. Theo thể thức luận nghị, im lặng không đáp tức là chịu thua. Vua hỏi đại thần:

- Ai thắng, ai bại?

Đại thần đáp:

- Ma-tra-la luận nghị đắc thắng.

Nhà vua vui mừng, và phán:

- Trong nước của ta cũng có người thông minh đại trí tuệ như vậy.

Vua hỏi:

- Ô-ba-đà-da, ông ở tụ lạc nào?

Đáp:

- Thôn Na-la.

Vua liền ban thưởng cho thôn Na-la, tùy ý sử dụng.

5. Phạm chí Trường Trảo

Lẽ thường của người đời, [gZh.18] ai cũng muốn tìm cầu khoái lạc. Có các nữ bà-la-môn cũng tranh nhau tìm chồng, nhưng chưa tìm được.[59] Một thời gian, Ma-tra-la lấy một cô cùng giai cấp làm vợ. Hai

---

[58] 先與, *pūrvapakṣa*, Tạng: *phyogs snga.*

[59] MSV. *so'anekair brāhmaṇaiḥ kanyānimittaṃ prārthyate*, Ông (*Māthara*) cùng với nhiều người bà-la-môn khác tìm kiếm người nữ đủ đức tính nữ (làm vợ).

người sống chung hoan lạc, không lâu sanh được một hài nhi. Hai người bèn lập lễ hội lớn để đặt tên cho con. Vì đồng tử này thân thể rất dài,⁶⁰ nên được đặt tên là Trường Thể.⁶¹ Với sự chu cấp dưỡng dục chu đáo, Trường Thể dần dần trưởng thành, học tập các nghề như: toán số, thủ ấn, [1022c01] các phẩm hạnh bà-la-môn, tẩy tịnh, lấy tro, lấy đất, xưng tán bốn sách Vệ-đà,⁶² và thực hành sáu phận sự như đọc tụng, tế tự, cho và nhận...⁶³, đều được thành tựu.

[gZh.19] Thời gian sau, họ lại sanh được một bé gái. Mắt của bé gái này như mắt chim cù dục (chim sáo).⁶⁴ Nhân đó, những người thân cùng họp lại đặt tên bé là Cù Dục.⁶⁵ Sau khi bé này được nuôi dưỡng trưởng thành, người cha dạy cho văn tự và quy tắc luận nghị.

Một thời gian sau, cô bé cùng với anh luận nghị, tranh luận với nhau. Khi cô em gái đắc thắng, người cha liền bảo con trai:

- Con là con trai mà nghị luận thua con gái. Nếu ta không có người thừa kế, chắc chắn tài sản của ta sẽ thuộc về người khác.

---

⁶⁰ *dīrghadīrghābhyām koṣṭhābhyām*, hai thể (số đôi: hai đầu gối?) rất dài. *koṣṭha*, chỉ bộ phận nội tạng (*Wogihara*), Tạng: hiểu là "thân trên": (*ro stod ring ba ring ba zhig*). *Đại trí độ* 11, tr. 137b04, phiên âm 拘郗羅 Câu-si-la, và chua nghĩa 大膝 "Đại Tất" (đầu gối lớn), và giải thích: "Vì xương đầu gối rất lớn."

⁶¹ 長體, *Koṣṭhila* (*Mahākauṣṭhila*: Ma-ha Câu-si-la) Tạng: *stod rings*.

⁶² 薜陀書.

⁶³ *yajane yājane adhyayane adhyāpane dāne pratigrahe ṣaḍkarmanirato*: thực hiện sáu phận sự: tế tự, hướng dẫn tế tự, đọc tụng (Vệ-đà), dạy người đọc tụng, cho tặng, tiếp nhận.

⁶⁴ 鸜鵒鳥, *śārikā*, giống chim biết nói.

⁶⁵ *Đại trí độ* 11, tr. 137b03: sinh con gái trước, đặt tên 舍利 Xá-lị; sau đó sinh con trai. Tạng: *śā ri kā*.

Bấy giờ, ở Nam Thiên trúc,[66] có đồng tử bà-la-môn tên là Đế-sa,[67] thông hiểu luận thuyết "không đời sau".[68] Vì cầu pháp nên từ phương Nam đi đến chỗ Ma-tra-la,[69] đảnh lễ dưới chân thầy, thưa rằng:

- Thưa Đại sư, con muốn theo Ô-ba-đà-da để học hỏi.

Sư hỏi:

- Ngươi muốn học gì?

Đáp:

- Con muốn học luận thuyết "Không đời sau."

Sư nói:

- Cứ như ý mà học.

Từ đó, theo thầy học luận thuyết ấy. Những lúc nghỉ học, họ cùng nhau luận thuyết. Việc luận thuyết, *chi tiết như trên đã nói.*[70]

---

[66] 南天竺國, *Dakṣiṇapatha*, Nam đạo; địa phương phía nam Vương Xá.

[67] 有婆羅門童子名曰底沙, *tiṣyo nāma brāhmaṇaḥ*, có người bà-la-môn tên gọi *Tiṣya*. Tạng: *bram ze skar rgyal zhes bya ba.*

[68] 無後世論, *lokāyata*, thuận thế ngoại đạo, cùng với phái *Cārvāka*, được xem là chủ nghĩa duy vật cổ đại trong triết học Ấn Độ. Tạng: *ʼjig rten rgyang ʼphen pa.*

[69] 從南方來至摩吒羅所, Theo ngữ cảnh NT này, niên thiếu Đế-sa (*Tiṣya*) cầu học với Ma-tra-la (*Māṭhara*). Theo ngữ cảnh MSV., chính niên thiếu *Koṣṭhila* (Trường Thể), con trai của *Māṭhara* vốn ở Trung bộ, đi về phương Nam, đến cầu học nơi bà-la-môn *Tiṣya*, mà đoạn trên phiên âm là Địa-sư.

[70] Như đoạn trên (§ II.1. Bà-la-môn Ma-tra-la), các học trò của Địa Sư, vào ngày nghỉ, v.v. MSV. lặp lại toàn văn cho đến đoạn tranh luận trước vua.

Đồng tử Đế-sa về sau, trước mặt vua cùng tranh luận với thầy,[71] lập thành hai phía.[72] Vì Ma-tra-la là người cao tuổi, nên là người lập luận. Ma-tra-la nghĩ: "Đồng tử bà-la-môn này mới học thành luận thuyết mới,[73] e rằng khó có thể nạn vấn. Nay ta cần nắm lấy chỗ sai lầm của nó." Nghĩ vậy rồi, Ma-tra-la liền đề xuất luận điểm trong năm trăm bài tụng dài. Đồng tử bà-la-môn sau khi lặp lại các tụng, rồi nắm lấy các lỗi, liền nói:

- Ngôn từ này không đúng. Ngôn từ này không phù hợp; luận thuyết này không đúng.

Ma-tra-la ngồi im. **[gZh.24]** Đại phàm, khi tranh luận mà không bằng, ngồi im không trả lời, là người bại trận.

Khi ấy, quốc vương hỏi đại thần:

- Ai thắng?

Đại thần đáp:

- Bà-la-môn Đế-sa thắng.

Vua nói:

- Ai thắng thì được ban cho thôn ấp.

Trước vua, các đại thần bước lên tâu:

- Nếu chúng ta cứ ban tặng thôn ấp cho kẻ thắng là luận giả khách phương xa đến, thế thì không lâu, nước Ma-yết-đà sẽ mất hết đất. Cho nên phải lấy thôn ấp của Ma-tra-la giao cho người kia thọ dụng.

Vua phán:

---

[71] 王前共師論, không rõ "thầy" nào? MSV. bà-la-môn *Tiṣya* từ phương Nam đến Trung bộ đề nghị tranh luận, và *Māṭhara* cũng được triệu đến như trên.

[72] 兩宗, *pakṣāparapakṣau*, hai phía lập và địch, phía lập luận và phía phản biện, lập nghị luận đài (*vādimaṇḍala*), hai bên đặt chỗ ngồi.

[73] *navagranthaḥ paṭukaraṇaśca*, lập luận thuyết mới sắc bén; đây chỉ thuận thế luận (*lokāyata*). Lập thuyết, chứ không phải mới học. Tạng: *gzhung gsar la byed pa*.

- Đúng vậy.

Lập tức quần thần tước đoạt thọ dụng mà Ma-tra-la đã được phong tặng giao cho Đế-sa.

Ma-tra-la bèn bảo vợ:

- Hiền thê, hãy nhanh chóng thu xếp hành trang, chúng ta đến phương khác.

Người vợ hỏi:

- Có chuyện gì vậy?

Chồng đáp:

- Từ lâu ta phụng sự quốc vương, sáng nay khi tranh luận thua, vua không ủng hộ ta, còn đoạt thôn ấp của ta.

Vợ ông liền thu xếp hành lí để đi. Khi nghe việc này, những người thân tộc đến hỏi:

- Ô-ba-đà-da, sao lại thu xếp hành lí?

Đáp:

- Lâu nay, tôi phụng sự quốc vương, **[1023a01]** nhưng khi tranh luận thua, vua không ủng hộ tôi, vì vậy tôi dọn đi nơi khác.

Thân tộc nói:

- Ở đây rất tốt, xin ở lại đây, giữa các thân tộc.

Bà-la-môn đó liền đáp bằng kệ:

> *Bị người nước mình khinh,*
> *Ở nước ngoài tốt hơn;*
> *Chỗ không bị khinh chê,*
> *Là quê hương thân tộc.*

[gZh.25] Khi ấy, bà-la-môn Đế-sa nghe (chuyện Ma-tra-la dọn đi nơi khác) như vậy, liền (đến) nói:

- Ô-ba-đà-da! Tôi là khách, tạm ở rồi đi; ấp thọ dụng của tôi (mà vua ban cho) xin trả lại cho thầy.

Ma-tra-la tuy được ân huệ, nhưng không chịu nhận. Đế-sa lại nói:

- Thầy nên ở đây, nhận lấy nửa ấp, tôi lấy nửa ấp.

Ma-tra-la đáp: "Lành thay!" Rồi bảo vợ:

- Này hiền thủ! Lâu nay ta thừa sự quốc vương, nhưng vua không ủng hộ ta. Nay Đế-sa thật tốt bụng chia nửa ấp cho ta. Ta nên gả con gái của mình cho anh ấy làm vợ.

Người vợ đáp:

- Đợi ý kiến con trưởng Câu-sắt-sỉ-la[74] đã.

Người cha bảo con trai:

- Lâu nay cha làm việc cho vua, khi luận nạn, vua không thể bảo hộ cho cha. Bà-la-môn Đế-sa này thật tốt bụng, chia cho cha nửa ấp, nay cha gả Xá-lị cho người đó làm vợ.

Người con thưa cha:

- Đế-sa này là kẻ thù của cha, đoạt mất ấp của chúng ta, sao kết thân được?

Người cha liền đáp:

- Ngươi ngu si, chẳng biết chi cả. Đây là chính ý của cha mẹ, con không được trái nghịch.

Ma-tra-la liền y theo lễ nghi, gả con gái cho Đế-sa.

Khi ấy, Câu-sắt-sỉ-la nghĩ:

- Nay ta bị khinh chê, chỉ do ta ít học, thiếu hiểu biết. Còn bà-la-môn Đế-sa này vì thông hiểu vô hậu thế luận, nên lúc này đắc thắng. Ta cũng phải học môn này.

Nghĩ vậy rồi, anh ta đi hỏi:

- Này các bạn, người xứ nào, nước nào thông hiểu vô hậu thế luận?

Có người đáp:

---

[74] 俱瑟恥羅, *Koṣṭhila*, đoạn trên dịch là Trường Thế. Tạng: *bram ze'i khyeu stod rings.*

- Người phương Nam giỏi nhất.

Anh liền lên đường, đi dần về Nam Thiên trúc, hỏi khắp mọi người trong nước:

- Ai giỏi vô hậu thế luận?

Có người đáp:

- Phạm-chí kia.[75]

Nghe vậy, anh liền đến chỗ phạm-chí, thưa:

- Bạch tôn giả, tôi muốn thờ ngài làm thầy, xin thương xót nhận cho.

Phạm chí liền hỏi:

- Muốn cầu việc gì?

Đáp:

- Muốn học vô hậu thế luận.

Phạm chí nói:

- Ta không dạy cho cư sĩ thế tục.

Đáp:

- Nếu như vậy thì nay tôi xuất gia.

Sau khi được phạm-chí cho xuất gia rồi, anh bèn lập thệ rằng: "Nếu không thông hiểu luận này, ta quyết không cắt móng tay." Móng tay ngày càng dài, do đó mọi người đều gọi anh là phạm-chí Trường Trảo.[76]

---

[75] 梵志, bản Phạn, *santi...* "có những vị ..." bị rơi mất một từ. Tạng: *kun tu rgyu dag*, "những vị phổ hành giả" (Skt. *parivrājaka*), nhóm du sĩ lang thang, Hán thường dịch "ngoại đạo". Họ cũng được liệt vào nhóm những người xuất gia (*pravrājaka*). *Phạm-chí* ở đây là phiên âm của *parivrājaka*, không phải bà-la-môn.

[76] 長爪梵志, *Dīrghanakhaḥ parivrājakaḥ.* Tạng: *kun tu rgyu sen rings.*

6. Ưu-ba-đế-xá

Lúc bấy giờ, Xá-lị với bà-la-môn Đế-sa chung sống hoan lạc. Khi ấy, tại trời Tịnh thiên, có vị thiên[77] từ lâu đã trồng thiện căn, sẽ thọ **[1023b01]** thân tối hậu, không ưa sanh tử, chuyên cầu niết-bàn, chẳng cầu đời sau, thọ thân cuối cùng.[78] Từ trời Tịnh thiên, vị ấy chết, thọ thai trong bụng Xá-lị. Đang khi thọ thai, Xá-lị mộng thấy có người cầm bó đuốc [gZh. 27] vào trong bụng mình;[79] rồi thấy mình leo lên núi lớn, đi trong hư không; lại thấy số đông người đảnh lễ mình.

Tỉnh dậy, Xá-lị kể cho chồng nghe về giấc mộng như vậy. Bà-la-môn Đế-sa tuy có học sách giải mộng, nhưng không thông thạo việc này. Ông liền đến chỗ bà-la-môn tinh thông sách giải mộng, kể lại: "Vợ tôi đêm qua mộng như vậy..."

Bà-la-môn đó đáp:

- Mộng đó rất tốt.

Lại còn xác định:

---

[77] 淨天, không phải Tịnh cư thiên (*Śuddhāvāsa*). MSV. *anyatamasmāt prāṇītād devanikāyāt*, từ thiên chúng vi diệu kia. Tạng: *lha'i ris bzang po zhig nas*.

[78] Văn đảo cú, nên có thể dễ hiểu lầm. Đây chỉ ước muốn thọ thân tối hậu, chứ không phải quyết định thân tối hậu như Bồ-tát. MSV. *anyataraśca sattvaśca caramabhavikaś caritaiṣī gṛhītamokṣamārgo'ntarmukho nirvāṇe bahirmukhaḥ saṃsārād anarthikaḥ sarvabhavagaticyutyupapattiṣv antimadehadhārī anyatamasmāt praṇītād devanikāyāt cyavitvā...* Có một chúng sanh kia mong cầu đời sống cuối cùng, hướng đến con đường giải thoát, xuất ly, niết-bàn, không mong cầu sanh tử, mong cầu thọ thân cuối cùng trong tất cả mọi nẻo luân hồi chết và tái sinh, từ một cõi trời vi diệu kia chết đi,...

[79] *kukṣiṃ bhittvā praviṣṭaḥ*, rạch hông mà vào. Tạng: *dku bral te zhugs shing*.

- Vợ ông sẽ sanh quí tử, đến năm mười bốn tuổi,[80] nó đọc thông các luận thư Thiên đế[81] v.v... và chiến thắng trong mọi tranh luận. Về mộng thấy lên núi lớn, bay lên hư không, mọi người đảnh lễ, tức là sẽ được xuất gia, có oai đức lớn, thành tựu đại giới, trời người cung kính.

Điềm mộng được ghi nhận như vậy.

Một thời gian sau, bà-la-môn Đế-sa cùng Xá-lị tranh luận; Xá-lị đắc thắng. Đế-xa bèn nghĩ: "Khi xưa tranh luận, ta đã đắc thắng, hôm nay thua, có duyên cớ gì đây?"

Ông lại suy nghĩ: "Đây phải là do thai, là oai đức của con mình."

Thời gian trôi qua, mười tháng tròn đủ,[82] một nam tử chào đời, dung mạo xinh đẹp, sắc tướng đầy đủ, thân màu vàng ròng, đỉnh đầu tròn như cái lọng, tay rủ quá gối, trán đầu cao rộng, mũi cao ngay thẳng... chi tiết như thường thấy. Cho đến, tông thân hội họp để đặt tên. Mọi người chưa biết đặt tên gì thì người cha nói: "Hài nhi này nên đem đến cho ông ngoại đặt tên."

Đến chỗ ông ngoại, thưa:

- Thưa đại ông, hài nhi này nên đặt tên gì?

Ông nói:

- Đã là con của Đế-sa nên đặt là Ô-ba-đế-sa.[83]

Người hầu mang hài nhi về, Đế-sa hỏi:

- Hài nhi được đặt tên gì?

Đáp: "Tên là Ô-ba-đế-sa."

---

[80] Hán, có lẽ chép nhầm; đoạn sau nói là "18". MSV. *varṣāṣṭadvayena*: năm 2x8 = 16 tuổi? Tạng: *lo brgyad gnyis*: 2x8 = 16 tuổi.

[81] 天帝等論, MSV.::. *aindravyākaraṇa*, ngữ pháp *Anidra*; trường phái cổ ngữ pháp Sanskrit trước thời *Pāṇini*. Tạng: *dbang po'i brda sprod pa*.

[82] MSV. *aṣṭānāṃ vā navānāṃ vā māsānām atyayāt*, sau hơn tám hoặc chín tháng. Tạng: *zla ba brgyad dam dgu 'das te*.

[83] 鄔波底沙, *Upatiṣya*. Tạng: *nye rgyal*.

Khi ấy, Đế-sa liền nghĩ: "Hài nhi này đã được đặt tên theo tộc cha, nay ta đặt thêm tên tự theo tộc mẹ, gọi là Xá-lị Tử."⁸⁴ Do vậy, có người gọi: "Xá-lị Tử," hoặc có người gọi: "Ô-ba-đế-sa."

Hài nhi được giao cho tám nhũ mẫu chăm sóc. Các bà mẹ nuôi dưỡng bé bằng sữa, sữa chua thượng hạng, hoặc bằng bơ trong, nên hài nhi chóng lớn, như sen ra khỏi mặt nước. Khi đã đến tuổi trưởng thành, Xá-lị Tử học tập các ngành nghề, các môn kĩ nghệ thế gian thảy đều thông đạt, bốn bộ luận Vệ-đà đều nằm lòng.

Đến năm mười sáu tuổi,⁸⁵ Xá-lị Tử tinh thông ngữ pháp Đế Thích,⁸⁶ có khả năng hàng phục các luận sư khác.

Thời gian sau, trước mặt cha, Xá-lị Tử, trong khi đọc tụng các bộ Vệ-đà, thưa cha:

- Chỗ con vừa tụng, có ý nghĩa gì?

Cha đáp :

- Ta cũng không biết.⁸⁷

Xá-lị Tử nói: **[1023c01]**

- Chỗ vừa đọc này vốn là bài tán tụng được các Tiên nhơn xưa trước tác. Người thời nay tuy không biết ý nghĩa, nhưng điều đó chẳng phải không có nghĩa lí.⁸⁸

---

⁸⁴ *śāriputra.*: Xá-lị Tử, thường đọc là Xá-lợi-phất. Tạng: *sā ri'i bu.*

⁸⁵ xem cht. 218 trên.

⁸⁶ 帝釋聲明; đoạn trên, tên sách dịch là 天帝等論, MSV. *aindravyākaraṇa.*

⁸⁷ MSV. thêm một đoạn không có trong NT: *yāny etarhi brāhmaṇā anugāyante'py anubhāṣante'pi,* ngày nay các bà-la-môn vẫn tán tụng theo, đọc tụng theo (tuy không hiểu nghĩa).

⁸⁸ MSV. *sa kathayati, na khalu, tāta, nirarthakāny etāni mantrapadāni pūrvakair ṛṣibhiḥ stutāni gītāni samāyuktāni yāny etarhi brāhmaṇā anugāyante'py anubhāṣante'pi| teṣām artho naiṣa iti saṃlakṣya kaḥ khalu so'rthaḥ| sa kathayati| artho'sya ayam eva|* Người con nói: "Thưa cha, hoàn toàn không phải rằng những câu chân ngôn vô nghĩa này được các Tiên nhân cổ đại tán tụng, ca vịnh, tương ưng, mà các bà-

Xá-lị Tử học hơn hẳn mọi người, nên người cha giao năm trăm đệ tử trước đây của mình cho Xá-lị Tử.[89] Bấy giờ Xá-lị Tử chỉ dạy cho các đệ tử, tất cả các Minh luận thảy đều thông suốt.[90]

[gZh. 29-30][91]

7. Mục-kiền-liên

Bấy giờ, tại tụ lạc Lâm viên,[92] có một đại thần tên là Hình Ảnh,[93] giàu có, nhiều của cải, thọ dụng không thiếu thứ chi.[94] Cưới vợ tuy lâu, nhưng không có con, ông thường mong cầu con trai, cầu khẩn khắp nơi; những nơi có thần cây, thần núi, thần rừng, không nơi nào mà không đến cầu đảo. Chi tiết như trên.[95]

---

la-môn ngày nay vẫn ca vịnh theo, vẫn xướng đọc theo. Sau khi nhận xét, ý nghĩa của chúng không phải như vậy. - Vậy, câu này thực sự có nghĩa là gì? - Y nói, ý nghĩa của nó là như vầy."

[89] MSV.: *tiṣyabrāhmaṇa āttamanāḥ saṃvṛttaḥ| sa saṃlakṣayati| etāvat putreṇa karaṇīyam| yaduta paitṛkī vā dhurā unnāmayitavyā uttaro vā viśeṣo'dhigantavyaḥ| tad anena māṇavenottaro vā viśeṣo'dhigantavyaḥ| sa pañcaśatāni brāhmaṇamāṇavakān|* (Sau khi nghe con nói như vậy) Bà-la-môn *Tiṣya* mừng thầm, và suy nghĩ: "Phận sự của con trai là phải cất lên gánh nặng của Tổ tiên, hoặc phải trở thành cao cả hơn người." [Rồi ông đem năm trăm niên thiếu bà-la-môn giao cho *Upatiṣya*].

[90] MSV.85[29]: *upatiṣyo'pi māṇavaḥ pañcamātrāṇi māṇavaśatāni brāhmaṇakān mantrān vācayitum ārabdhaḥ teṇa ye dīrghā vedās te hrasvā granthato vyañjanataś ca sthāpayitvā arthato niruktitaś ca sthāpitāḥ|* "Bấy giờ Ma-nạp *Upatiṣya* cũng bắt đầu dạy cho 500 ma-nạp tụng đọc các chân ngôn bà-la-môn; rút các Veda dài thành các chương cú, âm vận ngắn theo ngữ nghĩa và ngữ nguyên."

[91] *'dul ba gzhi| bam po gnis pa|* Tạng dịch, thông dật (quyển) 2.

[92] 林圍聚落, *kāṣṭhabāṭa-grāmaka.* Tạng: *grong shing thags can.*

[93] 形影, *mudgala.* Tạng: *gru 'dzin.*

[94] MSV. chi tiết: [...] *vistīrṇaviśālaparigraho vaiśravaṇadhanasamṛddhaḥ,* sở hữu nhà cửa rải rác khắp nơi, thịnh vượng như thần tài *Vaiśravaṇa.* Tạng:... *|yongs su bzung ba| yangs shing rgya che| rnam thos kyi bu'i nor dang ldan pa| rnam thos kyi bu'i nor kyis 'gran pa zhig 'dug ste|*

[95] Như trong truyện kể Xá-lợi-phất.

Lúc bấy giờ, có một người tối hậu sanh,[96] từ cõi trời chết, thác sanh vào bụng mẹ...chi tiết như trên.[97]

Sau khi hài nhi chào đời,[98] thân tộc tập hợp để đặt tên cho bé, mọi người nói: "Hài nhi này là trời ẩm đến cho, nên đặt tên là Thiên Bão,[99] cũng gọi là Mục-kiền-liên."[100] Trưởng giả đó liền đem hài nhi giao cho tám nhũ mẫu, nuôi dưỡng trưởng thành, như sen ra khỏi mặt nước... chi tiết, cho đến học tập thông đạt hết thảy sáu loại pháp sự, bốn bộ Vệ-đà.

---

[96] 有最後生人.

[97] Ý nói, như trong truyện Xá-lợi-phất kể trên. Nhưng chi tiết bản Phạn không giống trên: [...] *asti caiṣa loke pravādaḥ yadāyācanahetoḥ putrā jāyante duhitaraś ceti/ tan naivam/ yady evam abhaviṣyad ekaikasya putrasahasram abhaviṣyat/ tadyathā rājñaś cakravartinaḥ...* (cầu khẩn các loại thần...) Vì thế gian có truyền tụng rằng, do nhân cầu nguyện mà sinh con trai hay con gái. Thực tế không phải như vậy. Nếu điều này xảy ra, thế thì mỗi người có thể có đến một nghìn con như Chuyển luân vương. Tuy nhiên, có ba điều kiện để sinh con trai hay con gái: cha và mẹ phải có nhiễm tâm và cùng giao hội, người mẹ phải có kinh nguyệt, và phải có hương ẩm (*gandharva*) gá vào... gZh: *'jig rten na gang gsol ba 'debs pa'i rgyu las bu dang bu mo dag skye'o zhes bya ba'i gtam de lta bu yod de/ de ni de lta ma yin te gal te de ltar 'gyur du zin na re re la yang 'di lta ste dper na 'khor los sgyur ba'i rgyal po bzhin du bu stong yod par 'gyur ro/ 'di ltar gnas gsum po dag mngon du gyur ba las bu dang bu mo dag skye bar 'gyur te/ gsum po de dag gang zhe na/ pa dang ma gnyis chags par gyur cing 'dus ba dang/ ma dus la bab cing zla mtshan dang ldan pa dang/ dri nye bar gnas shing 'jug par 'dod pa ste/...*

[98] Từ đây trở đi, bản Phạn MSV. thiếu, từ trang 86^{12} . Chi tiết còn lại tương đương bản Tạng dịch, phần lớn như đoạn kể về Xá-lợi-phất, từ chỗ [Tạng:30^6] "có chúng sinh từ cõi trời vi diệu (Tịnh thiên) ... thác thai mẹ" cho đến chỗ [Tạng: 34^1]".. truyền dạy các đệ tử..." mà bản Hán lược không dịch, và thêm chi tiết không có trong bản Hán.

[99] 天抱: "trời bồng", Tạng: *pang nas skyes* (sinh từ bắp vế), skt. *kolita*.

[100] 目乾連. Skt. *Maudgalyāyana*.

Bấy giờ, Thiên Bão chỉ dạy cho năm trăm đệ tử. Nhân lúc nghỉ học, năm trăm đệ tử tán tụng, vào thành.[101] Bấy giờ, các đệ tử của Ô-ba-để-sa cũng tán tụng, vào thành.

[...][102]

Đệ tử của Để-sa nói với đệ tử của Mục Liên: "Tại sao các anh tụng sai văn luận?"

Kia hỏi: "Đọc thế nào?"

*[Đáp: Chân ngôn đọc như vầy như vầy... Lại hỏi: Các anh học chân ngôn với ai? Đáp: Thầy chúng tôi .. như mặt trời mặt trăng... là *Upatiṣya*, con của bà-la-môn Tiṣya ở tại thôn *Nālada*...][103]

Đệ tử của Để-sa lại hỏi:

- Các anh học ở đâu?

Đáp:

- Sư chủ của chúng tôi giống như mặt trời, mặt trăng, đầy đủ nhất thiết trí. Tại tụ lạc Lâm viên, có con đại thần tên là Mục-kiền-liên, chúng tôi học ở vị đó.

Đệ tử Ô-ba-để-sa là những người có học, không chút sợ hãi, trong lòng vui vẻ.[104] Rồi họ về đến bên thân giáo sư. Thấy học trò đến, sư hỏi: "Có gì vui thế?"[105]

Đáp: "Không có chi ạ!"

_____

[101] Như trên (§ II.1. Bà-la-môn Ma-tra-la): "hoặc đi tắm sông Thánh, hoặc đi quan sát thành thị, hoặc đi lấy củi..."

[102] Hán nhảy sót, thiếu mạch lạc: "... các ma-nạp đệ tử của niên thiếu bà-la-môn *Pang nas skyes* (*Kolita*) sau khi nghe các ma-nạp đệ tử của niên thiếu bà-la-môn *Nye-rgyal* (*Upatiṣya*) tụng đọc chân ngôn..."

[103] Hán nhảy sót. Nội dung vấn đáp đại khái giống như với đồ đệ của *Pang nas skyes.*

[104] Tạng: *spa gong zhing mi dga' ba dang, mi 'jigs pa med par gyur te|* "(đệ tử *Upatiṣya* nghe thế) sanh úy kỵ, không vui, tỏ vẻ sợ."

[105] Tạng: *'di lta ci nyes,* "Có gì sai quấy?"

Sư liền nói kệ:

[gZh.35]*Trong có tình ý gì,*
Chuẩn theo có thể biết;
Qua thanh, sắc, căn, hình,
Biết ngay, không thể giấu.

Nói kệ này rồi, bảo các đệ tử: "Chắc chắn có chuyện."

Sau khi các đệ tử trình bày đầy đủ sự việc, sư nói:

- Điều mà người kia tụng là hồi văn của ta, hoàn toàn không sai.[106]

Nghe vậy, các đệ tử im lặng nhưng không vui.

Bấy giờ, các đệ tử Mục-kiền-liên đi đến chỗ thầy, vẻ mặt buồn bã. Thấy vậy, thầy hỏi: "Vì sao buồn thế?"

Đáp: "Không có chi ạ!"

Thầy liền nói:[107] "Chắc chắn có việc, tại sao không nói?"

Khi ấy, đệ tử trình bày đầy đủ sự việc. Nghe xong, sư nói:

- Điều mà những người kia tụng, chứng tỏ sư chủ của họ thông minh trí tuệ; **[1024a01]** đoạn văn dài thì rút ngắn lại, đoạn văn ngắn thì kéo dài ra.[108] Rất là khéo léo.

8. Hai người bạn

Bấy giờ, hai sư biết tiếng nhau, muốn tìm gặp nhau. Ô-ba-để-sa đến chỗ phụ thân, thưa:

- Con muốn tạm đến tụ lạc Lâm viên.

---

[106] 是我迴文, Tạng: *kho bos rig byed ring po ring po gang dag yin pa de dag ni thung ngur rnam par bzhag go| rig byed thung ngu thung ngu gang dag yin pa de dag ni ring por rnam par bzhag ste| tshig dang yi ge phri zhing don dang nges pa'i tshig tu rnam par bzhag go|* Đó là những đoạn văn Vệ-đà quá dài ta đã tóm tắt rút ngắn lại; những đoạn văn Vệ-đà quá ngắn ta làm dài ra. Văn tự tỉnh lược, nhưng nội dung ý nghĩa không đổi.

[107] Đọc bài kệ như *Upatiṣya* dẫn trên, rồi nói...

[108] 長論短論,促文引文, xem đoạn trên.

Người cha hỏi:

- Vì chuyện gì?

Đáp:

- Ở đó, có đại thần tên là Hình Ảnh; có người con tên là Câu-lí-đa. Con muốn gặp vị này.

Người cha nói:

- Trí tuệ của người kia có hơn con?

Con đáp:

- Trí tuệ không hơn, nhưng người đó rất giàu có, ai cũng ca ngợi.

Rồi Ô-ba-để-sa nói kệ:

Niên trưởng được kính trọng,
Người giàu cũng được kính;
Nếu người có đa văn,
Mọi người đều thờ kính.

Nghe lời con nói, người cha bảo con:

- Nếu người kia đến đây, con hãy trao cho kiến văn; chứ con không nên đến đó.

Khi ấy, Câu-lí-đa cũng đến chỗ cha, thưa:

- Con muốn đến tụ lạc Na-lạt-đà.[109]

Cha nói:

- Vì chuyện gì?

Con đáp:

- Ở đó, có bà-la-môn tên là Để-sa; có người con tên là Ô-ba-để-sa. Con muốn gặp vị ấy.

Cha nói:

- Người đó giàu hơn con?

---

[109] 那剌陀, đoạn trên, Na-la-đà.

Đáp:

- Không giàu hơn con, nhưng trí tuệ người đó hơn con.

Rồi Câu-lí-đa nói kệ:

> *Niên trưởng được kính trọng,*
> *Người giàu cũng được kính;*
> *Nếu người có đa văn,*
> *Mọi người đều thờ kính.*

Người cha bảo con:

- Nếu người kia đến đây, con nên cho tài vật. Con chớ nên đến đó.

Một thời gian sau, trong thành Vương Xá có tiết hội lớn.[110] Theo lệ thường của vua, hoặc vua tự đến, hoặc sai thái tử đến. Hôm ấy, vua[111] có duyên sự riêng, không thể đi được, nên sai thái tử Vị Sanh Oán[112] đi, xuất thành du hí.

Khi ấy, Hình Ảnh nghe thái tử xuất du, liền nghĩ: "Nếu vua Ảnh Thắng chết, thái tử Vị Sanh Oán sẽ kế vương vị, Câu-lí-đa của ta sẽ phụng sự, làm đại thần." Nghĩ rồi, bảo con:

- Con nên đến chỗ du hí kia; chỗ đặt bốn tòa cao: tòa vua, tòa đại thần, tòa âm thanh, tòa bà-la-môn.[113]

Ông lại bảo con:

- Con nên ngồi trên tòa đại thần.

Nghe lời cha, Câu-lí-đa đến đó, đến ngồi trên tòa đó.

---

[110] 大節會. Tạng: lễ hội Long vương *Ri-bo* và *Yid-ong* (*Acala* và *Manāpa*, *Lokesh Chandra*). *Đại trí độ 11*, 136a16: 姞利 Cát-lị (skt. *Giri*) và 阿伽 羅 A-già-la (*Acala*). Vì hạn hán nên tổ chức lễ hội Long vương. Bấy giờ Xá-lợi-phất mới 8 tuổi.

[111] *rgyal po gzugs can snying po*, vua Tần-bà-sa-la (Ảnh Thắng).

[112] 未生怨, tức A-xà-thế, Skt. *Ajātaśatru*, Tạng: *ma skyes dgra*.

[113] Tạng: bốn tòa: tòa vua (*rgyal po'i stan*), tòa đại thần (*mdun na 'don gyi stan*), tòa luận sĩ (*rgol pa'i stan*), tòa đắc thắng (*mchog thob pa'i stan*). *Đại trí độ 11*, tr. 136a21, bốn tòa: quốc vương, thái tử, đại thần, luận sĩ.

Khi ấy, Để-sa cũng nghe vua Ảnh Thắng sai thái tử xuất thành du hí, liền bảo con:

- Con nên đến đó, thấy bốn tòa cao; con mang bình bát và tích trượng đặt ở tòa thứ ba, rồi ngồi trên tòa cao thứ tư.[114] Từ lúc mặt trời mọc đến khi mặt trời lặn, không có luận sư nào **[1024b01]** ngang bằng con.

Theo lời cha dạy, Ô-ba-để-sa liền đến đó, ngồi trên tòa. Lúc bấy giờ, mọi người chơi các loại nhạc, ca vịnh, tán thán, Ô-ba-để-sa vẫn ngồi im lặng.[115] Thấy vậy, mọi người nói với nhau: "Người này[116] ắt là đại ngu; chẳng phải ngu, mà đại trí, cho nên im lặng."[117]

Khi các người chơi nhạc ngừng nghỉ. Câu-lí-đa hỏi Ô-ba-để-sa:

- Bạn có thấy người chơi nhạc, ca vịnh?

Đáp:

- Tôi nội quán suốt,[118] không thấy việc ấy.

Hỏi:

- Mắt không thấy, tai cũng không nghe sao?

Ô-ba-để-sa liền đáp bằng kệ:

> *Chết gân da làm nhạc,*
> *Khiến mọi người vui vẻ;*
> *Vô thường nhanh, chóng mặt,*
> *Người trí biết chẳng vui.*

Câu-lí-đa và mọi người nghe tụng rồi, liền hỏi:

- Bạn là Ô-ba-để-sa phải không?

---

[114] Tạng: bỏ qua tòa vua và đại thần; đặt gậy và tịnh bình trên tòa thứ tư, và ngồi trên tòa luận sĩ thứ ba.

[115] Tạng: cả hai niên thiếu bà-la-môn đều thu liễm các giác quan.

[116] Tạng: *bram ze'i kheu 'di gnyis*, "hai niên thiếu bà-la-môn này."

[117] Tạng: có người nói, cả hai hoặc ngu; có người nói, hoặc trí tuệ, không loạn động.

[118] Tạng: *dbang po nang du bsdus pa*, thúc liễm các căn.

Đáp:

- Mọi người đều biết[119] tôi là Ô-ba-để-sa.

Rồi hỏi Câu-lí-đa:

- Bạn thấy những người chơi nhạc?

Đáp: "Không thấy."

Lại nói:

- Bạn mãi mê nội quán,[120] tai có thể không nghe.

Câu-lí-đa đáp bằng kệ:

> *Tất cả loại anh lạc,*
> *Trang nghiêm thân nặng nề,*
> *Khiêu vũ động thân thể,*
> *Toàn bộ đều hư dối.*
> *Người làm trò, ca vịnh,*
> *Giống như tiếng kêu la,*
> *Tất cả đều vô thường,*
> *Nghĩ vậy, có gì vui.*

Bấy giờ, Ô-ba-để-sa nói:

- Bạn là Câu-lí-đa chăng?

Mọi người đáp: "Đúng vậy."

Ô-ba-để-sa nói: Tôi đến đây vì anh.[121] Chúng ta cùng xuất gia.

Câu-lí-đa đáp:

- Sở dĩ tế tự, thờ cúng hỏa thần, tu khổ hạnh, là để cầu phước; quả báo ấy nằm trong tay. Nhà tôi thuộc loại đại thần, tôi thường cỡi voi, xuất gia làm gì?

Ô-ba-để-sa thuyết kệ:

---

[119] 大眾當知, có vấn đề cú pháp trong đoạn Hán dịch này. Tạng: *kho bo skye bo dag gis de ltar shes so*, "Mọi người đều gọi tôi là như vậy."

[120] Như các cht. trên.

[121] 我為汝來, có vấn đề ngữ pháp. Tạng: *tshur shog*: "hãy đến đây."

Như khi cây sắp đổ,
Cành lá không giúp được;
Lúc chết cũng như vậy,
Tài vật không thể cứu.

Sau khi nói kệ xong, Ô-ba-đế-sa bảo: "Anh đến chỗ tôi! Chúng ta cùng xuất gia."

Đáp: "Để tôi hỏi cha mẹ đã."

Nói: "Nên đi, tốt lắm!"

Sau khi nói lời chia tay bạn, Câu-lí-đa đến chỗ phụ thân, thưa: "Xin cha cho con xuất gia với niềm tin thanh tịnh, từ giã gia đình ra đi không gia đình."[122]

Cha nói: "Sở dĩ tế tự, thờ cúng hỏa thần, tu khổ hạnh, là để cầu phước; quả báo ấy nay con đã được. Hơn nữa, con là con của đại thần, là người cỡi voi, tương lai làm đại thần, vậy xuất gia làm gì?"

[1024c01] Trước mặt cha, Câu-lí-đa thuyết kệ:

Thà ở trong rừng, mặc vỏ cây,
Sống chung muông thú, ăn trái cây;
Không bị ràng buộc vào việc nước,
Người trí không làm điều kinh sợ.

Nghe lời tụng xong, cha nói: "Con là con một, như trăng vừa tròn, ai cũng yêu thích..., *chi tiết như trước...*[123] Phàm là con đều phải nương cha mẹ, nếu con không thay đổi chí nguyện, tùy con xuất gia."

---

[122] Tạng: *yang dag pa kho na dad pas khyim nas khyim med par rab tu 'byung ngo*; thành cú thường thấy trong các Kinh: "Bằng chí tín mà xuất gia, lìa bỏ gia đình sống không gia đình."

[123] NT lược bỏ một đoạn dài mà trước kia trong Hán dịch chưa có. Theo bản Tạng dịch [Tạng: 39⁶-44⁶], Mục-kiền-liên do không được cha mẹ cho phép bèn tuyệt thực, nội dung chi tiết giống như trong truyện *Raṭṭhapāla* 賴吒和羅, MN. 82 (M.ii.54), Hán dịch *Trung A-hàm 31*, kinh số 26 "Lại-tra-hòa-la", T01n26, tr. 623a12.

Được cha mẹ hứa cho rồi, vừa lúc ấy các đồ đệ cũng đều kéo đến, Câu-lí-đa liền phát tâm thù thắng, khích lệ thân ý, đi đến thôn Na-lạt-đà.

Ô-ba-để-sa thường ưa tịch tĩnh, ở chỗ lan-nhã, hướng dẫn năm trăm đệ tử, đọc tụng thần chú phạm tĩnh.[124]

Khi đi gần đến tụ lạc Na-lạt-đà, Câu-lí-đa hỏi mọi người: "Ô-ba-để-sa nay ở đâu?"

Người trong thôn đáp: "Ở chỗ a-lan-nhã, chỉ dẫn năm trăm đệ tử đọc tụng thần chú phạm tĩnh."

Câu-lí-đa liền đến chỗ a-lan-nhã, gặp Ô-ba-để-sa, nói:

- Việc xuất gia, nay thật đúng lúc.

Ô-ba-để-sa nói:

- Anh được cha cho xuất gia rồi chăng?

Đáp:

- Được rồi.

Ô-ba-để-sa nói:

- Giờ anh tạm ở đây, tôi cũng hỏi phụ thân tôi, cho tôi xuất gia.

Câu-lí-đa nói:

- Bây giờ anh đi hỏi xin, khi nào trở lại?

Đáp:

- Đi chút về ngay.

Ô-ba-để-sa đến chỗ phụ mẫu, bạch:

- Thưa cha mẹ, kính xin cha mẹ thương xót, ý con muốn tìm cầu xuất gia thanh tịnh.

Cha mẹ đáp:

- Thật là việc tốt, con tùy ý xuất gia theo sở nguyện.

---

[124] Tạng: *bram ze'i gsang tshig dag*, chân ngôn của bà-la-môn (Skt. *brāhmaṇa-mantra*).

Khi ấy, Ô-ba-để-sa đến chỗ Câu-lí-đa, nói:

- Này Câu-lí-đa, cha mẹ đã cho, chúng ta cùng xuất gia.

Ô-ba-để-sa lại hỏi các môn đệ:

- Này các bạn, cha mẹ của các người có cho xuất gia?

Mọi người đáp: "Đã cho."

Khi đó, Câu-lí-đa hỏi:

- Từ lúc tôi hỏi xin cha mẹ, qua nhiều ngày tháng mới được; còn bạn, vì sao đi hỏi xin rồi trở lại nhanh thế?

Đáp:

- Với bạn, nhân duyên gia đình dày nặng như lao tù, cho nên hỏi xin chậm được. Còn nhân duyên gia đình của tôi lụy ít, cho nên hỏi xin thì được sớm. Chẳng phải ngày nay, mà năm trăm đời qua, tôi đã từng xuất gia. Lại thường phát nguyện, nguyện sẽ sanh ở chỗ chẳng giàu sang cũng chẳng nghèo hèn, mà ở mức trung. Duyên đây trói buộc nhẹ, cho nên hỏi xin thì nhanh chóng được.

Câu-lí-đa nói với mọi người:

- Gia tộc tôi cao quí, nay tôi muốn xuất gia, chỗ nào cho được thích hợp? Do vậy, chúng ta hãy cùng đến thành Vương Xá, tham vấn các phạm chí.

9. Lục sư ngoại đạo

Khi ấy, lục sư ngoại đạo[125] ở trong thành kia đều **[1025a01]** tự cho rằng, mình được thần thông tự tại vô ngại.

Ô-ba-để-sa và Câu-lí-đa tìm đến Bô-lạt-noa[126] thuộc đám lục sư, hỏi:

- Nhân giả hành pháp nhãn gì? Thực tập giáo pháp gì? Được kết quả gì? Nếu gìn giữ Phạm hạnh thì được quả thù thắng gì?[127]

Vị tông sư này đáp:

---

[125] *ston pa drug po. Sāmaññaphala Sutta*

[126] 脯剌拏, Tạng: [46.5] *'drob skyong gi bu rdzogs byed.* Skt. *Pūrṇaḥ Kāśyapaḥ.*

[127] Tạng: Thưa trí giả, pháp luật của ngài là gì? Ngài dạy chúng đệ tử bằng pháp gì? Kết quả của phạm hạnh này là gì?

- Quan điểm ta như vầy, học thuyết ta như vầy: Không có bố thí, không có ái, không có kiến, không có tế tự, không có thiện hành, không có ác hành, không có quả dị thục nghiệp báo thiện ác, không có đời nay, không có đời sau, không có cha, không có mẹ, không có hữu tình hóa sanh; thế gian không có A-la-hán, không có bậc chánh hành chánh thành tựu; những ai thấy có đời này đời sau, những vị ấy ở nơi pháp này tự mình chứng đắc thần thông sáng suốt, tự nói đã được viên thành: sự sanh của ta đã dứt, phạm hạnh đã lập, việc làm đã xong, không thọ thân sau. Duy chỉ tồn tại trong đời này, chẳng có đời sau, chết rồi là hết. Bốn đại hợp thành, giả làm thân người; khi sinh mạng này dứt, bốn đại đều trở về bổn xứ; hư không giới thứ năm, các căn liền biến đổi, đem thây chết này thiêu đốt giữa rừng, biến thành tro, còn lại xương trắng như màu chim bồ câu, tức không có con người. Người trí sau khi biết như vậy, người mà nói rằng có hành thí, có thọ thí, đó là thuyết hư vọng, ngôn từ hư rỗng, toàn là kẻ ngu. Nếu là người trí, biết rõ tất cả đều hủy hoại, không có thân sau."[128]

Bấy giờ, Câu-lí-đa và Ô-ba-đế-sa nghĩ như vầy: "Vị tông sư này trụ nơi phi đạo, hành theo phi trí, chúng ta không nên học theo người này, đây là đường hiểm." Rồi nói kệ:

Tà trí, thuyết điên đảo,
Khoái thích pháp hạ liệt;
Thiện giáo nếu như thế,
Phi pháp sẽ thế nào?

Nói vậy xong, xét thấy vị này như cái thùng rỗng, người ta đánh, rồi bỏ đi.

Sau đó, đến chỗ Mạt-yết-lê Cù-xà-li,[129] thưa hỏi:

---

[128] Theo Pāli, D.2. *Sāmaññaphalasutta* (PTS.i. 56), đây là thuyết của *Ajita kesakambala*. Hán dịch, phần đầu, *Trường* 17, "Sa-môn quả", đây là thuyết của Mạt-già-lê Câu-xá-lợi 末伽梨拘舍梨, T01n1, tr.108b13.

[129] Skt. *Maskarī Gosālaḥ*. Tạng: *gnag lhas kyi bu kun tu rgyu*. Cf. Pāli, dẫn trên. Hán, *Trường* 17, T01n1, p108c9, "Sa-môn-quả", thuyết của Ba-phù-đà Già-chiên-diên 波浮陀伽旃延所 (*Pakudaḥ Kātyāyanaḥ*).

- Nhân giả hành pháp nhãn gì? Thực tập giáo pháp gì? Được kết quả gì? Nếu tu trì Phạm hạnh thì được quả thù thắng gì?

Đáp:

- Quan điểm ta như vầy, học thuyết ta như vầy: Không nhân, không duyên cho hữu tình thọ khổ;[130] không do nhân duyên để được thanh tịnh; cũng không do nhân duyên, tự nhiên mà được thanh tịnh; không do nhân duyên mà hữu tình không trí, không kiến; tự nhiên mà hữu tình có trí, có kiến. Không có lực, không có tinh tấn, không có con người, không có thế lực, không có thân ta, không có thân người, không có ta làm, không có người làm.[131] Tất cả hữu tình, tất cả sinh mạng, tất cả sinh loại, thảy đều không có xứ sở, không có cư trú, không có quán sát;[132] định hướng quyết định hữu tình qui y; giác ngộ khổ, lạc trong chỗ gọi là sáu đạo chúng sanh."[133]

---

[130] 無因無緣有情受苦. Tạng: *sems can rnams kun nas nyon mongs par 'gyur ba la rgyu med rkyen med do| sems can rnams rgyud med rkyen med par kun nas nyon mongs par 'gyur ro|* "Không có nhân, không có duyên cho hữu tình bị tạp nhiễm; hữu tình mà bị tạp nhiễm là do vô nhân vô duyên."

[131] 無力無精進無丈夫無世力無我形無他形無我作無他作. Tạng: *stobs med pa| brtson 'grus med do| stobs dang brtson 'grus med do| skey bu'i rtsal med do| pha rol gnon pa med do| skye bu'i rtsal dang pha rol gnon pa med do| bdag gi rtsal med do| gzhan gyi rtsal med do| bdag gi rtsal dang gzhan gyi rtsal med do|* Không có lực, không có tinh tấn; không có lực và tinh tấn; không có thế lực của con người, không có áp lực của tha nhân, không có thế lực của con người và áp lực của tha nhân; không có tự tác, không có tha tác; không có tự và tha tác.

[132] 無處無居無觀 (?) Tạng: *stob med do| dbang med do| brtson 'grus med do| pha rol gnon pa med do||* (thảy đều) không lực, không tự tại, không tinh tấn, không áp lực tha nhân.

[133] 決定正道有情歸依. Tạng: *'gro ba mtshams sbyor ba'i srid pa dag nges par gyur to| 'di ltar 'gro ba drug po dag tu bde ba dang sdug bsngal so sor myong bar 'gyur ro||* Chúng bị quyết định theo cõi thú, chủng loại tồn tại, cảm thọ khổ lạc trong sáu cõi thú như vậy.

Khi ấy, Câu-lí-đa và **[1025b01]** Ô-ba-đế-sa nghĩ như vầy: "Vị tông sư này trụ phi đạo, hành tà đạo; người trí tránh xa, đây là đường hiểm." Biết vậy rồi, liền nói kệ:

Tà trí, thuyết điên đảo,
Khoái thích pháp hạ liệt;
Thiện giáo nếu như thế,
Phi pháp sẽ thế nào?

Như đánh vào thùng rỗng, biết đây là phi pháp, nói lời ấy rồi liền bỏ đi.[134]

Sau đó, lại đến chỗ San-thệ-di Tì-lạt-tri Tử,[135] thưa hỏi:

- Nhân giả hành pháp nhãn gì? Tu tập giáo pháp gì? Được kết quả gì? Có gì thù thắng? Tu phạm hạnh gì?"

Đáp:

- Này ma-nạp-bà, ở đây, quan điểm ta như vầy, học thuyết ta như vầy: Ngươi nên như vậy, vì giết sanh mạng, ngươi nên làm như vậy, và dạy người khác;[136] hãy tự đốt, và khiến người khác đốt; chặt, chém, cắt đứt, sát hại... cũng làm như vậy; lấy đồ không cho, hành dâm dục, nói vọng ngữ, uống các thứ rượu. Chất đống người như núi, chém giết bằng dao bén, gom lại thành đống. Giết hại bằng các cách như vậy, không có tội nghiệp, cũng không có quả báo. Ở bờ Nam sông Hằng, giết chết đủ loại sanh mạng; ở bờ Bắc, thiết hội tế tự. Làm vậy, không có tội cũng không có phước. Nếu hành các pháp: bố thí, trì giới, tinh tấn, và bốn nhiếp, như

---

[134] Bản Tạng [Tạng: 49], hết chương 2. |'dul ba'i gzhi| bam po gsum pa|

[135] 珊逝移毘剌知子. Skt. *Sañjayī Vairaḍīputraḥ*. Tạng: *smra 'dod kyi bu mo'i bu yang dag rgyal pa can*, tương đương Skt. *Sañjayī Vairaḍīputraḥ*, nhưng có vẻ không đồng nhất với vị tông sư cùng tên ở đoạn sau mà Xá-lợi-phất và Mục-kiền-liên theo học trước khi theo Phật.

[136] 汝應如是為殺命故應如是作及教他作. Tạng: *byed pa dang byed du 'jug pa dang| gcod pa dang gcod du 'jug pa dang|* "làm và bảo làm, giết và bảo giết."

người không làm, đều được quả báo lớn.[137]

Khi ấy, Câu-lí-đa và Ô-ba-để-sa bảo nhau: "Thuyết này phi lí, hoàn toàn tà giáo, phải nên kinh sợ, người trí tránh xa." Nói vậy xong, liền thuyết kệ:

> *Tà trí, thuyết điên đảo,*
> *Khoái thích pháp hạ liệt;*
> *Thiện giáo nếu như thế,*
> *Phi pháp sẽ thế nào?*

Nói vậy rồi, như đánh vào thùng rỗng, bỏ đó mà đi.

Sau lại đến chỗ A-thị-đa Kê-xá-cam-bạt-la,[138] thưa hỏi:

- Nhân giả hành pháp nhãn gì? Chỉ dạy gì? Có gì thù thắng? Tu phạm hạnh gì? Được kết quả gì?

Đáp:

- Này ma-nạp-bà, quan điểm của ta như vầy, học thuyết của ta như vầy: Lại có bảy thân. Những gì là bảy? Đất, nước, lửa, gió, khổ, lạc và mạng. Thân này, không tự tạo, không bị tạo, không tự biến hóa, không bị biến hóa, không bị tổn hại, tích tụ an trụ giống như các ngọn cây duy trì lẫn nhau,[139]thân đó không sanh, không biến đổi, cho đến không hại nhau. Trong bảy thân đó, phước cũng như tội, tội cũng như phước, khổ cũng như lạc, lạc cũng như khổ; ai là người giết? Vì người giết và người bị giết **[1025c01]** đều không có chủ tể, không thể hoại thế gian.[140]

---

[137] Tạng: *sbyin pa dang| dul ba dang| yang dag par sdom pa dang| don spyod pa dang| don mthun pas de lta byed pa yang bsod nam mi byed pa kho na yin no||* "bố thí, trì giới, luật nghi, lợi hành, đồng sự, hành như vậy cũng không phải là hành phước." Pāli, đây là thuyết của *Puraṇa Kassapa*. Trường 17, T01n1, tr. 108a27, Phất-lan Ca-diếp.

[138] 阿市多雞舍甘跋羅子. Tạng: *mi pham skra'i la ba can.* Skt. *Ajita-Keśakambala.*

[139] Tạng: *ther zug tu gnas pa| ka ba bzhin du gnas pa dag yin no|* an trụ không biến đổi, như những thạch trụ.

[140] *Pāi*, đoạn trên đây là thuyết của *Pakudha Kaccāyana.*

Nơi sáu thân, mạng ở các khiếu, làm chủ sáu thân, hoàn toàn không có tổn hại, cũng không có người gây hại nhau, cũng không có đấu tranh. Không có người tỉnh ngộ, cũng không có người đánh thức tỉnh ngộ, cũng không có ức niệm, không có người tỉnh sát, cũng không có biểu thị, không có người biểu thị.[141]

Phàm có một vạn bốn ngàn sáu trăm phát thú độ môn, lấy đây làm thượng thủ.[142] Lại có năm loại nghiệp: ba loại cần làm, hai loại được làm, cũng có toàn nghiệp, cũng có bán nghiệp.[143] Có sáu vạn bốn ngàn thân thuộc, sáu mươi trung kiếp, một trăm ba mươi na-lạt-ca, các căn. Lại có một trăm ba mươi sáu loại bệnh,[144] bốn vạn chín ngàn quyến thuộc rồng, bốn vạn chín ngàn chim cánh vàng,[145] bốn vạn chín ngàn quyến thuộc ni-kiền-tử, bốn vạn chín ngàn quyến thuộc ngoại đạo. Bảy kiếp có tên, bảy kiếp không có tên,[146] bảy đời a-tu-la, bảy đời tì-xá-giá,[147] bảy chỗ ở của trời, bảy nhân gian, bảy ao lớn, bảy ao nhỏ, bảy mộng lớn, bảy trăm mộng nhỏ, bảy hố sâu lớn, bảy trăm hố sâu nhỏ, bảy tỉnh thức lớn,

---

[141] Tạng: *lus bdun po dag la bar med mtshon thal byung du 'gro zhing der srog la gnod pa'ang med do||* Bảy thân này hiển thị không gián đoạn, thẳng tiến, trong đó sinh mạng không hề bị tổn hại.

[142] Tạng: *byis pa'am mkhas pa gang dag yin pa dag ni skye gnas gso bo dang ldan pa khri bzhi stong dang| rtong pa chen po drug khri dang drug brgyad dang...||* Hoặc ngu, hoặc trí, có 10 vạn bốn ngàn cửa thọ sinh dẫn đầu, lại thêm 6 vạn 6 trăm...

[143] Tạng: *las lnga dang| las gsum dang| las gnyis dang las dang| las phyed dang|* 5 nghiệp, 3 nghiệp, 2 nghiệp, 1 nghiệp, nửa nghiệp.

[144] Tạng: *lam drug bcu rtsa gnyis dang| rtog pa bar ma drug bcu rtsa gnyis dang| sems can dmyal ba sum bcu rtsa drug dang| rdul gyi kham drug bcu rtsa gnyis|* Có 62 đạo, 62 trung kiếp, 36 chúng sanh địa ngục, 120 căn, 62 trần giới.

[145] 妙翅鳥, Tạng: *nam mkha' sding.*

[146] Tạng: *'du shes can gyi gnas bdun dang| 'du shes med pa'i gnas bdun dang|* 7 hữu tưởng xứ, 7 vô tưởng xứ. Pāli: *satta saññīgabbhā satta asaññīgabbhā,* 7 hữu tưởng thai, 7 vô tưởng thai.

[147] Tì-xá-giá 毘舍遮: Skt. *piśāca,* dịch là quỷ hút máu ăn thịt.

bảy trăm tỉnh thức nhỏ; sáu đoạn nghiêm sanh,[148] mười tăng trưởng,[149] cho là đại trượng phu.[150] Trong tám vạn bốn ngàn đại kiếp này, người trí kẻ ngu đều lưu chuyển xong, nhiên hậu hết khổ, mới được giải thoát. Thí như buộc vật nặng vào một cuộn chỉ, từ trên cao thả xuống, vật rơi xuống cho đến hết dây. Người ngu kẻ trí cũng như vậy, trải qua tám vạn bốn ngàn kiếp lưu chuyển sanh tử, đến kiếp cuối rồi thì mới được giải thoát. Trong đời này, nếu sa-môn, bà-la-môn nào nói như vầy: "Với cấm giới này, ta tinh cần tu khổ hạnh. Người chưa thành thục khiến cho thành thục. Người thành thục rồi, khổ hết, đắc quả." Người nói như thế là sai, không có chuyện như vậy xảy ra. Với khổ lạc đang tồn tại, không có tăng giảm, không thể biết được. Tôi nói như vầy: "Tôi liễu tri sanh tử, chơn thật không hư."[151]

Ông nói như vậy rồi, Câu-lí-đa và Ô-ba-để-sa cùng nghĩ: "Rõ ràng vị tông sư này trụ nơi phi đạo, giống như đường hiểm, người trí nên tránh xa." Nghĩ xong, nói kệ:

> Tà trí, thuyết điên đảo,
> Khoái thích pháp hạ liệt;
> Thiện giáo nếu như thế,
> Phi pháp sẽ thế nào?

Nói kệ xong, như đánh vào thùng rỗng..., nói rộng như trên.

Họ lại đi đến chỗ Nặc-kiết-lạn-đà Tử,[152] thưa hỏi:

---

[148] Tạng: *rigs btsun drug pa dang*| 6 chủng tộc cao quý.

[149] Tạng: *mngon par mtho ba bcu dang*| 10 tăng thượng sanh; tái sinh trong các cõi cao quý như trời, người.

[150] Tạng: *skyes bu chen po'i sa brgyad po...*| 8 đại nhân địa.

[151] Đoạn sau này, Pāli, D.i. 55, đây là phần sau của *Makkhali Gosālo.*

[152] 昵揭爛陀子, Tạng: *gnyen gyi bu gcer bu*, Skt. *Nirgrantho Jñātiputraḥ*. NT nhảy một đoạn, Tạng: [53-54] *ka tya'i bu nog can.* (Skt. *Kakudaḥ Kātyāyanaḥ*): *gal te 'ga' zhig kho bo'i gan du ongs te 'di skad ces 'jig rten pha rol yod dam zhes dri ba 'drin| de la kho bo 'jig rten pha rol yod do zhes dri ba dris pa'i lan 'debs par byed do...* "Nếu có ai đến hỏi, có thế giới khác hay không..." Nhưng, theo Pāli, đây là thuyết của *Sañcayabelaṭṭhaputta (Sañjayī Vairaṭīputraḥ): atthi paro lokoti iti ce*

- Nhân giả hành pháp nhãn gì? Chỉ giáo tông gì? **[1026a1]** Có thù thắng gì? Có Phạm hạnh gì? Được kết quả gì?

Đáp:

- Quan điểm ta như vầy, học thuyết ta như vầy: quả báo mà tất cả hữu tình thọ nhận đều do túc nghiệp. Quá khứ đã tạo ác nghiệp, nay do tu Phạm hạnh sẽ được hết khổ. Nhân duyên ngày nay tu thiện nghiệp, được quả, không tạo thêm nghiệp ác, sẽ được lậu tận. Lậu tận rồi, nghiệp và khổ đều hết. Quả khổ đã hết, đến bờ giải thoát.[153]

Nghe lời ấy rồi, Câu-lí-đa và Ô-ba-đế-sa nghĩ: "Học thuyết của vị tông sư này cũng thuộc phi đạo, giống như đường hiểm, người trí nên tránh." Liền nói kệ:

> *Tà trí, thuyết điên đảo,*
> *Khoái thích pháp hạ liệt;*
> *Thiện giáo nếu như thế,*
> *Phi pháp sẽ thế nào?*

Thuyết kệ này rồi, như đánh vào thùng rỗng...*chi tiết như trên*, liền bỏ đi.[154]

10. San-thệ-di

Bấy giờ, có vị giáo sư tên là San-thệ-di.[155] Hai người bèn tìm đến chỗ ông ấy, hỏi mọi người rằng:

- Vị giáo sư này đang tĩnh tọa[156] ở đâu?

Vị giáo sư ngồi trong phòng nghe hỏi, nghĩ: "Ta ở đây đã lâu, không nghe ai dùng từ 'tĩnh tọa' này."

---

maṃ pucchasi, atthi paro lokoti iti ce me assa, atthi paro lokoti iti te naṃ byākareyyaṃ...

[153] Cf. Pāli, D.i. 58.

[154] Bản Hán, hết quyển 1. [Tạng:55²]

[155] San-thệ-di 珊逝移: Skt. *Saṁjayi-Vairaḍīputra.* Tạng: *yang dag rgyal ba can.*

[156] Hán: yến tọa 宴坐, Skt. *pratisaṃlayana,* Tạng: *nang du yang dag 'jog la.*

Khi ấy, Câu-lý-đa và bạn nghĩ rằng, "Vị giáo sư kia đang tĩnh tọa, chúng ta không nên làm kinh động. Chờ ông rời tĩnh tọa chúng ta sẽ diện kiến". Nghĩ thế, cả hai bèn lánh mặt ẩn nơi chỗ khuất.

Bấy giờ, San-thệ-di rời tĩnh tọa, các căn rạng rỡ. Hai người kia biết, liền đến gặp, thưa hỏi:

- Pháp nhãn của ngài là gì? Ngài dạy môn đồ những pháp gì? Có thù thắng gì? Phạm hạnh được tu tập như thế nào? Được kết quả thế nào?

Đáp:

- Ta nhận thấy như vầy và thuyết như vầy: Chân thật không nói dối, không làm hại chúng sanh, thường tịch, không sanh, không chết, không đọa không diệt, sẽ sinh hai cõi Phạm thiên.[157]

Hai người lại hỏi:

- Những điều được nói ấy có nghĩa là gì?

San-thệ-di giải thích:

- Không nói dối trá gọi là xuất gia. **[1026b01]** Không hại sanh là căn bản của tất cả pháp. Nơi không sinh, không chết, không đọa, không diệt là niết-bàn. Sinh hai Phạm, là những vị bà-la-môn v.v... tu Phạm hạnh đều cầu đến cảnh giới ấy.[158]

Cả hai nghe thế, thưa rằng:

- Bạch tôn giả, nguyện xin cho chúng con được xuất gia tu Phạm hạnh.

---

[157] ... 當生二梵天(?), hoặc chỉ chung cả hai giới sắc và vô sắc, gọi là "hai Phạm thế giới". Tạng: *bden pa dang mi tshe ba ni chos so zhi ba dang| rga med pa dang| 'chi ba med pa dang| nyams pa med pa'ignas de ni tshangs pa'o|* Chân thật, không hại sanh, đây là pháp. Trú xứ tịch tĩnh, không già, không chết, không đọa lạc, đây là Phạm thiên giới.

[158] Tạng: *de ni tshangs pa'o zhes bya ba ni gal te re zhig tshe 'di nyid la mya ngan las 'das pa sgrub par byed na de ltar legs so| gal te sgrub par mi byed na yang tshangs pa'i 'jig rten du nye bar 'gro ba 'gyur te|* Nói là Phạm tịnh, ngay trong đời này nếu chứng đắc niết-bàn, thế thì tốt; nếu không chứng đắc, sẽ sinh lên Phạm thế.

San-thệ-di cho hai người xuất gia. Sau khi họ xuất gia, khắp nơi đều nghe đồn Câu-lý-đa và đồng bạn xuất gia nơi San-thệ-di; do đó, bấy giờ San-thệ-di được nhiều lợi dưỡng. Ông nghĩ: "Trước đây ta thuộc tộc vọng Kiều-trần,[159] nay cũng vẫn họ Kiều-trần, mà được lợi dưỡng như vậy là do phúc đức của hai người kia, chứ không phải do phúc đức của ta." Trước đây, San-thệ-di có năm trăm đệ tử mà ông thường dạy luận điển cho, nay sau khi suy nghĩ như thế bèn khiến hai người ấy, mỗi người nhận lãnh hai trăm năm mươi đệ tử để dạy giáo pháp.

Một hôm, San-thệ-di nhuốm bệnh thời tiết. Ô-ba-để-sa bảo Câu-lý-đa rằng:

- Nay thầy bị nhiễm bệnh. Anh đi tìm thuốc, hay hầu thầy?

Câu-lý-đa đáp:

- Anh có trí tuệ, nên hầu thầy. Còn tôi sẽ đi tìm thuốc.

Câu-lý-đa tìm được các loại thuốc như rễ, thân, hoa v.v..., sắc cho thầy uống, nhưng bệnh càng nặng thêm. Khi ấy, San-thệ-di mỉm cười. Để-sa thưa:

- Thường bậc Đại nhân nếu không có duyên sự thì chắc chắn không cười. Nay thầy mỉm cười, vậy có nhân duyên gì?

San-thệ-di bảo:

- Đúng như lời ông nói. Ta cười về chuyện ở Kim châu[160] có vị vua tên Kim Chúa,[161] khi mệnh chung, lúc sắp hỏa thiêu, vợ ông buồn rầu cũng tự thiêu thân. Chúng sanh ngu si, do dục dẫn dắt, đắm nhiễm dục tình nên chịu khổ não ấy.

Ô-ba-để-sa thưa:

- Việc đó xảy ra vào ngày, tháng, năm nào?

---

[159] 族望憍陳種姓, Tạng: *shaṇ ḍi la'i rigs*. Skt. *śāṇḍilya* (*Lokesh*).

[160] Kim châu 金洲. Tạng: *gser gling*, Skt. *Suvarṇa-dvīpa*, hòn đảo vàng, phỏng đoán chỉ cho đảo *Sumatra*, Nam Dương, Indonesia hiện nay.

[161] 金主, Tạng: *ger bdag*.

- Vào ngày, tháng, năm ấy và vào thời tiết ấy.[162]

Hai vị đệ tử ghi chép lại, rồi thưa thầy:

- Chúng con xuất gia cầu đoạn diệt sanh tử. Thầy đã đạt được rồi, ngưỡng mong chỉ dạy cho con để chặt đứt sanh tử.

San-thệ-di bảo:

- Chí nguyện xuất gia của ta cũng vì cầu việc này. Điều mà ông thỉnh cầu, ta lại chưa đạt được. Nhưng vào ngày mười lăm bao-sái-đà,[163] có chư thiên trên hư không nói thế này: "Dưới Tuyết sơn, bên bờ sông Phân lộ,[164] có trú xứ Tiên nhân Kiếp-tỷ-la,[165] trong dòng họ Thích sẽ hạ sinh một đồng tử. Có một bà-la-môn thông hiểu thiên văn và biết xem tướng, tiên đoán: Đứa bé ấy sau này sẽ trở thành Chuyển luân thánh vương. Còn như xuất gia sẽ chứng Như lai, Ứng cúng, Chánh đẳng giác, tiếng tăm vang khắp mười phương."

Rồi ông lại bảo đệ tử:

- Các ông nên xuất gia trong giáo pháp của vị ấy để tu hành Phạm hạnh, không nên tự thị dòng họ tôn quý. Cần phải tu hành Phạm hạnh, điều phục các căn. Các ông sẽ đắc quả vị vi diệu nơi vị ấy, không còn sanh tử.

Nói xong, San-thệ-di đọc kệ:

> *Tích tụ rồi tiêu tán,*
> *Cao lắm cũng sụp đổ.*
> *Có họp phải có ly,*
> *Có sống phải có chết.*

---

[162] Tạng: *dus ... zla ba... nyi ma mang ge mo zhig la*| thời gian, ngày, tháng, lâu lắm rồi.

[163] 褒灑陀, skt. *poṣadha*, cũng nói là bố-tát. Tạng: *gso sbyong.*

[164] Sông Phân-lộ 分路: Phân-cương 分疆. Tạng: *chu klung skal ldan shing rta,* tên khác của sông Hằng. Skt. *Bhāgīratha.*

[165] 劫比羅仙人住處 Kiếp-tỷ-la Tiên nhân trú xứ; Tạng: *drang srong ser skya'i bstig gnas,* trú xứ của Tiên nhân Vàng Nhạt, tức Skt. *Kapilavastu* (Ca-tì-la-vệ).

Không bao lâu, San-thệ-di qua đời, các đệ tử dùng lụa màu xanh, vàng, đỏ, trắng quấn lại, rồi đem vào rừng làm lễ hỏa thiêu.

Bấy giờ, ở Kim châu có bà-la-môn tên Kim Phát,[166] đi đến thành Vương Xá, đến chỗ Ô-ba-để-sa. Ô-ba-để-sa hỏi:

- Ông từ đâu đến?

- Từ Kim châu đến.

- Ông có từng thấy việc gì hiếm lạ không?

- Không có việc gì lạ cả. Nhưng có vua Kim Chúa, sau khi băng hà, đem đi hỏa táng; vợ ông buồn thương cũng tự thiêu theo.

- Vào ngày, tháng, năm nào?

- Vào ngày, tháng, năm, thời tiết ấy.

Ô-ba-để-sa kiểm lại điều đã ghi, thì đúng như lời thầy nói. Câu-lý-đa nói với Ô-ba-để-sa:[167]

- Thầy của chúng ta đã chứng diệu pháp, nhưng bí pháp của thầy lại không dạy cho chúng ta. Nếu thầy chúng ta không chứng được pháp nhãn thiên nhĩ thì làm sao biết nơi ấy có việc như vậy!

Câu-lý-đa nghĩ: "Ô-ba-để-sa thông minh trí tuệ, chắc chắn đắc được diệu pháp nơi thầy nhưng không dạy lại mình." Nghĩ vậy, Câu-lý-đa mới nói:

- Chúng ta phải tuyên thệ: Ai chứng đắc thượng diệu pháp trước thì phải độ cho nhau.

Hai người thệ nguyện xong, cùng du hành nhân gian.

II. NHỮNG ĐỆ TỬ ĐẦU TIÊN

1. Sơ chuyển Pháp luân

Bấy giờ, Bồ-tát đã hai mươi chín tuổi, sống trong vương cung hưởng thụ năm dục lạc. Nhưng sau khi Ngài thấy cảnh sanh, già, bệnh, chết,

---

[166] 金髮 (tóc vàng), Tạng: *bram ze'i khyeu ral ba gser 'dra.* Skt (?).

[167] Tạng: *nye rgyal* (Ô-ba-để-sa) nói với *pang nas skyes* (Câu-lí-đa).

sanh tâm nhàm chán. Giữa đêm, Ngài vượt thành, đến nơi rừng già, tu khổ hạnh sáu năm nhưng không đạt được kết quả gì cả. Ngài bèn tùy ý tĩnh dưỡng, và dùng thức ăn mỹ vị như bơ, sữa v.v...; lấy dầu bôi thân, tắm rửa bằng nước thơm. Sau đó, Ngài đến làng Quân Doanh,[168] nhận phần cháo sữa gấp mười sáu lần[169] của hai cô gái chăn bò là Hoan Hỷ và Hoan Hỷ Lực.[170] Khi Bồ-tát dùng xong, có long vương Hắc Sắc[171] tán thán:

- Lành thay!

Lại có một người tên Thường Trú[172] cho Bồ-tát bó cỏ cát tường. Bồ-tát đến gốc cây bồ-đề, trải bó cỏ ấy; cỏ không rối, tự nhiên xoay theo chiều phải. Rồi Ngài ngồi kiết-già trên tòa cỏ, thân thẳng chánh niệm, khởi tâm phát khởi quyết tâm: "Nếu ta không đoạn tận được các lậu, vĩnh viễn không rời khỏi tòa cỏ này."

[1027a1] Dù bấy giờ, khi chưa chứng ngộ, Bồ-tát đã hàng phục được ba mươi sáu vạn ức ác ma. Mỗi ác ma ấy đều có trăm ngàn quyến thuộc quỷ thần. Bồ-tát bằng áo giáp và khí giới từ bi mà hàng phục ma quân xong liền chứng đắc Vô thượng chánh đẳng bồ-đề. Ngay lúc ấy, có Phạm thiên đến cầu thỉnh Thế Tôn thuyết pháp. Ngài đến Ba-la-nê-tư[173] chuyển ba vòng pháp luân. Số người trong hội nghe pháp có hơn năm mươi người, đều là con đại thần;[174] sau khi nghe pháp họ xin xuất gia và thọ cận viên.

Sau đó, Thế Tôn đến một thôn xóm gọi là Bạch điệp lâm,[175] nơi đây có sáu mươi người kết làm bạn tốt với nhau, khi nghe Phật thuyết pháp,

---

[168] 軍營聚落, Tạng: *grong sde 'dod* (*sdod* ?); đoạn sau, dịch là Quân Trụ. Skt. *senāvasa-nigama*? *Lalitavistara*: *Senāpatigrāma*.

[169] 十六倍, Tạng: *lan bcu drug bzlas pa*, chỉ số lượng lớn.

[170] 歡喜,歡喜力, Tạng: *dga' mo dang dga' stobs*. Đoạn sau, âm là Nan-đà và Nan-đà-ba-la (*Nandā & Nandābala*).

[171] 黑色龍王. Tạng: *klu'i rgyal po nag po*. Skt. *kṛṣṇa-nāgarājā*.

[172] 常住. No 1442 (tr. 717a06) chép là 善行 Thiện Hành. Tạng: *rtsva bkra shis 'tshong ba las*, nhận cỏ cát tường từ người lái buôn (?).

[173] Bà-la-nê-tư 婆羅疤斯: Skt. *Vārāṇasī* (Ba-la-nại).

[174] 大臣子. Tạng: *grong pa'i khye'u*, thiếu niên trong tụ lạc.

[175] 白氈林. Tạng: *ras bal can gyi tshal*. Skt. *karpāīvana*.

đều được chánh tín. Ngài lại đến thôn Quân Trụ,[176] ông trưởng thôn có hai người con gái tên Nan-đà, và Nan-đà-ba-la,[177] nghe Phật thuyết pháp cũng được chánh tín.

Đức Phật lại đến dòng sông Ưu-lâu-tần-loa,[178] nơi này có một vị đại tiên tên là Ca-nhiếp[179] cùng với một ngàn đệ tử. Mọi người nghe Phật thuyết pháp đều xin xuất gia và thọ cận viên.

Đức Phật đến ngôi miếu trên đỉnh núi Già-da,[180] có Già-da Ca-nhiếp.[181] Ngài thị hiện ba loại thần biến,[182] khiến Ca-nhiếp trú nơi viên tịch.

Sau đó, Phật đến Trượng Lâm[183] độ đại vương Ảnh Thắng, vua nước Ma-yết-đà thấy chân đế, cùng tám vạn thiên chúng, bà-la-môn, cư sĩ nước Ma-yết-đà. Ngài đến thành Vương Xá, trú ở Trúc Lâm.

2. Bí-sô Mã Thắng

Khi Thế Tôn an trú bên hồ Yết-lan-đạc-ca,[184] trong vườn Trúc Lâm, Ô-ba-đế-sa cùng Câu-lý-đa lúc bấy giờ đang du hành nhân gian. Họ đến thành Vương Xá, thấy trong thành yên tĩnh, nghĩ: "Thành lớn kia được

---

[176] 軍住; đoạn trên, dịch là Quân Doanh, xem cht. 302.

[177] 難陀難陀波羅; đoạn trên dịch là Hoan Hỷ và Hoan Hỷ Lực.

[178] Ưu-lâu-tần-loa 憂樓頻螺; Tạng: *lteng rgyas.* Skt. *Uruvilvā.*

[179] Ca-nhiếp 迦攝. Tạng: *lteng rgya 'od srung.* Skt. *(Uruvilvā)-Kāśyapa*: Ưu-lâu-tần-loa Ca-diếp.

[180] Hán: Già-da đỉnh chế-để 伽耶頂制底. Tạng: *gZhi. ga yā mgo'i mchod rten.* Pāli: *Gayāsīsa*, núi đầu voi (Tượng đầu sơn 象頭山). Ngọn đồi gần thị trấn Gayā. *Tạp 8* (T2n99, tr.50b14): Ca-xà-thi-lị-sa chi-đề 迦闍尸利沙 支提; Cf. *Ngũ phần 16* (tr.109b24): Già-da sơn 伽耶山.

[181] Già-da Ca-nhiếp 伽耶迦攝. Skt. *Gayākāśyapa.*

[182] 三種神事, Tạng: *cho 'phrul gsum*; Stk. *trīṇi pratihāryāṇi*, ba thị đạo.

[183] Trượng lâm 杖林. Tạng: *ltang brad gi tshal gseb.* Skt. *yaṣṭīvana*, P. *yaṭṭhivana, laṭṭhivane*, rừng cây cọ, rừng gậy; nằm ngoài thành Vương Xá, nước *Magadha.*

[184] Hồ Yết-lan-đạc-ca 羯蘭鐸迦池. Tạng: *ka lan da ka'i gnas*, Skt. *Kalandaka-nivāpa*, nơi người ta nuôi sóc trong vườn Trúc, ngoài thành Vương Xá. Skt. *nivāpa*, chỉ hạt giống được gieo; cũng chỉ nước để cúng tế vong linh các tổ phụ *(Wogihara)*. NT có thể hiểu theo nghĩa sau nên dịch là "hồ".

yên tĩnh có thể có hai lý do: một, có giặc cướp làm cho sợ hãi; hai, có vị bà-la-môn oai đức ở đó." Nghĩ xong, họ đi quan sát tinh tú, thấy không có giặc cướp nào làm cho sợ hãi. Vào một lúc, họ điểm trên mặt, vẽ ba vạch, rồi lần lượt đi quanh khu, bấy giờ có vô số trăm ngàn vạn người đi theo. Một lúc khác, họ cũng vẽ mặt, rồi đi quanh khu. Nhưng lần này không có một người nào đi theo cả. Họ nghĩ: "Trước đây ta đi quanh khu có vô lượng trăm ngàn người đi theo. Hôm nay, không có một người nào, việc này thế nào?"

Bấy giờ, thường pháp của chư Phật là như vầy.[185] Phật nghĩ, "Những người dị học này, một tên Địa-sư,[186] một tên Câu-lý-đa, đã trồng nhiều thiện căn, và tu hành phước nghiệp rất lâu trong thời chư Phật quá khứ. Giống như ung nhọt gặp lúc trời nóng sưng lên, đúng thời tiết mụt nhọt chín mùi, đủ duyên vỡ ra, hết bệnh. Cũng vậy, những người này các căn đã thuần thục, nay đã đúng thời."

Phật lại quán căn khí của họ phải độ thế nào và xem ai có duyên với họ. **[1027b01]** Phật quán biết hai người này sẽ phát tâm với người đầy đủ luật nghi. Phật khiến bí-sô Mã Thắng[187] đi độ họ. Oai nghi cử chỉ của bí-sô Mã Thắng trang nghiêm thanh thoát, trời và người trông thấy đều phát tâm. Phật bảo Mã Thắng:

- Ông có thể thu phục hai người kia.

Mã Thắng nghe Phật dạy, hoan hỷ im lặng, đảnh lễ chân Phật rồi ra đi.

Vào buổi sáng, đến giờ khất thực, Mã Thắng đắp y ôm bát, vào thành Vương Xá, oai nghi chững chạc, quay nhìn như trâu chúa, tuần tự khất thực.

Sáng hôm ấy, phạm-chí Ô-ba-đế-sa vì có chút công việc nên du hành trong nhân gian, thấy tôn giả Mã Thắng đầy đủ oai nghi, hiếm có ít thấy

---

[185] Bản Hán NT. lược một đoạn dài thấy trong bản Tạng, từ Tạng: 62²-63⁷, mô tả Phật dùng huệ nhãn quán sát thế gian. Hán dịch tương đương, *Bí-sô-ni tì-nại-da*, T23n1443, tr. 911a19.

[186] 地師, Tiṣya, tức Ô-ba-đế-xá (*Upatiṣya*).

[187] Mã Thắng 馬勝. Skt. *Aśvajit*. Tạng: *rta thul*. *Đại trí độ 11*: 阿說示 A-thuyết-thị. Tạng: *rta thul*.

trong đời. Ô-ba-để-sa nghĩ thầm, "Những người xuất gia trong thành này không ai có thể so sánh với vị này được. Ta phải hỏi ông xuất gia với vị nào? Học tập pháp gì? Thầy của ông là ai?" Nghĩ vậy rồi, Ô-ba-để-sa đến bên đường đợi tôn giả Mã Thắng. Mã Thắng từ xa đi lại, Ô-ba-để-sa liền hỏi:

- Thầy của tôn giả là ai vậy? Tôn giả học pháp gì? Theo ai xuất gia?

Mã Thắng đáp:

- Đại sư của tôi là sa-môn Kiều-đáp-ma thuộc dòng tộc Thích-ca. Ngài đã chứng Vô thượng chánh đẳng bồ-đề. Vị ấy là thầy của tôi. Tôi nương tựa nơi vị ấy, cạo bỏ râu tóc xuất gia, tu hành Phạm hạnh, học tập giáo pháp.

Ô-ba-để-sa thưa:

- Cụ thọ, xin ngài thuyết giảng cho tôi được nghe.

Mã Thắng bảo:

- Giáo pháp của Như Lai thậm thâm, vi diệu, khó hiểu khó biết. Tôi mới xuất gia, không có khả năng giảng giải. Tôi không thể ghi nhớ hết, chỉ nói tóm tắt ý nghĩa.

Để-sa thưa:

- Xin Cụ thọ nói ý nghĩa đó.

Tôn giả Mã Thắng nói kệ:

Các pháp từ duyên sinh,
Như lai nói nhân ấy.
Pháp ấy do nhân diệt,
Đại Sa-môn nói vậy.[188]

Nghe xong bài kệ, Ô-ba-để-sa xa lìa trần cấu, chứng đắc pháp nhãn, con mắt thấy pháp. Ô-ba-để-sa sau khi thấy pháp, tâm không nghi hoặc, không còn e sợ, tức thì đứng dậy, cung kính chắp tay thưa:

---

[188] Tạng: 66: *chos rnams gang dag rgyu la byung ba dang| |de yi rgyu dang de 'gog gang yin pa'ang| |de bzhin gshegs pa nyid kyis bka' stsal te| |de skad gsung ba'i tshul can dge sbyong che|*

- Đây chính là thầy của con. Đây đúng là chánh pháp. Ai trú trong pháp này, không còn đọa lạc. Đây là chỗ không ưu phiền. Từ vô lượng đại kiếp cho đến nay, con chưa bao giờ nghe được giáo pháp sâu xa vi diệu như thế.

Để-sa bèn hỏi:

- Cụ thọ, Đại sư Thế Tôn nay đang ở đâu?

- Hiện nay Đại sư của tôi đang ở bên hồ Yết-lan-đạc-ca, thành Vương Xá.

Ô-ba-để-sa nghe vậy, **[1027c01]** hoan hỷ phấn khởi, cung kính chắp tay, đi nhiễu bên phải ba vòng, rồi nói lời cáo từ.

Để-sa đến ngay chỗ Câu-lý-đa. Thấy Để-sa đến, Câu-lý-đa hỏi:

- Hôm nay dung mạo của anh rạng rỡ, tươi đẹp khác thường, các căn thanh tịnh, có phải được pháp cam lồ thượng diệu không?

Ô-ba-để-sa đáp:

- Đúng vậy! Đúng vậy. Đúng như lời anh nói.

Ô-ba-để-sa kể lại mọi việc và đọc kệ:

Các pháp từ duyên sinh,
Như lai nói nhân ấy.
Pháp ấy do nhân diệt,
Đại Sa-môn nói vậy.

Câu-lý-đa nghe bài pháp xong, liền nói:

- Xin Cụ thọ nói cho tôi nghe lần nữa.

Ô-ba-để-sa nói lại:

Như Lai nói các pháp
Từ nhân duyên sinh khởi,
Do nhân duyên hoại diệt,
Đại Sa-môn dạy thế.

Ô-ba-để-sa vừa đọc xong bài kệ, Câu-lý-đa liền lìa trần cấu, chứng đắc pháp nhãn, mắt thấy pháp. Sau khi thấy pháp, Câu-lý-đa cung kính chắp tay, vui mừng đảnh lễ, thốt lên:

- Đây là chánh pháp. Ai trú trong pháp này không còn bị đọa lạc. Từ vô lượng ức kiếp đến nay, tôi chưa từng nghe được pháp này.

Câu-lý-đa hỏi Ô-ba-để-sa:

- Đại sư Thế Tôn hiện giờ ở đâu?

- Thế Tôn đang ở bên hồ Yết-lan-đạc-ca, thành Vương Xá.

Câu-lý-đa nghe thế xong, bàn với Ô-ba-để-sa:

- Vậy chúng ta hãy cùng nhau đi đến đó để xuất gia tu Phạm hạnh.

- Quá hay!

Câu-lý-đa nói:

- Hãy hỏi các đệ tử có đồng ý không?

Ô-ba-để-sa nói:

- Lành thay! Lành thay! Anh là bậc danh đức, mọi người đều biết đến, vậy nên hỏi các đệ tử.

Câu-lý-đa hỏi các đệ tử:

- Nay tôi cùng Ô-ba-để-sa muốn đến chỗ Phật Thế Tôn xuất gia học đạo, tu hành Phạm hạnh. Các vị thế nào đây?

Các đệ tử đồng lòng thưa:

- Sở học của chúng con đều do thầy truyền dạy. Nay Ô-ba-đà-da theo Phật xuất gia. Chúng con cũng nguyện theo Phật xuất gia.

Câu-lý-đa:

- Hay lắm! Nay đã đúng lúc.

3. Hai đại đệ tử

Bấy giờ, Ô-ba-để-sa và Câu-lý-đa, mỗi người cùng hai trăm năm mươi đệ tử ra khỏi thành Vương Xá, thẳng hướng đến hồ Yết-lan-đạc-ca trong rừng Trúc.

Lúc này, bí-sô Mã Thắng đang tịch nhiên tĩnh tọa dưới một gốc cây, cách chỗ Thế Tôn không xa. Ô-ba-để-sa trông thấy, bảo Câu-lý-đa:

- Chúng ta nên đến lễ Thế Tôn trước, hay đến lễ Ô-ba-đà-da **[1028a01]** trước để nghe Pháp?

Câu-lý-đa nói:

- Nên đến nghe pháp trước.

Cả hai đến chỗ bí-sô Mã Thắng, lạy sát chân, rồi ngồi qua một bên.

Khi ấy, trong chúng của Như Lai có một bà-la-môn,[189] trước đây thờ phụng thần mặt trăng. Thế Tôn nói kệ cho bà-la-môn nghe:

Người nào hiểu được pháp,
Không luận già, hay trẻ,
Đều phải cung kính họ,
Như mặt trăng mới mọc.

Trong chúng hội có một bà-la-môn thờ phụng thần lửa. Thế Tôn nói kệ giảng cho vị này nghe:

Người nào hiểu được pháp,
Không luận già, hay trẻ,
Phải nên cung kính họ,
Như dơ, lửa làm sạch.[190]

Ô-ba-để-sa và Câu-lý-đa cùng đồng bạn sau khi đảnh lễ tôn giả Mã Thắng, bèn đến chỗ Thế Tôn. Bấy giờ có vô lượng trăm ngàn chúng bí-sô v.v... vây quanh Thế Tôn nghe pháp. Thế Tôn từ xa thấy nhóm Câu-lý-đa và đồng bạn đang đi đến, bảo các bí-sô:

- Các ngươi có thấy hai người kia, là thượng thủ với một đại chúng đang vây quanh không?

- Vâng, chúng con thấy.

Thế Tôn lại nói:

---

[189] Tạng: *bram ze zla ba la dga' ba* (Skt. *Candranandana*?), bà-la-môn tên Nguyệt Hỷ?

[190] Tạng: 68, hết chương 3. |*'dul ba gzhi| bam po bzhi pa*| Tạng, thông dật (quyển) 4.

- Các ngươi nên biết, hai người này xuất gia học đạo trong Pháp của Ta, sẽ là bậc thần thông và trí tuệ đệ nhất trong các Thanh văn.

Ô-ba-để-sa và Câu-lý-đa đến chỗ Thế Tôn, đảnh lễ sát chân Phật, rồi ngồi qua một bên, bạch Phật:

- Bạch Thế Tôn, cúi nguyện Thế Tôn cho chúng con xuất gia trong thiện pháp này, thọ cận viên, thành thể tánh bí-sô, tu trì Phạm hạnh.

Đức Phật bảo hai người:

- Hãy đến đây, này bí-sô,[191] tu hành Phạm hạnh.

Phật vừa nói xong, hai vị ấy râu tóc tự rụng, mình khoác ca-sa, tóc như cạo đã bảy ngày, oai nghi đầy đủ như bí-sô một trăm tuổi hạ. Có bài tụng rằng:

Thế Tôn nói: Thiện lai!
Các căn liền tịch tĩnh,
Tóc rụng, khoác pháp y,
Oai nghi như trăm hạ.

Bấy giờ, đến giờ khất thực, chúng bí-sô mặc y, mang bát vào thành Vương Xá, tuần tự khất thực. Trong thành này có nhiều đệ tử của San-thệ-di; họ thấy các bí-sô, liền chê cười, nói kệ:

[1028b01] *Ma-yết-đà tối thắng,*
San-thệ-di độ hết.
Phật ở thành Vương Xá,
Ông nay sẽ độ ai?

Các bí-sô nghe nói thế liền mất oai đức,[192] lòng không vui. Khất thực xong, trở về tinh xá, thọ thực xong, xếp cất y bát, rửa chân, đến chỗ Thế Tôn, lễ sát chân Phật, ngồi qua một bên; các bí-sô trình bày với Phật:

- Bạch Thế Tôn, khi chúng con khất thực trong thành Vương Xá, có các đệ tử của San-thệ-di nói nhiều lời chê bai, *chi tiết như trên*. Chúng con im lặng, mất hết oai đức, lòng không vui.

---

[191] Hán: Thiện lai bí-sô 善來苾芻, trường hợp đắc giới trực tiếp từ Phật.
    Tạng: *dge slong tshur shog*.

[192] Tạng: *mi 'jigs pa med par gyur*, mất tự tin.

Phật dạy:

- Nếu họ nói như vậy, các ngươi nên đáp rằng:

Phàm độ phải như pháp,
Pháp Thế Tôn chân chánh.
Các ngươi ai biết được,
Vị kia độ y pháp?

Nếu các ngươi trả lời như vậy, họ mất oai đức, im lặng bỏ đi.

Hôm sau, các bí-sô mặc y, mang bát vào thành Vương Xá, theo thứ lớp khất thực. Các đệ tử của San-thệ-di chê bai như trước, nói kệ:

Ma-yết-đà tối thắng,
San-thệ-di độ hết.
Phật ở thành Vương Xá,
Ông nay sẽ độ ai?

Các bí-sô nghe thế, đáp kệ lại:

Phàm độ phải như pháp,
Pháp Thế Tôn chân chánh.
Các ngươi ai biết được,
Vị kia độ y pháp?

Đệ tử của San-thệ-di nghe kệ, mất hết uy đức, im lặng bỏ đi.

4. Ma-ha Câu-hi-la

Một thời gian về sau, vợ chồng bà-la-môn Ma-tra-la qua đời. Bà-la-môn Để-sa và vợ là Xá-lị cũng qua đời. Câu-sắt-sỉ-la[193] từ phương Nam trở về, đem luận thuyết "không đời sau" đến thôn Na-lạt-đà. Người giữ cổng thôn hỏi:

- Cụ thọ, ông có phải là Câu-sắt-sỉ-la?

- Chính tôi. Mọi người đều biết tên tôi như vậy.

Câu-sắt-sỉ-la hỏi người giữ cổng:

---

[193] Câu-sắt-sỉ-la 俱瑟恥羅, Skt. *Koṣṭhila* (Pāli: *Mahākoṭṭhika*). Tạng: *stod rings*.

- Bà-la-môn Ma-tra-la nay ở đâu?

- Ông ấy qua đời rồi.

- Còn vợ ông ấy và Để-sa ở đâu?

- Cũng qua đời luôn.

Câu-sắt-sỉ-la lại hỏi:

- Xá-lị Tử giờ ở đâu?

- Ở thành Vương Xá có vị đại sư tên San-thệ-di, gần xuất thế gian (?),¹⁹⁴ Xá-lị Tử xuất gia ở chỗ đó.

Câu-sắt-sỉ-la nói:

- Pháp bà-la-môn không nên xuất gia. Việc này không tốt.¹⁹⁵

Nói xong, Câu-sắt-sỉ-la đi dần về thành Vương Xá, **[1028c01]** hỏi mọi người:

- Đại sư San-thệ-di nay đang ở đâu?

Mọi người đáp:

- Đại sư mất rồi. Tất cả đệ tử của ông ấy đều đến xuất gia theo Sa-môn Kiều-đáp-ma. Mọi người ca ngợi rằng, vị ấy đã được tiên đoán sẽ là Chuyển luân thánh vương. Nếu vị ấy làm vua thì Xá-lị Tử sẽ là đại thần.

Khi Phạm-chí Trường Trảo¹⁹⁶ nghe nói thế, liền đi đến gặp Phật, nói rằng:

- Này Sa-môn Kiều-đáp-ma! Tất cả pháp, mọi quan điểm, tôi đều không nhẫn thọ.¹⁹⁷ Người thờ lửa có quan điểm như vầy, thuyết lý như

---

¹⁹⁴ 近出世間, nghĩa không rõ. *gZhi.*: "Trong thành Vương Xá xuất hiện vị Tông sư hiệu là *Yang-dag rgyal-ba-can* (San-thệ-di); gần đây theo ông ấy xuất gia."

¹⁹⁵ *gZhi.*: "Như vậy có nghĩa là, tạm thời xuất gia là việc làm bởi bà-la-môn."

¹⁹⁶ Tạng: *kun tu rgyu Sen-rings.*

¹⁹⁷ Nguyên Hán: 一切我法，所有見等，皆我不欲, dịch sát: "Hết thảy ngã-pháp (pháp của tôi?), những gì là tri kiến, tôi đều không muốn (=không chấp nhận). Đây y theo ý của *Đại trí độ*, và bản Tạng, dịch

vầy: "Quan điểm của tôi, tất phải xa lìa, tất phải diệt trừ, cũng xa lìa sự biến dịch. Nếu lìa bỏ quan điểm này thì không chấp thủ sự tương tục và không chấp thủ nhận thức khác." Này Sa-môn Kiều-đáp-ma, điều được thấy của tôi như vậy, điều được biết của tôi như vậy: "Điều được thấy của thế gian phần nhiều trái nghịch với sự thờ lửa." Lại nói, thấy và biết như vậy là trụ đạo lộ này. Sa-môn Kiều-đáp-ma có thấy như vậy, biết như vậy không? Lại nữa, người thờ lửa tạo luận rằng: "Nếu sa-môn, bà-la-môn nào xả bỏ được kiến này, không chấp thủ kiến khác, như vậy là sa-môn, bà-la-môn chân thật. Đây là chỗ vi diệu." Lại nữa, người thờ lửa đều trụ trong ba kiến giải. Thế nào là ba? Một, không nhẫn thọ tất cả; hai, nhẫn thọ tất cả; ba, ước nguyện không nhẫn thọ tất cả."[198]

Việt như trên. Tạng: *bdag ni thams cad mi bzod do*| Đại trí độ 11, tr. 62a03: 我一切法不受.

[198] Đoạn dịch Hán có điều bất ổn. So sánh Tạng: [72.5]: "Này *Gautama*, tất cả tôi đều không nhẫn thọ. - Này Hỏa Chủng (Tạng: *mer 'jug gi bu*/ Skt. *Agniveśya*), ông có nhẫn thọ quan điểm nói rằng 'tất cả quan điểm tôi đều không nhẫn thọ' không? – Này *Gautama*, tôi không nhẫn thọ bất cứ quan điểm nào nói rằng 'tất cả quan điểm tôi đều không nhẫn thọ.' – Này Hỏa Chủng, thế thì, điều mà ông thấy, điều mà ông biết, điều này bị loại trừ, bị phủ nhận, không tồn tại, cũng liên hệ với quan điểm khác, không được chấp thủ, không xảy ra. – Này *Gautama*, điều mà tôi biết, điều mà tôi thấy, một cách khéo léo bị loại trừ, bị phủ nhận, không tồn tại, cũng liên hệ với quan điểm khác, không được chấp thủ, không xảy ra. – Này Hỏa Chủng, ông cũng tương tự, tương đồng với phần lớn người đời. Người đời phần lớn cũng thấy, cũng nói như ông. Này Hỏa Chủng, trong thế gian, các sa-môn, bà-la-môn, mà phủ nhận quan điểm này cũng không chấp thủ quan điểm khác, những sa-môn, bà-la-môn này quá ít so với các sa-môn, bà-la-môn kia. Này Hỏa Chủng, có ba quan điểm này. Những gì là ba? Này Hỏa Chủng, một số điều này, tất cả tôi nhẫn thọ; khác nữa, một số điều này, tất cả tôi không nhẫn thọ; khác nữa, một số điều này, có điều tôi nhẫn thọ, có điều tôi không nhẫn thọ. Này Hỏa Chủng, thế cho nên, bất cứ kiến chấp nào thấy rằng tất cả tôi đều không nhẫn thọ, tất cả đều bị chi phối bởi tham, bởi sân, bởi si..."

Cho đến,[199] Câu-sắt-sỉ-la xuất gia.

Phật bảo các bí-sô:

- Trong các đệ tử của Ta, bậc minh giải thông lợi[200] hơn cả là bí-sô Câu-sắt-sỉ-la.

5. Tiền thân Xá-lị-phất

1. Bấy giờ, cụ thọ Xá-lị Tử đoạn trừ các phiền não, chứng quả A-la-hán. Các bí-sô đều nghi ngờ mới thưa hỏi Thế Tôn:

- Bạch Thế Tôn, Xá-lị Tử trước đây đã tạo nghiệp gì mà nay nhờ nghiệp ấy được trí tuệ sắc bén, thâm sâu, trí tuệ không nghi hoặc như vậy?

Phật dạy:

- Này các bí-sô, các ngươi hãy lắng nghe. Do nghiệp trước đây đã tạo, nay Xá-lị Tử được kết quả, không phải do trường hợp khác... *chi tiết cho đến.* Tự mình nhận cảm thọ quả báo.[201]

Thuở xưa, ở tụ lạc nọ có một bà-la-môn, cưới vợ chưa bao lâu, sinh được một con trai.[202] Ít năm sau lại sinh thêm một cô con gái nữa.[203] Khi hai người con trưởng thành thì cha mẹ bệnh rồi qua đời. Người con trai đau buồn, nghĩ đến việc đi vào rừng núi. Cậu liền dẫn em gái vào rừng, cùng nhau hái lượm hoa quả tự sinh sống.

---

[199] Tóm lược đoạn rất dài thấy trong Bản Tạng [từ *gZhi*.73³-79⁷]: Tiếp đó, Phật diễn giải rộng bản chất ô nhiễm của các quan điểm này, và các Thánh đệ tử đã dứt bỏ các quan điểm này như thế nào. Cuối cùng, phạm chí Trường Trảo đắc quả Dự lưu, được xuất gia, thọ cận viên.

[200] *gZhi.*: *so so yang da par rig pa*; Skt.: *pratisaṃvid, .*

[201] *gZhi.*81: "(...) nghiệp đã tạo được tích lũy, không chín mùi trong địa đại, thủy, hỏa, phong đại. Nghiệp thiện, bất thiện đã tạo được tích lũy chín mùi trong uẩn, xứ, giới... Nghiệp đã tạo tích lũy, dù trải qua trăm kiếp cũng không mất, khi duyên đủ có thân, xuất hiện thành kết quả." Đoạn Hán dịch tương tự cũng thấy trong *Tì-nại-da* 6, T23n1442, tr. 657c02, v.v. Xem đoạn sau, §7 "Khu ô sa-di".

[202] Tạng: đặt tên là *Shi ba ma*: Tịch Tĩnh.

[203] Tạng: đặt tên là *Shi ba ma mo*: Tịch Tĩnh nữ.

Này các bí-sô, loài rắn đen lớn[204] có năm điều tai hại. Thế nào là năm? Một, nhiều sân. Hai, nhiều hận. Ba, làm **[1029a01]** ác. Bốn, không biết ân nghĩa. Năm, rất độc.

Nên biết, người nữ cũng có năm điều tai hại: Một, nhiều sân. Hai, nhiều hận. Ba, làm ác. Bốn, không biết ân nghĩa. Năm, rất độc.

Người nữ thâm độc thế nào? Thường những người nữ, đa phần có tâm dục nhiễm mãnh liệt.

Khi ấy, cô gái trưởng thành, dục tâm cũng phát triển, cô nói với anh:

- Em không thể sống ăn hoa quả như thế này mãi được. Chúng ta nên đến sống với mọi người để xin thức ăn nước uống.

Người anh đưa em gái ra khỏi rừng núi, đến nhà bà-la-môn để khất thực. Cả hai gọi cửa. Chủ nhà bước ra, thấy và hỏi:

- Người ẩn cư cũng có vợ à?

Người anh nói:

- Đây không phải là vợ tôi, mà là em gái.

Ông chủ hỏi người anh:

- Đã gả chồng chưa?

- Chưa.

- Nếu vậy, sao không gả cho tôi?

- Nó đã từ bỏ ác pháp của thế gian rồi.

Nhưng cô em gái dục tâm hưng phấn, nói với anh:

- Không phải em không thể ăn hoa quả trong rừng để sống, nhưng em không chịu được sự dày vò của phiền não. Cho nên khuyên anh bỏ núi rừng, về sống với mọi người. Anh hãy gả em cho người bà-la-môn này.

Người anh dứt khoát:

- Anh thật không thể gả em lấy chồng. Đó là ác pháp, anh không thể làm. Nếu em có tâm thế tục thì tùy ý em muốn.

---

[204] 大黑蛇, Skt. *kṛṣṇasarpa*, rắn hổ mang (*cobra*).

Người bà-la-môn biết tâm ý của cô em nên mời cô về nhà, tổ chức tiệc, mời thân tộc lại, cưới cô gái làm vợ, rồi bảo với người anh:

- Giờ anh có thể về sống với tôi, nhưng ở riêng một phòng.

- Tôi không cầu dục lạc, chỉ muốn xuất gia.

Cô em thưa:

- Chúng ta hãy giao ước với nhau, khi đó mới tùy ý được.

- Giao ước thế nào?

- Nếu anh chứng được quả thù thắng thì trở lại gặp em.

- Được! Anh sẽ làm đúng lời mong ước của em.

Người anh từ giã, đến chỗ ẩn cư, sống đời xuất gia. Do sức thiện căn đời trước, nên cuối cùng từ nơi ba mươi bảy pháp phần bồ-đề, vị ấy không thầy chỉ dạy, tự mình giác ngộ, chứng quả Độc Giác. Sau khi chứng ngộ, liền nghĩ: "Trước đây ta có giao ước với em gái; nay có thể về gặp."

Vị Độc Giác về đến chỗ em gái, bay lên hư không, thân hiện thần biến: phía trên phát ra ánh lửa, phía dưới phun ra nước, biến hiện nhiều thần lực kỳ đặc, rồi buông mình hạ xuống đất. Mọi người trông thấy thần thông, tâm ý hồi chuyển. Như gốc cây lớn ngã xuống đất, cô em gái gieo mình đảnh lễ chân vị Độc Giác, thưa rằng:

- Đại huynh! Anh đã chứng đắc thắng đức thù diệu?

- Ta đã chứng.

Người em thưa:

- Anh vì nuôi thân cần ăn uống. Em vì cầu phúc, nguyện cúng dường cho anh. Anh có thể ở lại đây.

- Em không được quyết định một mình, nên thưa với chồng.

Cô em gái thưa với chồng:

- Anh biết không, anh của em xuất gia thành tựu cấm giới, đắc quả thượng diệu, đệ nhất trong thế gian. Em muốn cúng dường nhưng không dám tự tiện. Nếu được anh cho phép, **[1029b01]** em sẽ cung cấp thức ăn nước uống cho anh ấy trong ba tháng.

Người chồng đáp:

- Hiền thê, dù anh không muốn anh ấy đi xuất gia thì cũng phải cung cấp trọn đời. Huống chi nay anh ấy đã xuất gia, đắc đạo thù thắng. Anh tùy thuận ý em, cúng dường ba tháng.

Trong ba tháng ấy, họ đem món ngon vật lạ cúng dường cho người anh. Qua ba tháng, họ đem vải tốt, dao, kim dâng cho anh. Người anh nhận đồ, dùng dao cắt, xẻ. Con dao sắc bén, cắt may rất nhanh. Người em gái thấy thế, quỳ khom xuống, phát nguyện:

- Nguyện cho tôi, căn tánh sắc bén, khéo léo, nhanh nhẹn như con dao này. Đến đời vị lai thành người trí tuệ sắc bén.

Vị Độc Giác lại đem y ra cắt may, dùng kim chỉ cắt may khéo léo, không trở ngại. Cô em gái lại phát nguyện:

- Nguyện cho thân tôi ngày nay cho đến tương lai được trí tuệ như kim này, trí tuệ sâu xa, thông đạt vô ngại.

Bấy giờ Phật bảo các bí-sô:

- Các ngươi chớ nghĩ ai khác; người nữ bà-la-môn ở thời quá khứ kia đâu phải người nào lạ, mà chính là Xá-lị-phất bây giờ. Do quá khứ Xá-lị-phất cúng dường dao, lụa trắng cho vị Độc Giác, rồi phát nguyện rộng lớn. Do thiện căn đó, nay được trí tuệ sắc bén, thông minh đệ nhất.

- Này các bí-sô, nên biết rằng, tạo nghiệp thuần đen, phải chịu quả báo thuần đen; tạo nghiệp trắng được quả báo thuần trắng... *chi tiết như trên.*[205]

2. Các bí-sô lại có nghi ngờ, hỏi Phật:

- Cụ thọ Xá-lị-phất tạo nghiệp gì trong thời quá khứ, nay được sinh trong gia đình trung lưu, không phải quý tộc, cũng không phải hạ tiện, thường được xuất gia?

Phật bảo các bí-sô:

---

[205] *Như trên,* không có đoạn nào tương tự trong Xuất gia sự, nhưng có thể thấy trong Tì-nại-da 19, T23n1442, tr.726b05.

- Các ngươi hãy lắng nghe! Thuở quá khứ, có một quốc vương lấy vợ không bao lâu, đắm say dục lạc, ... *cho đến* mê săn bắn. Ít năm sau, sinh được một con trai. Người con này lớn lên thấy vua cha trị nước một cách phi pháp mới nghĩ: "Khi cha ta băng hà chắc sẽ đọa địa ngục. Ta kế vị ngôi vua rồi cũng đồng chịu cái khổ ấy. Ta nên xuất gia tu đạo trong pháp luật thiện, tu hành Phạm hạnh." Nghĩ như vậy rồi, bèn đến tâu phụ vương:

- Đại vương, xin cho con xuất gia.

Nhà vua bảo:

- Các hình thức tế tự trời thần v.v... đều vì mục đích cầu được vinh hoa phú quý; nay con là thái tử, là dòng giống cỡi voi, sẽ kế vị ngôi vua, hà cớ con lại cầu xuất gia?

Nhà vua dùng nhiều lời trách mắng, không cho xuất gia. Sau đó một thời gian, thái tử cỡi voi đi ra thành du ngoạn, thấy một người nghèo cầm miếng lá đi xin ăn, thái tử hỏi:

- Này bạn, tôi ở hàng tôn quý nên không được xuất gia. Người không phải hàng tôn quý, tại sao không xuất gia?

- Tôi không có y bát, làm sao xuất gia?

Thái tử nói:

- Này bạn, **[1029c01]** tôi sẽ cho ba y và bát, v.v... người nên xuất gia.

- Tốt quá!

Thái tử cung cấp đầy đủ y bát. Khi ấy có vị tiên đắc ngũ thông, đang ngồi yên lặng an lạc dưới một gốc cây. Thái tử cùng vị khất sĩ đi đến chỗ tiên nhân. Thái tử xuống voi, đến thưa với tiên nhân:

- Thánh giả, xin Thánh giả nhận vị này xuất gia.

Vị tiên nhân đồng ý nhận người kia xuất gia.

Thái tử bảo người khất sĩ:

- Giờ tôi phải trở về. Nếu người có đắc đạo và chứng quả, thì xin báo cho biết.

- Tôi sẽ làm theo lời thái tử.

Sau khi xuất gia, người khất sĩ đến chỗ yên tĩnh, thiền tư tu định. Cuối cùng, từ nơi ba mươi bảy pháp phần bồ-đề, vị ấy không thầy chỉ dạy, tự mình giác ngộ, chứng quả Độc Giác. Vị khất sĩ nghĩ: "Ta chứng đạo quả là nhờ ơn thái tử. Ta phải đến thăm thái tử, và thị hiện thần biến". Nghĩ vậy, vị Độc Giác đến chỗ thái tử, bay lên hư không, hiện ra nhiều thứ thần thông... *cho đến* trên phát ra lửa, dưới thân phun nước v.v...

Khi mọi người thấy thần thông, tâm ý mau chóng hồi chuyển. Như gốc cây lớn ngã xuống đất, mọi người đều gieo mình kính lễ. Thái tử hỏi:

- Thánh giả, Thánh giả đã chứng quả thù thắng rồi chăng?

- Tôi đã chứng đắc rồi.

Thái tử thấy vậy, nghĩ: "Những gì mà vị ấy chứng đắc là nhờ ta. Ta không xuất gia chứng được quả ấy, lẽ nào do sinh trong gia đình gia tộc cao quý?" Nghĩ vậy, thái tử mới phát nguyện:

- Ta nguyện đời đời kiếp kiếp không sinh trong gia đình vọng tộc cao quý, và cũng không sinh trong gia đình hạ tiện, mà sinh trong gia đình trung lưu, để ta khỏi bị trở ngại, dễ xuất gia.

- Này các bí-sô, chớ có nghi ai khác. Vị thái tử trong thời quá khứ, nào ai khác, mà chính là Xá-lị-phất. Do nguyện lực quá khứ ấy mà nay được xuất gia, tự tại vô ngại. Nên biết rằng, quả báo tự làm tự thọ. Nếu tạo nghiệp trắng sẽ được quả báo trắng, tạo nghiệp đen sẽ chịu quả báo đen... *cho đến* thiện ác, *chi tiết như đã nói*. Này các bí-sô, hãy học như vậy.

3. Song, các bí-sô vẫn còn nghi ngờ. Chỉ có Phật mới đoạn trừ nghi hoặc. Các bí-sô bạch Thế Tôn:

- Cụ thọ Xá-lị-phất, tạo phước nghiệp gì mà thành thục thiện căn, và được trí tuệ bậc nhất trong chúng Thanh văn?

Đức Phật nói:

- Do sức phát nguyện trong đời quá khứ.

Các bí-sô hỏi:

- Bạch Thế Tôn! Xá-lị-phất phát thệ nguyện gì? Cúi xin Phật từ bi giảng rộng cho chúng con nghe.

Phật bảo các bí-sô:

- Các ngươi hãy lắng nghe! Thời quá khứ, cách đây đã xa, trong Hiền kiếp[206] này, khi loài người sống hai vạn tuổi, có Phật ra đời hiệu là Ca-nhiếp-ba,[207] đầy đủ mười hiệu. **[1030a01]** Xá-lị-phất có một vị thầy xuất gia nơi Phật Ca-nhiếp-ba. Phật Ca-nhiếp-ba thọ ký cho thầy của Xá-lị-phất: "Người ở trong chúng Thanh văn[208] thông minh trí tuệ bậc nhất, phạm hạnh không có khiếm khuyết, nhưng không có quả báo, không đắc quả vị."

Sau đó, khi thầy của Xá-lị-phất lâm chung, bèn phát đại nguyện:

"Xin đem công đức tu hành phạm hạnh, và thiện căn của tôi, nguyện Phật Ca-nhiếp-ba thọ ký cho bà-la-môn Ôn-đát-la[209] trong đời tương lai, khi loài người thọ một trăm tuổi, có Phật ra đời hiệu Thích-ca Mâu-ni, Ứng cúng, Chánh đẳng giác, đầy đủ mười hiệu, được xuất gia trong giáo pháp của Phật ấy, đoạn trừ các phiền não, được lậu tận, chứng quả A-la-hán."

Nay Xá-lị-phất đắc quả như lời thầy nguyện. Do nguyện lực kia, mà Xá-lị-phất có trí tuệ đệ nhất trong chúng Thanh văn.

6. Tiền thân Mục-kiền-liên

1. Chúng bí-sô lại có nghi ngờ. Chỉ có Phật mới có thể đoạn trừ nghi. Các bí-sô hỏi Phật tiếp:

- Cụ thọ Đại Mục-kiền-liên trước đây làm nghiệp gì mà thiện căn thành thục, trong chúng Thanh văn có thần thông đệ nhất?

Phật bảo các bí-sô:

- Các ngươi hãy lắng nghe! Đại Mục-kiền-liên trong đời quá khứ rất xa, đã khéo hành nghiệp thiện, tích tụ thiện căn... *chi tiết như trên.*

Phật bảo các bí-sô:

---

206 Hiền kiếp 賢劫: Skt. *bhadrakalpa*, Tạng: *bskal pa bzang po*.

207 NT 迦攝波, Ca-nhiếp-ba, quen đọc là Ca-diếp. Skt. *Kaśyapa*. Tạng: *'od srung*.

208 Chúng đệ tử của Phật Ca-diếp.

209 嗢怛囉婆羅門, Skt. *Uttara-brāhmaṇa* (?), Tạng: *bram ze'i khye'u bla ma*.

- Vào thời quá khứ xa xưa,[210] cách thành Ba-la-nại không xa, có một vị tiên nhân cư ngụ. Tiên nhân tâm hành từ bi, thương yêu hữu tình.

Bấy giờ có một tiều phu nghèo khổ, lúc vác củi đi ngang qua chỗ tiên nhân, mệt ngồi nghỉ. Tiên nhân thấy vậy động lòng rất thương cảm, thầm nghĩ: "Người bần cùng này đời trước không chịu tu hành gieo trồng thiện căn; nay tuy được thân người nhưng phải chịu khổ nhọc mới có cơm áo. Ta nên độ người này xuất gia tu Phạm hạnh." Vị tiên nhân bảo tiều phu:

- Này con ạ! Con đã chịu nhiều khổ đau, sao không xuất gia đi?

- Thưa Đại tiên, con là người nghèo khổ, lượm củi để nuôi thân. Vậy ai thèm để mắt đến để độ con xuất gia?

Tiên nhân nói:

- Ta sẽ độ ngươi xuất gia. Nếu ngươi đắc quả thì nói cho ta biết.

- Thưa Thánh giả, nếu con đắc quả, tất sẽ báo cho ngài biết.

Tiên nhân độ tiều phu xuất gia. Sau khi xuất gia, tiều phu ở nơi thanh vắng, tu tập thiền định; cuối cùng từ nơi ba mươi bảy pháp phần bồ-đề, vị ấy không thầy chỉ dạy, tự mình giác ngộ, chứng quả Độc Giác. Vị Độc Giác nghĩ: "Ta đắc quả là nhờ tiên nhân. Ta nên thực hiện lời hứa, về thăm vị ấy và báo cho biết."

Vị Độc Giác liền đi đến chỗ tiên nhân, bay lên hư không, dưới thân phun nước trong, trên phóng lửa sáng, hiện mười tám cách biến hóa, *chi tiết như thường nói.*

[1030b01] Tiên nhân thấy vậy tâm ý chuyển biến nhanh chóng. Như cây đại thọ ngã xuống đất, ông gieo mình phát nguyện:

- Nguyện đem vô lượng công đức tu hành của tôi, cầu cho tương lai có được những oai đức như ngài, thần thông đệ nhất.

Này các bí-sô! Chớ có nghi ngờ gì khác, vị tiên nhân lúc bấy giờ nào phải người nào lạ, nay chính là Đại Mục-kiền-liên. Nên biết rằng, quả

---

[210] Tăng: 87: Trong thời quá khứ Hiền kiếp, khi tuổi thọ loài người đến 2 vạn tuổi, bấy giờ có Phật xuất thế hiệu Ca-nhiếp-ba...

báo có nghiệp trắng đen v.v... *chi tiết như trước*. Này các bí-sô, hãy học như vậy.²¹¹

2. Các bí-sô vẫn còn nghi ngờ. Chỉ có Đức Phật mới đoạn trừ được. Các vị lại hỏi Phật:

- Bạch Thế Tôn, Đại Mục-kiền-liên tạo nghiệp gì mà có thần thông đệ nhất trong các đại đức?

Phật bảo các bí-sô:

- Các ngươi hãy lắng nghe! Thời quá khứ, trong Hiền kiếp này, khi Phật Ca-nhiếp-ba xuất hiện trong thế gian, thệ nguyện... *chi tiết như trước*.²¹²

3. Bấy giờ, các bí-sô lại có tâm nghi ngờ. Chỉ có Phật mới đoạn trừ được. Họ đến hỏi Phật:

- Bạch Thế Tôn! Cụ thọ Kiều-trần-như đời trước làm nghiệp thiện gì mà thành tựu thiện căn, đắc bốn như ý giải,²¹³ căn tính nhạy bén, sáng suốt như hiện nay?

Phật bảo các bí-sô:

- Ngay trong Hiền kiếp này, thời quá khứ có vị Phật ra đời hiệu Ca-nhiếp-ba. Có vị giáo sư tu hành Phạm hạnh nhưng không đắc quả. Khi lâm chung, ông phát nguyện... *chi tiết như trước*.

---

²¹¹ Trở xuống, Tạng: [90.6] *'dul ba gzhi| bam po lnga|* Tì-nại-da sự, chương năm.

²¹² Tạng, đại khái như chuyện tiền thân Xá-lợi-phất: một vị bí-sô có đại thần thông nhưng không đắc quả, khi gần chết, hồi hướng tất cả công đức tu hành cho niên thiếu bà-la-môn bla-ma (*Uttara*) về sau trong thời Phật Thích-ca, đắc đại thần thông và chứng quả.

²¹³ 四如意解, tức bốn vô ngại giải, Tạng: *so so yang dag par rig pa*; Skt. *pratisaṃvid*.

III. CHẾ PHÁP XUẤT GIA

1. Tăng pháp thọ giới[214]

Trong thời Phật trụ thế, nếu người nào muốn xuất gia, thọ cận viên đều đến nơi Thế Tôn. Phật nói: "Đến đây, này bí-sô!",[215] râu tóc liền tự rụng, mình khoác ca-sa, tự nhiên ôm bát, tức được xuất gia, đắc cận viên.

Bấy giờ, có một người kia, ở một nước xa, đi đến chỗ bí-sô cầu xuất gia. Các bí-sô dẫn người này đến gặp Phật để cầu xuất gia thọ cận viên. Đi giữa đường, người kia bị qua đời nên không xuất gia được. Các bí-sô đem nhân duyên này đến bạch Phật, đầy đủ như trên. Thế Tôn nghĩ: "Mệt nhọc thay, đệ tử của Ta, người ở quốc thổ xa mà muốn cầu xuất gia thọ cận viên! Ta nay hứa khả Tăng bí-sô độ cho xuất gia thọ cận viên." Nghĩ vậy rồi, Đức Phật tập hợp các bí-sô, dạy rằng:

- Vì nhân duyên này, từ nay về sau, nếu có người cầu xuất gia, Ta cho phép Tăng bí-sô độ cho xuất gia, thọ cận viên.[216]

Sau khi được Phật hứa khả như vậy rồi, chúng bí-sô không biết cho xuất gia và thọ cận viên như thế nào, bèn đem việc này bạch Phật.[217]

Phật bảo các bí-sô:

---

214 *Tứ phần* iii, 1148, 1179: Phật sơ chế, tam ngữ đắc giới, sau đó chế Hòa thượng pháp, bạch tứ yết-ma đắc giới.

215 善來苾芻, *dge slong tshur shog*. Lúc bấy giờ, chỉ thời gian đầu trong các thời giáo hóa của Phật, không phải suốt thời Phật trụ thế. Đây gọi là nghi thức đắc giới "Thiện lai bí-sô/ Thiện lai, tỳ-kheo" trực tiếp từ chính đức Phật. (*bcom ldan 'das kyis dge slong tshur shog ces bya bas rab tu 'byin par mdzad cing, dge slong tshur shog ces bya bas bsyen par rdzogs pả mdzad par 'gyur ro*).

216 Tạng: *dge 'dun gyis rab tu dbyung ba dang| dge 'dun gyis bsneyn par rdzogs par bya bar gnang ng||* Tăng pháp xuất gia & Tăng pháp thọ cận viên (thọ Cụ túc). Trước khi chế Tăng pháp, các bộ đều nói, Phật chế thể thức "tam ngữ đắc giới." Xem *Tứ phần* iii, tr. 1148.

217 *gZhi*. Phật dạy (sơ chế): tập Tăng, người cầu thọ bạch Tăng thỉnh nguyện ba lần, tiếp đó Tăng tác pháp bạch tứ yết-ma, chấp thuận cho xuất gia thọ cận viên.

- Như có người đến cầu xuất gia, cần phải hỏi các chướng nạn. Nếu người không có chướng nạn, sau đó mới cho thọ ba quy y. Bảo người chắp tay, quỳ xuống, tự xưng tên, **[1030c01]** và nói rằng, "Con nguyện trọn đời quy y Phật đẳng lưỡng túc tôn, quy y Pháp ly dục tôn, quy y Tăng chúng trung tôn." Kế đó truyền cho năm học xứ, rồi mười giới, hai trăm năm mươi giới.²¹⁸ *Chi tiết như thường gặp.*

2. Ô-ba-đà-da và A-già-ly²¹⁹

Sau khi xuất gia thọ cận viên, tân bí-sô không có tâm kính sợ A-già-ly và Ô-ba-đà-da,²²⁰ làm việc gì cũng không thưa hỏi. Các bí-sô đem việc này bạch Phật.²²¹ Đức Phật bảo các bí-sô:

- Ta vì các đệ tử chế ra học xứ này:²²²

---

²¹⁸ Trong đây ghi "250 giới" có lẽ chép nhầm do người sau thêm vào, vì Luật Căn bản nói bí-sô có 258 giới. Bản Tạng ghi đầy chi tiết nghi thức thọ giới này, cho đến bạch tứ yết-ma.

²¹⁹ Hòa thượng & A-xà lê; *Tứ phần* iii, 1179: Hòa thượng pháp. *Thập tụng* 21, bạch tứ yết-ma thọ cụ túc với Hòa thượng & A-xà-lê. gZhi.127 ['dul ba gzhi/ bam po drug/ thông dật 6]

²²⁰ A-già-ly 阿遮離: A-già-lợi-da 阿遮利耶: âm khác là A-xà-lê; Skt. *ācārya*, Tạng: *slob dpon*. Ô-ba-đà-gia, Skt. *upadhyāya*, Tạng: *mkhan po*; thường xưng là A-xà-lê và Hòa thượng. Tạng: 96⁵: A-xà-lê (*slop dpon*) có 5: sa-di A-xà-lê, truyền quy giới cho sa-di (*dge tshul gyi slob dpon*), A-xà-lê giáo thọ, hỏi già nạn khi truyền giới cụ túc (*gsang ste ston pa*), A-xà-lê tác pháp yết-ma khi truyền giới cụ túc (*las byed pa*), A-xà-lê y chỉ (*gnas sbyin pa'i slop dpon*), A-xà-lê dạy Kinh-Luật (*klog pa'i slob dpon*). Hòa thượng (*mkhan po*) có 2: Hòa thượng bổn sư thế phát xuất gia (*rab tu 'byin pas byed pa*), Hòa thượng truyền giới cụ túc (*bsnyen par rdzogs par byed pa*).

²²¹ Hán nhảy đoạn tương đương dài về thể thức xuất gia và thọ cận viên, Phật chế lần thứ hai, sửa lại lần chế trước kể trên. Chi tiết như trong *Bách nhất yết-ma*, quyển 1, T24n1453, tr. 455c10-459c05. Tương đương Tạng dịch, gZhi.96⁴-126⁷. Tham chiếu, *Tứ phần* iii, 1247 (Pháp thức truyền thọ cụ túc); *Thập tụng* 21, **tr.**148a05.

²²² Đệ tử có hai hạng: đệ tử cộng trú (*lhan cig gnas pa*), sống chung trong cùng trú xứ; đệ tử cận trú (*nye gnas pa*), hầu cận thầy. *Thập tụng* 21,

Các phận sự mà đệ tử phải làm, như dùng nước rưới đất, dùng phân bò[223] trét sân, quét đất, sửa chữa y bát, ăn thức ăn v.v... đều phải thưa hỏi thầy.

Nếu bí-sô khách trước đây không quen biết, đến ở trong phòng, phải thưa với thầy biết.

Tất cả các việc đều phải bạch thầy, trừ năm việc. Nếu không làm vậy, bị tội vượt pháp.[224]

Năm việc ấy là: xỉa răng, uống nước sạch, đại tiểu tiện, lễ bái tháp trong phạm vi bốn mươi chín tầm. Năm việc này không cần thưa với hai thầy.

Những việc may vá y v.v., đệ tử nên thưa thầy:

- Thầy không nên lao nhọc như vậy, con sẽ làm cho thầy.

Nếu làm như vậy thì tốt, không làm bị tội vượt pháp. Nếu thầy làm việc phước đức, hay việc do Tăng sai, (đệ tử) không làm giúp, không phạm.

Hai thầy[225] có bệnh cần phải săn sóc, nên thưa hỏi thầy. Thầy cần thức ăn, thức uống và thuốc men nên làm theo ý thầy, không được chống trái. Làm như vậy thì tốt, nếu không làm như vậy thì phạm như tội trước.

Nếu hai thầy có phạm tội, đệ tử cộng trú[226] nên dùng phương tiện khéo léo thưa với hai thầy:

- Thầy đã phạm tội ác tác như vậy, thầy nên phát lộ. *Chi tiết như trên.*[227]

---

tr. 148b18: Hòa thượng và đệ tử cộng hành; 148b21: A-xà-lê và cận trú đệ tử. *Tứ phần* iii, 1185: phận sự của Hòa thượng; 1186: phận sự của đệ tử.

[223] Hán: Cù-ma-da 瞿摩耶, Skt. *gomaya*. Tạng: *ba lang gi lci ba*.

[224] Việt pháp tội 越法罪: hay gọi tội vượt tỳ-ni (việt tỳ-ni 越毗尼罪), tương đương đột-kiết-la. Tạng: *'gal tshabs can du 'gyur ro*.

[225] Hòa thượng và A-xà-lê; Tạng: *mkhan po dang slob dpon*.

[226] 同住弟子, Tạng: *lhan cig gnas*, đệ tử sống chung trong cùng trú xứ.

[227] 廣說如上, không có đoạn trên nào.

Hai thầy có tà kiến, đại chúng tác (yết-ma) khu tẩn v.v...[228] đuổi ra khỏi trú xứ. Đệ tử nên ở giữa đại chúng, ân cần xin cầu tạ (xin lỗi) để đại chúng hoan hỷ. Nên khuyên thầy:

"Thầy chớ có ác tà kiến."

Nên phương tiện can gián một cách chính đáng để thầy bỏ ác kiến. Làm như vậy để thầy cùng đại chúng hòa hợp, an lạc sống chung. Nếu không làm như vậy, bị tội vượt pháp... *Chi tiết như trên*, nên biết.

Nếu hai thầy phạm tội Tăng-già-phạt-thi-sa,[229] đệ tử cần phải làm cho thầy phát lộ.

Nếu hai thầy bị Tăng-già cho hành pháp biến trú,[230] ý hỷ,[231] không cho ngủ cùng phòng với thiện bí-sô v.v...

Nếu (hai thầy) như pháp sám hối, tội căn bản và nghiệp đều được trừ diệt thì đồng như thiện bí-sô, cho đến bị phục bổn (biến trú)[232] v.v... rộng như trước.

Nếu đệ tử làm như vậy thì tốt. Không làm đúng như vậy, bị tội vượt pháp.

Đệ tử phải ân cần can gián để thầy sám hối. Đệ tử có lỗi, thầy cũng phải ân cần trách mắng để họ hối cải.[233]

---

[228] Tạng: chi tiết các loại yết-ma trị phạt (*nan thur gyi las*), yết-ma ha gián (*bsdigs pa'i las*), tẩn xuất (*bskrad pa'i las*) v.v... cho đến yết-ma bất xả ác kiến (*sdig pa can gyi lta ba'i rnams pa mi gtong bas gnas dbyung ba'i las*).

[229] 僧伽伐尸沙, Skt. *saṅghāvaśeṣa*, Tạng: *dge 'dun lhag ma'i ltung ba*. Phạm Tăng tàn/ Tăng-già-bà-thi-sa.

[230] Pháp biến trú 遍住法: hay gọi pháp biệt trú 別住. *parivāsa*, phiên âm ba-lợi-bà-sa. Tạng: *spyod pa gzhan na gnas pa*.

[231] Ý hỷ 意喜, *Tứ phần*: ma-na-đỏa 摩那埵. Skt.=P. *Mānatta*. Tạng: *mgu bar bya ba*.

[232] Phục bổn biến trú 復本(遍住): hành pháp biến trú lại như cũ.

[233] Bản Hán, hết quyển 2.

3. Cận Quân

Đức Phật trú tại vườn Cấp Cô Độc, trong rừng Thệ-đa, thành Thất-la-phiệt. Bấy giờ, cụ thọ bí-sô Cận Quân[234] du hành trong nhân gian. Sau khi an cư ba tháng mùa mưa xong, tôn giả độ một đệ tử,[235] rồi cùng đi dần đến thành Thất-la-phiệt.

Cụ thọ Cận Quân, sau khi rửa chân, đi đến chỗ Phật, đảnh lễ sát chân Phật, xong rồi ngồi qua một bên. Theo thường pháp của chư Phật, nếu có khách bí-sô đến, trước tiên chào hỏi, "Lành thay! Ông từ đâu đến. An cư ba tháng mùa mưa ở đâu."

Bấy giờ, Phật hỏi bí-sô Cận Quân:

- Ông từ đâu đến? An cư ba tháng mùa mưa ở đâu?

Bí-sô Cận Quân bạch:

- Bạch Thế Tôn, con từ nước kia đến đây. Con an cư ba tháng mùa mưa ở đó.

Phật lại hỏi:

- Thiện nam tử này là đệ tử của ai vậy?

Cận Quân đáp:

- Đệ tử[236] của con.

Đức Phật lại hỏi:

- Ông xuất gia được bao lâu rồi?

Cận Quân đáp:

- Con xuất gia được hai năm. Đệ tử này con đã độ được một năm.

Bấy giờ, Đức Phật bảo các bí-sô:

---

234 近軍, Tạng: *Upasena*. Tạng: *nye sde. Tứ phần* iii, 1182: Hòa-tiên Ưu-ba-tư-na. *Thập tụng* 21, 148c13: 優波斯那婆檀提子 Ưu-ba-tư-na Bà-đàn-đề Tử.

235 Tạng: Tôn giả mới được 1 tuổi hạ, độ 1 đệ tử xuất gia và thọ cận viên. Sau an cư, tôn giả được 2 hạ, cùng đi với đệ tử 1 tuổi hạ.

236 Tạng: *lhan cig gnas pa*, cộng trú đệ tử.

- Bí-sô Cận Quân này là người đầu tiên phạm lỗi. Nay Ta chế định cho các bí-sô, không được mới xuất gia chỉ một năm mà đã độ đệ tử, truyền thọ cận viên, không được cho đồng trú,²³⁷ mà chính mình phải cầu y chỉ. Nếu xuất gia chưa đủ mười hạ, không được độ cầu tịch, truyền thọ cận viên. Có khách Tăng đến, trước đây không quen biết, không được cho y chỉ. Nếu đủ mười hạ, hiểu rõ thông suốt giới kinh Biệt giải thoát, có thể độ cầu tịch, làm y chỉ, v.v... đều được phép làm. Bản thân chưa tự điều phục, lại điều phục người khác, là trường hợp không thể xảy ra. Những người ngu muội, trẻ nhỏ, như thế cũng không được phép độ người. Tự mình chưa chứng ngộ, chưa giải thoát, chưa tịch định, chưa đắc quả niết-bàn mà lại giải nói cho người khác, không có trường hợp này. Bản thân ở trong bùn nhơ chưa ra khỏi mà lại tính đưa người khác ra khỏi, không có lý này.

4. Tư cách Ô-ba-đà-da

1. Bấy giờ, có vị bí-sô tuổi già,²³⁸ không hiểu biết, không rành giới luật, độ một ngoại đạo và truyền trao giới cận viên. Khi thọ cận viên xong, ngoại đạo thưa với Ô-ba-đà-da **[1031b01]** rằng:

- Xin thầy hãy chỉ dạy cho con.

Vị bí-sô già không biết gì để chỉ dạy nên im lặng không trả lời. Người ngoại đạo sanh tâm cơ hiềm, bất mãn. Các bí-sô khác biết, đem sự việc này bạch Phật. Đức Phật dạy:

- Nay Ta cho phép bí-sô mười hạ mới được nhận đệ tử, trao giới cận viên như trên, không còn phải y chỉ người khác, và phải thành tựu năm pháp.²³⁹ Thế nào là năm? Một, thọ cận viên đã trên mười hạ. Hai, nếu đệ tử bệnh, có thể chăm sóc. Ba, đệ tử có nghi phạm ác tác,²⁴⁰ tùy trường hợp mà chỉ bày. Bốn, đệ tử có tà kiến, có thể khuyên dạy chánh

---

²³⁷ 不與同住, Tạng: *gnas sbyin par mi bya*, không được phép cho y chỉ, làm y chỉ sư cho người khác.

²³⁸ Tạng: *rgan zhugs*, nhập đạo khi tuổi đã già.

²³⁹ *Tứ phần* iii, tr. 1207, phẩm chất Hòa thượng. *Thập tụng* 21, tr. 149b10.

²⁴⁰ Tạng: *'gyod pa skyes pa sel tam sel tu 'jug nus pa*: có khả năng khiến loại trừ sầu não.

kiến. Năm, đệ tử không vui pháp, có thể dắt dẫn cho vui vẻ an trụ. Đó là năm pháp.

Lại có năm pháp.[241] Những gì là năm? Một, đầy đủ giới. Hai, đa văn. Ba, trì kinh. Bốn, trì luật. Năm là khéo trì Mẫu luận.[242] Đó gọi là năm.

Lại có năm pháp. Những gì là năm? Một, đầy đủ giới không khuyết. Hai, đa văn. Ba, hiểu rõ nghĩa của Kinh.[243] Bốn, khéo biết rõ trường hợp khai thông và ngăn cấm trong Tì-nại-da.[244] Năm, hiểu biết rõ ràng ý nghĩa của tạng Ma-trất-lí-ca.[245] Đó gọi là năm.

Lại có năm pháp. Những gì là năm? Một, đầy đủ giới. Hai, đa văn. Ba, trì Kinh và hiểu rõ nghĩa.[246] Bốn, khéo léo thông suốt Tì-nại-da. Năm, khéo thông suốt tạng Ma-trất-lí-ca. Đó gọi là năm. Nói rộng như trước.

Lại có năm pháp. Thế nào là năm? Năm pháp này giống như trước, chỉ thêm chữ "cực kỳ" ở mỗi pháp. Nói rộng như trên.

Lại có năm pháp. Năm pháp này giống như trước, chỉ thêm chữ "thù thắng" ở mỗi pháp. Nói rộng như trước.

Lại có năm pháp. Cũng giống như đã nói ở trên, chỉ thêm chữ "có khả năng" ở mỗi pháp. Nói rộng như trước.

Lại có năm pháp. Thế nào là năm? Một, thành tựu giới. Hai, thành tựu đa văn. Ba, thành tựu thắng giải thoát. Bốn, thành tựu chứng trí thắng giải thoát. Năm là thành tựu trí tuệ. Đó gọi là năm.

Lại có năm pháp. Một, thành tựu tín. Hai, thành tựu giới. Ba, thành tựu đa văn. Bốn, thành tựu xả. Năm, thành tựu trí. Nói rộng giống như trước.

---

[241] Dzh,: đã 10 tuổi hạ, và thành tựu 5 pháp.

[242] 持母論, Skt. *mātṛkā-dhātṛ* (Mẫu luận); Tạng: *ma mo 'dzin pa*.

[243] Tạng: *mdo sde la mkhas pa*: thiện xảo Khế kinh.

[244] 於毘奈耶善知通塞, trên nói là "Luật". Tạng: *'dul ba la mkhas pa*, thiện xảo Luật.

[245] 摩室哩迦藏, trên nói là "Mẫu luận".

[246] *gZhi*: *mdo sde rigs pa*, thông hiểu lý thú của Kinh.

Lại có năm pháp. Thế nào là năm? Một, đầy đủ giới. hai, đa văn. Ba, tinh tấn. Bốn, niệm. Năm là bát-nhã. Đó gọi là năm. Nói rộng giống như trước.

Lại có năm pháp. Những gì là năm? Một là đầy đủ giới. Hai, đa văn. Ba, tinh tấn. Bốn, định. Năm, bát nhã. Đó gọi là năm.

Lại có năm pháp. Bốn pháp như trên. Năm là vui thích thiền định.

Lại có năm pháp. Một là thành tựu hữu học giới uẩn. Hai, thành tựu hữu học định uẩn. Ba, thành tựu hữu học tuệ uẩn. **[1031c01]** Bốn, thành tựu hữu học giải thoát uẩn. Năm, thành tựu hữu học giải thoát tri kiến uẩn. Nói rộng ra cũng vậy.

Lại có năm pháp. Thành tựu vô học cũng giống như ở phần hữu học.

Lại có năm pháp. Một là biết có lỗi. Hai là nêu ra. Ba là ý biểu thị. Bốn là xả bỏ. Năm là tùy giải.[247]

Lại có năm pháp. Thế nào là năm? Một là biết có lưu nạn.[248] Hai là biết không lưu nạn. Ba, tùy thuận giáo giới. Bốn, cho đệ tử y chỉ. Năm là nhiếp thọ. Nói rộng ra như trước.

Lại có năm pháp. Thế nào là năm? Một, biết có phạm. Hai, biết không phạm. Ba, biết nhẹ. Bốn, biết nặng. Năm, biết Ba-la-đề-mộc-xoa, giảng giải sâu rộng.

Người thành tựu năm pháp, đủ mười tuổi hạ được phép cho người khác xuất gia thọ cận viên, cho người khác y chỉ và giáo thọ. Nếu bản thân không thành tựu đầy đủ các loại năm pháp ở trên thì phải y chỉ người khác.

2. Bấy giờ, cụ thọ Ô-ba-ly bạch Phật:

- Thế Tôn, như lời Phật dạy, đã thành tựu năm pháp, đủ mười tuổi hạ được độ đệ tử, không phải y chỉ người khác. Nếu bí-sô cận viên qua sáu

---

247 *gZhi.: byung ba shes pa*, biết vô gián (*anantarīyaka*) | *bcas pa shes pa*, biết già chế (*prajñapti*)| *rjes su bcas pa shes pa*, biết tùy chế (*anuprajñapti*),| *bkag pa shes pa*, biết cấm chỉ (*vivartana*)| *gnań ba shes pa*, biết hứa khả (*anujñāta*).|

248 Tạng: *bar du gcod pa* (Skt. *antarāyika*): chướng nạn, già nạn, chướng ngại giải thoát.

mươi tuổi hạ mà không thông hiểu Biệt giải thoát, không thành tựu năm pháp, thì có cần phải y chỉ người khác mà tồn tại không?

Đức Phật dạy:

- Cần phải y chỉ người khác.

Hỏi:

- Phải y chỉ thế nào?

Đức Phật dạy:

- Y chỉ người lớn tuổi hơn.

Hỏi:

- Nếu không có người lớn tuổi hơn thì thế nào?

Đức Phật dạy:

- Phải y chỉ người nhỏ tuổi hơn. Chỉ trừ việc lễ bái, ngoài ra đều phải tuân theo sự chỉ dạy.

5. Ngoại đạo cộng trú[249]

Đức Phật trú tại vườn Cấp Cô Độc, trong rừng Thệ-đa, thành Thất-la-phiệt. Có một bí-sô ngu si vô trí,[250] không hiểu rõ tốt xấu, độ ngoại đạo và cho thọ cận viên.[251] Ngoại đạo này sau một lần tranh cãi với các bí-sô, bèn hoàn tục và hủy báng đủ mọi cách nên gây ra sự cơ hiềm. Các bí-sô đem việc này bạch lên Đức Phật. Phật dạy:

- Sao lại có việc đó? Kẻ ngu si vô trí bỏ Pháp và Luật thiện thuyết, đi vào tà kiến. Giống như có người bị lửa đói thiêu đốt,[252] bỏ thức ăn uống ngon mà ăn đồ nhơ bẩn. Người này cũng như vậy, do ngu si bỏ Pháp và Luật thiện thuyết, ưa thích tà kiến của ngoại đạo. Do đó, các bí-sô không

---

[249] Đoạn này, Hán tr. 1031c18-1032a26, bản Tạng [Tạng:143-146⁶] đưa xuống dưới.

[250] Tạng: *rgan zhugs byis pa*, nhập đạo khi tuổi già, ngu khờ.

[251] *Tứ phần* iii, 1209: Lõa hình ngoại đạo tên Bố-tát đến xuất gia với Bạt-nan-đà.

[252] Tạng: như con chó bị đói bức bách.

được độ ngay ngoại đạo làm đệ tử, ngoại trừ thân tộc họ Thích. Nếu có Thích tử mặc áo của ngoại đạo đến cầu xuất gia, xin thọ cận viên thì nên độ họ thành bí-sô tánh. Trừ Thích chủng này ra,²⁵³ các ngoại đạo khác²⁵⁴ đều phải cho bốn tháng cộng trụ.²⁵⁵

Đức Phật đã cho phép độ ngoại đạo cho bốn tháng cộng trụ, thừa sự cúng dường, không bỏ y phục cũ.²⁵⁶ Khi đó, các bí-sô không biết pháp cộng trụ và độ như thế nào nên đem việc này bạch Phật. Phật dạy: **[1032a01]**

- Nếu có ngoại đạo đến cầu xin xuất gia, trước hết phải hỏi họ, thân có các chướng nạn không. Nếu không có các chướng nạn, thì cho thọ tam quy và năm học xứ, rồi dẫn họ đến giữa Tăng. Trước Tăng, bảo ngồi xổm xuống, chắp tay, và dạy họ bạch như vầy:

- Đại đức Tăng xin lắng nghe, con ngoại đạo, tên... nay cầu xin xuất gia, trong bốn tháng, bằng y phục cũ của con²⁵⁷ mà thừa sự Tăng-già. Ngưỡng mong đại chúng hứa khả cho con.

Bạch xong đưa họ đến chỗ mắt thấy tai không nghe, sai một bí-sô tác yết-ma, tiến hành như sau:

Đại đức Tăng-già xin lắng nghe, ngoại đạo tên là... cầu xin xuất gia, trong bốn tháng, bằng y phục cũ của mình, thừa

---

²⁵³ Tạng: 143: "... trừ thân quyến họ Thích và ngoại đạo nhóm bện tóc thờ lửa (*me pa ral pa can*), các ngoại đạo khác không thật tâm mà cầu xin xuất gia thọ cận viên đều không hứa khả. Thân quyến họ Thích dù có biểu hiện ngoại đạo (*mu stegs can gyi rgyal mtshan*) đến trong Pháp Luật thiện thuyết này cầu xin xuất gia thọ cận viên thành bí-sô tánh, các bí-sô nên cho phép họ xuất gia thọ cận viên. Vì sao? Bởi vì chính Ta cũng trong những thân quyến họ Thích mà đã từ bỏ họ Thích."

²⁵⁴ Tạng: *mu stegs can kun tu rgyu*: ngoại đạo nhóm phổ hành giả (*pravrājika*)

²⁵⁵ Tạng: Cho bốn tháng sống chung được khoác y theo bổn sư. *Thập tụng* 21, 150b27: cho bốn tháng ba-lị-bà-sa (*parivāsa*: cộng trú/ biến trú).

²⁵⁶ Hán:不捨本衣. *Tì-nại-da tạp sự 38*,T24n1451, tr.398c19: "Thân giáo sư (Hòa thượng) phải trao cho người ấy y phục." Tạng, *mkhan pos sbyar ba'i gos gis*.

²⁵⁷ 以我本服.

sự Ô-ba-đà-da và Tăng-già. Nếu thời gian thích hợp đối với Tăng-già, Tăng đồng ý[258] (thì im lặng), vị nào không đồng ý thì hãy nói.

Bạch như vậy ba lần. Rồi tiếp:

Tăng-già đã đồng ý, vì im lặng; tôi xin ghi nhận như vậy.[259]

Trong bốn tháng, phận sự như một cầu tịch; mặc y của thân giáo sư, ăn thức ăn của Tăng-già. Trong bốn tháng đó, nếu có thay đổi kiến giải cũ thì cho xuất gia. Nếu tâm còn ưa thích ngoại đạo thì đuổi về.

Bấy giờ, cụ thọ Ô-ba-ly bạch Phật:

- Thế Tôn, như Đức Phật đã dạy, thay đổi kiến giải cũ; vậy làm sao biết được có thay đổi kiến giải cũ hay chưa?

Phật dạy:

- Trước mặt họ tán thán Tam bảo, nói về công đức Phật, chê bai ngoại đạo, nêu ra mọi khuyết điểm. Nếu họ nghe tán thán Phật, Pháp và Tăng, nghe chê chủng tánh cũ mà tâm sanh hoan hỷ thì cho xuất gia. Nếu nghe tán thán Tam bảo, mà lòng không vui; nghe chê ngoại đạo, mà tâm sanh buồn bã, thì không được độ, nên đuổi về. Nếu nghe chê bai chủng loại ngoại đạo mà tâm không sân hận, lại khởi hoan hỷ, thì đó là đã thay đổi kiến giải cũ.

Phật dạy:

- Nếu có ngoại đạo thờ lửa[260] đến cầu xin xuất gia thì nên độ họ và trao giới cận viên. Vì sao? Vì chủng loại thờ lửa này tin vào ba loại nghiệp. Những gì là ba? Đó là có nghiệp, có nghiệp đã làm, và nghiệp tác nhân.[261] Cho nên cần phải độ họ. Này các bí-sô, các ngươi nên học tập như thế,

---

Nói đủ: "Trưởng lão nào đồng ý cho ngoại đạo... thì im lặng..."

259 Thể thức bạch tứ yết-ma; trong đoạn Hán dịch này văn bạch và văn yết-ma lẫn lộn. Thiếu văn yết-ma đầy đủ.

260 Tạng: *me pa ral pa can*: ngoại đạo bện tóc thờ lửa, như ba anh em Ưu-lâu-tần-loa Ca-diếp (*Uruvilva Kaśya*).

261 Tạng: *me ba ral pa can dag ni las smra ba dang|me ba ral pa can dag ni bya ba smra ba dang| rgu smra ba dang| brtson 'grus smra ba yin pa'i phyir*

đây là có nghiệp, có nghiệp được tạo tác, và nghiệp được tạo tác bởi nhân. Các người cần phải học.

6. Phép y chỉ²⁶²

Đức Phật trú trong rừng Trúc bên bờ hồ Yết-lan-đạc-ca, thành Vương Xá, sau khi an cư ba tháng mùa mưa đã qua. Lúc bấy giờ, trong thành Vương Xá, số bí-sô cao niên thì ít mà số trẻ tuổi lại đông. Khi ấy, Đức Phật muốn đến Nam sơn du hóa nhân gian, mới bảo A-nan-đà rằng:

- Ông hãy báo cho các bí-sô biết, vị nào muốn đi theo Thế Tôn thì hãy sửa soạn **[1032b01]** chi-phạt-la.²⁶³

A-nan-đà vâng lời Đức Phật dạy, đi khắp các nơi, nói với các bí-sô:

- Thế Tôn muốn du hóa nhân gian, vị nào muốn tháp tùng Thế Tôn thì nên sửa sang lại Chi-phạt-la.

Khi ấy, các bí-sô cao niên nói với cụ thọ A-nan-đà:

- Chúng tôi không thể theo Thế Tôn du hành.

A-nan-đà hỏi:

- Vì sao không thể?

Đáp:

- Chúng tôi đã già rồi.

Khi ấy, các bí số trẻ tuổi cũng nói:

- Chúng con không đi.

Hỏi:

- Sao vậy?

---

ro. Các ngoại đạo bện tóc thờ lửa chủ trương nói về nghiệp, về hành vi tạo nghiệp, về nhân, về sự tinh cần thành tựu.

²⁶² Đoạn này, Hán tr.1032a26-b-21, bản Tạng, Tạng:139⁷⁻¹⁴³¹|'*dul ba ka* 70a⁷-71b⁶| đưa lên trên.

²⁶³ 支伐羅, Skt. *cīvara*, ba y của tỳ-kheo. Tạng: *chos gos*, pháp y. Sau an cư, theo thông lệ, các tỳ-kheo khâu vá y cũ trước khi du hành nhân gian.

Đáp:

- Thầy chúng con không đi nên chúng con phải ở lại để chăm sóc Ô-ba-đà-da.

Bấy giờ, Thế Tôn cùng ít vị đệ tử mang đủ y bát, du hóa nhân gian. Trên đường du hành, e các bí-sô chấp trì bình bát không đúng như pháp, Đức Phật quay nhìn hai bên như voi chúa lớn. Thế Tôn thấy số lượng bí-sô không nhiều, tuy biết nhưng vẫn hỏi A-nan-đà:

- Vì sao chúng bí-sô đi theo giảm ít vậy?

Khi ấy A-nan-đà đem sự việc như trên bạch lại đầy đủ với Thế Tôn, nhân đó Phật dạy các bí-sô:

- Nay Ta cho phép bí-sô năm hạ trở lên, thành tựu năm pháp, được thọ học bất cứ nơi nào muốn, du hành trong nhân gian, mà không cần phải sống chung với thầy y chỉ. Năm pháp đó là gì? Một là biết có phạm; hai là biết không phạm; ba là biết tội trọng; bốn là biết tội khinh; năm là khéo trì Bát-rị-để-mộc-xoa[264] và có khả năng giảng giải sâu rộng. Đó gọi là năm pháp có thể du hành trong nhân gian, tùy theo chỗ mà thọ học, được đi lại, không nên nghi ngờ.

Cụ thọ Ô-ba-ly hỏi Đức Phật:

- Bạch Thế Tôn, nếu hơn sáu hạ, thành tựu năm pháp thì có được phép du hành nhân gian, thọ học bất cứ nơi nào muốn, hay không?

Phật dạy:

- Được.

Lại bạch Thế Tôn:

- Nếu chỉ mới có ba hạ nhưng thành tựu năm pháp thì có được phép đi đến chỗ khác không?

Phật dạy:

- Không được.

---

[264] 鉢唎底木叉, Skt. *prātimokṣa*, quen đọc là ba-la-đề-mộc-xoa. Tạng: *so sor thar pa'i mdo.*

Phật dạy:

- Nay Ta chế định, từ năm hạ trở lên, thành tựu năm pháp mới được tùy ý đi lại. Nếu chưa đủ năm hạ, dù có thông hiểu tam tạng[265] thì cũng không được du hành nhân gian, thọ học chỗ khác.

IV. ĐIỀU KIỆN THỌ GIỚI

1. Tuổi xuất gia

1. Đức Phật trú tại vườn Cấp Cô Độc, trong rừng Thệ-đa, thành Thất-la-phiệt. Bấy giờ, cụ thọ Đại Mục-kiền-liên cho nhóm mười bảy người xuất gia và thọ cận viên, Ô-ba-ly[266] lớn nhất. Họ còn nhỏ tuổi, nửa đêm đói bụng, kêu khóc đến mờ sáng. Khi ấy, Phật Thế Tôn tuy biết nhưng vẫn hỏi A-nan-đà:

- Vì sao lại có tiếng trẻ con khóc giữa đêm khuya vậy?

A-nan-đà đem đầy đủ sự việc bạch lên Đức Phật. Phật bảo các bí-sô:

- Nay Ta chế định, nếu người nào chưa đủ hai mươi tuổi thì không được cho thọ cận viên, thành bí-sô tánh. Vì sao? Người chưa đủ hai mươi tuổi, không thể chịu được đói khát, lạnh nóng, thiếu thốn, muỗi mòng cắn đốt, bệnh tật v.v... Lại khi bị thầy trách mắng, không thể nhẫn thọ và chịu các khổ não. **[1032c01]** Vì tuổi còn nhỏ nên không chịu được các sự khổ như thế.

Phật bảo A-nan-đà:

- Tuổi đủ hai mươi thì có chí khí mạnh mẽ, chịu được các trách mắng, khổ nhọc, *như trên*. Nếu chưa đủ tuổi mà cho thọ cận viên, sẽ có lỗi lầm như thế. Do đó, các bí-sô, người chưa đủ hai mươi tuổi thì không nên trao cho cận viên. Nếu có cầu tịch đến xin thọ cận viên, bí-sô phải hỏi, đã đủ hai mươi chưa, nếu không hỏi, phạm lỗi vượt pháp.

---

[265] Tạng: 142⁵| 'dul ba ka 71b⁵⁻⁶| tuy đắc minh (*gsum rig pa*), trừ ba cấu (*dri ma gsum*), nhưng chưa đủ 5 hạ, không có 5 pháp, không được du hành nhân gian.

[266] 鄔波離 Skt. *Upāli*. Tạng: *nye-ba-'khor*. *Tứ phần 17*, tr. 679a21: 優波離 Ưu-ba-li, nhóm 17 đồng tử, tại thành La-duyệt (Vương Xá).

2. Đức Phật trú tại vườn Cấp Cô Độc, trong rừng Thệ-đa, thành Thất-la-phiệt.²⁶⁷ Trong thành này có một trưởng giả, lấy vợ xong không bao lâu thì sanh một người con. Người con này ngày càng lớn khôn thì gia nghiệp của trưởng giả cũng càng sa sút. Trưởng giả suy nghĩ: "Mình nay đã bần cùng, nên xin xuất gia". Nghĩ xong, trưởng giả bảo với người con:

- Cha đã già yếu, không thể cùng con dựng lại gia nghiệp. Nay cha muốn xuất gia trong Pháp và Luật thiện thuyết. Theo ý con thì sao?

Người con thưa:

- Nay cha muốn xuất gia thì con cũng theo cha xuất gia.

Người cha nói:

- Tốt.

Thế rồi hai cha con cùng nhau đến rừng Thệ-đa, gặp bí-sô, thưa:

- Bạch Thánh giả, nguyện xin cho chúng con xuất gia.

Bí-sô trả lời:

- Được.

Lại hỏi:

- Này hiền thủ, đứa bé nhỏ này có thân thuộc gì với ông không?

Đáp:

- Nó là con, cũng muốn xuất gia.

Khi đó, bí-sô cho cả hai xuất gia, dạy bốn oai nghi và cho thức ăn. Qua mấy ngày sau, bí-sô bảo:

- Các ngươi hãy đi. Nai không nuôi nai. Thành Thất-la-phiệt này là cảnh giới của tôi, rất rộng lớn, nhân dân đông đúc, kính tín Tam bảo. Các ngươi hãy đến đó, tự tìm y thực mà nuôi sống thân mạng.

Nghe nói xong, họ nghiêm trì y bát cùng nhau vào thành Thất-la-phiệt, thứ lớp khất thực. Khi đến ngã tư đường, họ thấy một phụ nữ đang nấu bánh, cầu tịch nhỏ bèn đến khất thực.

---

²⁶⁷ *Thập tụng* 21, tr. 151b04.

Người phụ nữ nói:

- Hãy đưa tiền cho tôi.

Cầu tịch đáp:

- Tôi là sa-môn, không cất tiền của nên không có gì để đưa cả.

Vì không trả tiền nên không được bánh, cầu tịch nhỏ khóc, nằm lăn dưới đất. Mọi người qua lại thấy vậy cơ hiềm:

- Sao bí-sô lại độ giọt máu này?²⁶⁸

Khi ấy, các bí-sô đem việc này bạch lên Đức Phật. Phật dạy:

- Sở dĩ có lỗi này là do độ trẻ con xuất gia. Từ nay trở đi, không được cho người chưa đủ mười lăm tuổi xuất gia. Nếu có đồng tử nào đến xin xuất gia, bí-sô phải hỏi, đã đủ mười lăm tuổi chưa; nếu không hỏi, phạm tội vượt pháp.²⁶⁹

3. **[1033a01]** Đức Phật trú tại vườn Cấp Cô Độc, trong rừng Thệ-đa, thành Thất-la-phiệt.

Cụ thọ Ô-ba-nan-đà²⁷⁰ có hai cầu tịch. Họ vui đùa với nhau giống như phụ nữ vui đùa với chồng, đàn ông vui đùa với vợ. Các bí-sô đem việc này bạch lên Đức Phật. Phật dạy:

- Sở dĩ có lỗi này là do độ hai cầu tịch cùng lúc. Nếu ai độ cùng lúc, phạm tội vượt pháp.

Khi Đức Phật chế định xong, có hai anh em tuổi xấp xỉ nhau đến xin xuất gia. Các bí-sô không dám độ, không biết làm thế nào, nên đem sự việc đến bạch Đức Phật. Phật dạy:

- Nếu có anh em cùng đến xin xuất gia, nên độ cho; không phạm. Hai cầu tịch đó đều không đủ tuổi thì chỉ được phép giữ lại một người để dạy dỗ, còn một người nên gởi đến chỗ thân hữu, hoặc một vị đại đức. Khi đủ tuổi, cho thọ cận viên. Người đó chưa đủ tuổi, tự mình nuôi dưỡng, không phạm. Nếu đã đủ hai mươi tuổi rồi mà không cho thọ cận

---

²⁶⁸ 血團, Tạng: *khrag gi thig*.

²⁶⁹ |'dul ba gzhi| |bam po bdun| thông dật 7.

²⁷⁰ Skt. *Upananda*. Tạng: *nye dga'*. Thập tụng 21, tr. 151c02.

viên, phạm tội vượt pháp.

2. Nô bộc

1. Đức Phật trú tại vườn Cấp Cô Độc, trong rừng Thệ-đa, thành Thất-la-phiệt.

Trong thành này có một nô bộc của gia đình cư sĩ nọ rất siêng năng làm việc, bất cứ việc gì cũng đều làm xong trước hết. Một thời gian sau, người chủ bỗng nhiên hay sinh ra cáu gắt, người hầu suy nghĩ: "Thật là khó phục vụ người chủ này, mình phải trốn đi mới được." Người hầu lại nghĩ: "Quê nhà khó bỏ. Hay là mình đến chỗ các vị Thanh văn Thích tử được ân trạch của vua, không có ai gây hại. Ta hãy đến đó cầu xin xuất gia." Nghĩ xong người hầu liền đi đến rừng Thệ-đa, gặp các bí-sô thưa:

- Thánh giả, con muốn xin xuất gia.

Các bí-sô liền cho xuất gia, sau khi thọ cận viên, chỉ dạy đủ điều. Người nô bộc nương theo giáo pháp tu tập nghiên tầm nên đoạn các phiền não, chứng quả A-la-hán. *Chi tiết như các nơi khác.*[271]

Bấy giờ, người chủ sanh tâm hối hận, nghĩ: "Người nô bộc của mình làm mọi công việc, không chút trễ nải, đáng ra mình không nên nóng giận khiến cho nó bỏ mình đi như thế. Nếu gặp nó ở đâu thì sẽ xin lỗi."

Người chủ bèn đi ra đứng bên cửa thành Thất-la-phiệt đợi. Gặp lúc đến giờ khất thực, vị bí-sô kia đắp y trì bát đi vào thành. Người chủ thấy bèn kêu lên:

- Này bạn, ông xuất gia rồi à?

Đáp:

- Vâng.

Người chủ lại nói:

- Hiện nay không có ai làm công việc cho tôi. Chúng ta cùng về nhà đi.

---

[271] Như *Tì-nại-da 46*, T23n1442, tr. 878c20; tương đương Tạng dịch, Tạng: 151⁶| 'dul ba ka 76a6|

Bấy giờ,[272] bí-sô liền bay lên hư không, biến hiện vô số thần thông. Cư sĩ thấy sanh tâm hối hận, khởi lòng quy kính; tâm hồi chuyển nhanh chóng, như cây lớn bị đốn ngã, ông gieo mình đảnh lễ sát chân bí-sô, bạch:

- Thánh giả, ngài chứng đắc như thế thật thù thắng. Từ nay về sau, xin ngài hãy nhận y phục, ngọa cụ, thức ăn và thuốc thang của con.

[1033b01] Sau việc đó, danh vang khắp chốn, rằng "Người nô bộc như thế, xuất gia, chứng đắc A-la-hán, có công đức rất thù thắng vi diệu như thế."

Bấy giờ, vua Thắng Quang[273] nghe lời đồn rằng, "Trưởng giả kia có người nô bộc xuất gia, chứng đắc Thánh quả thứ tư thù thắng vi diệu." Nghe đồn như thế, vua ra lệnh các quần thần:

- Các khanh nên biết. Ta, vua quán đảnh dòng sát-đế-lợi, nay ban sắc lệnh: từ nay trở đi, tất cả các quan lại hay nhà trưởng giả nào có nô bộc muốn xuất tục, phải để cho xuất gia, không được cản trở.

2. Thành Thất-la-phiệt,[274] trong nhà trưởng giả nọ, có một nô bộc rất siêng năng làm việc, không trễ nải việc gì, *như đã nói trên*, xuất gia và thọ cận viên, học các pháp thức. Bí-sô bảo rằng:

- Này hiền thủ, nai không nuôi nai. Thành Thất-la-phiệt này, đất đai rộng lớn; ông hãy trở về chỗ ở của cha mẹ mà khất thực sinh sống.

Người trưởng giả nọ bấy giờ sinh tâm hối hận, nghĩ rằng: "Nô bộc kia siêng năng làm việc không chút lười biếng, nếu như mình thấy nó ở đâu thì sẽ xin lỗi." Người trưởng giả đó bèn ra đứng ở một bên cạnh cửa thành Thất-la-phiệt. Vào lúc ấy, đến giờ khất thực, vị bí-sô kia đắp y trì bát đi vào thành. Người trưởng giả thấy liền nói:

- Này bạn, ông xuất gia rồi, ai cáng đáng công việc cho tôi? Hãy về với tôi.

Dứt lời, trưởng giả liền nắm lấy cánh tay bí-sô. Bí-sô nói:

---

[272] Tạng: "Người chủ định nắm tay lôi đi, nhưng..."

[273] Skt. *Prasenajit*, Ba-tư-nặc, vua nước Câu-tát-la. Tạng: *Ko sa la'i rgyal po gsal rgyal.*

[274] *Thập tụng* 21, tr. 151c13.

- Nếu chạm vào tôi, ngài sẽ bị chặt tay đấy. Vua Thắng Quang đã có lệnh ban đặc ân cho bí-sô y như thái tử vậy.

Nghe thế, trưởng giả chế giễu, mỉa mai bí-sô:

- Sa-môn Thích tử phá hoại hào thành[275] của tôi và phá hoại phạm chí.[276] Sao lại đồng ý cho nô bộc xuất gia vậy?

Các bí-sô nghe việc này xong đem bạch hết lên Đức Phật. Đức Thế Tôn dạy:

- Điều quấy như vậy đã xảy ra, do vậy, từ nay trở về sau, các bí-sô không được cho nô bộc xuất gia. Nếu họ muốn xuất gia, trước tiên phải hỏi, có phải là nô bộc không. Nếu cho nô bộc xuất gia, phạm tội vượt pháp.

3. Thiếu nợ

Đức Phật trú tại vườn Cấp Cô Độc, trong rừng Thệ-đa, thành Thất-la-phiệt.

Trong thành này có một trưởng giả, mỗi ngày đều cho vay tiền, có khi thu tiền lời, có khi thu cả vốn lẫn lời. Một ngày nọ, người giàu có này thấy một con nợ không trả được tiền vốn và lời nên bắt trói lại không thả, buộc phải giao kèo ngày trả mới chịu thả ra. Người nợ suy nghĩ: "Người chủ nợ này quả thật quá độc ác, mình lại không trả nổi cả vốn lẫn lời, phải trốn thôi." Lại nghĩ tiếp: "Quê nhà khó bỏ đi. Sa-môn Thích tử được nhà vua đối xử y như thái tử; mình có nên đến đó xin xuất gia chăng?" Người mắc nợ liền đi vào trong rừng Thệ-đa, đến chỗ các bí-sô thưa:

- Bạch Thánh giả, con xin xuất gia.

Các bí-sô cho người này xuất gia, cho thọ cận viên và dạy các phép tắc. Sau khi thọ cận viên xong, vị này dõng mãnh tinh tấn không gián đoạn, không bao lâu chứng quả A-la-hán.

---

275 城隍, ao quanh thành trì (?).

276 Tạng: *de shā kya'i bu'i dge sbyong rnams kyi dge sbyong gi tshul ni tshig pa yin no/ /bram ze'i tshul ni tshig pa yin no/* "Các sa-môn Thích tử này là những kẻ thiêu hủy pháp của sa-môn, thiêu hủy pháp của bà-la-môn."

Thời gian sau, người chủ nợ kia hối hận việc đã làm và suy nghĩ: "Người kia nợ tiền của mình nhưng vẫn thường xuyên trả vốn và lời, cớ gì mà lâu nay mình luôn khinh bỏ nó. Mong sao gặp lại nó để mình xin lỗi." Nghĩ thế xong, bèn ra ngoài cửa thành đứng đợi.

Khi ấy, vào sáng sớm, vị bí-sô kia khoác y trì bát vào trong thành khất thực. Người chủ nợ chợt thấy liền nói:

- Này bạn, ông đã xuất gia, ai sẽ thường xuyên trả tôi vốn và lời. Giờ chúng ta hãy cùng về.

Dứt lời, người chủ nợ liền nắm tay bí-sô cố ý dẫn đi. Vị bí-sô liền bay lên hư không biến hiện mười tám loại pháp thần thông, *như đã nói ở trước*. Người chủ nợ liền khởi lòng quy kính; tâm hồi chuyển nhanh như cây lớn ở mỏm núi bị ngã xuống vực, bạch với bí-sô:

- Thánh giả, ngài đã chứng đắc công đức thù thắng, quả vị thật là tột đỉnh vi diệu. Từ hôm nay về sau, những tư cụ y thực mà Thánh giả cần dùng, con xin cúng dường tất cả, xin ngài nạp thọ cho con.

Bấy giờ, khắp bốn phương đều kể với nhau người mắc nợ của trưởng giả nọ chứng đắc quả Thánh như thế. Tiếng đồn đến tai vua Thắng Quân, nhà vua ban sắc lệnh cho đại thần:

- Từ nay về sau, người nào mang nợ mà chưa trả được, nhưng muốn theo Phật xuất gia, không ai được phép gây cản trở.

2. Trong thành Thất-la-phiệt có trưởng giả nọ cho vay nợ.[277] Khi ấy có một người (bị nợ) cả vốn lẫn lời, *v.v... chi tiết như trên, cho đến xuất gia... nai không nuôi nai v.v... chi tiết nói như trên*. Vào lúc nọ, vị bí-sô trì bát đi khất thực, trưởng giả bắt gặp, liền nói:

- Bí-sô, ông đã xuất gia, vậy ai sẽ thường xuyên trả tôi vốn và lãi? Chúng ta hãy cùng về.

Dứt lời, ông trưởng giả muốn nắm tay bí-sô. Bí-sô liền nói:

- Đừng chạm vào tôi. Nếu chạm vào tôi, sẽ bị chặt tay đó.

- Tại sao?

---

[277] *Thập tụng* 21, tr. 152a01.

- Ông há không nghe nhà vua đã ban sắc lệnh, bất cứ người nào muốn xuất gia, tất cả nợ đều được xóa hay sao!

Mọi người nghe thế, cùng nhau cơ hiềm:

- Thích tử xuất gia ôm lòng kiêu mạn. Người đang mắc nợ, lại độ cho xuất gia.

Các bí-sô đem việc này bạch Phật, Đức Phật nghĩ: "Do độ người mang nợ mà tai hại như thế." Đức Phật dạy:

- Từ nay về sau, không được tùy tiện độ người đang mắc nợ. Nếu ai độ họ sẽ mắc lỗi vượt tì-ni.

4. Xin phép cha mẹ[278]

1. Đức Phật trú tại vườn Cấp Cô Độc, thành Thất-la-phiệt.[279] Có trưởng giả nọ, cưới vợ chưa bao lâu thì sanh một người con, *cho đến* dần dần lớn khôn. Nhân vì bị cha giận trách, **[1034a01]** người con lén bỏ trốn và suy nghĩ: "Làng nước khó bỏ đi. Nhưng các vị Thích tử đều như con vua được miễn mọi việc. Mình nên đến đó xuất gia." Nghĩ thế, nó đi đến vườn Cấp Cô Độc, đến chỗ các bí-sô thưa:

- Thánh giả, con nguyện xuất gia.

Các bí-sô liền cho xuất gia và thọ cận viên.[280] Thời gian sau đó, trưởng giả đi tìm con mình, lần lần đến chỗ các bí-sô ở, trưởng giả liền hỏi:

- Thánh giả, các vị có thấy cậu bé nào như thế này đến đây không?

Đáp:

- Chúng tôi đã độ nó rồi.[281]

Trưởng giả nói:

---

[278] Xem thêm đoạn §6.

[279] *Thập tụng* 21, tr. 152a18.

[280] Bản Tạng thuật chi tiết từ cầu xin xuất gia, lần lượt các thủ tục từ cạo tóc cho đến thọ sa-di, rồi thọ cận viên.

[281] Bản Tạng lại tường thuật chi tiết các thủ tục cho đến thọ cận viên.

- Phải chăng các bí-sô này luôn cầm dao trên tay, hễ có ai đến liền cạo tóc?

Rồi nói tiếp:

- Sao không đợi bảy, tám hôm, mà lại độ ngay thế?

Các bí-sô đem việc này bạch lên Đức Phật. Phật dạy:

- Không được độ ngay. Nếu có trẻ nhỏ gần quanh đây đến để cầu xin xuất gia,[282] nên đợi bảy, tám hôm, mới cho xuất gia. Nếu từ phương xa đến xin xuất gia, có thể độ liền, không đợi bảy, tám ngày, không phạm.[283]

2. Đức Phật trú tại vườn Cấp Cô Độc, trong rừng Thệ-đa, thành Thất-la-phiệt. Có một trưởng giả nọ, cưới vợ chưa bao lâu thì sinh một đứa con. Khi ấy, trưởng giả nói với vợ:

- Hiền thê, chúng ta nuôi con khôn lớn, tuy vậy hao tốn chúng ta. Nay tôi muốn đi qua xứ khác buôn bán. Nợ nần của chúng ta, để cho con trả.[284]

Nói xong, ông ra đi, và không trở về nữa. Người vợ nuôi con lớn dần, rồi gửi học nội điển, rồi nhờ người dạy ngoại điển.[285] Mọi thứ luận điển, bạn bè đồng học đều thông suốt, duy chỉ cậu bé này hoàn toàn không thu hoạch được gì. Một hôm, người mẹ đến chỗ học nói với thầy giáo:

- Cùng học phí như nhau, vì sao những người học khác đều học đủ, mà con tôi không hiểu biết gì cả?

Thầy giáo trả lời:

- Đối với sự học, có hai yếu tố làm cho thành tựu sự nghiệp học tập. Một là biết xấu hổ, hai là biết sợ. Con của bà không có hai điều này.

---

[282] Tạng: cha mẹ còn sống mà chưa cho phép.

[283] Bản Hán lược chi tiết về trường hợp ở xa. Tạng ['dul ba ka 80a3]. Cha mẹ cho nhưng ở xa, không nghe được, các bí-sô đợi 7, 8 ngày, người đó không xuất gia được. Phật cho phép không phải đợi mà không phạm ố tác.

[284] Xem đoạn sau.

[285] 送於學內, 令教外典. Tạng: 1601|'dul ba ka 80a1| gửi nó cho một thầy giáo, cùng với trẻ nhỏ cùng tuổi học chữ, rồi học kinh thư ngoại giáo.

Người mẹ lại thưa:

- Sao thầy không đánh roi nó?

Vào một lúc nọ, thầy học bèn đánh, la mắng đủ điều. Nó khóc lóc, về nhà kể lại sự việc cho mẹ. Mẹ còn đánh thêm. Cậu con bấy giờ suy nghĩ: "Mình đã lâm vào tình cảnh thật khốn khổ, trước chỉ bị một chỗ đánh, giờ bị luôn cả hai chỗ. Mình chịu hết nổi rồi, chắc phải trốn vào rừng Thệ-đa."

Nó đi đến đó, thấy một cầu tịch đang hái hoa, liền khen:

- Thật sung sướng.

Cầu tịch hỏi:

- Sao vậy?

Đáp:

- Vì được xuất gia.

Cầu tịch liền nói:

- Vậy sao không xuất gia đi?

- Thánh giả, ai có thể độ cho tôi xuất gia?

Đáp:

- Lại đây, đi với tôi đến hỏi Ô-ba-đà-da.

Khi đến **[1034b01]** gặp thầy mình, cầu tịch thưa:

- Bạch Ô-ba-đà-da, thiện nam tử này muốn xuất gia.

Vị thầy kia liền cho xuất gia. Sau đó, người mẹ đến trường hỏi thầy giáo:

- Con tôi đâu?

Thầy giáo trả lời:

- Bị tôi đánh nên nó bỏ về rồi.

Người mẹ nói:

- Tôi thấy nó về nhà, liền đánh thêm nữa. Vậy là nó bỏ tôi trốn đi rồi.

Thương con, người mẹ đi tìm khắp nơi mà không thấy con mình đâu cả. Một hôm, bà ra cổng thành Vương Xá đứng trông ngóng đông, tây. Đứng không bao lâu, bà thấy cậu con tóc đã cạo cùng với vị cầu tịch ôm bát đang đi đến. Bà mẹ nhận ra, đấm ngực khóc lóc bi thảm, kêu gào:

- Con ngu ngốc, mẹ tìm con hết khắp mọi nơi, chỗ nào cũng đến mà không thấy con đâu, cũng không nghe chút tin tức gì. Mà sao con đi xuất gia trong đám sa-môn hèn mọn[286] này?

Nói xong, bà nắm tay cậu con kéo về, lột y vứt bát, ép phải hoàn tục.

Bấy giờ, các bí-sô đem việc này bạch Phật. Đức Phật nghĩ: "Không xin phép cha mẹ mà lại cho xuất gia, sinh ra nhiều tai hại." Đức Phật bảo các bí-sô:

- Nay ta chế định như sau, xuất gia cho người không xin cha mẹ, phạm tội vượt tì-ni.

5. Chữa bệnh

Đức Phật ở bên hồ Yết-lan-đạc-ca, trong vườn Trúc lâm, thành Vương Xá.[287]

Trong thành này có một bà-la-môn cưới vợ chưa bao lâu sanh được một người con. Dần dần lớn khôn, bỗng nhiên nó mắc bệnh, chữa chạy khắp nơi nhưng không khỏi. Người mẹ bảo rằng:

- Con hãy đến chỗ trưởng giả Thị-phược-ca[288] xin chữa bệnh.

Cậu con đến chỗ trưởng giả thưa:

- Trưởng giả, xin chữa bệnh cho con.

Trưởng giả bảo:

- Bệnh tình của cậu rất nặng, rất khó chữa. Nhưng ta làm thuốc chỉ để chữa cho hai hạng người. Hai hạng nào? Một là Đức Phật và Tăng chúng; hai là người trong cung vua. Bệnh của cậu, ta không rảnh để chữa trị.

---

[286] 賤沙門, Tạng: 161: *shā kya'i bu rkun ma nrams*, "bọn Thích tử trộm cướp".

[287] *Thập tụng* 21, tr. 152b09.

[288] 侍縛迦, Skt. *Jīvaka* (Pl. *Jīvaka-Komārabhacca*). Tạng: *'tsho byed gzhon nu.*

Cậu về đi.

Cậu con trở về, mẹ liền hỏi:

- Bệnh con có chữa được không?

Người con trả lời:

- Bệnh của con không ai chữa được hết. ... *Chi tiết như kể trên.*

Người mẹ bảo:

- Vậy con nên xuất gia.

Cậu con nói với mẹ:

- Nhưng con là dòng tộc bà-la-môn, sao có thể xuất gia trong đám sa-môn Thích tử tạp chủng?

Người mẹ nói:

- Xuất gia tạm thời thôi. Chữa bệnh rồi hoàn tục không khó.

- Nếu xuất gia, tất phải cạo đầu, việc này thế nào?

- Cạo rồi mà tóc không mọc lại, ấy mới không thể. Sau đó tóc mọc lại, có gì mà phải sợ.

Sau đó, cậu con đi đến vườn Trúc, đến chỗ các bí-sô, đảnh lễ sát chân và thưa:

- Xin Thánh giả cho con được xuất gia.

Sau khi xuất gia, **[1034c01]** trong đêm đó nó cứ đứng ngoài cửa phòng mà không chịu vào.[289] Thầy hỏi:

- Sao không vào?

- Con có bệnh, không vào được.

Thầy hỏi:

- Ông mới xuất gia, sao lại mắc bệnh?

Vị đó thưa:

---

[289] Tạng: 162.6: *de 'khun zhing 'dug go|* cậu rên rỉ, thở dốc.

- Ô-ba-đà-da, con đã mắc bệnh khi còn thế tục.

Sư bảo:

- Sao không nói cho tôi biết? Người thầy hỏi.

Vị này trả lời:

- Thầy không hỏi.

Ông thầy không vui. Sáng hôm sau, các đệ tử cũ[290] đều đến thăm, hỏi:

- Ô-ba-đà-da, vì sao thầy không vui?

Thầy đáp:

- Trú xứ của ta thành bệnh xá. Ai có bệnh đều đến đây.[291]

Cầu tịch[292] thưa:

- Đức Thế Tôn dạy, có hai việc:[293] một là không nên vác gánh nặng; hai là đã độ rồi thì không nên bỏ.[294] Giờ thầy đã độ rồi, biết làm thế nào?

Khi đang nói chuyện, y vương Thị-phược-ca đến. Ông thầy nói với y vương:

- Bí-sô này bệnh, ngài có thể chữa trị được không?

Y vương đáp:

- Bệnh này đã quá nặng. Tuy nhiên, nếu vua Thắng Quang chu cấp thuốc đầy đủ thì tôi sẽ chữa cho.

Sau khi được chữa lành bệnh, bí-sô bạch với Ô-ba-đà-da:

---

[290] 舊弟子, Tạng: *lhan cig gnas pa dang nye gnas rnams*: các đệ tử cộng trú và cận trú.

[291] Tạng: *rigs kyis bu 'di na bzhin du rab tu phyung bas kho bos nad grang nye bar gzhag go*| "Thiện nam tử nay bệnh như vậy, sau khi xuất gia, ta phải làm bệnh xá."

[292] Các đệ tử, như trên.

[293] Tạng: 163.2: *skyes bu dam pa bu gnyis te*| Thiện nhân có hai hạng.

[294] Tạng: ibid.: *khur blangs pa mthar phyin par byed pa'o*| đã nhận gánh nặng thì đi đến cùng.

- Con đến đây xuất gia là có mục đích. Nay mục đích đã đạt, con xin phép trở về.

Thầy hỏi:

- Con đắc quả A-la-hán chưa?

Đáp:

- Chưa đắc.

Thầy hỏi:

- Con đắc quả Bất hoàn, Nhất lai hay Tu-đà-hoàn chưa?

Đáp:

- Chưa đắc.

- Vậy sao lại về nhà?

Đáp:

- Chỉ vì bệnh nên con đến đây xuất gia. Giờ bệnh lành rồi, con ở lại đây làm chi nữa.

Người thầy nói:

- Trong pháp xuất gia có bốn quả thù thắng con đều không đắc quả nào. Con nên ở lại đây để trả nợ thuốc cho người. Nếu không như thế, sau này sẽ mắc bệnh, chắc chắn chết, không nghi ngờ gì.

Cậu không nghe lời thầy, trở về nhà. Vì muốn trả ơn chữa bệnh nên cậu biếu tặng Thị-phược-ca các món như hoa, quả, tăm xỉa răng.[295] Bấy giờ, Thị-phược-ca bèn hỏi:

- Này bạn, bạn đến tôi muốn cầu việc gì chăng?

Bà-la-môn này đáp:

- Tôi không có điều gì cầu khẩn. Chỉ vì muốn trả ơn thôi.

Trưởng giả hỏi:

- Tôi có làm gì lợi ích cho bạn?

---

[295] 嚼齒木, Tạng: *so shing*; Skt. *dantakāṣṭha*.

Đáp:

- Trước đây tôi có bệnh, ngài đã chữa trị cho tôi.

Thị-phược-ca nói:

- Tôi nhớ không ra.

Đáp:

- Để tôi kể lại cho ngài nhớ.

Sau khi nghe rồi, Thị-phược-ca nói:

- Ông bạn đã xuất gia trong Pháp và Luật thiện thuyết, cần phải chứng đắc một trong bốn quả sa-môn. Ông đã nhận vật từ tín tâm của người khác, thế là đã rơi vào việc ác rồi.

Nói xong Thị-phược-ca nghĩ: "Mình phải đem việc này trình cho Thế Tôn."

Sau khi đảnh lễ sát chân, ngồi lui qua một bên, Thị-phược-ca thưa:

- Bạch Thế Tôn, các bí-sô cho người bệnh xuất gia và thọ cận viên, như vậy, sẽ làm cho kho vua bị tiêu hao dần, **[1035a01]** bản thân con cũng nhọc nhằn. Vả lại cũng gây tổn hại cho sự tu thiện phẩm của các Thánh giả. Mong Thế Tôn chế định đừng độ cho người bệnh nữa.

Đức Phật im lặng hứa khả. Thị-phược-ca biết Đức Phật đã im lặng hứa khả, bèn đảnh lễ rồi ra về.

Đức Phật suy nghĩ: "Các sai lầm này đều do độ người bệnh." Đức Phật dạy các bí-sô:

- Từ nay về sau không được độ người có bệnh. Có ai đến xin xuất gia, trước hết phải hỏi có bệnh hay không; nếu không hỏi, phạm tội vượt pháp.

6. Cha mẹ cho phép[296]

Đức Phật trú trong rừng Ni-cù-đà, thành Kiếp-tỉ-la.[297]

---

[296] Xem đoạn §4 trên.

[297] Skt. *kapalivastu-nyagrodhavana.* Tạng: *ser sakya'i gnas na nya-gro-dha'i kun dga' ra ba na*| Thập tụng 21, tr. 152c13.

Bấy giờ, vua Tịnh Phạn[298] ban sắc lệnh: "Mỗi gia đình thuộc dòng họ Thích trong thành Kiếp-tỉ-la phải có một người xuất gia."

Khi có bà con thân quyến đến thăm, những người được xuất gia đó thuyết pháp cho họ nghe. Họ nghe pháp xong sinh tâm hoan hỷ, phát khởi lòng tin và xuất gia. Trong số đó, hoặc có cha, hoặc anh, hoặc chồng, hoặc chú bác, hoặc là con cái; những người này đều buồn khổ, sớm tối hai buổi kêu gào khóc lóc.

Vua Tịnh Phạn khi nghe tiếng than từ các gia đình họ Thích kia, bèn hỏi:

- Có chuyện gì mà sớm tối hai buổi các gia đình họ Thích đó khóc than nghe buồn thảm thế?

Những người họ Thích tâu:

- Bà con chúng tôi khi vào trong rừng, các Thánh giả kia khiến cho xuất gia, do vậy mà chúng tôi sanh buồn rầu than khóc.

Nghe vậy, vua suy nghĩ: "Ta cần phải đến gặp Phật."

Đến nơi, vua đảnh lễ sát chân Đức Phật, rồi ngồi qua một bên, bạch rằng:

- Thế Tôn, cúi xin Thế Tôn cho tôi một ước nguyện.

Đức Thế Tôn hỏi:

- Đại vương, ngài mong cầu ước nguyện gì?

Vua bạch:

- Chỉ có ước nguyện nhỏ thôi, như những người họ Thích nói: "Nếu Thế Tôn làm bậc Chuyển Luân Thánh Vương, nương hư không mà chinh phục bốn thiên hạ, chúng ta cũng theo Thế Tôn." Nay ngài đã xuất gia, tất cả ước vọng của chúng tôi đều không thành. Kế đến, Nan-đà[299] sẽ làm Lực Chuyển Luân Vương,[300] Thế Tôn cũng khiến cho xuất gia, cũng làm dứt hy vọng. Thêm nữa, La-hỗ-la[301] có đại oai đức, sẽ làm vị vua lớn,[302]

---

[298] 淨飯王, Skt. *Śuddhodana*. Tạng: *rgyal po zas gtsang*.

[299] Skt. *Nanda*. Tạng: *mdzes dga' po*.

[300] Tạng: *stobs kyis 'khor los sgyur ba'i rgyal po*.

[301] Tạng: *sgra can zin bzang po/ sgra can 'dzin bzang po*.

[302] Tạng: *dgnos bsan pa'i rgyal po*: vị vua có uy lực lớn.

nay Thế Tôn cũng khiến cho xuất gia. Dòng họ Thích chúng tôi cũng dứt tuyệt hy vọng. Bạch Đại đức, cha mẹ đối với con cái, tình yêu thương rất sâu nặng. Xin đức Thế Tôn hãy lập quy định nếu cha mẹ chưa đồng ý thì không cho xuất gia.

Bấy giờ Thế Tôn im lặng nhận lời thỉnh cầu của phụ vương. Vua thấy lời thỉnh cầu được chấp nhận bèn đảnh lễ dưới chân Đức Phật và từ biệt ra về.

Đức Phật nghĩ: "Có những lỗi như thế là do không có ý kiến của cha mẹ mà lại cho xuất gia và thọ cận viên."

Đức Phật dạy:

- Nếu có người đến cầu xin xuất gia, trước tiên phải hỏi, cha mẹ đã đồng ý, rồi mới cho xuất gia. Không hỏi mà cho xuất gia, phạm tội vượt pháp.

Thế Tôn đã lập chế định, nếu không hỏi cha mẹ, không cho xuất gia. Bấy giờ, có người từ phương xa đến, cha mẹ đã cho phép xuất gia, các bí-sô không dám độ cho xuất gia ngay, khiến người ấy bỏ ý định. Các bí-sô đem việc này bạch lên Đức Phật, Phật dạy:

- Nếu có người từ phương xa đến, trước đó cha mẹ đã cho phép họ xuất gia thì độ họ xuất gia ngay, không hỏi cũng không phạm.[303]

7. Khu ô sa-di

Phật trú tại Xá-vệ.

---

[303] Bản Hán, hết quyển 3. Từ đây trở xuống, dò theo bản Tạng dịch, Hán thiếu từ Tạng: 168-200 |'dul ba ka 84b1-ka100a1|. Có thể đây là quyển mà *Khai nguyên lục* nói đã thất lạc. Những vấn đề trong đoạn này, theo bài kệ tóm tắt của bản Tạng dịch: | |sdom la| bya rog skrod dang sun phyung dang| rku thabs gnas dang ma ning dang| dud 'gro dang mu stegs can| ma bsad pa dang pha bsad pa'o|| 1. khu ô sa-di; 2. nhiễm ô bí-sô-ni; 3. tặc trú; 4. hoàng môn; 5. súc sanh; 6. ngoại đạo; giết mẹ và giết cha. Theo đây, trong bản Hán mất các điểm 1-5. Đoạn sáu, mất một phần sự tích Tăng Hộ.

Một thời, khi vua Tì-lưu-li[304] ngu muội tàn sát những người họ Thích ở Ca-tì-la-vệ, vốn là những người hiền hòa, khoan dung, không gây hấn, không thù hận; bấy giờ hai con trẻ của người em gái của Cụ thọ A-nan mất cả cha mẹ, vì vậy chúng đi lang thang; cuối cùng khi các thương gia người Xá-vệ mang hàng hóa đến Ca-tì-la-vệ, họ trông thấy hình dáng của hai cậu bé này như vậy, bèn hỏi:

- Này hai cháu, bố mẹ đâu?

Đáp:

- Tì-lưu-li ngu muội giết chết hết rồi.

- Đại đức A-nan là cậu của hai cháu đang ở Xá-vệ. Ngài là vị bí-sô danh tiếng. Các cháu sao không đi đến đó?

Hai cậu bé đáp:

- Có ai dẫn chúng cháu đi đâu?

- Chúng ta dẫn các cháu đi.

Các thương gia sau khi giao hàng, nhận tiền, họ dẫn hai cậu bé về Xá-vệ. Chúng bị bỏ lại ngoài cổng thành. Cụ thọ A-nan-đà nhận thấy hình dáng của chúng như vậy, bèn hỏi:

- Này hai con, bố mẹ của hai con ở đâu?

Hai đứa đáp:

- Bị Tì-lưu-li ngu muội giết chết hết rồi.

Cụ thọ A-nan vốn là người rất được kính yêu trong thân tộc, khi nghe cả thân tộc đều bị tiêu diệt, xúc động rơi nước mắt. Các bí-sô thấy vậy hỏi:

- Cụ thọ A-nan, hai cậu bé này là gì của ngài?

- Con của em gái tôi.

- Sao Cụ thọ không thâu nhận hai đứa nhỏ này?

A-nan nói:

---

304 *Virūḍhaka*; Tạng: *'phags skyes po.*

- Nếu khất thực mà đủ no, tôi sẽ mang về chia cho chúng.

Các bí-sô nói:

- Hai cháu nhỏ này nếu chúng cho các bí-sô lá cây, hoặc hoa hoặc quả, các bí-sô cũng sẽ chia cơm dư trong bình bát cho chúng.

Cụ thọ A-nan thâu nhận hai cậu bé, và khiến chúng mang cho các bí-sô lá, hoa, quả; các bí-sô cũng chia thức ăn dư trong bình bát cho chúng. Các bí-sô này sau khi cho chúng một vài ngày, rồi không cho thêm nữa. Cụ thọ A-nan khi khất thực đủ, mang về chia cho chúng phân nửa, còn lại tự mình dùng. Vì phải chia nửa phần ăn cho hai đứa nhỏ, Cụ thọ càng ngày càng trở nên xanh xao vàng võ, gầy yếu, khô héo, tự thân vô lực.

Chư Như Lai đã biết nhưng vẫn hỏi. Có khi biết vẫn hỏi, có khi biết mà không hỏi. Đúng thời mới hỏi; không đúng thời thì không hỏi. Có nghĩa mới hỏi, không có nghĩa thì không hỏi. Chư Phật Thế Tôn khi không có nghĩa mà hỏi, là điều không xảy ra.

Thế cho nên, cũng như chư Phật Thế Tôn khi có nghĩa thì hỏi; đúng thời, tuy biết nhưng Đức Phật vẫn hỏi các bí-sô:

- Này các bí-sô, vì sao bí-sô A-nan càng ngày càng trở nên xanh xao vàng võ, gầy yếu, khô héo, tự thân vô lực?

Các bí-sô bẩm bạch:

- Bạch Thế Tôn, hai người con của cô em gái của Cụ thọ A-nan có bố mẹ bị giết hết; Cụ thọ đem về nuôi dưỡng, sau khi khất thực về, chia nửa phần ăn cho chúng, còn phân nửa tự mình dùng. Vì vậy Cụ thọ A-nan càng ngày càng trở nên xanh xao vàng võ, gầy yếu, khô héo, tự thân vô lực.

Nghe vậy, đức Thế Tôn hỏi A-nan:

- Này A-nan, hai chú bé không được cho xuất gia phải không?

- Bạch Thế Tôn, không được cho xuất gia.

Thế Tôn nói:

- Vì lý do này, Ta cho phép, người muốn được độ xuất gia được bố thí cho phần ăn của Tăng.

Thế Tôn đã cho phép Tăng bố thí phần ăn cho người muốn được độ xuất gia, các bí-sô chỉ bố thí cho một vài ngày, liền bị chỉ trích, do đó Thế Tôn lần thứ hai nói với A-nan:

- Này A-nan, hai chú bé không được cho xuất gia phải không?

- Bạch Thế Tôn, chúng còn nhỏ, chưa đủ 15 tuổi.

- Chúng có thể đuổi quạ trên giường chõng của Tăng được không?

- Bạch Thế Tôn, có thể.

- Này A-nan, nếu thế, Ta cho phép, bảy tuổi mà có thể đuổi quạ, hoàn toàn xả ly, được độ cho xuất gia.

Cụ thọ A-nan liền độ hai cháu nhỏ cho xuất gia. Sau khi xuất gia, chúng được dạy cho học Kinh. Cả hai sau khi học được một ít, rồi bắt đầu không nghe nữa. Cụ thọ Đại Mục-kiền-liên nói với Cụ thọ A-nan:

- Này Cụ thọ A-nan, vì sao không khiến hai sa-di này học Kinh?

A-nan đáp:

- Thưa Thượng tọa, chúng không có tâm nghe tôi, tôi phải làm thế nào?

- Tôi sẽ dạy chúng học.

A-nan nói:

- Thượng tọa, mong là như vậy.

Đại Mục-kiền-liên khởi sự dạy chúng học. Nhưng cả hai cũng chỉ học được một ít, rồi không nghe nữa. Cụ thọ A-nan hỏi:

- Thượng tọa, sao không khiến hai sa-di này học Kinh?

Mục-kiền-liên nói:

- Cụ thọ A-nan, hai chú này bắt đầu không nghe tôi nữa.

Cụ thọ A-nan nói:

- Thượng tọa, hai sa-di này chỉ tạm thời xao lãng thôi.

Cụ thọ Mục-kiền-liên bảo hai chú:

- Hai sa-di, hãy đi làm phận sự hằng ngày.

Cả hai đáp:

- Bạch Thánh giả, đi thôi.

- Hãy mang tọa cụ đi.

Cụ thọ Đại Mục-kiền-liên dẫn hai sa-di đi làm phận sự hằng ngày. Đồng thời Cụ thọ biến hóa ra một chúng sinh địa ngục; ở đó phát ra các thứ tiếng giết, cắt chặt, đánh đập, mổ xẻ, vân vân. Hai chú hỏi:

- Thánh giả, đó là gì vậy?

Cụ thọ đáp:

- Đến đó mà xem!

Cả hai bước đến đó, nơi đang làm những việc cắt chặt, đánh đập, mổ xẻ, vân vân. Ở đó, có kẻ đang bị cưa xẻ, có kẻ đang bị cối giã, có kẻ đang bị luộc trong nồi đồng. Thấy ở đó có hai cái nồi đồng đang sôi, cả hai hỏi:

- Thưa hiền giả, sao trong hai cái này không có ai cả?

Chúng sinh ấy nói:

- Chưa có ai. Đó là Thánh giả A-nan có hai người cháu, con của cô em gái, đã xuất gia mà lười biếng. Hai người này khi chết sẽ sinh vào đây. Hai cái đó dành cho chúng.

Nghe thế, cả hai vô cùng kinh sợ, nghĩ thầm, "Nếu biết, ngay trong ngày hôm nay phải chuyên cần." Nghĩ vậy rồi, chúng bắt đầu nhìn khắp bốn phía. Thế rồi, cả hai đi đến trước Cụ thọ Mục-kiền-liên. Cụ thọ nói:

- Các ngươi có thấy không?

Đáp:

- Bạch Thánh giả, chúng con có thấy.

- Thấy gì?

Chúng tường thuật những điều đã thấy.

- Hai sa-di, như vậy do lười biếng sẽ sinh vào các cảnh giới hình phạt này và các cảnh giới khác nữa; vậy cần phải nỗ lực tinh tấn.

Hai chú nhỏ khởi sự nỗ lực tinh tấn học tập. Nếu buổi sáng mà nhớ lại chúng sinh địa ngục, thì chúng không ăn; buổi trưa mà nhớ lại, thì chúng nôn mửa; vì vậy, hai sa-di này càng ngày càng trở nên xanh xao vàng võ, gầy yếu, khô héo, tự thân vô lực.

Cụ thọ Mục-kiền-liên nói với A-nan:

- Cụ thọ A-nan, hai chú này cuối cùng đã có chú tâm.

- Tán thán Thượng tọa.

Cụ thọ Mục-kiền-liên bảo hai chú nhỏ:

- Hai sa-di, hãy đi làm phận sự hằng ngày.

Cả hai đáp:

- Bạch Thánh giả, đi thôi. Đi chỗ khác chứ không đi chỗ kia.

- Mang tọa cụ đi.

Thế rồi Cụ thọ Đại Mục-kiền-liên dẫn hai chú nhỏ đi làm phận sự hằng ngày. Bấy giờ Cụ thọ biến hóa ra chư thiên ở một chỗ nọ. Ở đó có thiên cung, có ánh sáng, hoa trời, cây quý, và những âm thanh vi diệu. Hai chú bé hỏi:

- Thánh giả, đây là gì?

Cụ thọ bảo:

- Đến đó mà xem.

Chúng đi đến đó, thấy thiên cung, ánh sáng, các thứ v.v., và một lâu đài rộng lớn, có tọa ngọa cụ, tòa ngồi đã trải sẵn, và có hai thiên nữ đang ở đó; chỉ có hai thiên nữ chứ không thấy ai cả. Chúng hỏi:

- Các hiền giả, vì sao trong lâu đài rộng lớn này không có thiên tử nào cả?

Các thiên nữ đáp:

- Không có thiên tử nào cả.

- Vì sao?

- Thánh giả A-nan có hai người cháu, là con của cô em gái, đã xuất gia, khởi sự nỗ lực tinh tấn tu hành. Hai người này sau khi chết sẽ sinh vào đây. Hai chỗ này dành cho họ.

Cả hai nghe thế rất đỗi vui mừng, đi đến trước Cụ thọ Mục-kiền-liên. Cụ thọ hỏi:

- Các người có thấy không?

- Bạch Thánh giả, chúng con có thấy.

- Ở đó có những gì?

- Có chư thiên.

- Họ làm gì?

Chúng tường thuật đầy đủ.

- Này hai sa-di, như thế, những ích lợi này, và những ích lợi khác nữa, là do bởi nỗ lực tinh tấn mà thành; vậy các người hãy nỗ lực tinh tấn.[305]

Hai chú nhỏ này khởi sự nỗ lực tinh tấn học tập, được dạy cho một Kinh trong Tương ưng Nhân duyên:[306]

8. Tương ưng nhân duyên kinh

"Bấy giờ đức Thế Tôn lấy một ít đất trong móng tay rồi nói với các bí-sô:

- Này các bí-sô, ý các ông nghĩ sao? Đất trên đầu móng tay của Ta, và đất trên cả đại địa này, nơi nào nhiều hơn?

- Bạch Thế Tôn, đất trên đầu móng tay của Thế Tôn ít hơn, rất ít, quá ít. Đất nơi đầu móng tay đó so với đất trên cả mặt đất không bằng một phần trăm, một phần ngàn; không có con số tính toán, so sánh nào có thể bằng.

Thế Tôn nói:

---

305 Trở xuống, Tạng:173, |'dul ba gzhi| bam po brgyad pa| Tì-nại-da sự, thông dật [8.]

306 Tạng: *yang dag par ldan pa'i rgyud du gtogs pa las*, không chỉ rõ tên Kinh, nhưng theo nội dung có thể biết xuất xứ; *Tạp A-hàm 16*, kinh số 442, T02n0099, p0114a22. Pāli, S. 56. 51. *Nakhasika* (PTS.460).

"Này các bí-sô, có bao nhiêu đất trong cả đại địa này, cũng bằng ngần ấy chúng sinh, trong số các chúng sinh địa ngục, sau khi chết lại tái sinh thành các chúng sinh địa ngục. Có bao nhiêu đất trên đầu móng tay, thì cũng bằng ngần ấy chúng sinh, trong số các chúng sinh địa ngục, sau khi chết tái sinh làm người.

"Có bao nhiêu đất trong khắp cõi đất này, cũng bằng ngần ấy chúng sinh, trong số các chúng sinh địa ngục, sau khi chết tái sinh vào các loài bàng sinh. Có bao nhiêu đất trên đầu móng tay, cũng bằng ngần ấy chúng sinh, trong số các chúng sinh địa ngục, sau khi chết tái sinh vào loài người.

"Có bao nhiêu đất trong khắp cõi đất này, cũng bằng ngần ấy chúng sinh, trong số các chúng sinh địa ngục, sau khi chết tái sinh vào các loài ngạ quỷ. Có bao nhiêu đất trên đầu móng tay, cũng bằng ngần ấy chúng sinh, trong số các chúng sinh địa ngục, sau khi chết tái sinh vào loài người.

"Có bao nhiêu đất trong khắp cõi đất này, cũng bằng ngần ấy chúng sinh, trong số các chúng sinh địa ngục, sau khi chết tái sinh vào địa ngục. Có bao nhiêu đất trên đầu móng tay, cũng bằng ngần ấy chúng sinh, trong số các chúng sinh địa ngục, sau khi chết tái sinh vào chư thiên.

"Có bao nhiêu đất trong khắp cõi đất này, cũng bằng ngần ấy chúng sinh, trong số các chúng sinh địa ngục, sau khi chết tái sinh vào các loài bàng sinh. Có bao nhiêu đất trên đầu móng tay, cũng bằng ngần ấy chúng sinh, trong số các chúng sinh địa ngục, sau khi chết tái sinh vào chư thiên.

"Có bao nhiêu đất trong khắp cõi đất này, cũng bằng ngần ấy chúng sinh, trong số các chúng sinh địa ngục, sau khi chết tái sinh vào ngạ quỷ. Có bao nhiêu đất trên đầu móng tay, cũng bằng ngần ấy chúng sinh, trong số các chúng sinh địa ngục, sau khi chết tái sinh vào chư thiên.

"Có bao nhiêu đất trong khắp cõi đất này, cũng bằng ngần ấy chúng sinh, trong số các loài bàng sinh, sau khi chết tái sinh vào các loài bàng sinh. Có bao nhiêu đất trên đầu móng tay, cũng bằng ngần ấy chúng sinh, trong số các loài bàng sinh, sau khi chết tái sinh vào loài người.

... *như trên...* trong số các loài bàng sinh, sau khi chết tái sinh vào địa ngục... đất trên đầu móng tay... sinh vào loài người...

Tương tự như trên, cho đến:

"Có bao nhiêu đất trong khắp cõi đất, cũng bằng ngần ấy chúng sinh, trong số loài người, sau khi chết tái sinh vào ngạ quỷ. Có bao nhiêu đất trên đầu móng tay, cũng bằng ngần ấy chúng sinh, trong số loài người, sau khi chết tái sinh vào loài người."

Chăm chú nghe những điều được nói, vòng luân chuyển như bánh xe, hai chú sa-di này thưa:

- Bạch Thánh giả, phải chăng chúng con sau khi từ chư thiên hay loài người chết đi sẽ tái sinh vào địa ngục, ngạ quỷ hay súc sinh?

Cụ thọ nói:

- Này hai hiền thủ, chúng sinh trong năm nẻo luân hồi, chừng nào mà phiền não chưa bị đoạn tuyệt, chừng đó vẫn còn bị xoay vần như bánh xe nước quay lên xuống.

Hai chú sa-di sau khi khởi tâm yểm ly, bèn đọc lên bài kệ:

Chư thiên cũng không lành,
Bởi vì không thường trụ.
Loài người cũng không lành,
Vì tuổi thọ ngắn ngủi.
Không chết, không tái sinh,
Nơi đó thật hiền thiện,
Niết-bàn thoát khổ đau,
Như Lai dạy như vậy.

- Bạch Thánh giả, cúi xin chỉ dạy Pháp cho chúng con để chúng con như vậy tu tập mà dứt sạch các phiền não, không còn lưu chuyển sinh tử trong đời vị lai.

Cụ thọ Mục-kiền-liên sau khi quan sát ý hướng, tập khí, căn cơ, bản tính, bên trong hai sa-di này, thấy cả hai sau khi đoạn trừ tất cả phiền não, chứng đắc A-la-hán, vượt ba cõi, ly dục tham, xem vàng như đất cát, quán sát hư không như trong lòng bàn tay, xem chiên-đàn như củi mục, bằng minh mà đập vỡ vỏ trứng vô minh, chứng đắc minh, thắng trí, vô ngại giải, quay lưng với danh dự, lợi đắc, được Đế Thích, chư thiên đều tôn kính, bằng ngôn từ hiển hiện mà diễn thuyết pháp.

Các bí-sô khi ấy thấy hai sa-di này hiện thần thông trong hư không, rải hoa mà đi đến, thảy đều nói:

- Này các Cụ thọ, hai vị này là ai vậy?

- Đó là, *có tên như vậy, như vậy!*

Họ nói:

- Chúng tôi ăn bằng bát đen, cho đến răng rụng, tóc bạc, nhưng chúng tôi vẫn chưa đạt được tâm nhất cảnh. Hai vị Cụ thọ này đầu tiên chỉ mới bảy tuổi mà đã xuất gia, đoạn trừ tất cả phiền não, chứng đắc quả vị A-la-hán, cho nên Thế Tôn nói, "Này A-nan, bằng nỗ lực tinh tấn mà chứng đắc bồ-đề"; quả thật giáo pháp thiện thuyết.

Các bí-sô do vậy phát sinh nghi ngờ; vì để đoạn trừ tất cả nghi hoặc này, nên thưa hỏi Thế Tôn:

- Hai vị sa-di này đã tạo nghiệp gì, để rồi do dị thục của nghiệp này mà chỉ mới bảy tuổi đã được xuất gia?

Đức Thế Tôn vì muốn thiết lập học xứ điều phục cho các đệ tử, chỉ rõ y chỉ vào đâu mà hai sa-di này một cách tự nhiên đoạn trừ tất cả phiền não, chứng quả vị A-la-hán; vì vậy, Thế Tôn nói:

- Này các bí-sô, hai người này đã tích lũy nghiệp, duyên đã thuần thục, như chỗ gần ánh sáng, điều chắc chắn sẽ xảy ra, hai sa-di này do nghiệp đã tạo mà tự mình chứ không phải ai khác cảm thọ nghiệp đã tích tập. Này các bí-sô, nghiệp đã được tích tập này sẽ không thành dị thục ở địa giới bên ngoài; không thành nơi thủy giới, nơi hỏa giới, phong giới bên ngoài. Nghiệp thiện hoặc bất thiện như vậy được tích tập sẽ trở thành dị thục trong các thủ uẩn, các giới, các xứ. Bấy giờ Thế Tôn nói kệ:

> *Nghiệp dù qua trăm kiếp,*
> *Được tích lũy không mất.*
> *Khi có được các thân,*
> *Sẽ chuyển thành kết quả.*

"Này các bí-sô, trong thời đại Hiền kiếp[307] quá khứ, khi tuổi thọ loài người đến 2 vạn tuổi, có đức Đạo Sư Như lai, là vị Ứng cúng, Chánh đẳng giác, Minh hành thành tựu, Thiện thệ, Thế gian giải, Vô thượng trượng phu điều ngự sĩ, Thiên nhân sư, Phật Thế Tôn, hiệu Ca-nhiếp-ba[308] xuất hiện trong đời, cùng với chúng hai vạn bí-sô, trú trong vườn Lộc dã, Tiên nhân trú xứ, Ba-la-nại.

Trong thành Ba-la-nại có hai trưởng giả vốn là hai người bạn tương thân từ thời còn trẻ nhỏ, cùng muốn xuất gia, nhưng cả hai đều không được thân quyến tán thành cho xuất gia. Một thời gian sau, khi tuổi thanh xuân đã đi qua, lúc bấy giờ, hai người này sau khi quan sát các thân quyến, rồi xuất gia trong giáo pháp của Đức Phật Ca-nhiếp-ba.

Pháp tánh thường hằng là như vậy. Hàng tân học thì có phận sự phải làm. Cho nên các bí-sô hối thúc hai lão bí-sô[309] này:

- Hai lão bí-sô, các ông mỗi người phải thọ học cái gì chứ!

Lúc ấy, một người có bản tính nhẫn nhịn; một người thì do tính khí nóng nảy liền nổi giận. Người kia bảo:

- Lão bí-sô già, thời trẻ đã không xuất gia; giờ sao lại giận?

Thế rồi, hai người này cho đến hết đời tu hành phạm hạnh, mà không chứng được đạo quả gì; sau đó, khi gần chết, phát nguyện rằng:

- Đức Chánh đẳng giác Ca-nhiếp-ba đã dự báo cho niên thiếu bà-la-môn Ốt-đa-la[310] rằng, "Này Ma-nạp, trong đời vị lai, khi loài người tuổi thọ đến trăm tuổi, có đức Như Lai Chánh đẳng giác hiệu Thích-ca Mâu-ni xuất hiện ở đời." Chúng tôi theo Đức Thế Tôn Ca-nhiếp-ba, là vị Như Lai, Ứng Cúng, Chánh Đẳng Giác, tu phạm hạnh cho đến mạng chung; bằng thiện căn tu phạm hạnh này, nguyện sẽ được xuất gia trong giáo pháp của Thế Tôn ấy khi mới bảy tuổi. Đức Thế Tôn, Như Lai, Ứng Cúng, Chánh Đẳng Giác, là vị Tri giả, Kiến giả; những gì là học xứ Thanh văn mà đức Thế Tôn ấy thiết lập trong pháp luật, chúng tôi nguyện theo đó

---

[307] *bskalpa bzang po*, Skt. *Bhadra-kalpa*.

[308] *'od srung*; Skt. *Kaśyapa* (Ca-diếp).

[309] Tạng: *rgan zhugs*, xuất gia khi đã lớn tuổi.

[310] *bram ze'i khe'u bla ma*; Skt. *Uttara- mānavaka*.

mà tu hành, tự nhiên đoạn trừ tất cả phiền não, chứng quả vị A-la-hán.

"Này các bí-sô, hai trưởng giả lúc bấy giờ không phải ai khác mà chính là hai sa-di này. Cả hai do đã phát nguyện như vậy mà nay chỉ mới bảy tuổi đã được xuất gia. Những gì là học xứ Thanh văn mà Ta thiết lập trong pháp luật này, cả hai y trên đó mà tự nhiên đoạn trừ hết thảy phiền não, chứng quả vị A-la-hán.

V. CHƯỚNG PHÁP

1. Nhiễm ô bí-sô-ni

Đức Phật du hành nhân gian, giữa những người Ca-si;[311] khi đi đến một địa phương kia, Ngài mỉm cười. Pháp tánh là như vậy, khi chư Phật Thế Tôn mỉm cười, từ miệng phóng ra những tia sáng với những màu xanh, vàng, đỏ, trắng, hồng, lưu ly, bạch ngân. Một số tia sáng chiếu xuống phía dưới; một số chiếu lên phía trên. Những tia sáng chiếu xuống phía dưới, rọi đến các chúng sinh địa ngục, từ ngục Đẳng hoạt... cho đến ngục Đại liên hoa.[312] Những chúng sinh trong các ngục nóng bấy giờ cảm thấy mát mẻ khi ánh sáng chạm đến. Những chúng sinh trong các ngục lạnh, bấy giờ cảm thấy ấm áp khi ánh sáng chạm đến. Các chúng sinh địa ngục này, khi dòng tương tục khổ bức đặc biệt tạm ngưng, chúng tự hỏi, "Này các bạn, nơi đây chúng ta đã chết rồi chuyển sinh chăng, hay là có chúng sinh khác đang sinh đến đây?" Vì để khiến chúng phát khởi tín tâm, Đức Thế Tôn lại thị hiện thần biến. Khi thấy thần biến này, chúng nghĩ thầm,

---

[311] Skt. *Kāśī*, 1 trong 16 đại quốc thời Phật, có đô thành là Ba-la-nại, phía bắc Câu-tát-la. Tạng: *yul ka shi dag tu*.

[312] Tám ngục nóng: *yang sos* (*saṃjīva*: Đẳng hoạt), *thig nag* (*kālasūtra*: Hắc thằng), *bsdus gzhom* (*saṃghāta*: Chúng hợp), *ngu 'bod* (*raurava*: Khiếu hoán), *ngu 'bod chen po* (*Mahāraurava*: Đại khiếu hoán), *tsha ba* (*tāpana*: Thiêu nhiên), *rab tu tsha ba* (*pratāpana*: Đại thiêu nhiên), *mnar med* (*avīci*: A-tì). Cf. *Kośa* iii. k. 1-3. Tám ngục lạnh: *chu bur can* (*arbuda*), *chu bur rdol ba* (*nirarbuda*), *so thams thams* (*aṭaṭa*), *kyi hud* (*hahava*), *a chu zer* (*huhuva*), *utpala ltar gas pa* (*utpala*), *pad ma ltar gas pa* (*padma*), *pad ma ltar gas pa chen po* (*mahāpadma*). Cf. T24n1452, p0416c10; *Kośa* iii, k. 58-59.

"Này các bạn, không phải nơi đây chúng ta đã chết và chuyển sinh; đây là do thần lực của một chúng sinh trước đây chưa từng thấy mà dòng tương tục khổ bức đặc biệt của chúng ta tạm ngưng." Do bởi phát tín tâm tăng thượng nơi các thần biến này, nghiệp cảm thọ địa ngục chúng sinh tiêu diệt, chúng tái sinh vào giữa chư thiên và loài người, có khả năng nghiệm trì chân lý.

Những tia sáng nào chiếu lên phía trên, rọi lên đến cõi Tứ vương thiên, Tam thập tam thiên, Dạ-ma thiên, Đâu-suất-đà thiên, Hóa lạc thiên, Tha hóa tự tại thiên, Phạm chúng thiên, Phạm phụ thiên, Đại Phạm thiên... cho đến Sắc cứu cánh thiên;[313] phát ra âm thanh diễn xướng vô thường, khổ không, vô ngã bằng hai bài kệ:

> *Tu tập để xuất ly,*
> *Tinh cần tu pháp Phật,*
> *Chiến thắng quân đội Ma,*
> *Như voi phá nhà cỏ,*

> *Tinh tấn không phóng dật,*
> *Hành trong Pháp Luật này;*
> *Cắt đứt vòng sinh tử,*
> *Đoạn tận vĩnh viễn khổ.*

Rồi thì, những tia sáng này sau khi chiếu khắp cả ba nghìn thế giới đại thiên lại liên tục quay trở lại đức Thế Tôn. Trong đó, ánh sáng mà Thế Tôn muốn dự báo nghiệp quá khứ biến mất phía sau lưng Thế Tôn; ánh sáng mà Thế Tôn muốn dự báo nghiệp vị lai biến mất phía trước. Nếu dự báo nghiệp tái sinh vào chúng sinh địa ngục, ánh sáng biến mất trong lòng bàn chân. Nếu dự báo nghiệp tái sinh vào súc sinh, ánh sáng biến mất trong gót chân. Nếu dự báo nghiệp tái sinh ngạ quỷ, biến mất vào mu bàn chân. Nghiệp dự báo tái sinh loài người biến mất trong đầu gối. Nghiệp dự báo tái sinh làm Lực Chuyển luân vương biến mất trong lòng bàn tay trái. Nghiệp dự báo tái sinh làm Chuyển luân vương biến mất trong lòng bàn tay phải. Nghiệp dự báo tái sinh chư thiên biến mất vào rốn. Nghiệp dự báo bồ-đề Thanh văn biến mất trong miệng. Nghiệp

---

[313] Liệt kê chi tiết 6 tầng Dục giới thiên và 8 tầng Sắc giới thiên, trừ Vô tưởng thiên; cf. *Kośa* iii, k. 1-3.

dự báo bồ-đề Độc Giác biến mất vào sợi lông giữa hai chân mày. Nghiệp dự báo bồ-đề Đẳng Chánh Giác biến mất trên nhục kế.

Rồi sau đó, những tia sáng này nhiễu quanh Thế Tôn ba vòng, và biến mất trong lòng bàn chân[314] của Thế Tôn.

Bấy giờ Cụ thọ A-nan chắp tay hướng về Thế Tôn và hỏi:

- Bạch Thế Tôn, chư Như Lai, Ứng Cúng, Đẳng Chánh Giác, không phải không nhân không duyên mà mỉm cười. Nay Thế Tôn do bởi nhân duyên gì mà mỉm cười?

Rồi đọc lên bài kệ:

> *Rực rỡ muôn nghìn tạp sắc hoa,*
> *Tạp sắc phóng ra từ kim khẩu,*
> *Mười phương tất cả được chiếu sáng*
> *Tỏa sáng như mặt trời xuất hiện.[315]*

> *Viễn ly trạo hối, xả kiêu mạn,*
> *Chư Phật đệ nhất tối thắng nhân.*
> *Trắng như rễ sen, như vỏ sò,*
> *Đấng Tối Thắng không nhân không mỉm cười.*

> *Biến tri chứng trí tự biết thời,*
> *Mâu-ni Ngưu vương Sa-môn chủ;*
> *Nguyện đấng Tối Thắng thiện giải thuyết,*
> *Dứt trừ nghi hoặc của thính chúng.*

> *Vững như Sơn vương giữa biển cả,*
> *Chư Phật vô nhân không mỉm cười;*
> *Thánh chúa mỉm cười hiển thị giáo,*
> *Hết thảy chúng hội đều muốn nghe.*

---

[314] Tạng: *bcom ldan'das kyi zhabs kyi mthil du nub bo| Gleng gzhi : bcom ldan 'das kyi gtsug tor du*: trên nhục kế của Thế Tôn. NT. T24n1452, p0417a13: 從頂入 biến mất vào đỉnh đầu.

[315] *nyig dugs bdal bar gyur ba ji bzhin no| Gleng gzhi: nyi ma ji ltarr shar ba bzhin|* T24n1452, p0417a18: 如日光照盡虛空 "Như mặt trời chiếu khắp hư không."

ĐứcThế Tôn nói:

- Này A-nan, quả thật như vậy. Này A-nan, chư Như Lai, Chánh đẳng giác, không phải không nhân không duyên mà mỉm cười. Này A-nan, trong địa phương này có rất nhiều ác nhân đã động thân nhiễm ô[316] rất nhiều bí-sô-ni. Những người này sau khi chết sinh vào địa ngục.

Khi ấy, có một bí-sô chắp tay hướng về Thế Tôn, bạch Thế Tôn như vầy:

- Bạch Thế Tôn, những ác nhân động thân nhiễm ô rất nhiều các bí-sô-ni; con là một trong số ác nhân đó.

- Kẻ ngu si kia, phải chăng ngươi cũng đã động thân nhiễm ô các bí-sô-ni?

- Bạch Thế Tôn, con cũng đã động thân nhiễm ô các bí-sô-ni.

Bấy giờ Thế Tôn bảo các bí-sô:

- Này các bí-sô, những ai nhiễm ô các bí-sô-ni sẽ không được sinh trưởng trong Pháp Luật này. Cho nên, này các bí-sô, các ngươi phải loại trừ ra khỏi Pháp Luật này bất cứ kẻ nào nhiễm ô bí-sô-ni. Nếu có ai đến cầu xin xuất gia, cần được hỏi "Có từng nhiễm ô bí-sô-ni không?" Không hỏi mà cho xuất gia, phạm việt tì-ni.

2. Tặc trú

Phật trú tại Xá-vệ, trong rừng thái tử Kỳ-đà, vườn Cấp Cô Độc.

Bấy giờ có một trưởng giả trong thành Xá-vệ đi đến rừng Kỳ-đà. Các bí-sô chưa ly dục nhiễm phạm Tăng-già-bà-thi-sa.[317] Có người già nhưng phạm khi còn trẻ; có người phạm khi tuổi già. Những người này, vào một lúc nọ, khi nghe các bí-sô trì Kinh, trì Luật, trì Mẫu luận, bấy giờ như pháp mà thanh tịnh sám hối; họ phải hành biệt trụ và ma-na-đỏa,[318] cung kính phục vụ Tăng. Trong đó, có người phục vụ thức uống; có người hầu quạt. Khi trưởng giả này thấy ở đây có tọa ngọa cụ tốt đẹp được trải, các thức ăn mỹ diệu được dọn, nghĩ thầm, "Pháp của những vị này thì tốt lành, nhưng họ như vậy vẫn có những khuyết điểm. Những

---

[316] *sun pa: Skt. dūṣaṇa. sun par byed pa: Skt. dūṣayati.*

[317] *dge 'dun lhag ma'i ltung ba. Skt. saṅghāvaśeṣa.*

[318] *yongs su spo ba dang mgu bar bya bar spyod pa na.*

vị này không có sự tùy thuận cung kính. Những người già cả lại bị sai khiến." Sau khi nghĩ thầm, rồi nói lên như vậy. Nhóm sáu bí-sô khi nghe những lời này, bèn hỏi:

- Trưởng giả nói gì?

- Pháp của các ngài hiền thiện, nhưng các ngài vẫn có khuyết điểm như vậy.

- Này trưởng giả, chúng tôi có khuyết điểm gì?

- Thưa các ngài, các ngài không có sự tùy thuận cung kính. Những người già cả lại bị người khác sai khiến. Những người già cả cũng cần sai khiến người khác. Thưa các Thánh giả, nếu tôi xuất gia trong số các ngài, tôi có bị sai khiến không?

Các vị ấy đáp:

- Dù ông có là quý tộc đặc biệt lớn đến mức nào, nếu đã xuất gia, mà bị tôi sai khiến, thì chẳng có gì phải nói.

Trưởng giả này nghĩ thầm, "Nếu ta đã xuất gia trong số những người này, ta sẽ bị họ sai khiến. Nhưng hãy trù tính phương tiện."

Vị trưởng giả này bản tính khéo léo cho nên theo các bí-sô học lóm các quy tắc ứng xử. Sau khi đã học xong, ông đi đến một nơi ở biên cương, cạo bỏ râu tóc, khoác y ca-sa. Khi các bí-sô đi tham lễ tháp miếu từ địa phương kia đến, thấy trưởng giả (giả dạng bí-sô) này, họ thưa:

- Bạch Thượng tọa, ở Xá-vệ, nơi đó Đức Pháp Chủ đang hiện trú, nên lúc nào cũng có hình sắc chư thiên hiển hiện. Hiển hiện có đến hằng trăm. Ở đó cũng được nghe âm thanh chư thiên. Cũng được nghe đấng Nhất thiết trí diễn thuyết bằng nhiều thứ ngôn ngữ. Ở đó có cả hai thọ dụng, vật thực thọ dụng và pháp thọ dụng. Sao ngài không đến Xá-vệ?

Trưởng giả này đáp:

- Các Cụ thọ, tôi cần phải ở lại nơi này.

Các vị ấy không ngớt lặp lại:

- Bạch Thượng tọa, ở Xá-vệ, nơi đó Đức Pháp Chủ đang hiện trú, nên lúc nào cũng có hình sắc chư thiên hiển hiện. Hiển hiện có đến hằng trăm. Ở đó cũng được nghe âm thanh chư thiên. Cũng được nghe đấng Nhất thiết trí diễn thuyết bằng nhiều thứ ngôn ngữ. Ở đó có cả hai thọ dụng, vật thực thọ dụng và pháp thọ dụng. Sao ngài không đến Xá-vệ?

Cho đến lúc các vị đồng phạm hạnh này thấy đã đến lúc, bèn từ giã. Khi ấy trưởng giả liền đi về Xá-vệ. Khi ông thấy ở đây tọa ngọa cụ tốt đẹp được trải, các thức ăn mỹ diệu được dọn, ông nghĩ thầm, "Nếu ta ngồi ở hàng đầu, ta đọc kệ thuyết thí."[319] Nghĩ vậy rồi, ông ngồi vào chỗ ngồi đơn độc ở hàng thứ hai.

Khi Cụ thọ A-nhã Kiều-trần-như đến, Cụ thọ nghĩ thầm, "Đức Thế Tôn đã từng tuyên bố ta là đệ nhất trong những vị thọ trì Tăng-già-lê; mà vị này là ai?" Sau khi quan sát, thấy rằng đây là một kẻ tặc trú, Cụ thọ khảy móng tay, lên tiếng.

Cụ thọ Mã Thắng, Cụ thọ Bạt-đề, Cụ thọ Bà-sư-ba, Cụ thọ Ma-ha-nam,... Cụ thọ Xá-lị-phất, Cụ thọ Mục-kiền-liên,[320] các bí-sô Thượng tọa tất cả thảy đều lên tiếng bằng cách khảy móng tay. Khi đi đến gần nhóm sáu bí-sô, các vị này hỏi lão trưởng giả:

- Thượng tọa, ngài bao nhiêu tuổi?

Sau khi ước lượng, lão bảo:

- Tôi sáu mươi tuổi.

Các ngài nói:

- Thôi, đủ rồi! Nếu chính Đức Thế Tôn cũng không đến sáu mươi tuổi.

Các ngài lại hỏi tiếp:

- Nhưng này cụ già, Ô-ba-đà-da của cụ là ai?

Lão đáp:

- Sa-môn Cù-đàm là Ô-ba-đà-da của tôi.

---

[319] *yon bshad*, kệ tán thán công đức bố thí.

[320] *rta thul (Aśvajit), bzang ldan (Bhadrika), rlangs pa (Vaṣpa), mi chen (Mahānāma), grags pa (Yaśa), gang po (Pūrṇa), dri med (Vimala), ba langbdag (Gauvampati), lag bzangs (Subahu), shā ri'i bu (Śāriputra), mau dgal gyi bu (Maudgalyana).*

Các Cụ thọ nói:

- Thưa các Cụ thọ, lão già này tự khoác hình tướng.

Thế rồi các ngài nắm lấy tay và chân của lão mà dẫn đi, và nói rằng:

- Đại đức Tăng, xin lắng nghe. Trong thế gian, có một vị tự thành là Đức Thế Tôn, và thứ hai là lão già này.

Nói xong lời này rồi thì đuổi lão già ấy đi.

Bấy giờ đức Thế Tôn nói với các bí-sô:

- Những kẻ tặc trú³²¹ không có sự trưởng thành nào trong Pháp Luật này. Các bí-sô, các ông hãy trục xuất những kẻ tặc trú ra khỏi Pháp Luật này. Nếu có ai đến cầu xin xuất gia, phải hỏi người ấy có phải tặc trú hay không. Nếu không hỏi, phạm việt tì-ni.

Cụ thọ Ưu-ba-li hỏi Phật:

- Thế Tôn, đức Thế Tôn đã dạy, phải đuổi hết những kẻ tặc trú đi. Bạch Thế Tôn, trong điều kiện nào thì nói là tặc trú?

- Này Ưu-ba-li, trong điều kiện mà kẻ nào tự mình cùng với những vị trụ bí-sô tính tham dự yết-ma bao-sái-đà một lần, hai lần, ba lần, kẻ ấy là tặc trú.

3. Hoàng môn

Phật trú tại Xá-vệ.

Trong thành Xá-vệ có một người bà-la-môn; ông cưới một người vợ đồng giai cấp, cùng vợ hưởng thụ dục lạc, sau một thời gian người vợ cưu mang một chúng sinh. Tám, chín tháng trôi qua, bà sinh một người con hoàng môn,³²² như người nam, nhưng không phải nam cũng không phải nữ. Hài nhi được nuôi dưỡng khôn lớn.

Khi cậu bé này chơi đùa với bọn thiếu nhi, nó tỏ cho chúng thấy hình tướng của mình. Bọn trẻ liền hỏi:

- Cậu sao thế?

---

³²¹ Tạng: *rku thanbs su gnas pa*; Skt. *steyasaṃvāsika*.

³²² Tạng: *ma ning*; Skt. *paṇḍaka*; Hán âm: bán-trạch-ca.

Nó đáp:

- Tôi là hoàng môn.

Bọn nhỏ nói:

- Cậu thuộc giai cấp bà-la-môn. Gia đình cậu mà mất tiếng tăm là điều không thích hợp. Không được làm như thế.

Rồi chúng nói với bố mẹ của cậu bé này:

- Bác phải đuổi gã hoàng môn này đi, vì nó làm chuyện như thế như thế.

Họ nói với cậu con hoàng môn:

- Hoàng môn con, chúng ta là những người bà-la-môn, gia đình chúng ta mà mất danh tiếng là điều không tốt, cho nên con không được làm như vậy.

Nhưng họ không thể đuổi nó đi.

Một thời gian sau, khi đi đến rừng thái tử Kỳ-đà, thấy có nhiều bí-sô trẻ, nó nghĩ thầm, "Nếu ta xuất gia trong những người này, họ sẽ làm phận sự của người nam đối với ta; ta cũng sẽ làm phận sự của người nữ đối với họ."

Suy nghĩ như vậy rồi, nó đi đến một bí-sô, thưa rằng:

- Thánh giả, xin độ tôi xuất gia.

Bí-sô này hỏi:

- Bố mẹ cho phép không?

- Chưa cho phép.

- Hãy về xin phép bố mẹ.

Nó về thưa với bố mẹ:

- Bố mẹ! Con muốn xuất gia.

Hai người buồn rầu, suy nghĩ, "Chúng ta phải xa lìa nó, để cho nó xuất gia." Suy nghĩ như vậy rồi nói:

- Này con hoàng môn, bố mẹ cho phép.

Nó đi đến bí-sô, thưa:

- Thánh giả, bố mẹ con đã cho phép xuất gia.

Bí-sô bèn cho xuất gia và thọ cận viên. Khi trưng hình tướng trước các bí-sô, các vị này nói:

- Ngươi có phải là hoàng môn không?

Đáp:

- Phải.

Các bí-sô bẩm bạch lên Thế Tôn sự kiện này. Nhân đó, Thế Tôn nói với các bí-sô:

- Này các bí-sô, những kẻ hoàng môn không có sự trưởng thành nào trong Pháp Luật này. Bí-sô các người phải loại ra ngoài Pháp Luật này những ai là hoàng môn. Nếu có ai đến cầu xin xuất gia, bí-sô phải hỏi người ấy có phải là hoàng môn hay không. Nếu không hỏi, phạm việt tì-ni.

"Này các bí-sô, hoàng môn này có năm loại:[323] hoàng môn do bẩm sinh, hoàng môn nửa tháng, hoàng môn do ôm, hoàng môn do ghen, hoàng môn do hại. Hoàng môn do bẩm sinh là thế nào? Người khi mới sinh đã không phải là nam cũng không phải là nữ. Hoàng môn nửa tháng là thế nào? Người mà nửa tháng là nữ, nửa tháng là nam. Hoàng môn do ôm là thế nào? Người mà khi được người khác ôm thì căn mới phát sinh. Hoàng môn do ghen là thế nào? Người mà khi thấy những người hành sự thì căn phát sinh. Hoàng môn do hại là thế nào? Người mà căn bị thương tổn hoặc bị dao cắt. Đó là năm loại hoàng môn: hoàng môn do bẩm sinh, hoàng môn nửa tháng, hoàng môn do ôm, hoàng môn do ghen, hoàng môn do hại. Hạng này, không được độ cho xuất gia, nếu đã được độ thì phải tẫn xuất.

---

323 *skyes nas ma ning dang* (*utpannapaṇḍaka*, sinh hoàng môn)| *zla phyed pa'i ma ning dang* (*pakṣpaṇḍaka*, bán nguyệt hoàng môn)| *'khyud nas ma ning dang* (*āsaktaprādurbhāvipaṇḍaka*, bão hoàng môn)| *phrag dog can gyi ma ning dang* (*īrṣyāpaṇḍaka*, đố hoàng môn)| *nyams pa'i ma ning ngo* (*āpatpaṇḍaka*, hại hoàng môn)| Thập tụng 21, tr. 153c02: năm loại bất năng nam: sanh 生, bán nguyệt 半月, đố 妒, tinh 精, bệnh 病.

Trong đây, kẻ hoàng môn do hại trước khi chưa xuất gia thì không được độ cho xuất gia. Đã xuất gia rồi mới thành bị hại, nếu không y trên sự biến hình, thì bỏ qua, không kể đến. Nếu y trên sự biến hình thì phải đuổi.[324]

4. Bàng sinh

Phật trú tại Xá-vệ.

Các rồng khi hoạt động, mỗi ngày cát màu như lửa rơi xuống thân chúng ba lần, toàn thân chỉ còn là bộ xương.

Có một con rồng con mới sinh không bao lâu, mỗi ngày cát màu như lửa rơi xuống thân nó ba lần, toàn thân chỉ còn là bộ xương. Rồng con nói với mẹ:

- Mẹ ơi, con phải chịu đựng khổ não như vậy trong bao lâu nữa mới thôi?

- Con ạ, cho đến khi nào con giống như đồng loại.

Bấy giờ, có những rồng khác có thần thông, có đại lực, thân thể của chúng không bị cát màu như lửa rơi xuống. Nó hỏi mẹ:

- Mẹ ơi, vì sao không rơi xuống họ?

Mẹ nó nói:

- Chúng có đại thần thông, đại thần lực, trụ nhiều kiếp, duy trì cõi đất, vua chim cánh vàng[325] không thể bắt chúng được. Vì vậy chúng không bị cát rơi.

Khi ấy, những con rồng nhỏ bé khác không bị cát màu như lửa bị rơi xuống thân. Nó hỏi mẹ:

---

[324] *Thập tụng* 21: "Bệnh bất năng nam; nếu đã xuất gia trước, rồi bị rụng, bị thối, hoặc bị trùng ăn, nếu bất động, cho phép ở lại, không đuổi. Nếu sau đó hoàn tục mà muốn xuất gia thọ cụ túc trở lại thì không được phép."

[325] Kim súy điểu vương: 'dab chags kyi rgyal po 'dab bzang; Skt. *suparṇa garuḍa*. Xem *Trường A-hàm 19*, "kinh Thế ký", phẩm 5 "Long điểu"; T01n1, tr.127b28.

- Mẹ ơi, những con rồng này cùng chủng loại, sao không bị cát rơi?

Mẹ nó nói:

- Chúng đối diện trước Phật quy y, thọ trì học xứ; vì vậy chúng không bị cát rơi.

- Nếu vậy, con cũng đối diện trước Phật quy y, thọ trì học xứ.

Mẹ nó nói:

- Con ạ, khổ não trong một đời này không phải là nhiều so với nhiều đời. Nếu con đối trước Phật mà quy y, thọ trì học xứ, nhưng nếu không chân chánh hộ trì, sẽ đọa làm chúng sinh địa ngục phải nhẫn thọ khổ não lâu dài.

Rồng con suy nghĩ thầm, "Còn có khổ não lớn hơn khổ não này nữa, cho nên ta hãy đối trước Phật mà quy y, thọ trì học xứ." Nghĩ như vậy rồi, nó biến hình thành một người bà-la-môn và đi đến rừng Kỳ-đà. Khi nó thấy các bí-sô hoặc đang thiền tọa, hoặc đang học Kinh, hoặc đang nỗ lực chuyên tâm dụng ý hành du-già, rồng con phát khởi tín tâm thù thắng. Nó nghĩ thầm: "Trước hết quy y Tam bảo, thọ trì học xứ, hay là cầu xin xuất gia?" Nó lại nghĩ thêm, "Ta nên xuất gia." Nghĩ vậy rồi, nó đến trước bí-sô, thưa rằng:

- Bạch Thánh giả, con muốn xin xuất gia.

Bí-sô này đáp:

- Tôi mới xuất gia. Ông hãy đến trước một vị Thượng tọa khác.

Rồng con nói:

- Bạch Thánh giả, con không biết vị nào khác để hỏi. Con gặp Thánh giả đầu tiên, vậy xin Thánh giả dẫn con đến một vị bí-sô nào đó.

Bởi vì Ô-ba-đà-da, A-giá-lợi-da của bí-sô này là vị tu rừng[326] đang ở trong rừng, cho nên ông dẫn rồng con đến đó, rồi nói:

- Bạch Ô-ba-đà-da, thiện nam tử này cầu xin xuất gia, xin Thầy độ cho xuất gia.

---

[326] Tạng: *dgon pa pa*; Skt. *araṇyaka,*

Thầy nói:

- Này hiền thủ, Thế Tôn có lời dạy rằng, "Này các bí-sô, phân biệt khác nhau mà từ chối cơ hội độ xuất gia thọ cận viên là điều sai lầm." Người này mà đọa vào chúng sinh địa ngục, bởi vì ta cũng phạm tội theo, ta không độ cho xuất gia.

Rồng con nói:

- Cúi xin Ô-ba-đà-da cứ độ cho xuất gia; con sẽ học điều cần học này.

Thầy bèn độ cho xuất gia, thọ cận viên, bảo rằng:

- Hiền thủ, đây là Ô-ba-đà-da của ngươi. Đây là A-giá-lợi-da của ngươi, có điều gì thì cứ đến hỏi, vị ấy sẽ chỉ dạy cho. Đây là điều mà người phải tu học.

A-giá-lợi-da khởi sự dạy cho nó học Tăng nhất A-hàm.[327] Rồng con tích cực nỗ lực học tập; khi nó đọc tụng lặp lại, A-giá-lợi-da rất hài lòng, bảo nó:

- Hiền thủ, ngươi đi khất thực chung, hay đi một mình?

Rồng con nghĩ thầm, "Mình không ăn được thức ăn của loài người. Mình thường đi đến trú xứ của rồng ăn thức ăn cam lộ, rồi trở lại đây." Nghĩ thầm như vậy rồi, nó nói:

- Thưa Thầy, con sẽ đi một mình.

Thầy nói:

- Hiền thủ, hãy là như vậy.

Rồng con đi đến trú xứ của rồng, ăn thức ăn cam lộ của chư thiên, rồi quay trở lại. Loài rồng thường ngủ sâu. Rồng con sau khi ngủ vùi, cho đến khi tỉnh dậy thì cùng lúc ấy bí-sô này khất thực trở về. Vào một lúc nọ, bí-sô này đi khất thực tạm thời được đủ, liền quay trở về, khi ấy ông nghe trong phòng như có tiếng gió của thợ rèn, bèn nhìn qua lỗ khóa cửa, thấy trong phòng thân rồng đang khoanh tròn, ông kêu lên:

- Có quỷ hiện! Có quỷ hiện!

---

[327] *gcig las 'phros pa'i lung*, Skt. *Ekottara-āgama.*

Nghe tiếng kêu, vị hiền giả vội vàng tỉnh dậy, tự nhiên biến hóa thành hình tướng người. Các bí-sô chạy đến, hỏi:

- Gì vậy?

Bí-sô này nói:

- Có quỷ hiện.

Các bí-sô nói:

- Bởi vì Cụ thọ quá chuyên tâm, thường xuyên chuyên cần đọc Kinh sám, sao Cụ thọ keo kiệt[328] với người này vậy?

Bí-sô nói:

- Tôi không keo kiệt chút nào với người này. Nhưng người này là quỷ hiện như thế.

Các bí-sô bàn luận với nhau, rồi đi đến chỗ Thế Tôn. Đức Thế Tôn hỏi:

- Có chuyện gì?

Các bí-sô bạch Phật:

- Bạch Thế Tôn, có quỷ hiện.

Thế Tôn nói:

- Kẻ nào biến hình như quỷ hiện thì không có sự trưởng thành trong Pháp Luật này. Ai biến hình như quỷ hiện, các bí-sô phải đuổi ra khỏi Pháp Luật này. Nếu có ai đến cầu xin xuất gia, bí-sô phải hỏi người ấy có phải là biến hóa không? Không hỏi mà độ cho xuất gia, phạm việt tì-ni.

"Này các bí-sô, có năm trường hợp rồng hiện nguyên hình; còn lại, chúng có thể biến hóa. Những gì là năm? Hiện nguyên hình khi sinh, hiện nguyên hình khi chết, hiện nguyên hình khi ngủ, hiện nguyên hình khi ăn, hiện nguyên hình khi hành phi phạm hạnh."

Bấy giờ đức Thế Tôn nói với rồng con:

---

[328] Tạng: *ser sna byed pa*, ý nói, khất thực về không chịu chia phần ăn, nên phao lên người là quỷ.

- Hiền thủ, các uẩn của thân ngươi không thể trưởng dưỡng được công đức gì; đừng đến gây chướng ngại cho các bí-sô.

Rồng con nghĩ thầm, "Nếu bị cát rơi, thì làm sao?" Nghĩ vậy rồi, nó đi đến một khu rừng sa-la hẻo lánh kia, biến hóa ra một tinh xá có cổng uy nghiêm, có ống khói, cửa sổ có song, được nghiêm sức bằng lan can, đẹp đẽ trông chóa mắt, thềm cấp cao vọi, tòa ngồi, ghế đôn, dẫy đầy vật dụng được biến hóa; tư lương thẩy được tùy ý cho bí-sô khách Tăng đến và khách Tăng đi. Ở trong tinh xá này có một lão bí-sô sau hạ an cư đi về Xá-vệ.

Thói thường của nhóm sáu bí-sô thường là như vầy: "Ở đây khi có các bà-la-môn trưởng giả đến, chúng ta hãy thuyết pháp cho họ; những kẻ đối địch phải chịu khuất phục; danh tiếng của chúng ta được truyền khắp." Sau khi suy nghĩ như vậy, bất kể ai trong nhóm sáu bí-sô này đều không để cho cổng rừng Kỳ-đà trống không, cho nên, Bạt-nan-đà[329] thức dậy lúc sáng sớm, sau khi tước nhành dương,[330] khoác lên Tăng-già-lê màu cam vàng, thong dong bước vào cổng rừng Kỳ-đà. Từ xa, ông thấy một lão bí-sô già,[331] đầu bạc trắng như hoa ngải trắng,[332] lông mày rũ xuống, đang đi đến. Thấy rồi, Bạt-nan-đà nghĩ thầm, "Đây chắc chắn là một bí-sô Thượng tọa nào đó." Nghĩ vậy rồi, bước tới chào đón:

- Chào mừng Thượng tọa đến đây.

Lão bí-sô đáp lại:

- Kính lễ A-giá-lợi-da.

Bạt-nan-đà nghĩ thầm, "Ôi, đây là một lão bí-sô, A-giá-lợi-da không biết, Ô-ba-đà-da cũng không biết." Nghĩ vậy rồi, bèn hỏi:

- Lão bí-sô, ông ở đâu đến?

- Ở trong rừng sa-la.

- Ở đó có tinh xá không?

---

[329] *nye dga'*; Skt. *Upananda.*
[330] *so shing* (Skt. *dantakāṣṭha*): tăm xỉa răng.
[331] *rgan zhugs*; Skt. *mahalla*, bí-sô xuất gia khi tuổi đã già.
[332] *spra ba'i me tog*, Skt. *bakapuṣpa*: hoa ngải trắng (Wogihara).

- Có tinh xá.

- Tinh xá này như thế nào?

- Chỉ là bần cùng.

- Tinh xá này giống như cái gì?

- Giống như một chỗ bần cùng.

- Nơi nào có đủ mọi thứ vật dụng tư cụ nơi đó là tinh xá. Nơi nào thiếu thốn mọi thứ vật dụng nơi đó là chỗ bần cùng.

- Đó là tinh xá.

- Chỗ đó có gì?

- Chỗ đó có bí-sô doanh sự[333] ở. Ông tùy lực cung cấp cho bí-sô khách và những vị chuẩn bị xuất hành những tư lương cần thiết.

Thói thường của nhóm sáu bí-sô này, khi nghe được một ít điều gì, một lúc nọ vào buổi chiều cùng tụ hội, bàn luận với nhau; vì Bạt-nan-đà đã đi đến tinh xá đó, nên nói với nhóm sáu bí-sô:

- Các Cụ thọ, trong bao lâu nữa chúng ta mới dứt hết bận rộn?

- Sư huynh có nghe được một ít điều gì không?

Bạt-nan-đà đáp:

- Có. Trong rừng sa-la có một tinh xá.

- Ở đó có gì?

- Có bí-sô doanh sự ở đó. Ông tùy lực cung cấp cho bí-sô khách và những vị chuẩn bị xuất hành những tư lương cần thiết. Chúng ta hãy đến đó.

Cả nhóm cùng đi. Từ xa thấy họ đi đến, bí-sô doanh sự kia nghĩ thầm, "Những kẻ có phẩm hạnh thô lỗ này đang đến đây." Nhưng rồi ông lại nghĩ, "Nếu ta cung phụng họ tất cả những tư cụ cần thiết, những người này sẽ dò xét ta?" Nghĩ vậy rồi, tùy theo tuổi hạ, ông trao cho tọa ngọa cụ, giao cho các tầng gác, và cũng cung cấp tất cả các tư cụ cần thiết.

Ở được vài hôm, họ bất mãn nói:

---

[333] *zhal ta byed pa*; Skt. *netṛ*: lãnh chúng.

- Này Nan-đà, Bạt-nan-đà, lão bí-sô này thu nhập không rõ ràng, kiểm kê cũng không rõ ràng. Chúng ta hãy giải thích những con số này.

Rồi họ nói với bí-sô doanh sự:

- Lão bí-sô, ông thu nhập không rõ ràng; kiểm kê cũng không rõ ràng. Lại đây! Hãy ghi số lại.

Bí-sô nói:

- Các Thánh giả có thiệt hại chút gì chăng? Hay chỉ là không hòa hợp?

Nhóm sáu nói:

- Không thiệt hại chút gì. Nếu những vị đồng phạm hạnh sẽ chỉ trích chúng tôi rằng, nhóm sáu bí-sô hạ an cư trong tinh xá này, mà thu cũng không biết, kiểm cũng không biết.

Lão bí-sô nói:

- Không đúng. Chư Thượng tọa, nếu làm như thế.

- Làm bao lâu?

- Mười hai năm.

Nhóm sáu nói:

- Lão bí-sô, nếu mười hai năm, thì phải ăn luôn cả cánh cửa cái tinh xá này của ông.

Bí-sô nói:

- Nếu vậy, mười năm.

Các vị ấy nói:

- Không được.

- Bảy tháng.

- Không được.

- Bảy ngày.

Các vị ấy nói:

- Này Nan-đà, Bạt-nan-đà, nếu bảy ngày, lão bí-sô này ăn gì, chúng ta sẽ ăn cái đó.

Rồi họ bảo:

- Lão bí-sô, cứ nghe như vậy đi.

Bí-sô này nghĩ thầm, "Đến bảy ngày, thì tinh xá này sẽ không còn." Nghĩ vậy rồi, ông cung cấp cho các vị đồng phạm hạnh cực kỳ đôn hậu này có vị được Tăng-già-lê, có vị được uất-đa-la-tăng, có vị được an-đà-hội, có vị được bình bát, và có vị được cung cấp bình bát nhỏ. Nhóm sáu bí-sô thấy vậy, nói:

- Này Nan-đà, Bạt-nan-đà, lão bí-sô này phải đi tìm chỗ, qua hết bảy ngày, thì chỉ còn chỗ có quỷ thôi.

Thế nhưng, qua hết bảy ngày, trong khi những vị ấy đang ngủ, tinh xá này biến mất, và họ trải qua đêm trên bờ biển. Những vị này mặc dù trong khi ngủ trên bãi đất hoang, sau khi tỉnh dậy, họ nói:

- Này Nan-đà, Bạt-nan-đà, nắm lấy! Hãy nắm hòn đá thuốc này, rồi hãy tính số.

Lát sau, họ thấy mình nằm ngủ trên bãi đất hoang, bèn bảo nhau:

- Vị này là ai, trời, rồng, hay dạ-xoa? Là vị thâm tín Thế Tôn, cung kính cúng dường Phật, Pháp, Tăng mà chúng ta đã gây tổn hại. Gây sự tổn hại cho nên tinh xá biến mất.

Sự việc này được các bí-sô bẩm bạch Thế Tôn. Đức Thế Tôn nói:

- Này các bí-sô, bí-sô doanh sự này là một người huyễn hóa, mà nếu nhóm sáu bí-sô không gây sự tổn hại, người ấy sẽ cúng dường Phật, Pháp và Tăng, cho đến giáo pháp thâm sâu.

Rồi Thế Tôn nghĩ thầm, "Hiện tượng xấu xa này phát sinh là do các bí-sô trong tinh xá không có ký lục rõ ràng, để ghi tính số lượng." Suy nghĩ như vậy rồi, đức Thế Tôn dạy rằng:

- Sở dĩ như vậy, là do bất cứ nơi nào mà ký lục không rõ ràng, thu nạp cũng không rõ ràng, các bí-sô ở đó không được tính biết số lượng. Ở nơi nào mà thu nạp rõ ràng, nhưng ký lục không rõ ràng, ở đó các bí-sô không được tính biết số lượng. Ở nơi mà ký lục rõ ràng nhưng thu nạp không rõ ràng, ở đó các bí-sô cũng không được tính biết số lượng. Ở nơi nào mà ký lục rõ ràng, thu nạp rõ ràng, ở đó bí-sô nhớ và biết rõ ràng một cách cố ý.[334]

Rồi sự việc tiếp theo sau đó, khi đến bờ biển, biến hóa ra hai tinh xá có cổng uy nghiêm, có ống khói, cửa sổ có song, được nghiêm sức bằng lan can, đẹp đẽ trông chóa mắt, thềm cấp cao vọi, tòa ngồi, ghế đôn, dẫy đầy vật dụng được biến hóa. Ở đó, các rồng của biển lớn biến hóa hình thành bà-la-môn, trưởng giả, đến đó nghe pháp. Sau khi nghe pháp ở đó, chúng tùy khả năng cung cấp mọi tư cụ cần thiết cho các bí-sô khách và những vị xuất hành. Có một lão bí-sô, sau khi kết hạ an cư ở tinh xá này rồi đi về Xá-vệ.

Thói thường của nhóm sáu bí-sô thường là như vầy: "Ở đây khi có các bà-la-môn trưởng giả đến, chúng ta hãy thuyết pháp cho họ; những kẻ đối địch phải chịu khuất phục; danh tiếng của chúng ta được truyền khắp." Sau khi suy nghĩ như vậy, bất kể ai trong nhóm sáu bí-sô này đều không để cho cổng rừng Kỳ-đà trống không, cho nên, Bạt-nan-đà thức dậy lúc sáng sớm, sau khi tước nhành dương, khoác lên Tăng-già-lê màu cam vàng, thong dong bước vào cổng rừng Kỳ-đà. Từ xa, ông thấy một lão bí-sô già, đầu bạc trắng như hoa ngải trắng, lông mày rũ xuống, đang đi đến. Thấy rồi, Bạt-nan-đà nghĩ thầm, "Đây chắc chắn là một bí-sô Thượng tọa nào đó." Nghĩ vậy rồi, bước tới chào đón:

- Chào mừng Thượng tọa đến đây.

Lão bí-sô đáp lại:

- Kính lễ A-giá-lợi-da.

Bạt-nan-đà nghĩ thầm, "Ôi, đây là một lão bí-sô già, A-giá-lợi-da không biết, Ô-ba-đà-da cũng không biết." Nghĩ vậy rồi, bèn hỏi:

- Lão bí-sô, ông ở đâu đến?

- Ở bờ biển đến.

- Ở đó có tinh xá không?

---

[334] |'dul ba gzhi| bam po dgu| Tì-nại-da sự thông dật.

- Có tinh xá.

- Tinh xá này như thế nào?

- Chỉ là bần cùng.

- Tinh xá này giống như cái gì?

- Giống như một chỗ bần cùng.

- Nơi nào có đủ mọi thứ vật dụng tư cụ nơi đó là tinh xá. Nơi nào thiếu thốn mọi thứ vật dụng nơi đó là chỗ bần cùng.

- Đó là tinh xá.

- Chỗ đó có gì?

- Có bí-sô thuyết pháp. Ông thuyết pháp cho các bà-la-môn, trưởng giả. Sau khi nghe pháp ở đó, họ tùy sức cung cấp mọi thứ nhu yếu phẩm cho các bí-sô khách và những vị xuất hành.

Thói thường của nhóm sáu bí-sô này, khi nghe được một ít điều gì, một lúc nọ vào buổi chiều cùng tụ hội, bàn luận với nhau. Bạt-nan-đà đã đi đến tinh xá đó, nên nói với nhóm sáu bí-sô:

- Các Cụ thọ, bao lâu nữa chúng ta mới dứt hết bận rộn?

- Sư huynh có nghe được một ít điều gì không?

Bạt-nan-đà đáp:

- Có. Ở bờ biển có một tinh xá.

- Ở đó có gì?

- Có bí-sô thuyết pháp. Ông thuyết pháp cho các bà-la-môn, trưởng giả. Sau khi nghe pháp ở đó, họ tùy sức cung cấp mọi thứ nhu yếu phẩm cho các bí-sô khách và những vị xuất hành. Chúng ta hãy đến đó.

Cả nhóm cùng đi. Từ xa thấy họ đi đến, bí-sô doanh sự kia nghĩ thầm, "Những kẻ có phẩm hạnh thô lỗ này đang đến đây." Nhưng rồi ông lại nghĩ, "Nếu ta không nương theo họ, những người này sẽ dò xét ta."

Bấy giờ các rồng trong biển lớn hiện đến với hình tướng bà-la-môn và trưởng giả. Ông thuyết pháp cho họ. Sau khi ở đây nghe pháp, họ tùy sức cung cấp mọi thứ nhu yếu cho các bí-sô khách và những vị xuất hành. Nhóm sáu bí-sô nói:

- Này Nan-đà, Bạt-nan-đà, lão bí-sô này hiểu biết gì?[335]

- Tăng nhất A-hàm.

- Đây tạm thời dối gạt[336] mà giảng pháp Tăng nhất. Duy chỉ những bí-sô pháp sư là những vị tinh thông Tam tạng mới có biện tài khai giải như lý. Vì sao ông không thỉnh vấn những vị ấy?

Họ hỏi bí-sô già:

- Lão bí-sô, ông biết pháp gì?

Đáp:

- Biết Tăng nhất.

- Lão bí-sô, ông hiểu biết gì?

- Tôi biết Tăng nhất.[337]

- Này lão bí-sô, ông chỉ tạm thời dối gạt mà giảng pháp Tăng nhất. Chỉ những bí-sô pháp sư là những vị tinh thông Tam tạng mới có biện tài khai giải như lý. Vì sao ông không thỉnh vấn những vị ấy?

Bí-sô này nói:

- Thưa các Thánh giả, tôi có gây trở ngại gì đâu, vì sao các vị không giảng pháp?

Các vị ấy nói:

- Nan-đà, Bạt-na-đà, lão bí-sô này không đáp ứng chúng ta một cách thích đáng. Vậy chúng ta hãy tác yết-ma xả trí.[338]

Lão bí-sô suy nghĩ, "Nếu các vị này tác yết-ma xả trí đối với ta, thì ngay dù trong cung điện của rồng, ta cũng không có cơ hội." Nghĩ vậy rồi, ông bèn làm biến mất tinh xá của những người đang ngủ kia, sau đó lặn xuống biển. Những người đang ngủ trên bãi cát kia lần lượt tỉnh

---

[335] MSV. 86¹³ nối lại từ đây trở xuống. Tạng: 199|'dul ba ka 100a1|

[336] Skt. khustikayā; Tạng: rdzubs pas.

[337] Tạng: gcig las 'phros pa'o.

[338] utkṣepanīya-karma; Tạng: gnas nas dbyung ba'i las.

dậy, bảo nhau:

- Nan-đà, Bạt-nan-đà, hãy dậy. Hãy lập tòa sư tử, chúng ta thuyết pháp.

Ngay sau đó họ thấy mình ngủ trên bãi cát, bèn nói:

- Vị này là ai, trời, rồng, hay dạ-xoa? Là vị thâm tín Thế Tôn, cung kính cúng dường Phật, Pháp, Tăng mà chúng ta đã gây tổn hại.

Các bí-sô bạch Thế Tôn sự việc này. Thế Tôn nói:

- Này các bí-sô, người biến hóa ấy nếu không bị nhóm sáu bí-sô quấy nhiễu sẽ làm những điều ích lợi cho Phật, Pháp, Tăng, cho đến giới hạn cuối cùng của giáo pháp.

Rồi đức Thế Tôn nghĩ thầm, "Sở dĩ có điều tai hại này là do các bí-sô không được thân thỉnh mà lại thuyết pháp. Vì vậy, các bí-sô nếu không được thỉnh cầu thì không nên thuyết pháp. Bí-sô không được thỉnh cầu mà thuyết pháp, phạm việt tì-ni. Không phạm, là các bí-sô khách và những vị xuất hành.

NHÂN DUYÊN TĂNG HỘ

Tại thành Thất-la-phiệt có một trưởng giả tên là Phật Hộ,[339] giàu có, nhiều tiền của, nhiều tiện nghi. Ông cưới một người cùng giai cấp làm vợ, và cùng với vợ hưởng thụ dục lạc, ân ái giao hoan. Cụ thọ Xá-lị-phất sau khi quán sát những ai đáng được hóa độ, bèn đi đến nhà trưởng giả. Trưởng giả cùng với vợ phát nguyện quy y và thọ trì các học xứ. Một thời gian sau, bà vợ cưu mang một chúng sanh. Cụ thọ Xá-lị-phất biết rằng thời cơ hóa độ chúng sanh này đã đến; ngài một mình đơn độc đi đến gia đình ấy. Trưởng giả đảnh lễ dưới chân Cụ thọ, bạch rằng:

- Bạch Thánh giả Xá-lị-phất, sao không có sa-môn nào tùy tùng Thánh giả?

Cụ thọ đáp:

---

[339] *Buddharakṣita*, Tạng: *sangs rgyas 'tsho*.

- Những sa-môn giống như cỏ hoa,[340] hoặc như cỏ tranh[341] làm sao tùy tùng tôi? Những sa-môn nào có thể cách như tôi, những sa-môn ấy mới tùy tùng tôi.

Trưởng giả Phật Hộ liền thưa:

- Bạch Thánh giả, vợ con đang cưu mang một chúng sanh. Nếu sinh con trai, con xin dâng nó làm sa-môn tùy tùng Thánh giả.

Cụ thọ nói:

- Trưởng giả, lành thay.

Tám, chín tháng sau, sinh một bé trai hình dung xinh đẹp, khả ái, đoan chánh, tươi sáng, sắc da như hoàng kim, đầu như có lọng che, cánh tay dài, trán rộng, sống mũi cao. Sau khi sinh được hai mươi mốt ngày, bà con quyến thuộc tụ hội làm lễ đặt tên.

- Nên đặt tên cho hài nhi là gì?

Có người đề nghị:

- Hài nhi này là con trai của trưởng giả Phật Hộ; vậy nên đặt tên là Tăng Hộ.[342]

Ngay trong ngày Tăng Hộ sinh, năm trăm con trai của năm trăm thương gia cùng sinh. Chúng cũng được đặt tên tùy theo dòng họ.

Cậu bé Tăng Hộ được nuôi lớn bằng sữa, sanh tô, thục tô, lạc, đề hồ, được tắm gội, được săn sóc đặc biệt, nên khôn lớn nhanh chóng như hoa sen trong ao. Khi Tăng Hộ trưởng thành, Cụ thọ Xá-lị-phất biết đã đến thời hóa độ, liền một mình đơn độc đi đến gia đình ấy, và tỏ dấu hiệu cho biết. Trưởng giả Phật Hộ gọi Tăng Hộ đến bảo:

- Này con, trước khi con sinh, cha đã hứa với Thánh giả Xá-lị-phất cho con theo ngài làm sa-môn tùy tùng.

---

[340] *kāśa-dhāna*, loại cỏ hoa, *Saccharum spontaneum*; nhân cách hóa thành người hầu *Yama* (Diêm vương). Tạng: *rtswa ka sha'byings*.

[341] *kuśa-dhāna*, cỏ chỉ chung; cỏ dùng trong tế tự *Veda*, cát tường thảo. Tạng: *ku sha'i byings*.

[342] Skt. *Saṅgharakṣita*. Tạng: *dge 'dun 'tsho*.

Chúng sinh tối hậu hữu này từ đó luôn luôn đi theo Cụ thọ Xá-lị-phất, được Cụ thọ cho xuất gia, thọ cận viên, và truyền dạy bốn A-hàm.

Một thời gian sau, năm trăm thương gia muốn đi vào biển lớn, sau khi chuẩn bị đầy đủ hàng hóa để đi biển lớn, cùng nhau thương nghị:

- Này các hiền huynh, [biển cả dẫy đầy những nguy hiểm,] chúng ta nên thỉnh cầu một vị Thánh giả đi theo để thuyết pháp khi chúng ta đi giữa biển cả.

Sau khi bàn bạc, họ bảo nhau:

- Chúng ta nên thỉnh cầu ai đi?

Có người đề nghị:

- Này các hiền huynh, Thánh giả Tăng Hộ, ngài là người bạn đồng sinh nhật với chúng ta, cùng nô đùa đất cát với chúng ta, vì vậy chúng ta nên thỉnh cầu ngài.

Thế rồi họ cùng nhau đi đến Tăng Hộ, đảnh lễ dưới chân ngài, và thỉnh cầu:

- Thánh giả Tăng Hộ, chúng con là những người bạn đồng sinh nhật với ngài, cùng nô đùa đất cát với ngài. Chúng con định khởi hành đi vào biển cả. Chúng con thỉnh cầu ngài cùng đi theo, [vì biển cả dẫy đầy những nguy hiểm,] ngài sẽ thuyết pháp cho chúng con khi ở giữa biển cả [để chúng con có được sự an lành. Vì nhân duyên này, chúng con thỉnh cầu ngài cùng đi với chúng con vào biển cả.]

Tăng Hộ đáp:

- Này các hiền huynh, tôi không thể tự ý. Các người hãy thỉnh vấn Ô-ba-đà-da của tôi.

Các thương gia này cùng đi đến bái kiến Cụ thọ Xá-lị-phất. Sau khi đảnh lễ dưới chân Cụ thọ, bạch rằng:

- Bạch Thánh giả Xá-lị-phất, cúi xin biết cho, ngài Tăng Hộ là bạn đồng sinh nhật với chúng con, đã từng cùng chúng con nô đùa đất cát. Nay chúng con khởi hành đi vào biển cả. [Vì biển cả dẫy đầy nguy hiểm] Chúng con thỉnh cầu ngài Tăng Hộ cùng đi với chúng con để khi ở giữa biển cả thuyết pháp cho chúng con [ngõ hầu chúng con có được sự an lành].

Cụ thọ bảo:

- Các người hãy đi thỉnh vấn đức Thế Tôn. Tôi không cản trở.

Họ cùng nhau đi đến chỗ đức Thế Tôn, cúi đầu đảnh lễ dưới chân Thế Tôn, và bạch rằng:

- Bạch Thế Tôn, cúi xin biết cho, ngài Tăng Hộ là bạn đồng sinh nhật với chúng con, đã từng cùng chúng con nô đùa đất cát. Nay chúng con khởi hành đi vào biển cả. [Vì biển cả dẫy đầy nguy hiểm] Chúng con thỉnh cầu ngài Tăng Hộ cùng đi với chúng con để khi ở giữa biển cả thuyết pháp cho chúng con [ngõ hầu chúng con có được sự an lành].

Bấy giờ đức Thế Tôn quan sát: "Những thương gia này có những thiện căn gì, và họ có nhân duyên ràng buộc với ai? Có. Đó là bí-sô Tăng Hộ." Thế rồi đức Thế Tôn cho gọi Tăng Hộ, bảo rằng:

- Tăng Hộ, hãy đi. Cần phải nhẫn thọ hiểm nguy kinh sợ.

Cụ thọ Tăng Hộ biết đức Thế Tôn đã hứa khả bằng sự im lặng.

Bấy giờ năm trăm thương gia thực hiện những việc cầu đảo, xem xét điềm tốt, rồi sau khi chất đầy hàng hóa lên những xe cộ, gồng gánh, thuyền bè, ngựa, trâu, bò, lừa các thứ, họ khởi hành hướng về biển. Lần lượt họ đi qua những thành phố, thị trấn, tụ lạc, thôn xóm, chợ búa; cuối cùng đến bờ biển. Sau khi chuẩn bị tàu biển một cách khéo léo, họ bước lên thuyền chỉ mang theo tiền. Khi họ đi vào giữa biển khơi, tàu bị bầy rồng chặn bắt. Họ bắt đầu cầu khẩn chư thiên: "Kính chư vị cư ngụ trong biển cả, trời, rồng, dạ-xoa, mong các vị hãy nói rõ các vị muốn điều gì?"

Có tiếng nói vọng lên từ dưới biển:

- Hãy cho ta Thánh giả Tăng Hộ.

Các thương gia nói:

- Thánh giả Tăng Hộ này là bạn đồng sinh nhật với chúng tôi, đã từng cùng chúng tôi nô đùa đất cát. Tôn giả Xá-lị-phất đã ban cho chúng tôi. Đức Thế Tôn đã ban cho chúng tôi. Chẳng thà chúng tôi cùng chết với ngài chứ không thể giao ngài cho các vị.

Khi nghe họ trao đổi với nhau, Cụ thọ Tăng Hộ hỏi:

- Các hiền giả đang nói chuyện gì?

Họ đáp:

- Các vị kia bảo chúng con giao Thánh giả Tăng Hộ.

- Vì sao mà không giao?

- Thánh giả, ngài là bạn đồng sinh nhật với chúng con, đã cùng nô đùa đất cát với chúng con. Tôn giả Xá-lị-phất đã hứa khả ngài cho chúng con. Đức Thế Tôn đã hứa khả ngài cho chúng con. Chẳng thà chúng con cùng chết chứ không thể giao Thánh giả Tăng Hộ cho các vị ấy.

Cụ thọ Tăng Hộ suy ngẫm: "Thế Tôn đã nói, các ngươi hãy nhẫn thọ những nguy hiểm kinh sợ, chính là điều này." Sau khi ôm lấy y bát, Tăng Hộ gieo mình xuống biển cả.

Những người kia thấy thế, kêu lên:

- Thánh giả Tăng Hộ, ngài làm gì thế? Thánh giả Tăng Hộ, ngài làm gì thế?

Trong khi họ kêu gào thì Tăng Hộ đã chìm xuống biển cả. Con tàu như vậy được cứu thoát. Các rồng bắt lấy Tăng Hộ và đưa vào cung điện rồng, và bảo:

- Thánh giả Tăng Hộ, đây là Hương thất[343] của đức Chánh biến tri Tì-bà-thi.[344] Đây là Hương thất của Thế Tôn Thi-khí, Tì-xá-phù, Câu-lưu-tôn, Câu-na-hàm-mâu-ni, Ca-nhiếp-ba.[345] Và đây là Hương thất của đức Thế Tôn Thích-ca Mâu-ni.

Tăng Hộ cùng với các rồng cúng dường các tháp Phật, sau đó ngồi vào chỗ ngồi soạn sẵn ở giữa chúng hội rồng. Bấy giờ, các rồng cùng chắp tay bạch rằng:[346]

---

[343] Skt. *gandhakuṭī*. Tạng: *dri gtsang khang.*

[344] Skt. *Vipaśyin*. Tạng: *rnam par gzigs.*

[345] Skt. *Śikhin, Viśvabhuj, Krakucchanda, Kanakamuni, Kāśyapa*. Tạng: *gtsug tor can, thams cad skyob, 'khor ba 'jig, gser thub, 'od srung.*

[346] Tạng: Chi tiết này không có trong bản Phạn.

- Bạch Thánh giả Tăng Hộ, đây là Kinh và Mẫu luận[347] đã được đức Thế Tôn tuyên thuyết giữa chư thiên và loài người. Thân thể loài rồng chúng con thoái đọa.[348] Kính bạch Thánh giả Tăng Hộ, cúi xin ngài tuyên thuyết bốn A-hàm này.

Tăng Hộ nhận lời:

- Hãy là như thế.

Thế rồi ngài khích lệ ba rồng con.[349] Với một rồng con, ngài dạy:

- Ngươi hãy học Tạp A-hàm,[350] chỉ bấy nhiêu.

Rồng con thứ hai, ngài dạy:

- Đây là Trung A-hàm,[351] ngươi hãy học.

Rồng con thứ ba, ngài dạy:

- Đây là Trường A-hàm,[352] ngươi hãy học.

Rồi ngài nói thêm:

- Còn chính ta cũng đang soi sáng kinh Tăng nhất còn trong dạng tối tăm này.[353]

Chúng rồng khởi sự học. Trong đó, rồng con thứ nhất tiếp thọ Kinh giáo sau khi chớp mắt. Rồng con thứ hai tiếp thọ Kinh giáo sau khi quay lưng lại. Rồng con thứ ba tiếp thọ Kinh giáo sau khi đứng ra xa. Chính

---

[347] Skt. *mātṛkā.* Tạng: *ma mo.*

[348] Skt. *vinipatitaśarīra.* Tạng: *mi khom par skyes/ log par ltung ba'i lus dang ldan pas,* thọ sinh vào chốn không nhàn hạ (một trong 8 vô hạ = 8 nạn, *mi khom pa brgyad*), vì thân thể đọa lạc.

[349] Ba rồng con, và một rồng con biến hóa (Tạng: *sprul ba*) từ thân một sa-di, xem đoạn sau, tiền thân Tăng Hộ.

[350] Skt. *samyuktaka.* Tạng: *yang dag par ldan pa.*

[351] Skt. *Madhyama.* Tạng: *bar ma.*

[352] Stk. *Dīrgama.* Tạng: *ring po.*

[353] *vimṛṣṭarūpām;* Edgerton.

một rồng con này trong chúng ấy[354] có sự cung kính, tôn trọng, biết phận sự cần làm, là kẻ dẫn đầu trong mọi trường hợp.

- Thánh giả, thỉnh ngài dậy; thỉnh ngài vứt bỏ tăm xỉa răng; quét dọn đàn tràng của Thế Tôn, và cúng dường tháp miếu; thỉnh thọ thực; dọn giường nghỉ.

Tất cả chúng đều học các A-hàm. Rồng con[355] hỏi:

- Bạch Thánh giả, chúng rồng này đã học các A-hàm. Trong tương lai, chúng sẽ ghi nhớ gì? Hay chúng sẽ không ghi nhớ gì cả?

Tăng Hộ đáp:

- Nếu có chút ký ức thì chúng sẽ ghi nhớ, nhưng chúng cũng có khuyết điểm.

Rồng con hỏi:

- Bạch Thánh giả, khuyết điểm gì?

Đáp:

- Tất cả chúng không có sự cung kính, tôn trọng. Thậm chí, một rồng con tiếp thọ Kinh giáo khi chớp mắt. Rồng con thứ hai tiếp thọ Kinh giáo khi quay lưng lại. Rồng con thứ ba tiếp thọ Kinh giáo khi đứng xa. Chính ngươi là rồng con duy nhất ấy có sự cung kính, tôn trọng, biết phận sự cần làm dẫn đầu trong mọi trường hợp.

Rồng hỏi:

- Bạch Thánh giả, vậy những người kia không có sự cung kính, sự tôn trọng? Nhẫn đến, kẻ mà thọ trì Kinh giáo khi chớp mắt, kẻ ấy có nọc độc trong xương.[356] Kẻ thọ trì Kinh giáo khi quay lưng lại, kẻ ấy có nọc độc trong hơi thở. Kẻ thọ trì Kinh giáo khi đứng xa, kẻ ấy có xúc độc hại. Con là rồng con duy nhất có răng nanh độc hại.

---

[354] Tạng: *de dag gi nang nas sprul pa de nyid ni sngon gyi bag chags kyi khyad par gyis...*/ "trong chúng rồng con ấy, chính con rồng biến hóa này do tập khí thù thắng đời trước..."

[355] Tạng: *srpul pa des*, "con rồng biến hóa".

[356] MSV. *prṣṭiviṣa*. Tạng: *mig gdud pa*: con mắt độc hại.

Bấy giờ Cụ thọ Tăng Hộ cả sợ, sắc da xám xanh, yếu đuối, mất hết sức lực, thân thể suy nhược. Rồng biến hóa hỏi:

- Thánh giả, vì sao mà sắc da xám xanh, yếu đuối, mất sức, thân thể suy nhược như thế?

Đáp:

- Này hiền giả, tôi nghĩ tôi đang ở giữa những kẻ thù nghịch. Nếu các người sân hận lẫn nhau, có thể duy chỉ mình tôi còn sót lại.

Rồng này nói:

- Bạch Thánh giả, chúng con không tấn công ngài. Nhưng nếu ngài muốn, ngài có thể trở về Thiệm-bộ châu.

- Hiền giả, tôi muốn vậy.

Và rồi con thuyền được đưa đến. Chúng rồng đưa Tăng Hộ nổi lên. Bọn thương nhân trông thấy, kêu lên:

- Chào mừng Thánh giả Tăng Hộ đã trở về.

Tăng Hộ nói:

- Cầu an lành cho các hiền giả. Tôi đã giảng Kinh Tứ A-hàm cho các rồng.

Chúng thương nhân nói:

- Thánh giả Tăng Hộ, chúng con chúc mừng ngài.

Sau khi kéo chiếc thuyền lên, mọi người cùng khởi hành.

Lần hồi, họ đến được bờ biển.[357]

[1035b13] Lúc bấy giờ, các thương chủ sau khi quay về đến bờ biển, do thời gian ở trên biển gian nan vất vả, mọi người đều sinh mệt mỏi nên ngủ say tít.

Lúc ấy, bí-sô Tăng Hộ nhìn thấy biển lớn này mà tư duy như vầy: "Như Đức Phật đã dạy: 'Có năm việc nhìn hoài không chán. Thế nào là năm? Một là tượng vương có đủ đặc điểm; hai là Chuyển luân thánh

---

[357] MSV. 89²⁹ . Tạng: 207⁷ . |'dul ba ka 104a7| Hết đoạn bị thất lạc trong bản Hán. Bản Hán bắt đầu quyển 4.

vương; ba là biển lớn; bốn là núi Diệu cao; năm là bậc Như lai, Ứng cúng, Chánh đẳng giác. Đó gọi là năm."

Sau một hồi lâu quán sát, đến canh năm thì liền ngủ thiếp đi.

Lúc ấy, các thương chủ chất đồ lên cổ voi, rồi vận chuyển đi. Trời đã sáng mà không nhìn thấy Tăng Hộ, nên họ rất hoang mang, tìm kiếm khắp nơi mà không thấy. Trong bọn họ, có người nói, "Ta cứ đi về phía trước!" Một số người tụt lại sau, tìm khắp bốn phía mà không thấy đâu, thảy đều sầu não, nói với nhau:

- Chúng ta bỏ rơi Thánh giả, như thế không phải là điều tốt lành, cần phải quay lại tìm kiếm.

Lại nói:

- Nhưng Thánh giả ấy có uy đức lớn; biển lớn nguy hiểm khó đi mà còn qua được, huống chi đất bằng không có gì cách ngại há chẳng qua được sao?

Nói như vậy rồi, họ liền lên đường đi về phía trước.

Lúc bấy giờ, Tăng Hộ đang ngủ tại bãi cát; mặt trời lên cao chiếu nóng nên tỉnh giấc, đứng dậy nhìn khắp bốn phía đều không một bóng người, liền nói, "Các thương chủ kia bỏ ta mà đi. Ta không thể ở lại đây, mà cần phải đi về phía trước."

Đi lần hồi mà chẳng thấy có vết chân người, nhưng nhìn thấy một con đường mòn. Men theo con đường này mà đi thì đến một cánh rừng lớn. Trong khu rừng hiện lên một ngôi chùa trang nghiêm lộng lẫy, giường tòa, chăn chiếu, thảm trải đều dệt bằng lông, điện đường lầu gác cửa nẻo đều đẹp đẽ khác thường. [1035c01] Trong ấy cũng có ao trong, suối chảy, cây báu thẳng hàng, cành lá phơi đủ màu sắc kỳ dị lấp lánh. Trong ao ấy cũng có các loài chim, như chim hạc trắng, chim công, anh vũ, xá-lợi, ngỗng trắng…, giống hệt cung trời. Trong ngôi chùa này có các vị bí-sô, oai nghi đầy đủ.

Khi Tăng Hộ nhìn thấy những vị đồng phạm hạnh, liền đi đến cung kính đảnh lễ. Vị bí-sô ấy nói:

- Xin chào, mời lại đây! Thưa Tăng Hộ, ông từ đâu đến?

Tăng Hộ đem hết câu chuyện như trên kể lại. Lúc bấy giờ, vị bí-sô ấy để cho ngài nghỉ khỏe, rồi dẫn vào chùa. Tăng Hộ thấy các chỗ ngồi đẹp đẽ, có thức ăn nước uống ngon miệng. Bí-sô hỏi:

- Ông có đói không?

Tăng Hộ trả lời:

- Tôi đói.

Bí-sô mời:

- Nếu đói, ông cứ ăn!

Tăng Hộ nói:

- Đợi khi nào Tăng-già ăn, tôi sẽ cùng ăn.

Bí-sô bảo:

- Ông đi đường mỏi mệt, cần phải ăn đầy đủ. Nếu đợi đến giờ ăn thì sẽ gặp nhiều bất tiện đấy!

Tăng Hộ ăn xong rồi, đứng sang một bên.

Giờ ăn đã đến, gõ kiền chùy, tập hợp Tăng-già, mỗi người tự cầm bát đi đến nhà ăn, theo thứ lớp mà ngồi. Lúc bấy giờ, ngôi chùa lập tức ẩn mất, những chiếc bát của chư Tăng biến thành gậy sắt, mọi người dùng chiếc gậy này đánh nhau, sứt đầu sưng mặt, máu chảy khắp đất, chịu nhiều đau khổ.

Giờ ăn đã qua, ngôi chùa ấy xuất hiện trở lại, các vị bí-sô kia bình phục như trước, các căn vắng lặng, rồi theo thứ tự mà ngồi.

Lúc bấy giờ, Tăng Hộ đi đến chỗ bí-sô và thưa rằng:

- Thưa Thánh giả, các vị đã gây nghiệp gì mà xảy ra những việc như thế để phải chịu các khổ não?

Bí-sô đáp:

- Thưa Đại đức Tăng Hộ, những người châu Thiệm-bộ không có tín tâm.

Tăng Hộ nói:

- Tôi chính mắt thấy, sao lại không tin?

Đáp:

- Tăng Hộ, thuở xưa chúng tôi là Thanh văn của Đức Phật Ca-nhiếp-ba; mỗi khi đến giờ ăn thì đấu tranh với nhau, bởi do nghiệp ấy mà mỗi chúng tôi sinh vào địa ngục riêng biệt, và chịu khổ nhẹ; sau khi mạng chung sẽ đọa địa ngục lớn. Nay ông nên đi nói với các Tăng-già ở châu Thiệm-bộ, mỗi khi đến giờ ăn chớ có đánh đấu nhau. Nếu người nào còn đấu đánh thì ắt phải chịu cảnh khổ này.

Tăng Hộ thưa:

- Vâng, vâng! Tôi sẽ làm như vậy!

Rồi từ biệt ra đi.

Tăng Hộ đi lần về phía trước, lại nhìn thấy một ngôi chùa. Chùa này trang nghiêm tráng lệ không khác gì ngôi chùa đã gặp trước đó, còn thấy các vị bí-sô oai nghi đầy đủ, cho đến lúc ngôi chùa ẩn mất, như tình trạng ở trước. Trong bát của các vị bí-sô có nước đồng sôi, họ bưng hắt vào nhau, cho đến lúc ngôi chùa xuất hiện trở lại, các vị bí-sô ấy theo thứ bậc mà ngồi.

Tăng Hộ hỏi:

- Thưa đại đức, do nghiệp lực gì mà sinh ra đây, chịu khổ như vậy?

Bí-sô trả lời:

- Điều này, chúng sinh khó tin.

Tăng Hộ hỏi:

- Chính bản thân tôi thấy, sao lại không tin?

- Tăng Hộ, **[1036a01]** nên biết, chúng tôi là những Thanh văn của Đức Phật Ca-nhiếp-ba, mỗi khi đến giờ ăn, có được các thức ăn ngon như món váng sữa thượng hạng… Lúc ấy, có vị khách bí-sô đến, do chúng tôi tham ăn, liền suy nghĩ, 'Đợi vị khách kia đi rồi, sau đó chúng ta cùng ăn.' Ngay lúc ấy, gặp trời đổ mưa liên tục bảy ngày, vì mưa nên khách chưa thể lên đường được, đến bảy ngày rồi mà thức ăn kia chưa mang ra ăn, thảy đều ôi thiu không thể dùng được nữa, đành đem vứt bỏ. Đã nhận của tín thí mà không chia đều ra ăn, mà phải đem vứt bỏ. Do gây tạo nghiệp này nên sinh vào ngục riêng và chịu khổ nhẹ; chịu xong khổ này đến lúc mạng chung, đọa vào địa ngục lớn.

Rồi nói tiếp:

- Này Tăng Hộ, ông hãy nói với các bí-sô ở nhân gian chớ có gây việc này. Nếu gây nghiệp ấy thì sẽ chiêu cảm lấy khổ đau trong địa ngục lớn vậy!

Nghe xong, Tăng Hộ liền từ biệt mà đi.

Tăng Hộ đi lần về phía trước, lại thấy một ngôi chùa, trang nghiêm tráng lệ như trước, có các bí-sô, chứng kiến khi giờ ăn tới, cùng theo thứ bậc như trước mà ngồi. Ngôi chùa này bốc cháy, ngọn lửa hừng hực, các vị bí-sô ở đó thảy đều bị thiêu đốt. Giờ ăn đã qua, chùa trở lại như cũ, các chúng bí-sô, các căn điều phục, theo thứ bậc mà ngồi. Tăng Hộ thưa hỏi như trước. Các bí-sô đáp:

- Hãy khéo lắng nghe! Tôi thuở xa xưa là Thanh văn của Đức Phật Ca-nhiếp-ba, nhưng lại phá giới, bị chư Tăng tẫn xuất nên tôi tìm đến ở trú xứ khác, cùng sống chung với người phá giới như tôi. Về sau, có một vị bí-sô trì giới tinh tấn, đi đến chỗ này. Lại vào một thời điểm khác, có một vị bí-sô trì giới không khuyết, cũng đến chỗ này, chỉnh lý Tăng đồ, mắng trách chúng tôi nên chúng tôi sinh lòng bất mãn. Sau này, trong một thời điểm khác, đến giờ ăn, đại chúng sắp ăn, chúng tôi bèn đồng lòng phóng lửa đốt chùa, thiêu cho đến khi cháy rụi. Bởi nghiệp lực ấy mà sinh lại ở đây, còn chịu khổ riêng. Khi thọ khổ đời này xong, lại đọa vào địa ngục lớn. Ông nên nói với các bí-sô ở châu Thiệm-bộ chớ gây nghiệp này. Nếu ai còn làm việc này nữa thì lại như chúng tôi, chịu khổ như vậy.

Lại còn nhìn thấy loài hữu tình, hình thể như bức vách, hoặc có hữu tình như cây đại thụ, hoặc có hữu tình như chiếc lá, hoặc có hữu tình lại giống như đóa hoa, hoặc có hữu tình giống như trái cây, cũng có hữu tình giống như cột trụ. Các loài hữu tình này thảy đều bị buộc dây rồi lôi kéo cho đứt.[358]

Lúc bấy giờ, Tăng Hộ lần hồi đi đến một trú xứ, nơi đó có năm trăm tiên nhân. Trông thấy Tăng Hộ đến, họ bảo nhau rằng:

---

[358] Xem đoạn sau, p1037a23.

- Sa-môn Thích tử này, nói năng lắm lời, các ông không nên nói chuyện với y!

Nói xong, họ đều ngồi im. Lúc ấy, Tăng Hộ bước đến bên các tiên nhân và nói với họ rằng:

- Xin sắp cho tôi một chỗ nghỉ.

Các tiên nhân im lặng, chẳng ai nói với Tăng Hộ điều gì. Trong đại chúng **[1036b01]** có một tiên nhân từ bi khởi niệm thương xót, bảo với các tiên nhân kia:

- Sao ta lại không sắp chỗ cho sa-môn Thích tử này?

Các tiên nhân nói:

- Hãy sắp cho một chỗ ngồi nhưng chớ nói chuyện với y!

Tăng Hộ đáp:

- Tốt lắm!

Họ sắp cho Tăng Hộ ở trong một căn phòng trống. Rửa chân xong, Tăng Hộ trải chỗ ngồi. Sau khi sắp đặt chỗ ngồi xong, ngồi ngay thẳng chánh niệm.

Trú xứ của Tiên nhân có nhiều thiên nữ. Đầu đêm, họ đến chỗ Tăng Hộ và thưa rằng:

- Thưa Thánh giả! Thỉnh ngài nói pháp yếu cho chúng tôi!

Tăng Hộ trả lời:

- Này các chị, các người hưởng nhiều khoái lạc. Tôi bị các tiên nhân cấm chế không cho nói năng, cho nên mới có được cái thất yên tĩnh này mà ở. Các chị khiến tôi nói pháp, là muốn đuổi tôi ra đi chăng?

Lúc bấy giờ, các thiên nữ suy nghĩ, "Vị Sa-môn Thích tử này từ xa đến đây, thân ắt mệt mỏi, nên tạm lui vậy." Nghĩ như thế xong, các thiên nữ bèn lui ra.

Đến nửa đêm, các thiên nữ quay lại, đến chỗ Tăng Hộ thưa rằng:

- Thưa Thánh giả! Xin hãy thuyết pháp cho chúng tôi!

Tăng Hộ lại nói:

- Các người quyết định đuổi tôi đi ra khỏi nơi này sao?

Các thiên nữ lại nghĩ, "Vị ấy ngủ chưa đủ giấc, mình nên lui ra."

Đến cuối đêm, các thiên nữ lại đến một lần nữa, đi đến chỗ Tăng Hộ và bạch rằng:

- Thưa Thánh giả, xin hãy thuyết pháp cho chúng tôi!

Tăng Hộ lại nói:

- Này các chị, các người lại muốn khiến tôi đi khỏi nơi này sao?

Thiên nữ thưa:

- Trời đã sáng rồi, cớ gì mà không đi? Há lại không nghe lời Phật dạy: "Đến những chỗ kinh sợ, cần phải nhẫn" sao?

Lúc bấy giờ, Tăng Hộ bèn suy nghĩ, "Thiên nữ ghét ta, nên ta cần phải đi gấp." Lại nghĩ: "Các tiên nhân này đều theo dị học. Ta nên tụng bài kệ trong học thuyết của họ, để những người nghe kia thảy đều hoan hỷ." Nghĩ như thế xong, liền nói kệ rằng:

> *Lõa thể và tóc dài,*
> *Trát tro cùng nhịn ăn,*
> *Nằm đất, tắm gội thân,*
> *Ngồi xổm và tà niệm,*
> *Các pháp tà vạy này,*
> *Rốt chẳng khỏi sinh tử.*
> *Duy trừ pháp chân diệu,*
> *Trang nghiêm nơi tự thân,*
> *Chính kiến trụ tư duy,*
> *Nên đoạn các tham, sân...*
> *Hành từ bi, hỷ xả,*
> *Không dứt mạng hữu tình,*
> *Siêng tu nơi học xứ,*
> *Đây là chân sa-môn,*
> *Cũng là bà-la-môn,*
> *Là thể tánh bí-sô.*[359]

---

[359] Để bản: 是不苾芻性.

Khi đọc bài tụng này, các tiên nhân nghe xong, cùng nói với nhau rằng:

- Vị này tụng kinh của ta.

Lúc ấy, các tiên nhân từng người tự động đứng dậy, lắng nghe lời Tăng Hộ tụng. Do các thiên nữ làm mê hoặc những **[1036c01]** tiên nhân kia nên hai bên không nhìn thấy nhau.³⁶⁰ Bấy giờ, Tăng Hộ nói kinh *Thành dụ*³⁶¹ để giác ngộ họ.

Nói kinh ấy xong, lúc bấy giờ các tiên nhân chứng quả vị thứ ba A-na-hàm. Các thiên nữ khiến các tiên nhân kia khôi phục bản tâm, nên họ nhìn thấy được nhau, đồng thanh xướng lên lời này:

- Khéo nói, khéo nói, Kinh này vi diệu!

Sau khi khen ngợi xong, họ bảo với nhau rằng:

- Các người đến chỗ vị kia là để nghe pháp chăng?

Đáp:

- Đúng vậy!

Lại nói:

- Tôi nay được nhiều điều thiện lợi vi diệu ở nơi đây.

Lúc ấy, các tiên chúng đều bạch rằng:

- Thưa Thánh giả, xin cho chúng tôi cùng xuất gia thọ cận viên, tu trì Phạm hạnh giống như tôn giả vậy .

Tăng Hộ nói:

- Này các cụ thọ, các người có được lòng tin tăng thượng như vậy, ấy là việc tốt lành, như đức Thế Tôn dạy, người xuất gia được năm điều

---

³⁶⁰ MSV. *eka upasaṃkrānto dvitīyas tṛtiyo yāvat sarve ...*, một người đi đến gần, rồi hai, rồi ba, rồi tất cả, nhưng không thấy nhau, vì thiên nữ làm mê hoặc...

³⁶¹ MSV. *nagaropamaṃ sūtram*, Tạng: *grong khyer lta bu'i mdo*. Từ đây trở xuống, Tạng: 217²-223|*'dul ba ka* 1097a2-| chép đầy đủ nội dung Kinh mà trong bản Phạn và Hán không nói chi tiết. Cf. *Trung A-hàm 1*, kinh số 3 "Thành dụ", T01n0026, tr.421a13-422a17. Pāli, A. 7. 63.

lợi ích. Những gì là năm? Thứ nhất, công đức xuất gia là điều tự lợi mà người khác không có, cho nên bậc trí nên cầu xuất gia. Thứ hai, tự biết ta là người thấp hèn, bị người sai sử, sau khi xuất gia được người cúng dường, lễ bái khen ngợi, vì vậy bậc trí nên cầu xuất gia. Thứ ba, từ đây mạng chung, sẽ sinh về cõi trời, lìa ba đường dữ, vì vậy bậc trí nên cầu xuất gia. Thứ tư, nhờ xả bỏ tục lụy nên xuất ly sinh tử, chứng đắc Niết-bàn vô thượng an ổn, vì vậy bậc trí nên cầu xuất gia. Thứ năm, thường được chư Phật và chúng Thanh văn cùng các thắng thượng nhân khen ngợi, vì vậy bậc trí nên cầu xuất gia. Các người nên xét những điều lợi ích này, bằng tâm thành khẩn mà xả trừ các lưới tục để tìm cầu công đức lớn.[362] Vì thế hôm nay tôi độ cho các người xuất gia. Nhưng các người muốn xuất gia ở đây hay đến chỗ Đức Phật?

Các tiên nhân thưa:

- Xin cùng tôn giả đi đến chỗ Đức Phật, xuất gia ở đó.

Các tiên nhân lại nói:

- Vận dụng thần lực của Tôn giả mà đến đó, hay vận dụng thần thông của chúng tôi?

Tăng Hộ nghe câu hỏi này xong, lòng không được vui, liền nghĩ thế này:

- Các chúng tiên nhân đến nghe mình thuyết pháp mà đã đạt được đạo quả trước. Ta tuy giải thoát nhưng không có được quả ấy.[363]

Rồi bảo các tiên nhân:

- Hãy đợi giây lát. Ta có việc cần làm.

Tăng Hộ đến một gốc cây, trải tòa, xếp chân ngồi kiết-già, thẳng người, chính niệm, tâm ý vắng lặng, rồi tư duy:

- Phật nói đa văn có năm điều lợi ích. *Chi tiết như đã nói.*[364]

---

[362] Đoạn 5, công đức xuất gia, không thấy trong bản Phạn. Tạng: đồng với bản Hán.

[363] MSV. *aham laṅghanakopamaḥ saṃvṛttaḥ*, "Ta chỉ như thuyền bè." Tạng: *bdag gi gzings lta bur gyur ba.*

[364] MSV. Năm lợi ích của đa văn, bản Phạn: thiện xảo giới (*dhātukuśalo*), thiện xảo duyên khởi (*pratītyasamutpādakuśalo*), thiện xảo xứ phi xứ

Rồi Tôn giả bằng sự tinh tấn mà đoạn trừ phiền não, chứng đắc quả A-la-hán, ra khỏi ba cõi, dù bị dao cắt, hương thoa, cũng không sinh lòng sân, tham, nhìn thấy vàng và đất chẳng khác gì nhau, được chư Phạm thiên, Đế Thích cúng dường. Thế rồi Tôn giả bảo các tiên nhân:

- [1037a01] Hãy nắm chéo y của tôi, nương vào sức thần thông của tôi mà bay đến chỗ Đức Phật.

Tức thì Tôn giả bay lên hư không, như con nhạn chúa, cùng bầy chim ưng.

Năm trăm thương nhân ấy vẫn chưa đến kịp, họ đều ngồi trên yên ngựa.[365] Từ xa nhìn thấy Tăng Hộ, họ thưa rằng:

- Thưa Thánh giả, ngài đã đến. Bây giờ ngài định đi đâu?

Tăng Hộ đáp:

- Năm trăm tiên nhân này muốn cầu xin xuất gia ở chỗ Đức Phật. Tôi nay cùng họ sẽ đi đến chỗ Phật.

Lúc bấy giờ, năm trăm thương nhân đều thưa rằng:

- Thưa Thánh giả! Chúng con muốn cùng đi xuất gia.

Lại nói tiếp:

- Thánh giả, xin hạ xuống đứng đây, đợi chốc lát, chúng con đem các tài vật giao cho người nhà xong, sẽ cùng đi theo.

(sthānāsthānakuśalo), không lệ thuộc ai khác (aparapratibaddhā), và tùy thuận giáo giới (avavādānuśāsani). Tạng: 224: phung po la mkhas pa dang| skye mched la mkhas pa dang| rten cing 'brel par 'byung ba la mkhas pa dang| de'i gdams ngag dang rjes su bstan pa gzhan la ma rag lus pa yin no, 5 lợi ích theo Tạng: uẩn thiện xảo, xứ thiện xảo, duyên khởi thiện xảo, còn lại như MSV.

[365] MSV.: yāvat tāni pañca vaṇikśatāni bhāṇḍaṃ pratiśāmayanti teṣāṃ upari ucchāyā nipatitā| Cho đến lúc bấy giờ, năm trăm thương nhân đang thu hồi tài vật, khi ấy bóng (Tôn giả đang bay) trùm lên họ. Tạng: [226.2] ji tsam na tshing pa lnga brgya po de dag rdzas mkhos su 'bebs par byed pa na| de dag gis de mthong nas...

Giao phó của cải xong, bí-sô Tăng Hộ cùng một ngàn vị ấy đi đến chỗ Đức Phật.

Lúc bấy giờ, Đức Phật Thế Tôn đang thuyết pháp cho vô lượng trăm ngàn đại chúng vây quanh.

Đức Thế Tôn, từ xa nhìn thấy Tăng Hộ và mọi người đang đi đến, bảo đại chúng rằng:

- Các ông có nhìn thấy bí-sô Tăng Hộ và một ngàn người trước sau lũ lượt cùng nhau đi đến không?

Các vị bí-sô đều thưa:

- Chúng con có thấy.

Đức Thế Tôn nói:

- Sự dâng hiến trên cuộc đời[366] không có gì cao thượng hơn điều này, đó là giáo hóa người cho xuất gia, rồi điều phục cứu độ.

Khi ấy, Tăng Hộ và mọi người đều lễ chân Phật và lui ra ngồi xuống một bên. Cụ thọ Tăng Hộ bạch Đức Phật rằng:

- Bạch Thế Tôn, các tộc tánh này số đến ngàn người, đều muốn xuất gia và thọ cận viên, thành thể tánh bí-sô, trong Pháp và Luật thiện thuyết bởi Phật. Nguyện Phật từ bi, thương xót hứa khả.

Đức Phật dạy:

- Bí-sô, hãy đến đây, ở trong Pháp của Ta, khéo tu Phạm hạnh, thành đại sa-môn.

Đức Phật nói lời ấy xong, râu tóc của ngàn người kia tự rụng, y Tăng-già-lê tự nhiên được đắp vào thân, chỗ đầu được cạo như đã trải qua bảy ngày, bình bát nằm trong tay, oai nghi đầy đủ như những vị bí-sô trăm tuổi, *chi tiết như thường nói.* Đức Thế Tôn giáo giới họ y theo Pháp, mỗi

---

[366] MSV. *nāsti tathāgatasyānyad evaṃvidhaṃ prābhṛtaṃ yathā vaineyaprābhṛtam,* "Không có lễ vật nào (mà Tăng Hộ phụng hiến) cho Như lai như lễ vật bằng sự giáo hóa." Tạng: 226: *dge 'dun tsho 'di de bzhin gshegs pa la skyes dang bcas shing ong ste| de bzhin gshegs pa'i skyes ni 'di ltar gdul ba las gzhan pa lta bu med do|*

người hãy tự chuyên cần sách tấn để đoạn trừ các phiền não, chứng quả A-la-hán, xa lìa các dục trong ba cõi, *chi tiết cho đến chư thiên*, được chư thiên và Đế Thích cúng dường.

Lúc bấy giờ, Cụ thọ Tăng Hộ bạch Đức Phật rằng:

- Bạch Thế Tôn, con ở chỗ nọ thấy các loài hữu tình, hoặc hình thể như bức vách, hoặc như cột trụ, hoặc như thân cây, hoặc như chiếc lá, hoặc như hoa, hoặc như quả, hoặc như chổi quét, như cái chổ, như cái thìa, như cối giã. Những hữu tình ấy tiền thân đã gây tạo nghiệp gì mà nay thọ quả báo như vậy?"

Đức Phật bảo Tăng Hộ:

- Tất cả các loài hữu tình, do tự mình gây nghiệp, tự mình phải cảm thọ; người khác không thể thay được. *Chi tiết cho đến* tự mình lãnh thọ quả báo.

Vào thuở xa xưa, lúc người trong Hiền kiếp này sống thọ đến hai vạn tuổi, có Đức Phật xuất hiện ở đời, hiệu là Phật Ca-nhiếp-ba, trú trong rừng Thí lộc trú xứ Tiên nhân đọa. **[1037b01]** Bấy giờ có các sa-di và các bí-sô y chỉ Đức Phật ấy. Này Tăng Hộ, hữu tình có hình thể như tường vách mà ông nhìn thấy kia, là những chúng sinh mà đời trước làm vấy bẩn tường vách của Tăng-già, cho nên mắc quả báo như vậy.

Những hữu tình hình dáng như cột trụ mà ông đã thấy, là những chúng sinh đã từng khạc nhổ đàm mũi làm nhơ bẩn cột trụ của Tăng-già. Do tạo nghiệp ấy nên chịu quả báo như vậy.

Hữu tình có hình thể như cái thìa[367] mà ông nhìn thấy, vốn từng là sa-di, vào lúc nọ đang dọn nước mật[368] cho Tăng-già. Có vị khách bí-sô đến chỗ sa-di, gặp lúc sa-di ấy đang rửa thìa.[369] Khách bí-sô hỏi:

- Trong Tăng-già có dọn nước phi thời không?

---

[367] MSV. *ghaṭākāram*, hình dáng như cái ghè. Tạng: *phor ba 'dra*: như bát gỗ, chén nước.

[368] 行蜜漿, MSV. *pānakavāram uddiṣṭas*, dâng thức uống thượng diệu. Tạng: *skom gyi gtsang sbyor du gyur pa na*.

[369] MSV. *vāraka*. Tạng: *phor ba*.

Sa-di trả lời:

- Dọn nước xong rồi. Ông không thấy bây giờ tôi đang rửa thìa sao?

Bèn nổi sân mà mắng chửi.[370] Do nghiệp lực ấy mà chịu quả báo như vậy.

Hữu tình có hình thể như cái cối giã[371] mà ông nhìn thấy; thuở xưa nó từng là bí-sô,[372] khi muốn chế tạo chiếc bát, bấy giờ có một sa-di[373] chuyên trông giữ kho của Tăng-già. Vị bí-sô chế tạo bát kia đến chỗ sa-di, yêu cầu:

- Tôi muốn giã đồ. Lúc ấy, sa-di thưa:

- Đại đức, đợi một lát. Tôi đang bận. Lát nữa tôi sẽ mang cối cho.

Bí-sô liền nổi sân mà nói lời khó nghe:[374]

- Nếu tôi mà làm được, tôi chẳng bàn đến việc mượn cối để giã vừng, mà giã luôn thân ông.

Sa-di suy nghĩ, "Nếu mình đáp trả, càng khiến cho ông ấy giận dữ." Bèn đứng im. Khi biết cơn giận của bí-sô lắng xuống, vị sa-di bước đến bên cạnh bí-sô mà thưa rằng:

- Thầy có biết tôi là người nào không?

Tôn giả nói:

- Ông là sa-di xuất gia trong giáo pháp của Đức Phật Ca-nhiếp-ba.

Sa-di thưa:

---

[370] MSV.: Khách hỏi nước uống của Tăng. Sa-di trả lời không. Khách thất vọng, bỏ đi. Do nghiệp này mà sa-di đọa làm thân như cái ghè! Tạng: như Hán: sa-di trả lời: *kho bo cag gis phor ba bkrus ba ma mthong ngam?*

[371] *udūkhalākāra*. Tạng: *gtun 'dra*.

[372] MSV. *kaśyapasya...śrāvaka āsīt*, xưa từng là đệ tử của Phật Ca-diếp.

[373] MSV. *ekaḥ śrāmaṇeraka eko'rhan*, một sa-di A-la-hán. Tạng: *dge tshul dgra bcom pa cig.*

[374] MSV. *sa saṃjātāmarṣaḥ*, ông này có tính không kiên nhẫn.

- Việc xuất gia của thầy, điều cần làm chưa làm xong. Thầy bị hết thảy phiền não trói buộc. Nhưng tôi đã được giải thoát. Thầy đã buông lời thô thiển, cần phải phát lồ ăn năn thì tội kia mới tiêu bớt được.

Bí-sô ấy tuy phát lồ ăn năn, nhưng vẫn tái sinh với thân hình giống cái cối giã.

Loài hữu tình có hình thể như cái chõ³⁷⁵ mà ông nhìn thấy, thuở xưa ở chùa từng là tịnh nhân của Tăng;³⁷⁶ vào lúc nọ, nấu thuốc dâng cho bí-sô. Bí-sô nổi sân. Tịnh nhân nhân đó mà cũng nổi sân, nên đập vỡ cái chõ ấy. Do nghiệp lực này mà sinh ra thân hình giống như cái chõ.

Loài hữu tình bị buộc dây rồi kéo cho đứt³⁷⁷ mà ông đã thấy, ngày xưa họ làm việc giao đồ đạc, ngoài ra còn có bố thí vật dụng giúp Tăng-già có đồ dùng trong mùa nóng mùa rét. Lúc bấy giờ, vị ấy làm việc giao đồ đạc, vật dụng y áo mùa hè thì đem dùng cho mùa đông, vật dụng y áo mùa đông thì đem ra dùng cho mùa nóng. Do gây tạo nghiệp này mà chịu quả báo như vậy".

Lúc bấy giờ, các vị bí-sô đều có nghi ngờ nên bạch hỏi Đức Phật:

- Cụ thọ Tăng Hộ từng tạo nghiệp gì? Nhờ vào nghiệp gì mà được sinh vào trong gia đình của trưởng giả giàu có tột bậc, lại được xuất gia chứng quả A-la-hán, có thể làm được việc lợi ích lớn như vậy?

Đức Phật bảo các bí-sô:

- Các ông hãy lắng nghe! Phước nghiệp mà bí-sô Tăng Hộ **[1037c01]** đã tạo, *cho đến tự cảm thọ, chi tiết như đã nói trên.*

Vào thời quá khứ, lúc Đức Phật Ca-nhiếp-ba xuất hiện ở đời, con người sống thọ đến hai vạn tuổi. Lúc bấy giờ, Đức Phật Ca-nhiếp-ba ở trong rừng Thí lộc, trú xứ Tiên nhân đọa, Tăng Hộ cũng xuất gia trong giáo

---

³⁷⁵ Skt. *sthālyākāra.* Tạng: *phru ba 'dra.*

³⁷⁶ MSV. *kalpikāraka,* tịnh nhân trong Tăng-già-lam, giúp việc cho các bí-sô. Tạng: *dge 'dun rnams la rim gror byed pa.*

³⁷⁷ MSV. *madhye cchinnas tantunā dhāryamāṇo gacchati,* nó bị cắt đứt ngang người bằng một sợi dây, rồi cứ giữ thế mà đi. Tạng: *rked pa chad pa chu rgyus kyis bzung ba.*

pháp ấy, làm vị lãnh chúng,[378] có năm trăm đệ tử, nam nữ bốn phương xa đều tín ngưỡng quy y. Lúc bấy giờ, vị lãnh chúng kia suốt cuộc đời kiên trì Phạm hạnh, không có chút khuyết phạm, nhưng không có sở đắc nào. Sau đó, lúc sắp mạng chung, liền nói lên lời này: "Tôi ở trong thiện Pháp Luật của Đức Phật Ca-nhiếp-ba mà tu Phạm hạnh, tinh cần không biếng nhác, nhưng không đạt được quả vị thù thắng nào. Tất cả công đức này xin tư trợ tôi, trong tương lai khi Đức Phật Thích-ca Mâu-ni xuất hiện ở đời, tôi nguyện sẽ nương theo Pháp và Luật của Ngài mà xuất gia, tịnh tu Phạm hạnh, đoạn các phiền não mà chứng quả A-la-hán."

Lúc bấy giờ năm trăm đệ tử đi đến bên thầy, tác bạch:

- Thưa Ô-ba-đà-da, thầy có chứng đắc thắng quả không?

Thầy đáp:

- Chưa chứng đắc.

Đệ tử lại thưa:

- Thầy phát lời nguyện thù thắng gì? Thầy nói:

- Phát nguyện... *như trên.*

Chúng đệ tử đồng thưa:

- Nếu Ô-ba-đà-da chứng quả như vậy, chúng con cũng xin theo xuất gia, và cùng chứng quả A-la-hán.

Lúc ấy, có năm trăm người khác ở thôn xóm đến chỗ thầy, cùng hỏi đáp như trên, cho đến *chi tiết* nói: "Chúng con cũng nguyện chứng quả A-la-hán."

Này các bí-sô, các ông chớ khởi suy nghĩ điều gì khác. Vị lãnh chúng thuở xưa đâu phải người nào lạ, mà nay chính là Tăng Hộ đây vậy. Năm trăm đệ tử thuở xưa, tức là năm trăm tiên nhân này vậy. Năm trăm người ở thôn xóm kia thuở xưa, nay chính là những vị thương chủ đây vậy. Do thuở xưa, vị đứng đầu đại chúng cúng dường cho Tăng-già, nhờ phước nghiệp ấy cho nên sinh trưởng trong gia đình của trưởng giả giàu có tột

---

[378] 身作眾主; MSV. *vaiyāvṛtyakara*, doanh sự bí-sô, có phận sự quản lý Tăng-già-lam. Tạng: (*dge slong*) *zhal ta byed.*

bậc. Nhờ phát thệ nguyện ấy mà lại chứng đắc quả A-la-hán. Lại do thuở xưa đã giáo hóa được nhiều người, mà đời này lại cũng giáo hóa được nhiều người, rộng độ hữu tình mà làm điều lợi ích.

Này các bí-sô, nếu gieo trồng nghiệp trắng thì lại được quả báo trắng, *cho đến* gieo tạp nghiệp, *chi tiết như trên*. Bí-sô các ông, nên học theo như vậy!"

NHÂN DUYÊN TIỂU LONG

Lúc bấy giờ, các bí-sô lại có nghi ngờ, bạch Đức Phật:

- Bí-sô hóa rồng[379] ấy phát tâm đầu tiên ở chỗ nào?

Đức Phật dạy:

- Về đời quá khứ, trong Hiền kiếp này khi loài người sống thọ hai vạn tuổi, có Đức Phật ra đời, hiệu là Ca-nhiếp-ba, cho đến *chi tiết như trên*, trong rừng Thí lộc, giảng thuyết pháp yếu cho các Thanh văn như vầy:

- Này các bí-sô, hãy ngồi thẳng người, chánh niệm tịch tĩnh, ở chỗ a-lan-nhã, trong núi, dưới gốc cây, giữa đồng trống, bãi tha ma, trong lều cỏ, nơi hẻo lánh, trong hang núi... Hãy chuyên cần tinh tấn, chớ có **[1038a01]** buông lung. Hãy theo lời Ta dạy, như thế mà tu học.

Lúc bấy giờ, các bí-sô sau khi nghe lời Phật dạy, có người đến dưới núi Diệu cao,[380] có người đến chỗ ao Vô nhiệt,[381] hoặc đến những ao hồ khác. Trong số đó cũng có vị đến bảy Núi vàng,[382] có vị đến các thành ấp, thôn xóm.

---

[379] Tạng: *klu gzhon nu sprul pa*, rồng con biến hóa.

[380] 妙高山所, *Sumeruparisaṇḍāyām*, dưới chân núi Tu-di. Tạng: *ri rab khyi bang rim.*

[381] 無熱池處, *Anavatapta-mahāsarasi* (A-nậu-đạt trì). Tạng: *mtsho chen po ma dros pa.*

[382] 七金山處, *saptasu kāñcanamayeṣu parvateṣu*, 7 ngọn núi vàng quanh Tu-di; xem Trường 18, Đại Tì-bà-sa 133. Tạng: *gser gyi ri bdun po.*

Bấy giờ, có một con rồng con, sinh ra chưa lâu, liền bị chim cánh vàng[383] quắp lấy bay lên không trung. Từ trên cao, rồng con nhìn thấy các vị bí-sô, các căn vắng lặng, ngồi ngay thẳng nhập định, nó suy nghĩ rằng: "Những vị bí-sô này rất an lạc, không giống với ta đang chịu cái khổ như thế này." Bèn sinh tín tâm sâu dày, kính trọng quy ngưỡng. Suy nghĩ như vậy xong thì chết.

Sau khi chết, nó tái sinh vào gia đình của một Bà-la-môn có đầy đủ sáu chủng pháp[384] ở Ba-la-nê-tư; *cho đến*, lúc trưởng thành, bèn theo Phật[385] xuất gia thọ viên cụ, chuyên cần tu phạm hạnh, đoạn các phiền não, chứng quả A-la-hán, *cho đến*, được Đế Thích, chư thiên đều cúng dường. Vị ấy liền tự quán xét, "Do nghiệp gì mà được quả như thế? Từ nơi nào chết mà sinh ở chỗ này, chứng đắc quả như vậy?" Rồi lại quán sát thấy, từ thân rồng chết đi và sinh trở lại làm người, lại thấy phát khởi tín tâm ân cần kính trọng đối với vị đại Thanh văn kia. Lại quán thấy cha mẹ trong thời quá khứ đang ở trong cung rồng nọ, liền vận thần thông bay đến cung rồng, nhìn thấy cha mẹ trước của mình sầu não khóc lóc. Vị ấy hỏi rồng:

- Vì sao hai vị khóc?

Rồng trả lời:

- Thưa Thánh giả, tôi sinh một đứa con trai, trong khoảng chưa bao lâu thì bị chim cánh vàng quắp lấy bay mất; chẳng biết bây giờ con tôi ở đâu nữa.

Vị ấy nói với mẹ rồng:

- Tôi là đứa con yêu quý ấy. Sau khi chết, tái sinh trong nhà bà-la-môn, lại được xuất gia với Đức Phật Ca-nhiếp-ba, chuyên cần tu phạm hạnh, đoạn các phiền não, chứng quả A-la-hán.

---

[383] *suparṇi-pakṣirāja*, kim súy điểu vương. Tạng: *rgyal po 'dab bzangs* (diệu súy điểu vương).

[384] *ṣaṭkarmanirata*, thực hiện sáu phận sự: tế tự, hướng dẫn tế tự, đọc tụng (Vệ-đà), dạy người đọc tụng, cho tặng, tiếp nhận trước. Tạng: *las drug la brtson pa*.

[385] Phật *Kāśyapa*.

Mẹ rồng thưa:

- Thánh giả, sự thật này khó tin, cũng là hy hữu. Nhưng đứa con yêu quý của tôi có tính rất ác, sinh vào chỗ lành còn không thể, huống gì chứng được A-la-hán!

Vị ấy lại khẳng định với mẹ rồng:

- Tôi thật đã chứng quả, chứ chẳng phải lời nói hư dối.

Mẹ rồng bảo:

- Nếu đúng như lời, từ nay về sau, hằng ngày xin đến nhà tôi thọ thực.

Vị ấy im lặng nhận lời thỉnh cầu. Hằng ngày vị bí-sô ấy nhận đủ các thức ăn uống thượng hạng; ăn xong, trở về trú xứ.

Song, vị bí-sô ấy có một sa-di cộng trú.[386] Các bí-sô khác hỏi sa-di rằng:

- Thầy của ông mỗi ngày ăn ở đâu rồi về?

Sa-di thưa:

- Con cũng không biết.

Các bí-sô hỏi:

- Thầy của ông hằng ngày thường ăn đủ các món ăn, sao ông không đi theo?

Trả lời:

- Vị thân giáo sư của con có uy đức lớn nên có thể đi **[1038b01]** thọ thực; còn con chẳng có uy đức thì làm sao đi được!

Bí-sô nói:

- Khi thầy ông sắp đi, ông nên im lặng nắm chéo chi-phạt-la[387] mà đi theo.

Sa-di trả lời:

---

[386] *śramaṇerakaḥ sārdhaṃvihārī*, sa-di sống chung trong một trú xứ với thầy. Tạng: *lhan cig gnas pa'i dge tshul.*

[387] *cīvarakarṇika*, mép (chéo) y.

- Con nắm không được, hoặc sợ sẽ bị rơi xuống đất.

Bí-sô bảo:

- Y của thầy ông dù có buộc dãy núi Tô-mê-lư[388] vào cũng không rơi nổi, huống gì thân hình của ông.

Sau khi được khuyến khích, lúc sắp đến giờ ăn, sa-di liền im lặng đi đến chỗ thầy mình, đứng nấp vào chỗ khuất. Khi thầy sắp bay lên không trung, sa-di lặng lẽ nắm chéo y của thầy, cùng bay lên không mà đi.

Lúc ấy, trong cung rồng an trí hai chỗ ngồi, hai tòa. Sư nhìn thấy, hỏi các rồng:

- Vì sao phải sắp đặt hai chỗ ngồi?

Rồng thưa:

- Hãy nhìn lại phía sau ngài, chẳng phải có thêm một người nữa sao?

Sư bèn quay lại nhìn, thấy chú sa-di ấy, bèn hỏi:

- Ngươi cũng đến đây sao?

Đáp:

- Vâng!

Sư bảo:

- Lành thay!

Đến lúc hai vị ấy an tọa xong, các rồng suy nghĩ thế này: "Vị thầy lớn kia đã chứng được quả vị thù thắng, có uy đức lớn, nên cúng dường thức ăn chư thiên; nhưng chú đệ tử ấy chưa chứng được quả vị như thầy, nên cúng cho thức ăn bình thường." Suy nghĩ như vậy rồi, bấy giờ các rồng theo suy nghĩ như thế mà cúng dường. Ăn cơm xong, lúc ấy sa-di cầm chiếc bát của thầy mình, trong bát còn sót lại một hạt cơm, sa-di nhặt lên ăn, cảm thấy vị ngon của thức ăn này, mùi vị ở thế gian không thể sánh bằng. Sa-di ăn xong, liền suy nghĩ rằng: "Hai người cùng ăn cơm, mà dọn ra hai loại thức ăn khác nhau." Lòng sinh sân hận, phát nguyện như vầy: "Tôi xuất gia với Đức Phật Ca-nhiếp-ba, tu tập phạm

---

[388] Phiên âm khác của núi Tu-di (*Sumeru*).

hạnh, bằng công đức này, nguyện được làm thân rồng có uy đức lớn, sẽ đoạt lấy cung điện này, đuổi hết các rồng đi." Do lòng sân hận quá mãnh liệt, không tiếc thân mạng mà phát ra lời nguyền ấy, tức thì từ hai lòng bàn tay tuôn chảy ra nước trong; các rồng trong cung thảy đều đau đầu. Các rồng thưa:

- Thánh giả! Sa-di này không nghĩ việc thiện, cần phải ngăn chặn lại.

Vị thầy bảo:

- Đây là cõi dữ, con nay vì cớ gì mà khởi lên suy nghĩ như vậy?

Lúc bấy giờ, sa-di liền trả lời vị thân giáo sư của mình bằng bài kệ tụng sau:

> *Tâm con đã đi xa,*
> *Khó có thể đuổi tìm.*
> *Vì sao khó truy hối?*
> *Hai tay nước đã tuông.*[389]

Nói bài tụng này xong, sa-di biến thành rồng, ngay lập tức đuổi các vua rồng đi, rồi vào cư trú trong cung.

Phật bảo các bí-sô rằng:

- Vị bí-sô hóa thành rồng kia, nay chính là vua rồng bị đuổi đi. Lúc ấy, vua rồng nhân việc này mà phát tâm, đó chính là tối sơ phát tâm.

5. Nội ngoại đạo

Đức Phật trú tại vườn Cấp Cô Độc, rừng Thệ-đa, thành Thất-la-phiệt. Lúc bấy giờ, có ngoại đạo đến vườn Cấp Cô Độc, thấy trú xứ của các bí-sô, giường tòa chăn chiếu, đồ dùng cá nhân và các **[1038c01]** món ăn uống, liền nghĩ rằng: "Các thứ thọ dụng của Sa-môn Thích tử như ăn uống, ngọa cụ, v.v... đều tốt đẹp, nhưng pháp thì không bằng của ta. Ta

---

[389] *pravaṇībhūtam idaṃ cittaṃ na śaknomi nivārayitum| ihasthasyaiva me bhadanta pāṇibhyāṃ syandate jalam ||12||* Tâm này thành tập tánh, con không thể cấm chỉ. Ngay dù con đứng đây, lòng tay vẫn tuôn nước. Tạng: 237⁷| *'dul ba ka 119a7|: sems ni thag ring gyur pa ste| | 'di ltar 'di na gnas bzhin du| | bdag gi lag tu chu 'dzugs pas| bzlog par bgyi bar mi nus so||*

nên ở đây xuất gia để thọ dụng các thứ ẩm thực, ngọa cụ; nhưng muốn nghe pháp thì phải đến chỗ kia." Nghĩ như vậy xong, liền đến chỗ của các bí-sô thưa rằng:

- Thưa Thánh giả, tôi muốn xuất gia.

Chúng bí-sô kia liền cho xuất gia và thọ cận viên. Phép thường của ngoại đạo, mỗi tháng ngày 14 là ngày bao-sái-đà, còn của các bí-sô thì vào ngày 15. Vào ngày 14, ngoại đạo kia đến trú xứ của mình trước kia để làm lễ bao-sái-đà; đến ngày 15 lại đến trú xứ của bí-sô để làm lễ trưởng tịnh. Vào thời gian khác sau này, tháng thiếu, Tăng-già trưởng tịnh vào ngày thứ 14 phần trăng tối. Lúc ấy, ngoại đạo suy nghĩ: "Hôm nay cả hai nơi đều trưởng tịnh, ta nên đến trú xứ kia, hay ở lại trú xứ này?" Rồi lại suy nghĩ thêm: "Các Sa-môn Thích tử, có lòng từ bi thương xót, phép tắc khoan dung rộng rãi; còn ngoại đạo kia, phép tắc nghiêm khắc chặt chẽ, nếu ta không đi đến đó ắt sẽ chịu hình phạt nặng; họ giận trách ta." Nghĩ như thế rồi, liền đi đến trú xứ kia.

Bấy giờ, các bí-sô gõ kiền chùy, tập hợp Tăng. Sau khi đại chúng đã tập hợp, vị bỉnh pháp bạch:

- Tăng-già đã tập hợp hết chưa?

Chúng bí-sô thảy không tìm thấy bí-sô ngoại đạo kia. Sau khi không tìm thấy, Tăng làm lễ trưởng tịnh.[390]

Đến ngày hôm sau, bí-sô ngoại đạo ấy quay về, các bí-sô hỏi:

- Ngày hôm qua ông đi đâu?

Ông ấy trả lời:

- Tôi đến chỗ phạm hạnh trước đây.

Rồi nói thêm:

- Thọ dụng ẩm thực, ngọa cụ thì ở đây, nhưng thọ dụng pháp thì ở bổn xứ của tôi.

Các bí-sô đem chuyện này bạch lên Đức Phật. Phật dạy:

---

[390] MSV. *uktaṃ bhagavatā caturdiśaṃ vyavalokya poṣadhaḥ kartavya iti;* "Đức Thế Tôn đã dạy, phải tìm kiếm khắp nơi rồi mới bố-tát."

- Ngoại đạo kia[391] ôm giữ lòng tà, tâm tính còn ưa thích pháp kia, tà kiến không từ bỏ. Song, rốt cuộc cũng không có lợi ích gì ở trong giáo pháp Ta, không thể tăng trưởng pháp nhãn, cần phải diệt tẫn để cho trở về thế tục. Từ đây trở về sau, có ai đến cầu xin xuất gia thì các bí-sô phải hỏi: 'Ngươi có phải là ngoại đạo và tâm ưa thích tà pháp không?'[392] Nếu trả lời: 'Vâng, đúng thế!' thì nên đuổi đi. Nếu không hỏi như vậy thì mắc tội vượt pháp.

Lúc bấy giờ, Cụ thọ Ô-ba-ly bạch Đức Phật rằng:

- Bạch đức Thế Tôn, người đã thấm sâu ngoại đạo đáng bị diệt tẫn; ngoại đạo như thế nào đáng bị diệt tẫn?

Đức Phật dạy:

- Một là mang y phục ngoại đạo;[393] hai là tâm ưa thích quan điểm ngoại đạo; ba là quay về chỗ cũ cho đến khi mặt trời mọc.[394] Nếu có ba điều này, cần phải bị diệt tẫn.

6. Giết mẹ & cha

Câu chuyện ở thành Thất-la-phiệt. Có một trưởng giả cưới vợ chưa lâu liền sinh một bé trai, nuôi dưỡng bằng sữa. Lúc bấy giờ, trưởng giả nói với vợ rằng:

- Hiền thê, đứa con mới sinh này tuy tiêu dùng tài sản của ta nhưng nó cũng có thể thay ta hoàn trả các món nợ.[395]

---

[391] *tīrthikāvakrātakaḥ pudgalaḥ*, hạng người thấm sâu ngoại đạo, ngoại đạo thâm nhập. Tạng: *mu stegs can zhugs pa*.

[392] MSV. hỏi: *māsi tīrthikāvakrāntaka iti*, "Ngươi có phải ngoại đạo thâm nhập không?"

[393] MSV. *imaṃ dhvajaṃ dhārayati*, duy trì tiêu tướng, tức vẫn còn biểu hiện ngoại đạo.

[394] *tatra cāruṇam udgamayati*, ở lại trú xứ ngoại đạo qua đêm, cho đến sau khi mặt trời mọc.

[395] MSV. *jāto'smākam ṛṇaharo dhanaharo gacchāmy ahaṃ paṇyam ādāya deśāntaram*, "Chúng ta vừa sinh một món nợ, một kẻ thừa kế (= kẻ cướp đoạt tài sản). Tôi mang của cải đi qua xứ khác." Tạng: 240: *'u

Nói lời ấy xong, **[1039a01]** bèn đem tài sản ra nước ngoài buôn bán kiếm lợi, rồi chết ở đó, không quay về nữa. Người vợ anh ta dùng hết năng lực mình có và nhờ vả những người thân, dùng mọi cách để nuôi dưỡng đứa bé lớn khôn dần dần.

Vào lúc nọ, đứa trẻ này theo các trẻ đồng bạn[396] đi đến nhà một ông trưởng giả khác. Ông trưởng giả này có một cô con gái. Khi nhìn thấy đứa trẻ này, cô gái ném một bó hoa vào nó. Những đứa trẻ kia hỏi:

- Bạn và cô gái này có hẹn gặp nhau trước à?

Trả lời:

- Có.

Những đứa trẻ kia bảo nó:

- Ông trưởng giả này bản tính rất dữ, bạn chớ làm việc này, sẽ có hại cho bạn đó.

Các đứa trẻ kia từ đấy đến chiều tối luôn kèm giữ đứa trẻ này, không để nó gây chuyện trái phép, rồi cùng nhau đi đến chỗ ở của mẹ nó, nói riêng với mẹ nó rằng:

- Cậu bé này muốn làm việc trái phép với con gái ông trưởng giả nọ. Chúng con khuyên dụ, ngăn cản không để nó làm. Bây giờ chúng con về nhà; trong đêm nay cô cần phải ngăn cấm nó.

Người mẹ nói:

- Các con đã cùng nhau khuyên dụ nó, quả là một việc làm rất tốt.

Rồi người mẹ kia bảo đứa con mình vào trong buồng và ở luôn đó, lại đem vào trong đó nước bình bẩn và cái chậu bẩn,[397] còn người mẹ kê chiếc giường sát cửa mà nằm. Đến nửa đêm, đứa trẻ bảo mẹ:

---

bu cag gi bu lon'khor bar byed pa| nor spyod pa btsas pas kho bo zong thogs te yul gzhan du 'gro bar bya'o|

[396] *vayasyaka*, một người bạn đồng niên. Tạng: *ne'u ldangs*: người bảo hộ.

[397] 觸瓶水及以觸盆. MSV. *dvau karparakau praveśitau pānīyaṃ ca mṛttikām*: hai cái chậu sành, nước, và đất sét. (đất sét dùng để đại tiện). Tạng: *gyo mo gnyis dang| chu dang| sa dag dang...|*

- Mở cửa cho con, để con đi tiểu tiện.

Người mẹ nói:

- Trong phòng mẹ đã để cái chậu bẩn; hãy tiểu tiện vào đó.

Một lát sau, đứa trẻ lại bảo:

- Mở cửa cho con.

Người mẹ cũng không mở,[398] đứa trẻ nổi giận. Người mẹ nói:

- Nơi con muốn đến đó, mẹ đã biết trước rồi. Thà hôm nay mẹ chết ở đây, chứ dứt khoát không thể mở cửa cho con.[399]

Một khi lửa dục đã nhiễm tâm thì không có điều ác nào mà không làm, không tránh nghiệp ác, nên ngay lúc ấy đứa con vung gươm giết mẹ, phơi thây trên đất, rồi lập tức chạy đến nhà ông trưởng giả. Khi chạy đến nơi, nhìn thấy cô gái, thân hình nó run lẩy bẩy.[400] Cô gái bảo:

- Anh đừng sợ hãi, chỉ có một mình em ở đây, không có người nào nữa đâu.

Cậu thiếu niên suy nghĩ: "Bây giờ ta nên báo cho cô gái biết mình đã giết chết mẹ."

Rồi nó nói:

- Này cô em, tôi vì cô em mà giết mẹ rồi.

Cô gái hỏi:

- Mẹ sinh hay mẹ nuôi?

Nó nói:

- Chính mẹ sinh.

---

[398] MSV.: Nó nói, muốn đại tiện. Mẹ bảo: đại tiện vào trong chậu, rồi dùng đất sét và nước mà làm vệ sinh. Lát sau, nó lại kêu mở cửa.

[399] MSV. *amba ahaṃ te praghātayiṣye*, nó hăm giết mẹ; bà trả lời như vậy.

[400] MSV. *pāpakārī sattvo vepate*, chúng sinh làm ác thì run rẩy. Tạng: *sems can sdig pa'i las byas pa 'dar pas|*

Cô gái nghĩ thầm: "Người này khi sân hận, chính mẹ mình mà còn giết, huống gì ta và những người khác." Nghĩ như thế rồi, cô gái nói:

- Anh hãy đợi đây, em lên lầu một lát.

Cô gái leo lên lầu, cất giọng la lớn:

- Ở đây có cướp!

Nghe thế, nó lẩn mình vào trong cống nước mà trốn chạy. Về đến nhà, nó quăng dao xuống đất,[401] rồi la lớn tiếng:

- Cướp giết mẹ tôi! Cướp giết mẹ tôi!

Hét lên như vậy rồi, bèn theo tục lệ thế gian mà thiêu táng mẹ mình. Trong lòng dày vò: "Ta quả thật là kẻ ác nhân **[1039b01]**, vì đã tạo tội cực nghịch." Trong lòng run sợ, không chút an ổn, rồi đi đến khắp nơi thờ thần, chỗ nào cũng khấn: "Tu hành nghiệp gì để diệt được trọng tội?"[402] Hoặc có người bảo: "Hãy nhảy vào lửa"; hoặc có người nói: "Hãy gieo mình xuống vực sâu"; hoặc có người nói: "Trầm mình xuống nước"; hoặc có người nói: "Tự treo mình lên." Mỗi người chỉ mỗi cách khác nhau, thảy đều khuyên tự tử, không có lối thoát.

Một thời gian sau, nó đến rừng Thệ-đa, trông thấy vị bí-sô tụng đọc kinh luận, lớn tiếng tụng rằng:

Nếu người gây nghiệp ác,
Tu thiện để diệt trừ,
Người ấy tỏa thế gian,
Như mặt trời khỏi mây.[403]

Lúc bấy giờ, người này suy nghĩ: "Thích tử xuất gia có pháp tu diệt trừ tội lỗi. Nay ta nên xuất gia, tu các nghiệp thiện mới có thể diệt trừ được

---

[401] MSV. *dvāramūle'siṃ prakṣipya*, ném dao vào ngạch cửa.

[402] MSV. *sa tāni tīrthāni tapovanāti gatvā papraccha*, nó đi đến các ngoại đạo kia trong khổ hạnh lâm, và hỏi...

[403] *yasya pāpakṛtaṃ karmaṃ kuśalena pidhīyate| so'sminn ābhāsate loke mukto'bhrād iva candramāḥ*. Tạng: 242: *gang gis sdig pa'i las byas pa| dge ba yis ni 'gog byed de| nyi zla sprin nas byung ba ltar| 'jig rten 'di ni der snang 'gyur||*

tội lỗi ấy." Rồi nó đi đến chỗ bí-sô, bạch rằng:

- Thưa Thánh giả, con muốn xuất gia. Xin thương tưởng con.

Vị bí-sô này liền cho xuất gia và thọ cận viên. Sau khi xuất gia, người này tinh cần đọc tụng, ba tạng giáo điển thảy đều thông hiểu đầy đủ, biện tài vô ngại, khéo léo luận đáp. Có vị bí-sô khác hỏi người này rằng:

- Này Cụ thọ, vì lý do gì mà ông tinh cần hành khổ như thế? Ông có mong cầu điều gì khác không?

Người ấy trả lời:

- Vì để tiêu trừ trọng tội.

Hỏi:

- Ông gây tội gì? Trả lời:

- Giết mẹ.

Lại hỏi:

- Mẹ thân sinh hay là mẹ nuôi?

Trả lời:

- Mẹ thân sinh.

Vị bí-sô đem duyên sự này bạch lên Đức Phật. Lúc bấy giờ, đức Thế Tôn bảo các bí-sô:

- Người nào giết mẹ, rồi đến cầu xin xuất gia; nếu cho nó xuất gia là phá hoại Pháp của Ta,[404] phải lập tức đuổi đi. Từ nay về sau, trong Pháp và Luật của Ta, nếu có người nào đến cầu xin xuất gia, thì phải hỏi: 'Ngươi có giết mẹ không?' Nếu không hỏi, mắc tội vượt pháp.

Người ấy sau khi bị Tăng chúng đuổi đi, suy nghĩ rằng: "Ta nay không thể hoàn tục, mà nên đi xa đến trú ngụ ở biên cảnh." Nó bèn đi đến miền biên giới xa xôi, giáo hóa một ông trưởng giả. Trưởng giả đối với vị bí-sô này sinh lòng kính tin, xây dựng cho một ngôi chùa. Khách bốn phương

---

[404] *aprarohaṇadharmo mātṛghātakaḥ pudgalo'smin dharmavinaye*, người sát hại mẹ thuộc loại không thể tiến bộ trong Pháp và Luật này.

đều đến chùa này.[405] Ông đều thuyết pháp cho các lữ khách này. Nhiều người chứng đắc quả A-la-hán.

Một thời gian sau, thân bí-sô phát bệnh, dùng đủ loại dược thảo như rễ, quả, thân, lá để trị liệu nhưng bệnh không thuyên giảm. Dần dần, căn bệnh trở nên trầm trọng hơn, mạng sống không còn bao lâu nữa, ông bảo các đệ tử, "Dựng cho tôi một phòng tắm."[406] Các đệ tử vâng theo lời dạy, dựng phòng tắm. Lúc bấy giờ, sư chủ nói kệ rằng:

[1039c01] *Tích tụ đều tiêu tan,*
Càng cao ắt rơi rụng.
Tụ hội sẽ biệt ly,
Có mạng đều sẽ chết.

Đọc xong bài kệ tụng, mạng chung, đọa địa ngục vô gián. Song các đệ tử là những vị chứng quả A-la-hán,[407] nhập định quán xét xem vị Ô-ba-đà-da thác sinh về nơi nào. Ở các cung trời, quán xét không thấy; lại quán xét ở cõi nhân gian, các loài bàng sinh cùng đường ngạ quỷ, thảy đều không thấy. Lại quán xét các cảnh giới địa ngục thì nhìn thấy sư chủ đang ở trong địa ngục Vô gián. Lúc bấy giờ, các đệ tử suy nghĩ: "Ô-ba-đà-da của ta khi còn sống, trì giới đa văn, nhiếp chúng bằng Pháp, nhưng lại từng gây nghiệp gì mà đọa vào ngục Vô gián?" Lại quán xét thêm, thì thấy sư chủ gây nghiệp giết mẹ.

Tuy bị ngọn lửa dữ trong địa ngục thiêu hại thân thể nhưng lòng nghĩ đến phòng tắm sắp được dựng, ông bèn la lên rằng: "Phòng tắm, phòng tắm! Lửa dữ hừng hực đốt cháy thân ta!" Lúc ấy, lính ngục canh cửa dùng chày nện vào đầu, và hét:

- Này tội nhân phước mỏng! Đây là địa ngục Vô gián, sao bảo là phòng tắm?

Khi bị đánh vào đầu, ông liền khởi thiện tâm, tức thì mệnh chung, sinh lên cung trời Tứ vương thiên. Phàm những ai sinh lên cõi trời, đều

---

405 諸方客侶. MSV. *nānādigdeśanivāsibhir bhikṣubhiḥ*, bí-sô từ nhiều nơi.

406 浴室, *jentāka*, phòng tắm nước nóng của Tăng; ôn thất, noãn phòng.

Tạng: *dge 'dun la bsro khang.*

407 MSV. một đệ tử đã chứng đắc A-la-hán.

khởi ba niệm: "Ta từ đâu đến? Nay sinh ở nơi nào? Lại do bởi nghiệp gì?" Khi khởi lên niệm như vậy, ông thấy, "Ta từ ngục Vô gián chết đi, sinh vào cung trời Tứ vương thiên, nhờ xây phòng tắm cho các bí-sô tắm gội; nương nhờ phước lực này mà sinh lên cung trời."

Lúc ấy, thiên tử lại suy nghĩ rằng: "Ta nhờ phương tiện thiện xảo của đức Thế Tôn mà được sinh lên cõi trời. Không nên ở yên đây, mà phải đi đến chỗ đức Thế Tôn để báo đáp ân đức ấy."

Khi đến chỗ Đức Phật, được nghe pháp mầu nhiệm, liền chứng Sơ quả. Sau khi thấy được chân lý, liền quay về cung trời.408

Lúc bấy giờ, đệ tử đứng đầu của vị này là A-la-hán,409 khi chúng sắp ăn thì ngồi ở tòa trên; đệ tử nhỏ của vị này là người hầu nước cho Tăng.410 Khi Thượng tọa nhận nước vào bát, đầu ngón tay chạm vào nước, cảm thấy nước cực lạnh, liền nghĩ: "Nay ta ở đây uống nước lạnh này, còn ô-ba-đà-da ở trong địa ngục uống nước đồng sôi." Rồi quán xét cõi địa ngục, tìm khắp nơi mà không thấy; lại quán xét cõi nhân gian, bàng sinh, ác quỷ nhưng thảy đều không thấy. Liền quán xét ở cõi trời thì thấy sư chủ sinh ở cung trời Tứ vương thiên, lại chứng Sơ quả ở chỗ Đức Phật. Sau khi thấy vậy, ông mỉm cười và nói: "Kỳ diệu thay Phật! Kỳ diệu thay Pháp! Kỳ diệu thay Tăng! Sự kiện mầu nhiệm cực kỳ tịnh này không thể nghĩ bàn. Vị ấy đã gây nghiệp cực nặng đọa vào địa ngục, nhưng nhờ công năng thù thắng mà được sinh lên cõi trời."

Thị giả411 hầu nước cho Tăng kia bạch tôn giả:

- Ô-ba-đà-da chết, tôn giả được **[1040a01]** làm Thượng tọa, nên hoan hỷ mà mỉm cười chăng?

Đáp:

---

408 Trở xuống, NT nhảy một đoạn dài so với MSV (102²⁸-103¹³) và bản Tạng (Tạng: 145), gồm 4 đoạn *udāna*.

409 *saṅghasthavira*, Tăng thượng tọa (vị đứng đầu Tăng). Tạng: *dge 'dun gyi gnas brtan*.

410 *saṅghapānīyaṃ cārayati*.

411 MSV. *tasya sārdhaṃvihārī*, vị đệ tử cộng trú. Tạng: *de'i lhan cig gnas pa*.

- Này Cụ thọ, câu hỏi của ông nay chẳng đúng thời. Khi nào Tăng-già tập hợp, ông có thể hỏi việc này, tôi sẽ nói cho ông nghe.

Về sau, các bí-sô Tăng-già tập hợp, vị đồng học nhỏ hỏi giữa đại chúng:

- Thưa Đại đức, trước đây vì chuyện gì mà Đại đức hoan hỷ mỉm cười? Vì thấy Ô-ba-đà-da chết, được làm Thượng tọa, nên tôn giả hoan hỷ mà mỉm cười chăng?

Bấy giờ, vị thượng thủ của đại chúng đối trước Tăng-già nói đầy đủ sự việc như trên. Các đệ tử khi ấy đều rất hoan hỷ, cùng xưng tán: "Kỳ diệu thay, Phật bảo, Pháp bảo, Tăng bảo. Đây là lợi ích thù thắng. Ô-ba-đà-da của chúng ta gây tạo tội nghiệp như thế mà được sinh thiên."

Việc giết cha cũng xác định phạm nghịch tội, *chi tiết như trên.*[412]

Tụng tóm tắt:

> *Giết La-hán, phá Tăng,*
> *Ác tâm làm xuất huyết,*
> *Đã phạm bốn biên tội,*
> *Những trường hợp loại trừ.*[413]

7. Giết A-la-hán

Phật trú ngụ trong rừng Thệ-đa, thành Thất-la-phiệt thuyết pháp cho vua.

Vua Thắng Quang[414] khi chứng ngộ Thánh đế, lúc ấy, có tám vạn thiên chúng cũng đồng chứng ngộ, và cũng có vô lượng trăm nghìn phạm chí, bà-la-môn, cư sĩ.

---

[412] Tạng: 'dul ba gzhi| bam po bcu gcig pa| Tì-nại-da sự, thông đạt 11: (247-254) lặp nguyên câu chuyện trên, chỉ thay đổi từ "ma, ma bsad" (mẹ, giết mẹ) bằng từ "pha, pha bsad" (cha, giết cha).

[413] *Udāna* tóm tắt , MSV & Tạng: không có trong bản Hán.

[414] Skt. *Prasenajit*, vua nước *Kosala*. MSV & bản Tạng, nhân duyên đắc quả của cả hai vua: *Bimbisāra* (Tạng: *'Pho sbyngs gzugs*) vua nước *Magadha* (Ma-yết-đà), và *Prasenajit*, vua nước *Kausala* (Kiêu-tát-la). Bản Hán có thể nhảy một đoạn.

Lúc bấy giờ, đại vương Thắng Quang đánh trống truyền lệnh: "Những người sống trong cõi nước của ta, không được trộm cướp. Nếu ai trộm cướp, sẽ bị xử tội chết.[415] Đối với người bị trộm, ta tự xuất tiền trong kho đền bù y giá."

Lúc bấy giờ, đức Thế Tôn lại nói kinh *Thiếu niên*,[416] giáo hóa vua; bấy giờ vua kia lại đánh trống truyền lệnh: "Ở trong nước ta không được trộm cướp, nếu ai phạm sẽ bị xử tội chết. Đối với người bị trộm, ta tự xuất tiền trong kho đền bù y giá."

Lúc bấy giờ, bọn cướp trong nước Ma-yết-đà và bọn cướp trong nước Kiêu-tát-la đều đi đến khu vực giữa biên giới của hai nước[417] và cắm chân tại đó. Các thương nhân từ Ma-yết-đà hay từ Kiêu-tát-la qua lại biên giới hai nước đều bị cướp. Họ bảo nhau, "Ở biên giới hai nước có nhiều giặc cướp, lại còn yêu sách nhiều thuế nặng."[418]

Khi ấy, các thương nhân phần nhiều quay về hết. Một số ít cứ tiếp tục đi; đến nửa đường thì bọn cướp xông ra, nhanh tay cướp đoạt. Tất cả những thương nhân này, có người bị giết, có người bỏ của mà chạy. Cùng đi với thương nhân có các A-la-hán, chứng kiến chuyện này xảy ra, trong lúc tư duy quán sát chân lý, bất giác bị giặc giết chết.[419] Các thương nhân chạy thoát được, bèn lấy bùn trát khắp thân thể gào thét rên la, kéo đến chỗ của vua Thắng Quang, chắp tay thưa rằng: "Chúng tôi buôn bán ở cõi nước của vua, nay bị giặc cướp."

Vua hỏi:

---

[415] MSV. *nirviṣaya*, trục xuất khỏi nước; đoạn sau nói *vadho daṇḍaḥ*: xử tử. Tạng: *yul med par bya zhing.* MSV & Tạng, vua cả hai nước đều truyền lệnh như nhau.

[416] 少年經, *daharopama sūtra*, "Đồng tử dụ kinh". Tạng: *gzhon nu'i dpe'i mdo sde.*

[417] Khu vực "trái độn", không thuộc quyền của nước nào.

[418] MSV. "Vua *Prasenajit* nước *Kosala* này là người hung dữ, áp bức; chắc chắn ông đã sai người cướp bóc chúng ta. Tại sao chúng ta lại nộp thuế? Hãy quay trở lại."

[419] MSV. "Có các vị A-la-hán đi chung với thương nhân, vì không nhập chánh quán nên không khởi tri kiến, do đó cũng bị giết."

- Chúng ở phương nào?"

Tâu:

- Ở phương nọ.

Vua sai đại tướng tên là Tì-lâu-lư-trạch-ca Lâu-lại-tra,[420] khẩn cấp đến chỗ ấy để bắt bọn giặc mang về. Đại thần vâng lệnh, mang cả bốn binh chủng đi bắt.

Lúc bấy giờ, bọn cướp ở trong rừng, tự tin không lộ vẻ sợ hãi và chẳng mặc **[1040b01]** áo giáp, đang phân chia tài sản vừa mới cướp được. Tì-lâu-lư-trạch-ca Lâu-lại-tra ra lệnh cho bốn quân binh bao vây, bốn phía nhất loạt đánh trống thổi kèn. Bọn giặc hoảng sợ, bỏ của mà chạy; hoặc có kẻ bị giết, có kẻ bị bắt sống. Lúc ấy, đại tướng quân mang tài sản bị cướp và bọn giặc bị bắt kia đến chỗ vua, tâu với đại vương rằng:

- Hết thảy đều là bọn cướp và tài sản bị cướp, nay đã bắt được.

Vua nói với bọn cướp:

- Trước đây, ta đánh trống truyền lệnh, "Trong nước ta không được trộm cướp, nếu ai phạm sẽ bị xử tội chết. Những nhà nào bị trộm, ta sẽ lấy vật trong kho đền bù."

Bọn cướp tâu vua:

- Tôi cũng nghe vua đánh trống truyền lệnh ấy, nhưng vì tham lam tài vật nên làm trái mệnh lệnh mà đi cướp.

Vua nói:

- Bọn ngươi cướp của người ta nhưng cớ sao lại sát hại mạng sống của họ?

Bọn cướp thưa:

- Để cho chúng sợ.

Vua bảo:

- Bọn ngươi khiến họ sợ, vậy thì hôm nay ta sẽ cho các người chứng kiến một việc mà bọn người chưa từng thấy, để cho bọn người biết sợ.

---

[420] *Virūḍhaka-senāpati.* Tạng: *dmag dpon 'phags skyes po.*

Vua ra lệnh đại thần:

- Đem bọn cướp này ra giết hết.

Đại thần dẫn bọn cướp đi khắp các ngả đường rêu rao cho mọi người biết: "Đây là giặc cướp, sắp đem đi chém đầu!"

Lúc sắp hành hình, một tên giặc trốn thoát được, chạy đến rừng Thệ-đa, đến chỗ bí-sô mà bạch rằng:

- Thưa Thánh giả, con muốn được xuất gia.

Bấy giờ, vị bí-sô kia liền cho xuất gia thọ cận viên. Các tên giặc còn lại đều bị vua giết chết.

Một thời gian sau, các bí-sô đi đến rừng tử thi, tên cướp xuất gia ấy cũng đến khu rừng này, thấy thây bọn cướp bị giết, nước mắt tuôn trào. Các bí-sô khác trông thấy, họ nói với nhau: "Vị bí-sô mới xuất gia này rất có tín tâm, thấy người chết kia thì khóe mắt rơi lệ."

Thấy các bí-sô khen ngợi, nó lập tức gào khóc thảm thiết. Bí-sô hỏi:

- Vì sao ông gào khóc lớn tiếng thế?

Đáp:

- Đây là cha tôi, còn đây là anh, em của tôi.

Lại hỏi:

- Bọn cướp này đã giết A-la-hán, chẳng lẽ ông cũng giết sao?

Trả lời:

- Tôi đã giết.

Lúc bấy giờ, các bí-sô đem chuyện này bạch lên Đức Phật. Phật dạy: "Nếu kẻ nào giết A-la-hán, là phạm nghịch tội, dứt mất phước điền, cũng là kẻ phá hoại giáo pháp của ta, cần phải diệt tẫn, đuổi về thế tục. Này các bí-sô, nếu có ai đến cầu xin xuất gia, bí-sô phải hỏi: 'Ngươi có phải là người giết A-la-hán không?' Nếu không phải kẻ giết A-la-hán thì nên độ. Nếu không hỏi, phạm tội vượt pháp."

8. Phá hòa hiệp Tăng

Cụ thọ Ô-ba-ly bạch Đức Phật rằng:

- Nếu lại có người, từ trước đã xuất gia, phá hoại Tăng-già,[421] về sau đến cầu xin xuất gia lại, có nên cho xuất gia không?

Đức Phật dạy:

- Không nên.

Phật bảo Ô-ba-ly:

- Từ nay trở đi, nếu có người nào đến cầu xin xuất gia, bí-sô phải hỏi: 'Ông có từng phá hoại Tăng-già không?' Nếu không phải kẻ gây phá Tăng thì nên độ. **[1040c01]** Nếu không hỏi như vậy, phạm tội vượt pháp.

9. Ác Tâm xuất huyết thân Phật

Lại bạch Phật rằng:

- Nếu lại có người, đối với Đức Phật Thế Tôn mà khởi tâm ác nghịch làm thân Phật chảy máu,[422] người ấy có ý muốn cầu nơi Phật, Pháp, Tăng, tâm ưa thích xuất gia, tu trì phạm hạnh; người như vậy có nên độ cho không?

Phật dạy:

- Không nên. Nếu có người đến cầu xin xuất gia, bí-sô phải hỏi: 'Ngươi có từng khởi ác tâm làm thân Phật chảy máu không?' Nếu không phải kẻ với ác tâm làm thân Phật chảy máu thì nên độ. Nếu không hỏi như vậy, phạm tội vượt pháp.

10. Phạm biên tội

Lại bạch Phật rằng:

- Nếu lại có người, trước đây đã từng xuất gia, mà phạm vào một trong bốn pháp Ba-la-thị-ca,[423] rồi hoàn tục. Nay lại có tâm ưa thích xuất gia trong pháp thiện, có nên độ không?

---

[421] *tathāgatasya śrāvakasaṃgho bhinnaḥ*, Tăng đệ tử của Như lai bị phá vỡ.

[422] *tathāgatasyāntike duṣṭacittarudhiram utpāditam.* Tib, *de bzhin gshegs pa la ngan sems kyis khrag phyung ba.*

[423] *caturṇāṃ pārājikānām āpattim āpannaḥ.* Tạng: *pham par 'gyur ba bzhi las ltung ba.*

Phật dạy:

- Không nên. Nếu có người đến cầu xin xuất gia, bí-sô phải hỏi: 'Ông có từng phạm bốn trọng tội không?' Nếu không hỏi như vậy, phạm tội vượt pháp.

11. Bất kiến cử

Đức Phật ở vườn Cấp Cô Độc, rừng Thệ-đa, thành Thất-la-phiệt.

Bấy giờ Phật bảo các bí-sô:

- Nếu có bí-sô bị tác cử vì tội bất kiến,[424] vì lý do này mà hoàn tục. Sau đó trở lại xuất gia và thọ cận viên. Sau khi thọ cận viên lại tạo các tội mà không chịu phát lộ, nói rằng tôi không thấy tội. Nếu người nào như vậy, Tăng-già cần phải diệt tẫn.

Phật lại dạy:

- Nếu bí-sô đã thọ cận viên, mà không sám hối, không từ bỏ ác kiến, khi bị đại chúng tác cử, liền hoàn tục. Sau đó đến cầu xin xuất gia, mà không từ bỏ ác kiến thì nên diệt tẫn.[425]

12. Chứng tật linh tinh

1. Đức Phật ở vườn Cấp Cô Độc, rừng Thệ-đa, thành Thất-la-phiệt.

---

[424] 作不見舉, *adarśanāyotkṣiptaka*, bị Tăng tác yết-ma xả trí vì không chịu xả ác kiến. Tạng: *ma mthong bas gnas nas phyung ba*.

[425] So sánh đoạn này với MSV.: "Nếu người mà bị yết-ma xả trí (*utkṣiptaka*: tác cử), sau đó trở lại, nói rằng, 'Các Trưởng lão, xin xuất gia cho tôi, tôi sẽ nhận tội.' Hãy cho người ấy xuất gia. Sau khi đã được xuất gia, lại nói, 'Các Trưởng lão, xin thọ cận viên cho tôi, tôi sẽ phát lồ tội.' Nên cho người ấy thọ cận viên. Nếu người ấy đã thọ cận viên, rồi lại nói, 'Tôi không thấy tội.' Nếu khiến Tăng-già hòa hiệp hoan hỷ, thì cần phải tác yết-ma xả trí vì bất kiến tội lần nữa cho người đó. Nếu Tăng-già không hoan hỷ, nhưng nếu đã cho thọ cận viên, thọ cận viên ấy tốt. Bởi vì, xuất gia thọ cận viên thành tỳ-kheo tánh ở trong Pháp và Luật thiện thuyết này là điều rất khó được."

Các đệ tử được chúng sáu bí-sô[426] độ xuất gia, vì chưa biết tính hạnh của chúng sáu bí-sô này nên y chỉ theo; sau khi biết được tính xấu của chúng sáu bí-sô, các đệ tử đều từ bỏ họ đến trú xứ khác xin y chỉ,[427] những việc làm trong ba thời đều thưa hỏi thầy. Lúc ấy, chúng sáu bí-sô cùng bảo nhau: "Bọn bát đen này như rỉ sắt,[428] chúng đã cướp đoạt mất các đệ tử do chúng ta hóa độ; nếu có hóa độ kẻ nào nữa, thì phải độ hạng người như thế ấy."[429]

Một lúc nọ, Ô-ba-nan-đà gặp một người cụt tay,[430] bèn hỏi:

- Này bạn hiền, vì sao bạn không xuất gia?

Người ấy thưa:

- Ai có thể độ người cụt tay như con?

Ô-ba-nan-đà nói:

- Giáo pháp của đức Thế Tôn từ bi khoan thứ; tôi sẽ độ ông.

Sau khi thọ cận viên được mười lăm ngày, các việc như oai nghi, ăn uống v.v..., thảy đều dạy xong, rồi bảo người ấy rằng:

- Ngươi há không nghe nói, 'nai không nuôi nai'? Thành Thất-la-phiệt ấy rất rộng, ông nên đến đó khất thực mà tự nuôi thân.

Đệ tử thưa rằng:

- Con như thế này, làm sao khất thực được?

---

[426] 六眾苾芻, ṣaḍvargika, "lục quần tỳ-kheo". Tạng: *drug sde dag*.

[427] MSV. *prakṛtisthabhikṣubhiḥ sārdhaṃ prativasati*, "đến y chỉ với các bí-sô trụ bản tính (giới thể chưa bị khuyết)." Tạng: *rang bzhin du gnas pa dag dang lhan cig par byed pa.*

[428] 生奪, Hán dịch sát từ Skt. *jātāpahāriṇo yādṛśā*: bọn cướp con trẻ sơ sinh, "như rỉ sắt ăn mòn", nghĩa hiểu theo Tạng: *btsas 'phrogs pa dang 'dra.* (từ điển Tạng Hán: 生銹 sinh tú).

[429] 如是色類, Skt. *tathārūpam* = *tādṛśa*; MSV. *idānīṃ tādṛśaṃ pravrājayāmo yo na kālapātrikair apahriyata iti*, "từ nay, chúng ta thọ cận viên cho hạng nào mà không bị bọn bát đen cướp đi như hạng ấy."

[430] MSV. *paribhramatā hastacchinnakaḥ puruṣaḥ*, một người đàn ông cụt tay đi lang thang.

Ô-ba-nan-đà bảo: **[1041a01]**

- Cụ thọ, tôi sẽ dạy ông.

Rồi khoác lên người ông tất cả ba y, và cho dây buộc, lấy đãy đựng bát buộc chặt vào cánh tay trái, buộc tích trượng vào cánh tay phải, rồi đi vào thành Thất-la-phiệt.

Lúc ấy, có một cô gái vỗ ngực kêu lên:

- Ai đã làm những việc phi pháp độc ác, chặt đứt hai tay của bí-sô thế này?

Bí-sô bảo:

- Này chị! Lúc tôi còn ở đời đã bị người ta chặt tay, chứ không phải bị chặt sau khi xuất gia.

Cô gái hỏi:

- Ai độ thầy?

Bí-sô đáp:

- Ô-ba-đà-da của tôi tên là Ô-ba-nan-đà.

Ô-ba-tư-ca nói:

- Ngoại trừ chúng sáu bí-sô vị ác hành không biết hổ thẹn kia ra, thì ai có thể độ người như thế này được?

Bấy giờ, các bí-sô đem chuyện này bạch lên Phật.

2. Đức Phật dạy:

- Này các bí-sô, điều tai hại ở đây là độ những người không lành lặn. Những người nào được gọi là không lành lặn? Đó là người cụt tay, cụt ngón, cụt chân, sứt môi, không môi, cho đến các căn không đủ.[431] Tất thảy những người này đều không nên độ xuất gia. Nếu độ hạng người này thì mắc tội vượt pháp. Thêm nữa, người có bàn tay như đầu rắn,[432]

---

[431] MSV.: *hastacchinnaka, pādacchinnaka, aṅgulīcchinnaka...*: cụt tay, cụt chân, cụt ngón tay. Tạng: *lag rdum, rkang rdum.*

[432] 被杖者, Skt. *phaṇahasta*, bàn tay như gậy đầu rắn, có những ngón tay như mào rắn (nghĩa theo Tạng: *lag sor zlum por 'jas*).

hoặc thân hình loang lỗ, hoặc người quá già,[433] hoặc trẻ con quá nhỏ.

Phật lại dạy:

- Tuyệt đối không nên độ, vì chúng làm bẩn ngọa cụ của Tăng-già, thảy đều không nên cho.[434]

3. Lại nữa, những người què chân, mắt xanh, và không có mắt, lưng còn gù, thấp lùn, người có bướu cổ, người câm điếc, người mắc bệnh phù thũng, những hạng người như vậy không nên độ.[435] Nếu người nào độ họ xuất gia thì mắc tội vượt pháp. Lại nữa, những người dâm dục quá độ, tổn hại bởi nữ, tổn thương vì vác nặng, tổn thương vì đi đường, đại tiểu tiện mắc chứng són không làm chủ được; những hạng người này cũng không nên độ. Nếu người nào độ họ xuất gia thì mắc tội vượt pháp.[436]

4. Các bí-sô lại bạch Đức Phật: "Đối với những người mắc bệnh ghẻ lở, bệnh u nhọt, cùi hủi, bệnh tràng nhạc, ghẻ khô, ghẻ nước, suy dinh dưỡng, ho lao, bệnh thở gấp, hôi khét, sốt rét, điên dại, dịch hạch,

---

[433] *phaṇahastaka, anoṣṭhaka, lakṣaṇāhata, kaśāhata, citrāṅga, ativṛddha, atibāla*: tay đầu rắn, không môi, thân tướng bị thương tổn, chi thể lang đốm, quá già, quá nhỏ. Tạng: *lag sor zlum por 'jas pa, mchu med pa, lus la rma mtshan can, rgan ches pa, gzhon nu ches pa...*

[434] ...大少佛言並不應度一切穢污僧伽臥具咸不應與...; lưu ý cú pháp, dễ ngắt câu sai; MSV: *atibālān pravrājayanti te sāṃghikam śayanāsanam uccāraprasrāveṇa nāśayanti, te'pi na pravrājayitavyāḥ|* các bí-sô độ bọn trẻ quá nhỏ, chúng dây phân và nước tiểu làm hủy hoại tọa ngọa cụ của Tăng. Đức Thế Tôn bảo, hạng này cũng không nên độ.

[435] MSV. *khañja* (què), *kāṇḍarīka* (dâm loạn)-*kāṇa* (chột)-*kuṇi* (tay khoèo)-*kubja* (lưng gù)-*vāmana* (lùn)-*galagaṇḍa* (bướu cổ)-*jaḍamūkāndha* (câm)-*badhira* (điếc)-*pīṭhasarpi* (lưng rắn)-*ślīpada* (chân voi). Tạng: *theng po, smad 'chal, shar ba, lag sor rdum* (cụt ngón tay), *sgur po, mi'u thung, lnga ba can, lkug pa, 'on pa, rten 'phye, rkang 'bam.*

[436] MSV. *strīcchinna* (kiệt sức bởi nữ nhân), *bhāracchinna* (kiệt sức vì gánh nặng), *mārgacchinna* (kiệt sức vì đi đường), *kandalīcchinnaka* (bất lực), *tālamuktaka* (mang nợ). Tạng: *bud med gyis dub pa, khur gyis dub pa, lam gyis dub pa, ya za ma lug, gta'gam pa.*

bệnh trĩ..."[437]

Đức Phật dạy: "Không nên độ, nếu người nào độ họ xuất gia thì mắc tội vượt pháp".

---

[437] MSV. *kuṣṭha* (bạch lại), *gaṇḍa* (bướu), *kiṭibha* (exanthema, đậu sởi?), *kilāsa* (lang ben?), *dadrū* (mụt nhọt, một loại cùi), *kaṇḍū* (ghẻ ngứa), *rajata* (đốm bạc? da vảy cá?), *vicarcikā* (bệnh liên sang 連瘡? sẩy ngứa? scab), *kṣaya* (viêm phổi, phthisis pulmonalis), *kāsaśvāsa* (suyễn), *śoṣa* (lao phổi, can tiêu), *apasmāra* (bệnh cuồng, động kinh), ..., và nhiều chứng khác, khó xác định. Bản Tạng không liệt kê.

CĂN BẢN THUYẾT NHẤT THIẾT HỮU BỘ TÌ-NẠI-DA

B. BAO-SÁI-ĐÀ SỰ

Vinayavastu – poṣadhavastu
gso sbyong gi gzhi

Việt dịch: Tuệ Sỹ

Nguồn:
Skt. MSV.ii (*Mūlasarvāstivādavinayavastu* vol. ii, *poṣadhavastu*).
Tạng: *gso sbyong gi gzhi*| (a) gZh.261⁴-442⁵| (b)*'dul ba ka* 131a1-221b5|
'dul ba gzhi| |
Hán: khuyết.

Tụng tổng nhiếp:

Ngoại đạo, thuyết bao-sái-đà,
Không thực hành bao-sái-đà;
Hứa khả, không tụ hội,
Bao-sái-đà thuyết giới đâu?

I. DUYÊN KHỞI

1. Ngoại đạo pháp

Đức Thế Tôn trú tại Ca-lan-đà, trong rừng Trúc, thành Vương Xá. Lúc bấy giờ, các ưu-bà-tắc[438] người Vương Xá mỗi ngày đều đến thăm viếng, thân cận và cúng dường đức Thế Tôn.

Vào một buổi sáng, các ưu-bà-tắc người Vương Xá có ý nghĩ như vầy: "Nay còn quá sớm để chúng ta đến thăm viếng, thân cận và cúng dường đức Thế Tôn. Giờ này Thế Tôn đang tĩnh tọa. Các bí-sô xứng ý cũng đang tĩnh tọa. Tốt hơn chúng ta hãy đến vườn của các vị xuất gia ngoại đạo." Thế rồi số đông các ưu-bà-tắc người Vương Xá cùng đi đến vườn của những vị xuất gia ngoại đạo. Đến nơi, gặp gỡ các xuất gia ngoại đạo, cùng chào hỏi, chúc tụng lẫn nhau, rồi ngồi xuống một bên.

Bấy giờ, một vị ngoại đạo kia hỏi các ngoại đạo khác:

- Này các hiền huynh, phải chăng chỉ có chúng ta cùng tụ hội, làm những việc cần làm, và cử hành bao-sái-đà? Hay các sa-môn Thích tử cũng làm như vậy?

Một vị ngoại đạo khác nói với các ngoại đạo:

- Chỉ có chúng ta mới cùng tụ hội, làm những việc cần làm, và cử hành bao-sái-đà, còn các sa-môn Thích tử thì không.

---

438 Skt. *upāsaka*, Tạng: *dge bsnyen*. Nghĩa Tịnh dịch là 鄔波斯迦 *Ổ-ba-tư-ca*.

Các ưu-bà-tắc người Vương Xá nghe số đông các xuất gia ngoại đạo kia nói như vậy, không hoan hỷ, cũng không phẫn nộ; họ rời chỗ ngồi đứng dậy và bỏ ra đi. Các ưu-bà-tắc này về đến đức Thế Tôn, đảnh lễ dưới chân Thế Tôn, rồi ngồi xuống một bên, đồng thời thuật chi tiết tất cả câu chuyện trao đổi giữa các ngoại đạo xuất gia, và bạch Thế Tôn như vầy:

- Cúi xin Thế Tôn rủ lòng thương tưởng cho phép chúng con cùng tụ hội, làm những việc cần làm, và cử hành bao-sái-đà.

Đức Thế Tôn im lặng chấp thuận thỉnh cầu của số đông các ưu-bà-tắc người Vương Xá. Các ưu-bà-tắc người Vương Xá, sau khi biết Đức Thế Tôn đã chấp thuận bằng sự im lặng, hoan hỷ xưng tán lời dạy của Thế Tôn, rồi cáo biệt.

Bấy giờ Đức Thế Tôn dạy các bí-sô:

- Do nhân duyên này, Ta cho phép các bí-sô từ nay trở đi cùng tụ hội, tinh tấn tỉnh giác hành các phận sự bao-sái-đà.

Y lời dạy của Thế Tôn, các bí-sô cùng tụ hội tinh tấn tỉnh giác hành các phận sự bao-sái-đà, nhưng họ không biết tụ hội như thế nào, hành phận sự gì, và bao-sái-đà thế nào. Các bí-sô đem vấn đề này bạch lên Thế Tôn.

2. Pháp chánh hành

1. Đức Thế Tôn dạy:

- Nói tụ hội là nói du-già.[439] Như vậy, này các bí-sô, các ngươi hãy quan sát chính thân này từ dưới chân trở lên, từ đầu tóc trở xuống, được bao bọc bởi da, được bố trí như vậy, được cố định như vậy, dẫy đầy những thứ bất tịnh. Cần phải tu tập quán sát những thứ trong thân này: tóc, lông, móng, răng, thịt, xương, gân, mạch, thận, tim, tì, phổi, ruột, trực tràng, dạ dày, đại tràng, bàng quang, gan, phẩn, nước mắt, mồ hôi, nước giải, nước mũi, não, nước miếng, tủy xương, mỡ, mật, đàm, mũ, máu.

---

[439] *niṣadyā ucyate yogaḥ.* Tạng: *'dug pa ni rnal 'byor te.* yoga (du-già) ở đây được hiểu là dụng tâm tinh cần tu tập.

2. Đức Thế Tôn dạy chuyên cần tu tập như vậy. Các bí-sô đi vào bãi chăn[440] mà chuyên cần tu tập, dẫn đến tình trạng họ đụng phải voi lang thang, ngựa lang thang, và những người bộ hành. Những người không có tín tâm bèn chế nhạo:

- Các Thánh giả, các ngài không nhìn thấy gì cả ư?

Các vị ấy nói:

- Chúng tôi đang chuyên cần tu tập.

Các bí-sô đem sự việc này bẩm bạch lên đức Thế Tôn. Thế Tôn nói:

- Không nên đi vào bãi chăn mà tu tập.

Các bí-sô bèn chuyên cần tu tập trên chòi canh cổng,[441] và ngủ gục. Những người bất tín phê bình. Các bí-sô đem sự việc này bẩm bạch lên đức Thế Tôn. Thế Tôn nói:

- Không được tu tập trong chòi canh cổng.

Các vị lại tu tập trong giới đường.[442] Ở đấy có những điều bất tiện. Thế Tôn nói:

- Các bí-sô không được tu tập trong giới đường.

Các vị lại tu tập trong trú phòng.[443] Do bởi tiếng động, các vị tu du-già không thể tập trung tâm ý. Các bí-sô đem chuyện này bẩm bạch Thế Tôn. Thế Tôn nói:

- Không được tu tập du-già trong trú phòng.

Họ tu tập du-già trong rừng hoang dã. Ở đó có bọn cướp, những tên vô lại, sư tử, cọp beo thường lai vãng. Các bí-sô đem chuyện này bẩm

---

[440] Skt. *gocara*, bãi chăn, cho bò ăn cỏ; nhưng thường chỉ cho phạm vi hoạt động của tâm thức, mà Hán thường dịch là "sở hành cảnh giới." Tạng: *spyod yul*.

[441] *dvārakoṣṭhaka*, môn ốc, môn lâu. Tạng: *sgo khang*.

[442] *prāsāda*; thường chỉ cung điện; nhưng ở đây được hiểu là hội trường của Tăng trong một tinh xá. Tạng: *khyams*: sân vườn hay khoảng đất trống trong một tăng viện.

[443] Skt. *layana*. Tạng: *gnas khang*.

bạch Thế Tôn. Thế Tôn nói:

- Không nên tu tập du-già trong rừng hoang dã.

Họ tu tập trong vùng phụ cận thôn xóm. Những người không có tín tâm chế giễu.⁴⁴⁴ Sự việc được bẩm bạch lên Thế Tôn. Thế Tôn nói:

- Chỗ ấy cần được bao quanh bằng những cành cây hay đá sỏi.

Họ bao quanh chỗ ấy bằng những cành cây. Những người bất tín chế giễu.⁴⁴⁵ Sự việc được bẩm bạch lên Thế Tôn. Thế Tôn nói:

- Nên bao quanh bằng y phá nạp hay bằng hào rãnh.⁴⁴⁶

Chỗ ấy lại được bao quanh bằng những mảnh nạp y hoặc bằng hào rãnh; những người bất tín lại chế giễu.⁴⁴⁷

3. Thế Tôn dạy:

- Nếu vậy, Ta cho phép khiến người dựng những thiền đường.⁴⁴⁸

Các vị ấy không biết cho dựng thiền đường như thế nào. Sự việc được bẩm bạch lên Thế Tôn. Thế Tôn dạy:

- Có hai loại thiền đường. Loại nhỏ và loại lớn. Loại nhỏ hai gian, giữa có lối đi.⁴⁴⁹ Loại lớn, có 10 hay 12 gian, ở giữa có lối đi.

Các bí-sô dựng nhà ở nhưng không chừa cửa. Thế Tôn nói, "Phải làm cửa." Các bí-sô làm cửa nhưng không làm khung; Thế Tôn dạy: "Phải làm khung cửa." bí-sô làm khung cửa nhưng không làm then cài." Thế Tôn

---

⁴⁴⁴ Bản Tạng: "Những người không có tín tâm nhạo báng: Các ngài có phải là người chết hay không?"

⁴⁴⁵ Tạng: Những người không có tín tâm nhạo báng: "Thưa các Thánh giả, đây có phải là vườn củ cải trắng hay cải đỏ?"

⁴⁴⁶ *kanthābhir vā parikhābhir vā*| Tạng: *rtsig pa dag gam| 'obs dag gis*, bằng tường hay hào.

⁴⁴⁷ Tạng: Họ chế giễu: "Đây là vườn *ma-tu-lung* (một loại cây cỏ) hay vườn *bal po se'u* (một loại trái cây ở Nepal).

⁴⁴⁸ Skt. *prahāṇaśālā*: chánh đoạn đường, nhà tu tập để đoạn trừ ác pháp. Tạng: *spong khang.*

⁴⁴⁹ *madhye suruṅgā.* Tạng: *srang btod pa.*

dạy: "Phải làm then cài." Làm, nhưng khó cài, Thế Tôn dạy: "Làm cán cầm dài ra." Nó gây tiếng động;[450] Phật dạy: "Bên dưới buộc miếng da thuộc." Buộc rất khó; Thế Tôn dạy: "Làm then, chốt và trục xoay." Nhưng lại tối quá; Phật dạy: "Trổ cửa sổ." Bí-sô trổ cửa sổ phía dưới; kẻ trộm, kẻ xấu, sư tử, cọp lai vãng, Phật dạy: "Không nên trổ phía dưới." Trổ phía trên; lại có điều bất tiện;[451] các bí-sô chừa hai phần phía trên, mở cửa sổ một phần phía dưới. Phật dạy: "Chừa phía dưới hai phần; mở cửa sổ phần thứ ba phía trên." Các bí-sô mở rộng ra ngoài lùm cây phía sau, chim chóc, se sẻ, bồ câu, bay vào. Phật dạy: "Làm cửa sổ có song." Ong, ruồi bay vào, Phật dạy: "Làm cánh cửa." Cánh cửa bị gió bật, Phật dạy: "Làm then cài lại." Khó cài; Phật dạy: "Chốt lại bằng đinh." Như vậy chốt cứng khó mở; cần phải dùng nhíp để mở.

4. Các bí-sô cần phải làm tòa ngồi. Đức Thế Tôn dạy: Tòa ngồi nên làm bằng đất sét hoặc bùn.[452] Tòa ngồi cứng; Phật dạy: "Nên làm giường."[453] Các bí-sô không biết giường như thế nào; Phật dạy: "Giường có hình tròn như bánh xe, (đường kính) lượng bằng một khuỷu tay;[454] trong đây, nên đan bằng sợi.[455] Sau đó cho thêm viền.[456] Các bí-sô không hiểu có bao nhiêu loại sợi để đan dệt.[457] Đức Phật nói: "Có năm loại sợi để đan dệt: cỏ lau, sợi gai, dây sắn, sợi tơ (lụa), sợi chỉ trúc."[458] Làm vậy nhưng

---

450 Tạng: *mig sgra 'khrol nas...*| Tiếng động thoát ra từ lỗ hổng.

451 Tạng: *mthon po gtod pa na snang mi gsal nas*; trổ phía trên, không có ánh sáng (có lẽ hiểu là cao quá).

452 *mṛnmayāny āsanāni*; Tạng: *sa'i stegs bu*: bục ngồi, bệ ngồi bằng đất.

453 *mañca*; từ trong đoạn bổ khuyết bởi Bacchi; đài cao, bệ cao, chỉ chung các thứ giường, ghế để nằm ngồi. Tạng: *'khor ba'i khri'u*: ghế nhỏ, ghế đẩu, hình tròn; skt. *āsandī*: ghế ngồi (Chandra).

454 Tạng: *khor khor yug tu khru bzhis 'khor ba'i khri'u bya zhing*, ghế đẩu tròn chu vi một khuỷu.

455 *tatratantukanthakā kartavyā*, đoạn bổ khuyết bởi Bacchi.

456 *tataḥ paścād ānandā dātavyā*, đoạn bổ khuyết bởi Bacchi (Cf. *Edgerton: ānandā*). Tạng: *de thags mas bla bar bya'o*| Cần được làm thêm bởi thợ dệt/đan (?)

457 *vāṇa; Edgerton*.Tạng: *thags ma*: thợ dệt? Có lẽ là thợ đan lát.

458 *muñja-śāṇa-vālvaja-kauśeya-vaṃśaja.*

nó vẫn cứng; Phật dạy: "Trải đệm gòn lên." Các bí-sô không biết đệm gòn làm như thế nào, Phật dạy: "Dài bốn khuỷu, rộng hai khuỷu; gấp hai lớp làm thành túi, rồi dồn bông gòn vào." Các bí-sô không biết có bao nhiêu loại cây gòn; Phật nói, "Có năm loại: gòn a-la-ca; gòn ca-thi-ca, gòn y-la-ca, gòn trúc, mộc miên."⁴⁵⁹ Cũng có năm loại đệm khác: lông dê, vải gai, vải gòn, vải quyến, lá cây.⁴⁶⁰ Những thứ này được nhét vào làm đệm. Tất cả gòn đâu-la⁴⁶¹ này dồn lại một chỗ, Phật dạy: "Nên dùng chỉ khâu lại, phải làm cho phẳng dẹp." Các vị ấy không biết khâu thế nào [...]

5. Phật dạy: "Nối kết các đường chỉ [...] rồi quấn vào tai, giữ yên."⁴⁶² Làm như vậy nhưng bí-sô vẫn ngủ gật; Phật dạy: "Dùng que giữ lại." Các bí-sô dùng khúc tre gãy làm que, nó cào xước; Phật dạy: "Ngắt lượng bằng một đấu⁴⁶³ rồi làm." Làm vậy, nó vẫn cào xước. Phật dạy: "Lấy vải quyến bao nó lại, rồi giữ yên." Làm vậy nhưng vẫn ngủ gật. Phật dạy: "Thả hoa lài⁴⁶⁴ vào." Các bí-sô thả trong bóng tối, nó đi lạc. Phật dạy: "Buộc các sợi chỉ rồi thả vào, sau đó kéo ra." Vẫn ngủ gật. Phật dạy: "Nên đặt ngọn đèn trước mặt." Làm vậy, vẫn ngủ gật. Phật dạy: "Duỗi một chân xuống đất." Vẫn ngủ gật. Phật dạy: "Duỗi xuống cả hai chân." Vẫn ngủ gật. Phật dạy: "Đứng dậy, đi kinh hành." Các bí-sô trong khi đi kinh

---

⁴⁵⁹ *arka-kāśikairka-vaṃśa-śālmali.*

⁴⁶⁰ *ūrṇā śaṇaḥ karpāsaḥ kauśeyakāni parṇakāni.*

⁴⁶¹ *tūla*, đâu-la miên, loại bông gòn rất mịn và trắng, một loại bông liễu hay phấn bông liễu.

⁴⁶² Có lẽ bản Phạn bị lạc mất một đoạn. Tạng: *mdo mdor skud pas bya rog rkang gi gzungs gdab par bya'o|'khod pa na yur nas bcom ldan 'das kyis bka' stsal pa| gdos bu gdags par bya'o| ji ltar gdags mi shes nas bcom ldan 'das kyis bka' stsal pa| skud pa btag te rna ba la gdags par bya'o|"* kết các đường chỉ lại với nhau, làm thành hình dấu chân quạ. Khi ngồi, bí-sô ngủ gật; Thế Tôn dạy: Gắn chén nước nhỏ. Các vị ấy không biết gắn như thế nào; Phật dạy: buộc vào sợi dây rồi gắn vào tai." Tạng Hán đại từ điển, mục từ *gdos bu*: chén nước; chén nhỏ có quai, trên quai có dây, buộc vào tai sư; khi ngủ gục, đầu lắc, nước sẽ trào, đánh thức sư. bui

⁴⁶³ *droṇapramāṇaṃ.* Tạng: *bre'i bcad 'phro lta bu.*

⁴⁶⁴ *kundasaka,* Tạng: *pho long*, một loại hoa lài (*Edgerton*).

hành, vẫn ngái ngủ. Thế Tôn dạy: "Nên cầm then cửa." Các vị cầm bằng một tay, Phật dạy: "Bước xuống, mang dép vào, rồi đi kinh hành." Nó gây tiếng động; Phật dạy: "Không nên mang dép đi kinh hành." Chân bị tổn thương bởi rác, Phật dạy: "Nên quấn dẻ rách vào."[465] Nó trở nên êm.[466]

6. Đức Thế Tôn dạy: "Ta quy định các pháp chánh hành[467] cho các bí-sô tu tập đoạn trừ.[468] Các bí-sô tu đoạn trừ ba ngày nên rửa hai chân.[469] Bí-sô tu đoạn mà không thọ trì các pháp chánh hành được thi thiết như vậy phạm tội vượt tì-ni."

Các bí-sô trong đây không hành theo được;[470] Phật dạy: "Nên lên trên tầng gác thứ hai." Khó leo lên, Phật dạy: "Nên làm bậc thang." Bậc thang bị rớt ra; Phật dạy: "Nên làm bao lơn bao quanh." Bao lơn lung lay, Phật dạy: "Dùng đinh sắt đóng vào."

Tuy thế, các vị vẫn không hành theo được, Phật dạy: "Nên làm thiền đường lớn ở bên ngoài."[471] Họ cũng làm những cánh cửa ghép lại với nhau.[472] Những cánh cửa này rọi nhau.[473] Phật dạy: "Cửa phải tiếp hợp

---

[465] Tạng: "hai chân không thích nghi vì bị cấn bởi bui, Phật dạy lót thảm."

[466] Đoạn này, nhiều chi tiết thiếu trong MSV, được bổ khuyết bởi Bagchi - Phật dạy phương pháp trị ngủ gật trong khi tọa thiền, xem *Trung A-hàm* 20, "Thượng tôn trưởng lão thụy miên", tr. 559b29 tt.; AN. 7.61 (PTS. iv.86).

[467] *āsamudācārikāṃ dharmām*; Tạng: *kun du spyod pa'i chos*.

[468] *prāhāṇika*, "đoạn hành giả", chỉ bí-sô hành thiền. Tạng: *spong ba pa*.

[469] *tṛtīye tṛtīye divase pādau prakṣālayitavyau*.

[470] *na yāpayanti*, Tạng: *mi shong*, không hiểu rõ, không thích hợp hành theo (Das). cf. *Edgerton*.

[471] *bahir valayena paṅktiḥ*: một dãy (thiền đường) bao quanh bên ngoài (?). Tạng: *phyi rol tu spong khang chen po bya'o|* dịch theo bản Tạng.

[472] *baddhāni dvārāṇi*, bản khác: *siddhāni dvārāṇi*: những cánh cửa làm sẵn? Tạng: *sgo sprod dag tu byed pa*.

[473] *parasparam avabhāsayanti*; bản khác, *parasparam abhilokayanti*, chúng nhìn nhau (dính liền nhau?). Tạng: *de dag phan tshun dag du snang nas*.

nhau."⁴⁷⁴ Nên làm những am thất có cửa⁴⁷⁵ hoặc những hang cốc. Trong đó, họ ngủ gật. Phật dạy: "Trước cửa nên treo vải bố hay chăn màn rồi nằm nghỉ; không nên nằm trong đó mà làm những việc ố tác." Họ đi khỏi chỗ đó và không quay trở lại.

7. Đức Thế Tôn dạy: "Cần phải suy cử một vị bí-sô làm vị cảnh tỉnh tu đoạn.⁴⁷⁶ Không nên suy cử bí-sô cảnh tỉnh tu đoạn có năm pháp. Nếu đã suy cử thì phải truất xuống. Năm pháp là những gì? Có xu hướng bởi dục tham, sân hận, ngu si, úy kỵ, và không biết hành giả tu đoạn tỉnh thức hay không tỉnh thức. Bí-sô có đủ năm pháp này nếu đã được suy cử làm vị cảnh tỉnh tu đoạn thì cần phải truất xuống. Bí-sô đủ năm pháp sau đây cần được suy cử làm vị cảnh tỉnh tu đoạn; nếu đã suy cử thì không nên truất xuống. Năm pháp này là gì? Không có xu hướng do bởi tham, sân, si, úy kỵ, và biết rõ hành giả đã được cảnh tỉnh hay chưa được.

[Trước hết, nên yêu cầu tùy hỷ bí-sô *danh hiệu như vậy* rằng, "Đại đức có hoan hỷ làm vị cảnh tỉnh tu đoạn của Tăng không?" Nếu vị ấy trả lời rằng "Hoan hỷ", bấy giờ dọn trải chỗ ngồi.]⁴⁷⁷

Sau khi trải dọn chỗ ngồi xong, kích kiểng tập Tăng, yêu cầu các bí-sô tuyển chọn. Trong khi Tăng tập hợp đông đủ, một bí-sô bạch yết-ma. Trước hết hỏi một bí-sô: "Đại đức *danh hiệu như vậy*, có kham năng làm vị cảnh tỉnh tu đoạn cho Tăng-già hay không?" Nếu vị ấy trả lời: "Tôi kham năng." Sau đó, bí-sô tiến hành bạch yết-ma:

Đại đức Tăng xin lắng nghe. Bí-sô cảnh tỉnh tu đoạn này *danh hiệu như vậy* **kham năng làm vị cảnh tỉnh tu đoạn cho Tăng. Nếu thời gian thích hợp đối với Tăng,⁴⁷⁸ Tăng nay sai bí-sô** *danh hiệu như vậy* **làm vị cảnh tỉnh tu đoạn cho Tăng. Đây**

---

⁴⁷⁴ saṃyogaḥ; bản khác: *vyastāni dvārāṇi*, những cánh cửa rời (tháo gỡ được). Tạng: *snol mar gdong pa*, đối diện với nhau.

⁴⁷⁵ dvārakoṣṭhaka; Tạng: *sgo khang*.

⁴⁷⁶ prahāṇapratijāgraka, đánh thức người ngủ gật khi tọa thiền. Tạng: *spong ba'i zhal ta byed pa*.

⁴⁷⁷ Đoạn thêm, theo Tạng dịch.

⁴⁷⁸ Bản Phạn nhảy sót câu này; ở đây theo thường quy và theo văn bạch trong Tạng bản mà thêm vào.

là lời tác bạch.

Sau đó tác yết-ma:

Đại đức Tăng xin lắng nghe. Bí-sô cảnh tỉnh tu đoạn này *danh hiệu như vậy* **kham năng làm vị cảnh tỉnh tu đoạn. Tăng nay sai bí-sô cảnh tỉnh tu đoạn** *danh hiệu như vậy* **làm vị cảnh tỉnh tu đoạn cho Tăng. Trưởng lão nào chấp thuận Tăng sai bí-sô cảnh tỉnh tu đoạn** *danh hiệu như vậy* **làm vị cảnh tỉnh tu đoạn cho Tăng thì im lặng. Ai không chấp thuận hãy nói.**

Tăng đã chấp thuận bí-sô cảnh tỉnh tu đoạn *danh hiệu như vậy* **làm vị cảnh tỉnh tu đoạn cho Tăng, vì im lặng. Việc này tôi ghi nhận như vậy.**[479]

8. Đức Thế Tôn dạy:

- Này các bí-sô, nay Ta quy định các pháp chánh hành cho bí-sô, các vị tu đoạn. Bí-sô tu đoạn cần phải quét dọn sạch sẽ, rưới nước thiền đường, trét nền bằng phân bò nhuyễn. Hầm phân, nhà xí cũng phải quét tước, rưới nước, trét phân bò nhuyễn, bỏ lá mục vào, trộn với nước và đất bùn.

Các vị ấy đi lại với nhau, lớn tiếng kêu gọi nhau; Phật dạy: "Không được lớn tiếng kêu gọi nhau. Nên gõ kiểng." Họ kích kiểng lớn tiếng quá, cho đến mức dân làng gần đó tập trung đến, hỏi:

- Các Thánh giả, có cướp phải không?

Các vị ấy đáp:

- Này các hiền giả, không có cướp. Nhưng chúng tôi gõ kiểng để thức tỉnh hành thiền.

Dân chúng nói:

- Các vị gõ kiểng báo hại chứ thức tỉnh hành thiền gì!

Các bí-sô bẩm bạch Thế Tôn sự việc này. Thế Tôn dạy: "Không được kích kiểng lớn tiếng."

---

[479] Câu này không có trong bản Phạn; đây theo Tạng bản thêm vào.

Ở đây, có năm loại kiểng: kiểng tập Tăng, kiểng chấp tác, kiểng báo tử,[480] kiểng hành thiền, kiểng báo nguy. Trong đó, kiểng tập Tăng kích ba hồi ba.[481] Kiểng chấp tác kích một hồi ba. Kiểng báo tử, như chuột kêu.[482] Kiểng hành thiền, như tiếng đồng bạt.[483] Kiểng báo nguy, họ gõ tùy ý.[484]

Vào lúc khác, (khi báo cháo: tiểu thực), họ gõ kiểng tùy ý.[485] Phật dạy: "(Khi báo) cháo, không nên gõ kiểng tùy ý. Nên gõ tùy ý như thông báo thời.[486]

Những ai có lợi đắc của Tăng,[487] những vị ấy sau khi tắm,[488] rồi đến giữa Tăng. Những vị thường hành khất thực rửa tay chân rồi mới đi vào thôn khất thực. Các bí-sô gõ kiểng tùy ý với những việc như vậy. Thế Tôn dạy: "Không nên gõ kiểng tùy ý với những việc như vậy."

9. Cần thảo luận về ba phạt.[489] Họ thảo luận lớn tiếng quá. Phật dạy: "Không nên thảo luận lớn tiếng." Thế rồi, họ nói quá nhỏ; Phật dạy: "Không nên nói quá nhỏ. Mà nên nói đủ nghe trong phạm vi tiểu giới."

---

[480] *antagaṇḍī.* kiểng báo chấm dứt? Tạng: *shi ba'i gaṇ ḍī.*

[481] *tritris*: ba hồi, một hồi ba tiếng.

[482] Skt. *muṣikāṃ.* Tạng: *byi bo'o*: trẻ nhỏ (?); nên đọc theo Skt. là *byi ba*: chuột.

[483] Skt. *kharatālā*; Tạng: *kha ra sil lo.*

[484] MSV. *āpadgaṇḍī yathāsukhaṃ kurvanti.* Bản khác: *yāvat tuṣṭam.* Tạng: *ji tsam chog pa'o,* gõ chừng nào thấy đủ.

[485] MSV. *tato vayāgūṃ yathāsukhaṃ kurvanti,* thủ bản khuyết, Bagchi bổ túc theo bản Tạng: *de dag dus rting thug pa na ci bder byed...* trong đó, *thug pa* được hiểu là "cháo" (danh từ), thay vì "hội ngộ" (động từ). Bản khác đọc: *avaśiṣṭāyāṃ velāyāṃ yathāsukhaṃ kurvanti,* vào lúc khác, họ gõ tùy ý.

[486] Skt. *kālaṃ jñātvā,* thông báo giờ ăn.

[487] Skt. *saṅghalābhinaḥ,* Tạng: *dge 'dun las 'tshal ma thob ba,* người nhận thức ăn từ Tăng.

[488] MSV. *gatvā:* sau khi đi. Tạng: *khrus byas nas,* sau khi tắm. Bản khác đọc: *snātvā,* theo ý Tạng dịch.

[489] *tridaṇḍa,* thân phạt, khẩu phạt, ý phạt, chỉ ba nghiệp. Tạng: *rgyud chags gsum.*

Các bí-sô không thuyết kệ thí phước.[490] Thế Tôn dạy: "Phải thuyết kệ thí phước." Các vị không biết ai là người thuyết kệ; Phật dạy: "Bí-sô Tăng Thượng tọa thông suốt kệ." Họ thuyết kệ dài quá, Phật dạy: "Không nên thuyết kệ dài quá." Họ thuyết kệ quá ngắn. Phật dạy: "Không nên thuyết kệ quá ngắn. Nên đọc bài kệ thí phước ba lần."

Bí-sô cảnh tỉnh tu đoạn đến sau tất cả, rời trước tất cả. Phật dạy: "Bí-sô cảnh tỉnh tu đoạn phải đến trước tất cả, rời sau tất cả. Nếu không có duyên sự, sau khi cất giấu chìa khóa ở chỗ kín đáo, rồi nói với đại chúng: "Thưa các Trưởng lão, tôi đã giấu chìa khóa ở chỗ kia. Sau khi mở ra rồi hãy vào. Bí-sô cảnh tỉnh tu đoạn mà không chấp hành các pháp chánh hành được quy định như vậy, phạm đọa việt tì-ni."

Phận sự cần làm là những việc gì? Bạch nhị yết-ma và bạch tứ yết-ma.

3. Bao-sái-đà

Bao-sái-đà là gì? Này các bí-sô, đó là tụng Biệt giải thoát giới kinh[491] mà Ta đã tuyên thuyết. Từ nay trở đi, mỗi nửa tháng phải tụng một lần.

Đức Thế Tôn đã dạy, mỗi nửa tháng tụng Biệt giải thoát giới kinh một lần, nhưng các bí-sô không biết ai tụng; Phật dạy: "Tăng Thượng tọa mỗi nửa tháng một lần phải tụng Biệt giải thoát giới kinh."

Đức Thế Tôn đã dạy, Tăng Thượng tọa mỗi nửa tháng phải tụng Biệt giải thoát giới kinh, các bí-sô tập trung trong am thất của vị ấy, nhưng trong đây không đủ chỗ cho họ. Các bí-sô bẩm bạch lên Thế Tôn sự việc này. Thế Tôn dạy: "Không nên tụng trong am thất." Các vị bèn tụng trong hành lang; nhưng trong đây cũng không đủ chỗ. Thế Tôn dạy: "Nên chuẩn nhận một nơi làm Thuyết giới đường của Tăng."

Đức Thế Tôn đã dạy, nên chuẩn nhận một nơi làm thuyết giới đường[492] của Tăng, các bí-sô không biết nên chuẩn nhận nơi nào, Thế Tôn dạy:

---

[490] *dakṣiṇām ādiśati*, thuyết kệ đạt-thẩn, đọc bài kệ nói về sự ích lợi của bố thí cúng dường. Tạng: *yon bshad.*

[491] *prātimokṣasūtroddeśa*, nói tắt là Thuyết giới. Tạng: *so sor thar pa'i mdo gdon pa.*

[492] *poṣadhamukha*, bao-sái-đà môn, hiện tiền bao-sái-đà; Tạng: *gso sbyong gi gnas.*

"Ngôi nhà nào mà cương giới bên trong hội đủ các yếu tố, vùng phụ cận bên ngoài rộng một tầm, nơi đó có thể làm thuyết giới đường của Tăng. Tăng chuẩn nhận nơi đó."

Lại nữa, thể thức chuẩn nhận như vầy. Sau khi dọn trải chỗ ngồi, kích kiền chùy tập Tăng. Khi toàn thể Tăng-già đã hòa hợp an tọa, một bí-sô tác bạch rồi tác yết-ma:

> **Đại Đức Tăng xin lắng nghe. Sảnh đường này có nội giới đã hội đủ các yếu tố, bên ngoài vùng phụ cận rộng một tầm, có thể làm thuyết giới đường của Tăng. Nếu thời gian thích hợp đối với Tăng, Tăng nay đồng ý chấp thuận, chọn sảnh đường này, có nội giới đã hội đủ các yếu tố, bên ngoài vùng phụ cận rộng một tầm, làm thuyết giới đường của Tăng. Đây là lời tác bạch.**

Tiếp theo tác yết-ma:

> **Đại đức Tăng xin lắng nghe. Sảnh đường này, có nội giới đã hội đủ các yếu tố, bên ngoài vùng phụ cận rộng một tầm, có thể làm thuyết giới đường của Tăng; Tăng nay chuẩn nhận sảnh đường này, có nội giới đã hội đủ các yếu tố, bên ngoài vùng phụ cận rộng một tầm, làm thuyết giới đường của Tăng. Các trưởng lão nào đồng ý, Tăng nay chấp thuận chuẩn nhận sảnh đường này, có nội giới đã hội đủ các yếu tố, bên ngoài vùng phụ cận rộng một tầm, làm thuyết giới đường của Tăng, thì im lặng. Ai không chấp thuận hãy nói.**

> **Tăng đã đồng ý chấp thuận chọn sảnh đường này, có nội giới đã đủ các yếu tố, bên ngoài vùng phụ cận rộng một tầm, làm thuyết giới đường của Tăng, vì im lặng. Việc này tôi ghi nhận như vậy.**

Nơi nào đã được chuẩn nhận làm thuyết giới đường của Tăng, nơi đó các bí-sô tụ hội tác pháp bao-sái-đà, tùy ý (tự tứ), đơn bạch, bạch nhị và bạch tứ yết-ma. Ai không tùy thuận, phạm đọa vượt tì-ni.[493]

---

[493] |'dul ba gzhi| bm po bcu gnyis pa, thông dật 22.

II. KIẾP-TÂN-NA

Kệ tóm tắt:

> *Kiếp-tân-na, sở hành,*
> *Cương giới, y, kết giới.*
> *Trú xứ không kết giới,*
> *và giải trừ kết giới.*
> *Phi pháp, phi yết-ma;*
> *Năm thể thức tụng giới.*

1. Kiếp-tân-na

Nhân duyên Vương Xá.

Một thời, Cụ thọ Phạm-ma Kiếp-tân-na[494] trú tại thành Vương Xá, trong hang Tiên-na,[495] tùy thuận với Tăng đồng một trú xứ, đồng một bao-sái-đà. Khi số đông các bí-sô, vào ngày thứ 15 bao-sái-đà, cùng hòa hợp tụ hội trong giới đường bao-sái-đà, lúc bấy giờ có lẽ Cụ thọ Kiếp-tân-na đang đi đến cương giới khác. Thế rồi Cụ thọ Kiếp-tân-na suy nghĩ như vầy: "Hôm nay ngày 15, Tăng-già bao-sái-đà, tôi bí-sô Kiếp-tân-na có cần phải đi đến giới đường bao-sái-đà của Tăng để dự bao-sái-đà ngày 15, hay không cần? Có cần phải cùng chung với Tăng cảm thọ thuyết giới đường hay không cần? Có cần phải tham dự vào những hành sự và những phận sự của Tăng hay không cần? Có cần phải cùng với Tăng cảm thọ những hành sự và những phận sự của Tăng, hay không cần? Vả lại, Đức Thế Tôn có dạy:

> *Thường thanh tịnh hư vọng,*
> *Thanh tịnh bao-sái-đà,*
> *Ai tịnh nghiệp thanh tịnh,*
> *Người ấy hành cấm giới.*

"Ta vốn thanh tịnh bậc nhất, luôn có đầy đủ sự thanh tịnh."

Khi ấy, đức Thế Tôn, bằng tha tâm trí, biết rõ tâm của Phạm-ma Kiếp-tân-na, ẩn thân khỏi rừng Trúc, xuất hiện tại hang Tiên-na, đứng trước

---

[494] *Brāhmaṇa-Kapphiṇa.* Tạng: *bram ze Ka-pi-na.*

[495] *Senikāguhā;* Tạng: *sde can ma phug.*

Phạm-ma Kiếp-tân-na, nói rằng:

- Này Kiếp-tân-na, ông đơn độc tĩnh tọa một mình nơi vắng vẻ, đã khởi lên tư duy trong tâm, rằng "Hôm nay ngày 15, Tăng-già bao-sái-đà, tôi bí-sô Kiếp-tân-na, *như trên cho đến*, ta vốn thanh tịnh bậc nhất, luôn có đầy đủ sự thanh tịnh." Có vậy chăng?

- Bạch Thế Tôn, có như vậy.

- Này Kiếp-tân-na, nếu ông không đến tham dự thuyết giới đường của Tăng, ai sẽ là người xứng đáng đến tham dự? Ông không cảm thọ bao-sái-đà cùng với Tăng, ai sẽ là người cảm thọ? Ông không đến tham dự trong các hành sự và phận sự của Tăng, ai sẽ là người tham dự? Nếu ông không cùng với Tăng cảm thọ các hành sự và các phận sự của Tăng, ai sẽ là người cảm thọ. Này Kiếp-tân-na, ông hãy đi đến Thuyết giới đường của Tăng; chớ nên không đi. Hãy cùng với Tăng cảm thọ bao-sái-đà, chớ không nên không cảm thọ. Này Kiếp-tân-na, hãy đến tham dự trong các hành sự và phận sự của Tăng, chớ không nên không đến. Hãy cùng với Tăng cảm thọ các hành sự và phận sự của Tăng, chứ không nên không cảm thọ.

2. Kết giới cộng trú

Rồi thì, đức Thế Tôn dẫn Cụ thọ Kiếp-tân-na đi đến thuyết giới đường. Đến nơi, đức Thế Tôn ngồi lên chỗ ngồi đã soạn sẵn trước Tăng, nói với các bí-sô rằng:

- Này các bí-sô, kể từ nay, Ta cho phép các bí-sô kết đại giới[496] đồng nhất trú xứ đồng nhất thuyết giới.[497]

Đức Thế Tôn đã dạy cần phải kết đại giới đồng nhất trú xứ đồng nhất thuyết giới, nhưng các bí-sô không biết kết như thế nào. Thế Tôn dạy:

"Trước hết, các bí-sô cựu trú cùng đi quan sát các dấu hiệu mốc cố định ở bốn phương của đại giới. Dấu hiệu mốc ở phương Đông hoặc vách tường, hay cây, hoặc đá, hoặc rào dậu, hoặc vách núi. Dấu hiệu mốc ở phương Nam, phương Tây, phương Bắc, hoặc vách tường, hay cây,

---

496 *mahatī sīmā*. Tạng: *mtshams chen po*.
497 *ekaposadhāvāsa*. Tạng: *gso sbyong gcig pa'i gnas*.

hoặc đá, hoặc rào dậu, hoặc vách núi, v.v... Tiếp theo đó, trải dọn chỗ ngồi, gõ kiền chùy tập Tăng; khi toàn thể Tăng đã tụ hội an tọa, công bố các dấu hiệu mốc cố định: "Phương Đông hoặc vách tường, hay cây, hoặc đá, hoặc rào dậu, hoặc vách núi, v.v... Dấu hiệu mốc ở phương Nam, phương Tây, phương Bắc, hoặc vách tường, hay cây, hoặc đá, hoặc rào dậu, hoặc vách núi, v.v." Rồi sau đó, một bí-sô tác bạch và tác yết-ma:

Đại đức Tăng xin lắng nghe. Trong trú xứ này, có các dấu hiệu mốc cố định ở bốn phương của đại giới, đã được công bố bởi các bí-sô cựu trú. Dấu hiệu mốc ở phương Đông có vách tường [hoặc cây, hoặc đá, hoặc rào dậu, hoặc vách núi]. Dấu hiệu mốc phương Nam, phương Tây, phương Bắc, có vách tường [hoặc cây, hoặc đá, hoặc rào dậu, hoặc vách núi]. Nếu thời gian thích hợp đối với Tăng, Tăng nay đồng ý chấp thuận, trong phạm vi có các dấu hiệu làm mốc này, kết làm đại giới cộng trú, đồng nhất trú xứ đồng nhất bao-sái-đà, bao gồm a-lan-nhã cho đến thiền đường, trừ tụ lạc, và thôn ấp. Đây là lời tác bạch.

Tiếp theo, tác yết-ma:

Đại đức Tăng xin lắng nghe. Trong trú xứ này, có các dấu hiệu mốc cố định ở bốn phương của đại giới, đã được công bố bởi các bí-sô cựu trú. Dấu hiệu mốc ở phương Đông có vách tường [hoặc cây, hoặc đá, hoặc rào dậu, hoặc vách núi]. Dấu hiệu mốc phương Nam, phương Tây, phương Bắc, có vách tường [hoặc cây, hoặc đá, hoặc rào dậu, hoặc vách núi]. Tăng nay, trong phạm vi các dấu hiệu làm mốc này, kết đại giới cộng trú, đồng nhất trú xứ đồng nhất bao-sái-đà, bao gồm a-lan-nhã cho đến thiền đường, trừ tụ lạc, và thôn ấp. Các Trưởng lão nào đồng ý chấp thuận, Tăng nay, trong phạm vi các dấu hiệu làm mốc này, kết đại giới cộng trú, đồng nhất trú xứ đồng nhất bao-sái-đà, bao gồm a-lan-nhã cho đến thiền đường, trừ tụ lạc, và thôn ấp, kết đại giới cộng trú, đồng nhất trú xứ đồng nhất bao-sái-đà, thì im lặng. Ai không đồng ý hãy nói.

Tăng đã đồng ý chấp thuận, Tăng nay, trong phạm vi các dấu hiệu làm mốc này, kết đại giới cộng trú, đồng nhất trú

xứ đồng nhất bao-sái-đà, bao gồm a-lan-nhã cho đến thiền đường, trừ tụ lạc, và thôn ấp, kết đại giới cộng trú, đồng nhất trú xứ đồng nhất bao-sái-đà, vì im lặng. Việc này tôi ghi nhận như vậy.

Trong phạm vi Tăng đã kết làm đại giới, các bí-sô có thể tụ hội tác pháp bao-sái-đà, tác tùy ý, đơn bạch, bạch nhị và bạch tứ yết-ma. Ai không tùy thuận, phạm đọa vượt tì-ni.

3. Kết giới y

Các bí-sô thọ trì ba y, ban ngày đi lại trong tinh xá, thật mệt nhọc. Sự việc này được bẩm bạch lên Thế Tôn. Thế Tôn dạy: "Trong phạm vi đại giới, được phép kết làm giới không lìa y[498] cho tất cả các bí-sô. Kết giới như vầy. Trước hết, trải dọn chỗ ngồi, gõ kiền chùy tập Tăng; khi toàn thể Tăng đã tụ hội an tọa, một bí-sô tác bạch rồi tác yết-ma:

Đại đức Tăng xin lắng nghe. Trong trú xứ này, Tăng hòa hợp đã kết làm đại giới cộng trú, đồng nhất trú xứ đồng nhất bao-sái-đà. Nếu thời gian thích hợp đối với Tăng, Tăng nay đồng ý chấp thuận trong phạm vi đại giới đã kết này kết làm giới không lìa y cho tất cả các bí-sô. Đây là lời tác bạch.

Tiếp theo, tác yết-ma:

Đại đức Tăng xin lắng nghe. Trong trú xứ này, Tăng đã hòa hợp kết đại giới cộng trú, đồng nhất trú xứ đồng nhất bao-sái-đà. Tăng nay trong phạm vi đại giới này kết làm giới không lìa y cho tất cả bí-sô. Các Trưởng lão nào đồng ý chấp thuận, Tăng nay trong phạm vi đại giới này kết làm giới không lìa y cho tất cả bí-sô, thì im lặng. Ai không đồng ý hãy nói.

Tăng đã đồng ý chấp thuận, Tăng nay trong phạm vi đại giới này kết làm giới không lìa y cho tất cả bí-sô, vì im lặng. Việc này tôi ghi nhận như vậy.

Trong phạm vi đại giới mà Tăng đã kết giới không lìa y; các bí-sô có thể đi lại với thượng y hay hạ y, mà ở đây không phải truy hối.

---

[498] cīvarakāṇām avipravāsasaṃvṛttim. Tạng: chos gos dag dang mi 'bral ba. Tứ phần iii, tr. 1275, thất y giới.

4. Kết tiểu giới

Có những yết-ma cần được tác pháp với bốn bí-sô, có loại với năm, có loại với mười bí-sô. Có loại cần phải tập hợp toàn thể Tăng-già. Các bí-sô vì vậy phế bỏ sự tu tập thiện phẩm. Sự việc được bẩm bạch lên Thế Tôn. Thế Tôn dạy: "Nên kết tiểu giới,[499] cần ấn định phạm vi giới hạn." Kết giới như vầy: Trước hết giải đại giới. Giải giới như vầy: Trước hết, trải dọn chỗ ngồi, gõ kiền chùy tập Tăng. Khi tất cả Tăng đã tập hợp an tọa, một bí-sô tác bạch, rồi tác yết-ma:

Đại đức Tăng xin lắng nghe. Trong phạm vi giới hạn của trú xứ này, mà Tăng hòa hợp đã kết đại giới cộng trú, đồng nhất trú xứ đồng nhất bao-sái-đà. Nếu thời gian thích hợp đối với Tăng, Tăng nay giải đại giới này. Đây là lời tác bạch.

Tiếp theo, tác yết-ma:

Trong phạm vi giới hạn của trú xứ này, mà Tăng hòa hợp đã kết đại giới cộng trú, đồng nhất trú xứ đồng nhất bao-sái-đà, Tăng nay giải đại giới này. Trưởng lão nào đồng ý chấp thuận, Tăng nay giải đại giới này, thì im lặng. Ai không đồng ý hãy nói. Đây là yết-ma lần thứ nhất. (*cũng vậy*) **Yết-ma lần thứ hai. Yết-ma lần thứ ba. Tăng đã đồng ý chấp thuận giải đại giới, vì im lặng. Việc này tôi ghi nhận như vậy.**

Rồi tiếp theo sau đó, các bí-sô cựu trú cùng đi quan sát bốn phương với các dấu hiệu làm mốc cố định. Phương Đông cần chỉ các dấu hiệu làm mốc như vách tường, hoặc cây, hoặc đá, hoặc rào dậu, hoặc vách núi, hoặc đường đi; hoặc dựng đá, hoặc cắm cọc. Phương Nam, phương Tây, phương Bắc, cần chỉ các dấu hiệu làm mốc như vách tường, hoặc cây, hoặc đá, hoặc rào dậu, hoặc vách núi, hoặc đường đi; hoặc dựng đá, hoặc cắm cọc.

Kế tiếp, dọn trải chỗ ngồi, gõ kiền chùy tập Tăng. Khi tất cả Tăng đã tụ tập an tọa, các bí-sô cựu trú công bố các dấu hiệu làm mốc cố định trong bốn phương. Phương Đông cần chỉ các dấu hiệu làm mốc như vách tường, hoặc cây, hoặc đá, hoặc rào dậu, hoặc vách núi, hoặc đường

---

[499] *khuḍḍalikā sīmā.* Tạng: *mtshams bu chung.*

đi; hoặc dựng đá, hoặc cắm cọc. Phương Nam, phương Tây, phương Bắc, cần chỉ các dấu hiệu làm mốc như vách tường, hoặc cây, hoặc đá, hoặc rào dậu, hoặc vách núi, hoặc đường đi; hoặc dựng đá, hoặc cắm cọc. Bấy giờ, một bí-sô tác bạch, rồi tác yết-ma:

Đại đức Tăng xin lắng nghe. Trong phạm vi trú xứ này, các bí-sô cựu trú công bố các dấu hiệu làm mốc cố định trong bốn phương. Phương Đông được nói có các dấu hiệu làm mốc như vách tường [hoặc cây, hoặc đá, hoặc rào dậu, hoặc vách núi, hoặc đường đi; hoặc dựng đá, hoặc cắm cọc]. Phương Nam [phương Tây, phương Bắc] được nói có các dấu hiệu làm mốc như vách tường [hoặc cây, hoặc đá, hoặc rào dậu, hoặc vách núi, hoặc đường đi; hoặc dựng đá, hoặc cắm cọc]. Nếu thời gian thích hợp đối với Tăng, Tăng nay chấp thuận, trong phạm vi được ấn định này, kết làm tiểu giới. Đây là lời tác bạch.

Đại đức Tăng xin lắng nghe. Trong phạm vi trú xứ này, các bí-sô cựu trú công bố các dấu hiệu làm mốc cố định trong bốn phương. Phương Đông được nói có các dấu hiệu làm mốc như vách tường [hoặc cây, hoặc đá, hoặc rào dậu, hoặc vách núi, hoặc đường đi; hoặc dựng đá, hoặc cắm cọc]. Phương Nam [phương Tây, phương Bắc] được nói có các dấu hiệu làm mốc như vách tường [hoặc cây, hoặc đá, hoặc rào dậu, hoặc vách núi, hoặc đường đi; hoặc dựng đá, hoặc cắm cọc]. Tăng nay đồng ý chấp thuận, trong phạm vi đã được ấn định này kết làm tiểu giới. Các Trưởng lão nào đồng ý chấp thuận trong phạm vi đã được ấn định này kết làm tiểu giới, thì im lặng. Ai không đồng ý hãy nói.

Tăng đã đồng ý chấp thuận trong phạm vi đã được ấn định này kết làm tiểu giới, vì im lặng. Việc này tôi ghi nhận như vậy.

Rồi sau đó kết lại đại giới. Kết giới như vầy: Các bí-sô cựu trú cùng đi quan sát bốn phương với các dấu hiệu làm mốc cố định, chi tiết như đã nói trên.

Tiếp theo nữa, trong phạm vi đại giới kết làm giới không lìa y cho các bí-sô; dọn trải chỗ ngồi, v.v., *chi tiết như trên.*

5. Giới tự nhiên

Cụ thọ Ưu-ba-li hỏi Phật Thế Tôn:

- Bạch Đại Đức, thế nào là cương giới trong trú xứ không kết giới?

- Này Ưu-ba-li, đó là khoảng giữa bức tường bao quanh bởi phụ cận. Các bí-sô trú trong khoảng giữa các bức tường có thể tự tập hành bao-sái-đà, tác tùy ý, đơn bạch, bạch nhị, bạch tứ yết-ma. Ai không tùy thuận, người ấy vi luật.

[Cụ thọ *Upāli* hỏi Phật:

- Bạch Đại Đức, cương giới tụ lạc là thế nào?

- Này *Upāli*, cho đến cuối vùng phụ cận. Các bí-sô trong phạm vi này hành bao-sái-đà, hạ an cư, tác đơn bạch, bạch nhị, cho đến bạch tứ yết-ma. Ai không tùy thuận phạm việt tì-ni][500]

Cụ thọ Ưu-ba-li hỏi Phật:

- Bạch Đại Đức, cương giới nơi rừng hoang dã,[501] nơi không có tụ lạc, là gì?

- Này Ưu-ba-li, chu vi một câu-lô-xá[502] bao quanh bởi phụ cận. Các bí-sô trú trong khoảng giữa một câu-lô-xá đó, tất cả có thể tập hợp tác pháp bao-sái-đà, tác tùy ý, v.v... Ai không tùy thuận, phạm đọa việt tì-ni.

6. Giải giới

Ưu-ba-li hỏi Phật:

- Bạch Đại Đức, có thể được không, bằng một đơn bạch bởi một yết-ma sư, bằng một yết-ma tuyên bố, mà loại bỏ hay phát sinh cương giới hiện tiền trong và ngoài?

- Có thể được, này Ưu-ba-li. Đó là trường hợp loại bỏ cương giới hạn hẹp, làm phát sinh cương giới mở rộng.

---

[500] Đoạn không có trong MSV., dịch thêm theo bản Tạng.

[501] *araṇyāyatana*, a-lan-nhã xứ.

[502] *krośa*.

Pháp thức thực hành như vầy. Trước hết trong chừng mực mà đại giới được giải tỏa, rồi đến tiểu giới. Phạm vi kết giới[503] được hủy bỏ. Thể thức giải giới như vầy. Dọn trải chỗ ngồi, gõ kiền chùy tập Tăng. Trong khi Tăng đã tập hợp an tọa, và sau khi Tăng đã xả cả hai cương giới, bí-sô yết-ma sư xác định cương giới trong đây bằng khúc cây, bằng cây gậy, bằng cọc sắt, hay bằng mảnh chiếu, rồi tác bạch và yết-ma:

> **Đại đức Tăng xin lắng nghe. Trong phạm vi trú xứ này Tăng đã kết làm đại giới cộng trú, đồng nhất trú xứ đồng nhất bao-sái-đà, ấn định phạm vi kết tiểu giới. Nếu thời gian thích hợp đối với Tăng, Tăng nay giải đại giới, giải tiểu giới, hủy bỏ phạm vi kết giới. Đây là lời tác bạch.**

> **Đại đức Tăng xin lắng nghe. Trong phạm vi trú xứ này Tăng đã kết làm đại giới cộng trú, đồng nhất trú xứ đồng nhất bao-sái-đà, ấn định phạm vi kết tiểu giới. Tăng nay giải đại giới, giải tiểu giới, hủy bỏ phạm vi kết giới. Trưởng lão nào đồng ý chấp thuận, Tăng nay giải đại giới, giải tiểu giới, hủy bỏ phạm vi kết giới, thì im lặng. Ai không đồng ý hãy nói. Đây là yết-ma lần thứ nhất. Yết-ma lần thứ hai, yết-ma lần thứ ba, *cũng vậy.***

> **Tăng đã chấp thuận giải đại giới, tiểu giới, hủy bỏ phạm vi kết giới, vì im lặng. Việc này tôi ghi nhận như vậy**

Tiếp theo đó, các bí-sô cựu trú cùng đi quan sát các dấu hiệu cố định làm mốc bốn phương tiểu giới. Phương Đông cần chỉ các dấu hiệu làm mốc như vách tường, hoặc cây, hoặc đá, hoặc rào dậu, hoặc vách núi, hoặc đường đi; hoặc dựng đá, hoặc cắm cọc. Cũng như phương Đông, các phương Nam, Tây, Bắc, cũng vậy.

Sau đó, dọn trải chỗ ngồi, gõ kiền chùy tập Tăng. Trong khi toàn thể Tăng đã tập hợp an tọa, các bí-sô cựu trú công bố các dấu hiệu cố định làm mốc bốn phương tiểu giới, chi tiết như trên, cho đến "hoặc cắm cọc". Chỉ định các dấu hiệu cố định làm mốc bốn phương đại giới, chi tiết như trên, cho đến, "hoặc vách núi". Rồi sau đó, sau khi Tăng xả cả hai cương giới, bí-sô yết-ma xác định cương giới trong đây bằng khúc cây, bằng cây gậy, bằng cọc sắt, hay bằng mảnh chiếu, rồi tác bạch và yết-ma:

---

503 *maṇḍalaka.*

Đại đức Tăng xin lắng nghe. Các bí-sô cựu trú đã công bố các dấu hiệu cố định làm mốc bốn phương tiểu giới, *chi tiết như trên, cho đến* "hoặc cắm cọc". Đã chỉ định các dấu hiệu cố định làm mốc bốn phương đại giới, *chi tiết như trên, cho đến,* "hoặc vách núi". Nếu thời gian thích hợp đối với Tăng, Tăng nay trong phạm vi này kết làm tiểu giới, ấn định phạm vi kết giới. Trong phạm vi đã được vạch ra này kết làm đại giới cộng trú, đồng nhất trú xứ đồng nhất bao-sái-đà, bao gồm a-lan-nhã cho đến thiền đường, trừ tụ lạc và thôn ấp. Đây là lời tác bạch.

Đại đức Tăng xin lắng nghe. Các bí-sô cựu trú đã công bố các dấu hiệu cố định làm mốc bốn phương tiểu giới, *chi tiết như trên, cho đến* "hoặc cắm cọc". Đã chỉ định các dấu hiệu cố định làm mốc bốn phương đại giới, *chi tiết như trên, cho đến,* "hoặc vách núi". Tăng nay trong phạm vi này kết làm tiểu giới, ấn định phạm vi kết giới; trong phạm vi đã được vạch ra này kết làm đại giới cộng trú, đồng nhất trú xứ đồng nhất bao-sái-đà, bao gồm a-lan-nhã cho đến thiền đường, trừ tụ lạc và thôn ấp. Trưởng lão nào đồng ý chấp thuận, Tăng nay trong phạm vi này kết làm tiểu giới, ấn định phạm vi kết giới; trong phạm vi đã được vạch ra này kết làm đại giới cộng trú, đồng nhất trú xứ đồng nhất bao-sái-đà, bao gồm a-lan-nhã cho đến thiền đường, trừ tụ lạc và thôn ấp, thì im lặng. Ai không đồng ý hãy nói.

Tăng đã chấp thuận trong phạm vi này kết làm tiểu giới, ấn định phạm vi kết giới; trong phạm vi đã được vạch ra này kết làm đại giới cộng trú, đồng nhất trú xứ đồng nhất bao-sái-đà, bao gồm a-lan-nhã cho đến thiền đường, trừ tụ lạc và thôn ấp, vì im lặng. Việc này tôi ghi nhận như vậy.

Rồi sau đó, rời khỏi phạm vi tiểu giới. Trong đại giới, dọn trải chỗ ngồi, gõ kiền chùy tập Tăng, kết giới không lìa y cho các bí-sô, chi tiết như trên.

7. Yết-ma tụng giới

Cụ thọ Ưu-ba-li hỏi Phật:

- Bạch Đại Đức, có bao nhiêu yết-ma bao-sái-đà?

- Có bốn, này Ưu-ba-li. Không hòa hợp mà hành bao-sái-đà không như pháp. Hòa hợp hành bao-sái-đà không như pháp. Không hòa hợp mà hành bao-sái-đà như pháp. Hòa hợp hành bao-sái-đà như pháp. Trong đó, chỉ một yết-ma bao-sái-đà như pháp, đó là hòa hợp tác pháp như pháp.[504]

Cụ thọ Ưu-ba-li lại hỏi Phật:

- Bạch Đại Đức, có bao nhiêu thể thức tụng Thuyết Ba-la-đề-mộc-xoa giới kinh?

- Có năm, này Ưu-ba-li. Sau khi tác bạch, tụng hết phần "Nhân duyên" (phần tựa của Giới Kinh), còn lại, như thường được nghe. Như vậy, đã tụng xong Ba-la-đề-mộc-xoa, và Tăng đã hành bao-sái-đà xong.

- Sau khi tác bạch, tụng hết phần "Nhân duyên", tụng hết "Bốn pháp Ba-la-di", còn lại, như thường được nghe. Như vậy, đã tụng xong Ba-la-đề-mộc-xoa, Tăng đã hành bao-sái-đà xong.

- Sau khi tác bạch, tụng hết phần "Nhân duyên", tụng hết "Bốn Pháp Ba-la-di", tụng hết "Mười ba pháp Tăng-già-bà-thi-sa; còn lại, như thường được nghe. Như vậy, đã tụng xong Ba-la-đề-mộc-xoa, Tăng đã hành bao-sái-đà xong.

- Sau khi tác bạch, tụng hết phần "Nhân duyên", tụng hết "Bốn Pháp Ba-la-di", tụng hết "Mười ba pháp Tăng-già-bà-thi-sa", tụng hết "Hai pháp Bất định"; còn lại, như thường được nghe. Như vậy, đã tụng xong Ba-la-đề-mộc-xoa, Tăng đã hành bao-sái-đà xong.

- Sau khi tác bạch, tụng hết phần "Nhân duyên", tụng hết "Bốn Pháp Ba-la-di", tụng hết "Mười ba pháp Tăng-già-bà-thi-sa", tụng hết "Hai pháp Bất định", tụng hết toàn bộ Giới Kinh Ba-la-đề-mộc-xoa. Đây là thứ năm.

---

[504] *Thập tụng* 22, tr. 159a23: 4 loại thuyết Ba-la-đề-mộc-xoa: phi pháp biệt chúng, phi pháp hòa hiệp chúng, như pháp biệt chúng, như pháp hòa hiệp chúng.

III. TRÚ XỨ

Kệ tóm tắt:

> *Trú xứ hạ an cư,*
> *Khách đến, hành, và năm,*
> *Đêm bố-tát đã quá,*
> *Phát tâm, bao-sái-đà.*

1. Trú xứ hạ an cư

Trường hợp như một số đông bí-sô trú tại một trú xứ kia, khởi lên suy nghĩ như vầy: "Bí-sô như vậy như vậy thông suốt Ba-la-đề-mộc-xoa! Bí-sô như vậy như vậy thông suốt Ba-la-đề-mộc-xoa!" Nhưng rồi vào ngày 15 bao-sái-đà của họ, không có bí-sô nào thông suốt Ba-la-đề-mộc-xoa. Thế Tôn dạy: "Các bí-sô này cần phải tìm cầu một bí-sô thông suốt Ba-la-đề-mộc-xoa, cung phụng bí-sô ấy phòng nghỉ, tọa ngọa cụ, các chấp tác, lợi dưỡng, thừa sự... Được như vậy thì tốt. Nếu không được như vậy, các bí-sô này không nên ở lại trú xứ đó đợi đến kỳ bao-sái-đà khác. Ai ở lại đó đợi, vi luật."

2. Trường hợp như tại một trú xứ kia, một số đông bí-sô muốn kết an cư tiền hạ;[505] các vị ấy có ý nghĩ như vầy: "Có một bí-sô như vậy như vậy thông suốt Ba-la-đề-mộc-xoa. Nhưng vào ngày 15 bao-sái-đà, họ không thấy có bí-sô nào thông suốt Ba-la-đề-mộc-xoa. Các bí-sô này cần phải tìm cầu một bí-sô thông suốt Ba-la-đề-mộc-xoa, cung cấp cho bí-sô ấy phòng nghỉ, tọa ngọa cụ, chấp tác, các nhu yếu, cung kính phục vụ. Được như vậy thì tốt. Nếu không được như vậy, các bí-sô này không được kết an cư tiền hạ tại trú xứ đó. Kết an cư ở đó, vi luật.

Trường hợp như tại một trú xứ kia, một số đông bí-sô đã kết an cư tiền hạ; các vị ấy có ý nghĩ như vầy: "Có một bí-sô như vậy như vậy thông suốt Ba-la-đề-mộc-xoa. Nhưng vào ngày thứ 15 bao-sái-đà, họ không thấy có bí-sô nào thông suốt Ba-la-đề-mộc-xoa. Các bí-sô này cần phải tìm cầu một bí-sô thông suốt Ba-la-đề-mộc-xoa, cung phụng bí-sô ấy phòng nghỉ, tọa ngọa cụ, các chấp tác, lợi dưỡng, thừa sự... Được như

---

505 *pūrvikā varṣā*, ba tháng đầu trong bốn tháng mùa hạ. Tạng: *dbyar snga mar.*

vậy thì tốt. Nếu không được như vậy, các bí-sô này không được lưu trú tiền hạ tại trú xứ đó. Lưu trú ở đó, vi luật."

3. Và cũng như vậy, tại một trú xứ kia, một số đông bí-sô muốn kết an cư hậu hạ;[506] các vị ấy có ý nghĩ như vầy: "Có một bí-sô như vậy như vậy thông suốt Ba-la-đề-mộc-xoa. Nhưng vào ngày thứ 15 bao-sái-đà, họ không thấy có bí-sô nào thông suốt Ba-la-đề-mộc-xoa. Các bí-sô này cần phải tìm cầu một bí-sô thông suốt Ba-la-đề-mộc-xoa, cung cấp cho bí-sô ấy phòng nghỉ, tọa ngọa cụ, chấp tác, các nhu yếu, cung kính phục vụ. Được như vậy thì tốt. Nếu không được như vậy, các bí-sô này không được kết an cư hậu hạ tại trú xứ đó. Kết an cư ở đó, vi luật."

Cũng như tại một trú xứ kia, một số đông bí-sô đã kết an cư hậu hạ; các vị ấy có ý nghĩ như vầy: "Có một bí-sô như vậy như vậy thông suốt Ba-la-đề-mộc-xoa. Nhưng vào ngày 15 bao-sái-đà, họ không thấy có bí-sô nào thông suốt Ba-la-đề-mộc-xoa. Các bí-sô này trong hai tháng có thể bằng tư duy thẩm sát[507] mà trú tại trú xứ đó. Qua hai tháng, các bí-sô này cần phải tìm cầu một bí-sô thông suốt Ba-la-đề-mộc-xoa, cung cấp cho bí-sô ấy phòng nghỉ, tọa ngọa cụ, chấp tác, lợi dưỡng, thừa sự... Được như vậy thì tốt. Nếu không được như vậy, các bí-sô này không nên ở lại trú xứ đó đợi đến kỳ bao-sái-đà khác. Ai ở lại đó đợi, vi luật."

2. Khách đến

Cụ thọ Ưu-ba-li hỏi Phật Thế Tôn:

- Bạch Đại đức, cũng như các bí-sô cựu trú nghe tin có các bí-sô khách đang đến, họ là những vị trì Kinh, trì Luật, trì Mẫu luận; cần phải đối xử với các vị này như thế nào?

- Đối với bí-sô trì Kinh, trì Luật, trì Mẫu luận, các bí-sô kia cần phải mang tàn lọng, tràng phan, ra nghinh đón ngoài 250 do-tuần. Được như vậy thì tốt; nếu không được như vậy, thì cũng mang tàn lọng, tràng phan, ra tận ba câu-lô-xá, hoặc nửa câu-lô-xá, cho đến tận đầu sân,[508] nghinh

---

[506] *paścimikā varṣā*, ba tháng sau trong bốn tháng mùa hạ.

[507] Skt. *pratisaṃkhyā*: giản trạch. Tạng: *so sor brtags*.

[508] Skt. *pariṣaṇḍa*; Tạng: *than khyams*. Bản khác: *pariṣaṇḍā*: tận chân núi, hoặc thung lũng.

đón bí-sô ấy. Được vậy thì tốt; nếu không được như vậy, thì cũng phải phục vụ vị ấy tắm gội, dành cho lợi đắc thiết thân[509] trong Tăng. Các bí-sô cần phải cung cấp cho bí-sô ấy phòng nghỉ, tọa ngọa cụ, chấp tác, lợi dưỡng, thừa sự... Trong đó, giả sử có ai nói, "Các Trưởng lão, cũng đồng là những người xuất gia, vì sao các bí-sô này được tôn kính, còn chúng ta thì không?" Với người này, cần được trả lời rằng, "Này Trưởng lão, trong kinh luận xưa[510] có nói: đây là vị tôn sư, đây là vị y chỉ, tức là Kinh, Luật, Mẫu luận. Các Cụ thọ này có thể diễn tụng một cách rộng rãi điều ấy. Vì vậy các vị ấy được tôn kính, chứ không phải Trưởng lão."

Cũng vậy, vào ngày 15 bao-sái-đà, các bí-sô đệ tử cộng trú và bí-sô đệ tử hầu cận muốn du hành trong nhân gian; nhưng không được các vị A-xà-lê, Ô-ba-đà-da cho phép với hình thức nào đó. Nếu có duyên sự, cần phải nói như vầy, "Thưa Trưởng lão, trú xứ kia có Tăng Thượng tọa, có Ba-la-đề-mộc-xoa." Nếu nói vậy, có thể đi. Nếu không như thế mà cứ đi, vi luật.

3. Gửi thanh tịnh

1. Bấy giờ, vào ngày 15 bao-sái-đà, đức Thế Tôn ngồi trên chỗ ngồi đã soạn sẵn trước Tăng, nói với các bí-sô:

- Này các bí-sô, đêm đã qua, các bí-sô hãy hành bao-sái-đà.

Khi ấy, có một bí-sô rời chỗ ngồi đứng dậy, trịch uất-đa-la-tăng sang một bên vai, chắp tay hướng về Thế Tôn, bạch rằng:

- Bạch Thế Tôn, trong trú xứ này có một bí-sô bệnh, rất đau đớn khổ sở. Với vị ấy, chúng con phải làm như thế nào?

Phật dạy:

- Nhận sự thanh tịnh của bí-sô ấy, rồi mang đến Tăng.

Đức Thế Tôn đã dạy, nhận sự thanh tịnh[511] của bí-sô ấy, nhưng các bí-sô không biết nhận như thế nào. Phật dạy:

---

[509] Skt. *snehalābha*: lợi đắc tư nhuận. Tạng: *snum bag gi rnyed pa.*

[510] *atītaśāstraka.* Tạng: *ston pa 'das pa.*

[511] *Thập tụng 22*, tr. 160a19: thủ thanh tịnh.

- Một người nhận của một người, hay của hai, cho đến nhiều người, tùy theo khả năng nhớ được bao nhiêu tên để có thể bẩm bạch lại với Tăng.

"Này các bí-sô, nay Ta quy định các pháp chánh hành để gửi sự thanh tịnh.[512] Bí-sô gửi thanh tịnh trịch uất-đa-la-tăng một bên vai, cởi bỏ dày dép, lễ kính tùy theo tuổi hạ, ngồi xổm, chắp tay, nói như vầy, 'Trưởng lão ghi nhớ cho, hôm nay ngày 15 Tăng hành bao-sái-đà, tôi cũng vậy. Tôi bí-sô *danh hiệu* bệnh hoạn, đau đớn khốn khổ, cũng hành bao-sái-đà. Tôi tự nói thanh tịnh không có các chướng pháp. Xin vì tôi báo cáo sự thanh tịnh ấy trong bao-sái-đà. Tôi xin cáo tri như vậy.' Nói như vậy ba lần. Bí-sô gửi thanh tịnh nếu bằng thân biểu[513] gửi sự thanh tịnh; sau khi gửi như vậy rồi, sự gửi thanh tịnh cần được nói lên. Nếu bằng ngữ biểu[514] mà gửi thanh tịnh; sau khi gửi, sự gửi thanh tịnh cần được nói lên. Không gửi bằng thân biểu, cũng không gửi bằng ngữ biểu, toàn thể Tăng đồng đến chỗ người bệnh. Hoặc bí-sô ấy được di chuyển đến giữa Tăng, chứ toàn thể Tăng không đi đến đó. Nếu Tăng không đến đó; hoặc các bí-sô không chuyển bí-sô bệnh ấy đến trong Tăng, hoặc có sự không tùy thuận, vi luật.

Thế Tôn lại nói:

- Nay Ta quy định các pháp cần hành cho bí-sô nhận thanh tịnh.[515] Bí-sô nhận thanh tịnh, sau khi nhận sự thanh tịnh, không được chạy nhanh, không được phóng vội, không được nhảy qua hố, không được nhảy qua bậc thềm, không được đứng giữa hư không, không được đi ra ngoài giới, không được bằng một bước nhảy qua hai bậc thang, không được bằng một bước mà bước qua hai bậc thềm cấp, không được ngủ qua đêm, không được qua cơn nhập định. Ngủ và nhập định, cả hai đều

---

[512] pāriśuddhidāyaka. Tạng: *yongs su dag pa 'bul bar byed pa.*

[513] *kāyavijñapti*, gửi bằng cách ra hiệu, nếu bí-sô bệnh không thể nói thành lời. Tạng: *lus kyi rnam par rig byed.*

[514] *vāgvijñapti*, gửi bằng lời, nếu người bệnh có thể, nhưng không đứng dậy hành lễ được. Tạng: *ngag gi rnam par rig byed.*

[515] pāriśuddhigrāhaka: thủ thanh tịnh. Thập tụng 22, tr. 160a19.Tạng: *yongs su dag pa len pa.*

đáng khiển trách; vô tàm và bất kính cũng vậy.

Khi vị Tăng Thượng tọa nói: "Các Trưởng lão không đến cáo tri dục và thanh tịnh.[516] Hãy trình bẩm cáo tri." Khi ấy bí-sô ngồi gần bước ra trước, bạch:

- Bạch Trưởng lão, xin ghi nhớ cho, trong trú xứ này có bí-sô nhuốm bịnh, rất đau đớn khổ sở. Hôm nay ngày 15 Tăng hành bao-sái-đà, bí-sô kia cũng hành bao-sái-đà. Bí-sô kia, *danh hiệu*, tự nói thanh tịnh không có các chướng pháp. Nay tôi cáo tri sự thanh tịnh của vị ấy trong bao-sái-đà. Tôi nay trình bẩm cáo tri này.[517]

Bí-sô nhận thanh tịnh mà không chấp hành các pháp chánh hành này, việt tì-ni.

2. Cụ thọ Ưu-ba-li hỏi Phật Thế Tôn:

- Bạch Thế Tôn, bí-sô nhận thanh tịnh, sau khi đã nhận thanh tịnh, trong trường hợp nửa chừng mạng chung; sự thanh tịnh như vậy có được nói là đã được nhận gửi không?

- Không được nhận gửi, này Ưu-ba-li. Cần phải nhận gửi trở lại.

- Chuyển nhận gửi cho người tại gia, hoàng môn, bất năng nam, nhiễm ô bí-sô-ni, giết mẹ, giết cha, giết A-la-hán, với ác tâm gây xuất huyết thân Phật, phá hòa hiệp Tăng, ngoại đạo, nhập chúng ngoại đạo, tặc trú, biệt trú, bất cộng trú; chuyển nhận gửi với các trường hợp này, sự thanh tịnh có được nói là đã được nhận gửi?

- Không được nhận gửi, này Ưu-ba-li. Cần phải nhận gửi trở lại.

- Bạch Thế Tôn, bí-sô nhận thanh tịnh, sau khi nhận thanh tịnh, đã đến trong Tăng, rồi mạng chung. Có được nói là thanh tịnh đã được nhận gửi?

- Không được nhận gửi.

---

[516] *chandaṃ ca pāriśuddhiṃ cārocayata*: thuyết dục và thanh tịnh. Tạng: *yongs su dag pa rjod cig|*

[517] Tạng: nói như vậy ba lần.

- Chuyển nhận gửi cho người tại gia, v.v., *như trên cho đến*, bất cộng trú, có được nói là thanh tịnh đã được nhận gửi?

- Không được nhận gửi, này Ưu-ba-li. Cần phải nhận gửi trở lại.

4. Túc số Tăng

Cụ thọ Ưu-ba-li lại hỏi Phật Thế Tôn:

- Bạch Thế Tôn, tại trú xứ chỉ có một bí-sô, vào ngày 15 bao-sái-đà, phải làm thế nào?

- Này Ưu-ba-li, bí-sô này cần phải quét dọn trú xứ sạch sẽ, rưới nước, trét phân bò nhuyễn, dọn tòa sư tử, dọn trải các chỗ ngồi, nghe giảng pháp. Sau đó, lên chỗ cao,⁵¹⁸ nhìn ngóng bốn phương, nếu thấy có một vài bí-sô mà tùy thuận thanh tịnh đang đi đến, liền kêu gọi, nói rằng, "Ơi Trưởng lão, hãy nhanh chóng đến đây; hôm nay ngày 15 Tăng hành bao-sái-đà." Thế rồi, cùng với các vị ấy hành bao-sái-đà. Được như vậy thì tốt. Nếu không được như vậy, bí-sô ấy ngồi lên bồ-đoàn mà tự nói rằng, "Hôm nay ngày 15 Tăng hành bao-sái-đà. Tôi bí-sô *tên như vậy* cũng ngày 15 hành bao-sái-đà. Tôi bí-sô *tên* tự nói thanh tịnh không có các chướng pháp. Tôi thanh tịnh, chư thiên đều liễu tri. Tôi bí-sô *tên như vậy*, vì mục đích viên mãn giới uẩn, hôm nay ngày 15 tạm thời thủ trì bao-sái-đà. Khi nào Tăng hội đầy đủ, sẽ cùng với Tăng hành bao-sái-đà đầy đủ, cùng tụng đọc Thuyết Biệt giải thoát giới kinh." Nói như vậy ba lần.

Nơi nào có hai bí-sô, lần lượt từng người một đối nhau mà nói. Nơi nào có ba bí-sô cũng lần lượt từng người một nói như vậy. Nơi nào có bốn bí-sô, tác bạch rồi hành bao-sái-đà. Ở đây nếu có người bệnh, không được nhận gửi thanh tịnh. Nơi nào có năm bí-sô hoặc nhiều hơn, tác bạch rồi hành bao-sái-đà. Nếu có người bệnh thì nhận gửi thanh tịnh."⁵¹⁹

IV. BÍ-SÔ

Kệ tóm tắt:

---

⁵¹⁸ Từ đây trở xuống, bản Phạn khuyết.

⁵¹⁹ Trở xuống, |*'dul ba gzhi*| *bam po bcu gsum pa*|, Tì-nại-da sự, thông dật 13.

Bí-sô bị vua bắt,

Không khởi việc của Tăng,

Cho bí-sô bất si,

Tác ức niệm thứ tư.

1. Gửi dục

1. Trường hợp vua, giặc cướp, sát nhân, oán địch, kẻ thù, vào ngày 15 bao-sái-đà, bắt đi một bí-sô. Vì bí-sô này, các bí-sô kia hoặc thân hành hoặc khiến tín sứ đi, nói rằng, "Bí-sô ấy là đồng phạm hạnh của chúng tôi, xin thả vị ấy." Nếu được thả thì tốt. Nếu không thả, lại gửi tín sứ nói, "Xin thả bí-sô ấy, vì có việc cần làm với chúng tôi." Nếu được thả thì tốt, nhược bằng không thả, các bí-sô đi đến phạm vi kết giới[520] hành bao-sái-đà. Ngày hôm sau, khi được thả, bí-sô này phải tiến hành trở lại. Nếu hành thì tốt; bằng không, vi luật.

2. Bấy giờ vào ngày 15 bao-sái-đà, Đức Thế Tôn ngồi giữa Tăng trên chỗ ngồi soạn sẵn. Tăng hành bao-sái-đà, tụng Biệt giải thoát giới kinh. Khi ấy, Thế Tôn nói với chúng bí-sô rằng:

- Này các bí-sô, chớ tạm thời khởi lên sự việc của Tăng dù nhỏ.[521]

Rồi một bí-sô rời chỗ ngồi đứng dậy, trịch uất-đa-la-tăng một phía vai, hướng về đức Thế Tôn, chắp tay bạch Thế Tôn rằng:

- Bạch Thế Tôn, trú xứ kia có bí-sô bệnh, đau đớn khổ sở. Nếu đã nhận gửi thanh tịnh của vị ấy, trong đây chúng con phải thực hiện như thế nào?

Thế Tôn dạy:

- Này bí-sô, bí-sô kia vì tự thân thanh tịnh của bí-sô nên cần phải nhận sự gửi dục của sự thanh tịnh ấy.

---

[520] *dkyil 'khor bar dong ste*: "đi đến viên đàn", đây chỉ đi ra ngoài phạm vi đại giới mà kết tiểu giới. Cf. *Thập tụng* 22, tr. 160c08.

[521] *Tứ phần* iii, tr. 1285: "Bấy giờ nhóm sáu tỳ-kheo gửi dục mà không gửi thanh tịnh, trong Tăng có sự việc khởi lên, không thuyết giới được." Cf. *Thập tụng* 22, tr. 160c14: 僧莫起有僧事 "Chớ để làm phát sinh sự cố trong Tăng." (Trường hợp khiến Trưởng lão Thi-việt hành ba-lị-bà-sa).

Thế Tôn đã dạy, nhận gửi dục; nhưng các bí-sô không biết nhận như thế nào. Thế Tôn dạy:

- Một người nhận của một người, hay của hai, cho đến nhiều người, tùy theo khả năng, rồi mang đến trình giữa Tăng.

"Này các bí-sô, nay Ta quy định các pháp chánh hành cho bí-sô gửi dục.[522] Bí-sô gửi dục trịch uất-đa-la-tăng một bên vai, cởi bỏ dày dép, lễ kính tùy theo tuổi hạ, ngồi xổm, chắp tay, nói như vầy, "Trưởng lão ghi nhớ cho, hôm nay ngày 15 Tăng hành bao-sái-đà, tôi cũng vậy. Tôi bí-sô *danh hiệu* bệnh khổ cũng hành bao-sái-đà. Tôi bí-sô bệnh khổ *tên như vậy* thanh tịnh không có các chướng pháp, tôi hoan hỉ đối với Tăng sự như pháp. Tôi thanh tịnh đối với bao-sái-đà. Tôi tự nói gửi dục và thanh tịnh. Xin vì tôi cáo tri như vậy." Nói như vậy ba lần. Bí-sô gửi dục nếu bằng thân biểu gửi dục; sau khi gửi như vậy rồi, sự gửi dục cần được nói lên. Nếu bằng ngữ biểu mà gửi dục; sau khi gửi, sự gửi dục cần được nói lên. Bằng thân biểu và ngữ biểu mà gửi dục, sự gửi dục cần được nói lên. Không gửi bằng thân biểu, cũng không gửi bằng ngữ biểu, toàn thể Tăng đồng đến chỗ người bệnh. Hoặc bí-sô ấy được di chuyển đến giữa Tăng. Nếu toàn thể Tăng không đi đến đó, hoặc các bí-sô không chuyển bí-sô bệnh ấy đến trong Tăng, hoặc có sự không tùy thuận, vi luật.

Bí-sô gửi dục đúng như pháp chánh hành cần phải được tiếp nhận một cách chân chính, nếu không nhận, vi luật.

Phật lại nói:

- Này các bí-sô, nay Ta quy định các pháp cần hành cho bí-sô nhận gửi dục. Bí-sô nhận gửi dục sau khi nhận gửi dục không được chạy nhanh, *chi tiết như gửi thanh tịnh, cho đến* vô tàm và bất kính cũng vậy.

Khi vị Tăng Thượng tọa nói: "Các Trưởng lão không đến cáo tri dục và thanh tịnh.[523] Hãy trình bẩm cáo tri." Khi ấy bí-sô ngồi gần bước ra trước, bạch:

"Bạch Trưởng lão, xin ghi nhớ cho, trong trú xứ này có bí-sô bệnh, rất đau đớn khổ sở. Hôm nay ngày 15 Tăng hành bao-sái-đà, bí-sô kia cũng

---

[522] Tạng: *'dun pa 'bul ba.*

[523] *chandaṃ ca pāriśuddhiṃ cārocayata.* Tạng: *yongs su dag pa rjod cig|*

hành bao-sái-đà. Bí-sô kia, *danh hiệu*, đã trần thuyết với tôi rằng vị ấy thanh tịnh không có các chướng pháp. Vị ấy cũng gửi dục đối với Tăng sự như pháp, và cũng nói chân chánh gửi dục đến bao-sái-đà thanh tịnh. Tôi nay trình bẩm cáo tri này."

Nói như vậy ba lần.

Nếu bí-sô nhận dục ấy quá già thì chỉ đứng giữa Tăng, cung kính cúi đầu, rồi bạch:

"Đại đức Tăng xin ghi nhớ cho. Hôm nay ngày 15 Tăng hành bao-sái-đà. Tại trú xứ kia có bí-sô bệnh khổ *tên như vậy* cũng hành bao-sái-đà ngày thứ 15. Bí-sô bệnh khổ *tên như vậy* tại trú xứ kia tự nói thanh tịnh không có các chướng pháp, gửi dục hoan hỉ đến Tăng sự như pháp, và cũng nói chân chánh gửi dục đến bao-sái-đà thanh tịnh. Tôi nay trình bẩm cáo tri này."

Bí-sô nhận dục mà không nhận dục đúng như các pháp cần hành, phạm việt tì-ni.

3. Cụ thọ Ưu-ba-li hỏi Phật Thế Tôn:

- Bạch Thế Tôn, bí-sô chân chánh nhận dục, sau khi đã nhận dục, trong trường hợp nửa chừng mạng chung; dục như vậy có được nói là đã được chân chánh nhận gửi không?

- Không chân chánh, này Ưu-ba-li.

- Chuyển nhận gửi cho người tại gia, *chi tiết như gửi thanh tịnh, cho đến* cần phải nhận gửi trở lại.

- Bạch Thế Tôn, bí-sô chân chánh nhận dục, sau khi chân chánh nhận dục, tức thì mạng chung; dục như vậy có được nói là đã được chân chánh nhận gửi không?

- Không chân chánh, này Ưu-ba-li.

- Chuyển nhận gửi cho người tại gia, *chi tiết như trên, cho đến* cần phải nhận gửi trở lại.

- Bạch Thế Tôn, bí-sô chân chánh nhận dục, sau khi chân chánh nhận dục, đã đến trong Tăng, rồi mạng chung. *Chi tiết như trên.*

Cụ thọ Ưu-ba-li lại hỏi Phật Thế Tôn:

- Bạch Thế Tôn, tại trú xứ chỉ có một bí-sô trú ở đó vào ngày thứ 15 bao-sái-đà phải làm thế nào?

Chi tiết như trên, cho đến, nếu có người bệnh thì nhận gửi dục.

2. Bất si

Thế Tôn trú tại Xá-vệ, trong rừng Kỳ-đà, vườn Cấp Cô Độc.

Vào một lúc nọ, Cụ thọ Sa Sanh[524] điên cuồng, tâm loạn, đi lang thang chỗ này chỗ kia, có khi đến chỗ Tăng bao-sái-đà, có khi không; có khi cùng Tăng cảm thọ bao-sái-đà, có khi không; có khi vì Tăng sự mà đến chỗ Tăng, có khi không; có khi cùng với Tăng cảm thọ Tăng sự vì Tăng, có khi không; vì vậy các bí-sô không cử hành các yết-ma vì không hòa hợp. Sự việc được bẩm bạch lên Thế Tôn. Thế Tôn dạy:

- Này các bí-sô, các ngươi hãy vì bí-sô Sa Sanh và các bí-sô khác tương tự, cho pháp bất si.[525] Thể thức như vầy. Trước hết dọn trải chỗ ngồi, kích kiền chùy tập Tăng. Khi toàn thể Tăng hòa hợp an tọa, một bí-sô tác bạch rồi tác yết-ma:

> **Đại đức Tăng xin lắng nghe. Bí-sô Sa Sanh tâm cuồng điên loạn, đi lang thang chỗ này chỗ kia, có khi đến chỗ Tăng bao-sái-đà, có khi không; có khi cùng Tăng cảm thọ bao-sái-đà, có khi không; có khi vì Tăng sự mà đến chỗ Tăng, có khi không; có khi vì Tăng cùng với Tăng cảm thọ Tăng sự, có khi không; vì vậy các bí-sô không cử hành các yết-ma vì không hòa hợp. Nếu thời gian thích hợp đối với Tăng; Tăng nay đồng ý chấp thuận, Tăng trao cho bí-sô Sa Sanh tâm cuồng pháp bất si. Nếu bí-sô Sa Sanh tâm cuồng, tùy ý không đến nơi này hay không đến nơi kia, hoặc đến nơi này hay đến nơi kia, Tăng hành bao-sái-đà, tác tùy ý, hoặc đơn bạch, hoặc bạch nhị, hoặc bạch tứ yết-ma; vì vậy, Tăng không phải không hòa hiệp. Đây là lời tác bạch.**

---

[524] Tạng: *bye ma skyes.* Tứ phần: tỳ-kheo Nan-đề; *Thập tụng* 22, tr. 161a29: 長老施越 trưởng lão Thi-việt.

[525] Skt. *amūḍha-vinaya.* Tạng: *smyos pa'i gnang.* Tứ phần iii, 1728.

Tiếp theo tác yết-ma:

> **Đại đức Tăng xin lắng nghe. Bí-sô Sa Sanh tâm cuồng điên loạn, đi lang thang chỗ này chỗ kia, có khi đến chỗ Tăng bao-sái-đà, có khi không; có khi cùng Tăng cảm thọ bao-sái-đà, có khi không; có khi vì Tăng sự mà đến chỗ Tăng, có khi không; có khi vì Tăng cùng với Tăng cảm thọ Tăng sự, có khi không; vì vậy các bí-sô không cử hành các yết-ma vì không hòa hợp. Tăng nay trao cho bí-sô Sa Sanh tâm cuồng pháp bất si. Nếu bí-sô Sa Sanh tâm cuồng, tùy ý không đến nơi này hay không đến nơi kia, hoặc đến nơi này hay đến nơi kia, Tăng hành bao-sái-đà, tác tùy ý, hoặc đơn bạch, hoặc bạch nhị, hoặc bạch tứ yết-ma; vì vậy, Tăng không phải không hòa hiệp. Trưởng lão nào đồng ý chấp thuận, Tăng nay trao cho bí-sô Sa Sanh tâm cuồng pháp bất si thì im lặng. Ai không đồng ý hãy nói.**

> **Tăng đã đồng ý chấp thuận, Tăng nay trao cho bí-sô Sa Sanh tâm cuồng pháp bất si, vì im lặng. Việc này tôi ghi nhận như vậy.**[526]

3. Sám hối

1. Trường hợp như, ngày 15 bao-sái-đà, bí-sô nếu nhớ nghĩ có tội, bí-sô này đến trước một bí-sô như pháp thuyết tội. Bí-sô này trịch uất-đa-la-tăng một phía vai, cởi bỏ dày dép, lễ kính tùy theo tuổi hạ, ngồi xổm trước bí-sô, chắp tay và nói như vầy:

- Trưởng lão ghi nhớ cho, tôi bí-sô *tên như vậy*, đã phạm đọa như vậy. Tôi bí-sô *tên như vậy* đã phạm những tội như vậy đến mức như vậy. Nay tôi đối trước Trưởng lão bày tỏ sám hối, không hề che giấu. Do sám hối mà tôi được an lạc trú, không bày tỏ sám hối thì không được an lạc trú.

Nói như vậy ba lần. Sám chủ hỏi: "Có thấy tội không?" Nếu vị ấy đáp "Có thấy"; bí-sô sám chủ bảo:

---

[526] Bạch nhị yết-ma, *Thập tụng* 22, tr. 161b13: Nếu chưa tác cuồng yết-ma, không được biệt bố-tát, biệt Tăng yết-ma; nếu đã tác cuồng yết-ma, biệt hay cộng (có mặt hay không có mặt tỳ-kheo tâm cuồng), Tăng tùy ý bố-tát và tác yết-ma. *Tứ phần* iii, tr. 1728, bạch tứ yết-ma.

- Từ nay trở đi hãy phòng hộ.

- Tôi sẽ phòng hộ. - Nói như vậy ba lần.

Sám chủ lại bảo:

- Hãy phương tiện chấp trì.

Đáp:

- Thiện tai sám hối.

Sau đó hành bao-sái-đà.

"Các bí-sô hành bao-sái-đà như vậy, Ta không nói chướng ngại bao-sái-đà."[527]

2. Cũng như vậy, vào ngày 15 bao-sái-đà, nếu bí-sô có do sự hoài nghi về phạm đọa, bí-sô ấy đi đến bí-sô là vị trì Kinh, trì Luật, trì Mẫu luận để thỉnh vấn. Sau khi giải tỏa sự hoài nghi do dự về phạm đọa, đối trước bí-sô ấy mà phát lồ, rồi sau đó hành bao-sái-đà.

"Các bí-sô hành bao-sái-đà như vậy, Ta không nói chướng ngại bao-sái-đà.

3. Cũng như vậy, vào ngày 15 bao-sái-đà, bí-sô trước Tăng mà nhớ lại phạm đọa, bí-sô này phải đến trước một bí-sô kế cận mà cầu xin hộ trì:

- Trưởng lão, xin ghi nhớ cho. Hôm nay ngày 15, Tăng hành bao-sái-đà; tôi bí-sô *tên như vậy* cũng ngày 15 hành bao-sái-đà. Tôi bí-sô *tên như vậy* ở giữa Tăng mà nhớ có phạm đọa như vậy. Tôi bí-sô *tên như vậy* trước Trưởng lão riêng cầu hộ trì cho phạm đọa này, vì hôm nay bao-sái-đà; ngày mai tôi sẽ lại như pháp sám hối, cầu xin hộ trì.

Rồi sau đó hành bao-sái-đà.

- Chúng bí-sô như vậy hành bao-sái-đà, Ta không nói chướng ngại bao-sái-đà.

---

[527] *gso sbyong gi bar gcad pa*, *Tứ phần* iii, 1688: già thuyết giới, ngăn thuyết giới vì có tỳ-kheo phạm tội chưa sám hối. *Thập tụng* 22, tr. 161b29: ngại bố-tát thuyết Ba-la-đề-mộc-xoa.

4. Cũng như vậy, vào ngày 15, Tăng hành bao-sái-đà, bí-sô ở giữa Tăng mà có sự hoài nghi về phạm đọa, bí-sô này phải đến trước một bí-sô kế cận mà cầu xin hộ trì:

- Trưởng lão, xin ghi nhớ cho. Hôm nay ngày 15 Tăng hành bao-sái-đà; tôi bí-sô *tên như vậy* cũng ngày 15 hành bao-sái-đà. Tôi bí-sô *tên như vậy* ở giữa Tăng mà có do dự hoài nghi về phạm đọa như vậy. Tôi bí-sô *tên như vậy* trước Trưởng lão riêng cầu hộ trì, vì hôm nay bao-sái-đà; ngày mai tôi sẽ thỉnh vấn bí-sô trì Kinh, trì Luật, trì Mẫu luận, để trừ nghi ngờ do dự, rồi sẽ như pháp sám hối tội này; nay hộ trì như vậy.

Sau đó hành bao-sái-đà. *Như trên.*

5. Cũng như vậy, vào ngày 15, Tăng hành bao-sái-đà, khi đang tụng Biệt giải thoát giới kinh, bí-sô ở giữa Tăng mà nhớ có phạm đọa; bí-sô này phải bằng tự tâm mà hộ trì rằng, "Hôm nay ngày 15 Tăng hành bao-sái-đà, tôi bí-sô *tên như vậy*, cũng hành bao-sái-đà ngày 15, tụng Biệt giải thoát giới kinh. Tôi bí-sô tụng Biệt giải thoát giới kinh *tên như vậy* ở giữa Tăng mà nhớ có phạm đọa như vậy. Tôi bí-sô tụng Ba-la-đề-mộc-xoa tên như vậy bằng tâm niệm mà hộ trì phạm đọa này, hôm nay hành bao-sái-đà; ngày mai tôi sẽ như pháp phát lồ phạm đọa này, cầu xin hộ trì như vậy."

Sau đó hành bao-sái-đà. *Như trên.*

6. Cũng như vậy, vào ngày 15, Tăng hành bao-sái-đà, khi đang tụng Biệt giải thoát giới kinh, bí-sô ở giữa Tăng mà nghi ngờ có phạm; bí-sô này phải bằng tâm niệm mà hộ trì phạm đọa ấy, rằng, "Hôm nay ngày 15 Tăng hành bao-sái-đà, tôi bí-sô *tên như vậy*, cũng hành bao-sái-đà ngày 15, tụng Biệt giải thoát giới kinh. Tôi bí-sô tụng Biệt giải thoát giới kinh *tên như vậy* ở giữa Tăng mà nghi ngờ có phạm như vậy như vậy. Tôi bí-sô tụng Ba-la-đề-mộc-xoa tên như vậy bằng tâm niệm mà hộ trì phạm đọa này, hôm nay hành bao-sái-đà; ngày mai tôi sẽ thỉnh vấn bí-sô trì Kinh, trì Luật, trì Mẫu luận, để trừ nghi ngờ do dự, rồi sẽ như pháp sám hối tội này; nay hộ trì như vậy."

Sau đó hành bao-sái-đà. *Như trên.*

7. Cũng như vậy, vào ngày 15, Tăng hành bao-sái-đà, toàn thể Tăng đều có phạm.[528] Các bí-sô này phải như pháp mà phát lồ trước một bí-sô khác; mà bí-sô này đã đi đến trú xứ kia hoan hỉ như pháp phát lồ phạm đọa với bí-sô ở đó. Nếu được như vậy thì tốt. Nếu không được như vậy, các bí-sô này cần phải tác pháp đơn bạch rằng:

Đại đức Tăng xin lắng nghe. Hôm nay ngày 15 Tăng hành bao-sái-đà. Toàn thể Tăng-già chúng ta đều phạm đọa. Mỗi người trong chúng ta phải như pháp phát lồ trước một bí-sô, nhưng trong chúng ta không có bí-sô nào đi đến trú xứ kia hoan hỉ như pháp phát lồ phạm đọa trước một bí-sô ở đó. Nếu thời gian thích hợp đối với Tăng, Tăng nay đồng ý chấp thuận, Tăng hộ trì phạm đọa này và hành bao-sái-đà; sau đó sẽ đối trước bí-sô như pháp phát lồ phạm đọa. Đây là lời tác bạch.

Các bí-sô như vậy hành bao-sái-đà, không nói có chướng ngại.

Cũng như vậy, vào ngày 15, Tăng hành bao-sái-đà, toàn thể Tăng đều nghi ngờ có phạm. Các bí-sô này phải như pháp phát lồ trước một bí-sô, mà bí-sô này đã đi đến một trú xứ nào đó có bí-sô trì Kinh, trì Luật, trì Mẫu luận thỉnh vấn về phạm đọa còn nghi ngờ này rồi hoan hỉ như pháp sám hối. Được như vậy thì tốt. Nếu không được như vậy, các bí-sô này cần phải tác pháp đơn bạch rằng:

Đại đức Tăng xin lắng nghe. Hôm nay ngày 15 Tăng hành bao-sái-đà. Toàn thể Tăng chúng ta đều phân vân nghi ngờ có phạm. Chúng ta đều phải sám hối trước một bí-sô trong chúng ta, nhưng không có bí-sô nào trong chúng ta đã đi đến trú xứ kia thỉnh vấn bí-sô trì Kinh, trì Luật, trì Mẫu luận để giải trừ nghi ngờ phân vân, rồi hoan hỉ như pháp phát lồ phạm đọa ấy. Nếu thời gian thích hợp đối với Tăng, Tăng nay đồng ý chấp thuận, Tăng hôm nay hộ trì phạm đọa như thế; ngày mai sẽ thỉnh vấn bí-sô trì Kinh, trì Luật, trì Mẫu luận để giải trừ nghi ngờ phân vân, giải trừ nghi ngờ phân vân rồi như pháp phát lồ phạm đọa ấy. Đây là lời tác bạch.

Sau đó hành bao-sái-đà. *Như trên.*

---

[528] *Thập tụng* 22, tr. 161c11.

8. Cũng như vậy, vào ngày 15, Tăng hành bao-sái-đà, duy chỉ trừ bí-sô cựu trú,[529] toàn thể Tăng đều phạm đọa. Bí-sô này là bí-sô đã cùng đàm luận, là bí-sô cùng giao tiếp, là thân hữu tri thức; bí-sô (phạm đọa) phải đến trước bí-sô (thân hữu) này nói như vầy:

- Bạch Trưởng lão, việc làm như thế như thế, phạm đọa gì?

- Lành thay, trưởng lão đã làm như vậy phải không?

- Đã làm.

- Thế thì trưởng lão phạm tội đọa.

- Bạch Trưởng lão, không chỉ một mình tôi, mà tất cả Tăng đều như vậy.

- Này Trưởng lão, hãy như pháp phát lồ phạm đọa của chính mình. Nói rằng toàn thể Tăng đều như vậy thì ích gì cho trưởng lão?[530]

Nếu bí-sô này chịu sám hối, các bí-sô khác nếu thấy bí-sô này sám hối, thì như pháp mà sám hối. Được thế thì tốt. Nếu không được thế, bí-sô này không cử tội bí-sô mà vị ấy không đồng ý như vậy, không ức niệm tội bí-sô mà vị ấy không đồng ý như vậy. Nếu người không đồng ý mà cử tội như vậy, không đồng ý mà ức niệm tội như vậy, vi luật.[531]

9. Cũng như vậy, vào ngày 15, Tăng hành bao-sái-đà, duy chỉ trừ bí-sô khách mới đến, toàn thể Tăng đều phạm đọa. Bí-sô này là bí-sô đã cùng đàm luận, là bí-sô cùng giao tiếp, là thân hữu tri thức; các bí-sô kia phải đến bí-sô này nói như vầy:

- Bạch Trưởng lão, việc làm như thế như thế, phạm đọa gì?

- Lành thay, trưởng lão đã làm như vậy phải không?

- Đã làm.

- Thế thì trưởng lão phạm tội đọa.

- Bạch Trưởng lão, không chỉ một mình tôi, mà tất cả Tăng đều như vậy.

---

[529] Tạng: *dge slong gnyug mar gnas pa*. Skt. *nivāsin*.

[530] Cf. *Thập tụng* 22, tr. 161b22.

[531] *Thập tụng*, dẫn trên, "Biết có ích thì cử tội, vô ích thì không cử tội. Không nên cưỡng bức cử tội."

- Lành thay, Trưởng lão, hãy như pháp phát lồ phạm đọa của chính mình. Nói rằng tất cả Tăng đều như vậy thì ích gì cho trưởng lão?

Nếu bí-sô này chịu sám hối, các bí-sô khác nếu thấy bí-sô này sám hối, thì như pháp mà sám hối. Được thế thì tốt. Nếu không được thế, bí-sô này không cử tội bí-sô mà vị ấy không đồng ý như vậy, không ức niệm tội bí-sô mà vị ấy không đồng ý như vậy. Nếu người không đồng ý mà cử tội như vậy, không đồng ý mà ức niệm tội như vậy, vi luật.

V. TRÙNG THUYẾT GIỚI

Kệ tóm tắt:

Tương đối nhiều, hòa hiệp,
Dấu hiệu, và cần đi,
Thanh tịnh bao-sái-đà.

1. Bí-sô cựu trú

1. Cũng như vậy, vào ngày 15, Tăng hành bao-sái-đà, có bốn bí-sô cựu trú, hoặc nhiều hơn, cùng hòa hợp, các vị ấy có ý nghĩ như vầy, "Có các bí-sô nào đó ở đây mà không đến. Nếu có các bí-sô nào đó ở đây mà không đến, không có họ chúng ta đơn bạch hành bao-sái-đà, rồi tụng Biệt giải thoát giới kinh, thế là thích hợp." Sau khi suy nghĩ như vậy, họ chuẩn bị đầy đủ rồi đơn bạch hành bao-sái-đà, tụng Biệt giải thoát giới kinh. Thế rồi sau đó, bí-sô cựu trú ít hơn cùng đến. Các vị này cũng tác đơn bạch, rồi hành bao-sái-đà, tụng Biệt giải thoát giới kinh. Các bí-sô trước, do bởi cận phần nghi hoặc,[532] vi luật.

2. Cũng như vậy, vào ngày 15, Tăng hành bao-sái-đà, có bốn bí-sô cựu trú, hoặc nhiều hơn, cùng hòa hợp, các vị ấy có ý nghĩ như vầy, "Có các bí-sô nào đó ở đây mà không đến. Nếu có các bí-sô nào đó ở đây mà không đến, không có họ chúng ta đơn bạch hành bao-sái-đà, rồi tụng Biệt giải thoát giới kinh, có thích hợp không? Hoặc không có họ, chúng ta tác đơn bạch rồi hành bao-sái-đà, tụng Biệt giải thoát giới kinh; như thế là không thích hợp." Những vị này, trong khi đang do dự phân vân, tác đơn bạch, rồi hành bao-sái-đà, tụng Biệt giải thoát giới kinh. Sau đó,

---

[532] *rtog pa'i nyer bsdogs*: hành sự với tư duy còn nghi hoặc.

bí-sô cựu trú ít hơn cùng đến. Các vị này cũng tác đơn bạch, rồi hành bao-sái-đà, tụng Biệt giải thoát giới kinh. Các bí-sô trước, do bởi cận phần do dự,[533] vi luật.

3. Cũng như vậy, vào ngày 15, Tăng hành bao-sái-đà, có bốn bí-sô cựu trú, hoặc nhiều hơn, cùng hòa hợp, các vị ấy có ý nghĩ như vầy, "Có các bí-sô nào đó ở đây mà không đến. Nếu các bí-sô nào đó ở đây mà không đến, không có họ cũng thích hợp, họ ở ngay đây cũng thích hợp, như thế kia cũng thích hợp, dù cách xa cũng thích hợp." Trong khi còn đang tranh biện ý nghĩa như vậy, họ tác đơn bạch, rồi hành bao-sái-đà, tụng Biệt giải thoát giới kinh. Sau đó, bí-sô cựu trú ít hơn đến. Các vị này cũng tác đơn bạch, rồi hành bao-sái-đà, tụng Biệt giải thoát giới kinh. Các bí-sô trước đó, do bởi cận phần nghi hoặc, vi luật.

4. Cũng như vậy, vào ngày 15, Tăng hành bao-sái-đà, có bốn bí-sô cựu trú, hoặc nhiều hơn, cùng hòa hợp, các vị ấy có ý nghĩ như vầy, "Có các bí-sô nào đó ở đây mà không đến. Nếu có các bí-sô nào đó ở đây mà không đến, không có họ chúng ta đơn bạch hành bao-sái-đà, rồi tụng Biệt giải thoát giới kinh, thế là thích hợp." Trong khi suy nghĩ như vậy, họ tác đơn bạch hành bao-sái-đà, tụng Biệt giải thoát giới kinh. Thế rồi sau đó, các bí-sô cựu trú tương đương cùng đến. Các vị này cũng tác đơn bạch, rồi hành bao-sái-đà, tụng Biệt giải thoát giới kinh. Các bí-sô trước đó, do bởi cận phần tư duy như vậy, vi luật.

5. Cũng như vậy, vào ngày 15, Tăng hành bao-sái-đà, có bốn bí-sô cựu trú, hoặc nhiều hơn, cùng hòa hợp, các vị ấy có ý nghĩ như vầy, "Có các bí-sô nào đó ở đây mà không đến. Nếu có các bí-sô nào đó ở đây mà không đến, không có họ chúng ta đơn bạch hành bao-sái-đà, rồi tụng Biệt giải thoát giới kinh, có thích hợp không? Hoặc không có họ, chúng ta tác đơn bạch rồi hành bao-sái-đà, tụng Biệt giải thoát giới kinh; như thế là không thích hợp." Những vị này, với sự do dự phân vân, tác đơn bạch, rồi hành bao-sái-đà, tụng Biệt giải thoát giới kinh. Sau đó, một số bí-sô cựu trú tương đương khác cùng đến. Các vị này cũng tác đơn bạch, rồi hành bao-sái-đà, tụng Biệt giải thoát giới kinh. Các bí-sô trước đó, do bởi cận phần do dự, vi luật.

---

[533] *yid gnyis kyi nyer bsdogs*: chuẩn bị với tâm ý phân vân.

6. Cũng như vậy, vào ngày 15, Tăng hành bao-sái-đà, có bốn bí-sô cựu trú, hoặc nhiều hơn, cùng hòa hợp, các vị ấy có ý nghĩ như vầy, "Có các bí-sô nào đó ở đây mà không đến. Nếu có các bí-sô nào đó ở đây mà không đến, không có họ cũng thích hợp, như thế này cũng thích hợp, như thế kia cũng thích hợp, dù cách xa cũng thích hợp." Trong khi còn đang tranh biện ý nghĩa như vậy, họ tác đơn bạch, rồi hành bao-sái-đà, tụng Biệt giải thoát giới kinh. Sau đó, một số bí-sô cựu trú tương đương khác cùng đến. Các vị này cũng tác đơn bạch, rồi hành bao-sái-đà, tụng Biệt giải thoát giới kinh. Các bí-sô trước đó đã hành động như vậy, phạm thô ác.

7. Cũng như vậy, vào ngày 15, Tăng hành bao-sái-đà, có bốn bí-sô cựu trú, hoặc nhiều hơn, cùng hòa hợp, các vị ấy có ý nghĩ như vầy, "Có các bí-sô nào đó ở đây mà không đến. Nếu có các bí-sô nào đó ở đây mà không đến, không có họ chúng ta đơn bạch hành bao-sái-đà, rồi tụng Biệt giải thoát giới kinh, thế là thích hợp." Sau khi suy nghĩ như vậy, họ chuẩn bị đầy đủ rồi đơn bạch hành bao-sái-đà, tụng Biệt giải thoát giới kinh. Thế rồi sau đó, bí-sô cựu trú đông hơn cùng đến. Các vị này cũng tác đơn bạch, rồi hành bao-sái-đà, tụng Biệt giải thoát giới kinh. Các bí-sô trước đó đã suy nghĩ và hành động như vậy, vi luật.

Các đoạn tiếp, chi tiết như trên, thay bằng "số đông bí-sô cựu trú."

Cũng như vậy, vào ngày 15, Tăng hành bao-sái-đà, có bốn bí-sô cựu trú, hoặc nhiều hơn, cùng hòa hợp, các vị ấy có ý nghĩ như vầy, "Có các bí-sô nào đó ở đây mà không đến. Nếu có các bí-sô nào đó ở đây mà không đến, không có họ chúng ta đơn bạch hành bao-sái-đà, rồi tụng Biệt giải thoát giới kinh, thế là thích hợp." Sau khi suy nghĩ như vậy, họ chuẩn bị đầy đủ rồi đơn bạch hành bao-sái-đà, tụng Biệt giải thoát giới kinh. Thế rồi sau đó, bí-sô khách ít hơn cùng đến. Các vị này cũng tác đơn bạch, rồi hành bao-sái-đà, tụng Biệt giải thoát giới kinh. Các bí-sô trước đó đã suy nghĩ và hành động như vậy, vi luật.

Các đoạn tiếp theo, chi tiết như trên, cho đến "phạm thô ác", trong đó thay "bí-sô cựu trú" bằng "một số ít bí-sô khách."

Cũng như vậy, vào ngày 15, Tăng hành bao-sái-đà, có bốn bí-sô cựu trú, hoặc nhiều hơn, cùng hòa hợp, các vị ấy có ý nghĩ như vầy, "Có các bí-sô nào đó ở đây mà không đến. Nếu có các bí-sô nào đó ở đây mà không đến, không có họ chúng ta đơn bạch hành bao-sái-đà, rồi tụng Biệt giải thoát giới kinh, thế là thích hợp." Sau khi suy nghĩ như vậy, họ chuẩn bị đầy đủ rồi đơn bạch hành bao-sái-đà, tụng Biệt giải thoát giới kinh. Thế rồi sau đó, bí-sô khách tương đương cùng đến. Các vị này cũng tác đơn bạch, rồi hành bao-sái-đà, tụng Biệt giải thoát giới kinh. Các bí-sô trước đó đã suy nghĩ và hành động như vậy, vi luật.

Các đoạn tiếp theo, chi tiết như trên, cho đến "phạm thô ác", *trong đó thay* "bí-sô cựu trú" *bằng* "bí-sô khách tương đương."

Cũng như vậy, vào ngày 15, Tăng hành bao-sái-đà, có bốn bí-sô cựu trú, hoặc nhiều hơn, cùng hòa hợp, các vị ấy có ý nghĩ như vầy, "Có các bí-sô nào đó ở đây mà không đến. Nếu có các bí-sô nào đó ở đây mà không đến, không có họ chúng ta đơn bạch hành bao-sái-đà, rồi tụng Biệt giải thoát giới kinh, thế là thích hợp." Sau khi suy nghĩ như vậy, họ chuẩn bị đầy đủ rồi đơn bạch hành bao-sái-đà, tụng Biệt giải thoát giới kinh. Thế rồi sau đó, bí-sô khách đông hơn cùng đến. Các vị này cũng tác đơn bạch, rồi hành bao-sái-đà, tụng Biệt giải thoát giới kinh. Các bí-sô trước đó đã suy nghĩ và hành động như vậy, vi luật.

Tiếp theo như trên, với "bí-sô khách tương đương", "bí-sô khách ít hơn."

Cũng như vậy, vào ngày 15, Tăng hành bao-sái-đà, có bốn bí-sô cựu trú, hoặc nhiều hơn, cùng hòa hợp, các vị ấy có ý nghĩ như vầy, "Có các bí-sô nào đó ở đây mà không đến. Nếu có các bí-sô nào đó ở đây mà không đến, không có họ chúng ta đơn bạch hành bao-sái-đà, rồi tụng Biệt giải thoát giới kinh, thế là thích hợp." Sau khi suy nghĩ như vậy, họ chuẩn bị đầy đủ rồi đơn bạch hành bao-sái-đà, tụng Biệt giải thoát giới kinh. Thế rồi sau đó, bí-sô khách và số bí-sô cựu trú ít hơn cùng đến. Các vị này cũng tác đơn bạch, rồi hành bao-sái-đà, tụng Biệt giải thoát giới kinh. Các bí-sô trước đó đã suy nghĩ và hành động như vậy, vi luật.

Tiếp theo như các đoạn trên, với "bí-sô khách và bí-sô cựu trú tương đương/ đông hơn", *cho đến* "phạm thô ác."[534]

Cũng như vậy, vào ngày 15, Tăng hành bao-sái-đà, có bốn bí-sô cựu trú, hoặc nhiều hơn, cùng hòa hợp, các vị ấy có ý nghĩ như vầy, "Có các bí-sô nào đó ở đây mà không đến. Nếu có các bí-sô nào đó ở đây mà không đến, không có họ chúng ta đơn bạch hành bao-sái-đà, rồi tụng Biệt giải thoát giới kinh, thế là thích hợp." Sau khi suy nghĩ như vậy, họ chuẩn bị đầy đủ rồi đơn bạch hành bao-sái-đà, tụng Biệt giải thoát giới kinh. Thế rồi sau đó, bí-sô khách ít hơn cùng đến. Các vị này cũng tác đơn bạch, rồi hành bao-sái-đà, tụng Biệt giải thoát giới kinh. Các bí-sô trước đó đã suy nghĩ và hành động như vậy, vi luật.

Tiếp theo như các đoạn trên, với "bí-sô khách tương đương/ đông hơn", *cho đến* "phạm thô ác."

2. Bí-sô khách

Cũng như vậy, vào ngày 15, Tăng hành bao-sái-đà, có bốn bí-sô khách, hoặc nhiều hơn, cùng hòa hợp, các vị ấy có ý nghĩ như vầy, "Có các bí-sô nào đó ở đây mà không đến. Nếu có các bí-sô nào đó ở đây mà không đến, không có họ chúng ta đơn bạch hành bao-sái-đà, rồi tụng Biệt giải thoát giới kinh, thế là thích hợp." Sau khi suy nghĩ như vậy, họ chuẩn bị đầy đủ rồi đơn bạch hành bao-sái-đà, tụng Biệt giải thoát giới kinh. Thế rồi sau đó, bí-sô cựu trú ít hơn cùng đến. Các vị này cũng tác đơn bạch, rồi hành bao-sái-đà, tụng Biệt giải thoát giới kinh. Các bí-sô trước đó đã suy nghĩ và hành động như vậy, vi luật.

Tiếp theo như các đoạn trên, với "có bốn bí-sô khách […], bí-sô cựu trú tương đương/ đông hơn cùng đến", *cho đến* "phạm thô ác."

Cũng như vậy, vào ngày 15, Tăng hành bao-sái-đà, có bốn bí-sô khách, hoặc nhiều hơn, cùng hòa hợp, các vị ấy có ý nghĩ như vầy, "Có các bí-sô nào đó ở đây mà không đến. Nếu có các bí-sô nào đó ở đây mà không đến, không có họ chúng ta đơn bạch hành bao-sái-đà, rồi tụng Biệt giải thoát giới kinh, thế là thích hợp." Sau khi suy nghĩ như vậy, họ chuẩn bị

---

[534] Tạng: 328, trở xuống, |'dul ba gzhi| bam po bcu bzhi|, Tì-nại-da sự, chương 4.

đầy đủ rồi đơn bạch hành bao-sái-đà, tụng Biệt giải thoát giới kinh. Thế rồi sau đó, bí-sô khách và bí-sô cựu trú ít hơn cùng đến. Các vị này cũng tác đơn bạch, rồi hành bao-sái-đà, tụng Biệt giải thoát giới kinh. Các bí-sô trước đó đã suy nghĩ và hành động như vậy, vi luật.

Tiếp theo như các đoạn trên, với "có bốn bí-sô khách [...], bí-sô khách và bí-sô cựu trú tương đương/ đông hơn cùng đến", *cho đến* "phạm thô ác."

3. Trùng thuyết giới

Cũng như vậy, vào ngày 15, Tăng hành bao-sái-đà, bí-sô khách, và bốn bí-sô cựu trú hoặc nhiều hơn, cùng hòa hợp, các vị ấy có ý nghĩ như vầy, "Có các bí-sô nào đó ở đây mà không đến. Nếu có các bí-sô nào đó ở đây mà không đến, không có họ chúng ta đơn bạch hành bao-sái-đà, rồi tụng Biệt giải thoát giới kinh, thế là thích hợp." Sau khi suy nghĩ như vậy, họ chuẩn bị đầy đủ rồi đơn bạch hành bao-sái-đà, tụng Biệt giải thoát giới kinh. Thế rồi sau đó, bí-sô khách và bí-sô cựu trú ít hơn cùng đến. Các vị này cũng tác đơn bạch, rồi hành bao-sái-đà, tụng Biệt giải thoát giới kinh. Các bí-sô trước đó đã suy nghĩ và hành động như vậy, vi luật.

Tiếp theo, như các đoạn trên, thay đổi chi tiết thích hợp.

Cũng như vậy,[535] vào ngày 15, Tăng hành bao-sái-đà, có bốn bí-sô cựu trú hoặc nhiều hơn, cùng hòa hợp, các vị ấy suy nghĩ, "Không có các bí-sô nào đó ở đây mà không đến." Các vị này có ý tưởng tùy thuận với tưởng như pháp, bèn tác đơn bạch, rồi hành bao-sái-đà, tụng Biệt giải thoát giới kinh.[536] Ngay khi đó, các bí-sô cựu trú ít hơn cùng đến, họ theo thứ bậc mà ngồi, cùng với những vị kia tụng Biệt giải thoát giới kinh. Các bí-sô trước đó không vi luật.

Cũng như vậy, vào ngày 15, Tăng hành bao-sái-đà, có bốn bí-sô cựu trú hoặc nhiều hơn, cùng hòa hợp, các vị ấy suy nghĩ, "Không có các bí-sô nào đó ở đây mà không đến." Các vị này có ý tưởng tùy thuận với tưởng như pháp, bèn tác đơn bạch, rồi hành bao-sái-đà, tụng Biệt giải thoát giới kinh. Trong khi Tăng đang tụng Biệt giải thoát giới kinh, hành

---

535 Trở xuống, |'dul ba gzhi| bam po bcva lnga|, Tì-nại-da sự, thông dật 15.
536 Bản Phạn, đoạn thiếu đến đây được nối tiếp.

bao-sái-đà, chưa rời khỏi chỗ ngồi và chưa bỏ đi, lúc ấy số bí-sô cựu trú ít hơn cùng đến; họ vì các bí-sô kia tác bạch, rồi hành bao-sái-đà, cùng tụng Biệt giải thoát giới kinh. Các bí-sô trước không vi luật.

Cũng như vậy, vào ngày 15, Tăng hành bao-sái-đà, có bốn bí-sô cựu trú hoặc nhiều hơn, *như trên, cho đến*, hành bao-sái-đà, đã rời chỗ ngồi, một số bí-sô đã đi và một số chưa đi, khi ấy có bí-sô cựu trú ít hơn cùng đến; những vị này bấy giờ nếu đủ túc số hòa hợp,[537] họ vì các vị kia tác bạch, rồi hành bao-sái-đà, tụng Biệt giải thoát giới kinh. Nếu không đủ, họ đi đến biệt giới,[538] hành bao-sái-đà, tụng Biệt giải thoát giới kinh. Các bí-sô trước cũng không vi luật.

Cũng như vậy, vào ngày 15, Tăng hành bao-sái-đà, có bốn bí-sô cựu trú hoặc nhiều hơn, *như trên, cho đến*, hành bao-sái-đà, đã rời chỗ ngồi, các bí-số đã đi khỏi, khi ấy có bí-sô cựu trú ít hơn cùng đến; những vị này đi đến biệt giới, hành bao-sái-đà, tụng Biệt giải thoát giới kinh. Các bí-sô trước cũng không vi luật.

Cũng như vậy, vào ngày 15, Tăng hành bao-sái-đà, … *Như các đoạn trên, thay* "cựu trú ít hơn cùng đến", *bằng* "cựu trú nhiều hơn/ cựu trú tương đương cùng đến".

Cũng như vậy, vào ngày 15, Tăng hành bao-sái-đà, có bốn bí-sô cựu trú hoặc nhiều hơn, cùng hòa hợp, các vị ấy suy nghĩ, "Không có các bí-sô nào đó ở đây mà không đến." Các vị này có ý tưởng tùy thuận với tưởng như pháp, bèn tác đơn bạch, rồi hành bao-sái-đà, tụng Biệt giải thoát giới kinh. Ngay khi đó, các bí-sô khách ít hơn cùng đến, *chi tiết như trên*.

Cũng như vậy, vào ngày 15, Tăng hành bao-sái-đà, … *như các đoạn trên, thay* "bí-sô khách ít hơn cùng đến" *bằng* "bí-sô khách nhiều hơn/ bí-sô khách tương đương".

Cũng như vậy, vào ngày 15, Tăng hành bao-sái-đà, … *như các đoạn trên, thay* "bí-sô khách ít hơn cùng đến" *bằng* "bí-sô khách và bí-sô cựu trú ít hơn cùng đến", "bí-sô khách và bí-sô cựu trú nhiều hơn cùng đến",

---

[537] *sāmagrīm ārāgayanti.* Tạng: *re zhig tshpgs rnyed na|*

[538] *maṇḍalaka,* Tạng: *dkyil 'khor.*

"bí-sô khách và bí-sô cựu trú tương đương cùng đến".

Cũng như vậy, vào ngày 15, Tăng hành bao-sái-đà, có bốn bí-sô khách hoặc nhiều hơn, cùng hòa hợp, các vị ấy suy nghĩ, "Không có các bí-sô nào đó ở đây mà không đến." Các vị này có ý tưởng tùy thuận với tưởng như pháp, bèn tác đơn bạch, rồi hành bao-sái-đà, tụng Biệt giải thoát giới kinh. Ngay khi đó, các bí-sô khách ít hơn cùng đến, *thay đổi những chi tiết thích hợp*: "bí-sô khách nhiều hơn/ tương đương cùng đến - bí-sô cựu trú ít hơn/ nhiều hơn/ tương đương cùng đến" v.v., "bí-sô khách và bí-sô cựu trú ít hơn/ nhiều hơn/ tương đương cùng đến".

Cũng như vậy, vào ngày 15, Tăng hành bao-sái-đà, có bí-sô khách và bốn bí-sô cựu trú hoặc nhiều hơn, cùng hòa hợp, các vị ấy suy nghĩ, "Không có các bí-sô nào đó ở đây mà không đến." v.v. *như các đoạn trên, thay những chi tiết thích hợp.*[539]

Bí-sô cựu trú, ngày 15 bao-sái-đà; bí-sô khách ít hơn vào ngày 14 bao-sái-đà; bí-sô khách hành theo bí-sô cựu trú nhiều hơn.

Bí-sô cựu trú, ngày 15 bao-sái-đà, bí-sô khách tương đương, ngày 14 bao-sái-đà; bí-sô khách hành theo bí-sô cựu trú tương đương.

Bí-sô cựu trú ít hơn, ngày 15 bao-sái-đà; bí-sô khách nhiều hơn, ngày 14 bao-sái-đà; bí-sô cựu trú hành theo bí-sô khách nhiều hơn.

Bí-sô khách, ngày 15 bao-sái-đà, bí-sô cựu trú ít hơn, ngày 14 bao-sái-đà; bí-sô cựu trú hành theo bí-sô khách nhiều hơn.

Tiếp theo, chuẩn theo trên, "... hành theo ...", "tương đương/ nhiều hơn".

VI. HÒA HIỆP THUYẾT GIỚI

1. Cận phá hoại

Cũng như vậy, vào ngày 15 bao-sái-đà, bí-sô cựu trú[540] có bốn hoặc nhiều hơn, cùng hòa hợp; các vị này ở đây thấy có hình tướng các bí-sô

---

[539] Tạng: 396 kệ tóm tắt trung gian (*bar sdom la*), không thấy trong bản Phạn (MSV. 127): *gsol ba dang ni ma dong dang| kha cig dong dang thams cad dong|*

[540] MSV. 129.11: nhảy đoạn "các bí-sô cựu trú...", *cho đến* "các bí-sô khách..."

khách, dấu hiệu bí-sô khách, dấu chỉ bí-sô khách, với những vật lạ như bình bát, y, gậy, đãy, bình nước, mũ, giày phú-la[541] các thứ. Các vị này có ý nghĩ như vầy, "Có các bí-sô mà không đến. Các bí-sô không đến; không có họ, chúng ta vẫn hợp thức, ngồi chung trong đây là hợp thức, ngồi riêng biệt cũng hợp thức. Các vị ấy hãy biến mất đi. Hãy đi chỗ khác. Hãy ở riêng chỗ khác. Hãy đi thật xa." Sau khi suy nghĩ như vậy, họ vì mục đích phá hoại, phương tiện phá hoại, bèn tác bạch, rồi hành bao-sái-đà, tụng Biệt giải thoát giới kinh. Sau đó, các bí-sô khách ít hơn cùng đến; các vị này cũng tác bạch trở lại, rồi hành bao-sái-đà, tụng Biệt giải thoát giới kinh. Các bí-sô trước phạm thô tội, vì cận phần phá hoại.[542]

Cũng như vậy, vào ngày 15 bao-sái-đà, bí-sô cựu trú có bốn hoặc nhiều hơn, cùng hòa hợp; các vị này ở đây thấy có các bí-sô khách, dấu hiệu bí-sô khách, dấu chỉ bí-sô khách, với những vật lạ như bình bát, y, gậy, đãy, bình nước, mũ, giày phú-la các thứ. Các vị này nghĩ rằng, "Có các bí-sô mà không đến. Các bí-sô không đến; không có họ, chúng ta vẫn hợp thức để tác bạch rồi hành bao-sái-đà, tụng Biệt giải thoát giới kinh." Các vị này, phi pháp tưởng là pháp, tác bạch rồi hành bao-sái-đà, tụng Biệt giải thoát giới kinh. Sau đó, các bí-sô khách ít hơn cùng đến; các vị này cũng tác bạch trở lại, rồi hành bao-sái-đà, tụng Biệt giải thoát giới kinh. Các bí-sô trước vi luật, vì cận phần phi hòa hiệp.[543]

Cũng như vậy, vào ngày 15 bao-sái-đà, bí-sô cựu trú có bốn hoặc nhiều hơn, cùng hòa hợp; các vị này ở đây thấy có các bí-sô khách, dấu hiệu bí-sô khách, dấu chỉ bí-sô khách, với những vật lạ như bình bát, y, gậy, đãy, bình nước, mũ, giày phú-la các thứ. Các vị này nghĩ rằng, "Có các bí-sô mà không đến. Các bí-sô không đến; không có họ, chúng ta vẫn hợp thức để tác bạch rồi hành bao-sái-đà, tụng Biệt giải thoát giới kinh." Các vị này vì mục đích hợp quy, phương tiện hợp quy, cho đến sau

---

[541] *pūla-upānaha*, loại dép cỏ có dây buộc. Tạng: *lham gro gu can/ mchil lham.*

[542] *āpadyante sthūlātyayān te bhedasāmantakāḥ.* Tạng: *dbyen gyi nyer bsdogslas nyes pa sbom por 'gyur ro|* Các bí-sô này phạm thô tội (thâu-lan-giá), vì cận phá hoại. *Thập tụng 22*, tr. 163a05: 得偷蘭遮罪, 近破僧 故 thâu-lan-giá, vì cận phá Tăng. *Tứ phần iii*, 1371: phạm thâu-lan-giá.

[543] Tạng: thêm các trường hợp, chi tiết như trên, nhưng "hoài nghi", bí-sô cựu trú vi luật, vì tiến hành trong khi hoài nghi.

khi tìm kiếm, sau đó tác bạch, rồi hành bao-sái-đà, tụng Biệt giải thoát giới kinh. Sau đó, các bí-sô khách ít hơn cùng đến; các vị này cũng tác bạch trở lại, rồi hành bao-sái-đà, tụng Biệt giải thoát giới kinh. Các bí-sô trước vi luật, vì cận phần hợp quy.[544]

Cũng như vậy, vào ngày 15 bao-sái-đà, có bốn bí-sô cựu trú hoặc nhiều hơn, cùng hòa hợp; các vị này ở đây thấy có các bí-sô khách, dấu hiệu bí-sô khách, dấu chỉ bí-sô khách, với những vật lạ như bình bát, y, gậy, đãy, bình nước, mũ, giày phú-la các thứ. Các vị này nghĩ rằng, "Có các bí-sô mà không đến. Các bí-sô không đến; không có họ, chúng ta không hợp thức để tác bạch rồi hành bao-sái-đà, tụng Biệt giải thoát giới kinh." Sau khi cố ý tìm kiếm những vị kia mà không được, họ bèn tác bạch rồi hành bao-sái-đà, tụng Biệt giải thoát giới kinh. Sau đó, các bí-sô khách ít hơn cùng đến; các vị này cũng tác bạch trở lại, rồi hành bao-sái-đà, tụng Biệt giải thoát giới kinh. Các bí-sô trước không vi luật.

Cũng như vậy, vào ngày 15 bao-sái-đà, có bốn bí-sô cựu trú hoặc nhiều hơn, cùng hòa hợp; các vị này ở đây thấy có các bí-sô khách, dấu hiệu bí-sô khách, dấu chỉ bí-sô khách, với những vật lạ như bình bát, y, gậy, đãy, bình nước, mũ, giày phú-la các thứ. Các vị này nghĩ rằng, "Có các bí-sô mà không đến. Các bí-sô không đến; không có họ, chúng ta không hợp thức để tác bạch rồi hành bao-sái-đà, tụng Biệt giải thoát giới kinh." Sau khi cố ý tìm kiếm và gặp được, họ bèn cùng với các vị này ngồi chung hành bao-sái-đà, tụng Biệt giải thoát giới kinh. Các bí-sô trước không vi luật.

Cũng như vậy, vào ngày 15 bao-sái-đà, có bốn bí-sô cựu trú hoặc nhiều hơn, cùng hòa hợp. Các vị này nhận được hình tướng của bí-sô khách, dấu hiệu bí-sô khách, dấu chỉ bí-sô khách, như nghe tiếng gậy, nghe tiếng chân, tiếng tằng hắng, tiếng nói chuyện của các bí-sô. Các vị này nghĩ rằng, "Có các bí-sô mà không đến. Các vị ấy không đến, hãy biến mất đi. Hãy đi chỗ khác. Hãy ở riêng chỗ khác. Hãy đi thật xa." Sau khi suy nghĩ như vậy, họ vì mục đích phá hoại, phương tiện phá hoại, bèn tác bạch, rồi hành bao-sái-đà, tụng Biệt giải thoát giới kinh. Sau đó, các bí-sô khách ít hơn cùng đến; các vị này cũng tác bạch trở lại, rồi

---

[544] *kalpasāmantaka.* Tạng: *rtog pa'i nyer bsdogs* (cận phân biệt).

hành bao-sái-đà, tụng Biệt giải thoát giới kinh. Các bí-sô trước phạm thô tội, vì cận phần phá hoại.

Cũng như vậy, vào ngày 15 bao-sái-đà, có bốn bí-sô cựu trú hoặc nhiều hơn, cùng hòa hợp. Các vị này nhận được hình tướng của bí-sô khách, *như trên, cho đến*, cố ý tìm kiếm và gặp được, họ bèn cùng với các vị này ngồi chung hành bao-sái-đà, tụng Biệt giải thoát giới kinh. Các bí-sô trước không vi luật.

Cũng như các đoạn trên, ở đây "bí-sô khách tương đương/ nhiều hơn cùng đến."

Cũng như vậy, vào ngày 15 bao-sái-đà, bí-sô khách có bốn hoặc nhiều hơn, cùng hòa hợp; các vị này ở đây thấy có hình tướng các bí-sô cựu trú, dấu hiệu bí-sô cựu trú, dấu chỉ bí-sô cựu trú, với những dấu vết như tinh xá, tưới nước, quét dọn, trét phân bò nhuyễn, chỗ ngồi được dọn sẵn, đốt đèn dầu, các thứ v.v. Các vị này nghĩ rằng, "Có các bí-sô mà không đến. Các vị ấy không đến, hãy biến mất đi. Hãy đi chỗ khác. Hãy ở riêng chỗ khác. Hãy đi thật xa." Sau khi suy nghĩ như vậy, họ vì mục đích phá hoại, phương tiện phá hoại, bèn tác bạch, rồi hành bao-sái-đà, tụng Biệt giải thoát giới kinh. Sau đó, các bí-sô cựu trú ít hơn cùng đến; các vị này cũng tác bạch trở lại, rồi hành bao-sái-đà, tụng Biệt giải thoát giới kinh. Các bí-sô trước phạm thô tội, vì cận phần phá hoại.

Cũng như vậy, vào ngày 15 bao-sái-đà, bí-sô khách có bốn hoặc nhiều hơn, cùng hòa hợp; các vị này ở đây thấy có hình tướng các bí-sô cựu trú, dấu hiệu bí-sô cựu trú, dấu chỉ bí-sô cựu trú, với những dấu vết như tinh xá, tưới nước, quét dọn, trét phân bò nhuyễn, chỗ ngồi được dọn sẵn, đốt đèn dầu, các thứ v.v... Các vị này nghĩ rằng, "Có các bí-sô mà không đến. Các bí-sô không đến; không có họ, chúng ta không hợp thức để tác bạch rồi hành bao-sái-đà, tụng Biệt giải thoát giới kinh." Các vị này, phi pháp tưởng là pháp, tác bạch rồi hành bao-sái-đà, tụng Biệt giải thoát giới kinh. Sau đó, các bí-sô cựu trú ít hơn cùng đến; các vị này cũng tác bạch trở lại, rồi hành bao-sái-đà, tụng Biệt giải thoát giới kinh. Các bí-sô trước vi luật, vì cận phần phi hòa hiệp.

Cũng như vậy, vào ngày 15 bao-sái-đà, bí-sô khách có bốn hoặc nhiều hơn, cùng hòa hợp; các vị này ở đây thấy có hình tướng các bí-sô cựu trú, dấu hiệu bí-sô cựu trú, dấu chỉ bí-sô cựu trú, với những dấu vết như trong tinh xá có tưới nước, quét dọn, trét phân bò nhuyễn, chỗ ngồi được dọn sẵn, đốt đèn dầu, các thứ v.v... Các vị này nghĩ rằng, "Có các bí-sô mà không đến. Các bí-sô không đến; không có họ, chúng ta không hợp thức để tác bạch rồi hành bao-sái-đà, tụng Biệt giải thoát giới kinh." Các vị này vì mục đích hợp quy, phương tiện hợp quy, cho đến sau khi tìm kiếm, sau đó tác bạch, rồi hành bao-sái-đà, tụng Biệt giải thoát giới kinh. Sau đó, các bí-sô cựu trú ít hơn cùng đến; các vị này cũng tác bạch trở lại, rồi hành bao-sái-đà, tụng Biệt giải thoát giới kinh. Các bí-sô trước vi luật, vì cận phần hợp quy.

Cũng như vậy, vào ngày 15 bao-sái-đà, bí-sô khách có bốn hoặc nhiều hơn, cùng hòa hợp; các vị này ở đây thấy có hình tướng các bí-sô cựu trú, dấu hiệu bí-sô cựu trú, dấu chỉ bí-sô cựu trú, với những dấu vết như trong tinh xá có tưới nước, quét dọn, trét phân bò nhuyễn, chỗ ngồi được dọn sẵn, đốt đèn dầu, các thứ v.v... Các vị này nghĩ rằng, "Có các bí-sô mà không đến. Các bí-sô không đến; không có họ, chúng ta không hợp thức để tác bạch rồi hành bao-sái-đà, tụng Biệt giải thoát giới kinh." Sau khi cố ý tìm kiếm những vị kia mà không được, họ bèn tác bạch rồi hành bao-sái-đà, tụng Biệt giải thoát giới kinh. Sau đó, các bí-sô cựu trú ít hơn cùng đến; các vị này cũng tác bạch trở lại, rồi hành bao-sái-đà, tụng Biệt giải thoát giới kinh. Các bí-sô trước không vi luật.

Cũng như vậy, vào ngày 15 bao-sái-đà, bí-sô khách có bốn hoặc nhiều hơn, cùng hòa hợp; các vị này ở đây thấy có hình tướng các bí-sô cựu trú, dấu hiệu bí-sô cựu trú, dấu chỉ bí-sô cựu trú, với những dấu vết như trong tinh xá có tưới nước, quét dọn, trét phân bò nhuyễn, chỗ ngồi được dọn sẵn, đốt đèn dầu, các thứ v.v... Các vị này nghĩ rằng, "Có các bí-sô mà không đến. Các bí-sô không đến; không có họ, chúng ta không hợp thức để tác bạch rồi hành bao-sái-đà, tụng Biệt giải thoát giới kinh." Sau khi cố ý tìm kiếm và gặp được, họ bèn cùng với các vị này ngồi chung hành bao-sái-đà, tụng Biệt giải thoát giới kinh. Các bí-sô trước không vi luật.

Cũng như vậy, vào ngày 15 bao-sái-đà, có bốn bí-sô khách hoặc nhiều hơn, cùng hòa hợp. Các vị này nhận được hình tướng của bí-sô cựu trú, dấu hiệu bí-sô cựu trú, dấu chỉ bí-sô cựu trú, như nghe tiếng gậy, nghe tiếng chân, tiếng tằng hắng, tiếng nói chuyện của các bí-sô. Các vị này nghĩ rằng, có các bí-sô mà không đến. Các vị không đến hãy đi chỗ khác, hãy ra khỏi đây, hãy đi thật xa." Sau khi suy nghĩ như vậy, họ vì mục đích phá hoại, phương tiện phá hoại, bèn tác bạch, rồi hành bao-sái-đà, tụng Biệt giải thoát giới kinh. Sau đó, các bí-sô cựu trú đông hơn cùng đến; họ cùng với các vị này tác bạch trở lại, rồi hành bao-sái-đà, tụng Biệt giải thoát giới kinh. Các bí-sô trước vi luật, vì cận phần phá hoại.

Cũng như vậy, vào ngày 15 bao-sái-đà, có bốn bí-sô khách hoặc nhiều hơn, cùng hòa hợp. Các vị này nhận được hình tướng của bí-sô cựu trú, *như trên cho đến*, cố ý tìm và gặp được, họ cùng với các vị này ngồi chung, tác bạch, rồi hành bao-sái-đà, tụng Biệt giải thoát giới kinh. Các bí-sô trước không vi luật.

Cũng như trên, với "bí-sô cựu trú tương đương/ đông hơn."

Kệ tóm tắt trung gian:

> *Phá, nghi, phi hòa hiệp,*
> *Phân biệt, đắc sở đắc.*

2. Di chuyển

Ngày 15 bao-sái-đà, bí-sô cần đi, nên đi từ trú xứ có bí-sô,[545] đến trú xứ có bí-sô, mà ở đó có các bí-sô thanh tịnh, đồng kiến giải.[546] Ngày 15 bao-sái-đà, bí-sô không nên đi từ trú xứ có bí-sô đến trú xứ có bí-sô mà ở đó các bí-sô là những người hay gây gổ, ưa tranh chấp, ưa tranh tụng, hay tranh cãi, có những tránh sự, ngoại trừ tất cả Tăng cùng đi đến đó.

Ngày 15 bao-sái-đà, bí-sô cần đi, nên đi từ trú xứ có bí-sô, đến trú xứ phi trú xứ có bí-sô, mà ở đó có các bí-sô thanh tịnh, đồng kiến giải. Ngày 15 bao-sái-đà, bí-sô cần đi, không đi từ trú xứ có bí-sô đến trú xứ phi trú xứ có bí-sô, mà ở đó các bí-sô là những người hay gây gổ, ưa tranh chấp, ưa tranh tụng, hay tranh cãi, có những tránh sự.

---

[545] MSV. *sabhikṣukād āvāsāt sabhikṣukam āvāsam*. Bản khác đọc: *sabhikṣukam āvāsam anāvāsam*; Tạng: *dge slong dang bcas pa'i gnas dang gnas ma yin pa*. *Thập tụng 22*, tr. 163c27: 有比丘有住處無住處.

[546] *Thập tụng 22*: Tỳ-kheo thanh tịnh cộng trú.

Ngày 15 bao-sái-đà, bí-sô nên đi từ trú xứ có bí-sô, đến trú xứ có bí-sô, phi trú xứ có bí-sô, trú xứ phi trú xứ có bí-sô[547] mà ở đó có các bí-sô thanh tịnh, đồng kiến giải. Ngày 15 bao-sái-đà, bí-sô không nên đi từ trú xứ có bí-sô đến trú xứ có bí-sô, phi trú xứ có bí-sô, trú xứ phi trú xứ có bí-sô, ngoại trừ đi với Tăng hoặc trường hợp có nạn.[548]

Ngày 15 bao-sái-đà, bí-sô cần đi, nên đi từ trú xứ phi trú xứ có bí-sô, đến trú xứ không bí-sô, phi trú xứ có bí-sô, trú xứ phi trú xứ có bí-sô, mà sau khi đi đến đó, ở đó có xúc bởi thân, hay bởi tâm. Ngày 15 bao-sái-đà, bí-sô cần đi, không đi từ trú xứ có bí-sô đến trú xứ không bí-sô, phi trú xứ có bí-sô, trú xứ phi trú xứ có bí-sô, ngoại trừ đi với Tăng hoặc trường hợp có nạn.

Ngày 15 bao-sái-đà, bí-sô cần đi, nên đi từ trú xứ phi trú xứ có bí-sô, đến trú xứ phi trú xứ không bí-sô, trú xứ không bí-sô, phi trú xứ không bí-sô, mà ở đó có xúc bởi thân, hay bởi tâm. Ngày 15 bao-sái-đà, bí-sô cần đi, không đi từ trú xứ có bí-sô đến trú xứ phi trú xứ không bí-sô, trú xứ không bí-sô, phi trú xứ không bí-sô, ngoại trừ đi với Tăng hoặc trường hợp có nạn.

Ngày 15 bao-sái-đà, bí-sô cần đi, nên đi từ trú xứ phi trú xứ có bí-sô, đến trú xứ không bí-sô, trú xứ phi trú xứ không bí-sô, mà ở đó có xúc bởi thân, hay bởi tâm...[549]

Ngày 15 bao-sái-đà, bí-sô cần đi, nên đi từ trú xứ trú xứ có bí-sô, phi trú xứ có bí-sô, trú xứ phi trú xứ có bí-sô, trú xứ không bí-sô, đến trú xứ không bí-sô, mà ở đó có xúc bởi thân, hay bởi tâm. Ngày 15 bao-sái-đà, bí-sô không đi từ trú xứ trú xứ có bí-sô, phi trú xứ có bí-sô, trú xứ phi trú xứ có bí-sô, trú xứ không bí-sô, đến trú xứ không bí-sô mà nơi đó có nguy hiểm, ngoại trừ tất cả Tăng cũng đi đến đó.

Ngày 15 bao-sái-đà, bí-sô nên đi từ trú xứ có bí-sô, phi trú xứ có bí-sô, trú xứ phi trú xứ có bí-sô, trú xứ không bí-sô, phi trú xứ không bí-sô,

---

[547] MSV. *sabhikṣukād āvāsāt sabhikṣukam āvāsaṃ sabhikṣukam anāvāsam sabhikṣukam āvāsānāvāsam.*

[548] *Thập tụng* 22, 164a29: trừ có việc Tăng, có việc khẩn cấp.

[549] Bản Phạn MSV. mất phần cuối. Từ đây trở xuống, theo bản Tạng.

đến trú xứ phi trú xứ không bí-sô, mà ở đó có xúc bởi thân, hay bởi tâm. Ngày 15 bao-sái-đà, bí-sô không đi từ trú xứ có bí-sô, phi trú xứ có bí-sô, trú xứ phi trú xứ có bí-sô, trú xứ không bí-sô, phi trú xứ không bí-sô, đến trú xứ phi trú xứ không bí-sô, mà ở đó có nguy hiểm, ngoại trừ tất cả Tăng cũng đi đến đó.

3. Kết vấn

Nơi nào là trú xứ có bí-sô? - Nơi nào mà hết thảy nghiệp thanh tịnh.

Nơi nào phi trú xứ có bí-sô? - Nơi mà hết thảy nghiệp không thanh tịnh.

Nơi nào là trú xứ phi trú xứ có bí-sô? - Nơi mà có nghiệp tịnh, và có nghiệp không tịnh.

Nơi nào là trú xứ không bí-sô? - Là nơi không có bí-sô.

Nơi nào phi trú xứ không bí-sô? - Là trú xứ của ngoại đạo.

Thế nào là trú xứ phi trú xứ không bí-sô? - Là trú xứ cách ly.

Các bí-sô không được ngồi chung với người tại gia hành bao-sái-đà, tác tùy ý, tác đơn bạch, bạch nhị yết-ma, bạch tứ yết-ma. Không cùng với kẻ tự xưng sa-môn. Không cùng với người nữ. Không cùng với hoàng môn. Không cùng với kẻ nhiễm ô bí-sô-ni. Không cùng với kẻ giết cha, kẻ giết mẹ, kẻ giết A-la-hán, kẻ phá hòa hiệp Tăng, kẻ ác ý xuất huyết thân Như lai. Không cùng với ngoại đạo, tặc trú, phá nội ngoại đạo. Không cùng ngồi chung với những kẻ bất cộng trú[550] hành bao-sái-đà, tác tùy ý, tác đơn bạch, bạch nhị yết-ma, bạch tứ yết-ma. Cùng ngồi chung với những người nhất thiết thanh tịnh, hoan hỷ đồng kiến giải, hành bao-sái-đà, tác tùy ý, tác đơn bạch, bạch nhị yết-ma, bạch tứ yết-ma. Tác yết-ma phi hòa hiệp, phạm việt tì-ni.

---

550 Tạng: *gnas par mi bya ba*; Skt. *asaṃvāsika*.

CĂN BẢN THUYẾT NHẤT THIẾT HỮU BỘ TÌ-NẠI-DA

No. 1446

~⁓⁓⁓~

C. TÙY Ý SỰ

Hán dịch: Đại Đường Tam Tạng Nghĩa Tịnh.

Vinayavastu – pravāraṇāvastu

dgag dbye'i gzhi

Nguồn:

Skt. MSV.ii (*Mūlasarvāstivādavinayavastu* vol. ii, *Pravāraṇāvastu*).

Tạng: *dag dbye'i gzhi*/ (a) gZh.462⁵-474²/ (b)*'dul ba ka* 221b5-237b2|

Hán: 根本説一切有部毘奈耶隨意事 - 大唐三藏義淨奉制譯 - Taisho 23 No 1446, tr. 1044c14-1048b23.

Kệ tóm tắt:

> *Hứa khả tác tùy ý,*
> *Tăng sai tùy ý nhân,*
> *Bao quát pháp, phi pháp,*
> *Tác nghiệp điều trị bệnh.*[551]

1. Duyên khởi

[1044c14] Bấy giờ,[552] đức Bạc-già-phạm an cư ba tháng mùa mưa tại vườn Cấp Cô Độc, rừng Thệ-đa, thành Thất-la-phiệt. Lúc này, có chúng bí-sô an cư nơi khác, cùng lập quy chế:[553]

"Này các Cụ thọ! Chúng ta trong ba tháng an cư, không được nói những chuyện phá giới, phá kiến, phá nghi quỹ, phi chánh mạng v.v... Nếu thấy trong nhà xí thiếu cỏ và bình nước[554] không có nước nên lấy thêm, rồi để lại chỗ cũ. Nếu một mình không làm được, nên vẫy tay gọi bạn đến giúp."

Quy định xong, mọi người trở về trú xứ, không nói chuyện với nhau. Sau ba tháng an cư đã mãn, các bí-sô khâu vá, giặt giũ y phục xong, khoác y mang bát, từ chỗ an cư lần lượt du hành đến thành Thất-la-phiệt. Đến nơi, các bí-sô tự cất y bát, rửa chân, rồi đến gặp Phật, cúi đầu lễ dưới chân Phật, rồi ngồi xuống một bên. Thường pháp của chư Phật, khi bí-sô khách đến, trước tiên Phật sẽ hỏi:

---

[551] Tạng: 442, kệ tóm tắt, không có trong bản Hán.

[552] Bản Phạn (thủ bản *Gilgit*) thiếu phần đầu trong bản Hán, từ 1044c14 - 1046c15.

[553] Cf. *Tứ phần iii*, tr. 1344. *Thập tụng 23*, tr. 165a11.

[554] Hán: quân trì 君持 (軍持): Skt. *kuṇḍikā*, còn gọi quân-trĩ-ca 捃稚迦, dịch là bình nước, một trong 18 vật tùy thân của tỳ-kheo. Tạng: *chu ra'i bum*.

- Ông từ đâu đến? Đi đường an lạc không? An cư ở đâu?

Bí-sô thưa:

- Chúng con an cư ở Thiền-na-bát-đa,[555] vừa từ nơi đó đến đây. An cư nơi đó rất an ổn, hòa hợp; khất thực cũng không khó nhọc. Nhưng trong ba tháng an cư nơi đó, các bí-sô chúng con cùng lập một quy chế: Trong thời gian an cư không được nói chuyện với nhau... (*cho đến như những điều chế định ở trên*). Chúng con sống an lạc, việc khất thực không khó nhọc.

Phật bảo các bí-sô:

- Các ngươi là những kẻ ngu si **[1045a01]** vô trí. Sao các ngươi lại quy định những điều phi pháp như thế, không nói chuyện với nhau? Chẳng khác nào sống chung một nhà với kẻ thù, cùng ăn chung với kẻ thù, thế thì quá khổ, sao lại nói là sống an lạc? Đó là pháp ngoại đạo, là pháp ngu si, không phải là pháp xuất yếu.

Rồi Phật chế: "Này các bí-sô, từ nay trở đi, ai sống với pháp câm, phạm tội vượt pháp."

2. Thể thức tác tùy ý

Đức Phật quy định: "Bí-sô an cư xong, nên tác pháp tùy ý sự, cầu thỉnh y trên ba cơ sở: thấy, nghe, nghi."[556]

Sau khi Phật quy định bí-sô nên tiến hành ba sự: thấy, nghe, nghi, nhưng họ không biết phải làm thế nào? Phật dạy:

- Trước khi tác pháp tùy ý bảy, tám ngày, các bí-sô cựu trú đến những nơi thôn phường lân cận phổ biến cho các bí-sô già trẻ và những người chưa thọ cận viên, cùng nhau tổ chức chuẩn bị cúng dường. Vào ngày mười bốn tháng tám,[557] tổ chức cúng dường nơi điện Phật, tháp Phật, như đốt hương, treo tràng phan, thực hiện những việc trang hoàng.

---

[555] Thiền-na-bát-đa 禪那鉢多. Tạng: *ljongs su shig*. Skt.: *janapade*, trong nhân gian.

[556] 請三事見聞疑作隨意事, Tạng: *dge 'dun la mthongba dang| thos pa dang dogs pa'i gnas gsum gyis dgag dbye bya'o|*

[557] Bản Tạng không nói cụ thể ngày tháng.

Nếu Ô-ba-đà-da và A-giá-lợi-da có đồ chúng, bảo tất cả cùng làm, trang hoàng, quét dọn, lấy phân bò[558] trát nền, cúng dường cho Tăng-già thức ăn nước uống mỹ vị và sữa, tô, v.v... tùy thời bày biện, dâng cúng các thứ. Các bí-sô phải thăm hỏi nhau: "Các thầy an cư an lạc không?"

Đêm mười bốn bảo người trì kinh, tụng kinh suốt đêm. Sáng sớm mai biết đúng giờ tiến hành tùy ý sự, chớ để quá bình minh. Khi bình minh vừa ló, nên sai một vị đủ năm đức làm người thọ tùy ý[559] cho Tăng. Hoặc một, hai, hay nhiều người, nhưng phải là người có đủ năm đức. Nếu trước đó chúng chưa hòa hợp, phải làm cho hòa hợp. Trước đó đã hòa hợp, phải làm cho an lạc.

Thế nào là năm đức? Là không hay thiên vị, không hay sân hận, không hay cả sợ, không si, đủ khả năng phân biệt các việc tùy ý. Nếu người nào bị trái ngược với năm đức này thì không nên sai.

Pháp sai người đủ năm đức như thế này: trải tòa, đánh kiền chùy, tập hợp Tăng-già, tác tiền phương tiện, hỏi chúng Tăng đồng ý xong, nên khuyến thỉnh:

"Vị *tên như vậy* có thể vì Tăng-già an cư mùa hạ mà tác pháp tùy ý bằng ba sự thấy, nghe, nghi?"

Vị kia đáp:

"Có thể"

Thứ đến, một bí-sô tác bạch trước rồi mới yết-ma:

Đại đức Tăng-già lắng nghe! Bí-sô *tên như vậy* nay vì Tăng-già an cư mùa hạ, làm bí-sô tùy ý. Nếu thời gian thích hợp đối với Tăng-già, Tăng-già đồng ý, Tăng-già nay sai vị *tên như vậy* làm bí-sô tùy ý. Vị *tên như vậy* sẽ vì Tăng-già an cư mùa hạ mà làm bí-sô tùy ý. Đây là lời tác bạch.

---

[558] Hán: cù-ma 瞿摩 (cù-ma-da 瞿摩耶), Skt. *gomaya*. Tạng: *ba lang gyi lci ba*.

[559] Tạng: *dgag dbye pa'i dge slong*, Skt. *pravāraka-bhikṣu*, bí-sô Tăng sai làm người nhận tác bạch tùy ý (tự tứ) của các bí-sô khác. *Tứ phần* iii, 1394, thọ tự tứ nhân.

Đại đức Tăng-già lắng nghe! Bí-sô *tên như vậy* nay vì Tăng-già an cư mùa hạ mà [1045b01] làm bí-sô tùy ý. Nay Tăng-già sai vị *tên như vậy* làm bí-sô tùy ý. Vị *tên như vậy* sẽ vì Tăng-già an cư mùa hạ mà làm bí-sô tùy ý. Nếu các Cụ thọ nào đồng ý vị *có tên như vậy* làm bí-sô tùy ý, vị *có tên như vậy* sẽ vì Tăng-già an cư mùa hạ làm bí-sô tùy ý thì im lặng. Ai không đồng ý thì hãy nói.

Tăng-già đã đồng ý vị *có tên như vậy* vì Tăng-già an cư mùa hạ làm bí-sô tùy ý. Tăng-già đã đồng ý vì im lặng, tôi nay ghi nhận như vậy.

Thế Tôn dạy:

- Này các bí-sô, nay Ta quy định các pháp thức cần làm cho bí-sô tác tùy ý. Các ông hãy lắng nghe, Ta sẽ nói. Bí-sô thọ tùy ý[560] nên lấy cỏ tươi[561] phân phối cho các bí-sô làm tòa ngồi. Nếu một người tác pháp thọ tùy ý thì từ đầu hàng Thượng tọa nhận cỏ cho đến chót hàng hạ tọa. Nếu hai người, thì một người từ đầu hàng Thượng tọa nhận cỏ. Một người từ một nửa số chúng trở xuống cho đến người cuối cùng. Nếu sai ba người thì bố trí ba chỗ để làm.[562] Chuẩn theo trường hợp mà làm.

Các bí-sô đều ngồi trên tòa cỏ. Tăng Thượng tọa tác pháp đơn bạch:

"Đại đức Tăng-già lắng nghe! Hôm nay ngày mười lăm, Tăng-già tác pháp tùy ý sự. Nếu thời gian thích hợp đối với Tăng-già, thì Tăng-già đồng ý, nay Tăng-già tác pháp tùy ý. Đây là lời tác bạch."

Bí-sô thọ tùy ý đến trước Tăng Thượng tọa, ngồi xổm. Thượng tọa và hạ tọa khác nên trải cỏ, chỉnh sửa cho đều, chuyển thân ra gần trước, hai

---

[560] 受隨意苾芻: 作隨意苾芻.

[561] 行生茅 hành sanh mao. Tạng: *'jag ma dag nye bar gzhag pa*, thủ tục hành thảo không có trong *Tứ phần* và *Thập tụng*.

[562] Tạng: một, từ đầu hàng thượng tọa; một, từ đầu hàng trung tọa; một, từ đầu hàng hạ tọa.

chân chụm lại, hai tay chắp lại, cong một chút đưa ra trước, nói rằng:[563]

"Cụ thọ ghi nhận cho, hôm nay ngày mười lăm, Tăng-già tác tùy ý. Tôi, bí-sô..., ngày mười lăm cũng tác tùy ý. Tôi, bí-sô..., trước Tăng-già hướng về đại đức tác tùy ý sự bằng ba sự thấy, nghe, nghi. Nguyện Đại đức Tăng-già ban ân chỉ dẫn tôi. Nguyện Đại đức Tăng-già thương tưởng chỉ giáo tôi. Nguyện Đại đức Tăng-già từ mẫn nhiếp thọ tôi. Cúi xin thương tưởng. Nếu tôi thấy biết tội sẽ như luật sám hối."

Lần thứ hai, lần thứ ba cũng nói như vậy.

Bí-sô thọ tùy ý nói:

"Phương tiện tùy nghi!"[564]

Vị kia đáp:

"Lành thay!"[565]

Lần lượt như vậy cho đến hạ tọa cũng nói như thế.

Người tùy ý cũng hướng về nhau tác tùy ý sự, cũng nói ba lần. Nếu bí-sô thọ tùy ý có hai, hoặc ba, hoặc bốn người, cho đến nhiều người, thì đối thủ với nhau tác pháp. Nếu một người thì tự đối chính mình làm người thọ tùy ý mà tác tùy ý. Sự tác pháp căn cứ chuẩn theo đó mà rõ.

Sau khi bí-sô tác pháp xong, thứ đến gọi chúng bí-sô-ni. [1045c01] Từng người đi vào trong chúng, đối trước bí-sô tùy ý, như pháp của đại bí-sô mà tác pháp tùy ý. Sau đó, gọi thức-xoa-ma-na, cầu tịch nam, cầu tịch nữ cũng theo thứ lớp, từng người một đối trước bí-sô năm đức tác pháp như ở trước.

Bí-sô thọ tùy ý đến đứng trước hàng Thượng tọa, bạch thế này:

"Đại đức, chư muội, hai bộ Tăng-già tác tùy ý hoàn tất."

Hai bộ Tăng-già cùng nói:

---

[563] Tạng: tiếp theo là văn tác tùy ý (văn bạch tự tứ) được nói bởi Tăng thượng tọa đối trước bí-sô tùy ý (thọ tự tứ nhân).

[564] 奧箄迦 áo-bề-ca, Skt. *aupayika*.

[565] 娑度 sa-độ, Skt. *sādhu*.

"Lành thay, đã tác tùy ý! Cực kỳ lành thay, đã tác thuận ý!"

Nói lên thì tốt, ai không nói phạm ác tác.[566]

Sau đó, bí-sô thọ tùy ý cầm dao nhỏ, hoặc kim chỉ, hoặc các tư cụ tạp vật của sa-môn, đứng trước Thượng tọa, nói:

"Đại đức, các vật này có thể cho những người an cư đã tác tùy ý hay không? Nếu trú xứ này nhận được các lợi vật khác, Tăng-già hòa hợp được phép phân chia không?"

Cả chúng đồng đáp:

"Được phép phân."

Nếu làm khác đi, thì bí-sô tùy ý và đại chúng đều bị tội vượt pháp.

Cụ thọ Ô-ba-ly bạch Phật:

- Bạch Thế Tôn! Có bao nhiêu trường hợp tác tùy ý?

Phật dạy:

- Có bốn trường hợp: Một, phi pháp biệt chúng. Hai, phi pháp hòa hợp. Ba, như pháp không hòa hợp. Bốn, như pháp hòa hợp.[567]

Phật dạy:

- Này Ô-ba-ly, trong bốn trường hợp này, như pháp hòa hợp là thiện. Vì do bởi như pháp và hòa hợp vậy.

3. Dữ tùy ý dục

Bấy giờ, vào ngày mười lăm, tác tùy ý, Thế Tôn ngồi trên chỗ ngồi dọn sẵn giữa Tăng-già, bảo các bí-sô:

- Đêm đã qua, sao không tác tùy ý?

Khi ấy, trong chúng có một bí-sô đứng dậy, chỉnh y về một bên, chắp tay đảnh lễ, bạch rằng:

---

[566] Hán 惡作罪. Tạng: *'gal tshabs can du 'gyur ro*, phạm việt tì-ni (vi luật).

[567] (1) Chúng không hòa hợp mà tác tùy ý không như pháp, (2) Chúng hòa hợp nhưng tác tùy ý không như pháp; (3) Chúng không hòa hợp tác tùy ý như pháp, (4) Chúng hòa hợp tác tùy ý như pháp.

- Trong phòng kia có bí-sô cựu trú bệnh nặng, rất đau đớn. Vị bí-sô bệnh không thể đến dự được, không biết phải làm thế nào?

Phật dạy:

- Hãy nhận tùy ý dục[568] mang đến.

Các bí-sô không biết nhận tùy ý dục như thế nào. Phật dạy:

- Một người được nhận dục của một người, hoặc hai, ba, cho đến nhiều người.

Các bí-sô không biết phương thức nhận dục thế nào. Phật dạy:

- Đến bên bí-sô bệnh. Bí-sô bệnh ngồi xổm, chắp tay, đầy đủ oai nghi, gởi dục như pháp lễ trưởng tịnh.[569] Bí-sô bệnh thưa:

"Cụ thọ ghi nhận cho! Hôm nay, ngày mười lăm, Tăng-già tác tùy ý. Tôi, bí-sô... ngày mười lăm cũng tác tùy ý. Tôi, bí-sô... tự trình bày không có các chướng pháp. Do nhân duyên bệnh, với Tăng sự như pháp kia, tôi xin gởi dục. Những điều trình bày này, xin vì tôi mà nói."

Lần thứ hai, thứ ba cũng nói như vậy.

Nếu gửi dục như vậy thì tốt. **[1046a01]** Nếu người bệnh không thể nói được thì biểu hiện hành động bằng thân,[570] cũng thành gửi dục.

Nếu người bệnh không nói được, cũng không thể biểu hiện bằng thân, thì tất cả Tăng-già phải tập hợp đến chỗ người bệnh (để tác pháp tùy ý).

Nếu người bệnh không đến, chúng Tăng không tập hợp đến chỗ người bệnh, mà tác pháp tùy ý thì tác pháp không thành, bị tội vượt pháp.

Phật dạy:

- Nay Ta sẽ vì bí-sô nhận dục tùy ý, quy định những pháp phải làm:

---

568 隨意欲, Tạng: *dgag dbye blang bar bya'o.*

569 Xem "Bao-sái-đà sự", § iv.1.

570 Hán: 以身表. Skt. *kāyavijñaptyā*, Tạng: *lus kyi rnam par rig byed kyis*, bằng thân biểu.

Bí-sô nhận dục không được chạy nhanh...(*chi tiết như trong pháp trưởng tịnh*).

Bí-sô mang dục tịnh, đi vào trong chúng, đến bên Thượng tọa, nói; nếu không thể thì đứng bên vị ngồi gần nói cũng được. Nói như vầy:

"Cụ thọ ghi nhận cho, ở tại phòng kia có bí-sô *như thế* bị bệnh. Hôm nay ngày mười lăm, Tăng-già tác tùy ý. Bí-sô *như thế* trong ngày mười lăm cũng tác tùy ý. Bí-sô *như thế* tự nói không có các chướng pháp, vì nhân duyên bệnh hoạn nên gởi dục đối với Tăng sự như pháp. Vị bí-sô kia trình bày sự việc như vậy, nay tôi cũng trình bày lại đầy đủ."

Như trước đã nói, nếu không làm đúng theo đây, thì bị tội vượt pháp.

Cụ thọ Ô-ba-ly bạch Phật:

- Đại đức, nếu nhận tùy ý dục xong, (người nhận) đi giữa đường bỗng nhiên bị chết thì việc mang dục có thành không?

Phật dạy:

- Không thành, phải lấy dục lại.

Nói đầy đủ như trong lễ bao-sái-đà.

4. Túc số tùy ý

Cụ thọ Ô-ba-ly bạch Phật:

- Đại đức, nếu trú xứ chỉ có một bí-sô ở đó, muốn tác tùy ý sự, phải làm thế nào?

Phật dạy:

- Bí-sô ở trú xứ đó nên quét dọn sạch sẽ, rưới nước, lấy phân bò trát nền, trải chỗ ngồi. Làm những việc ấy xong, tùy theo khả năng, tự tụng ít nhiều Kinh. Tụng xong, lên chỗ cao, nhìn bốn hướng xem có bí-sô nào đến không. Nếu (thấy có bí-sô đến) biết họ thanh tịnh, hoặc hai người, hay ba người thì gọi mau đến để cùng tác pháp tùy ý. Trước hết, bí-sô (tại trú xứ) đối trước bí-sô khách, tác pháp thưa rằng:

"Cụ thọ ghi nhận cho! Hôm nay ngày mười lăm, tác tùy ý. Tôi, bí-sô... cũng vào ngày mười lăm tạm thời thủ trì tùy ý. Nếu

sau này, gặp chúng Tăng hòa hợp, sẽ cùng chúng hòa hợp đó như pháp tác tùy ý."

Lần thứ hai, lần thứ ba cũng nói như vậy.

Nếu số chúng ấy nhiều người ngu si vô trí, dù có đủ túc số để tác pháp tùy ý cũng không thành tựu. Phải đợi có thiện bí-sô đến cùng nhau tác tùy ý.

Nếu không có (ai đến), nên ngồi tại chỗ của mình tâm niệm tác tùy ý. Tâm niệm thế này:

"Hôm nay ngày mười lăm, tác tùy ý. Tôi, bí-sô... **[1046b01]** ngày mười lăm, cũng tâm niệm tùy ý. Nếu sau này có chúng Tăng như pháp sẽ cùng tác tùy ý."

Nói ba lần như vậy.

Nếu có một, hai, ba bí-sô ở chung cũng tác pháp đối thủ tác tùy ý như trước.

Nếu có Tăng bốn người tiến hành tùy ý thì phải tác pháp đối thủ tùy ý, không sai vị đủ năm đức tác tùy ý sự.[571]

Nếu đủ năm người mới đủ Tăng số để tác pháp, nên tác bạch để tác tùy ý sự.[572] Giả như có người bệnh, nên đưa vào trong chúng, không cần phải lấy dục.

Nếu có sáu người hoặc nhiều hơn thì phải tác đơn bạch[573] để tác tùy ý. Khi tác tùy ý sự, nếu có người bệnh, phải lấy dục.

---

[571] Tạng: nếu trú xứ đủ 4 bí-sô, tác đơn bạch rồi tác tùy ý, nhưng không tác yết-ma sai người thọ tùy ý.

[572] Tạng: tác yết-ma sai người thọ tùy ý rồi mới tự tứ.

[573] Tạng: phải tác yết-ma sai người thọ tùy ý rồi mới tác tùy ý.

5. Đình chỉ tùy ý

Hoặc có trường hợp ngăn tùy ý,[574] một như pháp và một phi pháp; ba như pháp và một phi pháp; năm như pháp và một phi pháp.[575]

Thế nào là một như pháp ngăn tùy ý, một phi pháp? - Chỉ đọc một lần, tức thì ngăn, đó là phi pháp. Nếu đọc đầy đủ, đó là như pháp tùy ý.[576]

Thế nào là ba như pháp, một phi pháp? - Nói tùy ý ba lần xong mới ngăn, là như pháp. Nói một lần rồi ngăn, gọi là phi pháp.[577]

Thế nào là năm như pháp, một phi pháp? - Trong đây, một như pháp, hợp ba lần nói tùy ý. Nói một lần rồi ngăn, gọi là phi pháp ngăn tùy ý.[578]

---

[574] 止住隨意, Tạng |*ka* 226b7|:*dgag dbye gzhag pa*. Skt. *pravāraṇā-sthāpanīya*. *Tứ phần* iii, 1359: già tự tứ (ngăn tự tứ).

[575] *Thập tụng* 23, tr. 170c26: bốn phi pháp đình chỉ tự tứ và bốn như pháp đình chỉ tự tứ.

[576] Tạng: *dgag dbye lan gcig bzlas ba la brjod pa ma rdzogs pa dgag dbye 'jog pa ni dgag dbye 'jog pa chos dang mthun pa yin no| brdzod pa rdzogs nas dgag dbye 'jog pa ni chos dang mi mthun pa ste|* Trong trường hợp nói văn tùy ý một lần (*ekavācikāyāṃ pravāraṇāyām*), trong khi nói chưa xong mà ngăn tùy ý, đây là *ngăn tùy ý* **như** *pháp* (*dhārmikaṃ pravāraṇāsthāpanam*); nói xong văn tùy ý mới ngăn, đây là *ngăn tùy ý* **phi** *pháp* (*adhārmikam pravāraṇāsthāpanam*). Bản Tạng khác với hai bản Hán. Cf. *Thập tụng 23*, tr. 171a05: khi tác nhất thuyết tự tứ, thuyết lần thứ nhất chưa xong mà đình chỉ, đó là phi pháp đình chỉ; nếu nhất thuyết đã xong, đó là như pháp đình chỉ tự tứ.

[577] Tạng | ka 227a3|: "Trong trường hợp nói văn tùy ý hai lần, trong khi nói câu văn lần thứ nhất chưa xong mà ngăn tùy ý; ngăn tùy ý này là như pháp; khi nói xong mà ngăn, đây là ngăn tùy ý như pháp; trong khi nói câu văn lần thứ hai chưa xong mà ngăn tùy ý, đây là ngăn tùy ý như pháp, khi nói xong mà ngăn, đây là ngăn tùy ý không như pháp."

[578] Tạng | ka 227a5|: "Trong trường hợp nói văn tùy ý ba lần, trong khi nói câu văn lần thứ nhất chưa xong mà ngăn tùy ý, đây là ngăn tùy ý như pháp; nói xong rồi mới ngăn tùy ý, đây cũng là ngăn như pháp; trong khi nói câu văn tùy ý lần thứ hai chưa xong mà ngăn tùy ý, đây cũng là ngăn tùy ý như pháp; nói xong rồi mới ngăn, đây cũng là ngăn tùy

Hoặc chỉ nói tùy ý một lần thành tùy ý, hoặc nói hai lần, ba lần, thành tùy ý. Hoặc khi đại chúng cùng nói một lần.

Theo ý nghĩa nào mà nói tùy ý một lần?[579]

Như ngày mười lăm, chúng bí-sô tập hợp một nơi muốn tác tùy ý, nhưng trong chúng nhiều người bị bệnh nặng,[580] sợ các bí-sô bệnh không thể ngồi lâu, do nhân duyên này, Phật dạy, "Tùy ý nói một lần."

Lại có nhiều chúng bí-sô tập hợp lại một nơi tác tùy ý sự, gặp lúc mưa lớn, hoặc trời sắp mưa, khi ấy các bí-sô nghĩ: "Nếu đọc ba lần, sợ mưa lớn làm ướt ngọa cụ." Cho nên Phật cho phép nói tùy ý một lần.

Lại có nhiều chúng bí-sô tập hợp lại một nơi, tác tùy ý sự. Tại trú xứ này, hoặc vua cùng với quyến thuộc đến, hoặc có đại thần cùng thuộc hạ, hoặc người trong, ngoài thành đều tập hợp đến. Họ đem các thức ăn cùng y vật cúng dường Tăng-già bí-sô, yêu cầu Tăng chú nguyện. Bí-sô chú nguyện suốt đêm rất mệt. Do đó các bí-sô nghĩ: "Vì vua v.v... đến bố thí nhiều thứ, chú nguyện rất mệt, sợ kéo dài đến sáng mai (không thể đọc ba lần)." Do nhân duyên này, cho phép tùy ý nói một lần.

Lại nữa, **[1046c01]** khi tùy ý, nhiều chúng bí-sô cùng tập hợp muốn tác tùy ý. Trong số đó, có nhiều bí-sô thông hiểu tô-đát-la, tì-nại-da, ma-điệt-lý-ca,[581] suốt đêm tụng niệm và thuyết pháp cả đêm. Khi ấy, các bí-sô đều nghĩ: "Các bí-sô thông hiểu tam tạng này, tụng niệm, thuyết pháp suốt đêm rất mệt nhọc; sợ khi trời sáng không thể đọc ba lần", nên cho

---

ý như pháp; trong khi nói câu văn lần thứ ba, nói chưa xong mà ngăn, đây là ngăn tùy ý như pháp; nói xong rồi mới ngăn, đây là ngăn tùy ý không như pháp."

[579] 一說隨意, nhất thuyết tùy ý, Skt. *ekavācikā pravāraṇā*; Tạng: *dgag dbye lan gcig bzlas pa*, "nhất ngữ tự tứ": đọc văn bạch tùy ý (tự tứ) chỉ một lần. *Tứ phần* iii, tr. 1357-8, "Nếu tám nạn sự xảy đến thì cho phép nói lược tự tứ. Trong đó, 8 nạn sự là: nạn vua, nạn giặc, nạn lửa, nạn nước, nạn bệnh, nạn người, nạn phi nhân, nạn độc trùng." *Thập tụng* 23, tr. 171b26: đình chỉ tự tứ do tám nạn.

[580] Tạng: *gzhang 'brum gyis thebs pa*, mắc bệnh trĩ (nên không ngồi lâu được?)

[581] Kinh, Luật và Mẫu luận.

phép tùy ý nói một lần.[582]

Lại nữa, khi hành tùy ý, nếu có bốn tránh sự[583] phát khởi, phải đến vị bí-sô thông hiểu tam tạng, quyết đoán tội ấy. Sau khi đã trừ tội, các bí-sô kia nghĩ: "Vị bí-sô thông hiểu tam tạng kia, suốt đêm dập tắt tranh chấp, rất mệt; sợ trời sáng, nếu nói tùy ý ba lần e rằng có trở ngại." Do nhân duyên này, cho phép tùy ý nói một lần.[584]

Lại nữa, khi tác tùy ý, có các vua chỉ huy bốn quân binh đến trú xứ này, quân voi, quân ngựa, quân xa, và bộ binh. Vua thịnh nộ, ra lệnh: "Hãy bắt các sa-môn Thích tử này trói lại, đưa họ đi chăn voi, chăn ngựa. Ta ra lệnh họ phải lao dịch làm mọi thứ."

Hoặc vua ra lệnh: "Hãy bắt lấy sa-môn, tước đoạt y bát của chúng và giết hết."

Các bí-sô nghĩ: "Nếu ta hành tùy ý nói ba lần, e rằng vua thịnh nộ, gây ra nhiều tổn hại."

Thế nên cho phép tiến hành tùy ý nói một lần.

Nếu khi hành tùy ý có bọn giặc cướp,[585] chúng là những kẻ phá thành, phá xóm, hoặc loại giặc cướp giết bò, dê của dân; hoặc giết bò, dê lấy máu bôi lên cửa, lên nhà, lên cửa sổ, làm những việc phi pháp, hoặc chúng sai người thông báo cho các bí-sô.[586] Lúc đó, các bí-sô suy nghĩ: "Nếu ta nói tùy ý ba lần, sợ bọn giặc kia, chúng là những kẻ phá thành, phá làng xóm, giết bò dê, làm các việc phi pháp. Chúng cho người thông báo, sẽ gây sự tổn hại, hoặc đoạt y bát, hoặc giết ta." Do nhân duyên này Đức Phật cho phép tiến hành nói tùy ý một lần.

---

[582] Cf. *Tứ phần* iii, 1358.

[583] Tứ chủng tránh 四種諍, bốn tránh sự, xem *Tứ phần* iii, 1734. *Thập tụng* 23, tr. 171b10: tứ sự.

[584] *Tứ phần* iii, 1360, đình chỉ tự tứ do tránh sự.

[585] Bản Phạn (*Gilgit*) bắt đầu từ đoạn này. Tạng |ka 229b3|; Hán, tr. 1046c16.

[586] MSV. & Tạng: chúng thông báo: "Các ông hãy dời đi chỗ khác. Chúng tôi sẽ đến ở đó."

Hoặc khi tiến hành tùy ý, tại trú xứ đó có bí-sô già[587] bản tính khờ dại, ngu si, hay khạc nhổ dưới chân, hoặc từ xa đến, đi đường mệt mỏi; hoặc có người nữ, hay thiếu nữ; hoặc có chuyện đấu tranh,[...][588] Hoặc thiên ma,[589] các quỷ thần ác không có tín tâm; chúng đến cửa nói: "Này sa-môn, các ông làm những việc bất tịnh, khạc nhổ trên giường ghế, hoặc ói mửa, đi tả." Chúng quỷ thần khiến các bí-sô chăm sóc bệnh bởi các quỷ thần.[590]

Bí-sô nghĩ: "Lúc này có các nạn, nếu ta nói tùy ý ba lần, thì không an toàn."

Do đó Phật dạy: "Cho phép nói tùy ý một lần, không phạm."

Hoặc các bí-sô làm phòng xá Tăng ở trú xứ có thú dữ; vả lại, trú xứ này **[1047a01]** có phụ nữ già, người nữ vô trí, thiếu nữ v.v...[591] bản tính không sạch sẽ; hoặc các bí-sô lại làm dơ bẩn giường ghế, đại tiểu tiện phi pháp, giặt y dơ phơi, hoặc làm cho quỷ thần nổi giận, khiến các thú dữ độc hại đến gây nguy hiểm cho chỗ ở của các bí-sô, như là hổ, báo, sói, gấu, v.v... đến Tăng phường, hoặc trong phòng riêng, tường rào, chỗ

---

[587] 老苾芻, Skt. *mahalla*; Tạng: *rgan zhugs*.

[588] Đoạn Hán dịch thiếu mạch lạc, nhảy sót. MSV. & Tạng |ka 230b2|: "lão bí-sô đần độn, ngu si, không khéo léo, dơ bẩn, ở trong phạm vi trú xứ, hay trên con đường của trú xứ, ông mắng chửi, nói lời thô lỗ, xúc chạm các phụ nữ, các thiếu nữ, khiến dân chúng nổi giận, đến trước cổng già-lam, kêu gọi mọi người đến bắt, nói rằng: Các ngài hãy bắt giữ các sa-môn Thích tử, hoặc giết, hoặc trói, hoặc đuổi đi. Bắt chăn voi, chăn ngựa, đánh xe cho vua, làm gạch, cầm phướn, cầm cờ, và các công việc khác của vua..."

[589] Hán thiếu đoạn đầu.

[590] MSV. & Tạng |ka 230b1|: Vào ngày 15 tác tùy ý, dựng tinh xá tại địa phương có loài phi nhân cư ngụ (*vihāro'manuṣyādhyuṣite pradeśe*), tại đó có lão bí-sô đần độn... nt... phóng uế, khạc nhổ... nt... khiến các phi nhân nổi giận, xuống đến tận cổng tinh xá, đến ám luôn cả các bí-sô, quấy nhiễu các bí-sô.

[591] Hán dịch thiếu mạch lạc.

ăn, cho đến khắp cả trú xứ đều có các nguy hiểm.[592] Các bí-sô muốn nói tùy ý ba lần, sợ tai nạn đến, Phật cho phép tác tùy ý nói một lần.

Hoặc có bí-sô cư trú ở gần trú xứ của rồng,[593] có[594] nhiều ô uế, hoặc khạc nhổ nhiều, ói mửa, đi tả, đại tiểu tiện, nhiều thứ dơ bẩn, khiến rồng nổi giận, phóng các trùng độc làm bí-sô tổn thương; hoặc rồng đến bảo bí-sô: "Ông ở chỗ tôi gây nhiều thứ bất tịnh... *(như trên)* và làm các việc phi pháp." Bí-sô nghĩ: "Nếu ta thuyết tùy ý ba lần, e rằng bị nạn của rồng...." Do việc này, Đức Phật khai cho phép tác tùy ý nói một lần, hoặc cùng đối thuyết một lần.

Hoặc có khi phường Tăng ở gần các nhà thế tục,[595] khi bí-sô muốn tiến hành tùy ý, mấy nhà thế tục bỗng nhiên phát hỏa, lửa cháy lan đến gần phường Tăng, có thể khiến cho mất mạng, hoặc tổn hại phạm hạnh, hoặc tổn hại y bát, v.v... nếu thuyết tùy ý ba lần, sợ bị lửa cháy đến, nên cho phép nói tùy ý một lần, hoặc cùng đối thuyết tùy ý một lần, không phạm.[596]

Hoặc trú xứ của Tăng-già gần khe núi lớn,[597] khi tác tùy ý thì trời mưa lớn, nước dâng cao, tràn ngập cả cung điện vua, làng xóm, vườn rừng, tràn đến phường Tăng. Nếu tác tùy ý nói ba lần sợ ảnh hưởng tính mạng các bí-sô, và thiệt hại y bát v.v... Do vậy mà Phật cho phép thuyết tùy ý một lần, hoặc cùng đối thuyết một lần.[598]

---

[592] MSV. & Tạng, thay "phi nhân (*amanuṣya*)" bằng "ác thú (*vyāḍa*)."

[593] Skt. *nāgādhyuṣite pradeśe*, MSV.& Tạng, như trên, thay phi nhân (*amanuṣya*) và ác thú (*vyāḍa*) bằng rồng (*nāga*).

[594] Hán dịch thiếu mạch lạc.

[595] MSV. *tadvihāro dāvamadhye pratiṣṭhāpitaḥ*, Tạng: *nags khrod zhig tu gtsug lag khang brtsigs pa dang|* dựng tinh xá ở ngay giữa rừng (có hỏa hoạn).

[596] Trở xuống, Tạng: (463) *'dul ba gzhi| bam po bcu dgu pa|* Tì-nại-da sự, chương 19.

[597] Skt. *vihāro'nūpamadhye pratiṣṭhāpitaḥ*, dựng tinh xá giữa vùng ẩm thấp. Tạng: *gshong zhig tu gtsug lag khang brtsigs pa.*

[598] MSV. & Tạng: diễn giải thêm các câu hỏi: thế nào là thuyết tùy ý sự *hai lần* (*dvivācikā pravāraṇā*, nhị ngữ tự tứ)? Không nói tùy ý ngữ đến ba lần,

Hoặc trú xứ của bí-sô ở chỗ xa xôi hoang vắng, có sự khủng bố phát sinh,[599] tổn hại tính mạng v.v... Các bí-sô nói với nhau: "Hôm nay ngày mười lăm, là lúc tùy ý, nhưng chúng ta nguy hiểm cấp bách đang đến, không thể tác tùy ý được, tự do di tản, sau này sẽ như pháp tiến hành tùy ý." Nếu có các nhân duyên như vậy đến, cùng lúc di tản đều không phạm.[600]

6. Duyên sự đặc biệt

Cụ thọ Ô-ba-ly bạch Phật:

- Nếu có nhiều chúng bí-sô cùng nhau an cư, chưa mãn an cư lại muốn đi đến nơi khác, nên tác tùy ý trước có được không?

Phật dạy:

- Không được. Nếu vị kia nói: "Nay tôi tạm đình chỉ tác tùy ý, sau sẽ tác tùy ý ở nơi khác"; các bí-sô nên bảo: "Cụ thọ, chúng ta an cư ở đây, không nên tác tùy ý nơi khác hay đình chỉ tùy ý. Phật chế định, sau khi chúng ta an cư như pháp xong, phải như pháp thanh tịnh tác tùy ý."[601]

Ô-ba-ly bạch Phật:

- Nếu có bí-sô nói: "Tôi có duyên sự phải đi, [1047b01] cho tôi tác tùy ý, hay đình chỉ tác tùy ý." Đợi người kia cùng tác tùy ý, có được không?

Phật dạy:

---

mà chỉ nói hai lần. Thế nào là thuyết tùy ý ba lần (*trivācikā pravāraṇā,* tam ngữ tự tứ)? Nói tùy ý ngữ ba lần. *Thập tụng* 23, tr. 171b26: nếu có 8 nạn (nạn bởi vua, bởi cướp, bởi lửa, bởi nước, bởi loài bò sát, bởi người, bởi phi nhân), được phép "nhất thuyết tự tứ".

[599] MSV. (...) *gaṇapravāraṇā/yathāpi tadbhayaṃ bhavati/ aṭavīṃ saṃkṣobhāś cakrasamārūḍhā janapadāḥ;* đại chúng tùy ý (biệt chúng tự tứ): tai họa xảy ra, khi rừng rậm (khoáng dã nguy hiểm) phát sinh náo loạn, dân chúng bỏ đi tứ tán; các bí-sô cũng bỏ đi.

[600] *Tứ phần* iii, 1359: đồng loạt nói tam ngữ tự tứ.

[601] MSV. & Tạng: Các bí-sô sau khi lập chế và nhập hạ an cư; trong thời gian an cư, nếu bí-sô có thân nhân đến yêu sách, có được phép yêu cầu tác tùy ý trước rồi đi?

- Này Ô-ba-ly! Đây không thành tác tùy ý. Nên trả lời vị kia rằng: "Chúng ta cùng hòa hợp tu tập không phải vì mục đích ấy mà đình chỉ tùy ý. Phải đợi sau an cư. Phật cho phép chúng ta an cư xong, sau đó như pháp thanh tịnh tùy ý. Không cho phép chúng ta tiến hành pháp tùy ý không như pháp".[602]

Phật dạy:

- Này Ô-ba-ly! Như trên đã dạy, người nào làm không y như vậy, tiến hành phi pháp, đều bị tội ác tác.[603]

Vào ngày mười lăm, khi tiến hành tùy ý, nếu có bí-sô bỗng nhiên bị vua hay đại thần bắt giữ, hoặc bị giặc hay kẻ thù bắt giữ, thì chúng bí-sô ở đó nên đến báo với họ:

"Hãy tạm thời cho bí-sô này về vì có chút duyên sự."[604]

Họ thả về thì tốt. Nếu họ không thả, thì chúng Tăng phải kết tiểu cương giới để tác tùy ý.[605] Còn bí-sô bị bắt, sau khi được thả[606] phải tác tùy ý. Ai không làm đúng, bị tội vượt pháp.

---

[602] MSV. & Tạng: Bí-sô ấy (trước khi đi khỏi nơi an cư) muốn ngăn sự nhưng không ngăn người, hoặc ngăn người chứ không ngăn sự, được phép yêu cầu tùy ý không? – Không được; dù bí-sô ấy thanh tịnh được phép ngăn. – *Thập tụng* 23, tr. 172c18: tỳ-kheo đang hạ an cư, bị bố mẹ hay thân thích cưỡng ép phải đi, vị ấy yêu cầu được tự tứ trước thời hạn để đi, hoặc muốn ngăn tự tứ, hoặc ngăn tỳ-kheo khác tự tứ trước khi đi (mặc dù hạn kỳ tự tứ chưa đến; Tăng trả lời: "Trưởng lão không được tự tứ hôm nay, không được ngăn tỳ-kheo khác tự tứ sau này, không được nói vì tự thân thanh tịnh được phép ngăn tự tứ."

[603] Kệ tóm tắt trong MSV. & Tạng.

[604] MSV. Sai người thỉnh cầu: "Xin thả bí-sô ấy; vị ấy là đồng phạm hạnh của chúng tôi." Nếu không thả, lần thứ hai, thỉnh cầu: "Xin thả bí-sô ấy, vì có việc cần làm với chúng tôi."

[605] MSV. Nếu không thả, gửi người thỉnh cầu lần thứ hai, nếu vẫn không thả, các bí-sô ra khỏi phạm vi trú xứ, kết tiểu giới để tác tùy ý (maṇḍalakaṃ gatvā pravārayitavyam).

[606] MSV. Hôm sau, ngày thứ hai, được thả.

7. Cử tội - Thuyết tội

Khi tiến hành tùy ý, nếu bí-sô nhớ biết có tội, phải đến gặp bí-sô ở nơi khác tác pháp sám hối, sau đó mới được tác tùy ý.[607] Nếu không phát lộ thuyết tội, mà tác pháp tùy ý, thì không thành tùy ý. Như đã nói rộng trong pháp trưởng tịnh, cũng đã nói rộng trong thập sự.[608]

Khi tùy ý, bí-sô nhớ biết có tội, muốn phát lộ sám hối, nếu là tội ba-la-thị-ca, đại chúng phải tẫn xuất người này, sau đó mới tùy ý. Hoặc có người phạm tội Tăng-già-phạt-thi-sa, thì tạm thời để tội này lại, tiến hành tùy ý trước, sau đó trị tội. Nếu phạm tội ba-dật-để-ca, ba-la-để đề-xá-ni, đột-sắc-ngật-lý-ca thì trước phải phát lộ sám hối, sau đó mới tác pháp tùy ý.

Đến khi tùy ý, bí-sô sanh tâm nghi ngờ đối với tội tha thắng,[609] có phạm hay không phạm tha thắng. Nếu phạm tha thắng bất cộng trú, thì không còn là bí-sô.[610] Nếu không phải phạm bất cộng trú[611] thì tạm thời để lại, sau đó tác tùy ý.

Khi tác tùy ý, bí-sô nào muốn sám hối tội,[612] hoặc có yết-ma đưa người ấy ra thuyết tội thì thuyết tội trước, sau đó tác tùy ý.[613] Người ấy có yết-

---

[607] Như "Bao-sái-đà sự", § iv..3. Sám hối.

[608] *daśikā*, 10 trường hợp ngăn bao-sái-đà (bố-tát) và tùy ý (tự tứ), được nói chi tiết trong *Poṣadhasthāpanavastu* "Bao-sái-đà sự", MSV. ii, 44-46; chưa có Hán dịch. Chi tiết, xem *Tứ phần* iii, 1691 "Mười như pháp già" (ngăn thuyết giới), *Thập tụng* 33 tr. 241a07: mười như pháp già bố-tát.

[609] 他勝, trên kia, ba-la-thị-ca. Skt. *pārājika*.

[610] MSV. *ye niravaśeṣasaṃjñinas tair nāśayitvā pravārayitavyam*, phạm tội vô dư, phải diệt tẫn, sau đó mới tác tùy ý. Tạng: *lhag ma med par 'du shes la|*

[611] MSV. *sāvaśeṣasaṃjñinaḥ*, phạm tội hữu dư. Tạng: *lhag ma dang bcas par 'du shes na|*

[612] MSV. *ye deśanākaraṇīyam ity āhus tair deśayitvā pravārayitavyam*, những người mà chúng nói tội cần phải sám hối (thuyết tội), thì sau khi sám hối (thuyết tội) rồi mới tác tùy ý.

[613] 羯磨出, MSV. *ye saṃvaraṇīyam ity āhus taiḥ saṃvaraṇam kṛtvā*... những ai mà chúng nói cần được ước thúc, sau khi tác pháp ước thúc... Tạng:

ma xuất[614] thì trước yết-ma, sau đó mới tác tùy ý.

Khi tùy ý, hoặc có bí-sô cử tội bí-sô khác: "Bản thân thầy có tội." Bí-sô cử tội mà thân, khẩu, ý bất thiện,[615] buộc không được nói,[616] sau đó tác tùy ý.

Khi tác tùy ý, có bí-sô cử tội, trước hết phải quan sát người này có hộ trì thân, khẩu, ý hay không? Nếu người này thân thiện, mà khẩu bất thiện thì cử tội không được thừa nhận, sau đó tiến hành tùy ý.

Nếu người này khẩu thiện nhưng thân bất thiện, cử tội cũng không được thừa nhận. Tuy người cử tội khéo hộ trì thân thiện, nhưng không thông ba tạng,[617] [1047c01] cử tội cũng không được thừa nhận,[618] cứ tiến hành tùy ý.

Khi tác tùy ý, có bí-sô cử tội, khéo hộ trì thân và khẩu thiện, tuy có học ba tạng nhưng chưa rõ được nghĩa sâu xa của ba tạng, cũng không hiểu rõ sự việc, nên bảo vị đó: "Hãy tìm hiểu cho rõ ràng, sau đó cùng chúng tôi diệt trừ tội như pháp."[619] Sau đó mới tác tùy ý.

Khi tác tùy ý, tuy có bí-sô khéo hộ thân khẩu thiện, có học ba tạng, hiểu rõ ý nghĩa, hiểu rõ sự việc,[620] nhưng tâm bị mê loạn, đến giữa Tăng, pháp mà nói là phi pháp, phi pháp nói là pháp; sai nói là đúng; tì-nại-da mà nói là phi tì-nại-da; chẳng phải tì-nại-da mà nói là tì-nại-da, đến ngăn tùy ý. Tăng-già phải hỏi: Trong chúng, ai có tội, là tội gì? Tội tha

---

...bsdam pa byed du bcug nas|

[614] 羯磨出, MSV. *ye saṃvaraṇīyam ity āhus taiḥ saṃvaraṇam kṛtvā...* những ai mà chúng nói cần được ước thúc, sau khi tác pháp ước thúc... Tạng: ...bsdam pa byed du bcug nas|

[615] MSV. *na... saṃvṛto bhavati*, không được phòng hộ. Tạng: *ma bsdams par gyur na|*

[616] MSV. *codakam āmardayitvā*, buộc người cử tội phải im.

[617] MSV. không phải là vị trì Kinh, trì Luật, hay trì Mẫu luận.

[618] MSV. *codakam ājñāpayitvā*, sau khi thông giải vị cử tội. Tạng: *gleng pa po la brda sprod cing|*

[619] MSV. học thông (*kovida*) Kinh, Luật, Luận nhưng không thiện xảo (*na kuśala*); sau khi thông giải vị cử tội ấy, tác tùy ý.

[620] MSV. học thông và cũng thiện xảo.

thắng, hay tăng-già-phạt-thi-sa, hay ba-la-để đề-xá-ni, hay đột-sắc-ngật-lý-đa? Phạm vào ban đêm hay ban ngày, phạm tại đường đi hay bên đường, phạm khi đang đi, hay khi đang dừng lại, phạm khi đang đứng, hay đang ngồi, hay phạm khi đang nằm?

Nếu nói: phạm tha thắng, không phạm tăng-già-phạt-thi-sa,... cho đến ác tác. Hoặc nói: phạm tăng-già-phạt-thi-sa, không phạm bốn tha thắng,... cho đến ác tác. Hoặc nói: phạm ba-dật-để-ca, không phạm ba-la-thị-ca,... cho đến ác tác. Hoặc nói: phạm đề-xá-ni, không phạm bốn tha thắng,... cho đến ác tác. Hoặc nói: phạm đột-sắc-ngật-lý-đa, không phạm tha thắng, cho đến đề-xá-ni.

Hoặc nói: "Phạm tha thắng thứ nhất, không phạm thứ hai, thứ ba,... cho đến tha thắng thứ tư cũng như vậy. Hoặc nói: phạm tha thắng thứ hai, không phạm thứ nhất,... cho đến không phạm thứ ba, thứ tư cũng như vậy. Hoặc nói: phạm tha thắng thứ ba, không phạm thứ nhất, thứ hai, và thứ tư cũng như vậy.

Hoặc nói, phạm tăng-già-phạt-thi-sa thứ nhất, không phạm thứ hai,... cho đến thứ mười ba. Hoặc nói, phạm tăng-già-phạt-thi-sa thứ hai, không phạm thứ nhất,... cho đến không phạm thứ mười ba. Hoặc nói, phạm tăng-già-phạt-thi-sa thứ ba, không phạm thứ nhất, thứ hai,... cho đến thứ mười ba. Như vậy mười ba pháp tăng tàn lần lượt từ trên xuống dưới cũng nói như ở trên.

Hoặc nói, phạm ba-dật-để-ca thứ nhất, không phạm thứ hai,... cho đến không phạm thứ chín mươi. Hoặc nói, phạm thứ hai, không phạm thứ nhất, thứ ba,... cho đến chín mươi. Như vậy, chín mươi pháp lần lượt từ trên xuống dưới cũng nói như ở trên.

Hoặc nói, phạm ba-la-để đề-xá-ni thứ nhất, không phải thứ hai,... cho đến thứ tư cũng vậy. Hoặc phạm thứ hai, không phạm thứ nhất, cho đến... thứ ba, thứ tư, đưa ra câu hỏi cũng như vậy.

Hoặc nói, phạm đột-sắc-ngật-lý-đa thứ nhất, **[1048a01]** không phải thứ hai,... cho đến cuối cùng cũng như vậy.

Hoặc nói, phạm ban đêm, không phải ban ngày; hoặc nói, phạm ban ngày, không phải ban đêm; hoặc nói: phạm trên đường, không phải bên đường; hoặc bên đường, không phải trên đường; hoặc nói: phạm khi đi, không phải khi đứng; hoặc nói: phạm khi đứng, không phải khi đi; hoặc nói: phạm khi đứng, không phải ngồi; hoặc nói: phạm khi ngồi, không phải đứng; hoặc nói: phạm khi ngồi, không phải nằm, cũng như trên.

Bí-sô này trình bày sự việc như trên, Tăng phải hỏi đầy đủ. Nếu người này trình bày việc sau mâu thuẫn với việc trước, như vậy là không xác định, thì không thể thừa nhận lời cử tội ấy.

Nếu sau khi Tăng-già hỏi, bí-sô ấy trả lời không mâu thuẫn nhau, thì nên hỏi rằng: "Ngay khi thấy vị ấy phạm, biểu hiện tướng thế nào? Nói những gì, có dụng ý gì?" Nếu nói phạm tha thắng, thì chúng Tăng phải đuổi người phạm ra rồi mới tác pháp tùy ý. Nếu nói phạm tăng-già-phạt-thi-sa, thì nên tạm thời để việc này lại, tác pháp tùy ý trước. Nếu nói, phạm ba-dật-để-ca, đề-xá-ni,... cho đến đột-sắc-ngật-lý-đa, thì phải phát lộ sám hối trước, sau đó tác tùy ý.[621]

8. Tập chúng tùy ý

Nếu đến ngày mười lăm tác tùy ý, nhiều chúng bí-sô cựu trú tập hợp một chỗ, như đủ năm người, hay hơn thì tiến hành tùy ý. Lại có một số bí-sô cựu trú không đến họp để tác tùy ý, các bí-sô khác nghĩ: "Ở đây có bí-sô không đến"; do đó phát sinh nghi ngờ: "Chúng ta không chờ họ đến mà tiến hành tùy ý, không biết thành hay không thành?"

Tuy nghi ngờ như vậy, nhưng họ vẫn tác tùy ý. Sau đó một số ít bí-sô kia đến, chúng lại tiến hành tùy ý. Người trước đã tác tùy ý bị tội vượt pháp, vì (tác tùy ý) phi pháp. Ngoài ra, như đã trình bày trong phần trưởng tịnh.[622]

9. Bí-sô khách & bệnh

Cụ thọ Ô-ba-ly bạch Phật:

- Đại đức Thế Tôn, có bí-sô an cư, khi tác pháp tùy ý,[623] hỏi rằng: 'Trong chúng này không có người tranh đấu, người gây ồn ào, người

---

[621] MSV (138) & Dzh (471): kệ tóm tắt.

[622] Như "Bao-sái-đà sự" § v.1. "Bí-sô cựu trú".

[623] 作隨意時, cụm từ này có thể dư. MSV. *varṣopagatā bhikṣavaḥ śṛṇvanti*: các bí-sô đã thọ hạ an cư nghe tin...

ưa chất vấn, người thường đến nhà vua quan v.v., người bắt giam người khác, người cử tội phi pháp, đến trú xứ này chứ? Các bí-sô hiện tại biết tàm quý phải không?" Hoặc lại hỏi: "Nếu có những người ác ưa tranh đấu đến, không biết phải tác tùy ý như thế nào?"[624]

Phật dạy Ô-ba-ly:

- Nếu đột ngột có người ác như vậy đến, nên hai, ba người đến tiểu giới trường, tự tác tùy ý.[625]

Được vậy thì tốt, không được thì ra đón tiếp họ, nhận y bát, thăm hỏi vấn an sức khỏe với những lời nhã nhặn. Sau khi bố trí phòng cho họ ở xong, thì nhanh chóng tác tùy ý. Được thì tốt, nếu không được nên để cho họ tắm rửa nếu họ đòi tắm rửa. Sau đó, sai một người thuyết pháp, khi họ nghe pháp nên tác tùy ý liền. Được thì tốt, nếu không được nên đến **[1048b01]** tiểu cương giới để làm trưởng tịnh.

Nếu các bí-sô kia hỏi:

"Hôm nay tùy ý, tại sao các người làm trưởng tịnh?"

Vị kia nên trả lời:

---

[624] MSV. Ưu-ba-li hỏi: Các bí-sô an cư nghe tin có các bí-sô khác đang đến, họ là những người ưa gây gỗ, hay gây tranh chấp, tranh luận, đấu tranh, gây các tránh sự. Những người này sẽ cử tội chúng ta, sẽ tác ức niệm đối với chúng ta. Họ là những người không biết tàm quý, sẽ gây những điều tổn hại. Cần phải làm gì với những người đó?

[625] MSV. *tair... bhikṣubhir dvitrāṇi poṣadhakarmāṇy atikramya pravārayitavyam*| Sau khi vượt qua hai hoặc ba yết-ma bố-tát, các bí-sô này (cựu trú) nên hành tác tùy ý. Tạng: *de dge slong de rnams kyis gso sbyong gi las gnyis sam*| *gsum 'das par byas nas dgag dbye bya'o*| Thập tụng 23, tr. 170b16: "Các tỳ-kheo nên rút gọn lại 2, 3, hoặc 4 (làm thành 1) bố-tát, rồi sai tự tứ nhân và Tăng bố-tát đầy đủ." MSV. cũng như Thập tụng đều nói khác với NT. Theo đây, chưa đến kỳ hạn tự tứ, nhưng lo ngại bị đám tỳ-kheo xấu sẽ phá tự tứ, cho nên còn bao nhiêu kỳ bố-tát mới đến ngày tự tứ, các tỳ-kheo cựu trú rút ngắn thời gian để tự tứ trước khi các tỳ-kheo kia đến.

"Quý vị bí-sô khách, nên biết chúng tôi là người cựu trú, tự có phép tắc riêng."[626]

Bí-sô khách nói:

"Đúng vậy", rồi cùng nhau làm trưởng tịnh.

Sau khi trưởng tịnh, chờ họ đi khỏi, lại cùng nhau hòa hợp tác tùy ý riêng.

Lại có trú xứ khi tác tùy ý, có bí-sô bệnh ở trong phòng không đến, không biết phải tác pháp tùy ý như thế nào, nên thông báo: "Nếu ai đến được thì nên đến, ai không thể đến thì gửi dục tùy ý đến", bằng cách sai người đến chỗ bí-sô bị bệnh, bảo rằng: "Thầy nên đến chỗ tùy ý." Nếu họ đi được thì tốt, nếu không đi được thì phải dữ dục tùy ý.[627]

10. Nhân & sự

Khi tác tùy ý, có bốn việc: Hoặc có sự mà không có người; hoặc có người mà không có sự; hoặc có sự có người; hoặc không người không sự.[628]

Thế nào là có sự mà không người?[629]

Khi tùy ý, có người không hiểu,[630] bản tính ngu si, không khéo léo biết rõ việc tốt, cũng không biết làm việc tốt; hoặc ở gần trú xứ thiên thần, hay trước trú xứ thiên thần,[631] mà mắng chửi[632] phụ nữ, thiếu nữ, hoặc

---

[626] MSV. "Cựu trú bí-sô chúng tôi vì có mục đích riêng, nên dời đến tháng thứ tư mới tác tùy ý."

[627] Từ đây đến hết, Bản Phạn (Gilgit) thiếu.

[628] Không có Skt. Tạng |ka 237a2|:'di ltar yang dgag dbye bco lnga pa de nyid la dngos po shes la gang zag ma yin pa dang| gang zag shes la dngos po ma yin pa dang| gang zag dang dngos po shes pa dang| gang zag dang dngos po mi shes pa ste.

[629] Tang: dngos po shes la gang zag ma yin pa.

[630] Tạng: rgan zhugs mi shes pa, lão bí-sô vô trí.

[631] Tạng: spyod yul lam| spyod yul gyi lam kar, ở nơi hành xứ hay đường dẫn đến hành xứ.

[632] Tạng: bros sam| tshig ngan smras sam| reg par gyur pas, mắng chửi, nói lời thô lỗ, xúc chạm.

mắng chửi thiên thần với những lời ác khẩu, hoặc phóng uế bất tịnh, hoặc (làm cho) thiên thần tức giận đến tận cửa chùa nói:[633]

"Này hiền thủ, những điều ông làm là không tốt, thật không như pháp! Này các hiền thủ, các vị làm những việc như vậy, như vậy có thích hợp không?"

Chỉ nói vậy chứ không nói "tên như vậy có lỗi." Đây gọi là có sự mà không có người.

Thế nào là có người mà không sự?[634]

Khi tùy ý,...(nói đầy đủ như ở trước),[635] thiên thần tức giận, đến cửa chùa nói rằng: "Này bí-sô, tên... có phạm lỗi với ta", nhưng không nói là tội lỗi gì cả. Đây gọi là hữu nhân vô sự (có người mà không việc).

Thế nào là có sự có người?

Nghĩa là nói lên tội lỗi cụ thể và nêu tên người phạm. Đây gọi là có sự có người.

Thế nào là không người không sự?

Không có cả hai trường hợp có và không.

Đó là bốn trường hợp.

---

[633] Tạng: *mi rnams khros te/ kun dga' ra ba'i sgor ongs nas*, mọi người nổi giận, đến trước cổng già-lam.

[634] *gaṅ zag śes la dṅos po ma yin pa.*

[635] Xem các cht. trên.

CĂN BẢN THUYẾT NHẤT THIẾT HỮU BỘ TÌ-NẠI-DA

No. 1445

~⁘~

D. AN CƯ SỰ

Hán dịch: Đại Đường, Tam Tạng Nghĩa Tịnh

Vinayavastu – varṣāvastu

byar gnas kyi gzhi

Nguồn:

Skt. MSV.ii (*Mūlasarvāstivādavinayavastu* vol. ii, *Varṣāvastu*).

Tạng: *byar gnas kyi gzhi*; | (a) gZh.474^2-502^3/(b)*'dul ba* ka 238a2-251b3|

Hán: 根本説一切有部毘奈耶安居事 - 大唐三藏義淨奉制譯 - Taisho 23 No 1445, tr. 1041a29-1044c6.

1. Chế pháp an cư

1. Đức Phật ở tại vườn Cấp Cô Độc, rừng Thệ-đa, thành Thất-la-phiệt.

Bấy giờ, Thế Tôn **[1041b01]** cùng các bí-sô an cư ba tháng mùa mưa tại trú xứ này. Trong mùa hạ ấy, có nhiều bí-sô du hành trong nhân gian, đi đến xứ khác, không khéo hộ thân, làm chết nhiều trùng, kiến. Khi đó, các ngoại đạo cùng nhau cơ hiềm, nói như vầy: "Sa-môn Thích tử này không có lòng từ bi, du hành trong mùa hạ, giẫm chết các loại côn trùng, chẳng khác nào người thế tục. Các loài cầm thú còn biết ở trong hang ổ bốn tháng không đi ra ngoài. Sa-môn trọc đầu này không tác pháp an cư, không biết thu nhiếp, không ở yên một chỗ; đã không có pháp thức, mô phạm, ai lại đem y thực thí cho."

Các bí-sô đem nhân duyên này bạch Phật. Phật dạy: "Do việc này, nay Ta chế pháp an cư cho bí-sô, trong ba tháng, ở yên một chỗ."

2. Nghe lời Phật đã dạy, nhưng các bí-sô không biết tác pháp an cư như thế nào.

Phật dạy: "Vào trước ngày mười lăm tháng năm,[636] nên quét dọn trú xứ cho sạch, trét nền bằng phân bò, gom ngọa cụ, cho đến bồn rửa chân vào một chỗ.

Chúng vân tập rồi, nên sai một bí-sô làm người chưởng lí ngọa cụ.[637] Nếu người có năm pháp này thì không nên sai. Năm pháp là gì? Đó là hay thiên vị, hay giận hờn, hay kiêng sợ, ngu si và không biết ngọa cụ đã phân hay chưa phân. Người không có năm pháp trên thì nên sai. Nên sai như vầy:

---

636 Tạng: *dbyar zla 'bring po*, tháng giữa mùa mưa, giữa tháng 5-6 dl.
(Gregorian), tháng năm âl. (Trung quốc).

637 掌臥具人. Tạng: *gnas mal stobs pa*, người phân phối phòng xá và ngọa cụ.

Trước hết trải chỗ ngồi, đánh kiền chùy, để báo cho chúng vân tập. Trước tiên, hỏi:

"Bí-sô *có tên như vậy* **có thể làm người phân ngọa cụ cho Tăng-già hạ an cư?"**

Bí-sô ấy đáp:

"Tôi có thể."

Sau đó, một bí-sô trước hết tác bạch, tiếp theo tác yết-ma.

Bạch như vầy:

"Đại đức Tăng-già lắng nghe! Bí-sô... này hoan hỷ làm người phân ngọa cụ cho Tăng-già an cư. Nếu thời gian thích hợp đối với Tăng-già, Tăng-già chấp nhận, nay Tăng-già sai bí-sô... làm người phân ngọa cụ cho Tăng-già hạ an cư. Đây là lời tác bạch."

Yết-ma: "Đại đức Tăng-già lắng nghe! Bí-sô... này hoan hỷ làm người phân ngọa cụ cho Tăng-già an cư. Nay Tăng-già sai bí-sô... làm người phân ngọa cụ cho Tăng-già hạ an cư. Nếu Cụ thọ nào đồng ý, bí-sô... làm người phân ngọa cụ cho Tăng-già hạ an cư thì im lặng; ai không đồng ý thì nói.

"Tăng-già đã đồng ý bí-sô... làm người phân ngọa cụ cho Tăng-già đã xong. Tăng-già đã chấp nhận, do sự im lặng này, tôi nay ghi nhận như vậy."

3. Phật dạy: "Nay Ta quy định pháp phân ngọa cụ cho các bí-sô. Người phụ trách việc này, trước tiên vì Tăng chuẩn bị thẻ;[638] kế tiếp, sáng hôm sau, trải chỗ ngồi, đánh **[1041c01]** kiền chùy, để công bố quy chế.[639]

---

[638] Skt. *śalākā*; Tạng: *tshul shing*. Tạng: "Thẻ (kiểm Tăng) không được cong, không được dòn (dễ gãy), không được yếu; phải có mùi thơm, lau chùi sạch sẽ, xúc chạm dễ chịu.

[639] 言白復周, có lẽ nên đọc 言白復問; Skt. *pṛṣṭavācikā*, "vấn ngữ" (nêu câu hỏi) Tạng: *dge slong rnams la dris pa'i lan gyis*, "bằng cách hỏi lại các bí-sô." Đoạn tương tự trên, Hán dịch: 言白眾集先問苾芻.

Thẻ kiểm Tăng dài một thốn, nên buộc hoa vào hai đầu, bôi bùn thơm, để trong hộp tre, xông khắp bằng hương thơm danh tiếng, phủ lụa trắng lên trên, đặt trước hàng Thượng tọa. Sau đó, tuyên bố quy chế:[640]

"Đại đức Tăng-già lắng nghe! Trong trú xứ này có những quy chế như vậy như vậy. Các Đại đức nào thích an cư trú xứ này, không phản đối những pháp tắc được định ở đây, thì nên nhận thẻ. Trong hạ này, các bí-sô không nên cáo buộc hay truy cáo[641] lẫn nhau [như nói: phá kiến, phá giới, phá chánh hành, phá chánh mạng]. Nếu vị nào biết trong đây có người phạm tội, ngay bây giờ có thể nêu lên việc ấy. Không nên để sau đó phát khởi cáo buộc trong hạ, gây phiền cho các bí-sô, khiến cho không an lạc."[642]

Bố cáo như vậy rồi, thứ đến phân ngọa cụ. Nhờ một bí-sô bưng mâm thẻ đi trước, người thu thẻ bưng mâm không theo sau. Trước tiên, đặt một thẻ cho Đại sư Giáo chủ.[643] Thứ đến, đứng trước Thượng tọa. Thượng tọa cũng nên rời bổn tòa một chút, ngồi xổm, chắp tay, nhận lấy thẻ ấy, sau đó nhẹ nhàng để trên mâm không. Đi theo thứ lớp như vậy, cho đến người nhỏ nhất trong Tăng. Nếu có cầu tịch không tự đến được, A-giá-lợi-da hay Ô-ba-đà-da thay thế lấy thẻ ấy. Cuối cùng, lấy thẻ cho thiên thần hộ chùa.[644]

---

[640] Bản Phạn (thủ bản *Gilgit*) bắt đầu từ đây: *tataḥ paścāt kriyākāra ārādhayitavyaḥ.* Tạng: 477: *de'i 'og tu khrims su bca' ba dag brjod par bya ste|* Hán [1041c03] 次宣制令.

[641] Skt. *codayitavyaḥ smārayitavyaḥ*: "tác cử & tác ức niệm", cáo buộc, hay truy vấn tội. Tạng: *gleng bar bya| dran par bya|*

[642] MSV.: *yo vaḥ antavarṣe raṇam utpādayiṣyati tasya saṅghena uttare upaparīkṣitavyaṃ maṃsyate|* vị nào trong hạ mà phát khởi đấu tranh, vị đó cần phải được Tăng truy xét sau này.

[643] 大師教主, MSV. *deśaka*, Tạng: *ston pa*; cả hai từ đều không chỉ cho đức Phật, mà được hiểu là vị tổ sư sáng lập tông phái.

[644] Tạng: *gnas rung rnams*, những người thủ hộ trú xứ. Hán & Tạng như nhau. Bản Phạn không có chi tiết này.

Sau khi gom hết thẻ rồi, tính số thẻ ấy, bạch đại chúng: "**Ở trú xứ này, hiện tại người nhận thẻ, bí-sô có** *chừng ấy*, **cầu tịch có** *chừng ấy*."

Sau đó, phân ngọa cụ[645] cho bí-sô, đem các khóa và then[646] đặt trước Tăng Thượng tọa,[647] bạch: "**Đại đức! Phòng** *như thế...* **có y, có lợi,**[648] **nếu Đại đức vừa ý thì nhận.**"

Nếu đệ nhất Thượng tọa không nhận phòng này, nên giao cho đệ nhị Thượng tọa. Nếu đệ nhị Thượng tọa nhận phòng này, thì lấy phòng cũ của đệ nhị Thượng tọa giao cho đệ tam Thượng tọa. Lần lượt như vậy cho đến người nhỏ hạ nhất trong chúng.

Nếu khi đệ nhất Thượng tọa thấy giao phòng cho đệ nhị Thượng tọa, liền đòi lại, đòi lần đầu không nên cho liền; đòi lần hai cũng không nên cho; đòi lần thứ ba thì nên cho, nhưng Thượng tọa phạm tội ác tác.[649]

Lần lượt như vậy cho đến người nhỏ nhất trong chúng, thứ lớp như trước, đắc tội việt pháp; chuẩn theo trên nên biết.[650]

---

645 Nên hiểu là "phòng xá".

646 鎖鑰, Tạng: *lde mig dang lde mig kyog po*. MSV. *tāḍaka, kuñcikā*.

647 Skt. *saṅghasthavira*, vị Thượng tọa của Tăng, đệ nhất Thượng tọa. Tạng: *dge 'dun gyi gnas brtan*.

648 有衣有利, MSV. *salābhaḥ sacīvarikaḥ*. Tạng: *rneyd pa dang bcas pa| gos dang bcas pa|* có sẵn y và vật dụng.

649 惡作罪, MSV. & Tạng: Nếu Tăng Thượng tọa nhận, phòng cũ của Tăng Thượng tọa chuyển giao cho đệ nhị thượng tọa. Nếu Tăng Thượng tọa không nhận thì trao cho đệ nhị Thượng tọa. Đệ nhị thượng tọa không nhận thì trao cho đệ tam Thượng tọa. Nếu đệ tam Thượng nhận, và Tăng Thượng tọa yêu sách trở lại; yêu sách lần thứ nhất, không giao; lần thứ ba mới giao. Tăng Thượng tọa vi luật (việt tì-ni), phạm thô tội, phải sám hối (Skt. *vinayātisāriṇīṃ duṣkṛtām āpattim deśāpayitavyaḥ|* Tạng: *'dul ba dang gal ba'i nyes byas kyi ltung ba bshags par bya'o|*

650 MSV. & Tạng: Lần lượt như vậy, cho đến người nhỏ nhất trong Tăng nhận. Nếu người nhỏ nhất thứ ba trong Tăng (Skt. *saṅghatṛtīyanavaka|* Tạng: *dge 'dun gsar bu gsum pa*) yêu sách trở lại, lần thứ nhất không giao; yêu sách lần thứ hai cũng không giao; yêu sách lần thứ ba hãy giao,

4. Như vậy, trong trú xứ có bao nhiêu phòng xá đều phân chia hết. Khi bí-sô khách đến, không còn phòng để chia. Thế Tôn dạy: "Nên lưu một phòng cùng với ngọa cụ dành cho bí-sô khách."

Bấy giờ, các bí-sô chia cho khách căn phòng ngoài cổng,[651] lối đi hành lang.[652] Phật nói: "Không nên cho khách căn phòng ngoài cổng, lối đi hành lang. Vì những nơi đó là chỗ ở của chim, của phi nhơn."[653]

Phật dạy: Nên khiến một bí-sô trông coi lợi dưỡng của Tăng-già **[1042a01]**, dành riêng một phòng cất ngọa cụ. Bí-sô đó nên gìn giữ các vật của Tăng. Lại nên kiểm tra trùng và tổ ong. Nếu ong đã ra khỏi tổ,[654] nên khéo phá bỏ. Nếu ấu trùng chưa nở, nên dùng dây buộc lại treo ở chỗ khác. Khi lớn, chúng nó tự đi. Khi bí-sô khách đến, nên cấp cho ngọa cụ.[655] Nếu người ít, mỗi người một cái. Nếu người nhiều thì hai người một cái, hoặc ba người một cái."

Có các bí-sô lớn tuổi được mền lông lớn và nặng, mang đi khó khăn, không biết làm sao? Phật dạy: "Nếu bí-sô lớn tuổi không thể di dời; có bí-sô nhỏ, nên khiến y chỉ."[656]

---

nhưng người nhỏ nhất thứ ba trong Tăng vi luật, phạm thô tội, cần phải sám hối.

651 門屋, Skt. *dvārakoṣṭhaka*, căn phòng ngoài cổng: chòi canh cổng. Tạng: *sgo khang*.

652 廊簷前. Skt. *aṅga, prāsāda*; Tib. *khyams, khyams stong pa*: hành lang hiên trước, và hành lang hiên sau.

653 MSV. & Tạng: Những nơi hàng hiên trống không có người ở, nơi đó quạ, se sẻ, bồ câu đến làm tổ, Phật dạy, sai các bí-sô đuổi chúng đi. Bí-sô ấy nên quan sát kỹ, nếu không có trứng thì mới đuổi đi. Nếu có, thì cứ để yên.

654 MSV. & Tạng: nếu không có trứng.

655 Theo mạch văn MSV., nguyên đoạn trên, Phật dạy dọn chỗ cho khách bí-sô (đuổi chim, dẹp tổ ong v.v.), sau đó mới cung cấp ngọa cụ. Văn Hán dịch hơi thiếu mạch lạc.

656 MSV. *aparāṇi mahānti vastūni bhavanti/ vṛddhavṛddhā bhikṣavaḥ klāmyante karmāṇā/ bhagavān āha, tānni niṣṭhitāni dātavyāni*: "Các bí-sô già yếu được các vật dụng xấu lại lớn nặng, mệt nhọc vì phải tu bổ.

Phân ngọa cụ xong, bí-sô phân vật nên cáo bạch: "Nếu bí-sô nào không có gì trải lót lên ngọa cụ của Tăng thì không nên nằm lên ngay, cũng không nên dùng các vật nhỏ, mỏng, dơ rách trải lên ngọa cụ của Tăng."[657]

5. Bí-sô phụ trách đi quan sát các phòng, thấy người sinh hoạt phi lí, dựa theo việc mà trị phạt.[658] Nếu là thiếu niên, nên nói với hai thầy của họ để khiển trách. Bí-sô kiểm tra phòng xá[659] nên đi quan sát các phòng vào ngày 15 của mỗi tháng. Nếu người dùng ngọa cụ không như pháp thì thưa đại chúng biết, lấy ngọa cụ lại và trị phạt. Nếu người kia là đệ tử y chỉ thì nói với thầy của họ thu ngọa cụ lại.

2. Tác pháp an cư

1. Khi đại chúng tập hợp, nên cáo bạch:[660] "Thưa các Cụ thọ! Nay trú xứ này có chừng ấy người sẽ nương *vị kia* làm thí chủ, thôn xóm *kia* làm chỗ khất thực, nương *vị kia* là người chấp sự,[661] *vị kia* là người nuôi bệnh, như vậy mà thọ an cư ở trú xứ này."

2. Khi ấy, các bí-sô nên đi xem xét thôn xóm gần là chỗ khất thực. Sau khi quan sát xong, sanh tâm ưa thích, mỗi người tự nghĩ: "Ta có thể an cư ở trú xứ này... *cho đến* các đồng phạm hạnh cũng không thấy ưu

---

Phật dạy, cho họ những thứ hoàn hảo." – Có lẽ, từ *niṣṭhitāni*: đã hoàn tất, theo Hán dịch đọc là *niḥśritāni*: được y chỉ, cho y chỉ.

[657] MSV. thêm chi tiết: *ekapuṭena pailoṭikena vā dvipuṭena*, "loại thô cứng thì trải lên một lớp, hoặc (loại thưa) hai lớp."

[658] MSV. tiếp tục văn cáo bạch thể thức thọ dụng: "Vị nào thọ dụng tọa ngọa cụ của Tăng không đúng quy định, Tăng sẽ thẩm sát vị ấy."

[659] 撿行房舍苾芻, MSV. *śayanāsanagrāhako bhikṣuḥ*, bí-sô phụ trách phân phòng xá (phân chia tọa ngọa cụ an cư). Tạng: *gnas mal stobs pa'i dge slong*.

[660] MSV.: *dānāgryam ārocayitavyam*, v.v... công bố đại thí chủ, thí chủ chính trong mùa an cư. Tạng: *sbyin bdag che ge mo zhes bgyi ba*.

[661] 營事人, doanh sự nhân; nhưng đây không chỉ vị tỳ-kheo xây dựng và quản lý Tăng viên, mà là người phục vụ Tăng, giải quyết các sự việc của Tăng, trong thời gian hạ an cư. Tạng: *zhal ta ba*.

phiền. Nếu khi ưu phiền phát sanh thì có thể nhanh chóng diệt trừ.662 Điều an lạc nào chưa sanh, làm cho phát sanh; an lạc nào đã sanh, khích lệ cho tăng trưởng. Nơi thôn xóm này, khất thực dễ dàng, không sinh mệt nhọc. Nếu ta bệnh hoạn, có người chăm sóc, cung cấp thuốc thang, các vật thực cần dùng đều được đầy đủ." Nghĩ vậy rồi, bí-sô nên vào chỗ khuất, đối trước một bí-sô, oai nghi đầy đủ, tùy theo tuổi hạ mà đảnh lễ, ngồi xổm chắp tay, thưa như vầy:

"Cúi xin Cụ thọ ghi nhớ cho! Nay ngày mười sáu tháng năm, Tăng-già tác pháp hạ an cư. Tôi bí-sô... cũng tác pháp hạ an cư vào ngày mười sáu tháng năm. Ở trong cương giới của trú xứ này, tôi bí-sô... tiền tam nguyệt hạ an cư, có *vị kia* là thí chủ, *vị kia* là doanh sự, *vị kia* là người nuôi bệnh. Trong trú xứ này, *cho đến*, nếu có bị [1042b01] sụp đổ, nứt nẻ, hư hoại, tôi sẽ tu bổ.663 Mùa hạ này, tôi an cư ở đây."

Lần thứ hai, lần thứ ba cũng thưa như vậy.

Bí-sô ứng đối nên nói: "Phương tiện tùy nghi."664

Đáp: "Lành thay."665

Nếu người có nhân duyên, không kịp thọ tiền an cư, cho tác hậu an cư, chuẩn theo lời tác bạch trên.

Đã tác pháp an cư rồi, không nên (ngủ qua đêm) ra ngoài cương giới.666 Nếu có nhân duyên cần ra ngoài thì đi, nhưng không nên ngủ

---

662 MSV. "Trong trú xứ này, những ai là đồng phạm hạnh có trí? Những ai sẽ khiến cho khổ và ưu chưa sinh thì không sinh, đã sinh thì nhanh chóng trừ diệt..."

663 Tạng: (...) *gnas ral ba dang 'drums pa bcos pa'i slad du sbyin bdag che ge mo zhes bgyi ba dang|* trú xứ hư hại, sẽ có đại thí chủ kia tu bổ.

664 奧算迦, "áo-toán-ca", nên đọc là 奧[菫]迦 "áo-bề-ca", Skt. *aupāyika*. Bản Phạn không thấy chi tiết này.

665 娑度, Skt. *sādhu*.

666 出界宿, nghi dư chữ 宿; xem cht. 801 dưới.

qua đêm.[667]

3. Xuất giới

1. Bấy giờ, trong thôn Hộ Tượng,[668] có một trưởng giả tên là Ưu-đà-diên,[669] gia đình giàu có, nhiều tài vật và y phục. Khi ấy, tại nhà của mình, trưởng giả xuất ra nhiều y phục và thực phẩm cất riêng một kho để cúng dường Tăng-già bí-sô.[670] Ông sai người tín cẩn đến thành Thất-la-phiệt, thỉnh các Tăng-già bí-sô, rằng:

- Trong thôn *kia*, trưởng giả *kia* nói như vầy: "Trong nhà tôi có nhiều y phục, vật thực. Nay tôi muốn cúng dường các Đại đức! Cúi xin chư Đại đức thương tưởng thọ nhận."

Khi ấy, các bí-sô hỏi sứ kia rằng:

- Nhà trưởng giả đó cách đây xa hay gần?

Đáp:

- Cách đây khoảng ba du-thiện-na.

Các bí-sô liền nghĩ:

- Cách đây xa quá, chúng ta đi, chiều tối trở về có kịp không?

Mọi người đều nói:

- Cách đây xa lắm, chiều tối về không kịp. Thế Tôn quy định, chúng ta an cư không được ra ngoài giới qua đêm, không biết thế nào?

Do vậy, các bí-sô không đi.

---

[667] Tạng: Bí-sô đã thọ hạ an cư không được đi ra ngoài giới. Nếu có đi, không được ở lại chỗ đó (qua đêm).

[668] 眾村, "chúng thôn", chép nhầm, nên đọc đúng là 象村, Tượng thôn. MSV.: *hastipālagrāma*: thôn Hộ Tượng. Tạng: *glang po che skyong ba*.

[669] 憂陀延, Skt. *Udayana*. Tạng: *'char ka*.

[670] MSV.: *gṛhakaḍatraṃ pratyupasthitaṃ bhavati ātmano veṣṭanam*. Nhà cư sỹ đang chuẩn bị việc cưới vợ cho mình. Tạng: *dge bsnyen gyi khyim du rang 'ching ba bag ma blangs te|*

2. Bấy giờ, phụ cận thôn Hộ Tượng đó có các bí-sô an cư, liền thọ thỉnh. Sau khi thọ thỉnh xong, bí-sô nhận được nhiều y phục, vật thực. Ba tháng hạ an cư đã mãn,[671] các bí-sô khoác y ôm bát đến thành Thất-la-phiệt. Lần hồi, bí-sô đi đến thành Thất-la-phiệt, vào một ngôi chùa. Khi ấy, có bí-sô ra nghinh tiếp, nhận lấy y bát, đặt ở trong phòng. Bí-sô chủ hỏi:

- Thầy từ đâu tới? An cư ở đâu?"

Bí-sô khách đáp:

- Chúng tôi ở gần thôn Hộ Tượng, ba tháng an cư đã mãn, từ đó đi đến đây.

Hỏi:

- Các thầy hòa hợp an cư, khất thực ở đó không khó nhọc chứ?

Đáp:

- Chúng tôi an cư ở đó rất là an lạc, y phục và ẩm thực đầy đủ, không có gì khổ.

Liền hỏi:

- Vì sao các thầy an cư ở đó, y phục và vật thực đầy đủ, không thiếu?

Đáp:

- Vì ở gần đó có một thôn tên là Hộ Tượng. Thôn này, có trưởng giả tên là Ưu-đà-diên, nhà rất giàu có, với tín tâm sâu xa, ông làm việc phước nghiệp, mang nhiều vật thực và y phục ra bố thí. Nhờ đó, chúng tôi được đầy đủ.

Bí-sô đó liền nói tiếp:

- Nhưng trưởng giả đó cũng đến đây thỉnh. Chúng tôi đã hỏi, "Từ đó cách đây [1042c01] bao xa?" Được trả lời rằng, "Ba du-thiện-na." Chúng tôi nghĩ, "Nếu từ đây đến đó, sợ đêm không về kịp. Thế Tôn không cho

---

[671] MSV. thêm chi tiết: *niṣṭhitacīvara*, "y đã xong"; bí-sô sau khi mãn an cư, khâu vá y cũ hoặc y mới đã khâu xong, bấy giờ mới rời trú xứ an cư. Tạng: *chos gos byas pa dang ldan.*

ra ngoài giới ngủ qua đêm, trong thời gian an cư." Do vậy mà các bí-sô này không đi."

3. Khi ấy, các bí-sô đem nhân duyên này bạch Phật. Đức Phật nghĩ: "Đệ tử của Ta, tuy không có tâm tham đắm y thực, nhưng để cho các bí-sô sống được an lạc, hơn nữa để cho các thí chủ được phước thọ dụng, nên khai cho được đi ra ngoài bảy ngày, đáp ứng thỉnh cầu của thí chủ."

Nhân đó, tập hợp Tăng-già, Phật bảo các bí-sô: "Ở trong an cư, người có việc cần đi ra ngoài giới, nên xin phép đi từ một đến bảy ngày."

4. Phật đã cho đi, song các bí-sô không biết việc gì nên đi. Đem việc này bạch Phật, Đức Phật dạy: "Đó là các việc của ô-ba-sách-ca, ô-ba-tư-ca, bí-sô, bí-sô-ni, thức-xoa-ma-noa, cầu tịch nam, cầu tịch nữ."

(a) Các bí-sô không biết những việc gì là việc của ô-ba-sách-ca. Đức Phật dạy: "Nếu trong nhà của ô-ba-sách-ca có việc,[672] nên tự thân thiết bày y phục và ẩm thực để cúng dường, sai sứ giả đến thỉnh các bí-sô, rằng 'Cúi xin Thánh giả đến thọ nhận cúng dường.' Đây gọi là việc của ô-ba-sách-ca."

Bí-sô được thỉnh nên đối trước một bí-sô khác, ngồi xổm chắp tay, thọ trì pháp bảy ngày, rồi đi. Đây gọi là nhân duyên ô-ba-sách-ca.

Hoặc ô-ba-sách-ca muốn cúng dường các vật như ngọa cụ, y phục, ẩm thực v.v... cho các bí-sô, nên thỉnh bí-sô, "Cúi xin Thánh chúng thương xót thọ nhận y thực của con cúng dường." Phật dạy: "Bí-sô nên thọ trì pháp bảy ngày, rồi ra ngoài giới." Đây gọi là nhân duyên ô-ba-sách-ca.

Hoặc có ô-ba-sách-ca vì các bí-sô không có đồ ăn thức uống nên chế biến nhiều loại thức ăn uống ngon bổ thượng vị, đến thỉnh bí-sô.[673] Phật dạy: "Bí-sô nên thọ trì pháp bảy ngày, rồi ra ngoài giới." Đây gọi là việc ô-ba-sách-ca.

---

[672] Nhà cư sĩ đang chuẩn bị việc cưới vợ cho mình.

[673] Theo mạch văn tiếp đoạn sau, đây nên nói: "Có cư sỹ muốn xây dựng tinh xá cho Tăng bí-sô bốn phương (chiêu-đề Tăng), sắm sửa rất nhiều y phục, thực phẩm, rồi sai người đến thỉnh các bí-sô..." MSV. *tad upāsakaś cāturdiśe bhikṣusaṅghe vihāraṃ pratiṣṭhāpayitukāmo bhavati...*

Lại có ô-ba-sách-ca làm tốt-đổ-ba (tháp) để an trí đà-đô (xá-lợi)⁶⁷⁴ và bày biện các loại hương hoa để cúng dường, đến thỉnh bí-sô, "Cúi xin Đại đức hỗ trợ công đức cho con." Phật dạy: "Bí-sô nên thọ trì pháp bảy ngày rồi đi." Đây gọi là việc ô-ba-sách-ca và việc Phật.

Lại có các ô-ba-sách-ca khác làm tháp,⁶⁷⁵ an trí tướng luân⁶⁷⁶ trên ấy, treo cờ phướn, lọng, đốt các loại hương chiên đàn, uất kim v.v... để cúng dường tháp và bày các loại đồ ăn thức uống, y phục để cúng dường bí-sô, rồi đến thỉnh bí-sô. Phật dạy: "Bí-sô nên thọ trì pháp bảy ngày rồi đi." Đây gọi là việc ô-ba-sách-ca.

Nếu có ô-ba-sách-ca tu học, biên chép Tô-đát-la (kinh), vì mục đích tu học, hoặc chép **[1043a01]** Ma-trất-lí-ca, vì mục đích tu học, và các lời Phật dạy.⁶⁷⁷ Viết xong, muốn thiết lễ cúng dường, đến thỉnh các bí-sô. Phật dạy: "Bí-sô nên thọ trì pháp bảy ngày rồi đi." Đây gọi là việc ô-ba-sách-ca.

Hoặc có ô-ba-sách-ca không thể giải quyết những điều còn nghi ngờ trong đoạn văn tóm tắt nào đó, muốn hỏi bí-sô để hiểu văn nghĩa ấy, nên bày biện đồ ăn thức uống, đến thỉnh bí-sô. Vì trừ nghi, bí-sô nên thọ trì pháp bảy ngày rồi đi. Đây gọi là việc ô-ba-sách-ca và việc Pháp.

---

⁶⁷⁴ MSV. *tasminn eva vihāre tathāgatasya śarīrastūpaṃ pratiṣṭhāpayitukāmo...*, muốn xây dựng tháp thờ xá-lợi của Phật trong chính tịnh xá kia. Lưu ý, thứ tự các sự kiện được kể trong bản Phạn không đồng nhất với bản Hán.

⁶⁷⁵ MSV.: *tasmin stūpe*, văn mạch tiếp các đoạn trên: trong tháp xá-lợi nói trên.

⁶⁷⁶ 相輪, Skt. *yaṣṭyāropaṇa*, "gậy chống", cột trụ chính của phần mái trên nóc tháp, hình dáng như lọng che. Nghĩa Tịnh, *Nam hải ký quy*, T54n2125, tr. 226c25: "Chế-đa (*caitya*: tháp miếu) như hạt thóc nhỏ, bên trên đặt gậy làm *luân tướng*, như cái kim thon dài..." Tạng: *srog shing* (cây sinh mạng): trụ chính chống đỡ toàn bộ kiến trúc.

⁶⁷⁷ MSV.: *caturṇāṃ sūtranikāyānām anyatamānyatamaṃ sūtranikāyaṃ vistareṇoddiṣṭaṃ bhavati pravṛttañca|* lưu thông và phổ biến rộng rãi từng bộ Kinh trong bốn Kinh bộ (A-hàm).

Nếu ô-ba-sách-ca chợt theo tà kiến,[678] không tin nhân quả, đến thỉnh bí-sô để trừ tà kiến. Phật dạy: "Bí-sô nên thọ trì pháp bảy ngày rồi đi, vì trừ tà kiến." Đây gọi là việc ô-ba-sách-ca.

Nếu ô-ba-sách-ca, vì vợ có thai, sợ có nguy hiểm khi sinh, muốn cho mẹ con bình an, nên thỉnh Tăng-già *úp bát*[679] để cúng dường. Phật dạy: "Bí-sô nên thọ trì pháp bảy ngày rồi đi." Đây gọi là việc ô-ba-sách-ca.

Nếu ô-ba-sách-ca vì việc bệnh hoạn, thiết bày đồ ăn thức uống và y phục để cúng dường, đến thỉnh bí-sô, bạch: "Tôi bệnh nặng sợ không qua khỏi, nên cúng dường Tăng-già." Với việc như vậy, Phật dạy: "Nên thọ trì pháp bảy ngày rồi đi." Đây gọi là việc ô-ba-sách-ca.

(b) Thế nào là việc ô-ba-tư-ca? Nói rộng như việc ô-ba-sách-ca.[680]

(c) Thế nào là việc của bí-sô? Nếu có bí-sô kiến tạo trú xứ và rừng vườn, cúng dường cho Tăng-già bốn phương. Nhân lễ khánh tán, bí-sô thiết bày đồ ăn thức uống và y phục cúng dường Tăng-già, sai người mời các bí-sô. Nhân việc này, các bí-sô nên thọ trì pháp bảy ngày rồi đi. Đây gọi là việc của bí-sô.

---

[678] MSV. *pāpakaṃ dṛṣṭigatam utpannam*, phát sinh ác kiến.

[679] 覆缽, phúc bát; trường hợp cư sỹ phạm lỗi đối với Tăng; Tăng cử hành yết-ma úp bát để trừng phạt, sẽ không có ai được phép nhận cúng dường từ cư sỹ này. Sau đó, nếu cư sỹ nhận lỗi và sám hối, Tăng tiến hành phép dỡ bát. Trong đoạn Hán dịch này, có thể một đoạn văn bị nhảy sót. MSV. liên hệ sự kiện, có hai đoạn: (a) *tat saṅgha upāsakasya saṅghena pātraṃ nikubjayitukāmo bhavati|* Tạng: [ka 243a1]: *dge 'dun gyis dge bsnyen la lhung bzed khas dbub par 'dod par gyur pa dang|* Tăng muốn tiến hành úp bát đối với cư sỹ. (b) *saṅghena pātraṃ nikubjam utkubjāpayitukāmo bhavati|* Tạng: *lhung bzed khas bub pa btang ba.*; tiến hành dỡ bát; chấm dứt trừng phạt.

[680] MSV. *sthāpayitvā gṛhakalatram ātmano veṣṭanaṃ ca*, trừ việc cưới vợ. Tạng: *rang gi 'ching ba bag ma len pa ni ma gtogs so|*

Lại nữa, sau khi thí vườn cho các bí-sô rồi, lại thí ngọa cụ, cúng dường định kỳ,[681] hoặc làm tháp thờ thiết-lợi-la (xá-lợi),[682] hoặc bôi các loại hương như chiên đàn, uất kim, hoặc an trí tướng luân, treo cờ phướn, lọng, v.v.; thiết lễ cúng dường bốn bộ chúng, v.v., biên chép kinh, v.v., các duyên sự như đã nói trên.[683] Vì các việc như trên, thỉnh các bí-sô để cúng dường. Các bí-sô nên thọ trì pháp bảy ngày rồi đi. Đây gọi là việc bí-sô.

Hoặc có bí-sô muốn trị phạt người xấu, cử hành các yết-ma,[684] thỉnh các Tăng-già bí-sô để hỗ trợ.[685] Tăng-già bí-sô nên thọ pháp bảy ngày, rồi đi. **[1043b01]** Đây gọi là việc của bí-sô.

Nếu Tăng-già bí-sô, muốn trị phạt người xấu, cử hành các yết-ma,[686] nên đến thỉnh bí-sô: "Thầy hãy giúp tôi."[687] Bí-sô nên thọ trì pháp bảy ngày rồi đi. Đây gọi là việc của Tăng-già bí-sô.

Nếu có bí-sô bệnh nặng khốn khổ, sai người đến thỉnh bí-sô: "Thỉnh thầy đến thuyết pháp cho tôi và thỉnh thầy lo liệu." Phật dạy: "Bí-sô nên thọ trì pháp bảy ngày rồi đi." Đây gọi là việc của bí-sô.

---

[681] 常請供養, cúng dường định kỳ và thường xuyên. Skt. *dhruvabhikṣā*. Tạng: *'tsho ba brtan po.*

[682] 設利羅, Skt. *śarīra*; Tạng: *sku gdung.*

[683] Như các trường hợp của cư sỹ, cho đến *pāpakaṃ dṛṣṭigatam utpannam* "phát sinh ác kiến."

[684] *kartukāmo bhavati, muốn* (chuẩn bị) tiến hành ác yết-ma trị phạt, như được kể trong MSV.: *praṇidhikarmāṇi* (...): *tarjanīya-karma* (ha trách yết-ma), *nigarhaṇīya-karma* (chiết phục yết-ma), *pravāsanīya-karma* (khu tẩn yết-ma), v.v...

[685] MSV. *āgacchantv āyuṣmanto dharmeṇa pakṣaṃ bhajiṣye,* "thỉnh các Trưởng lão đến đây, tôi sẽ dự phần đúng như pháp."

[686] *kṛtāni bhavanti,* đã tiến hành, các yết-ma trị phạt như nêu trên.

[687] MSV. *āgacchantv āyuṣmanto vācaṃ bhāṣiṣyanti usārayiṣyanti.* Tạng: *tshe dang ldan pa dag byin par 'gyur gyis| tshur sbyon cig...|* "thỉnh các Trưởng lão đến đây giải trừ (các yết-ma trị phạt).

(d) Thế nào là các việc của bí-sô-ni? Cũng giống như việc bí-sô,[688] nhưng ở đây có một vài việc khác như: cúng dường Tăng-già bí-sô, hoặc cúng dường pháp, hoặc thí vật tùy thời, hoặc học Phật pháp và thức-xoa-ma-na muốn thọ cận viên, đến thỉnh bí-sô và bí-sô-ni: "Ngưỡng mong trao cận viên cho con." Khi ấy, hai chúng[689] nên thọ pháp bảy ngày rồi đi. Đây gọi là duyên sự bởi bí-sô-ni, thức-xoa-ma-na.

(e) Thế nào là duyên sự bởi cầu tịch? Cũng giống như các pháp nói trên.[690]

Thế nào là duyên sự bởi cầu tịch nữ? Trừ những việc như trên đã nói, ở đây có việc riêng. Đồng nữ mười hai tuổi đến mười tám tuổi,[691] thỉnh Tăng-già bí-sô: "Ngưỡng mong trao cho con sáu pháp và sáu tùy thuận pháp."[692] Bí-sô nên đi. Đây gọi là duyên sự bởi cầu tịch nữ.[693]

---

[688] MSV. *sthāpayitvā praṇidhikarmāṇi*, trừ các yết-ma trị phạt. Tạng: *chad pa'i las ni ma grtogs so|* trừ yết-ma trị phạt. Và thêm chi tiết: Bí-sô-ni phạm trọng pháp (*dge slong ma zhig la lci ba'i chos kyi ltung ba byung bar gyur nas*), sai sứ thỉnh cầu các bí-sô đến để hành nửa tháng ma-na-đỏa (*zla ba phyed kyi bar du mgu bar bgyi ba tsal du gsol*).

[689] Hai bộ Tăng bí-sô và bí-sô-ni.

[690] Không hoàn toàn giống. Tạng: sa-di tuổi đủ 20, thỉnh các bí-sô cầu thọ cận viên.

[691] MSV.: *tacchrāmaṇerikā gṛhādāptā dvādaśavarṣā bhavati| kumārikābhūtā vā aṣṭādaśavarṣā|* sa-di-ni ấy, trước đã có chồng, tuổi 12; đồng nữ tuổi 18..., Tạng: *dge tshul ma khyim so bzung ba lo bcu gnyis lon pa'am| gzhon nu ma lo bcu brgyad lon nas|*

[692] MSV. *dve varṣe ṣaṭsu dharmeṣu ṣaṭsv anudharmeṣu śikṣāṃ*, học 6 pháp và 6 tùy pháp trong 2 năm. Tạng: *lo gnyis kyi bar du chos drug dang rjes su mthun pa'i chos drug.*

[693] Tiếp theo, MSV.[145] *uddānam* (kệ tóm tắt): *bhaiṣajyam upasthāpakaḥ srī puruṣaḥ paṇḍakaḥ| nimittaṃ nidhayo jñātayo'ntarāyeṇa prakramet|* Thuốc, người nuôi bệnh, nữ, nam, hoàng môn, tướng, kho tàng, thân quyến, vì chướng nên bỏ đi. Tạng: [488] || *sdom la| |bzas sman dang g.yo dang ni| |bud med skyes pa ma ning dang| |mtshan ma gter dang gnyen dag dang| |bar chad kyis ni 'gro bya ba'o|*

4. Chuyển trú xứ

1. Nếu bí-sô đã tác pháp an cư rồi, suy nghĩ: "Ta an cư ở đây, không có người cung cấp vật thực cho ta, có thể mất mạng; hoặc[694] có những Kinh chưa học mà cần phải học; định chưa tập cần phải tập, cần phải tư duy; hoặc có những điều chưa chứng, cần phải chứng, những điều chưa thấy, cầu thấy; chưa đắc cầu đắc." Nếu có những duyên sự như vậy, muốn đi khỏi trú xứ, Phật dạy: "Đi như vậy, không phạm, cũng không mất an cư."

2. Nếu bí-sô đã tác pháp an cư rồi, chợt phát bệnh. Biết không có thuốc, nếu ở lại đây, sợ sinh mạng không an toàn. Vì các duyên mạng nạn như vậy, bí-sô ra đi. Phật dạy: "Đi như vậy, không phạm, cũng không mất an cư."

Nếu bí-sô đã tác pháp an cư rồi, chợt phát bệnh, tuy có thuốc nhưng không có người nuôi bệnh, bí-sô sợ sinh mạng không an toàn,[695] Phật dạy: "Cho phép đi, không phá an cư."[696]

3. Nếu bí-sô đã tác pháp an cư rồi, có người nữ đến chỗ bí-sô, nói rằng:[697] "Tôi có con gái, con dâu, nữ tì, muốn khiến cúng dường Đại đức." Bí-sô nghĩ: "Nếu ta không đi, e mất phạm hạnh, và có mạng nạn các thứ phát sanh." Đây **[1043c01]** gọi là duyên sự phạm hạnh. Phật dạy: "Dời đi không phạm, không phá an cư."

Nếu có các nhân duyên bởi đàn ông, hoàng môn các thứ, (dụ dỗ) như trên, cũng nên đi.

Nếu bí-sô đã tác pháp an cư rồi, khi thấy người nữ liền sanh dục tưởng, không thể ngăn chặn phiền não,[698] sợ mất phạm hạnh, cũng nên đi ngay.

---

694 MSV. "do chướng nạn này..."

695 MSV.: "do chướng nạn này..." như trên.

696 Bản Tạng, hết chương 19. Trở xuống [Tạng:489] *'dul ba gzhi| bam po nyi shu pa|* Tì-nại-da sự, chương 20.

697 MSV. *apratirūpayā upanimantraṇayā upanimantrayati*, "khuyến dụ bằng sự khuyến dụ không thích hợp. Tạng: *mi 'tsham pa'i gsol bas gsol ba 'debs te|*

698 MSV. (..) *ayoniśo nimittam udgṛhītaṃ bhavati*, chấp thủ sắc tướng một cách không như lý.

Nếu bí-sô đã tác pháp an cư rồi, phát hiện có kho báu, liền nghĩ: "Ta trụ ở đây, sợ không giữ được tâm mình, sẽ lấy vật ấy."[699] Phật dạy: "Bỏ đi, vô tội."

Nếu bí-sô ở trong an cư, chợt có người thân đến can gián bí-sô,[700] chê bai đời sống bí-sô là thấp hèn. Dời đến chỗ khác, giống như trên, không phạm.

4. Lại nữa, nếu có người nữ, người nam, bán-trạch-ca đến thỉnh bí-sô an cư. Bí-sô đã nhận lời mời, nhưng thí chủ đó hoặc nợ người khác, hoặc giết hại người khác, hoặc cướp đoạt tài vật người khác, hoặc trú xứ đó có các nạn ác thú: cọp, sói, sư tử v.v... khủng bố thí chủ, làm cho thí chủ bỏ đi, hoặc thí chủ mất mạng. Khi ấy, bí-sô nghĩ: "Thí chủ này thỉnh ta an cư, nhưng lại có các nạn như vậy xảy ra, nếu ở đây ta sẽ mất phạm hạnh, hoặc mất mạng." Nghĩ vậy, bí-sô dời đến chỗ khác an cư, giống như trên, không phạm.

Nếu khi an cư, có nhiều duyên bệnh khổ phát sanh, bí-sô ở đây không được an lạc, Phật dạy: "Dời đến chỗ khác an cư, giống như trên, không phạm."

Lại nữa, nếu có người nữ, người nam, bán-trạch-ca v.v... đến thỉnh bí-sô an cư. Song, thí chủ bị vua bắt, hoặc bị giết, hoặc bị cướp tài vật. Khi ấy, thí chủ đi đến chỗ khác. Bí-sô nghĩ: "Thí chủ này gặp điều khủng bố, nên đã bỏ trốn. Nếu ta ở đây sẽ mất phạm hạnh, hoặc mất mạng." Nghĩ vậy, bí-sô dời đến chỗ khác, giống như trên, không phạm.

Nếu có thí chủ đến thỉnh bí-sô tác pháp an cư. Nhưng đột nhiên, trong nhà thí chủ ấy phát hỏa, hoặc thí chủ mất mạng, hoặc bỏ đi nơi khác. Bí-

---

[699] MSV. *ato nidānaṃ jīvitāntarāyaḥ [śrāmaṇyāntarāyo] brahmacaryāntarāyaḥ...]* do nhân duyên này mà có những nạn về sinh mạng (có thể bị cướp giết), chướng nạn cho sa-môn pháp, chướng nạn cho phạm hạnh (sinh tâm tham).

[700] MSV.: "Khuyến dụ bằng sự khuyến dụ không thích hợp: này Thánh giả, vì sao ngài lại cạo trọc đầu, tay ôm bát, từ làng này đến làng khác, đi đến các gia đình, khoác chiếc áo ca-sa lạnh lẽo này gây khổ cho thân. Ngài hãy đến đây, ngồi xuống đây mà hưởng thụ các dục, và hành bố thí mà cầu phước..."

sô nghĩ: "Thí chủ này, nay bị nạn lửa, hoặc bị chết hoặc bỏ đi. Ta ở đây một mình, e bị mất mạng, hoặc mất phạm hạnh." Nghĩ vậy, bí-sô dời đến chỗ khác, giống như trên, không phạm.

Nếu có thí chủ đến thỉnh bí-sô tác pháp an cư. Chỗ ở của thí chủ ấy, ẩm thấp nhiều nước. Sợ sau sanh bệnh, nên bí-sô dời đi nơi khác, giống như trên, không phạm.

[1044a01] Nếu có thí chủ đến thỉnh bí-sô tác pháp an cư. Song những người ở kế cận trú xứ này nói: "Ích gì mà cạo trọc đầu, sống ở đây, nhận lấy sự đói khát cực khổ, sống dưới gốc cây. Hãy nên về nhà, làm nhiều phước nghiệp, không cần phải xuất gia." Bí-sô nghĩ: "Nếu ở đây lâu, ta sẽ mất phạm hạnh." Nếu có duyên sự như vậy, cho phép đi, vô tội.

Nếu trong phạm vi an cư, vua đem bốn binh chủng đến trú xứ ấy, sai bắt bí-sô, nói như vầy: "Phải lao dịch theo luật pháp thế tục."⁷⁰¹ Hoặc bắt phải hoàn tục, hoặc khiến lấy vợ; họ tước đoạt y bát, hoặc gây nhiều thứ khổ não, bức hại. Nếu có nạn như vậy xảy ra, bí-sô nên đi ngay, không phá an cư.

Nếu có người nam, người nữ, bán-trạch-ca đến thỉnh bí-sô an cư và cung cấp y thực. Sau đó các tai nạn xảy đến, như bị vua (bắt), v.v., họ bỏ trốn, không có người cung cấp. Do duyên sự này, bí-sô đi đến chỗ khác, không phạm.

Nếu trong phạm vi bí-sô an cư, có các bọn cướp đến, hoặc trộm bò, dê các thứ và giết hại, làm các điều phi pháp. Chúng đến chỗ bí-sô nói như vầy: "Các ông đi ra, ta muốn trụ ở đây." Nếu có ác tặc vào chùa gây não loạn bí-sô như vậy, bí-sô nên đi ngay, không phạm.

Lại nữa, nếu bí-sô y chỉ nam, nữ và hoàng môn để tác pháp an cư. Khi ấy, thí chủ kia bị người khác giam giữ, hoặc bị oan gia bắt trói, hoặc

---

⁷⁰¹ MSV.: gṛhṇantu bhavantaḥ śramaṇān śākyaputrīyān pūrvavad yāvad yathā pravāraṇāvastuny evam vistareṇa vācyam| (vua ra lệnh) "Các ngươi hãy bắt hết các sa-môn Thích tử này... chi tiết được nói như trước, trong Tùy ý sự, §5 Đình chỉ tùy ý." Trong bản Phạn, pūrvavad yathā: như trước (như được nói trong Tùy ý sự), có lẽ bản Hán hiểu là "như trước= như người thế tục trước kia." Đoạn tiếp theo có thể diễn ý thêm.

phi nhơn khủng bố, hoặc bỏ đi phương khác, nhân đây mà qua đời. Lúc này, các bí-sô nghĩ như vầy: "Ta an cư ở đây có quá nhiều tai họa, không có thí chủ. Do nhân duyên này, làm cho phạm hạnh của ta tổn giảm." Vì nạn duyên sa-môn, bí-sô dời đến chỗ khác, không phạm tội phá hạ. Đến nơi nào mà có thể an cư, bí-sô tác pháp an cư ở ngay nơi ấy, không nên xuất giới.

Lại nữa, nơi mà trước kia là trú xứ của phi nhơn, bí-sô đến tác pháp an cư ở đó; trong trú xứ này có hạng người già cả, trẻ nhỏ vô tri, vào trong chùa phóng uế bất tịnh, không thể gần gũi.⁷⁰² Lại chỗ đó gần sông, nước sông dâng cao, làm tổn thất y vật, tài vật của thí chủ, hoặc thí chủ chết hay bỏ đi. Bí-sô nghĩ: "Thí chủ này gặp nạn nước. Nếu ta ở đây cũng sẽ mất mạng, hoặc mất phạm hạnh." Nghĩ vậy, bí-sô dời đi nơi khác, giống như trên, không phạm.⁷⁰³

5. Nếu trong phạm vi an cư, bí-sô thấy (ngay trong trú xứ đang an cư) có bí-sô xúi dục bí-sô khác gây việc phá Tăng-già, kích động mọi người phá Tăng và tạo phương tiện phá Tăng. Bí-sô kia liền nghĩ: "Ở đây, hiện nay có hiện tượng phá Tăng-già. [1044b01] Nhưng đây là chỗ ta đang an cư, mà bí-sô kia có ý đồ phá Tăng-già, hoặc xúi dục người phá, kích động mọi người phá, và tạo phương tiện phá." Lại nghĩ: "Nay ta nói lời khéo léo như thế để khuyên giải, vị ấy tất không nghe, mà sinh ác cảm đối với ta. Nếu ta ở đây lâu, ắt phát sanh sự việc như vậy. Những điều trước đây ta đã học, ắt sẽ thoái mất; những điều chưa học, không thể tiến thêm. Ta không nên ở đây." Vì việc như vậy, bí-sô có thể dời đến chỗ khác để an cư, giống như trước, không phạm.

Nếu trong phạm vi bí-sô an cư, nghe (ở nơi kia) có bí-sô muốn gây việc phá Tăng-già, mà người phá Tăng đó là thân hữu quen biết của mình, nên bí-sô nghĩ: "Nếu ta nhận lời vị ấy, sợ có việc phá Tăng-già, đắc

---

⁷⁰² MSV. được hiểu là khiến cho phi nhân giận.

⁷⁰³ MSV.: Đoạn trên, mô tả tám nạn: nạn do vua, giặc cướp, người khác, loài phi nhân, ác nhân, lửa, nước và súc sinh; mỗi tai nạn xảy ra cho bản thân bí-sô và cho thí chủ mà bí-sô y chỉ để an cư. Bản Hán dịch không theo thứ tự mạch lạc.

tội. Nếu không nhận lời, thì mất lòng bạn bè."[704] Do vậy, bí-sô nên thọ trì pháp bảy ngày ra ngoài giới. Nếu bảy ngày, việc phá Tăng không dứt, đi quá bảy ngày, vô tội.[705] Nếu không đi, đắc tội vượt pháp.

Nếu có bí-sô[706] nghe bí-sô nói chỗ khác ba tháng an cư được nhiều tài vật. Bí-sô này muốn đến đó an cư. Lại có bí-sô nói: "Chỗ này cũng có lợi dưỡng, nơi kia cũng được lợi dưỡng. Hai chỗ đã giống nhau, đến đó không bằng ở đây." Bí-sô an cư ở đây, không được tài vật. Nhưng bí-sô

---

[704] 若不取語, 復是知識, hiểu theo nghĩa đen của từ 取語 và 不取語. MSV.: *sa cet tatra gatvā kartavyaṃ yathā tasminn āvāse asminn evāntarvarṣe saṅgho na bhidyate*, "Nếu ta đến nơi đó và cần phải làm như thế nào đó thì trong thời gian an cư trong trú xứ đó Tăng-già không bị vỡ."

[705] Bản Phạn kể thành hai trường hợp: (a) đi trong phạm vi bảy ngày, và (b) đi quá bảy ngày.

[706] Các đoạn văn khác nhau trong các bản. MSV. mất nhiều đoạn nên nghĩa không rõ. Tạng [ka 251a1]: "*di ltar dge slong gis gnas ga ge mo zhig tu dbyar snga ma zla ba gsum gnas par dam bcas pa las gnas de gnyis na rnyed pa ni thun mong| gso sbyin ni tha dad pa dang de 'di snyam du sems te| bdag 'dir gnas kyang rnyed pa ni der zad| bdag der gnas kyang rnyed pa ni der zad do snyam nas| de dam bcas par ma song na de'i gnas der snga ma'i zla ba gsum yang ma yin la| dam bcas pas nyes byas su yang 'gyur ro|* Có bí-sô như thế nghĩ rằng thọ tiền tam nguyệt hạ an cư ở trú xứ kia thì được lợi dưỡng trong cả hai trú xứ; bí-sô này nghĩ rằng ta hãy bố-tát nơi khác, nhận bố thí nơi khác. Nhưng ta ở trú xứ này lợi đắc cũng cạn; ta ở trú xứ kia lợi đắc cũng cạn." Sau khi suy nghĩ như vậy, không đi đến kia để kết an cư, cho nên không có kết ba tháng đầu mùa hạ ở kia. Do điều ước trước, bí-sô này phạm ác tác. Cf. Thập tụng 23, tr. 177c17: "Tỳ-kheo phát tâm muốn an cư ở chỗ kia. Trong hai trú xứ này, một nơi nhận thí, một nơi bố-tát. Tỳ-kheo này suy nghĩ như vầy: 'Nếu ta bố-tát trong đây, được phân chia y của trú xứ này. Nếu ta bố-tát ở trú xứ kia, cũng được phân chia y của trú xứ này.' Nghĩ như vậy, tỳ-kheo này không bố-tát nơi trú xứ an cư; sau đó trở lại trú xứ an cư. Tỳ-kheo này không nên đi đến trú xứ kia kết ba tháng đầu mùa hạ, tự trái với lời ước, đắc tội."

nói trước kia[707] phạm tội vượt pháp.

Nếu bí-sô nghe bí-sô khác nói: "Chỗ đó, chỗ có thể an cư." Bí-sô này liền đến đó, cùng nhận thẻ an cư xong, các vật cần được đều chẳng được. Bí-sô nói trước kia phạm tội vượt pháp.[708]

Nếu có bí-sô nghe các bí-sô nói: "Trú xứ..., chỗ có an cư ba tháng đầu mùa hạ." Bí-sô nghe rồi liền đi đến đó, cùng nhận thẻ an cư xong, nhưng không được ngọa cụ, ở cũng không được. Bí-sô nói trước kia phạm tội đột-sắc-ngật-lí-đa.[709]

Nếu có bí-sô nghe bí-sô nói: "Trú xứ kia, chỗ có an cư ba tháng đầu mùa hạ." Bí-sô nghe rồi liền đi đến đó, cùng nhận thẻ an cư, được chia cho ngọa cụ xong, liền đi ở riêng chỗ khác, (ở đó) cũng không (bạch) an cư, đắc tội ác tác, không thành an cư.

Nếu bí-sô nghe bí-sô nói: "Trú xứ..., chỗ có an cư ba tháng đầu mùa hạ." Bí-sô kia liền đến đó, cùng nhận thẻ an cư, ngọa cụ. Tác pháp an cư xong, tự có duyên sự, không thọ trì pháp bảy ngày, đi ra ngoài giới, không thành tiền an cư, đắc tội ác tác.

Nếu bí-sô nghe bí-sô nói: "Trú xứ..., chỗ có an cư ba tháng đầu mùa hạ." Bí-sô kia liền đến đó, nhận thẻ an cư, ngọa cụ [1044c01] xong, có duyên sự, thọ trì pháp bảy ngày đi ra ngoài giới, nhưng không tác pháp an cư ba tháng đầu mùa hạ trong trú xứ này, do trái với lời hứa trước, phạm đột-sắc-ngật-lí-đa. Bí-sô thọ trì pháp bảy ngày, đi quá bảy ngày không về, phá an cư.[710]

Như sáu trường hợp pháp tiền an cư, pháp hậu an cư cũng vậy, đều dựa theo tiền an cư tác pháp. Chỉ khác là, nói hậu ba tháng. Ngoài ra, nói rộng như trong *Bách nhất yết-ma.*

---

[707] 彼先說芯芻, MSV. *pratiśraveṇa,* do bởi lời hẹn trước kia (vị này đắc tội việt pháp). *Thập tụng:* 自違言.

[708] MSV. trái với lời hứa, như trên.

[709] Skt. *duṣkṛta,* ác tác.

[710] Trong các đoạn này, một số chi tiết bản Hán không thống nhất với Tạng: (1) Hẹn an cư trú xứ kia, chưa nhận thẻ, có duyên sự nên rời chỗ đó, không kết an cư, trái lời hứa, phạm ác tác. (2) Như trên, chưa nhận thẻ, chưa nhận ngọa cụ, rời chỗ đó... (3) Như trên, đã nhận thẻ, đã nhận ngọa cụ...

PHỤ LỤC

I. BỘ PHÁI VÀ TRUYỀN THỪA

Trong toàn bộ nguồn văn hiến Phật giáo thuộc Hán hệ, "Căn bản Thuyết nhất thiết hữu bộ" chỉ xuất hiện sau khi Nghĩa Tịnh, từ Ấn Độ trở về Trung Hoa và phiên dịch đại bộ phận các bản văn liên hệ đến hệ truyền thừa này. Ngay cả Huyền Trang, trước Nghĩa Tịnh chỉ trên nửa thế kỷ,[1] cũng không thấy đề cập đến từ này trong các tác phẩm của Ngài, kể cả trong *Đại Đường Tây vực ký*, ghi chép khá đầy đủ về tình hình sinh hoạt các bộ phái Phật giáo tại Ấn Độ, cũng không thấy xuất hiện từ này.[2]

Chỉ trong *Nam hải ký quy nội pháp truyện*, tập ký sự của Nghĩa Tịnh ghi chép tình hình sinh hoạt của Tăng lữ tại Ấn Độ và các nước Đông Nam Á, chỉ trong đó, từ "Căn bản Thuyết nhất thiết hữu bộ" mới thấy xuất hiện cùng với nguồn gốc bộ phái.

---

[1] Nghĩa Tịnh, sinh năm 635 TL, năm 37 tuổi (671 Tl) vượt biển Tây du Ấn, hơn 20 năm sau về nước, khởi sự dịch *Tì-nại-da* từ năm 703. Tịch năm 79 tuổi. Huyền Trang sinh 602 Tl. Năm 629 khởi hành Tây du. Năm Trinh Quán 19 (640 Tl) trở về nước và khởi sự dịch kinh. Tịch năm 664.

[2] Mặc dù trong *Tây vực ký*, quyển 4, T54n2125, tr. 891b27, đoạn ghi chép về nước Mạt-để-bổ-la (*Matipura*), có ghi khá chi tiết tiểu sử của Đức Quang (*Guṇaprabha*), mà tác phẩm *Tì-nại-da kinh* (*Vinayasūtra*) như là bản cương yếu của *Căn bản thuyết nhất thiết hữu bộ tì-nại-da* đã thành khóa bản Luật học chính yếu trong truyền thống Tây Tạng; nhưng Huyền Trang hầu như không biết gì đến sự hiện hữu của bộ luật này. Xem đoạn sau, phần nói về truyền thừa Tây Tạng.

Trong đoạn tóm tắt lịch sử phân chia bộ phái, Nghĩa Tịnh viết: "Sự truyền thừa ở Ấn Độ đại cương chỉ có bốn bộ chính: 1. A-lị-da Mạc-ha-tăng-kì-ni-ca-da (*Ārya-Mahāsaṅghika-nikāya*), Hán dịch là Thánh Đại chúng bộ. Từ bộ này phân xuất 7 bộ, Tam tạng của mỗi bộ có khoảng 10 vạn tụng, Hán dịch có thể lên đến 1000 quyển. 2. A-lị-da Tất-tha-bệ-lã-ni-ca-da (*Ārya-Sthavira-nikāya*, Pāli: *Theravāda*), từ bộ này phân xuất ba bộ, Tam tạng của mỗi bộ đại để cũng như các bộ kể trên. 3. A-lị-da Mộ-lã Tát-bà-tất-để-bà-đà (*Ārya-Mūlasarvāstivāda*), Hán dịch Thánh Căn bản Thuyết nhất thiết hữu bộ, phân xuất bốn bộ, Tam tạng đại để cũng như nói trên. 4. A-lị-da Tam-mật-lật-để-ni-ca-da (*Ārya-Samsmṛti-nikāya*), Hán dịch Thánh Chánh lượng bộ, phân xuất bốn bộ, Tam tạng chứa khoảng 30 vạn tụng."[3]

Trong đoạn tóm tắt lịch sử này, Nghĩa Tịnh không nói là "Thuyết nhất thiết hữu bộ" mà thay vào đó 2 từ tiếp đầu: "Căn bản". Theo ngữ cảnh này, Thuyết nhất thiết hữu bộ và Căn bản Thuyết nhất thiết hữu bộ đều chỉ chung một bộ phái duy nhất.

Nghĩa Tịnh cũng cho biết thêm, trong toàn cõi Ấn Độ, và các đảo phía nam biển Trung Hoa, chỉ nói đến bốn bộ chính này. Tại Ma-kiệt-đà (*Magādha*) đương thời đủ cả bốn bộ, nhưng thịnh nhất là Hữu bộ. Ở khu vực tây bộ, các nước như La-trà (*Lāṭa*), Tín-độ (*Shindu*), một số ít theo cả ba bộ, nhiều nhất là Chánh lượng bộ. Khu vực bắc bộ, hoàn toàn theo Hữu bộ; thỉnh thoảng cũng xuất hiện Đại chúng bộ. Các nước phương nam đều theo Thượng tọa bộ; cũng tồn tại một số ít các bộ khác... Trong đây dùng từ "Hữu bộ", là gọi tắt của từ Thuyết nhất thiết hữu bộ, thay cho Căn bản Thuyết nhất thiết hữu bộ. Xem ra, hai từ này được dùng lẫn lộn, thay thế lẫn nhau. Nhưng cũng có thể, khi chú trọng về Luật thì nói là Căn bản Thuyết nhất thiết hữu; khi chú trọng giáo nghĩa thì nói là Hữu bộ, hay Thuyết nhất thiết hữu bộ.

Nghĩa Tịnh trước sau lưu trú tại *Sumatra*, trong quần đảo Nam Dương (Indonesia ngày nay), khoảng 6, 7 năm (685-691 Tl), do đó hiểu biết tình hình Phật giáo tại các nước phía nam Trung Hoa khá rõ. *Nam hải ký quy* chép, "Các đảo ở biển Nam có hơn 10 nước chỉ ròng Hữu

---

[3] 南海寄歸內法傳卷第一, 翻經三藏沙門義淨撰; T54n2125, tr. 205a25.

bộ, cũng có lúc theo Chánh lượng bộ; gần đây có thêm hai bộ kia" – tức Thượng tọa bộ và Đại chúng bộ.[4] Các nước hải đảo này phần lớn nằm trong phạm vi Malaysia hoặc Indonesia. Phía bắc các hải đảo này, từ Nam Dương (Indonesia) lên đến khu vực phía nam Trường Giang, hoặc nói cách khác, từ Lĩnh Nam trở xuống, các châu Hoan (bắc Việt Nam), Chiêm-ba – tức Champa hay Chiêm Thành mà xưa gọi là Lâm Ấp, đại phần những nước này theo Chánh lượng bộ, và một ít theo Hữu bộ.

Mặt khác, trong bài tựa giới thiệu lai lịch *Kinh Thập lực* do Ngộ Không[5] mang từ Ấn Độ về, cho biết, năm Thiên Bảo thứ 10 (751), Phụng Triều theo sứ đoàn do Đường Huyền Tông phái đi trả lễ ngoại giao với Kế-tân (*Kashmir*) rồi trú luôn tại Ấn, xuất gia hiệu Đạt-ma-đà-đô (*Dharmadhātu*: Pháp Giới) tại chùa Mông-đề (*Mundivihāra*), theo học Căn bản Luật nghi, tức Luật Căn bản Thuyết nhất thiết hữu bộ, và cho biết bấy giờ phương bắc Ấn đều theo Hữu bộ với phụ chú: "tức nước Đường nói là Căn bản Thuyết nhất thiết hữu bộ."[6]

Theo ghi chép của *Bu-ston*, sử gia Phật giáo Tây Tạng, "các vị Căn bản Thuyết nhất thiết hữu bộ nói rằng cho đến thời Kết tập lần thứ hai chỉ tồn tại một bộ phái duy nhất, đó là Căn bản Thuyết nhất thiết hữu bộ. Về sau, do Kinh được truyền đọc trong nhiều phương ngữ khác nhau mà xuất hiện thêm 17 bộ."[7] *Bu-ston* cũng nêu quan điểm của các vị Hữu bộ cho rằng 17 bộ này không phải là Phật thuyết, và rồi chính *Bu-ston* nêu lý do bác bỏ quan điểm này. Theo *Bu-ston*, tất cả đều đại diện một phần của Phật thuyết.

---

[4] Nghĩa Tịnh cũng cho biết, ở đảo Sư tử (Tích Lan hay Sri-Lanka ngày nay), thuần nhất chỉ Thượng tọa bộ (*Theravāda*), và một ít Đại chúng bộ.

[5] Tống Tán Ninh, *Cao tăng truyện 3*, T50n2061, tr. 722b10 "Đường Thượng đô, Chương kính tự, Ngộ Không truyện": Thích Ngộ Không, người huyện Vân Dương, phủ Kinh Triều, tục danh Phụng Triều.

[6] 佛說十力經大唐貞元新譯十地等經記, T17n0780, tr. 716a16; 悟空入竺記, T51n2089, tr. 980a3.

[7] "History of Buddhism (*Chos-ḥbyung*)" by *Bu-ston*: (II. Part) *The History of Buddhism in India and Tibet*, translated from Tibetan by Dr. E. Obermiller (1932): 97-8.

Bu-ston cũng nêu một thuyết khác, của *Bhavya*,[8] theo đó căn bản có hai bộ chính: Đại chúng bộ (*Mahāsaṅghika*) và Thượng tọa bộ (*Sthavira*).[9]

Trong các tư liệu vừa dẫn trên, có thể thấy hình như không có sự phân biệt thành hai bộ phái riêng biệt, một là Thuyết nhất thiết hữu bộ, và một nữa là Căn bản Thuyết nhất thiết hữu bộ. Duy chỉ khi nào nói đến luật, thì nói đến Luật Căn bản. Thế nhưng, do bởi tên gọi "Căn bản Thuyết nhất thiết hữu" chỉ được biết đến từ Nghĩa Tịnh tây du về sau; trước đó, Huyền Trang dịch khá nhiều luận thư của Hữu bộ, nhưng không hề nhắc đến quán từ "Căn bản...", cho nên gợi lên giả thuyết cho rằng Căn bản Thuyết nhất thiết hữu là một chi mạt của Nhất thiết hữu bộ, và các bộ "Tì-nại-da" do Nghĩa Tịnh dịch thuộc bộ phái chi mạt này; trong khi đó Luật của Nhất thiết hữu bộ chính là *Luật Thập tụng*, do Cưu-ma-la-thập dịch Hán. Đây là ý kiến của Đại sư Ấn Thuận, phỏng theo niên đại truyền dịch của *Thập tụng luật* và Căn bản Hữu bộ luật.[10]

Thế nhưng, tại Trung Quốc, nghi vấn về hai bộ này, đồng nhất, hay căn bản (gốc) và chi mạt (ngọn), đầu tiên được nêu lên phải kể là Lữ Trừng. Về bộ phận Luật tạng của Hữu bộ, ông nói: "Luật của Thuyết nhất thiết hữu bộ có hai bản lưu hành. Một là *lược bản* được lưu hành tại Kế-tân (*Kashmir*); và một bản khác là *quảng bản* được lưu hành tại Ma-thâu-la (*Mathurā*). Được nói là *lược bản*, vì trong đó lược bỏ các mẩu chuyện nhân duyên, thí dụ, bản sinh trong *quảng bản*. Lược bản này chính là bản dịch Diêu Tần. Về sau, đời Đường, Nghĩa Tịnh sang Ấn với mục đích suy tầm nghiên cứu Luật; trong các bộ luật mà ngài mang về có quảng bản và phiên dịch thành "Căn bản Thuyết nhất thiết hữu bộ tì-nại-da."[11]

---

[8] *Bhavya* (hoặc *Bhāvaviveka*, Thanh Biện), luận sư Trung quán. Sử bộ phái: *Nikāyabhedavibhaṅgavyākhyāna* (Tạng: *sDe ba tha dad par byed pa dang rnam par bshad pa*), dịch bởi *Dīpaṃkaraśrījñāna* và *Tshul-khrims rgyal-ba*.

[9] op.cit.

[10] 印順 - 原始佛教圣典之集成 (1988): 363.

[11] 呂澂 - 印度佛学源流略讲, in trong 呂澂佛学论著选集, tập iv (1996): 1980-81.

Bản lược mà Lữ Trừng nói tức *Thập tụng luật*. Quan hệ giữa quảng bản và lược bản như vậy cũng đã được chỉ điểm rất rõ trong luận *Đại trí độ*. Luận nói, "(Tì-ni)... tổng quát, có 80 bộ, và cũng có hai phần: Một, Tì-ni của Ma-thâu-la, bao hàm a-ba-đà-na (*avādana*), bản sanh (*jātaka*), có 80 bộ. Hai, Tì-ni của Kế-tân, lược bỏ bản sanh, a-ba-đà-na, chỉ giữ những phần trọng yếu, lập thành 10 bộ."[12]

Căn cứ theo chỉ điểm của *Đại trí độ*, xuất phát từ Hữu bộ hai hệ luật được lưu hành: một là *Căn bản Thuyết nhất thiết hữu bộ tì-nại-da* được lưu hành tại *Mathurā*. Và một hệ nữa theo *Thập tụng luật* lưu hành tại *Kashmir*. Các nhà nghiên cứu hiện đại phần lớn thừa nhận hai hệ Luật khác nhau này, nhưng không thống nhất quan điểm là cả hai cùng chung một hay hai bộ phái khác nhau, chí thiểu là khác nhau bởi căn bản và chi mạt. Chúng ta biết rằng, theo ý kiến của Đại sư Ấn Thuận, Căn bản Thuyết nhất thiết hữu là phái chi mạt xuất phát từ bộ gốc là Thuyết nhất thiết hữu bộ, mà ở Trung Quốc biết đến rất nhiều qua các bản dịch của Huyền Trang về hệ này. Mặc dù trước đó Lữ Trừng có nêu nghi vấn, và tuy không minh nhiên khẳng định rằng Căn bản Thuyết nhất thiết hữu bộ ở *Mathurā* và Thuyết nhất thiết hữu bộ tại *Kashmir* chỉ là một. Một bộ phái duy nhất trên phương diện giáo nghĩa, nhưng sinh hoạt với hai hệ truyền thừa Luật khác nhau, đây là vấn đề khá phức tạp.

Nhận định sơ bộ, theo dẫn chứng của A. Bareau, các sử gia Phật giáo Ấn sau Nghĩa Tịnh, như *Vinītadeva*[13] và, kế đó, *Bhikṣuvarṣāgrapṛcchāsūtra*[14] đều có phân loại ba bộ thân chính, trong đó chính từ Thuyết nhất thiết hữu bộ phân xuất Căn bản Thuyết nhất thiết hữu bộ, chứ không phải

---

[12] 大智度論(卷第一百), T25n1509, tr. 756c01.

[13] *Vinītadeva* (Điều Phục Thiên), Tạng: 'Dul-ba'i Lha, luận sư Nhân minh và Du-già hành, thế kỷ 8 TL. Về sử bộ phái: *Samayabhedoparacanacakre nikāyabhedopadeśasaṃgraha* (Tạng dịch: gShung tha dad pa rim par bklag pa'i 'khor lo las sde pa tha dad pa bstan pa bsdus pa shes bya ba): Dị tông nghĩa thứ đệ độc tụng luân trung dị bộ tập thuyết.

[14] *Bhikṣuvarṣāgrapṛcchā*, Tạng dịch (thế kỷ 11 TL): *dge slong gi dang po dri ba* (Bí-sô sơ hạ vấn); dịch giả, *Dīpaṃkaraśrījñāna* và, *Tshul khrims rgyal pa*.

ngược lại như Nghĩa Tịnh ký tải.[15] Theo cách đọc của Frauwallner, danh sách bộ phái phân xuất lập bởi *Vinītadeva*, cũng như *Varṣāgrapṛcchā*, liệt kê Thuyết nhất thiết hữu (*Sarvāstivādin*) như là tên gọi chỉ một nhóm trong khi đó từ Căn bản Thuyết nhất thiết hữu (*Mūlasarvāstivādin*) chỉ cho bộ phái mà nhóm này trực thuộc.[16] Khác với Đại sư Ấn Thuận cho rằng *Căn bản Thuyết nhất thiết hữu bộ Tì-nại-da*, thuộc chi phái độc lập phân xuất từ Hữu bộ, phải xuất hiện sau *Thập tụng luật*, nghĩa là khoảng sau thế kỷ 4 Tl Bareau cho rằng, căn cứ cấu trúc nội dung và ngôn ngữ, cho thấy Căn bản Hữu bộ Tì-nại-da cổ hơn cả sự xuất hiện bản thân

---

[15] A. Bareau: *Les Sects bouddhiques du Petit Véhicule* (1955) – Anh dịch: *The Buddhist Sect of the Lesser Vehicle*, bởi Gelongma Migme Chodron (2005). Cf. *Nalinaksha Dutt, Buddhist Sects in India* (1978), Delhi 1998: 49: *Vinītadeva* và tác giả của *Bhikṣuvarṣāgrapṛcchā* phân 18 bộ thành 5 bộ thân. Teramoto Enga (Tự Bản Uyển Nhã) & Higure Kyoyu (Nhật Mộ Kinh Hùng): *Tạng truyền Dị bộ tông luân luận*, lập lại bảng hệ thống phân phái theo *Vinītadeva*, theo đó, căn bản phân xuất từ 4 bộ chính: (1) Đại chúng bộ (*Mahāsaṅghika/ Dge-ḥdun phal-chen-pa*) phân xuất 5 bộ; (2) Thuyết nhất thiết hữu (*Sarvāstivādin/ Thams-cad yod-par smra-ba*) phân xuất 7 bộ; (3) Thượng tọa bộ (*Sthavira/ Gnas brtan-pa*) phân xuất 3 bộ; (4) Chánh lượng bộ (*Sammītiya/ Kun-gris bkur-ba*) phân xuất 3 bộ. Trong đó, bộ gốc được gọi là Thuyết nhất thiết hữu (*Sarvāstivādin*), và 1 trong 7 bộ phân xuất được gọi là "Căn bản thuyết nhất thiết hữu (*Mūlasarvāstivādin*). Enomoto Fumio 榎本文夫 lưu ý việc sử dụng quán từ "*mūla*" (căn bản) trong *Ārya-sarvāstivāda-mūla-bhikṣunī-pratimokṣa-sūtra-vṛtti* (Thuyết nhất thiết hữu bộ căn bản Tì-kheo-ni biệt giải thoát giới kinh số thích) như sau: "Thuyết nhất thiết hữu cũng có "căn bản" (*mūla*: gốc rễ) và "chi mạt" (ngọn ngành). Trong đó, căn bản là một, đó là Thuyết nhất thiết hữu. Các chi mạt phân xuất từ đó có 7, tức là Căn bản thuyết nhất thiết hữu bộ (*Mūlasarvāstivāda*), Ẩm quang bộ (*Kaśyapīya*), Hóa địa bộ (*Mahīśāsaka*), Pháp mật bộ (*Dharmaguptaka*), Đa văn bộ (*Bahūśrutīya*), Đồng diệp bộ (*Taṃraśātiya*) và Phân biệt thuyết bộ (*Vibhajyavāda*)." Cf. dẫn bởi Bikkhu Sujato, *A History of Mindfulness, Santipada*, 2012, tr. 350, n.32.

[16] E. Frauwallner, The Earliest *Vinaya* and the Beginnings of Buddhist Literature, Serie Orientale Roma VIII, 1956, tr. 25.

Thuyết nhất thiết hữu bộ, và có thể còn trước các bộ luật khác. Thế nhưng, ông cũng nhận xét, không thể một bộ phái mà lại có hai tạng Luật khác nhau, do đó, vào thế kỷ 4, hoặc có thể sớm hơn, hai hệ Luật tạng này đã lưu hành. Bởi vì trước thế kỷ 7 tên gọi Căn bản Thuyết nhất thiết hữu (*Mūlasarvāstivāda*) không hề được nhắc đến bất cứ ở đâu, điều này dẫn đến hệ luận rằng kể từ thế kỷ 4 có hai bộ phái khác nhau cũng tự xưng là Thuyết nhất thiết hữu (*Sarvāstivāda*) và sở hữu hai hệ Luật tạng khác nhau. A. Bareau phát biểu: "Những gì chúng ta biết về các vị Hữu bộ (*Sarvāstivādin*) và những xu hướng của họ thường phân tách thành nhiều trường phái đối nghịch nhau cho phép chúng ta giả định rằng trường hợp này đã xảy ra."[17] Nghĩa là, đã xảy ra sự phân phái của Hữu bộ.

Tiếp đó, ông dẫn chứng *Vinītadeva*. Theo vị sử gia của Căn bản Thuyết nhất thiết hữu này, các vị Hữu bộ không hình thành một bộ phái biệt lập, mà chỉ là một nhóm trong một bộ phái, và đề xuất các điểm giáo nghĩa của Căn bản Thuyết nhất thiết hữu. A. Bareau trích dẫn có đến 8 điểm trong công trình khảo cứu của ông.[18] Điều này muốn chứng minh rằng đã tồn tại hai bộ phái biệt lập phân xuất từ một bộ phái chính. Nhưng bộ nào được xem là chính, đây là vấn đề.

Ở trên, trong đoạn dẫn từ *Đại trí độ*, chúng ta được biết có hai nhóm Hữu bộ sinh hoạt với hai bộ Luật khác nhau, một ở *Mathurā* thuộc vùng trung Ấn, và nhóm kia ở *Kashmir* thuộc vùng bắc Ấn. Căn cứ trên các phả hệ truyền thừa của Hữu bộ, các nhà nghiên cứu xác nhận sự tồn tại của hai bộ phận này.

Tổng quát, có hai phả hệ chính trong truyền thừa của Hữu bộ. Phả hệ thứ nhất, theo *A-dục vương truyện*: Đại Ca-diếp (*Mahā-Kaśyapa* – A-nan (*Ānanda*) – Thương-na-hòa-tu (*Śāṇavāsī*) – Ưu-ba-cúc-đa (*Upagupta*) – Đề-địa-ca (*Dhītika*).[19] Danh sách này đại khái cũng tương đồng với *Tì-nại-da tạp sự*, Nghĩa Tịnh dịch, theo đó, "Tôn giả Xa-nách-ca (*Sanaka*: *Śāṇavāsī*/ Thương-na-hòa-tu) sau khi độ Ô-ba-cấp-đa (*Upagupta*: Ưu-

---

[17] Bản Anh, tr. 154.

[18] Dẫn trên.

[19] 阿育王傳卷第五, T50n2042, tr. 121a24.

ba-cúc-đa) xuất gia, vì muốn cho Phật pháp được truyền bá rộng rãi, bèn nói với Ô-ba-cấp-đa, 'Ngươi nên biết rằng, Đức Đại Sư Như Lai đem giáo pháp phó chúc cho Đại Ca-nhiếp-ba (*Mahā-Kaśyapa*: Đại Ca-diếp) rồi mới nhập Niết-bàn. Ngài Đại Ca-nhiếp-ba cũng đem giáo pháo truyền lại cho Ô-ba-đà-da (*Upādhyāya*: Hòa thượng) của ta (là A-nan) rồi mới nhập Niết-bàn. Ô-ba-đà-da đem giáo pháp truyền lại cho ta (Xa-nách-ca) rồi cũng nhập Niết-bàn. Nay ta đem giáo pháp phó chúc cho ngươi (Ô-ba-cấp-đa) rồi cũng sẽ nhập Niết-bàn. Ngươi hãy tùy nghi khéo hộ trì Thánh giáo chớ để tàn lụi. Những gì Đức Phật đã chế thảy đều phải phụng hành.' Về sau, Ô-ba-cấp-đa đem giáo pháp phó chúc cho Cụ thọ Địa-để-ca (*Dhītika*/ Đề-địa-ca)."[20]

Phả hệ thứ hai, theo *A-dục vương kinh*: Ma-ha Ca-diếp – A-nan – Mạt-điền-địa (*Madhyāntika*) – Xá-na-bà-tư (*Śāṇavāsī*: Thương-na-hòa-tu)– Ưu-ba-cấp-đa (*Upagupta*) – Si-tri-kha (*Dhītika*: Địa-để-ca).

Trong hai phả hệ trên, Mạt-điền-địa không được kể trong danh sách thứ nhất, theo phả hệ của nhóm Hữu bộ ở *Mathurā*; trong khi đó, được đưa vào phả hệ của nhóm Hữu bộ ở *Kashmir*. Lý do này, theo sử gia *Tāranātha*, Mạt-điền-địa (*Madhyāntika*) vốn được xem là người đầu tiên truyền pháp vào *Kashmir*, lập thành căn cứ địa của nhóm này.[21] Vấn đề này được Frauwallner phân tích khá chi tiết.[22] Chi tiết này được dẫn từ *Kṣudakavastu: Tì-nại-da tạp sự*, Hán dịch bởi Nghĩa Tịnh. Truyền thuyết trong đây kể rằng, trước khi nhập diệt, A-nan phú pháp cho Xa-nách-ca (*Sanaka*/ *Śāṇavāsī*: Thương-na-hòa-tu) như đã dẫn đoạn trên. Nhưng khi cho thuyền ra giữa sông Hằng với ý định nhập diệt tại đây,[23] ngay lúc đó một Tiên nhân dẫn 500 đệ tử từ hư không bay đến tôn giả, cầu xin xuất gia thọ cụ túc. Tôn giả A-nan độ cho xuất gia, thọ cụ túc, và đồng thời phú chúc: "[...] Đức Thế Tôn có thọ ký rằng, 'Ca-thấp-di-la...,

---

[20] 根本說一切有部毘奈耶雜事卷第四十, T24n1451, tr. 411b20-28.

[21] Shizutani Masao (靜谷正雄): *Nghiên cứu lịch sử Phật giáo Tiểu thừa*, 1978, tr. 154.

[22] Dẫn trên, tr. 28 ff.

[23] Giữa biên giới của Ma-kiệt-đà (*Magadhā*) và Phệ-xá-li (*Vaiśālī*) để khỏi có sự tranh chấp xá-lợi giữa vua A-xà-thế (*Ajātaśatru*) và những người Li-xa (*Licchavi*).

sau Ta nhập Niết-bàn một trăm năm sẽ có một bí-sô hiệu là Mạt-điền-địa-na khiến cho Pháp của Ta được lưu hành trong nước này'..."[24] Sở dĩ có hiệu Mạt-điền-địa-na (*Madhyandina*) do bởi vị Đại tiên này xuất gia thọ cận viên vào lúc giữa trưa và cũng ở ngay giữa sông.[25] Mạt-điền-địa-na (*Madhyandina*) là cách đọc khác của Mạt-điền-địa-ca (*Madhyāntika*). Frauwallner chỉ điểm mâu thuẫn từ đoạn tường thuật này: trước đó A-nan đã phú pháp cho Xa-nách-ca (*Sanaka*/ *Śāṇavāsī*: Thương-na-hòa-tu), sau đó lại phú pháp cho Mạt-điền-địa. Theo ông, *Śāṇavāsī* (Thương-na-hoà-tu) và *Upagupta* (Ưu-ba-cúc-đa) đều là các Thánh giả gốc *Mathurā*, vì vậy *Tì-nại-da tạp sự* của Căn bản Thuyết nhất thiết hữu bộ ghi trong phả hệ được xem là chính truyền. Đoạn A-nan di chúc cho Mạt-điền-địa truyền Pháp tại *Kashmir* là đoạn văn được thêm vào sau này, với mục đích lập tính chính thống của nhóm Hữu bộ ở *Kashmir*.[26]

Vai trò truyền pháp của Mạt-điền-địa như vậy được xác nhận trong cả hai truyền thống Bắc và Nam. *Madhyāntika*, hay Mạt-điền-địa-na được kể trong *Tì-nại-da tạp sự* được đồng nhất với *Majjhantika* trong Pāli. Đây chính là vị A-la-hán đã giữ tòa Yết-ma A-xà-lê trong lễ truyền thọ Cụ túc cho *Mahinda*. Về sau, chính *Moggaliputtatissa* đã phái khiển *Majjhantika*, một trong các sứ đoàn truyền pháp dưới sự bảo trợ của vua A-dục, lên phương bắc hoằng đạo, mà trung tâm hoằng pháp là *Kashmir* và *Gandhāra*.[27] *Kashmir* sau này trở thành căn cứ địa của Hữu bộ với sự tập thành vĩ đại bộ luận *Đại Tì-bà-sa*.

Sau khi phân tích các nguồn tư liệu, từ Pāli và từ Sanskrit, từ các bản dịch Hán và Tạng, Frauwallner nêu ý kiến cho rằng cộng đồng Hữu bộ ở *Mathurā* không liên hệ gì đến các sứ đoàn truyền pháp được phái khiển bởi *Moggaliputtatissa*. Cộng đồng này được hình thành trước cả thời A-dục, phát triển độc lập, và đã giữ một vai trò khá quan trọng trong hội nghị *Vaiśālī*.[28]

---

[24] ibid. tr. 410c20.

[25] ibid. tr. 410c18, phụ chú ghi rằng, *mạt-điền* 末田 (*madhyan*) có nghĩa là "ở giữa" và *địa-na* 地那 (*dina*) có nghĩa là "ban ngày".

[26] Frauwallner, dẫn trên, tr. 30.

[27] G.P. Malalasekera: *Dictionary of* Pāli *Proper Names*, mục từ "*Majjhantika*".

[28] ibid. tr. 37.

Theo ý kiến này, tiên khởi, có hai nhóm Hữu bộ độc lập phát triển tại hai địa phương khác nhau với hai bộ Luật khác nhau nhưng cùng chia sẻ chung những điểm giáo nghĩa, về sau được kết hợp thành một.

Ý kiến của Frauwallern được Bhikkhu Sujato chấp nhận một phần.[29] Từ phân tích của Frauwallner về truyện ký ngay trong *Tì-nại-da tạp sự* với chi tiết thiếu mạch lạc khi A-nan phú pháp cho Thương-na-hòa-tu, lại tiếp theo đó thêm một lần nữa phú pháp cho Mạt-điền-địa, Bhikkhu Sujato phân tích thêm danh hiệu *Śāṇavāsī* (Thương-na-hòa-tu), cũng được gọi là *Sāṇaka* (Xa-nách-ca). Bhikkhu Sujato tìm thấy một liên hệ đồng nhất giữa *Sāṇaka* và *Soṇaka*. Trong hệ truyền thừa *Vinaya* và *Abhidhamma* truyền thống Tích-lan, *Soṇaka* là một trong 5 vị truyền Luật chính thống: *Upāli – Dāsaka – Soṇaka – Siggava – Moggaliputtatissa.* Trong đó, *Siggava* là bổn sư của *Moggaliputtatissa*; và lùi lại, *Siggava* là đệ tử của *Soṇaka*. Ông lập bản tiểu sử đối chiếu giữa *Soṇaka* và *Śāṇavāsī*, về xuất thân, chức nghiệp trước khi xuất gia, nhân duyên xuất gia, hầu như cả hai hoàn toàn phù hợp. Điểm mà Bhikkhu Sujato lưu ý là trong hội nghị *Vaiśālī* không thấy nhắc đến *Soṇaka*, nhưng trong nguồn tài liệu, kể cả trong *Pāli*, *Śāṇavāsī* là một trong các trưởng lão tham dự chủ trì hội nghị này, không dự với danh hiệu *Soṇaka* hay *Sāṇaka*, mà với danh hiệu *Sambhūta Sāṇavāsin*. Vị A-la-hán này là đệ tử trực tiếp của Tôn giả A-nan,[30] nguyên danh *Sambhūta*, nhưng khi lui về ẩn cư trên núi Ahoganga thì được xưng hiệu là *Sāṇavāsī*.

Những chứng cứ được dẫn có mục đích xác định vai trò quan trọng của một cộng đồng Tăng lữ ở *Mathurā*, ít nhất cho đến hội nghị *Vaiśālī* vẫn chưa có dấu hiệu phân liệt, vẫn "thuần nhất một vị".

Thêm nữa, các nhà nghiên cứu này cũng dẫn chứng nhiều tài liệu, cả trong các *Nikāya* Pāli, chứng minh vị trí của *Mathurā* trong lịch sử

---

[29] Bhikkhu Sujato: Sects & Sectarianism – the origins of buddhist schools; Santipada, 2012. p. 135 ff.

[30] *Thiện kiến luật tì-bà-sa 1*, T24n1462, tr. 678a23: các vị đệ tử trực tiếp của Đại đức A-nan: Tát-bà-ca-mi 薩婆迦眉 (*Sabbakāmī*), Tô-mị (=quan) 蘇寐＝蘇冠 (*Sālha*), Li-bà-đa 離婆多 (*Revata*), [...], Sa-na-sâm-phục-đa 娑那參復多 (*Sānasambhūta*).

truyền pháp. Ít nhất có hai đoạn kinh Pāli được dẫn, trong đó ghi chép sự kiện Đức Phật đã từng đến *Mathurā*, mà Pāli đọc là *Madhurā*.[31] Một lần, khi du hành đến đây, Đức Phật nói rằng ở *Mathurā/ Madhurā* có 5 điều tai hại: đất không bằng phẳng, nhiều bụi bặm, nhiều chó dữ, ác quỷ dạ-xoa, và khất thực khó được.[32] Pāli không cung cấp gì thêm về các sinh hoạt của cộng đồng đệ tử tại *Mathurā* sau Phật niết-bàn. Nhưng các nguồn tư liệu phương Bắc được xem có liên hệ đến Hữu bộ đều gắn cho *Mathurā* tầm quan trọng có ý nghĩa trong sự truyền pháp lên các vùng phương bắc và tây bắc Ấn. Điển hình như *A-dục vương truyện*[33] chép: Đức Phật ở tại nước Ma-đột-la (*Mathurā*), nói với A-nan: "Một trăm năm sau Ta nhập niết-bàn, tại nước Ma-đột-la sẽ có một vị trưởng giả tên gọi Cúc-đa. Ông có một người con tên gọi Ưu-ba-cúc-đa (*Upagupta*), là bậc nhất trong các đệ tử giáo thọ thiền pháp. Tuy không có đầy đủ tướng hảo như Ta; nhưng sau khi Ta niết-bàn, người này sẽ khiến cho Phật pháp hưng thịnh."

Tì-nại-da tạp sự cũng như *Tì-nại-da dược sự* ghi chép khá nhiều dữ kiện liên hệ đến Đức Phật tại *Mathurā*, và từ đó ảnh hưởng toàn vùng tây bắc Ấn. Các nhà nghiên cứu lưu ý đến điểm này, với vai trò của *Upagupta* trong lịch sử phát triển của chế độ Tăng-già, và sự lan truyền Phật pháp; cũng quan trọng như *Maggaliputtatissa* đối với Thượng bộ Pāli.[34] Tuy không có nhà nghiên cứu nào tiến xa đến điểm khẳng định tính chính

---

[31] A.ii. 57: *Pathama-Saṃvāsasuttaṃ*; tương đương Hán, *Tì-nại-da Dược sự 10*, tr. 42c7; A.iii. 256: *Madhurāsuttaṃ*, tương đương Hán, nt. tr. 43b4.

[32] A.iii. 256: *Madhurāsuttaṃ: pañcime, bhikkhave, ādīnavā madhurāyaṃ. Katame pañca? Visamā, bahurajā, caṇḍasunakhā, vāḷayakkhā, dullabhapiṇḍā – ime kho, bhikkhave, pañca ādīnavā madhurāya" nti.* So sánh Hán, Tì-nại-da Dược sự, q. 10, tr. 43b6: 此末土羅城，有五種 過失：一者土地不平，二者處饒荊棘，三者瓦石充滿，四者人民獨食， 五者多諸女人，所以不入此城。

[33] q. 3: "Ưu-ba-cúc-đa nhân duyên", T50n2042, tr. 111b28 tt.- MSV. I, "*Bhaiṣajyavastu*, 11.15.

[34] Nalinaksha Dutt: *Buddhist Sects in India*; E. Frauwallner: *The Earliest Vinaya and the Beginnings of Buddhist Literature*; Bhikkhu Sujato: *Sects & Sectarianism*.

thống giáo nghĩa của Căn bản Thuyết nhất thiết hữu, hay nói gọn là Hữu bộ tại *Mathurā*, như các vị Thượng tọa bộ tự nhận đối với kinh điển Pāli, thế nhưng, như chúng ta đã biết, trong các ghi chép của Nghĩa Tịnh, giáo nghĩa của Thuyết nhất thiết hữu, trễ lắm cũng là từ sau Huyền Trang tây du, được khẳng định là giáo nghĩa chính thống trong rất nhiều khu vực ảnh hưởng, trong cũng như ngoài Ấn Độ. Cho nên, có học giả đã cho rằng từ "căn bản" được thêm vào như là quán từ của danh xưng bộ phái nhắm mục đích tự xác nhận đây là hệ thống giáo nghĩa nguyên thủy, từ đó phân xuất các bộ phái Phật giáo khác, kể cả Thượng tọa bộ trong truyền thống Pāli ở phương nam.[35]

Mặc dù danh xưng "Căn bản Thuyết nhất thiết hữu" chỉ xuất hiện sau Huyền Trang, chỉ được nói đến với các sử gia cổ Phật giáo sau thế kỷ 7 Tl như *Vinītadeva, Bhavya, Padmakāraghoṣa, Tāranātha, Bu-ston,* v.v., thế nhưng, do quá trình xây dựng giáo nghĩa thành một hệ thống khá hoàn chỉnh, các nhà Đại thừa khi nói đến giáo nghĩa mệnh danh là Tiểu thừa thường nêu Hữu bộ như là đại diện xứng đáng. Đoạn văn từ *Đại trí độ luận* đã được dẫn trên[36] cho thấy vị Luận sư Đại thừa này khi nói đến Luật hay Tì-ni do chính Đức Phật thiết lập thì cũng chỉ nói đến Luật của Hữu bộ, với hai hệ tương đối ở *Mathurā* và *Kashmir*. Mặt khác, chúng ta cũng biết rằng, Tịch Hộ (*Śāntarakṣita*) (725–788), vị Luận sư Trung quán hậu kỳ tổng hợp hai hệ tư tưởng chính yếu của Đại thừa thành một hệ Trung quán mệnh danh *Yogācāra-svatantrika-mādhyamika*, khi thiết lập chế độ Tăng-già cho Tây Tạng, đã y chỉ Luật của Căn bản Thuyết nhất thiết hữu; xem thế đủ thấy tầm quan trọng của Hữu bộ trong lịch sử phát triển tư tưởng Phật giáo cũng như chế độ Tăng-già, cho đến thời hậu Trung quán, đặc biệt trong các khu vực bắc Ấn.

Bởi vì danh xưng "Căn bản Thuyết nhất thiết hữu" xuất hiện đồng thời với một hệ Luật tạng, cho nên, để xác định tính cách lịch sử của bộ phái này không thể không xét đến quá trình hình thành và niên đại xuất hiện của hệ thống Luật tạng này.

---

[35] Xem đoạn trên.- Enomoto Fumio 榎本文夫1998: "'*Konponsetsuissaiubu*' to '*setsu-issai-ubu*,' 根本說一切有部 & 說一切有部" *Indogaku bukkyōgaku kenkyū* 47 (1), 111—119.

[36] Xem cht. 891, 892.

II. PHẠN BẢN *MŪLASARVĀSTIVĀDA-VINAYA*

1. Thủ bản Phạn

Chúng ta đã biết rằng trước thời Nghĩa Tịnh tây du, ngay tại Ấn hầu như không thấy xuất hiện ở đâu cụm từ tiếng Phạn "*Mūla-sarvāstivāda-vinaya*". Tại Trung Quốc, trong các bộ phái Tiểu thừa cũng chỉ biết đến Thuyết nhất thiết hữu bộ, hay gọi tắt là Hữu bộ. Về Luật tạng của bộ phái này, các vị truyền Luật Trung Hoa cũng chỉ biết đến *Thập tụng luật*. Chúng ta cũng biết thêm rằng, cho đến sau Nghĩa Tịnh trên nửa thế kỷ khi Ngộ Không xuất gia và tu đạo tại *Kashmir* bấy giờ cũng học luật của Căn bản Thuyết nhất thiết hữu. Đây cũng là thời gian mà Tịch Hộ truyền pháp tại Tây Tạng, và sáng lập Tăng-già đầu tiên tại đây hành trì theo luật Căn bản Thuyết nhất thiết hữu. Nhưng từ thế kỷ 13 về sau, chính xác có thể nói sau khi Đại học viện *Nalanda* bị thiêu hủy trong khoảng năm 1206, đánh dấu Phật giáo chính thức bị hủy diệt tại Ấn Độ, hầu hết các cổ bản kinh điển Phật giáo đều bị thiêu hủy; đại bộ phận còn tồn tại trong bản dịch Hán và Tây Tạng, và một phần tồn tại trong văn hệ Pāli được duy trì tại các nước phương nam, như Tích-lan, Miến-điện, Thái Lan.

Cho đến khoảng giữa và cuối thời kỳ thực dân phương tây, sự thức tỉnh của các nước có truyền thống Phật giáo lâu đời như Tích-lan và Nhật Bản bắt đầu ý thức về giá trị văn hóa và tôn giáo bản địa, phong trào học Phật chuyển sang một hướng mới. Tại Tích-lan và Miến-điện, văn hiến Phật giáo trong văn hệ Pāli được xem là ngôn ngữ chính truyền của Phật giáo nguyên thủy vẫn tồn tại nguyên vẹn đủ cả Tam tạng, việc cần làm là những khảo chứng lịch sử mà các văn bản cổ có thể không trung thực với những biến cố lịch sử được ghi chép; ngoài ra, là vấn đề phiên dịch Kinh điển sang các ngôn ngữ phương tây.

Trong hệ Phật giáo Đại thừa, duy chỉ Nhật Bản là nước tiên phong trong phong trào Duy tân chấn hưng Phật giáo theo hướng mới, nghiên cứu Phật giáo từ nguồn gốc, tức từ Ấn Độ và từ ngôn ngữ Sanskrit. Nhiều nhà Phật học lên đường tây du, tìm học ngôn ngữ Sanskrit tại các trung tâm nghiên cứu Sanskrit ở phương tây, đặc biệt là tại Đức. Tại Trung Quốc, với nền văn hiến Phật giáo đồ sộ, lại hầu như không có nhu cầu học tiếng Phạn để nghiên cứu Phật giáo tại nguồn gốc như Nhật Bản. Cho nên, trong khi Nhật Bản đã có những bộ từ điển danh tiếng Sanskrit-Nhật, Phật giáo Trung Hoa vẫn chưa có bộ từ điển Phạn-Hán nào mà giá trị có thể sánh với *Phạn Hòa từ điển* của Địch Nguyên Vân Lai (*Wogihara Unrai*).

Điều không thể từ chối một cách suất nhĩ rằng, nghiên cứu Luật tạng mà không hề biết đến Pāli và Sanskrit thì khó mà nói có thể hiểu rõ ý nghĩa những điều khoản quy định trong Luật tạng một cách chính xác và sâu sắc. Lý do, vì Luật tạng là kho tàng ký tải những sinh hoạt thường nhật của các đệ tử xuất gia; những sinh hoạt này, từ cách ăn mặc, các loại thực phẩm, các dụng cụ và tư cụ biến đổi theo địa phương, và cũng chịu ảnh hưởng bởi luật pháp và phong tục, tập quán của địa phương đó. Những vị đọc Luật tạng tất thấy rằng có rất nhiều từ liên hệ đến tư cụ sinh hoạt rất thông thường, chỉ có tại nước này hay địa phương này mà không có ở những nơi khác, các dịch giả không tìm thấy Hán ngữ tương đương nên đành phải phiên âm. Mặt khác, một số từ tuy được dịch Hán ngữ, nhưng ý nghĩa không hoàn toàn tương đương với thực tế sinh hoạt của Hán tộc thành ra dễ dẫn đến hiểu nhầm khá buồn cười, và đôi khi tai hại.

Cho nên, sự phát hiện các văn bản Luật bằng tiếng Sanskrit không phải chỉ có giá trị đối với những học giả được đào luyện trong bối cảnh giáo dục phương tây, mà cũng rất cần cho những vị nghiên cứu Luật tạng Hán. Ngay cả những vị chuyên nghiên cứu luật *Tứ phần*, nếu hoàn toàn mù tịt Pāli và Sanskrit thì chắc chắn không tránh khỏi một vài giải thích lệch lạc.

Trung Quốc tuy phiên dịch tương đối đầy đủ các hệ Luật tạng, nhưng truyền thừa chính yếu là hệ Tứ phần, được xem là hệ Luật tạng của Pháp mật bộ (*Dharmagupta-vinaya*). Trong khi đó, Luật tạng *Căn bản Thuyết nhất thiết hữu bộ tì-nại-da* không chỉ là hệ Luật tạng của một nhóm hay một chi mạt của Hữu bộ, được công nhận là hệ chính truyền của Tăng-già Tây Tạng; mà hệ này còn phổ biến trong hầu hết các nước Phật giáo Tây vực, và đại bộ phận tây bắc Ấn. Về mặt địa lý, cũng như lịch sử, hệ luật Căn bản Thuyết nhất thiết hữu được truyền thừa rộng rãi hơn Luật tạng của Pháp mật, tức hệ Tứ phần. Đó chưa nói là tầm quan trọng của

Luật tạng này trong lịch sử hình thành và phát triển của các định chế Tăng-già từ thời Phật cho đến ít nhất là đầu thế kỷ 13 TL tại Ấn Độ, quê hương Phật giáo. Cho nên, sự phát hiện luật Căn bản Thuyết nhất thiết hữu bằng Phạn bản là điều rất quan trọng như là một trong những cơ sở văn hiến cho các công trình nghiên cứu Luật học Phật giáo.

Cho đến năm 1932, trên báo Journal Asiatique,[37] số 220, thông báo sự phát hiện thủ bản Phạn của *Mūlasarvāstivāda-vinaya* tại *Bamiyan* và tại *Gilgit*. *Bamiyan* là thủ phủ của tỉnh Bamiyan, vùng trung bộ Afghanistan, cách Kabul khoảng 240 km về phía tây bắc; ở đây có rất nhiều di tích nghệ thuật Phật giáo.[38] Về Gilgit, đây là thủ phủ của vùng lãnh thổ tự trị thuộc khu vực phía bắc Pakistan ngày nay. Trong thời thực dân Anh, Gilgit thuộc về bang Jammu-*Kashmir*, dưới sự kiểm soát của người Anh.[39] Năm 1938, Nalinaksha Dutt cũng nhắc lại thông tin này trên quý san Sử học Ấn Độ, Indian Historical Quarterly, vol XIV, 1938.[40]

Trong phần giới thiệu ấn bản Gilgit Vol III Part II, N. Dutt mô tả chi tiết tình trạng bảo tồn các thủ bản, chất liệu giấy (vỏ cây bạch dương), số lượng và kích cỡ mỗi tờ.[41] Ông liệt kê các thủ bản đọc được, đã chỉnh lý, và lần lượt ấn hành, bao gồm các chương mục như sau:

---

[37] "Note sur des manuscrits sanskrits provenant de Bamiyan (Afghanistan) et de Gilgit [Cachemire]" – M. S. LÉVI - Journal Asiatique, Recueil Trimestriel de Mémoires et de Notices Relatifs aux Études Orientales, publié par la Société Asiatique – Tome ccxx, Paris 1932

[38] Đặc biệt pho tượng Phật đứng cao nhất thế giới – 53m, được khắc chạm vào vách đá từ thời đại *Kushan* (Quý-sương tộc) thế kỷ 5 TL. Tượng bị chính quyền Taliban giựt sập tháng 3, 2001.

[39] Năm 1877, chính quyền Anh lập khu vực hành chánh độc lập tại Gilgit, mệnh danh Gilgit Agency, phủ trị đặt tại Srinagar. Sau các biến cố độc lập của Pakistan và những cuộc chiến tranh *Kashmir* giữa chính quyền độc lập Pakistan với Ấn Độ, cho đến năm 1970, Gilgit được sáp nhập vào khu vực bắc Pakistan, trực tiếp kiểm soát bởi Islamabat.

[40] Gilgit Manuscripts, vol. III Part 2, edited by Dr. Nalinaksha Dutt, with the asistance of Vidyavaridhi Shiv Sharma; 1942, *Srinagar Kashmir*.

[41] Thủ bản được viết trên vỏ cây bạch dương (birchbark) bằng mẫu tự *Gupta*, ước định thế kỷ 6 TL. Mẫu tự *Gupta* là bộ chữ cái hình thành

(i) *Pravrajyā-vastu* (Xuất gia sự),

(ii) *Poṣadha-vastu* (Bố-tát/ Bao-sái-đà sự),

(iii) *Pravāraṇā-vastu* (Tự tứ/ Tùy ý sự),

(iv) *Varṣa-vastu* (An cư sự),

(v) *Carma-vastu* (Bì cách sự),

(vi) *Cīvara-vastu* (Y sự),

(vii) *Kaṭhina-vastu* (Ca-thi-sa/ Kiết-sỉ-na sự),

(viii) *Bhaiṣajya-vastu* (Dược sự)

(ix) *Kośāmbika-vastu* (Kiêu-thưởng-di sự),

(x) *Karma-vastu* (Kiết-ma sự),

(xi) *Paṇḍulohita-vastu* (Bàn-trà & Lô-hê sự),

(xii) *Pudgala-vastu* (Nhân sự),

(xiii) *Pārivāsika-vastu* (Biệt trụ sự),

(xiv) *Poṣadhasthāpana-vastu* (Già bố-tát sự),

(xv) Các *vastu* khác chưa xác định được,[42]

Vastu cuối cùng là *Saṅghabheda-vastu* (Phá tăng sự).[43]

---

dưới triều đại *Gupta* (320-550 tr. Tl), tiền thân của các danh mẫu tự *Bramī, Shiddham*, và cả đến *Davanagari* sau này.

[42] Các thủ bản còn lại có thể là *vastu* 15: *Śayanāsanavastu*, và vastu 16: *Adhikaraṇavastu*. Cả hai về sau được biên tập và ấn hành bởi Gnoli (ed.): *The Gilgit manuscript of the Śayanāsanavastu and the Adhikaraṇavastu*, being the 15th and 16th sections of the *Vinaya* of the *Mūlasarvāstivādin*. (IsMEO Serie Orientale FRoma, Vol. i.) [vii], 117 pp. + Addenda et corrigenda slip. Roma: IsMEO, 1978, L10,000. Cf. Bulletin of the School of Oriental and African Studies, điểm sách.

[43] Vastu này về sau cũng được biên tập lại và ấn hành bởi Raniero Gnoli (ed.): *The Gilgit manuscript of the Saṅghabheda*, being the 17th and the last section of the *Vinaya* of the *Mūlasarvāstivādin*. (IsMEO Serie Orientale Roma, Vol. XLIX.) 2 vols: xxviii, 262 pp; [ix], 310 pp +

Các *Vastu* này được chia làm 3 phần, lần lượt xuất bản trong thời gian từ 1942-1950. Cho đến năm 1970, Dr. S. Bagchi tái duyệt các thủ bản và ấn hành thành hai tập, nhan đề *Mūlasarvāstivāda-vinayavastu*, trong đó,

- Vol. i gồm 4 *vastu*: *Bhaiṣajyavastu* (Dược sự), *Cīvaravastu* (Y sự), *Kaṭhinavastu* (Kiết-sỉ-na sự), và *Kośāmbikavastu* (Kiêu-thưởng-di sự).

- Vol. ii gồm 11 *vastu*: *Pāṇḍulohitakavastu, Pudgalavastu, Pārivāsikavastu, Poṣadhasthāpana-vastu, Śayanāsanavastu* (Phu cụ sự/ Sàng tọa sự, chưa được xác định trong liệt kê của N. Dutt trên), *Pravrajyāvastu, Poṣadhavastu, Pravāraṇāvastu, Carmavastu, Saṅghabhedavastu* (Phá Tăng sự).

So với các kiền-độ (*skandhaka/ khandhaka*) trong các Luật bộ khác, và cả trong danh sách của *Mahāvyutpatti*, trong các thủ bản *Gilgit* này thiếu phần *Adhikaraṇavastu* (Diệt tránh sự), lập thành 17 kiền độ (*skandha*) hay sự (*vastu*), là tổ chức cấu trúc Luật tạng hầu như tương đồng trong tất cả các bộ.

Cho đến hiện tại, *Mūlasarvāstivāda-vinaya* chỉ mới phát hiện phần được gọi là *skandha* như thấy trong các bộ khác; phần còn lại, *Vinaya-Vibhaṅga*, hay *Sūtravibhaṅga* (*Suttavibhaṅga*), giải thích các điều khoản trong *Biệt giải thoát giới kinh* (*Prātimokṣa-sūtra/ Pāṭimokkhasutta*), vẫn chưa được tìm thấy. Các bản dịch Hán và Tây Tạng hiện đầy đủ các phần này.

Tổng quát, nguyên bản Phạn của *Mūlasarvāstivāda-vinaya* được cấu trúc với bốn phần: *Vinaya-vibhaṅga* (Tì-nại-da phân biệt), 17 *Vinayavastu* (Tì-nại-da sự), *Kṣudravastu* (Tạp sự) và *Uttaragrantha* (Luật Thượng phần). Hai phần cuối này không tìm thấy nguyên bản Phạn trong các thủ bản *Gilgit*. Cả hai đều được dịch sang Tây Tạng. *Uttaragrantha* có hai bản dịch: 'dul ba gzhung bla ma; và 'dul ba gzhung dam pa. Trong Hán dịch bởi Nghĩa Tịnh, được đồng nhất với *Căn bản Thuyết nhất thiết hữu*

Addeenda et corrigenda slip. Roma: IsMEO, 1977, 1978. L 28, 000, L 30, 000.

bộ Ni-đà-na Mục đắc-ca.[44] *Kṣudravastu* cũng được dịch sang Hán bởi Nghĩa Tịnh: *Căn bản Thuyết nhất thiết hữu bộ Tì-nại-da tạp sự.*

2. Niên đại

Một số các nhà nghiên cứu có quan điểm rằng, khi một bộ phái được thành lập, hay tự phân xuất từ một bộ căn bản, đều thành lập Tam tạng riêng của bộ phái mình. Do đó, niên đại của *Căn bản Thuyết nhất thiết hữu bộ Tì-nại-da* (*Mūlasarvāstivāda-vinaya*) chỉ có thể đoán định tùy theo bộ phái cùng tên phân xuất từ Hữu bộ. Thế nhưng, Hữu bộ có hai nhánh, một nhánh ở *Kashmir* và nhánh khác có bản địa tại *Mathurā*. Trong đó, như đã lược thuật đoạn trên, nhánh *Mathurā* có thể sớm hơn nhánh *Kashmir*.

Tuy nhiên, quan điểm vừa nêu không hoàn toàn chính xác. Cụ thể như các nhà Đại thừa, tất nhiên đại phần giáo nghĩa mặc dù trên phương diện giáo nghĩa đã thành lập riêng hệ tư tưởng đặc biệt của mình, nhưng trong lịch sử tồn tại lâu dài không hề lập thành bộ luật riêng biệt để hình thành một hệ Tăng lữ Đại thừa, gọi là Bồ-tát tăng.[45] Ngay cả sau khi hệ thống học giới của Bồ-tát được thiết lập mà truyền thuyết nói do chính Bồ-tát Di-lặc, Đức Phật tương lai, thành lập; hàng xuất gia vẫn phải thọ giới cụ túc của Tỳ-kheo, như chúng ta đã biết trường hợp Tịch Hộ (*Śāntarakṣita*) lập đàn truyền giới theo hệ truyền thừa Căn bản Thuyết nhất thiết hữu cho giới Tăng lữ đầu tiên của Tây Tạng.

Nhân đây, chúng ta cũng nên biết thêm rằng, Phạn bản lưu hành hiện tại với nhan đề "*Mūla-sarvāstivāda-vinaya*", trong đó tên gọi bộ phái của Luật chỉ được thấy trong các bản dịch Hán của Nghĩa Tịnh. Bản dịch Tây Tạng, trong đoạn giới thiệu tiêu đề, nói: *rgya gar skad du| bi-na-ya-ba-stu| bod skad du| 'dul ba gzhi|* "Trong tiếng Ấn Độ, gọi là *Vinaya-vastu*. Trong tiếng Tây Tạng, gọi là *'dul ba gzhi*"; trong đó *'dul-ba* có nghĩa là "sự chế ngự, sự huấn luyện, sự giáo hóa"; thông thường hiểu là kỷ luật,

---

[44] Trong Đại chánh, Ni-đà-na và Mục-đắc-ca được xếp chung trong số hiệu 1452; nhưng nội dung chia làm hai phần: (I) từ quyển 1-5: Ni-đà-na; (II) từ quyển 6-10.

[45] *Đại trí độ*, quyển 34, Đại chánh 25, tr. 311c09:
諸佛多以聲聞為僧, 無別菩薩僧.

tương đương với từ Phạn *vinaya*. Kế đó, *gzhi* có nghĩa là "địa điểm, xứ sở, cơ sở, căn cứ"; tương đương từ Phạn *vastu* mà Hán thường dịch là "sự", và cũng tương đương từ Phạn *mūla*, Hán dịch là "căn bản, gốc rễ".

Sự kiện này gợi lên nhiều lý giải; mà điểm chính yếu có thể hiểu là bất cứ bộ phái nào cũng tự xem Tam tạng trong truyền thừa của mình là chính thống trực tiếp từ Đức Phật và các vị Đại Thanh văn. Hoặc có thể hiểu rằng tất cả đều bắt nguồn từ một bản văn gốc; nhưng dị biệt về sau do bởi cách biệt địa lý với âm sắc từng khu vực khác nhau. Chẳng hạn, khi A-nan nghe một Tỳ-kheo trẻ đọc sai một từ trong bài kệ Phật dạy do bởi phát âm không chuẩn, bèn chỉ điểm sửa lại để đọc cho đúng, nhưng Tỳ-kheo này khi thưa lại với bổn sư về sự kiện này, ông bổn sư cho rằng A-nan quá già thành lẩm cẩm nên nhớ lộn xộn không đáng tin. Đây có thể là điểm chính yếu dẫn đến sự dị biệt giữa các truyền bản Tam tạng của các bộ phái.

Như vậy, không thể căn cứ thời điểm xuất hiện của bộ phái để đoán định niên đại thành lập của bộ Luật được xem là Luật tạng của bộ ấy.

Ý kiến của A. Bareau về vấn đề này có vẻ không dứt khoát. Trước hết, xét về ngôn ngữ văn học, ông cho rằng Sanskrit bởi các vị Căn bản Thuyết nhất thiết hữu thuần hơn các Thuyết nhất thiết hữu, cho nên các tác phẩm của họ có thể được biên tập trễ hơn. Nhưng nếu xét từng phần, Luật tạng của các vị Căn bản Thuyết nhất thiết hữu hình như cổ hơn Luật tạng của các vị Thuyết nhất thiết hữu, và cũng có thể cổ hơn các Luật tạng khác. Để thẩm định những sự kiện này, ông lưu ý, Luật tạng của các vị Căn bản Thuyết nhất thiết hữu được Nghĩa Tịnh dịch trong những năm đầu của thế kỷ 8 Tl, trong khi Luật của Thuyết nhất thiết hữu – *Thập tụng luật* – đã được Cưu-ma-la-thập dịch từ đầu thế kỷ 5 Tl. Như vậy trong thế kỷ 4 Tl ít ra có sự lưu hành của hai bộ luật này. Nhưng khó có thể nói rằng đồng một bộ phái lại có hai bộ Luật tạng khác nhau.[46]

Tuy trước thời đại Nghĩa Tịnh tây du, không có chứng cứ văn bản nào cung cấp thông tin về sự tồn tại của Luật Căn bản Thuyết nhất thiết hữu, nhưng đoạn văn trong luận *Đại trí độ* dẫn trên cũng ám chỉ đến sự

---

[46] A, Bareau, op.cit. tr. 154 (bản Pháp).

tồn tại của bộ Luật này, chỉ có điều không trực tiếp nêu đích danh. Căn cứ nguồn thông tin cung cấp bởi *Đại trí độ*, một số nhà nghiên cứu nhận định, như vậy đã tồn tại hai nhóm Hữu bộ trễ lắm được biết đến trước thế kỷ thứ 5 Tl. Sau khi Nghĩa Tịnh mang từ Ấn về các Phạn bản và phiên dịch phần lớn các văn bản này, hai hệ thống Luật tạng được nhận biết, một được đoán định là Luật của nhóm Hữu bộ ở *Mathurā* là *Căn bản Thuyết nhất thiết hữu bộ Tì-nại-da*, và một ở *Kashmir* với bộ *Thập tụng luật* Hán dịch bởi Cưu-ma-la-thập với sự cộng tác trước tiên là Phất-nhã-đa-la (*Puṇyatāra*) đến từ *Kashmir*, sau đó được hoàn tất bởi Tì-ma-la-xoa (*Vimalakṣa*) cũng đến từ *Kashmir* sau khi Cưu-ma-la-thập tịch. Bởi vì sau Cưu-ma-la-thập và trước Nghĩa Tịnh không ai nghe nói đến Luật Căn bản Thuyết nhất thiết hữu, nên thời gian xuất hiện của bộ luật này phải khoảng giữa thời gian đó - sau thế kỷ 5 và trước thế kỷ 7 Tl.

Cụ thể, Etienne Lamotte, căn cứ đoạn văn trong *Đại trí độ* đã dẫn, đã nêu ý kiến trong tác phẩm đồ sộ của ông (nhưng chưa hoàn tất) về Lịch sử Phật giáo Ấn Độ[47] rằng điều mà Luận này nói không nhắm đến sự tồn tại của một bộ luật mệnh danh là "*Thuyết nhất thiết hữu bộ Tì-nại-da*" của một cộng đồng Tăng lữ cổ xưa định cư ở *Mathurā*. Đúng hơn là những vị Hữu bộ ở *Kashmir* đã tái biên tập để hoàn chỉnh hệ thống Luật tạng của mình. Theo ông, sự biên tập của *Mūlasarvāstivāda-vinaya* không thể sớm hơn thế kỷ 4-5 Tl.[48] Về sau, trong phần giới thiệu cho Tập 3 bản dịch Pháp văn *Luận Đại trí độ*, ông có vẻ lùi thời gian lại, "sau sự đăng quang của triều đại *Kuṣāṇa* vì trong đó (MSV) chứa đựng một

---

[47] Etienne Lamotte: *Histoire du Bouddhisme Indien*. I. Des origines à l' Ère Śaka. Université de Louvain, Bibliothèque du *Muséon*, vol. 43. Louvain, Publications Universitaires, Institut Orientaliste 1985. Bản Anh: *History of Indian Buddhism: from the origins to the Śaka era*. Translated from the French by Sara Webb-Boin under the supervision of Jean Dantinne. (Publications de l'Institut Orientaliste de Louvain, 36.) xxvi, 870 pp., 5 maps, 30 plates. Louvain Paris: Peters Press, 1988.

[48] Lamotte: dẫn bởi Bhikkhu Sujato: Sects & Sectarianism, p.. 135; Tokkel Brekke: Religious Motivation and the Origins of Buddhism, p. 7; Gregory Schopen: *Figments and Fragments of Mahāyana Buddhism in India*, p. 75.

dự ngôn liên hệ đến *Kaniṣka*."[49] Theo ông, "80 bộ" mà *Đại trí độ* nói đến[50] được hiểu là 80 chương của một *vibhāṣā* tức bản quảng giải Luật được biên soạn về sau bởi các vị Hữu bộ ở *Kashmir* như để hoàn chỉnh Luật tạng của bộ phái này, chứ không chỉ cho "80 bộ" của bộ Luật mà truyền thuyết nói do chính *Upagupta* biên tập và cất giữ ở *Mathurā*, trực tiếp truyền thừa từ *Mahākaśyapa* qua sự kết tập của *Upāli*. Ông khẳng định Luật "*Căn bản Thuyết nhất thiết hữu bộ Tì-nại-da*" chính là bộ quảng luật này. Dòng họ *Kuṣāṇa* (Quý-sương) vốn gốc người Nhục-chi (Nguyệt-thị) xâm nhập Ấn Độ khoảng đầu kỷ nguyên Tl, thống trị các vùng lãnh thổ thuộc Afghanistan và Pakistan ngày nay. Kaniṣka là vị đại đế của dòng họ *Kuṣāṇa*, cai trị từ 127–151 Tl. Ông là người bảo trợ cho Hữu bộ ở *Kashmir* tổ chức cuộc kết tập được gọi là thứ tư, sau đại hội bởi A-dục, với kết quả là bộ toàn thư vĩ đại của bộ phái này: *Đại Tì-bà-sa* (*Mahāvibhāṣa*). Do ảnh hưởng quan trọng của Kaniṣka trong sự bành trướng của Hữu bộ ở *Kashmir* cho nên truyền thuyết của bộ này kể đến sự kiện Đức Phật đã từng đến *Kashmir* và đã huyền ký về vị vua này.[51]

Quan điểm của Lamotte về niên đại của *Mūlasarvāstivāda-vinaya* được Schopen chấp nhận một phần, khi ông lùi lại trên dưới ba thế kỷ, tuy không nói ra điều này một cách minh bạch như vừa thấy trên. Thật sự, cũng tương tự như Lamotte, thoạt đầu Schopen phỏng định niên đại của bộ Tì-nại-da này được soạn tập vào khoảng thế kỷ 5 Tl. Điều này được ông khẳng định trong bộ Từ điển Bách Khoa Phật giáo[52] sau nhiều loạt nghiên cứu về bộ luật này. Lý luận của ông rõ hơn, chi tiết hơn, có thể đọc trong *Buddhist Monks and Business Matters*.[53] Tiêu đề trong chương I cho thấy quan điểm dứt khoát của ông nhắm đến điều được gọi là "đánh đổ huyền thoại về đời sống khắc khổ của nhà sư Phật

---

[49] Lamotte, *Traité 3*, p. xvii.

[50] T25n1509, tr.756c04, dẫn bởi Lamotte, ibid.

[51] *Tì-nại-da dược sự* 9, T24n1448, tr. 41b25. MSV I (Bhagchi), 10.14.

[52] "Encyclopedia of Buddhism", chủ biên: Robert E. Bushwell, vol. ii (2003), mục từ "*Mūlasarvāstivāda-vinaya*" – viết bởi Gregory Schopen.

[53] Published by University of Hawaii Press and copyrighted, © 2004, by the Institute for the Study of Buddhist Traditions.

giáo."[54] Tiêu đề như sau: *"Sư tốt và Tiền bạc* của ông trong một chế độ Tăng lữ Phật giáo của 'thời kỳ Đại thừa.'" Ý niệm đầu tiên của ông là bác bỏ một số nhà nghiên cứu cho rằng tạng Luật – *vinaya* – đã xuất hiện rất sớm, thậm chí lùi đến thời Đức Phật. Ông cho rằng Luật tạng ấy nếu có thì chỉ có thể "nhảy ra từ đầu óc của Ông Phật."[55] Nhận định của ông về bộ luật *Mūlasarvāstivāda-vinaya* được ông tóm tắt trong bài viết về mục từ này trong Từ điển Bách khoa Phật giáo đã dẫn: "Nhưng bộ *vinaya* này quy định các điều luật chi tiết để cho các nhà sư cho vay và mượn tiền từ cư sỹ, tích trữ và buôn bán thóc gạo..."

Phương pháp sử học của Schopen trong khi nghiên cứu bộ Luật này là không chỉ đọc các văn bản như là thuần túy văn bản học, mà còn tìm thấy ở đó những giá trị sử liệu như các hiện vật khảo cổ, bia ký. Nói cách khác, văn bản phản ảnh tình hình hiện thực thời đại mà nó được soạn thảo. Chính bởi phương pháp sử học này mà ông đề nghị, nếu chúng ta muốn biết chế độ Tăng lữ Phật giáo như thế nào ở vùng bắc Ấn trong thời kỳ giữa giai đoạn hưng thịnh của *Kuṣāṇa* vào thế kỷ 5 suốt đến thế kỷ 6 Tl, thế thì *Mūlasarvāstivāda-vinaya* là nguồn tư liệu hàng đầu. Ông nói như vậy, vì khẳng định bộ luật này chỉ được soạn tập trong khoảng thời gian này và phản ảnh thời đại của nó.

Phương pháp sử của ông, với những kết quả của nó, gợi hứng cho nhiều ý kiến trái nghịch.[56] Trong phạm vi ở đây, chúng ta không nhắc lại chi tiết. Điều cần nói ở đây là niên đại của bộ Luật đang được nghiên

---

[54] "For the Sake of Women, too": Ethics and Gender in the Narratives of the *Mūlasarvāstivāda Vinaya*, by Damchö Dianna Finnegan – A dissertation submitted in partial fulfillment of the requirement for degree of Doctor of Philosophy (Languages and Cultures of Asia: Religious Studies) at the University of Wisconsin-Madison, 2009.- PDF, p. 34.

[55] G. Schopen (2002), p. 1.

[56] Bhikkhu Sujato, *The Ironic Assumptions of Gregory Schopen*: các bài viết của Schopen rất sắc bén nhưng khiêu khích một cách cố ý (deliberately provocative). - https://sujato.wordpress.com/2011/01/22/the-ironic-assumptions-of-gregory-schopen/ Xem thêm bài Điểm sách "Bones, Stones, and Buddhist Monks: Collected Papers on the Archaeology, Epigraphy, and Texts of Monastic Buddhism in India, By Gregory

cứu. Schopen đề nghị niên đại này vào khoảng từ thế kỷ 1 đến 5 Tl, căn cứ các chứng cứ từ những ký lục, bi ký, những hiện vật khảo cổ, những tư liệu lịch sử, và cả đến *Dharmaśāstra*[57] – Pháp điển Ấn Độ giáo.

Niên đại này, khoảng đầu kỷ nguyên Tl, cũng đã được đề nghị trước Schopen khá lâu, bởi nhà Phạn ngữ học người Pháp, Sylvain Lévi. Trong bài thuyết trình cho khóa hội thảo năm 1909, dưới tiêu đề "Thánh điển Phật giáo", Sylvain Lévi tổng kết những dữ liệu mà ông đã nêu, rằng sự soạn tập Thánh điển Phật giáo là một sự kiện khá trễ, có thể nó diễn ra trong các bộ phái khác nhau trong cùng thời đại, trước kỷ nguyên Cơ-đốc một chút.[58] Nghĩa là, khoảng hậu bán thế kỷ thứ nhất trước Cơ-đốc; chỉ sau đó Thánh điển Phật giáo mới xuất hiện. Ông cho rằng hội nghị Kết tập lần thứ nhất chỉ là chuyện bịa đặt bởi óc sùng đạo, thiếu yếu tố xác thực nên không đánh lừa được ai.[59]

Trong thời Sylvain Lévi các thủ bản Gilgit chưa được phát hiện, do đó bộ *Vinaya* được hiểu là của *Mūlasarvāstivādin* chỉ được đọc qua bản dịch Tây Tạng, mà ông phiên âm là Dulva. Ông nói, "Bộ *Vinaya* quái dị này, được viết có nghệ thuật, pha trộn đủ thứ, những câu chuyện dài dòng, những mẩu chuyện hoang đường, những chuyện lãng mạn..."[60] Từ Pháp ông dùng để phẩm định nó là *"monstrueux"* có thể hiểu là "dị thường", vì kích cỡ đồ sộ không bình thường của nó; cũng có thể hiểu là "quái đản, dị dạng như quỷ". Có thể Schopen hiểu theo nghĩa sau, thay vì

Schopen", reviewed by Arnold Dan. Philosophy East and West, Vol. 50, No. 4 (October 2000) - pp. 620-623.

[57] Xem các bản đối chiếu Luật tạng trong phần Tổng Mục Lục, bản dịch Việt *Luật Tứ Phần* (Thích Đổng Minh & Thích Nguyên Chứng). Hương Tích ấn tống 2009, 2010.

[58] *Les Saintes Écritures du Bouddhisme – Comment s'est constitué le Canon sacré*, par M. Sylvain Lévi. Bài thuyết trình được in lại trong Mémorial Sylvain Lévi, ed. by Eli Franco, Vol. 1; Dehli 1996, tr. 75-84.

[59] Doing business for the Lord: lending on interest and Written Loan Contracts in the *Mūlasarvāstivāda-Vinaya* by Schopen, Gregory - The Journal of the American Oriental Society, Vol.114 No.4 P.p.527-554 Oct-Dec 1994.

[60] ibid.: "Ce *Vinaya* monstrueux..."

dùng nó như là tính từ hình ảnh để mô tả, ông gọi bộ *Vinaya* này là "quái vật": *This monster.*[61]

Phương pháp sử và những điểm lý luận của Gregory Schopen gây ảnh hưởng không nhỏ đối với những công trình khảo cứu về sinh hoạt của cộng đồng Tăng lữ, mặc dù trong đó có rất nhiều vấn đề cần phải xét lại, kể cả phương pháp sử. Cho nên, giả thuyết của ông về niên đại của luật *Căn bản Thuyết nhất thiết hữu bộ Tì-nại-da* được soạn tập và hình thành kéo dài khởi đầu từ thế kỷ 1 đến thế kỷ 5 & 6 Tl thiếu nhận thức cơ bản. Nói nhận thức cơ bản, trước hết có thể ông là nhà nghiên cứu Phật học còn nặng thiên kiến tư duy logic phương tây, và cũng không đủ khả năng để lãnh hội ý thức của người phương đông về các giá trị đạo đức.[62] Chúng ta biết rằng, tại Trung Quốc, kể từ thời Đạo An khi Tăng-già ở nước này mới hình thành, tinh thần tuân thủ Luật (Tì-nại-da) được thấy rất rõ trong tiểu sử Tăng lữ thời đó. Cho đến nhiều thế kỷ sau, Pháp Hiển, rồi Nghĩa Tịnh, vì mục đích tìm hiểu Luật nguyên thủy Phật chế như thế nào mà bất chấp nguy hiểm đã du hành Ấn Độ trong nhiều năm. Cho đến những nhà Đại thừa khi truyền pháp vào Tây Tạng vẫn phải tuân thủ các quy tắc được quy định xuyên suốt trong các bộ Luật, từ *Vinaya* Pāli, cho đến Luật nhiều bộ phái khác nhau được truyền dịch như ở Trung Quốc. Không có thay đổi cơ bản nào trong cơ chế Tì-ni là Năm thiên và Bảy tụ, với những điều khoản thống nhất trong tất cả các bộ. Chỉ khác nhau trong lý giải về nguyên nhân vì sao những điều khoản

---

[61] Schopen, The Good Monk and His Money, tr. 3.

[62] Bhikkhu Sujato: "Schopen phê bình một cách cay nghiệt các giả định của nhiều học giả... như Oldenberg và Rhys Davids là những người "phản thệ" (protestant/ Tin lành) ... - chúng ta chớ nên giả thiết có ngoại lệ. Như tôi (*Sujato*) là nhà sư tu rừng (ở Thái lan), thì tin tưởng rằng đức Phật và những tỳ-kheo và tỳ-kheo-ni đầu tiên đều là những vị tu rừng. Gregory là một học giả hàn lâm được trả lương cao từ một xã hội ngự trị bởi chủ nghĩa vật chất, cho nên khi nhìn vào di sản Phật giáo, ông chỉ thấy những tiền, những đá, những tàn dư vật chất... – Khi ông chú mục vào các *Vinaya*, ông chỉ thấy những cơ ngơi đồ sộ, v.v., vì các *Vinaya* chỉ đề cập đến các phương diện vật chất của sinh hoạt Tăng lữ..."- *The Ironic Assumptions of Gregory Schopen*, đã dẫn.

ấy được quy định, thể thức chấp hành và cả đến những biện pháp xử trị. Vì vậy, đẩy quy chế sinh hoạt Tăng-già trễ đến trên năm thế kỷ là điều không thể tưởng tượng. Vì ngay trẻ nhỏ họp bọn nô đùa vẫn đặt luật để thưởng phạt lẫn nhau; một tập thể được phát triển rộng lớn gần như toàn cõi Ấn Độ lan truyền đến nhiều nước đông nam Á mà không có một cơ cấu tổ chức, thì thật là hiện tượng "quái dị".

Thêm nữa, một nhận thức thiếu sót đáng kể khác, mà chắc những người như Schopen không thể hiểu, đó là nguyên tắc "tùy phạm tùy chế" trong các điều khoản của luật Tỳ-kheo và Tỳ-kheo-ni. Cho nên, các giải thích *Giới kinh* và các *Kiền-độ* trong các bộ luật chỉ ghi chép những chuyện sai quấy của Tỳ-kheo, như là tấm gương thực tế phản chiếu những hậu quả tai hại, để từ đó quy định các điều khoản Luật. Nguyên lý cơ bản, nếu tất cả đều thanh tịnh, thì không cần luật. Nhưng nếu tất cả đều thanh tịnh như Thánh giả thì cũng không cần tu tập, dù tại gia hay xuất gia.

Tuy nhiên, chúng ta không thể đòi hỏi những vị "thế trí biện thông" như Schopen thấu hiểu chính xác những Pháp và Luật mà Phật dạy và thực tiễn hành trì của chúng đệ tử, thuận hoặc nghịch, trong nhiều thế kỷ, trong nhiều phương vực khác nhau.

Nếu căn cứ vào cơ cấu của Luật với các điều khoản quy định, như 4 ba-la-di, 13 tăng-già-bà-thi-sa, 30 ni-tát-kỳ ba-dật đề, 90 hoặc 92 ba-dật-đề, 4 ba-la-đề đề-xá-ni, 7 diệt tránh, tương đồng trong tất cả các bộ luật mà chúng ta có thể đọc hiện tại,[63] trong văn hệ Pāli, Hán và Tây Tạng, có thể nói tất cả xuất phát từ một *Vinaya*, Luật tạng chính gốc; chứ không thể nói tương đồng vì bộ này "ăn cắp" Luật bộ kia để giả danh "đệ tử Phật". Nó cho thấy, dù các bộ có bất đồng quan điểm khi giải thích một số điểm giáo lý, nhưng về Luật, không bộ nào dám tự tiện thay đổi. Chỉ những thay đổi nhỏ, đó là sự khác nhau giữa các bộ về các pháp chúng học. Đây là những "lễ tiết" trong các sinh hoạt thường nhật, như khoác y, ôm bát, khi ăn, khi uống, đi đường, vào thôn xóm v.v... Như là

---

[63] Xem các bản đối chiếu Luật tạng trong phần Tổng Mục Lục, bản dịch Việt *Luật Tứ Phần* (Thích Đồng Minh & Thích Nguyên Chứng). Hương Tích ấn tống 2009, 2010.

phép "lịch sự" để tạo một dáng vẻ "cao quý" bề ngoài, cho nên có những khác nhau bởi phong tục ứng xử trong các địa phương và thời đại.

Trên cơ sở nhận thức này, chúng ta có thể khẳng định *Vinaya* đã xuất hiện rất sớm, ngay trong thời Phật, và chính Phật đã quy định những điều luật cơ bản. Trong các điều khoản lập thành giới bổn Tỳ-kheo và Tỳ-kheo-ni, mệnh danh là "Biệt giải thoát giới kinh" (*Prātimokṣa-sūtra/ Pāṭimokkha-sutta*), khó mà biết điều nào do chính Đức Phật quy định, và những điều nào được thêm vào sau, ít nhất là bởi các đại đệ tử trực tiếp từ Phật. Chỉ có thể căn cứ vào trình độ tu dưỡng và sinh hoạt trong các cộng đồng xuất gia mới có thể biết một cách cụ thể. Điều này tất không thể nằm trong tầm nhận thức của các học giả hàn lâm, dù họ có thể chế nhạo điều này cho rằng "mê tín siêu hình".

Trong trường hợp Luật Căn bản Hữu bộ, về cơ cấu tổ chức Năm thiên-Bảy tụ, Luật này về căn bản tương đồng với các Luật khác, trong Pāli cũng như Hán dịch, vậy có thể nói thảy đều có chung một nguồn gốc. Nhưng, nó trở thành bộ Luật riêng biệt của Hữu bộ, hay Căn bản Hữu bộ, kể từ niên đại nào?

Để nghiên cứu vấn đề, các học giả khảo sát tổ chức *Vinaya* dưới hai bộ phận chính: *Vibhaṅga* và *Skandha*. Bộ phận thứ nhất, *Sūtravibhaṅga/ Suttavibhaṅgha*: "Giới kinh Phân biệt", giải thích nhân duyên chế giới, ý nghĩa các từ trong điều khoản học xứ/ giới, các trường hợp cụ thể đã xảy ra, hay dự đoán có thể xảy ra. Nó như "Án lệ" (legal precedent) trong Luật học hiện đại, y vào đó để các thẩm phán giải thích điều luật và áp dụng cho trường hợp tội phạm. Bộ phận thứ hai, các vị Luật học hệ Hán văn gọi là "Quảng luật", tức các "kiền-độ" (*skandha/khandha*). Bộ phận khác, được kể là "phụ tùy" như một phần *Cullavagga* và các *Parivāra* trong *Vinaya* Pāli.

Các nhà nghiên cứu, như Frauwallner, cho rằng trong hai bộ phận, các *skandha* (kiền-độ) được hình thành sớm hơn *Sūtra-vibhaṅga* (Giới Kinh phân biệt). Sau khi khảo sát về sự hình thành của các *skandha*, Frauwallner giả định chúng được soạn tập trong khoảng 100-160 năm sau Phật niết-bàn. Sớm hơn nữa, như giả định của Brekke, các *skandha* xuất hiện trước thời kỳ phân phái, tức theo ông trước khi diễn ra Hội nghị lần thứ hai. Lý do, bởi vì luật *Mahāsaṅghika* cũng tổ chức gồm các *skandha* như vậy.[64] Tiến xa hơn nữa, ông cho rằng không thể loại trừ sự kiện trong số các tác giả của *skandha* có người hẳn đã từng gặp Phật.[65]

Brekke tán thành một phần giả định của Frauwallner. Bhikkhu Sujato cũng tán thành một phần giả định này; nhưng không tán thành ý kiến cho rằng các vị Hữu bộ ở *Kashmir* và ở *Mathurā* là cộng đồng với hai hệ *Vinaya* riêng biệt, về sau hợp thành một. Cho nên, nếu xác định được niên đại xuất hiện của Hữu bộ tại *Mathurā* và tại *Kashmir* thì có thể xác định được niên đại của *Luật Thập tụng* và *Luật Căn bản*. Điểm này đã được nêu đại cương trong đoạn trên.[66]

Cơ sở suy luận của các nhà nghiên cứu là nội dung và kết cấu của các mẩu chuyện kể trong các *skandha*. Nhiều trong số các mẩu chuyện này có thể theo dõi sự hình thành và phát triển theo thời gian để xác định niên đại, như chuyện kể về cuộc đời của Đức Phật, các Đại Đệ tử như Xá-lợi-phất, Mục-kiền-liên, v.v... Ngoài ra, một số sự kiện liên hệ đến các vấn đề xã hội, kinh tế, chính trị; những vấn đề này cũng có thể căn cứ lịch sử tổng quát của xã hội Ấn Độ, và riêng biệt từng địa phương nơi bộ luật có thể được áp dụng. Mặt khác, những phát hiện của khảo cổ học, bi ký, cũng là những dữ liệu hỗ trợ suy luận để xác định niên đại. Tất nhiên, nói như Mạnh Tử: "Tận tín thư bất như vô thư"; không phải tất cả những điều được ghi chép hay thuật lại theo lịch sử đều trung thực tuyệt đối.

Những mẩu chuyện được kể thực chất chỉ có mục đích giải thích nguyên nhân, ý nghĩa và hình thức xử trị của các điều luật. Chúng như những sự kiện cụ thể được biên thành án lệ. Nếu những điều luật được quy định từ chính Đức Phật, thì những mẩu chuyện được kể phải đặt vào bối cảnh thời ấy. Nhưng quá trình truyền thừa, nhiều thế kỷ sau, mẩu chuyện sẽ được cải biên cho phù hợp với nhận thức thời đại để có thể hiểu rõ điều luật hơn. Cho nên không thể tuyệt đối căn cứ thời đại của các mẩu chuyện để biết khởi điểm hình thành của các điều luật và giải thích của chúng để hình thành các *skandha*. Thêm nữa, trong khi xử

---

[64] Torkel Brekke: *Religious Motivation and the Origins of Buddhism*, Rou Tledge Curzon, 2002, tr. 1.

[65] op.cit. tr. 12.

[66] § I. Bộ phái và Truyền thừa.

trị có những trường hợp cần được thẩm định theo yếu tố tâm lý người phạm, cả đến yếu tố sức khỏe, và vì người theo đạo Phật tin tưởng di truyền của nghiệp báo, nên nhiều câu chuyện kể có tính chất hoang đường được kể với mục đích để khi thi hành biện pháp xử trị tham khảo mà nhận định mức khinh trọng đúng mức. Đây là nguyên tắc cơ bản của Luật. Các nhà nghiên cứu không hiểu điều này cho đây là quái dị khi thấy dẫy đầy những mẩu chuyện trong bộ Luật.

Nói tóm lại, chúng ta tin rằng đại bộ phận, nếu không nói là tất cả, những điều khoản trong Giới bản *Prātimokṣa* được quy định từ chính Đức Phật. Và ngay trong thời Phật, đã có quy định thành Luật – *vinaya*, tất có biện pháp xử trị, cho nên những giải thích trong Giới kinh Phân biệt – *Sūtra-vibhaṅga* được các đệ tử trực tiếp của Phật như *Upāli* và cộng đồng đệ tử cùng hợp tác để giải thích ý nghĩa và áp dụng hình thức xử trị tương xứng. Những điều này sẽ được cải biên theo thời gian, do bởi ảnh hưởng địa phương nơi cộng đồng Tăng lữ sinh hoạt mà do điều kiện giao thông không thể có liên hệ thường xuyên để có những nhận thức chung về các giải thích ý nghĩa và biện pháp xử trị. Đây là điều xảy ra cho các *skandha*. Như vậy, khi nói Luật Căn bản Hữu bộ có dữ liệu khả tín cho biết đó là hệ thống Luật của nhóm tỳ-kheo ở *Mathurā*, mà do điều kiện xã hội và địa lý, như Kinh có chép nhận định của chính Đức Phật về địa phương này, nên cộng đồng Tỳ-kheo đây mở rộng lý giải theo điều kiện địa phương từ sau những ngày Phật niết-bàn không lâu, mãi cho đến suốt thế kỷ 5-6 Tl mới định hình như dạng được thấy ngày nay – quá trình hình thành kéo dài trên 1000 năm.[67]

III. TRUYỀN THỪA TÂY TẠNG

1. Thế hệ Tăng-già

a. Sơ truyền

Phật giáo truyền nhập Tây Tạng được xem như chính thức từ vua *Srong-btsan sGam-po* (569–649?/605–649T?); nhưng phải đợi hơn một thế kỷ sau, dưới triều vua *Khri-srong- lde-btsan* (755-797 Tl), với sự trở lại Tây Tạng lần thứ hai của Tịch Hộ (*Śāntarakṣita*, Tạng: *Zhi-ba-*

---

[67] Xem thêm Bhikkhu Sujato: *Sects & Sectarianism*, tr. 134.

'tsho[68]), bấy giờ mới có người bản địa chính thức xuất gia và thọ giới.

Khri-srong lde-btsan là một trong ba vị Tạng vương được tôn xưng như là ba vị "Vua của Chánh pháp" (*dharmarāja, chos-rgyal*), vốn là những trụ cột chính cho sự tồn tại và phát triển của Phật giáo tại Tây Tạng.[69]

Tây Tạng Vương thống ký[70] chép, ông là con trai của *Khri-lde gtsug-brtsan* và Kim Thành Công chúa, nhưng bị bà Trưởng Phi của *Khri-lde gtsug-brtsan* là *sNa-nam bza'* âm mưu chiếm đoạt làm con. Sau một cuộc trắc nghiệm, tiểu vương tử nhận diện mẹ mình chính là Hán Phi Kim Thành Công chúa.[71]

---

[68] Tạng: *Zhi ba 'tsho*; trong đó, "'*tsho*" thường có nghĩa "sinh hoạt" nên về Hoa ngữ có người hiểu là "Tĩnh Mạng" hay "Tịch Mạng"; "'*tsho*" cũng có nghĩa là "hộ" như *Buddharakṣita* (Phật Hộ) dịch là "*Sangs-rgyas-'tsho*", *Saṅgharakṣita* (Tăng Hộ) dịch là "*dGe-'dun-'tsho*".

[69] Hai vị kia là *Srong-btsan sGam-po* (khoảng 569-649 Tl), người đầu tiên thiết lập đế chế Tây Tạng và chính thức du nhập Phật giáo từ ngã Nepal và Trung quốc. Vị thứ hai, *Ral-pa-can* (khoảng 806-838 Tl), củng cố sự phát triển của Phật giáo, đã hoàn thiện chế độ phiên dịch Phạn-Tạng với những chuẩn mực hàn lâm cho sự nghiệp phiên dịch, chú số, tạo nền tảng cho sự phát triển văn học, tư tưởng của dân tộc Tây Tạng.

[70] *rGyal rabs gsal ba'i me long* (Gương sáng Vương triều), cổ sử Tây Tạng, soạn bởi *bSod-nams rGyal- mtshan* (Phước Tràng, 1312-1375 TL); Hoa dịch bởi Lưu Lập Thiên, *Tây Tạng vương thống ký*, Dân tộc xuất bản xã, Bắc kinh 2000, tr. 116-118.

[71] Kim Thành Công chúa 金城公主 (Tạng: *Kim-sheng khong-co*, hoặc *Gyim-sheng kong-jo*), con gái của Tự Ung vương Lý Thủ Lễ, được Đường Trung tông nhận làm con nuôi. Bấy giờ vương hậu *'Bro-bza' Khri-ma-lod*, bà nội của Tạng vương *Khri-lde-gtsug-brtan* đảm nhiệm nhiếp chánh khi vua còn nhỏ, do chính sách hòa thân với Đường triều, muốn cưới công chúa Đường triều cho Tạng vương. Có khá nhiều truyền thuyết khác nhau về hôn nhân này, mặc dù Kim Thành công chúa được cống nạp cho Tạng vương là sự kiện lịch sử. Trung tông bèn cống nạp công chúa Kim Thành theo yêu cầu của Tạng vương. (Cf. *dBa' bzhed: The Royl Narrative Concerning the Bringing of the Buddha's Doctrine*

Cuối đời vua *Khri-lde gtsug brtsan* (*Mes Ag-tshom*, 704-755), hình như một phái đoàn do *sBa Sang-shi* và dẫn đầu được gửi sang yết kiến Hoàng đế Trung Hoa để thỉnh kinh sách và Hòa thượng người Hán sang Tây Tạng truyền pháp. Trên đường về nước, ngang qua Ích Châu, tại đây họ gặp Kim Hòa thượng,[72] người có khả năng phục hổ, và tiên tri. Vị Hòa thượng này dự báo cho phái đoàn biết rằng vua của họ (*Khri-lde-gtsug-brtan*) đã chết, bọn quyền thần phá hoại Phật pháp; và nếu tiểu vương tử sống sót, ông sẽ quy y Phật và Phật pháp trở lại hưng thịnh. Tiểu vương tử này chính là Tạng vương *Khri-srong-lde-btsan*. Kim Hòa thượng cũng dự báo rằng sẽ có bí-sô *Śāntarakṣita*, Vương tử nước *Sha-hor*, sẽ đến Tạng hoằng dương Phật pháp.[73]

---

to Tibet, transl. by Pasang Wangdu & Hildegard Diemberger, 2000). Truyền thuyết "tranh con" cũng được ghi chép khá nhiều trong cổ sử Tây Tạng, như Phật giáo sử (*chos 'byung*) của *Bu-ston*, Ký sự họ Ba (*sBa bzhed*), Tây Tạng vương thống ký (*rGyal rabs gsal ba'i me long*), Thanh sử (*Deb ther sngon po*), nhưng các nghiên cứu hiện đại nghi ngờ truyền thuyết này. *Cựu Đường thư* ghi, Kim Thành Công chúa mất sau ba năm, tin được báo về triều đình, do đó, năm mất xác định là 739. Năm sinh của *Khri-srong lde-btsan* được ghi là 742. Cf. 津曲真一『バシェ』訳註 (2010), 石硕 - 金城公主事迹中一个疑案的研究 (2002).

[72] *Cảnh đức Truyền đăng lục*, quyển 4, mục lục. *Lịch đại pháp bảo ký*, T51n2075, tr. 184c17. Trong các sử liệu này không thấy nói đến người Tây Tạng học Thiền với Kim Hòa thượng.

[73] *de'i dge ba'i bshes gnyen za hor rgyal po'i bu dge slong shanti ra ksi ta zhes bya ba'i 'dul skal yin no.* Tạng văn, *sBa bzhed*, nguồn: https://sites.google.com/site/tibetological/sba-bzhed. Cf.*sBa bzehd*, cổ sử thế kỷ 8, ghi những sự kiện dưới thời vua *Khri-srong lde btsan*, viết bởi *sBa gSal-snang*, bản dịch Nhật bởi Shin'ichi Tsumagari, 『バシェ』訳註——マシャンドムパキェの失脚——津曲真一四天王寺大學紀要第 50 号 (2010年 9月); *Deb ther sngon po, sử Tây Tạng*, viết bởi Gö Lo-tsa-ba gzhon nu dpal, 1392-1481; bản dịch Anh, *The Blue Annals*, bởi George N. Roerich, 1949, 1966.*dBa' bzhed*, trong bản dịch Anh bởi Wangdu & Diemberger, cho một phiên bản khác về vị Kim Hòa thượng này.

Kim Hòa thượng nói đây được biết là Vô Tướng Thiền sư, người Cao Ly, đắc pháp với Thiền sư Phổ Tịch, sau lánh sang ẩn tu ở chùa Tịnh Thiền, Nhật Nam (釼南), truyền pháp cho đệ tử Bảo đường Vô Trụ, tịch năm Bảo Ứng thứ nhất (672 Tl).[74] Sứ đoàn *Sang-shi* gặp Sư ở Ích Châu và được báo tin vua của họ đã chết. *Khri-lde-gtsug-brtan* chết khoảng năm 755 Tl. Sứ đoàn này, gồm 5 người, vậy do *Khri-lde-gtsug-brtan* gửi đi trước khi chết. Nếu sự kiện này khả tín, họ có thể gặp Kim Hòa thượng trước năm 755.

Khi họ về nước thì quả như lời thiền sư dự báo. Bấy giờ *Khri-srong lde-btsan* mới 13 tuổi;[75] quyền thần *Ma-zhangkhron-pa-skyes* và những người bài Phật ra pháp lệnh chế định (*khrims bu chung*) cấm mọi người học Phật. *Sang-shi* từ Trung Quốc thỉnh về được 1000 quyển kinh Phật,[76] nhưng do tình hình như vậy nên phải ẩn giấu ở *Chos-brag*. Tuy vậy, *Khri-srong-lde-btsan*, như tường thuật bởi *Bu-ston*, khi đến tuổi trưởng thành, tìm hiểu và biết cha và ông nội là những vị vua sùng thượng Phật pháp, ông bắt đầu nghiên cứu kinh điển. *Sang-shi* trình vua số kinh thỉnh được. Vua rất mừng, lập người phiên dịch. Trong số đó có *Ananta* từ *Kashmir* sang, và một vị Sư người Hán là *Me mGo*.[77] Dự định này không thực hiện được vì bị *Ma-zhang-grom-pa-skyes* cản trở, và trừng phạt *Sang-shi*. Một số triều thần tin Phật bèn đề nghị đày *Sang-shi* và *gSal snang* đi sang *Mang yul*.[78] *gSal snang* không ở lại *Mang yul*, mà đi thẳng sang Ấn Độ, hành lễ chiêm bái tại Bồ-đề tràng.

---

[74] *Lịch đại Pháp bảo ký*, quyển 1, T51n2075, tr. 184c17; *Cảnh đức Truyền đăng lục*, quyển 4, T51n2076, tr. 224c25.

[75] *Vương thống ký* nói ông lên ngôi lúc mới 8 tuổi.

[76] *sans rgyas kyi gsung rab bam po ston zhu'o* (*sba bzhed*, nguồn tư liệu, dẫn trên).

[77] *sBa bzhed*, dẫn trên: *rgya me mgo dang | rgya gar a nan ta dang*. Obermiller (*History of Buddhism by Bu-ston*) đọc là hai vị sư người Hán *Me và Go* (?). Pháp Tôn đọc theo phiên âm là Mai-ma-quả (*Tây Tạng tiền hoằng kỳ Phật giáo*, Hiện đại Phật giáo học thuật tòng thư, quyển 76, Đài Bắc, 1979, tr. 319).

[78] *Mang yul*, vùng *mNga' ris hạ*, đông nam Tây Tạng. *Padmasambhava* và *Śāntarakṣita* vào Tạng ngang qua ngõ này.

Ông gặp Tịch Hộ (*Śāntarakṣita*) tại Nepal và thỉnh cầu sang Tạng. Ông báo cáo với *Khri-srong lde-btsan*, hết sức tán dương tài trí của Tịch Hộ (*Śāntarakṣita*). Vua bảo hãy tạm ẩn; rồi bí mật lập mưu với *Zhang nyam bzang* và *'Gos khri bzang*, đánh lừa và chôn sống *Ma-zhang* trong một ngôi mộ ở *sTod lungs*.

Khởi thủy, khi vào Tạng, Tịch Hộ hội kiến với *Khri-srong lde-btsan* tại cung *rLung tshugs*. Tại đây, trải qua bốn tháng, Tịch Hộ giảng thuyết cho vua và các triều thần về 10 thiện nghiệp, 18 giới, 12 chi duyên khởi, qua một người thông dịch là *Ananta*. Thế nhưng, ngay lúc đó nạn dịch lại xảy ra và một trận lụt lớn. Những người bài Phật cho là sự hiện diện của Tịch Hộ khiến cho các thần linh nổi giận mà trừng phạt. Tịch Hộ phải tạm thời lánh về Nepal. Trước khi đi, Tịch Hộ nói với vua rằng xứ Tây Tạng quá nhiều ma quỷ, đề nghị phải thỉnh *Padmasambhava* mới trấn áp được bọn này. Vua bèn lập phái đoàn sang Ấn nghinh thỉnh *Padmasambhava*.

Khi đặt chân lên đất Tây Tạng, *Padmasambhava* lần lượt khuất phục các thần linh, ma quỷ bản địa, nhưng cho rằng đây chưa phải là thời cơ Phật pháp được xương minh, do đó từ giã và trở về Ấn, sau 13 năm chinh phục Tây Tạng.

Lần này Tịch Hộ quay trở lại Tây Tạng, do bởi bọn quỷ thần bản xứ đã bị *Padmasambhava* khống chế, không còn gây nhiễu hại, việc truyền bá có vẻ thuận duyên. Vị A-xà-lê Bồ-tát (*mKhan po Bodhisattva*)[79] bắt đầu kiến thiết chùa *bSam yas* theo quy mô kiến trúc *Uddandapuri* (*Odantapuri*), một đại tăng viện ở *Bihar* được xây dựng bởi vua Gopala, triều đại Pala (750-770 Tl).

Sự kiện quan trọng đáng được nói ở đây là giới đàn truyền giới cụ túc đầu tiên được thiết lập. Phật giáo truyền vào Tây Tạng đã hơn trăm năm nhưng chưa có người xuất gia chính thức thọ cụ túc như pháp. Sử gia *Bu-ston* ghi, vào năm con dê (775 Tl), Tịch Hộ đã thỉnh được 12 bí-sô người *Kashmir* thuộc bộ phái Hữu bộ sang Tây Tạng. Một cuộc sát hạch được tổ chức, và kết quả có 7 người được chọn cho thọ cụ túc. Nhóm người này được gọi là *sad mi mi bdun* (bảy người dự tuyển). Cũng theo *Bu-ston*, có hai truyền thuyết khác nhau về danh hiệu 7 vị giới tử này.

---

[79] Danh hiệu mà *Bu-ston* dùng để gọi *Śāntarakṣita*.

Thứ nhất, Hòa thượng truyền giới là Thí Giới (*Dānaśīla*)[80] và thuyết thứ hai, được phổ biến hơn, Hòa thượng Đường đầu truyền giới chính là Tịch Hộ. Bộ phái truyền thừa chính thức là Thuyết nhất thiết hữu bộ, và Luật tạng được áp dụng là *Căn bản Thuyết nhất thiết hữu bộ Tì-nại-da*. Trong hệ này, các Tổ truyền thừa được kể, khởi thủy từ Tôn giả Xá-lợi-phất (*Śāriputra*), cho đến La-hầu-la (*Rāhula*),[81] rồi đến Long Thọ (*Nāgārjuna*), Thanh Biện (*Bhāvaviveka*), Thi-lị-cấp-đa (*Śrīgupta*), Trí Tạng (*Jñānagarbha*), và Tịch Hộ (Tĩnh Mệnh). Hình tượng các vị Tổ này được vẽ trên tường Bắc của đại tăng viện *bSam yas*.

Phả hệ truyền thừa được kể như vậy có thể đối chiếu với truyền thuyết được lưu hành tại Trung Hoa ghi nhận bởi Lương Tăng hựu (455-518) trong *Xuất Tam tạng ký tập* như sau: 1. Đại Ca-diếp (*MahāKaśyapa*), 2. A-nan (*Ānanda*), 3. Mạt-điền-địa (*Madhyāntika*), 4. Xá-na-bà-tư (*Śavaṇvāsī*), 5. Ưu-ba-quật-đa (*Upagupta*), ... 22. La-hầu-la (*Rāhula*), ... 34. Long Thọ (*Nāgārjuna*), 35. Đề-bà (*Āryadeva*)... [82] Theo các phả hệ này, các Đại luận sư Đại thừa như Long Thọ, Vô Trước, Thế Thân, về mặt truyền thừa Luật, thảy đều thuộc Hữu bộ. Họ không phải là những vị xuất thân từ Đại chúng rồi sau đó trở thành Đại thừa như phổ thông được biết.

b. Tranh luận bSam yas (Sam-ye)

Tịch Hộ (*Śāntarakṣita*) trú tại Tây Tạng cho đến năm 783 Tl thì tịch. Trước khi tịch, Tịch Hộ cảnh báo vua *Khri-srong lde-btsan* rằng trong tương lai Phật pháp sẽ suy tàn do bởi ảnh hưởng người Hán, và khuyên vua nên thỉnh đệ tử của mình là *Kamalaśīla* (Liên Hoa Giới) sang đây

---

[80] *Dānaśīla* (Thí Giới) sau này sẽ là người đứng đầu trong Viện Tịnh giới, phiên dịch Luật tạng. Bảy người theo thuyết này được ghi lại trong *Vương thống ký*, dẫn trên, tr. 121.

[81] *Rāhula* ở đây tức là *Rāhulabhadra*, mà Cát Tạng (*Trung quán luận sớ*) nói là người đồng thời với Long Thọ. Truyền Tây Tạng nêu trên nói là Thầy của Long Thọ. Thuyết khác nói là đồ đệ của Thánh Thiên (*Āryadeva*).

[82] *Xuất Tam tạng ký tập*, quyển 12, "Tát-bà-đa bộ ký mục lục tự", T55n2145, tr. 89a20.

chủ trì giải quyết những xung đột sẽ xảy ra.[83]

Có lẽ lúc bấy giờ Tịch Hộ chứng kiến hoạt động của các Thiền sư Hán tại Tây Tạng cho nên mới có dự báo này.

Quả thật, các bản văn được phát hiện tại Đôn Hoàng cho thấy Thiền tông Trung Hoa đã có ảnh hưởng khá lớn dưới thời *Khri-srong lde-btsan*. Tình hình này được ghi nhận bởi *Đốn ngộ Đại thừa chánh lý yếu quyết:*[84] qua sự trao truyền yếu chỉ Thiền tông của Hòa thượng Ma-ha-diễn, Hoàng hậu Một-lô thị tỏ ngộ, quyết chí xuất gia. Bấy giờ di mẫu của Tán-phố (đây chỉ Tạng vương *Khri-srong lde-btsan*) là bà Tất-nang Nam thị, cùng với các phu nhân của các đại thần, sau khi nghe thuyết Đại thừa pháp, thảy đều xuất gia. Đây chẳng khác nào Ba-xà-ba-đề Tỳ-kheo-ni khởi xướng vậy.[85] Trong đây, "Di mẫu Tất-na Nam thị" chính là *sNa-nam bZa'*, vợ vua *Khri-lde gtsug-brtan* mà *Bu-ston* chép là đã có tranh chấp với Kim Thành Công chúa về sự kiện ai là mẹ đích thực của *Khri-srong lde-btsan*.[86] "Hoàng hậu Một-lô thị"[87] được nói ở đây là Hán âm của Tạng ngữ *'Bro bza'*, bà phi thứ ba của *Khri-srong lde-btsan*. Bà không có

---

83 *Vương thống ký*, dẫn trên, tr. 129-30, gọi đây là cuộc tranh luận giữa *ston min pa* và *tsen min pa* (đốn môn phái và tiệm môn phái, đọc theo Tạng âm).

84 Tác phẩm do đệ tử của Hòa thượng Ma-ha-diễn là Vương Tích viết, được phát hiện tại Đôn hoàng vào năm 1990 bởi Paul Pelliot, nhà khảo cổ học người Pháp. Nguyên văn Hán với hiệu đính và chú giải bởi Nhiêu Tông Hy: *Vương Tích Đốn ngộ Đại thừa chánh lý yếu quyết tự thuyết tịnh hiệu ký*, Hiện Đại Phật giáo học thuật tòng thư, tập 79, tr. 307-367. Pháp văn, phiên dịch và nghiên cứu chi tiết, *Le Concile de Lhasa par Paul Demiéville*, Presses Universitaires de France.

85 Bản hiệu ký của Nhiêu Tông Hy, dẫn trên, tr. 334: 我大師密授禪門, 明標 法印. 皇后沒盧氏一自虔誠, 劃然開悟, 剃除紺髮, 披掛緇衣朗戒. 珠 於情田, 洞禪宗於定水, 雖蓮花不深, 猶未足為喻也. 善能為方便, 化 誘生靈, 常為贊普姨母悉囊南氏, 及諸大臣夫人卅餘人說大乘法, 皆一時出家矣, 亦何異波闍波提為比兵尼之唱首爾.

86 Xem cht. 915.

87 皇后沒盧氏. Demiéville cho rằng đây là sự khoa đại cố ý; vì "hoàng hậu" ở Trung quốc chỉ cho *vợ chính* của Hoàng đế; mà bà Một-lô thị, đồng nhất

con, sau xuất gia có pháp hiệu là *Byaṅ-chub sgron*.[88]

Ma-ha-diễn đến Tây Tạng khoảng sau năm 786, theo như ghi chép trong *Đốn ngộ Đại chánh lý*: "Thần Sa-môn Ma-ha-diễn nói: Vào ngày mà Sa Châu đầu hàng, vâng theo ân mệnh của Tán-phổ (Tạng vương), từ xa được kêu gọi về khiến khai thị Thiền pháp, bèn đến *Lhasa* cùng mọi người tham vấn Thiền pháp..."[89]

Sa Châu, tức Cam Túc, Đôn Hoàng ngày nay, theo nhiều khảo cứu, bị Tây Tạng chiếm 786 cho đến 846 Tl.[90] Hoặc giả, trong khi quân Tây Tạng chiếm cứ Đôn Hoàng, bấy giờ Hòa thượng Ma-ha-diễn đang ở đó truyền bá đạo Thiền; *Khri-srong lde-btsan* vì hâm mộ Phật pháp, nghe danh Sư nên thỉnh về kinh đô *Lhasa* truyền Thiền. Bởi vì, cũng trong tình hình này, Đàm Khoáng từ Trung nguyên lánh nạn đao binh về Đôn Hoàng ẩn tu từ năm 763, sau biến cố này, cũng được mời về Tây Tạng, và đã soạn *Đại thừa nhị thập nhị vấn*, trong đó nêu 22 câu hỏi của *Khri-srong lde-btsan* và 22 câu giải đáp của Đàm Khoáng.[91]

Xem thế, ngay từ đầu, *Khri-srong lde-btsan* không có thành kiến với Phật giáo Hán, mặc dầu thường xuyên xung đột quân sự với các vua Đường.[92] Thế nhưng, theo ghi chép của sử gia Phật giáo Tây Tạng *Bu-*

---

với phát âm Tạng ngữ là *mBro'*, chỉ là một trong những thứ phi của *Khri-srong lde-btsan*.

[88] Tây Tạng vương thống ký, Hoa dịch, tr. 122: *'bro bza' byang chub sgron*.

[89] Nhiêu Tông Hy, dẫn trên, tr. 356.

[90] Các tư liệu liệt kê về sự kiện này, xem Thích Huệ Nghiêm, *Trung quốc Thiền tông tại Tây Tạng*, Chung-Hwa Buddhist Journal, No. 07, (1994), Taipei: The Chung-Hwa Institute of Buddhist Studies.

[91] Thích Huệ Nghiêm, sách dẫn trên, tr. 227.

[92] Từ năm Thiên Bảo thứ 4 (755), khi vua *Khri lde Srong btsan* mới lên ngôi (13 tuổi), cho đến Chí Đức 1 (763), quân Tây Tạng đánh chiếm trước sau 9 châu của Trung quốc. Năm Chí Đức 1 (763), quân Tây Tạng đánh chiếm kinh đô Trường An trong 15 ngày, đuổi vua Đường Đại Tông chạy trốn qua Thiểm Tây. Năm sau Tây Tạng công hãm Lương Châu... Năm 781, Tây Tạng chiếm Sa Châu. Năm 783, Đường Đức Tông phải ký ước, cắt khá nhiều đất nhượng bộ Tây Tạng.

ston, số môn đồ của Hòa thượng Ma-ha-diễn ngày càng đông. Những người này theo đoạn kiến, cho rằng "các hoạt động thiện nghiệp bởi thân và ngữ không thể khiến thành Phật." Nhiều người Tây Tạng học theo thuyết này. Trong khi số khác học theo giáo pháp truyền bởi A-xà-lê Bồ-tát (Tịch Hộ). Do đó xảy ra xung đột giữa hai phái. Khi vua tuyên bố hãy thực hành theo giáo pháp truyền bởi A-xà-lê Bồ-tát, phái đốn môn tức sư đồ Ma-ha-diễn nổi giận, hăm dọa sẽ giết bất cứ ai chống đối. Vua lo ngại, do thế, sai *Jñānendra* sang Ấn nghinh thỉnh *Kamalaśīla*.[93]

Từ năm 792-794, một cuộc tranh luận đã diễn ra giữa hai hệ tư tưởng xung đột, một bên đại diện thiền tông Hán là Ma-ha-diễn, và một bên là *Kamalaśīla*, truyền nhân của Trung quán-Du già từ Ấn Độ. Nếu giới hạn trong vấn đề xung đột hệ phái tư tưởng, ở đây nên nói là xung đột giữa thiền tông của Ma-ha-diễn với học thuyết Tánh Không của *Kamalaśīla*; giữa đốn và tiệm. Phản ánh rõ xung đột này có thể thấy trong *Bhāvanākrama* (*sGom pa'i rim pa*; Tiệm thứ tu tập) của Liên Hoa giới (*Kamalaśīla*), trong đó một đoạn Liên Hoa Giới nêu lập trường của Ma-ha-diễn Hòa thượng rồi tiến hành phê phán.

Thực tế, ngay tại bản địa Trung Quốc, thiền tông cũng đã có những mâu thuẫn với các tông phái Phật giáo khác. Với chủ trương "bất lập văn tự, giáo ngoại biệt truyền", việc nghiên cứu Tam tạng Kinh điển không được xem trọng, mặc dù các thiền sư cũng hay dẫn Kinh và Luận nhưng đấy chỉ là cách "mượn lời". Tình huống này hẳn cũng đã xảy ra tại Tây Tạng, khi số đông tin theo thiền phái. Tịch Hộ tất nhiên đã thấy rõ hậu quả tai hại nên có lời cảnh báo Tạng vương.

Kết quả, theo *Đốn ngộ Đại thừa chánh lý*, "Ma-ha-diễn đại thắng", ngay trong phần đầu giới thiệu: "Bọn Tiểu thừa (chỉ Liên Hoa Giới) trí cạn, chẳng hiểu gì ý nghĩa bao la, chẳng khác nào như chút ánh sáng đom đóm mà so với ánh sáng mặt trời (chỉ Ma-ha-diễn)" Đoạn sau lại tiếp: bọn Bà-la-môn (chỉ Liên Hoa Giới) nói đến đâu thì lý bị khuất đến đó; xét đến nghĩa thì lời lẽ cạn. Mũi nhọn đã bị bẻ gãy mà còn nghĩ chạy theo dấu xe, bèn mê hoặc đại thần, mưu kết bè đảng, khiến cho Thổ-phồn tăng là Khất-xa-di (*Myang sha mi*) và Thi-tì-ma-la (*rNgegs Byi ma ba*), vì

---

[93] *Bu-ston*, sách đã dẫn trên, tr. 192.

pháp quên thân mà tự sát."[94]

Kết quả, theo *Bu-ston*, ngược lại. Sư đồ Ma-ha-diễn (*sTon mun pa*) đuối lý phải dâng tràng hoa cho *Kamalaśīla*, đúng như thể thức quy định. Do kết quả này, vua tuyên bố: Từ nay trở đi, tất cả phải học theo giáo nghĩa của Long Thọ. Sau đó, Ma-ha-diễn cùng với các môn đồ bị trục xuất khỏi Tây Tạng.

Mặc dù *Đốn ngộ Đại thừa chánh lý* có tuyên bố như vậy, nhưng theo thực tế mà biết, với sở học của *Kamalaśīla*, truyền nhân của Trung quán và Duy thức tại Ấn Độ, lại tinh thông Nhân minh luận của *Dignāga*; với chủ trương "đốn ngộ thành Phật" và duy chỉ bằng khẩu đầu "bất lập văn tự, giáo ngoại biệt truyền", Ma-ha-diễn không phải là đối thủ tranh biện với *Kamalaśīla*.

Công nhận Trung quán là hệ tư tưởng chính thức của Phật giáo Tây Tạng, đồng thời *Khri-srong lde-btsan* cũng công bố Tăng-già Tây Tạng chỉ theo một hệ Luật duy nhất là *Căn bản Thuyết nhất thiết hữu bộ Tì-nại-da*. Như vậy, từ thủy chí chung, tại Tây Tạng chỉ truyền thừa một hệ Luật duy nhất, và cũng chỉ biết đến hệ Luật này. Không như Phật giáo Hán, mặc dù hệ truyền thừa chính thức là Luật *Tứ phần* của *Dharmagupta*, nhưng đồng thời cũng tồn tại nhiều hệ Luật khác qua các công trình Hán dịch.

c. Tăng-già phục hoạt

Hệ Luật bắt đầu truyền từ Tịch Hộ, và chính thức bởi người Tây Tạng là *Klu'i rgyal mtshan* (Long Tràng), tiếp tục tồn tại cho đến khi *gLang dar-ma* diệt pháp, bấy giờ xem tạm đứt, sau đó được nối lại với *dGongs-pa Rab-gsal* (Tư Minh).

Sau khi *Khri-srong lde-btsan* chết, các Tạng vương kế vị, con ông là *Khri-lde srong-btsan*, và cháu ông là *Khri-gtsug-lde-btsan* thường được biết là *Ral-pa-can*, tiếp tục phát huy Phật giáo.[95] Triều Tạng vương *Ral-pa-can* được xem là thời cực thịnh trong lịch sử Tây Tạng, về mặt quân

---

[94] Dẫn theo bản hiệu ký của Nhiêu Tông Hy, dẫn trên.

[95] *Vương thống ký* nói, con lớn của *Khri lde srong btsan* (*Sad na legs*) rất hâm mộ Phật pháp, xuất gia làm Sa-môn. *Dar-ma* ưa gây ác sự, không

sự cũng như sự phát triển của Phật giáo.

Ông lên ngôi khoảng năm 815, cho đến năm 838 thì mất. Truyền thuyết nói ông bị trượt té rồi chết. Thuyết khác nói ông chết vì bệnh. Thuyết khác nữa nói ông bị hai người thân Bon giáo giết. Sau khi ông chết, em ông *gLang dar-ma* được tôn lên ngôi vua. Lại cũng theo truyền thuyết, trong hai năm đầu trị vì, *gLang dar-ma* tỏ ra vẫn tôn sùng Phật giáo, nhưng sau đó chịu ảnh hưởng của Tể tướng *dBas rGyal-to-re* bèn cải theo Bon giáo và bắt đầu chính sách đàn áp Phật giáo khốc liệt.

rGyal-to-re nguyên là đại thần dưới triều *Ral-pa-can*. Tể tướng lúc bấy giờ là Đại sư *Bran-ka dPal gyi Yon tan* (Cát Tường Công Đức), nhưng bị *rGyal-to-re* vu khống là thông gian với một bà phi của *Ral-pa-can* nên bị hành quyết. *rGyal-to-re* nắm quyền từ đó.

gLang dar-ma chỉ ở ngôi được mấy năm, đến 841 thì chết vì bị một nhà sư tên là *Lha-lung dPal-gyi rdo-rje* (Cát Tường Kim Cang) ám sát.

Dưới chính sách bài Phật, các tự viện bị đóng cửa, sư Tăng bị giết hoặc bắt buộc hoàn tục. Lúc bấy giờ chỉ có được ba vị sư trốn thoát. Đó là *dMar Sha-kya, gYo dGe-'byung* và *gTsang Rab-gsal*. Ba người này lúc bấy giờ đang tu thiền (*sgom grwa*) trên núi *dPal Chu-bo-ri* tình cờ gặp một vị sư tên là *Khyi-ra-byed-pa*, mới hay rằng vua mới *gLang dar-ma* đang thi hành chính sách diệt Phật giáo khốc liệt; họ bèn chất các bộ Luật (*'dul ba*) và A-tì-đàm (*mngon pa*) lên một con lừa rồi chạy trốn, ngày ẩn, đêm đi, qua Thượng *mNga-ris*, không ở lại đây được, bèn đi cho đến *Hor gyi yul*, thuộc vùng Tân Cương ngày nay. Lần hồi họ đi đến vùng Amdo,[96] đông bắc Tây Tạng, gần giáp thượng nguồn sông Hoàng Hà.

Một thời gian sau, họ di chuyển đến tỉnh *Khams* (Khang Tạng) trong vùng phía đông nam Tây Tạng, tức phía tây bắc Trung Quốc, trú tại chùa *Dan-tig*, thuộc huyện Hóa Long tỉnh Thanh Hải Trung Quốc ngày nay. Tại đây họ độ một người địa phương cho xuất gia, nhưng vì không hội đủ túc số Tăng nên chỉ được cho thọ Sa-di với pháp danh là *dGe-ba Rab-gsal*

---

kham làm vua, nên ngôi vua được truyền cho con thứ là *Ral pa can.*

Ông lên ngôi lúc 12 tuổi, sau khi vua cha chết.

[96] Sinh quán của vị *Dalai Lama* 14 hiện nay.

(Thiện Minh). Không bao lâu *dPal gyi rDo-rjes* sau khi ám sát *gLang dar-ma* bỏ trốn đến trú gần đó. Ba vị sư này bèn thỉnh ông làm Hòa thượng Đường đầu để truyền giới Cụ túc cho *dGe-ba Rab-gsal*, nhưng ông từ chối vì tự nói không còn đủ tư cách, có lẽ ý nói đã phạm trọng cấm sát giới. Thế nhưng *dPal rDo- rjes* cũng vận động được hai vị sư người Hán tham dự truyền giới.[97] Bấy giờ đàn truyền giới Cụ túc được tổ chức với "Ngũ nhân Tăng", hội đủ tăng số 5 bí-sô hợp cách. Sa-di *dGe-ba Rab gsal* được thọ Cụ túc và có pháp hiệu là *dGongs-pa Rab-gsal* (Ý Minh). Mọi người tôn kính ông, tôn xưng là *bLa chen* (Đại Lạt-ma).

Tăng-già Tây Tạng bắt đầu được khôi phục. Thế hệ Tăng-già được lập ở đây được gọi là hệ *sMad-'dul*, Luật vùng Hạ, hay Đông luật, do hình thành trong vùng đông nam Tây Tạng.

Hai Tỳ-kheo người Hán này có lẽ xuất thân từ truyền thống *Dharmagupta*, theo luật *Tứ phần*. Nguyên lai, theo lệnh vua Đường Trung Tông, kể từ năm Cảnh Long thứ 3 (709 Tl), tất cả những người xuất gia trong đất Hán chỉ hành theo một hệ Luật duy nhất là hệ Tứ phần của Đàm-vô-đức. Thế nhưng, trong trường hợp ở đây, điều được thấy rõ là Luật học tuy có phân biệt bộ phái, nhưng sự thọ giới không hạn chế theo bộ phái riêng biệt.

Tin đồn Tăng-già đã được phục hoạt ở Khang Tạng dần dần truyền đến các tỉnh Trung bộ Vệ Tạng và Tàng Tạng (*dBus gTsang*), một phái đoàn khoảng 10 người, dẫn đầu bởi *Klu-mes Tshul-khrims Shes-rab* (Giới Huệ) đến cầu thọ Cụ túc. *gTsang Rab-gsal* (Tịnh Minh) được thỉnh cầu làm Hòa thượng Đường đầu truyền giới, nhưng ông từ chối vì tuổi quá già, và đề nghị *dGongs-pa Rab-gsal* (Ý Minh). Ông này cũng từ chối vì tự thấy chưa đủ hạ lạp, vì phải trên 10 năm thọ Cụ túc. Thế nhưng, vì trường hợp đặc biệt, theo đề nghị của *gTsang Rab-gsal*, được chuẩn nhận Hòa thượng theo quy tắc "tác pháp Thượng tọa", nghĩa là Tăng cử hành pháp Yết-ma chuẩn nhận Tỳ-kheo chưa đủ hạ lạp lên hàng Thượng tọa. Sau một thời gian học tập và hành trì luật đầy đủ theo quy định của Luật, nhóm người này bắt đầu mở rộng cộng đồng tăng lữ Tây

---

[97] Hai vị này có tên là *Ke-bang* và *Gyi-bang*, theo *Bu-ston*; Obermiller, dẫn trên, tr. 202.

Tạng trong nhiều địa phương.

Nhóm mười người Vệ-Tạng (*dbUs gTsang gi mi bcu*) này, dẫn đầu bởi *Klu-mes*, sau khi đắc giới ở *Khams*, họ quay về Vệ Tạng truyền dạy Luật, lập thành hệ Đông luật (*sMad 'dul*) cho tới khi *Dharmapāla* và các đệ tử vào Tây Tạng lập thành hệ Tây luật (*sTod 'dul*). Toàn bộ lịch sử truyền Luật, trong khoảng 465 năm, cho đến thời thiện hữu *Gra-ba*, năm Bính thân (1476) được ghi chép chi tiết bởi *Thanh sử*.[98]

d. *Dharmapāla*: Tây Luật

Sau khi *gLang dar-ma* bị ám sát, tình hình chính trị xã hội trở nên hỗn loạn, đế quốc Tây Tạng bắt đầu suy yếu, mất dần lãnh thổ lấn chiếm trước đây. Cuối cùng, cho đến khoảng 929, Tây Tạng bị chia đôi, một phần do một chính quyền yếu kém ngự trị ở Trung bộ, phần khác dưới triều đại *mNga' ris,* thiết lập bởi *Nyi-ma mgon* (Nhật Hộ), tằng tôn của *gLang dar-ma,* có thủ đô là *Gu-ge.* Triều đại này bắt đầu khôi phục Phật giáo. Truyền đến vua *Ye-shes 'Öd* (Trí Tuệ Quang) thì Phật giáo Tây Tạng hưng thịnh trở lại.

Ye-shes 'Öd là cháu năm đời của *gLang dar-ma,* nguyên là sư, sau đó làm vua và vẫn làm sư, trở thành vị "vua sư" đầu tiên của Tây Tạng. Chính *Ye-shes 'Öd* thỉnh cầu *Atisha* đến truyền giáo, và giai đoạn thứ hai trong lịch sử Phật giáo Tây Tạng bắt đầu.

Theo tường thuật của *Bu-ston, bTsan-po Khor-de* về sau truyền ngôi lại cho em là *Srong nge* rồi xuất gia, pháp hiệu là Lha bla-ma *Ye-shes 'Öd.* Ông chỉ tin pháp tướng học (*mtshan-nyis pa*) và tỏ ra hoài nghi Chân ngôn tông, vì trong đó chỉ bày nhiều chuyện phóng túng tính dục là dấu hiệu bại hoại của Phật pháp, do đó phái khiển 21 thanh niên sang Ấn Độ cầu học Phật pháp. Trong số này, chỉ còn hai người sống sót là *Rin chen Bzang po* và *Legs pa'i Shes,* tiếp tục học ở *Kashmir,* và họ thỉnh cầu được nhiều học giả Phật học sang Tây Tạng. Sau đó, thỉnh được *Dharmapāla,* từ đông Ấn, bấy giờ đang du hành tại Nepal, sang Tây Tạng chỉnh đốn lại quy củ Tăng-già. *Dharmapāla* cùng với ba vị đệ tử, là *Sādhupāla, Guṇapāla* và *Prajñāpāla,* đến vương quốc *mNga' ris.* Tại đây, cùng với

---

[98] *The Blue Annals* (1949), 1996, từ trang 77-101.

một số vị từ Ấn sang, đàn truyền thọ cụ túc được lập, chính thức truyền giới theo hệ Luật Căn bản Hữu bộ. Đối lại với hệ Đông Luật (*sMad 'dul*) được khôi phục với *dGongs Rab-gsal*, hệ truyền bởi *Dharmapāla* được gọi là Tây luật (*sTod 'dul*). Hệ này chính thức, và là hệ Luật duy nhất tồn tại cho đến ngày nay.

Tổng quát mà nói, lịch sử truyền thừa Luật tại Tây Tạng được ghi nhận bởi *Thanh sử* nối tiếp qua ba dòng chính như sau, nếu kể theo gốc truyền từ Ấn Độ, và tất cả đều có cội nguồn từ Long Thọ:

Dòng thứ nhất: *Ācārya Nāgārjuna* (Long Thọ), *Bhavya* (Thanh Biện), *Śrīgupta* (*dPal-sbas*, Cát Tường Mật), *Jñānagarbha* (*Ye-shes snying-po*, Trí Tạng), *Śāntarakṣita* (*Zhi-ba-'tsho*, Tịch Hộ), và sau đó truyền xuống đến *sBa Ratna*. Dòng này được kế thừa ở *Khams* (Khang Tạng) bởi *bla chen dGongs-pa rab-gsal*. Ở *dbU* và *gTsang* (Vệ Tạng và Tàng Tạng) được truyền qua *kLu-mes*.

Dòng thứ hai: truyền bởi *rGyal-ba'i she-rab* ở *Zhang-zhung*, đệ tử của Tam Hộ, ba vị đệ tử của *Paṇḍita Dharmapāla* mà phần cuối của danh hiệu đều gọi là *Pāla*. Dòng này được gọi là dòng Tây Luật (*sTod-'dul-ba*).

Dòng thứ ba: đệ tử của *Nāgārjuna-Guṇamati*, *Ratnamitra*, *Śrī Dharmapāla*, *Guṇasāgara*, *Dharmamāla*, *Ākaragupta*, *Śākyaśrībhadra*. *Śākyaśrībhara* từ Ấn sang truyền cho nhiều người Tây Tạng, truyền xuống về sau đến *Tsong-kha-pa*.

Thanh sử tường trình chi tiết dòng này, từ truyện tích Long Thọ xuất hiện ở đời, xuất gia làm đệ tử của *Rāhulabhadra*;[99] cuối cùng truyền vào Tây Tạng, như đã được Phật thọ ký trong kinh *Mañjuśrīmūlatantra* (Văn-thù căn bản nghi quỹ).[100]

Truyện *Śākyaśrī (bhadra)* được kể trong chương cuối (chương XV) của *Thanh sử*. Sư gốc *Kashmir*, sinh khoảng 1127 Tl, đến Tây Tạng khoảng năm 1204, trú lại đây khoảng 10 năm, rồi trở về *Kashmir* và tịch

---

[99] La-hầu-la được Cát Tạng nhắc đến trong *Trung quán luận số*,
    T42n1824, tr.40c16.

[100] *The Blue Annals*, dẫn trên, 1996; p. 34-47.

ở đó vào tuổi 99, khoảng năm 1225 Tl.[101]

e. Bí-sô-ni

Khởi thủy, khi Tịch Hộ (*Śāntarakṣita*) lập đàn truyền cụ túc đầu tiên, vì chỉ có các bí-sô mới có khả năng đi từ *Kashmir* sang Tây Tạng, chỉ được truyền cho nam giới, vì không hiện diện bí-sô-ni nào. Trong biểu tấu của Hòa thượng Ma-ha-diễn gởi vua *Khri-srong lde-btsan* như được ghi chép trong *Đốn ngộ Đại thừa chánh lý*, bà di mẫu cùng với thứ phi của vua "gọt bỏ mái tóc xanh" mà xuất gia. Trong số gọi là "Tăng Ni người Hán" bị dẫn độ về Lhasa như là "tù binh" (phu lỗ), không rõ có hiện diện các Tỳ-kheo-ni hay không. Sau hòa ước "Thanh thủy hội minh", một số được trả về bản quốc Trung Hoa, có thể còn một số lưu trú lại Tây Tạng.[102] Nhưng không thấy đề cập gì đến sự hiện diện của các Tỳ-kheo-ni người Hán hay Tạng vào lúc bấy giờ. Ngay tại Trung Quốc, sau khi Tăng Tỳ-kheo được lập trực tiếp bởi Tăng từ Ấn sang, nữ giới đầu tiên theo lý luận của Tăng Trung Quốc là giới thể từ Tỳ-kheo Tăng mà có, do vậy nữ giới được phép thọ cụ túc thành Tỳ-kheo-ni. Nhưng về sau, Luật sư Cầu-na-bạt-ma (*Guṇavarma*) từ *Kashmir* sang không chấp nhận giải thích Luật này, do đó đã cử người sang Tích lan thỉnh được các Tỳ-kheo-ni vốn theo hệ luật *Theravāda*, đủ số 10 vị, thành lập giới đàn "nhị bộ Tăng"[103] truyền cụ túc cho nữ giới. *Kashmir* là khu vực truyền bá của Luật Hữu bộ, và các tăng sĩ người Ấn thường xuyên từ đây vào Tạng, khó có thể được chấp nhận làm Tỳ-kheo-ni mà không đủ nghi thức nhị bộ truyền giới.

---

[101] Roerich, dẫn trên, tr. 1062-73

[102] *Cựu Đường thư*, quyển 196 hạ, "Thổ phồn truyện hạ": "Năm Kiến trung thứ 3 (782), phóng thích các tướng sĩ và Tăng ni, có đến 800 người, bị bắt làm tù binh trước đó..." Đây có thể là các "tù binh" (phu lỗ) bị bắt trong trận tấn công chiếm Trường an, đuổi vua Đường Đại tông chạy trốn qua Thiểm tây, trong năm 763. Sau đó quân Tây Tạng rút lui khỏi Trường an, tấn công các nơi, đánh chiếm rất nhiều châu quận của nhà Đường. Năm Kiến Trung thứ 4 (783), Đường Đức Tông nối ngôi sau khi Đại Tông mất, bắt buộc phải ký hòa ước "Thanh thủy hội minh" và nhượng một phần đất đã bị Tây Tạng chiếm.

[103] "Nhị bộ Tăng": Tỳ-kheo Tăng túc số 10 vị, Tỳ-kheo-ni Tăng túc số 10 vị.

Vả lại, các tăng sĩ người Hán theo Thiền tông, với quan điểm "bất lập văn tự, giáo ngoại biệt truyền", chỉ cốt giữ trọn phẩm cách người tu hành mà không câu nệ giới pháp. Vấn đề "đắc giới" hay không, với họ không quan trọng; mặc dù điều này rất quan trọng trong truyền thống Hữu bộ. Các bộ phái khác cũng tương tự. Cho nên, trường hợp có thể xảy ra là các bà phi tần cùng với các mệnh phụ của triều vua *Khri-srong lde-btsan* được nhận là xuất gia mà không có giới đàn "nhị bộ" thọ Cụ túc để thành Tỷ-kheo-ni.

2. Truyền dịch và Chú sớ

Lịch sử phiên dịch Kinh điển tại Tây Tạng bắt đầu sớm nhất từ thời Tạng vương *Sron btsan Gam po*, sau khi Thon mi được phái khiển sang học Phạn ngữ và Phật pháp, rồi trở về nước, sáng lập văn tự và ngữ pháp Tây Tạng phỏng theo ngữ pháp Sanskrit làm chuẩn tắc cho sự phiên dịch. Từ đó cho đến thời *Khri-srong lde-btsan*, sự nghiệp phiên dịch kinh điển Phạn Tạng liên tục thực hiện, nhưng chưa có bản dịch nào thuộc về Luật tạng. Sử *Bu-ston* chép, khi Tịch Hộ lập đàn truyền Cụ túc đầu tiên cho người Tây Tạng, bấy giờ Viện Tịnh luật (*rNam-par Khrims khang gling*) được lập để phiên dịch Luật điển, chủ trì bởi *Jinamitra* (Thắng Hữu) và *Dānaśīla* (Thí Giới). Nhưng *Vương thống ký* nói những vị này, và những vị khác như Giới Vương Bồ-đề (*Śīlendrabodhi*) v.v., do *Ral-pa-can* nghinh thỉnh; phiên dịch với sự cộng tác của các dịch sư người Tây Tạng như *Co grog Klu'i rGyal-mtshan*.

Các bộ Luật thư phiên dịch Tạng ngữ được tập thành trong hai bộ phận Đại tạng Tây Tạng. Những bộ được xem là do chính Phật thuyết được tập thành trong bộ phận *bKa'-'gyur* (Phật ngôn). Ngoài ra, được xem là biên soạn bởi các vị trì luật được tập thành trong bộ phận *bsTan-'gyur*.

Luật bộ trong phần *bKa'-'gyur*, bản *sDe-dge*, gồm 13 *thông dật* (*bam-po*, gói, hay bó, tương đương như *quyển* trong thư tịch Hán, vol.), trong đó:

No.1.[104] 'dul-ba gzhi (Vinayavastu, Tì-nại-da sự), thông dật 1 (vol.1) đến thông dật 4 (vol.4) [ka. 1b¹-311a⁶] - [nga.1b₁-302a⁵]. Phiên dịch: Sarvajñādeva (Kashmir), Vidyākaraprabha (Kashmir), Dharmākara (Pháp Tạng, Kashmir), dPal-gyi-lhung-po; chứng nghĩa: Vidyākaraprabha, dPal-brtsegs. Tương đương Hán, Nghĩa Tịnh: (1) *Căn bản Thuyết nhất thiết hữu bộ tì-nại-da Xuất gia sự*, T.1444; (2) ~ *Tùy-ý sự*, T. 1446; (3) ~*An cư sự*, T. 1445; (4) ~*Bì cách sự*, T. 1447, (5) ~ *Dược sự*, T. 1448, (6) ~ *Kiết-sỉ-na sự*, T. 1449; (7) ~ *Phá Tăng sự*, T. 1450.

No. 2. *So sor thar ba'i mdo* (Prātimokṣa-sūtra, Giải thoát giới kinh), thông dật 5 [ca. 1b¹-20b⁷]. Phiên dịch: Jinamitra (Thắng Hữu, Kashmir), kLu'i rgyal-mtshan. Tương đương Hán, Nghĩa Tịnh: *Căn bản Thuyết nhất thiết hữu bộ Giới kinh*, T. 1454.

No. 3. *'dul ba rnam par 'byed pa* (Vinaya-vibhaṅga, Tì-nại-da phân biệt), thông dật 5 - thông dật 8 [ca.21a¹-292a⁷] – [ta.1b¹-269a⁶]. Phiên dịch: Jinamitra, kLui rgyal-mtshan. Hán, NT: *Căn bản Thuyết nhất thiết hữu bộ tì-nại-da*, T.1442.

No. 4. *dGe slong ma'i So sor thar ba'i mdo* (Bhikṣuṇīprātimokṣa-sūtra, bí-sô-ni Giải thoát giới kinh), thông dật 9 [ta. 1b1-25a⁷]. Phiên dịch: Jinamitra, kLui rgyal-mtshan. Hán, NT: *Căn bản Thuyết nhất thiết hữu bộ bí-sô-ni giới kinh*, T.1455.

No. 5. *dGe slong ma'i 'dul ba rnam par 'byed pa* (Bhikṣuṇī-vinaya-vibhaṅga, bí-sô-ni tì-nại-da phân biệt), thông dật 9 [25b¹-328a⁶]. Phiên dịch: Sarvajñādeva (Kashmir), Vidyākaraprabha (Kashmir), Dharmākara (Kashmir), dPal-gyi-lhung-po. Chứng nghĩa: Vidyākaraprabha, dPal-brtsegs. Tương đương Hán, Nghĩa Tịnh: *Căn bản Thuyết nhất hữu bộ bí-sô-ni tì-nại-da*, T. 1443.

---

[104] Số hiệu, theo *A Complete Catalogue of The Tibetan Buddhist Canons* (Bkaḥ-ḥgyir and Bstan-ḥgyur), Edited by Prof. Hakuju Ui, et al., Published by Toohoku Imperial University, Aided by Saito Gratitude Foundation, Sendai Japan, 1943. Tham chiếu, *bKa'-'gyur sde-dge par ma*, edited by *Si-tu Pan-chen Chos-kyi-'byung gnas*; TBRC Volume number 886-898, TBRC Work number 22084; bản pdf., tư liệu Thư viện Viện Đại học Otani, Nhật bản.

No. 6. *'dul ba phran tshegs kyi gzhi* (*Vinayakṣudraka*, Tì-nại-da tạp sự), *thông dật* 10 - 11 [tha.1b1-310a7] – [da.1b¹-333a⁷]. Phiên dịch: *Vidyākaraprabha, Dharmaśrībhadra, dPal-'byor*. Hán, NT: *Căn bản Thuyết nhất thiết hữu bộ tì-nại-da tạp sự*, T.1451.

No. 7. *'dul ba gzhung blama* (*Vinaya-uttaragrantha*, Tì-nại-da thượng phần), *thông dật* 12 –13 [na.1b1-302a7]. Phiên dịch: khuyết danh. Hán, khuyết.

Đại tạng *bsTan-'gtur*, Luật bộ (*'Dul ba*), có 54 bộ, số hiệu No. 4104-4157, từ thông dật 252 đến phần đầu của 274, gồm những sớ thích về Luật, của các tác giả *dPal-po* (?), *Khyad-par bShes-gynen* (Thắng Hữu, *Jinamitra? Viśeṣamitra?*), *Dri-med bShes-gnyen* (Vô Cấu Hữu, *Vimalamitra*), *Dānaśīla* (Thí Giới), *dGe-legs bShes-gnyen* (*Kalyāṇamitra*, Thiện Hữu), *'Dul-ba lHa* (*Vinītadeva*, Điều Phục Thiên), *Tshbul-khrims bskyangs* (Giới Hộ, *Śīlapālita?*), *Yon tan 'Öd* (*Guṇabhadra*, Đức Quang), *Dharmamitra* (Pháp Hữu), *Prajñākara, Sa-ga'i lHa* (*Viśakhadeva*), *Śākya 'Öd* (*Śākyaprabha*, Thích-ca Quang), *Kamalaśīla* (Liên Hoa Giới), Balaśrībhadra (Đức Hiền), *dByig gi bShes-gnyen* (Thế Hữu, *Vasumitra*), *Bhavya* (Thanh Biện), *kLu-sgrub* (Long Thọ), *dGe-'dun bZang-po* (Chúng Hiền), *Sunayaśrī, rTag-pa'i rDo-rje*. Trong số các vị này, chúng ta thấy xuất hiện hai luận sư Trung quán như Thanh Biện và Long Thọ, và hai luận sư của Hữu bộ Tì-ba-sa là Thế Hữu và Chúng Hiền. Sự kiện này là cơ sở để nhận thức về mối quan hệ giữa Trung quán và Hữu bộ, và như vậy có thể nhận thức về sự phát triển của Đại thừa.

3. Luật học nhị thắng

Trong truyền thống Phật giáo Tây Tạng, Đức Quang được kể trong số "Diêm-phù lục nghiêm, nhị thắng" (*'dzam gling rgyan drug mchog gnyis*): Hai ưu tú và sáu bảo nghiêm của Diêm-phù. Hai ưu tú của Diêm-phù-đề, đó là Đức Quang (*Guṇabhadra*) và Thích-ca Quang (*Śākyaprabha*), đệ tử của Tịch Hộ, về phương diện tinh thông Luật tạng.[105]

---

[105] *Sáu bảo nghiêm*, sáu tinh hoa rạng rỡ của Diêm-phù đề: Long Thọ (*Nāgārjuna*), Thánh Thiên (*Āryadeva*), Vô Trước (*Asaṅga*), Thế Thân (*Vasubandhu*), Trần-na (*Dignāga*) và Pháp Xứng (*Dharmakīrti*).

i. Đức Quang

Về Đức Quang, hình ảnh hoàn toàn trái ngược trong truyền thống Tây Tạng và Hán. Nói là "truyền thống Hán", nhưng thực sự tư liệu chỉ biết được đến qua một đoạn ghi chép của Huyền Trang trong *Đại Đường Tây vực ký*. Trong ký tải này của Huyền Trang, uy tín của Đức Quang không được đề cao, mà trái lại. *Tây vực ký quyển* 4, đoạn viết về *Maṭipura*, "Mạt-để-bổ-la quốc": "Cách đại thành về phía Nam 4.5 dặm, đến một ngôi già-lam nhỏ; Tăng đồ hơn 50 người. Xưa, tại đây Luận sư Cù-na-bát-lặc-bà (*Guṇaprabha*), nước Đường nói là Đức Quang, viết *Biện chân luận*, và nhiều luận khác hơn trăm bộ. Luận sư từ thuở nhỏ vốn đã anh kiệt; lớn lên lại càng thông minh nhạy bén, hiểu biết rộng, nhớ dai, kiến thức quảng bác. Trước vốn học Đại thừa, nhưng chưa đạt đến chỗ uyên áo, nhân đọc *Luận Tì-bà-sa* bèn bỏ sở học trước mà quay lại Tiểu thừa, soạn vài mươi bộ luận công kích cương kỹ Đại thừa, thành chấp trước Tiểu thừa. Lại sáng tác sách thế tục vài mươi bộ bài bác các điển tịch soạn thuật của những người đi trước..."[106] Chuyện kể tiếp, có vị La-hán tên là Thiên Quân (*Devasena*) dùng thần thông đưa Đức Quang lên Đâu-suất diện kiến đức Từ Thị. Đức Quang chỉ chắp tay vái mà không lạy, Thiên Quân hỏi: "Từ Thị Bồ-tát kế tiếp thành Phật, sao lại tự cao không đảnh lễ? Muốn đến học, mà sao lại không biết cúi mình?" Đức Quang đáp: "Lời của Tôn giả thật lòng muốn chỉ dạy. Nhưng tôi là bí-sô có giới, đệ tử xuất gia; trong khi Bồ-tát Từ Thị hưởng thọ phước lạc nhà trời, không phải là hạng xuất gia. Nếu tôi đảnh lễ, thì không đúng phép..." Trong chuyện kể này Huyền Trang đánh giá Đức Quang mặc dầu thông minh bác học, nhưng tính tình cao ngạo, cố chấp Tiểu thừa.

Trái ngược với ký tải của Huyền Trang, trong *Phật giáo sử* của *Bu-ston* và *Tāranātha*, Đức Quang được đề cao ở hạng đầu về phương diện Luật. *Lịch sử Phật giáo Ấn Độ* của *Tāranātha* chép vào cuối đời của Thế Thân (*Vasubandhu*) sau khi vua *Gambhīrapakṣa* chết, một vị vua hùng mạnh lên ngôi, đó là *Śrīharṣa*, chinh phục tất cả vương quốc trong vùng Bắc Ấn, và tôn Đức Quang là Quốc Sư.[107] Vua *Śrīharṣa* này cũng được

---

[106] T51n2087, tr. 891b21: 秣底補羅國, *Maṭipura*.

[107] *Tāranātha, History of Buddhism in India*, transl. from *Tibetan* by *Lama Chimpa Alaka Chattopadhyaya*, 1970, 1990; p. 176.

đồng nhất với *Śīlāditya*, Hán dịch là Giới Nhật Vương, đã rất sùng kính Huyền Trang như được biết phổ biến ở Trung Quốc. Mâu thuẫn này giữa Huyền Trang và *Tāranātha* không rõ do nhầm lẫn tên gọi, hay do yếu tố nào khác. Nhưng *Tāranātha* chép Đức Quang đồng thời với Thế Thân, có thể nhỏ tuổi hơn, thì điều này phù hợp với Huyền Trang nói Đức Quang là đệ tử của Thế Thân.

Theo *Tāranātha*, Đại A-xà-lê Đức Quang (*Mahā-ācārya Guṇaprabha*) xuất thân từ dòng họ bà-la-môn ở *Mathurā*, tinh thông các bộ Veda và các Luận thư (*śāstra*), sau đó xuất gia, thọ Cụ túc, theo học Đại A-xà-lê Thế Thân, nghiên cứu Thanh văn tạng và Đại thừa kinh, chuyên tinh Luật tạng và kinh điển của các bộ phái khác. Sư có thể đọc thuộc lòng một mạch "Tì-nại-da Mười Vạn Tụng." (*'dul ba 'bun sde*). Tì-nại-da với số lượng này gần phù hợp với điều mà Luận *Đại trí độ* nói về "Tì-ni tạng";[108] và như vậy có thể hiểu đây là hệ Luật của Hữu bộ ở *Mathurā*. Sư trụ trong già-lam *Agrapuri* ở *Mathurā* cùng với 5000 Tăng. Điều này hẳn là khoa đại từ con số mà Huyền Trang nói "hơn 50 người" trong một "tiểu già-lam." *Tāranātha* cũng nói Đức Huệ (*Guṇamati, Yon tan blo gros*), tinh thông A-tì-đàm, cũng là đệ tử của Đức Quang.[109] Đức Huệ được biết là một trong 10 đại luận sư chú giải *Tam thập tụng luận* của Thế Thân mà Huyền Trang tổng hợp thành bộ luận *Thành duy thức*.

Về tuổi thọ của Đức Quang, truyền thuyết kể kéo dài đến 400 năm. Điều này có thể suy luận là có hai Đức Quang, và Huyền Trang cũng như *Bu-ston* và *Tāranātha* lẫn lộn hai thành một nên sự ghi chép thành ra mâu thuẫn lẫn nhau. *Bu-ston* cũng nêu một truyền thuyết cho rằng Đức Quang là đệ tử của *Upagupta* (thời A-dục), hoặc đệ tử của Thiện Kiến (*Sudarśana*).[110] Các thuyết này đều bị *Bu-ston* loại bỏ. Theo *Bu-ston*, những người trì tụng Tì-nại-da nói chính Thiện Kiến (*Sudarśana*)

---

[108] Xem đoạn trên.

[109] op.cit. tr. 210.

[110] *Tāranātha, Phật giáo sử Ấn Độ*, bản dịch Anh (1997), tr. 91, vua *Siṃha* (*Kashmir*) xuất gia hiệu là *Sudarśaṇa*; về sau chứng đắc A-la-hán và thuyết pháp tại *Kashmir*. *Kaniṣka* vua của *Jālandhara* nghe biết, rất ngưỡng mộ, bèn đến nghe pháp. Niên đại *Kaniṣka* này khá mơ hồ, phỏng đoán khoảng thế kỷ 4 hoặc 5 Tl.

truyền Tì-nại-da cho Bất Lai (*Anāgāmi*), và ông này truyền cho Bất Thối Giác (*Anivartitabuddhi, bLos-mi-'bebs*). Rồi Bất Thối Giác truyền cho Đức Quang.

Các tác phẩm do Sư soạn hiện hành trong *bsTan-'gyur*, 12. Sems-tsam (Duy thức bộ), gồm có:

No. 4044. *Byang chub sems dpa'i sa'i 'grel pa*, Skt. *Bodhisattvabhūmivṛtti* (Bồ-tát địa chú), *thông dật* 234 ['i. 141a¹-182a2]. Phiên dịch: *Dipaṅkaraśrījñāna, Tshul-khrims rgyal-ba*. Tham chiếu Hán: [*Du-già sư địa luận*, quyển 35-46: Bản địa phần] Bồ-tát địa.

No. 4045. *Byang chub sems dpa'i tshul khrims kyi le'u bshad pa*, Skt. *Bodhisattvaśīla-parivartabhāṣya* (Bồ-tát giới phẩm), *thông dật* 234 ['i. 182a1-191a7]. Phiên dịch: *Prajñāvarma, Ye-shes sde*. Tham chiếu Hán: *Du-già sư địa luận*, quyển 40: Bản địa phần – Bồ-tát địa] Giới phẩm.

No. *Phung po lnga rnams par 'grel pa*, Skt. *Pañcaskandhavivaraṇa* (Ngũ uẩn luận sớ giải), *thông dật* 239 [si.1b¹-31b7]. Phiên dịch: *Jinamitra, Dānaśīla, Ye-shes sde*.

Trong *bsTan-'gyur*, 14. Luật bộ ('Dul ba):

No. 4117. *'Dul ba'i mdo*, Skt. *Vinayasūtra* (Tì-nại-da kinh), *thông dật* 261 [wu.1b¹-100a7]. Phiên dịch: Jinamitra, kLu'i rgyal-mtshan.

No. 4118. *Las brgya rtsa gcig*, Skt. *Ekottarakarmaśataka* (Bách nhất yết-ma), *thông dật* 261 [wu.100b¹-259a⁷]. Phiên dịch: *Jinamitra, kLu'i rgyal-mtshan*.

No. 4119. *'Dul ba'i mdo'i 'grel pa mngon par brjod pa rang gi rnam par bshad pa zhes bya ba*, Skt. *Vinayasūtravṛttyabhidānasvavyākhyā na-nāma* (Tì-nại-da kinh chú hiện thuyết tự giải thuyết), *thông dật* 262 [zhu.1b¹-278a⁷]. Phiên dịch: *Alaṃkāradeva, Ga-rod Tshul-khrims 'byung-gnas zhas-pa*.

No. 4122. *'Dul ba'i mdo'i 'grel ba*, Skt. *Vinayavṛtti* (Tì-nại-da kinh chú), *thông dật* 267 [shu. 74a5-162b²].

Bảng liệt kê trên, với số lượng chú sớ được biên soạn và phiên dịch, cho thấy tầm mức quan trọng của *Tì-nại-da kinh*. Có thể bởi vì khối lượng của Căn bản Hữu bộ Tì-nại-da khá đồ sộ khó có thể nắm bắt hết cho nên thay vào đó *Tì-nại-da kinh* (*Vinaya-sūtra*) của Đức Quang được lựa chọn làm khóa bản học tập trong chương trình giáo dục Luật học.[111] Tổ chức nội dung của *Tì-nại-da kinh* gồm 17 chương xem như rút gọn 17 Tì-nại-da sự, bao gồm tất cả mọi vấn đề của Tăng-già, từ xuất gia, thọ giới, an cư, cho đến các vấn đề trì phạm, trị phạt, và các sinh hoạt thường nhật. Số lượng các bản số giải được phiên dịch từ Phạn, và các số giải, số thích của người Tây Tạng, cho thấy tầm mức quan trọng của tác phẩm này.

Ngoài ra, số lượng của các số giải liệt kê trong phần "Duy thức" của bsTan-'gyur cũng cho thấy Đức Quang không chỉ chuyên trì luật mà còn có những luận giải về Đại thừa, thế thì không phải là học chưa đến nơi rồi sinh thối thất như Huyền Trang ghi nhận.

ii. Thích-ca Quang

Thích-ca Quang được kể là một trong số 17 Đại sư của *Nālandā*,[112] đứng sau Đức Quang.

Theo Phật sử của *Tāranātha*, Thích-ca Quang (*Śākyaprabha*) sinh trong vùng tây Ấn và hoằng pháp tại *Kashmir*, dưới thời vua *Gopāla*,[113]

---

[111] Chương trình học của phái *Geluk* chính yếu gồm (A) bốn tông luận (*grub mtha' bzhi*): 1. Tì-bà-sa tông (*Bye-brag smra-ba*), 2. Kinh lượng bộ (*mDo-sde-pa*), 3. Duy thức tông (*Sems-tsam-pa*), 4. Trung quán tông (*dBu-ma*); và (B) năm bộ môn (*grwa lnga*): 1. Bát-nhã (*phar-phyin*), 2. Trung luận (*dbu-ma*), 3. Lượng luận (*tshad-ma*), 4. Đối pháp (*mngon-par chos*), 5. Tì-nại-da ('*dul-ba*).

[112] *Nālandā* 17 đại luận sư, được liệt kê truyền thống Tây Tạng: *Nāgārjuna* (Long Thọ), *Āryadeva* (Thánh Thiên), *Buddhapālita* (Phật Hộ), *Bhāvaviveka* (Thanh Biện), *Candrakīrti* (Nguyệt Xứng), *Śāntideva* (Tịch Thiên), *Śāntarakṣita* (Tịch Hộ), *Kamalaśīla* (Liên Hoa Giới), *Asaṅga* (Vô Trước), *Vasubandhu* (Thế Thân), *Dignāga* (Trần-na), *Dharmakīrti* (Pháp Xứng), *Ārya Vimuktisena* (Thánh Giải Thoát Quân), *Haribhadra* (Sư Tử Hiền), *Guṇaprabha* (Đức Quang), *Śākyaprabha* (Thích-ca Quang).

[113] *Gopāla*, khoảng 750-770 TL., sáng lập triều đại *Pāla* ở *Bangal*.

đệ tử của Tịch Quang (*Śātiprabha*) và Phước Xứng (*Puṇyakīrti*).[114]

Bu-ston dẫn một truyền thuyết nói Thích-ca Quang là đồ đệ của Đức Quang, và như vậy thọ trên 400 năm, và điều này bị bác bỏ. Để chứng minh, *Bu-ston* dẫn một đoạn trong *Prabhāvitī* của Thích-ca Quang: "Thầy tôi, *Puṇyakīrti* (Phước Xứng) trú ở *Magadha*..." Đoạn sau: "Thầy tôi *Śāntiprabha* (Tịch Quang)..." Điều này phù hợp với *Tāranātha* dẫn trên, Thích-ca Quang là đệ tử của Phước Xứng và Tịch Quang.

Tuy được kể ngang danh với Đức Quang, nhưng *Bu-ston* cũng như *Tāranātha* không thấy ghi chép gì nhiều về Thích-ca Quang. Chúng ta chỉ biết về tầm mức ảnh hưởng của Thích-ca Quang từ những tác phẩm được dịch sang Tạng ngữ. Tuy vậy, so sánh với số lượng tác phẩm của Đức Quang và các chú sớ, tác phẩm của Thích-ca Quang được liệt kê trong *bsTan-'gyur*, phần Luật bộ, chỉ thấy có hai:

No. 4124. *'Phags pa gzhi thams cad yod par smra ba'i dge tshul gyi tshig le'u byas pa*, Skt. *Āryamūlasarvāstivādi-śrāmaṇerakārikā* (Thánh Căn bản Thuyết nhất thiết hữu bộ Sa-di tụng), *thông dật* 268 [shu. 63a[6]-74a[5]]. Phiên dịch: *Sarvajñādeva, Devendrarakṣita*.

No. 4125. *'Phags pa gzhi thams cad yod par smra ba'i dge tshul gyi le'u byas pa'i 'grel pa 'od ldan*, Skt. *Āryamūlasarvāstivādi-śrāmaṇerakārikā-vṛtti-prabhāvatī* (Thánh Căn bản Thuyết nhất thiết hữu bộ Sa-di tụng quang minh chú), *thông dật* 268 [shu. 74a[5]-162b[2]]. Phiên dịch: *Sarvajñādeva, Devendrarakṣita*.

Ngoài hai tác phẩm Luật viết bằng Sanskrit và được dịch sang Tạng ngữ kể trên, *Śākyaprabha* cũng được tìm thấy trong nhiều bản dịch Tạng văn khác, như

No. 132. *'Phags pa dpa' bar 'gro ba'i ting nge 'dzin zhe bya ba theg pa chen po'i mdo*; Skt. *Ārya-Śūraṅgamasamādhi-nāma-mahāyāna-sūtra*; *thông dật* 55 [da.253b[5]-316b[6]] dịch chung với *Ratnarakṣita*. Hán dịch tương đương, *Phật thuyết Thủ-lăng-nghiêm tam-muội kinh*, Cưu-ma-la-thập dịch, T.642.

---

[114] op.cit. 259.

No. 133. *'Phags pa da ltar gyi sangs rgyas mngon sum du bzhugs pa'i ting nge 'dzin zhes bya ba theg pa chen po'i mdo*; Skt. *Ārya-Pratyutpanne Buddhasaṃmukhāvasthita samādhi-nāma-mahāyāna-sūtra*; thông dật 55 [na. 1b¹-70b²], dịch chung với *Ratnarakṣita*. Hán dịch tương đương, (1) *Đại phương đẳng Đại tập kinh Hiền Hộ phần*, Xà-na-quật-đa dịch, T. 416; (2) *Ban-chu tam-muội kinh*, Chi Lâu-ca-sấm dịch, T.417 &(3) T.418; (4) *Bạt-pha Bồ-tát kinh*, khuyết danh, T. 419.

IV. HÁN PHIÊN DỊCH VÀ TRUYỀN THỪA

1. Phiên dịch

Sự nghiệp phiên dịch của Pháp sư Nghĩa Tịnh được ghi chép khá đầy đủ đầu tiên bởi *Khai nguyên Thích giáo lục*.[115] Trí Thăng soạn Mục lục này sau Nghĩa Tịnh không lâu nên chi tiết được xem là xác thực.

Khai nguyên chép: Thiên Hậu Chứng thánh nguyên niên (695), năm Ất mùi, tháng trọng hạ, Nghĩa Tịnh về nước, cập bến Lạc Hà, mang theo các Phạn bản Kinh Luật gần 400 bộ, có đến 50 vạn tụng. Bắt đầu từ Cửu Thị nguyên niên (700) cho đến Trường An năm thứ ba (703), trong vòng 44 năm, dịch rất nhiều Kinh Luật, trong đó về Luật, các bản dịch được ghi như sau:

1. 根本說一切有部毘奈耶 *Căn bản Thuyết nhất thiết hữu bộ Tì-nại-da*, 50 quyển (T. 1442; Phạn: *Mūlasarvāstivāda-vinaya-vibhaṅga*; Tạng: *'Dul ba rnam par 'byed pa*); dịch trong niên hiệu Trường An thứ 3 (Tl703), tại chùa Tây Minh.

2. 根本說一切有部苾芻尼毘奈耶 *Căn bản Thuyết nhất thiết hữu bộ bí-sô-ni Tì-nại-da*, 20 quyển (T.1443; Phạn: *Bhikṣunī-vinaya-vibhaṅga*; Tạng: *dGe slong ma'i 'dul ba rnam par 'byed pa*), dịch trong niên hiệu Cảnh Long thứ 4 (Tl 707), tại Viện Phiên Kinh, chùa Đại Tiến Phúc.

3. 根本說一切有部毘奈耶雜事 *Căn bản Thuyết nhất thiết hữu bộ Tì-nại-da tạp sự*, 40 quyển (T.1451; Phạn: *Vinaya-kṣudrakavastu*; Tạng: *'Dul ba phran tshegs kyi gzhi.*); cũng năm Cảnh Long thứ 4, Viện Phiên

---

[115] 開元釋教錄 *Khai nguyên Thích giáo lục*, 20 quyển, 沙門智昇 Sa-môn Trí Thăng soạn.T. 2154.

Kinh, chùa Đại Tiến Phúc.

4. 根本說一切有部尼陀那目得迦 *Căn bản Thuyết nhất thiết hữu bộ Ni-đà-na Mục-đắc-ca*, 10 quyển (T.1452; Phạn: *Mūlasarvāstivāda-nidāna-muktaka*),[116] với ghi chú: hoặc 8 quyển; dịch năm Trường An thứ 3, tại chùa Tây Minh.

5. 根本說一切有部戒經 *Căn bản Thuyết nhất thiết hữu bộ Giới kinh*, 1 quyển (T.1454; Phạn: *Prātimokṣa-sūtra*. Tạng: *So sor thar ba'i mdo*.); niên hiệu Cảnh Long 4, tại Viện Phiên Kinh, chùa Đại Tiến Phúc.

6. 根本說一切有部苾芻尼戒經 *Căn bản Thuyết nhất thiết hữu bộ bí-sô-ni Giới kinh* (T.1455; Phạn: *Bhikṣunī-prātimokṣa-sūtra*); 1 quyển, niên hiệu Cảnh Long 4, Viện Phiên Kinh, chùa Đại Tiến Phúc.

7. 根本說一切有部百一羯磨 *Căn bản Thuyết nhất thiết hữu bộ Bách nhất Yết-ma*, 10 quyển (T.1453; Phạn: *Ekottarakarmaśataka*); niên hiệu Trường An 3, chùa Tây Minh.

8. 根本說一切有部毘奈耶頌 *Căn bản Thuyết nhất thiết hữu bộ Tì-nại-da tụng*, 5 quyển (T.1459; Phạn: *Mūlasarvāstivāda-vinaya-kārikā*); Tôn giả Tì-xá-khư (Phạn: *Viśākhadeva*/ Tạng: *Sa ga'i lha*) soạn tập; Cảnh Long 4, Viện Phiên Kinh, chùa Đại Tiến Phúc. Trước đó đã dịch tại chùa Na-lan-đà, Tây vực; sau khi về nước, ở kinh đô san chính; niên hiệu Cảnh Long phụng hành.

9. 根本說一切有部毘奈耶雜事攝頌 *Căn bản Thuyết nhất thiết hữu bộ Tì-nại-da Tạp sự Nhiếp tụng*, 1 quyển (T.1457; Phạn: *Mūlasarvāstivāda-vinaya-kṣudrakavastu-uddāna-gāthā*); Cảnh Long 4, Viện Phiên Kinh, chùa Đại Tiến Phúc.

10. 根本說一切有部毘奈耶尼陀那目得迦攝頌 *Căn bản Thuyết nhất thiết hữu bộ Ni-đà-na Mục-đắc-ca nhiếp tụng*, 1 quyển (T1456; Phạn: *Mūlasarvāstivāda-vinaya-nidāna-muktaka-uddāna-gāthā*); Cảnh Long 4, Viện Phiên Kinh, chùa Đại Tiến Phúc.

---

[116] Hai phần Ni-đà-na (Phạn: *Nidāna*; Tạng: *Gleng gzhi*) và Mục-đắc-ca (Phạn: *Muktaka*; Tạng: *rKyang pa/ Sil bu*, trong bản dịch Tạng ngữ được dịch chung trong *'Dul ba gzung dam pa/* Skt. *Vinaya-Uttaragrantha*).

11. 根本薩婆多部律攝 *Căn bản Tát-bà-đa bộ Luật nhiếp*, 20 quyển (T.1458; Phạn: *Mūlasarvāstivāda-vinaya-saṃgraha*). Tôn giả Thắng Hữu[117] (Phạn: *Viśeṣamitra*: Tạng: *Khyad pa bshes gnyen*)[118] tập thành; hoặc 14 quyển; Cửu Thị nguyên niên, chùa Đại Tiến Phúc, Đông Đô.

Khai nguyên lục cho biết tình hình phiên dịch được tổ chức như sau. Các bản dịch được thực hiện trong hai đợt; ngoài các bản thuộc về Luật, còn nhiều Kinh và Luận khác nữa. Trong đó, về Luật, đợt đầu, trong 11 bản dịch liệt kê trên, gồm các bản số 1, 4, 7, 11; bấy giờ có Sa-môn A-nễ-chân-na người Bắc Ấn chứng nghĩa Phạn văn; các Sa-môn Ba Luân, Phục Lễ, Huệ Tích bút thọ chứng văn. Các Sa-môn Pháp Bảo, Pháp Tạng, Đức Cảm, Thắng Trang, Thần Anh, Nhân Lượng, Đại Nghi, Từ Huấn, chứng nghĩa.

Đợt sau, các bản còn lại, có Sa-môn Đạt-ma-mạt-ma người Thổ-hỏa-la (*Tochari*), Sa-môn Bạt-nổ người Trung Ấn, Sa-môn Đạt-ma-nan-đà người Kế-tân (*Kashmir*) chứng nghĩa Phạn văn. Cư sĩ Đông Ấn Độ Thủ lãnh Y-xá-la chứng Phạn bản. Sa-môn Huệ Tích, Cư sĩ Trung Ấn Độ Lý Thích-ca, Độ-phả-đa đọc bản Phạn. Sa-môn Huyền Tán, Trí Tích bút thọ. Sa-môn Văn Cương, Huệ Chiếu, Lợi Trinh, Thắng Trang, Ái Đồng, Tư Hằng chứng nghĩa.

Trí Thăng soạn *Khai nguyên Thích giáo lục* trong niên hiệu Khai Nguyên 18 (Tl. 730), lúc giờ Nghĩa Tịnh đã tịch được 17 năm,[119] nhưng chỉ lục được 11 bản dịch thuộc về Luật. Số còn lại như vậy chưa được lưu hành. Cho đến gần 40 năm sau, Viên Chiếu soạn *Trinh nguyên tân định Thích giáo lục*,[120] bấy giờ mới lục thêm một số bản dịch được kể như là còn trong dạng bản thảo, chưa được duyệt lại. Sau đây là liệt kê của *Trinh nguyên lục*:

---

[117] T55n2154, chép 勝支 Thắng Chi. T55n2154, chép 勝友 Thắng Hữu.

[118] Dịch ngược từ Tạng: *Khyad pa bshes gnyen*, sang Phạn: *Viśeṣamitra*. Pachow (*A Compartive Study of the Prātimokṣa*), đề nghị Phạn: *Jinamitra*.

[119] *Khai nguyên lục* ghi: Tịch năm Tiên thiên thứ 2, xuân thu 79 tuổi.

[120] 貞元新定釋教目錄 *Trinh nguyên tân định Thích giáo mục lục*. 沙門圓照 Sa-môn Viên Chiếu soạn. T. 2157.

1. 根本說一切有部毘奈耶藥事 *Căn bản Thuyết nhất thiết hữu bộ Tì-nại-da Dược sự*, 20 quyển (T.1448; *Mūlasarvāstivāda-vinaya-bhaiśajyavastu*; Tạng: *sMan gyi gzhi*).

2. 根本說一切有部毘奈耶破僧事 *Căn bản Thuyết nhất thiết hữu bộ Tì-nại-da Phá Tăng sự*, 20 quyển (chú: trong thiếu 2 quyển) (*Mūlasarvāstivāda-vinaya-saṅghabhedavastu*; Tạng: *dGe 'dun gyi dbyen gyi gzhi*).

3. 根本說一切有部毘奈耶出家事 *Căn bản Thuyết nhất thiết hữu bộ Tì-nại-da Xuất gia sự*, 5 quyển (trong thiếu 1 quyển) (*Mūlasarvāstivāda-vinaya-pravrajyāvastu*; Tạng: *Rab tu byung ba'i gzhi*).

4. 根本說一切有部毘奈耶安居事 *Căn bản Thuyết nhất thiết hữu bộ Tì-nại-da An cư sự*, 1 quyển (*Mūlasarvāstivāda-vinaya-varṣāvastu*; Tạng: *dBya gyi gzhi*).

5. 根本說一切有部毘奈耶隨意事 *Căn bản Thuyết nhất thiết hữu bộ Tì-nại-da Tùy ý sự*, 1 quyển (*Mūlasarvāstivāda-vinaya-pravāraṇāvastu*; Tạng: *dGag dbyi'i gzhi)*.

6. 根本說一切有部毘奈耶皮革事 *Căn bản Thuyết nhất thiết hữu bộ Tì-nại-da Bì cách sự*, 2 quyển (*Mūlasarvāstivāda-vinaya-carmavastu*; Tạng: *Ko lpags kyi gzhi*).

7. 根本說一切有部毘奈耶羯恥那衣事 *Căn bản Thuyết nhất thiết hữu bộ Tì-nại-da Kiết-sỉ-na y sự*, 1 quyển (*Mūlasarvāstivāda-vinaya-kaṭhinavastu*; Tạng: *Sra brkyang gyi gzhi*).

Trinh nguyên lục nhận xét rằng đây là những tác phẩm thuộc *Bạt-tốt-đổ* (*vastu*) của Thuyết nhất thiết hữu bộ, và ghi chú: tức cùng loại với *kiền-độ* (*skandha* trong *Tứ phần luật*) hay *bạt-cừ* (*varga* – trong *Ngũ phần luật*). Tất cả khoảng 7 bộ, 50 quyển. Nhưng chỉ mới xong bản thảo chứ chưa kịp san nhuận; văn vì vậy mà có chỗ tối.

Trinh nguyên lục cũng cho biết thêm, Nghĩa Tịnh sao lục các mẩu chuyện và cho lưu hành thành một bộ sách riêng, gồm 42 kinh trong 49 quyển. 42 kinh trích riêng này được đưa vào phần "Tiểu thừa luật biệt sanh" trong *Khai nguyên lục*,[121] và *Trinh nguyên lục*[122] cũng sao lại. Các bản Mục lục đều nói các mẩu chuyện này là những duyên khởi, tức những sự kiện liên hệ, hay nguyên nhân dẫn đến một điều luật, trích từ trong luật của Thuyết nhất thiết hữu bộ. Các nhà sưu tầm mục lục này có vẻ như không phân biệt Thuyết nhất thiết hữu bộ và Căn bản Thuyết nhất thiết hữu bộ.

Bảy bản dịch này thuộc trong 17 *vastu* của bản Phạn hay *gzhi* bản dịch Tạng, Hán dịch là *sự*; tương đương với 6 kiền-độ (*skandha*) trong *Tứ phần*, theo thứ tự từ "Thọ giới kiền-độ" cho đến "Ca-thi-na y kiền-độ", trừ "Thuyết giới kiền-độ", "Y kiền-độ". Những sự (*vastu*) và kiền-độ (*skandha*) này cũng tương đương 6 *Khanda*, trừ *Uposathakkhanda* (Bố-tát kiền-độ), thuộc *Mahāvagga*, và thêm *Saṅghabhedakakkhanda* (*Tứ phần*: Phá Tăng kiền-độ) thuộc *Cullavagga* trong Pāli.

2. Truyền thừa

Trong Hán tạng – bản *Đại chánh* hiện lưu hành, tồn tại luật của 8 bộ phái khác nhau, mà tương đối đầy đủ chỉ được kể năm bộ: *Ma-ha Tăng-kì luật* thuộc Đại chúng bộ (*Mahāsāṅghika*), *Ngũ phần luật* thuộc Hóa địa bộ (*Mahīśāsaka*), *Tứ phần luật* thuộc Pháp mật bộ (*Dharmaguptaka*), *Thập tụng luật* thuộc Thuyết nhất thiết hữu bộ (*Sarvāstivādin*), và 18 bản dịch của Nghĩa Tịnh từ Căn bản Thuyết nhất thiết hữu bộ (*Mūlasarvāstivādin*).[123]

Mặc dù Nghĩa Tịnh chưa dịch hết toàn bộ các tác phẩm thuộc hạng Kinh điển về Luật của Căn bản Thuyết nhất thiết hữu bộ, như số lượng được biết qua các bản dịch Tây Tạng, nhưng số lượng các bản văn thuộc bộ phái này vượt trên tất cả các bộ khác.

---

[121] Quyển 16, T55n2154, tr. 659b22- 660a20.

[122] Quyển 26, T55n2157, tr. 997a16

[123] Ba bộ kia chỉ có Giới kinh hoặc Luật số: (6) *Giải thoát giới kinh* (T.1460): Ấm quang bộ (*Kaśyapīya*), (7) *Luật nhị thập minh liễu luận* (T. 1461): Chánh lượng bộ (*Sammītīya*), (8) *Thiện kiến luật tì-bà-sa* (T.1462): Thượng tọa bộ (*Theravāda*).

Trung Quốc tuy có lưu hành luật của năm bộ phái chính, duy chỉ có luật hệ Tứ phần được xem là chính truyền.

Truyền thuyết nói Phật giáo du nhập Trung Quốc dưới thời Hán Minh đế năm Vĩnh Bình thứ 10 (67 Tl) do Thái Hâm gặp Ca-diếp Ma-đằng và Trúc Pháp Lan ở nước Trung Thiên Trúc Đại Nhục Chi (Nguyệt Thị) rước về; Hán đế bèn khiến lập chùa Bạch Mã và ở đó Ma-đằng dịch kinh *Tứ thập nhị chương*. Năm Vĩnh Bình 14 (70 Tl), tháng Giêng, ngày 11, đạo sĩ Chử Thiện Tín dẫn đầu 690 người từ "năm non tám núi" dâng biểu cầu được tỉ thí cao thấp với Phật đạo Tây vực. Vua chuẩn tấu, cho tổ chức thi đấu tại chùa Bạch Mã. Kinh điển của hai bên được mang ra đốt. Kinh sách Đạo giáo bị cháy thành tro hết. Kinh Phật không những không cháy mà còn phát hào quang rực rỡ. Đạo sĩ Phí Thúc Tài xấu hổ tự vẫn. Sau đó, quan Tư không Dương thành hầu Lưu Tuấn cùng với 260 người, Trương Tử Thượng cùng các sĩ tử ở Kinh thành có đến 390 người; Hậu cung Ấm Phu nhân, và cung nhân Vương Tiệp dư cùng với 190 người; Ngũ Nhạc đạo sĩ Lữ Huệ Thông cùng với 620 người; thảy đều tâu vua xin xuất gia. Vua hứa khả, ra lệnh dựng 10 ngôi chùa ở Lạc Dương, và 7 chùa ngoại thành cho Tăng ở; 3 chùa thành nội cho Ni.

Truyền thuyết hoang đường này được chép lại hầu hết trong các bộ sử Phật giáo Trung Quốc như *Quảng hoằng minh tập*, *Phật Tổ thống kỷ*, *Tăng sử lược*, v.v...

Thế nhưng, những người được kể là đầu tiên xuất gia và thọ giới đúng pháp thức, được ghi nhận trong *Tăng sử lược* như sau: "Nguyên lai những người được gọi là Tăng trong thời Hán-Ngụy, tuy cạo đầu khoác y mà có hình tướng, nhưng giới pháp chưa đủ. Lúc bấy giờ hai chúng (Tăng và Ni) chỉ thọ Tam quy. Từ Hán Vĩnh Bình cho đến niên hiệu Hoàng Sơ thời Ngụy (220-226 Tl), chưa có sự phân biệt đại Tăng với sa-di. Sau đó, có Tam tạng Đàm-ma-ca-la (*Dharmakāla*), và Trúc Luật-viêm, Duy-kì-nan v.v... mới có sự truyền Luật đúng nghĩa. Đàm-ma-ca-la, trong khoảng niên hiệu Gia Bình - Chính Nguyên (249-256), cùng với Đàm-đế, cho ra *Tăng-kì giới tâm*, lập pháp yết-ma của đại Tăng. Đàn thọ Cụ túc ở Đông thổ bắt đầu từ đây vậy... Người thọ giới đầu tiên là Chu Sỹ

Hành vậy."[124]

Cho đến đời Dao Tần, Hoằng Thỉ 10 (408 Tl), Phật-đà-da-xá (*Buddhayasās*) đến Trường An, và ngay năm sau tập hợp trên 300 sư Tăng khởi sự phiên dịch *Tứ phần luật*.[125] Dễ thấy rằng sau khi bản dịch lưu hành, *Tứ phần luật* nhanh chóng gây ảnh hưởng do bởi tác phong đạo đức của Phật-đà-da-xá rất được trọng vọng, có thể trên cả Cưu-ma-la-thập về phương diện này. Cho đến chừng 60 năm sau, sau khi Huệ Quang viết "*Tứ phần luật sớ*" với quan điểm rằng Luật Tứ phần thuộc về Luật Đại thừa;[126] do xu hướng tư tưởng Đại thừa, nên Tăng-già Trung Quốc nhận hệ Tứ phần là luật chính truyền. Cho đến đời Đường, với công trình của Đạo Tuyên, hệ Tứ phần được hình thành có quy củ phù hợp với truyền thống xã hội Trung Quốc. Đây chỉ nói về mặt học thuật và hành trì tự giác tự nguyện. Chính thức mà nói, phải kể từ khi Luật sư Thích Đạo Ngạn du thuyết vua Đường Trung Tông, niên hiệu Cảnh Long thứ 3 (709), bấy giờ có chiếu chỉ xuống lệnh các tự viện trong thiên hạ phải chấp hành duy nhất luật Tứ phần. Từ đó, hệ Luật Tứ phần trở

---

[124] *Đại Tống Tăng sử lược*, Tán Ninh (919-1001) soạn, T54, No. 2126, tr. 238b3. *Cao tăng truyện*, Lương Sa-môn Thích Huệ Hạo soạn, quyển 1, truyện Đàm-ma-ca-la. T50n2059, tr.324c15. - Đàm-ma-ca-la (*Dharmakāla*, Hán dịch: Pháp Thời), gốc Trung Ấn, đến đất Ngụy năm Hoàng sơ thứ 3 (222 TL); đến năm Gia bình 2 (250 TL) dịch *Tăng-kì giới tâm*, lập pháp yết-ma thọ giới. Trúc Luật-viêm, hoặc gọi là Trúc Tương-viêm, Trúc Trì-viêm (không rõ gốc Phạn), đến đất Ngô dưới thời Tôn Quyền năm Hoàng vũ thứ 3 (225), cùng dịch một số Kinh với Duy-kì-nan. Duy-kì-nan, hoặc âm là Duy-chỉ-nan, Hán dịch là Chướng Ngại (*Vighna*) đến Đông Ngô cùng lúc với Trúc Luật-viêm. Đàm-đế, người An-tức (Cổ Ba-tư, *Ashkānīan*), đến đất Tào Ngụy trong khoảng niên hiệu Chính nguyên (254-256). Chu Sỹ Hành, còn có hiệu là Bát Giới, người Dĩnh xuyên; cũng là người Hán đầu tiên Tây du, đi sưu tầm Kinh Phật trong các vùng Tây vực.

[125] "Tựa" *Tứ phần luật*, T22n1428, tr. 567b02.

[126] Đạo Tuyên, *Tứ phần luật san phiền bổ khuyết hành sự sao* "Tựa", T40n1804, tr. 26b9. Huệ Quang, thời Bắc Ngụy (khoảng 468-538), soạn *Tứ phần luật sao*, 4 quyển, thất truyền.

thành độc chiếm tại Trung Quốc.[127]

Chúng ta biết rằng Luật Căn bản Hữu bộ là hệ chính truyền Tây Tạng. Khi người Mông Cổ thống trị Trung Quốc, hệ Luật này suốt trong triều Nguyên có thể nói là hệ chính truyền. Bởi vì người Mông Cổ tiếp thu Phật giáo từ truyền thống Tây Tạng. Chủ xướng lập hệ Luật Căn bản Hữu bộ như là hệ chính thống cho toàn thể Tăng-già Trung Quốc được đề xuất bởi Bát-tư-ba và được Nguyên đế Hốt-tất-liệt tán thành.

Bát-tư-ba là dịch âm từ Tạng ngữ 'Phags-pa: "Thánh giả",[128] tước hiệu tôn xưng 'Phags-pa Blo-gros rGyal-mtshan (Thánh giả Huệ Tràng). Bát-tư-ba, sinh năm 1235 và tịch 1280 Tl, là một lạt-ma thuộc phái Śakya (Tát-ca phái), kế thừa Śakya Paṇḍita thành vị Tổ thứ năm của phái này.

Năm 1240, Gödön (Khoát-đoan vương), con thứ hai của Ögödei (Oa-khoát-đài) điều quân chinh phục Tây Tạng.[129] Tướng Dorda Darkhan dẫn 30.000 quân tấn công vào Vệ Tạng, khu vực đông và trung bộ Tây Tạng, đốt cháy nhiều tự viện và sát hại các lạt-ma, nhưng chùa Rwa sgreng, tự viện danh tiếng của phái Śakya, thoát nạn. Truyền thuyết nói bấy giờ xảy ra một trận đá lở khiến quân Mông Cổ tin là do pháp thuật của các lạt-ma nên ngưng cuộc tàn phá. Tướng Dorda nghe lời khuyên của Viện trưởng tự viện 'Bri gung, đề nghị Gödön thương lượng với lãnh đạo của các phái Phật giáo. Năm sau, 1241, quân Mông Cổ rút khỏi Tây Tạng. Cho đến năm 1244, Mông Cổ tiến quân lần thứ hai vào Tây Tạng, và bấy giờ Gödönra lệnh triệu Śakya Paṇḍita đến hội kiến. Śakya Paṇḍita (Śakya

---

[127] Xem, Tào Sỹ Bang, *Trung quốc Phật giáo sử - Đông Tấn đến Ngũ đại*. Pháp cổ Văn hóa, 1999; tr. 318.

[128] *'phags-pa*, Hán âm 八思巴 Bát-tư-ba, hoặc 八合思巴 Bát-hạp-tư-ba, 發思八 Phát-tư bát, 發合思巴 Phát-hạp-tư-ba. *Phật Tổ lịch đại thông tải*, quyển 21, Niệm Thường soạn đời Nguyên, T49n2036, tr. 707b10: "Đại Nguyên Đế sư Phát-hạp-tư".

[129] Có nhiều ý kiến khác nhau của các sử gia về mục đích tiến quân này. Có thể chỉ là tiến hành thám sát để đánh giá khả năng quân sự và chính trị của Tây Tạng trong ý đồ bành trướng lãnh thổ. Do ý kiến khác nhau về mục đích nên cũng có ý kiến khác nhau về vai trò của *Śakya Paṇḍita* trong biến cố này.

Bác học) là biệt hiệu tôn xưng để gọi *Kun-dga' rGyal-mtshan* (Hoan Hỷ Tràng), vị tổ thứ tư của phái *Śakya*.

Bấy giờ *Śakya* không chỉ đại diện cho phái *Śakya* mà cho cả toàn Tây Tạng, có nhiệm vụ thương lượng với người Mông Cổ trong điều kiện Tây Tạng thần phục.

Śakya Paṇḍita lên đường, dẫn theo hai người cháu là *'Phags-pa Blo-grosrgyal-mtshan* (Thánh giả Huệ Tràng), bấy giờ mười tuổi và em trai là *Phyag-na rDo-rje* (Kim Cang Thủ), tám tuổi, lên đường đi hội kiến *Gödön*. Trên đường đi, khi đến *Lhasa*, ông làm lễ thọ sa-di cho *'Phags-pa* (Huệ Tràng). Dọc đường đi, *Śakya Paṇḍita* thuyết pháp nhiều nơi nên mãi đến năm 1247 mới được hội kiến với *Gödön* ở Lương Châu (Cam Túc).

Trong cuộc hội kiến này, *Śakya Paṇḍita* nhanh chóng chinh phục Gödön bằng thuyết nhân quả nghiệp báo liên hệ đến cuộc tàn sát của quân Mông Cổ. Cũng có truyền thuyết nói do ông chữa *Gödön* khỏi bệnh phong cùi. Kết quả, *Gödön* quy y Phật.

Sau cuộc thương lượng, *Gödön* cử *Śakya* làm đại diện lâm thời cho chính quyền Mông Cổ quản lãnh toàn Tạng. Sử sách Tây Tạng nói Śakya được phong *"Khri skor bcu gsum"* (phong ấp mười ba vạn hộ) thuộc trung bộ Tây Tạng.

Sau đó, *Śakya Paṇḍita* ở luôn tại Lương Châu và năm 1251 thì tịch tại đây, trao y bát cho *'Phags-pa* thừa kế làm tổ thứ năm của phái *Śakya*. Bát-tư-ba cùng với em vẫn ở lại trong trại quân Mông Cổ, học tiếng Mông Cổ và y phục theo người Mông Cổ.

Năm 1251, *Yügük khan* (Quý-do Đại hãn) chết, *Möngke* (Mông-kha), anh của *Kublai* (Hốt-tất-liệt) lên ngôi Đại hãn. *Yügük* có tham vọng tây tiến chinh phục Âu châu; nhưng *Möngke* có ý đồ khác, tìm cách nam tiến tiêu diệt nhà Nam Tống và thống trị toàn bộ Trung Quốc.

Đế quốc Mông Cổ bắt đầu từ khi Thành-cát-tư Khả-hãn thống nhất Mông Cổ chính thức vào năm 1206, cho đến khi ông mất, 1227, lãnh thổ của đế chế này trải rộng trên một phạm vi 24 ngàn cây số vuông, rộng gấp bốn lần đế quốc La-mã. Cho đến năm 1230 khi Oa-khoát-đài diệt Kim, Mông Cổ thống trị hoàn toàn bắc Tống, chiếm phân nửa giang san nhà Tống. Oa-khoát-đài chết, Mông-kha lên thay, bắt đầu chiến dịch nam tiến diệt Nam Tống. Trong chiến dịch này, trước tiên cần bình định dân Hán phương bắc. Trong sách lược bình định bấy giờ, Mông-kha phải nhanh chóng giải quyết xung đột Phật và Lão, hai thế lực tôn giáo có ảnh hưởng rất lớn trong quần chúng Trung Quốc.[130]

Xung đột Phật-Lão, như đã chứng kiến, mà truyền thuyết Ma-đằng đấu phép đốt cháy kinh của Đạo giáo, tuy là truyền thuyết hoang đường nhưng đó là ấn tượng lịch sử khá đậm nét trong lịch sử truyền bá đạo Phật tại Trung Quốc. Trong thực tế, vào thời Đông Tấn (317-420) đã xuất hiện tác phẩm *Lão Tử hóa Hồ kinh*, tác giả là Đạo sĩ Vương Phù, đặt chuyện Lão Tử cưỡi trâu sang Ấn Độ dạy đạo và Thích-ca chỉ là một trong số các đệ tử. Dưới thời Bắc Chu Vũ đế, năm 569 TI, Chân Loan viết *Tiếu đạo luận*, nêu những điểm gọi là "khá buồn cười" trong *Hóa Hồ kinh*. Tuy vậy, tác phẩm này vẫn được lưu truyền và cải biến cho đến đời Đường tập thành đến 10 quyển. Sang đời Tống, lưu hành thêm một tư liệu biếm Phật của Đạo gia, với 81 bức tranh miêu tả những lần tái sinh của Lão Tử giáo hóa độ người, trong đó có lần hóa thân làm Thích-ca. Tập chuỗi tranh được gọi là *Lão Tử bát thập nhất hóa đồ*.

Sự xung đột Phật-Lão dẫn đến các cuộc tranh luận do Mông-kha chỉ định tổ chức được sơ lược nguyên do như sau, dẫn theo Trương Bá Thuần, "Tựa Biện ngụy lục":[131]

"Tính cho đến năm Ất mão (1255), bọn Đạo sĩ Khâu Xử Cơ và Lý Chí Thường phá hủy miếu Phu Tử ở Thiên Thành Tây kinh làm đạo quán Văn Thành. Hủy diệt tượng Phật Thích-ca, tượng Quán Âm bạch ngọc, bảo tháp xá-lợi. Chiếm đoạt 482 ngôi chùa, phổ biến ngụy thư *Lão Tử*

---

[130] Sechin Jagchid: *The Mongol Khans and Chinese Buddhism and Taoism*, The Journal of the International Asociation of Buddhist Studies, vol. 2, 1979; p. 7-28.

[131] Triều Nguyên, Hàn lâm học sỹ Phụng huấn đại phu tri chế cáo đồng tu quốc sử Trương Bá Thuần (1242-1302). *Biện ngụy lục*, 5 quyển, đời Nguyên, Sa-môn Tường Mại, trụ trì Đại vân phong soạn, Chí nguyên năm thứ hai. T52 No.2116. (1265). *Phật Tổ lịch đại thông tải*, quyển 21, T49n2036, tr. 710a.

hóa Hồ kinh của Vương Phù, và *Lão Tử bát thập nhất hóa đồ...*"

Năm 1219, Thành-cát-tư Khả-hãn sau khi diệt triều *Khwarazmina* người Hồi giáo, rồi đóng quân tại A-phú-hãn (Afghanistan), và cho triệu thỉnh Đạo sĩ Khâu Xử Cơ từ Trung Quốc sang diện kiến.

Mặt khác, Khâu Xử Cơ trước đó cũng đã được vua Tống rồi đến vua Liêu mời nhưng ông thảy đều từ chối. Trong khi Đại hãn từ A-phú-hãn xa xôi kêu gọi, ông lại bất chấp khó nhọc của hành trình mà sẵn sàng lên đường. Quyết định này được giải thích, theo đó, khi thông tin về sự chinh phục của Mông Cổ suốt từ Tây vực cho đến A-phú-hãn, và Đại Tống sẽ là mục tiêu hủy diệt không thể tránh. Để mưu cầu sự tồn tại của Đạo giáo cần có chỗ dựa của triều đình khi Mông Cổ thống trị Trung nguyên, cho nên Khâu Đạo trưởng không ngại thân già và lộ trình hiểm trở. Về phía Phật giáo, có thể cũng với cảm thức tương tợ, Hải Vân cũng đã gặp Đại hãn, và từ Tây Tạng chú cháu *Śakya Paṇḍita* cũng tìm đến hội kiến với con cháu của Đại hãn. Những sự kiện lịch sử này cho thấy cả Lão và Phật đều ưu tư trước sự thống trị tất nhiên sẽ đến của người Mông Cổ nên tìm chỗ dựa an toàn cho sự tồn tại của mình sau này.

Cũng trong khoảng thời gian này, năm 1219, quân Mông Cổ lại đánh chiếm Lam Thành,[132] Hải Vân được tướng Ma-hoa-lí (*Mukhali*) chú ý và tâu lên Thành-cát-tư, Đại hãn xuống chiếu khiến đối xử ưu ái hai thầy trò Sư, gọi họ là những người "cáo thiên".[133] Năm 1237, Hoàng hậu thứ hai của Thái tổ (Thành-cát-tư đại hãn) dâng tặng Sư danh hiệu "Quang thiên trấn quốc đại sỹ."[134]

Trên đây là những dữ kiện cho thấy người Mông Cổ đã có lưu ý đến Phật giáo Trung Quốc, và có lẽ với mức độ kính phục nào đó.

Có thể nhân được Đại hãn đặc biệt lưu ý mà sau này, vào năm Nhâm dần (1242), Hải Vân được Hộ-tất-liệt (Hốt-tất-liệt, *Kublai*) mời đến dưới

---

[132] *Phật Tổ lịch đại thông tải*, quyển 21, T49n2036, tr. 702c6.

[133] 告天, theo nghĩa cổ, hiểu là "tế cáo thiên địa" khi hoàng đế làm lễ đăng quang. Trong đây nghĩa không rõ: "người có thể báo cáo thẳng với Trời?"

[134] *Phật tổ thông tải*, dẫn trên, tr. 704b1.

trướng, bấy giờ đang ở tại lãnh địa Hồ Bắc. Trên đường đi ngang Vân Trung, nghe danh Lưu Bỉnh Trung,[135] Sư bèn tìm đến và đề nghị Bỉnh Trung cùng đi. Điều này cho thấy Hải Vân xem cuộc hội kiến này rất quan trọng đối với sinh mệnh của Phật giáo trước sự tấn công của Đạo giáo. Ngay sau khi hội kiến, Lưu Bỉnh Trung nhanh chóng trở thành cố vấn quan trọng cho Hốt-tất-liệt trong sách lược bình định Trung nguyên.

Hốt-tất-liệt ban đầu tham khảo Phật giáo Thiền Trung Quốc, có lẽ sau đó chưa hài lòng, nên vào năm 1253, đề nghị Khoát-đoan vương (*Gödön*) trao Bát-tư-ba cho mình. Bát-tư-ba bấy giờ mới 18 tuổi, chưa được chú ý nhiều. Cho đến năm 1258, Hốt-tất-liệt chính thức trở thành đệ tử của Bát-tư-ba, truyền quy giới và thọ pháp quán đảnh. Đó là năm diễn ra cuộc tranh luận Thích-Lão lần thứ ba, được dứt điểm với vai trò chính là Bát-tư-ba.

Trước đó, như đã biết trước sự hoành hành của các đạo sĩ, các nhà sư phản đối, kiến nghị lên Mông-kha đại hãn (*Möngke*). Đại hãn cho tổ chức cuộc tranh luận chân giả để giải quyết vào năm 1255. Trong cuộc tranh luận này, bên phía Phật giáo có Na-mo người *Kashmir* đến từ thời Đại hãn Oa-khoát-đài, và được Mông-kha tôn làm quốc sư.[136] Kết quả, các đạo sĩ thua. Lệnh phải thiêu hủy các ngụy thư của Đạo giáo, và trả lại

---

[135] Lưu Khản, pháp danh Tử Thông, ngay sau khi lên ngôi Đại hãn, Hốt-tất-liệt khiến đổi tên là Lưu Bỉnh Trung, không dùng pháp danh nữa để tiện việc tham dự triều chính, sung Đồng nghị Xu mật viện, phong Thái bảo Tham dự Trung thư sảnh (phủ Thừa tướng), tước Quang lộc đại phu. *Phật Tổ thống ký*, quyển 48, T49n2035, tr. 433c25. *Phật tổ lịch đại thông tải*, quyển 21, T49n2036, tr 705c27. Cf. *In the Service of the Khan: Eminent Personalities of the Early Mongol-Yüan*, ed. by Igor de Rachewitz (1993), p. 245-269.

[136] *Nguyên sử*, quyển 125: "Thiết-ca truyện": Thiết-ca (Tege), họ Già-nãi, người Ca-diệp-di-nhi (*Kashmir*), tức nước Tây vực Trúc-kiền-đà; cha là Oát-thoát-xích (*Otochi*), chú là Na-ma (*namu*), đều học Phù-đồ, cùng than với nhau: Thế đạo nhiễu nhương, nước ta sắp mất. Đông bắc có khí tượng Thiên tử, chúng ta nên đến đó. Bèn đến bệ kiến. Thái tông (Oa-khoát-đài) dùng lễ mà tiếp đãi... Hiển tông (*Mongke khan*) tôn Na-ma làm quốc sư, ban ngọc ấn, thống lãnh thiên hạ Thích giáo.

chùa chiền cho Phật giáo.

Tuy có lệnh như vậy, nhưng tình hình không được cải thiện, các đạo sĩ không nghiêm chỉnh chấp hành. Những người Phật giáo lại đệ thư khiếu tố. Mông-kha lại cho tổ chức cuộc tranh luận thứ hai, năm sau, 1256. Lần này đại diện phía Phật giáo là *Karma Pakshi*, vị lạt-ma thuộc phái *Karmapa* Tây Tạng, rất được Mông-kha kính trọng. Kết quả vẫn như lần trước, các đạo sĩ thất bại.

Nhưng cũng như lần trước, tình hình vẫn không cải thiện. Trái lại, còn trở nên căng thẳng hơn. Những người Phật giáo lại kiện cáo, dẫn đầu bởi Phước Dụ Trưởng lão chùa Thiếu Lâm. Lần này Mông-kha giao cho Hốt-tất-liệt giải quyết. Một cuộc tranh luận Phật-Lão lại được tổ chức vào năm 1258. Bên Phật giáo có Bát-tư-ba và Lưu Bỉnh Trung. Hốt-tất-liệt đích thân chủ trì tài phán. Giao ước thắng bại: nếu Đạo sĩ thắng, các sư Tăng phải đội mão khoác Đạo phục, làm đạo sĩ. Nếu bên Phật thắng, sách Đạo giáo ngụy thư phải bị đốt, đạo sĩ phải cạo đầu làm Tăng...[137]

Kết quả, các đạo sĩ Lý Chí Thường đuối lý, phải y ước thi hành, lệnh dẫn 17 đạo sĩ sang chùa Long Quang cạo đầu làm Tăng, đốt ngụy kinh 45 bộ, trả lại chùa Phật 237 khu.[138]

Năm 1259, Đại hãn Mông-kha (*Möngke*) chết, Hốt-tất-liệt lên ngôi Đại hãn. Ngay trong năm đó, phong Bát-tư-ba làm Quốc sư với tôn hiệu "Đại bảo Pháp vương" (*khams gsum chos kyi rgayl po*),[139] trao cho ngọc ấn, làm Pháp chủ Trung nguyên, thống lãnh thiên hạ giáo môn, tổng lý sự vụ tôn giáo trong toàn đế quốc Nguyên Mông.[140] Sau đó, trở về Tây Tạng. Chí Nguyên năm thứ 7 (1270), Bát-tư-ba phụng chiếu Hốt-tất liệt chế văn tự cho Đại Nguyên.

---

[137] *Biện ngụy lục*, quyển 5, T52n2116, tr. 776a28.

[138] Dẫn trên, T52n2116, tr. 776b21.

[139] 釋教部彙考卷第五 *Cổ kim đồ thư tập thành*
    - Thích giáo bộ vựng khảo, X77n1521,
        tr. 42b18: 至元六年作佛事於太廟詔升國師八思巴號大寶法王賜玉印.

[140] *Phật tổ lịch đại thông tải*, quyển 21, T49n2036, tr. 707b26.

Năm 1269, Bát-tư-ba hoàn thành hệ thống văn tự Mông Cổ dâng lên Hốt-tất-liệt, chiếu chỉ ban hành các châu quận áp dụng, các quan lại phải học.[141]

Năm sau, 1270, Bát-tư-ba biên soạn *Xuất gia thọ cận viên yết-ma nghi phạm*,[142] nghi thức xuất gia thọ giới cụ túc theo hệ Luật Căn bản Hữu bộ, truyền thống chính của Tăng-già Tây Tạng. Kèm theo *bí-sô học tập lược pháp*,[143] tóm tắt 253 điều khoản (học xứ) trích từ Giới kinh của Tỳ-kheo theo hệ luật Căn bản. Sau khi dịch thành Hán văn, chiếu chỉ ban hành áp dụng cho toàn thể Tăng-già trong các khu vực Hán, Mông, Tây Hạ, Cao Ly, Đại Lý, Hồi Hột.[144] Luật Tứ phần, hệ Luật chính thức của Phật giáo Hán được chính thức thay thế bằng hệ Luật Căn bản Hữu bộ của Phật giáo Tây Tạng.

Triều Nguyên Thế tổ Hốt-tất-liệt, niên hiệu Chí Nguyên thứ 16, Tl 1927, Bát-tư-ba tịch.[145] Sau khi tịch, suốt trong triều đại Nguyên, Bát-tư-ba vẫn rất được tôn sùng. Cho đến khi người Trung Quốc đánh đuổi quân Mông Cổ, triều đại Nguyên thống trị Trung Quốc chấm dứt, Phật giáo trong truyền thống Tây Tạng cũng theo gót quân Nguyên lui về thảo nguyên sa-mạc. Ảnh hưởng Bát-tư-ba trong lịch sử Phật giáo Trung Quốc ít được biết đến. Hệ Luật truyền thừa của Căn bản Hữu bộ cũng tàn lụi từ đó.

---

[141] ibid. tr. 707c2.

[142] 根本說一切有部出家授近圓羯磨儀範 - 元帝師苾芻拔合思巴集, *Căn bản Thuyết nhất thiết hữu bộ Xuất gia thọ cận viên yết-ma nghi phạm*, Nguyên Đế Sư Bí-sô Bạt-hạp-tư-ba tập;T45n1904.

[143] 根本說一切有部苾芻習學略法 – 元帝師苾芻拔合思巴集；*Căn bản Thuyết nhất thiết hữu bộ Bí-sô tập học lược pháp*, Nguyên Đế Sư Bạt-hạp-tư-ba tập.

[144] 釋教部彙考卷第五 *Cổ kim đồ thư tập thành* - Thích giáo bộ vựng khảo, X77n1521, tr. 43c01.

[145] ibid. tr. 43b18, Hốt-tất-liệt phong tặng thụy hiệu: 皇天之下一人之上. 宣文輔治大聖至德普覺真智佑國如意大寶法王西天佛子大元帝師 - Ở dưới Hoàng Thiên, ở trên một người, Tuyên văn phụ trị, Đại Thánh chí đức, Phổ Giác Chân Trí, Hựu quốc như ý Đại Bảo Pháp Vương, con trưởng của Phật Tây thiên, Tôn sư của Hoàng đế Đại Nguyên.

Trong sách lược bình định Trung nguyên của Hốt-tất-liệt, qua những sự kiện chiêu hiền, và xử lý xung đột Phật-Lão một cách mềm dẻo, chúng ta có thể có hai ấn tượng nổi bật, đó là có xu hướng thiên vị Phật giáo trong đó hệ Phật giáo Tây Tạng trở thành chủ đạo, và chế tác văn tự Mông Cổ thay thế Hán tự. Về xu hướng Phật giáo, ông vận dụng cả Phật giáo Hán và Tạng. Mặc dù trong tư tưởng, sự thiên vị Phật giáo có thể do tín ngưỡng nhiều hơn là sách lược chính trị, nhưng trong hai hệ Phật giáo, ông đã nâng cao vai trò của Bát-tư-ba lên tầm mức vĩ đại không chỉ vì lòng sùng kính nhưng không phải không có ý đồ thay thế truyền thống Phật giáo Trung Quốc bằng Phật giáo Tây Tạng. Mặc dù giới Tăng lữ Trung Quốc như sư đồ Hải Vân và Lưu Bỉnh Trung (pháp danh Tử Thông) cũng đóng góp không ít cho sự nghiệp đế vương của Hốt-tất-liệt. Sự kiện quy định hành trì hệ Luật Căn bản Hữu bộ thay cho hệ Luật Tứ phần đáng được nhận thức rằng một khi thay đổi chế độ sinh hoạt của Tăng-già, vốn là mạng mạch của Phật pháp, tất cũng thay đổi cả tập quán tư duy, và rồi người Mông Cổ sẽ ngự trị Trung nguyên không phải chỉ bằng vũ lực, mà thống trị cả mặt văn hóa. Văn tự Mông Cổ do Bát-tư-ba sáng chế thay thế văn tự Hán, đó là cơ sở để thiết lập cơ sở cho một nền văn hóa Mông Cổ đối trị văn hóa lâu đời của người Hán. Luật Căn bản Hữu bộ thay thế Luật Tứ phần, là cơ sở cho một ý thức mới: ý thức hệ dân tộc Mông Cổ.

Nhưng ý đồ của Hốt-tất-liệt, dựa trên Phật giáo Tây Tạng để thống trị Trung Quốc không chỉ bằng vũ lực mà còn cả về tư tưởng, tôn giáo, chính trị xã hội; nếu suy luận này của chúng ta không lạc hướng, thế thì lịch sử chứng tỏ ý đồ này đã thất bại. Ý nghĩa của sự thất bại này thuộc phạm vi nghiên cứu của các nhà văn hóa và sử học.

V. NHẬT BẢN CHÂN NGÔN LUẬT TÔNG

Phật giáo được cho là chính thức truyền vào Nhật Bản kể từ Khâm Minh Thiên hoàng năm thứ 13 (552 Tl), qua ngã Bách Tế (Triều Tiên), khi vua Thánh Minh (523-544) của nước này gửi sang hiến tặng Khâm Minh Thiên hoàng một tượng Phật, một số kinh điển, cùng với một số Tăng sĩ. Thiên hoàng tặng lại cho *Iname* một tượng Phật để thờ. Ông này lập ngay tại tư dinh một ngôi chùa, đặt tên là Pháp Hưng tự (*Hōkji*), an trí tượng Phật ở đó. Vài năm sau, trong nước nổi lên trận dịch hạch, mọi người nghi ngờ sự hiện diện của thần linh ngoại lai (chỉ tượng Phật) khiến thần bản xứ nổi giận trừng phạt. Hình như do vậy *Iname* tạm đình chỉ việc thờ Phật.

Một thời gian sau, khoảng 584 Tl, nước Bách Tế lại gởi sang biểu một số tượng Phật, kinh sách, cùng với tu sĩ, trong đó có một ni cô. Bấy giờ Iname đã chết (khoảng năm 720), con trai ông là *Umako* (Mã Tử) thay thế giữ địa vị Đại thần (*Ōomi*), trực tiếp nhận hai tượng Phật từ Bách Tế. Umako sai người tìm Tăng sĩ phụ trách việc thờ phụng. *Shiba Tachitō* (Tư Mã Đạt Đẳng) tìm được Tăng sĩ người Bách Tế là *Hyepyon* (Nhật: Ebin, Hán: Huệ Tiện) đến Nhật trước đó (năm 584), bấy giờ đã hoàn tục. *Umako* khiến ông làm lễ xuất gia cho *Shima* (Đảo), con gái của *Shiba Tachito*, xuất gia, bấy giờ cô mới 11 tuổi, đặt pháp danh là *Zenshin-ni* (Thiện Tín Ni). Đồng thời cũng cho hai cô khác xuất gia theo, pháp danh là *Zenzō-ni* (Thiền Tạng Ni) và *Ezen-ni* (Huệ Thiện Ni).

Trường hợp xuất gia của Thiện Tín Ni chỉ được biết một cách sơ lược theo *Nhật Bản thư kỷ*. Phần còn lại suy luận tùy theo trình độ hiểu biết về Luật xuất gia.

Akira Hirakawa[146] tường thuật chi tiết. Ba cô này xuất gia không theo thể thức chính quy nào cả. Theo ký sự chùa *Genkōji*.[147] Sau đó họ được gởi sang Bách Tế, tại đây họ được thọ giới Sa-di-ni. Năm sau, thọ sáu pháp Thức-xoa-ma-na. Tháng Ba 590, thọ Cụ túc và trở về nước. Không rõ họ thọ giới theo hệ Luật nào.

Lớp Tăng sĩ đầu tiên trong lịch sử Phật giáo Nhật lại là nữ giới; điều này được hiểu là do bị chi phối bởi tín ngưỡng Thần đạo trong đó nữ vu

---

[146] *Akira Hirakawa* (Bình Xuyên Chương), *The History of Buddhist Nuns in Japan*, trans. by Karma Lekshe Tsomo, Junko Miura, Buddhist-Christian Studies, Vol. 12. (1992), p. 150.

[147] *Gangōji garan engi* (Nguyên Hưng tự già-lam duyên khởi), ký sự về duyên khởi của chùa Nguyên Hưng, tập ký sự được cho là viết vào khoảng 747 Tl., do một thầy Tăng; chuyện kể từ vua Thánh vương nước Bách tế giới thiệu Phật giáo đến Nhật; cuộc xung đột giữa dòng họ *Soga* và *Mononobe*.

(miko) chiếm vai trò trọng yếu. Trong giai đoạn khởi đầu này Đức Phật chỉ được hiểu là vị thần linh ban phúc hay giáng họa như các thần bản xứ, có điều là linh diệu hơn. Vua chúa, quan thuộc, đều hiểu như vậy. Có lẽ phải đợi đến sự xuất hiện của Thánh Đức Thái tử mới thấy chứng cứ hiển nhiên về sự thông hiểu Phật pháp đạt đến trình độ cao đẳng, sâu sắc.

Khi vua Bách Tế giới thiệu Phật giáo với Khâm Minh Thiên hoàng, triều đình chia làm hai phe. Phe tán thành Phật giáo du nhập được bảo trợ bởi *Saga-no-Iname* (Tô Nga Đạo Mục) và con trai ông là *Saga-no-Umako* (Tô Nga Mã Tử), phe chống đối dẫn đầu bởi *Mono-no-Okoshi* (Vật Bộ Vĩ Dư) và con trai (*Mono-no-Moriya* - Vật Bộ Thủ Ốc). Iname có hai người con gái là vợ của Khâm Minh Thiên hoàng, cho nên có ảnh hưởng khá lớn trong triều. Sau khi Khâm Minh chết, *Umako* và *Moriya* tranh quyền đưa người của mình lên kế vị. *Umako* đánh bại *Moriya* trong một trận chiến và giết chết ông này. Lần lượt *Umako* ủng hộ lên ngôi Thiên hoàng: *Bidatsu* (Mẫn Đạt Thiên hoàng), *Yōmei* (Dụng Minh Thiên hoàng), và *Sushun* (Sùng Tuấn Thiên hoàng). Do dòng họ *Soga* ủng hộ Phật giáo du nhập, nên trong các triều đại này Phật giáo có nhiều phát triển đáng kể.

Sushun được ủng hộ lên ngôi một thời gian, bắt đầu có ác cảm với *Umako*. Thấy rõ tình hình có thể nguy, *Umako* sai người ám sát và ủng hộ Suy Cổ lên ngôi Thiên hoàng (*Suiko*). Suy Cổ là con gái của Khâm Minh, cháu ngoại của Iname, gọi *Umako* bằng cậu. Theo truyền thuyết, đáng lẽ Thánh Đức Thái tử, con trai của Dụng Minh, lên ngôi Thiên hoàng; nhưng ông từ chối để chuyên tâm nghiên cứu và truyền bá đạo Phật; chỉ đảm nhận làm nhiếp chánh vương cho Cô của mình. Phật giáo Nhật Bản bắt đầu hưng thịnh. Thập điều Hiến pháp (*Jūshichijō kempō*), được cho là soạn thảo bởi chính Thái tử, hay với sự hợp tác của các triều thần, đã có ảnh hưởng nhất định đối với luật lệ nhà nước nhằm kiểm soát sinh hoạt của Tăng lữ lâu dài về sau. Mặc dù tính chất lịch sử của bản thân Thái tử và những hoạt động của ông bị nghi ngờ.[148] Thế nhưng, có thể vì sự cống hiến của Thái tử đối với Phật giáo Nhật Bản quá lớn, ông được

---

[148] Kenneth Doo Young Lee, Prince and the Monk, The: Shotoku Worship in Shinran's Buddhism, 2007, p. 48.

các thế hệ sau tôn thánh, cho nên sự thực lịch sử pha trộn thần thoại là chuyện thường.

Trong các truyền kỳ nhân gian về Thánh Đức, có chuyện nói Thái tử thường giảng kinh cho các quan lại trong triều. Khi đăng đàn thuyết pháp, ông vận phẩm phục bên trong, bên ngoài khoác ca-sa. Cư sĩ khoác ca-sa có từ khi Lương Vũ đế Trung Quốc ban hành lệnh phổ biến Bồ-tát giới Phạm Võng. Giới pháp quy định cho phép tự thọ, không cần Giới sư, điều mà Luật Thanh văn bắt buộc không thể thiếu. Thêm nữa, người thọ Bồ-tát giới, tuy tại gia, khi hành Phật sự hay Pháp sự, được phép khoác y ca-sa như Tỳ-kheo. Bồ-tát giới theo hệ này không phân biệt tại gia hay xuất gia, ai thọ giới trước ngồi trên, thọ sau ngồi dưới. Khuynh hướng này cố ý thiết lập một cơ chế gọi là "Bồ-tát Tăng", điều mà luận *Đại trí độ* nói, "Trong giáo pháp của Phật Thích-ca, chỉ có Thanh văn Tăng chứ không có Bồ-tát Tăng"; nghĩa là, nếu không phải là Tỳ-kheo đắc giới thì không thể được liệt vào hàng Tăng. Bồ-tát giới Phạm Võng có xu hướng thế tục hóa cộng đồng Tăng lữ, do thế cư sĩ vẫn có địa vị cao trong hàng giáo phẩm. Xu hướng này không thấy thành tựu hiệu lực gì quan trọng trong sinh hoạt Phật giáo Trung Hoa. Nhưng tại Nhật Bản, sự tồn tại của Thánh Đức Thái tử dù chỉ là truyền thuyết hay hiện thực, truyền thuyết vừa nói cho thấy Phật giáo thế tục hóa là hiện tượng thực tế trong xã hội Nhật Bản.

Cho nên, trong lịch sử Phật giáo Nhật Bản, quyền lực thế tục chi phối mọi hoạt động của Tăng lữ. Tăng ni phạm giới bị xử trị theo luật pháp Nhà nước, chứ không phải thi hành "yết-ma trị phạt" theo luật định nội bộ Tăng-già. Thực tế này phản ảnh rõ rệt trong Tăng Ni lệnh (*Sō-ni ryō*) được ban hành từ năm 701, dưới triều Thiên Trí Thiên hoàng. Trong đó quy định mức xử phạt nặng nhẹ từ phạt gậy cho đến khổ sai v.v., quy định các trường hợp được hay không được phép hoàn tục, sử dụng vật sở hữu của Tam bảo, nuôi trẻ nhỏ, uống rượu, đàm luận, chơi nhạc, cờ bạc, cho đến ngủ chung nhà với phụ nữ, v.v...

Trước đây, trong thời Suy Cổ Thiên hoàng, do số lượng Tăng Ni đông đảo, có khoảng 46 ngôi chùa, Tăng 816 người và Ni 559 người; những người này xuất gia mà không theo hệ thống giới luật nào cả khiến xảy ra nhiều tệ nạn. Suy Cổ Thiên hoàng, năm thứ 32 (624 Tl), chuẩn theo đề nghị của Quán Lặc (Tăng người Bách Tế, đến Nhật năm 602), bắt đầu thiết lập chế độ Tăng quan. Quán Lặc được phong làm Tăng chánh, An Bệ Tích Đức làm Tăng đô, và một người tục gia làm Pháp đầu, có nhiệm vụ giám sát Tăng Ni và tự viện toàn quốc. Các triều đại về sau tuy có thay đổi chút ít nhưng vẫn theo chế độ Tăng quan này. Bấy giờ, theo luật lệnh triều đình quy định, những ai muốn xuất gia phải được Tăng quan chấp nhận, cấp chứng thư độ điệp. Đây là thể chế xuất gia "công độ". Theo đó giới xuất gia chỉ giới hạn trong thành phần quý tộc, được hưởng những quyền lợi đặc biệt, và nhiệm vụ chính là cầu nguyện cho Thiên hoàng, quốc gia được thái bình an lạc. Khi Phật giáo phát triển sâu rộng vào quần chúng, nhiều nông dân tự ý cạo đầu xuất gia, không cần Tăng quan cho phép. Thể lệ "Tư độ Tăng" bắt đầu xuất hiện. Xu thế phát triển xã hội này không thể cưỡng chế. Do đó, năm 701 "Tăng Ni Lệnh" được ban hành.[149]

Thực tế lịch sử mà nói, cho đến trước khi Giám Chân sang Nhật lập đàn truyền giới, chưa thấy tài liệu văn bản khả tín nào đề cập đến việc thọ giới như được quy định trong các bộ Luật của các bộ phái Phật giáo, cho nên không thể nói hệ Luật nào được áp dụng tại đây. Mặc dù trong khoảng thời gian này cũng có khá nhiều du học Tăng sang Trung Quốc học Phật, được thọ giới gọi là đắc pháp tại Trung Quốc. Vả lại, dưới triều Thiên Vũ Thiên hoàng (*Temmu Tennō*, 673-686), có sa-môn Đạo Quang được cử sang nước Đường học Luật. Sau khi về nước, sư biên soạn *Tứ phần luật sao soạn lục văn*. Đến năm Thiên Bình thứ 8 (736 Tl), lại có Đạo Tuấn, do Vinh Duệ và Phổ Chiếu thỉnh cầu, cũng từ Trung Quốc sang Nhật giảng thuyết *Hành sự sao* tại chùa Đại An. Luật học ở đây chỉ giới hạn trong phạm vi học thuật nghiên cứu chứ không phải là hành trì.

Cho đến khi Giám Chân sang Nhật, Luật tông Nhật Bản mới được nói là chính thức thành hình, bao gồm cả học thuật nghiên cứu và hành trì đúng pháp thức.

---

[149] Xem Yoshida Kazuhito (Cát Điền Nhất Ngạn): "Revisioning in Ancient Japan", *Japanese Journal of Religious Studies 30/1-2:1-26* © 2003 Nanzan Institute for Religion and Culture.

Giám Chân (688-763), người Giang Tô, truyền nhân của hệ Nam Sơn Luật tông khởi đầu bởi Đạo Tuyên, chuyên học tập và hành trì theo luật Tứ phần. Năm 742, theo thỉnh cầu của hai lưu học Tăng người Nhật là Vinh Duệ và Phổ Chiếu, mặc dù các đệ tử ngăn cản, Giám Chân quyết ý du Nhật. Phải trải qua sáu lần khởi hành, qua nhiều trở ngại, có khi nguy hiểm đe dọa tính mạng, sau cùng mới đến Nhật, năm 753, bấy giờ Sư đã 66 tuổi.

Khi đến Nhật, Sư được Hiếu Khiêm Thiên hoàng và Thánh Vũ Thái thượng hoàng tiếp đón nồng hậu. Ngay trong năm đó, Thiên Bình Bảo Thắng thứ 6, tại chùa Đông Đại (*Tōdaiji*), trước Phật tượng, Giám Chân truyền thọ Bồ-tát giới (Phạm Võng) cho Thánh Vũ Thái thượng hoàng, Quang Minh Hoàng Thái hậu, và Hiếu Khiêm Thiên hoàng. Cùng lúc truyền Sa-di và Cụ túc cho Tăng Ni khoảng 400 người.

Đông Đại tự do chính Thánh Vũ Thiên hoàng và Quang Minh Hoàng hậu tạo lập vào niên hiệu Thần Quy thứ 5 (728 Tl). Năm Thiên Bình Bảo Thắng thứ 7 (755 Tl), Giám Chân thiếp lập "Giới đàn viện" tại đây, là tổng bộ truyền giới cho tất cả Tăng Ni thuộc sáu tông phái gọi là "Nam đô lục tông."

Giám Chân bắt đầu cải tổ thể thức thọ giới y theo luật Tứ phần. Theo đó, dù xuất gia theo thể lệ công độ hay tư độ, không có trường hợp "tự thệ thọ giới", tức tự mình phát nguyện hoặc chỉ với một vài thầy, không đủ số "tam sư thất chứng" theo Luật quy định.

Năm 758, một cuộc đảo chánh cung đình xảy ra, Hiếu Khiêm thoái vị, nhường ngôi cho Thuần Nhân Thiên hoàng (*Junnin Tennō*). Thuần Nhân lấy phủ đệ Tân Điền Bộ Thân vương (*Nitabe-shinō*) ban cho Giám Chân lập chùa Đường Chiêu Đề tự (*Tōshōdaiji*). Từ đây trở đi, chùa này là tổng bộ của Luật tông thuộc hệ Luật Tứ phần tại Nhật Bản.

Luật Căn bản Thuyết nhất thiết hữu bộ được biết tại Trung Quốc chỉ sau khi Nghĩa Tịnh về nước bắt đầu phiên dịch, kể từ năm 695, cho nên còn quá sớm để Phật giáo Nhật Bản có thể biết đến hệ Luật này.

Luật Căn bản Hữu bộ được mang về Nhật bởi Không Hải.

Hoằng Pháp Đại sư Không Hải (*Kōbō Daishi Kūkai*, 774-835), hiệu Biến Chiếu Kim Cang (*Henjō Kongō*) du học Trung Quốc từ năm 804, mục đích học Phật và Phạn ngữ, đồng thời nghiên cứu kinh *Đại nhật*. Nguyên do, trước đó Sư được Đại Tăng chánh Cần Tháo ở chùa Thạch Châu truyền cho bí pháp "Hư Không Tạng cầu văn trì", cho đến năm 30 tuổi, tình cờ phát hiện dưới tháp phía Đông chùa Cửu Mễ ở Nại Lương bộ kinh *Đại nhật*, dụng công khắc khổ nghiên cứu nhưng tự thấy không thông hiểu hết, bèn quyết chí sang Đường cầu học. Nhân dịp, vào năm Diên Lịch 23 (804 Tl), dưới triều Hoàn Vũ Thiên hoàng, một sứ đoàn lưu học sinh, trong đó gồm cả Tăng nhân, được triều đình gởi sang Trung Quốc du học. Trong sứ đoàn du học này, về Nho có Duật Dật Thế (*Tachinana-no-hayanari*); về Phật có Tối Trừng (*Saichō*). Tối Trừng bấy giờ là vị sư danh tiếng thuộc tông Thiên Thai được triều đình hộ trì, trong số 10 vị được gọi là "Nội cung phụng thập thiền sư" (*nai kubujō zenshi*), có nhiệm vụ cầu đảo cho Thiên hoàng. Không Hải bấy giờ thuộc hạng "tư Tăng", là một sa-môn vô danh, đã dâng biểu thỉnh nguyện lên Thiên hoàng và được chấp thuận cho tháp tùng.[150]

Đến Trung Quốc, Không Hải được cho lưu trú tại chùa Tây Minh, Trường An. Tại đây, sư học tiếng Phạn với Tam tạng Bát-nhã (*Prajñā*) đến từ Kiện-đà-la (*Gandhara, Kabul* ngày nay). Năm sau, 805, Sư gặp Huệ Quả chùa Thanh Long. Huệ Quả là truyền nhân chính thức của Kim cang thừa tại Trung Quốc, được Tam tạng Bất Không (*Amoghavajra*) trực tiếp truyền pháp Quán đảnh (*abhiṣeka*) với cả hai bộ mạn-đà-la Thai tạng giới và Kim cang giới. Từ đó, Không Hải theo Huệ Quả học tập cả hai bộ quán đảnh của Đại bi Thai tạng giới và Kim cang giới. Sau đó được truyền thọ pháp Quán đảnh, chính thức trở thành vị Truyền pháp A-xà-lê, thành vị tổ sư đời thứ tám của Mật tông. Trong khi nghiên cứu các Kinh điển và bí pháp của Kim cang thừa tại Trung Quốc, Không Hải đồng thời cũng lưu tâm nghiên cứu Luật học.

Không Hải dự định sẽ lưu học Trung Quốc khoảng 20 năm, nhưng chỉ mới đến năm thứ hai đã được truyền Quán đảnh, và theo lời dặn của Huệ Quả trước khi tịch, nên năm sau (806), Sư quay về Nhật Bản. Khi về

---

[150] Theo Kenji Matsuno: *A History of Japanese Buddhism*, 2007 (tr. 36), năm 803, Không Hải đến thọ giới tại chùa Đông Đại tự (*Tōdaiji*, thuộc tông Thiên Thai) và trở thành Tăng quan. Có lẽ do vậy sư được gởi tháp tùng du học.

nước, ngoài những Kinh điển thuộc Mật giáo hơn 200 quyển, Chân ngôn Phạn tán chừng 40 quyển, Sư mang theo 15 bộ luật, trong đó hai bộ thuộc tam-muội-da-giới của Mật thừa, còn lại 13 bộ thảy đều thuộc Luật Căn bản Hữu bộ, bấy giờ đã được Nghĩa Tịnh phiên dịch. Ngoài những bộ Luật thuộc hệ này, không thấy các hệ Luật khác được ghi trong thư tịch của Không Hải. Chứng tỏ Sư có tâm đắc với hệ Luật Căn bản Hữu bộ.

Thực tế, trong thời gian học tập ở Trung Quốc quá ngắn, không thể đủ cho Không Hải nghiên cứu các hệ Luật được phiên dịch trong Hán tạng. Sư mang về Nhật duy chỉ hệ Luật Căn bản do Nghĩa Tịnh, lý do chính tất nhiên theo phả hệ truyền thừa của Mật thừa, các Tổ đều xuất gia thọ giới theo hệ Luật Hữu bộ. Điều này được xác nhận trong truyện chép về Kim Cang Trí (*Vajrabodhi*). *Lưỡng bộ Đại pháp tương thừa sư tư phú pháp ký* chép: "... Tam tạng Kim Cang Trí, uẩn súc cả Đại, Tiểu thừa, xuất gia theo Hữu bộ..., trụ giới trong sáng như sương, xem Luật như bờ đê..."[151]. Tại Trung Quốc, Kim Cang Trí được kể là Tổ thứ ba của Mật tông, thứ tư là Bất Không (*Amoghavajra*), cho đến Huệ Quả thứ bảy, và thứ tám chính là Không Hải.

Niên hiệu Khai Nguyên năm Kỷ mùi (720), Kim Cang Trí đến Trường An, ban đầu trú tại chùa Từ Ân, sau dời sang chùa Tiến Phúc. Tại chùa này, Sư đã lập Đạo tràng Quán đảnh Đại mạn-đà-la độ các đệ tử, trong đó có Bất Không Tam tạng.[152] Chúng ta cũng biết rằng hơn 10 năm trước đó, cũng tại chùa này, Nghĩa Tịnh đã tổ chức phiên dịch Luật. Ngoài Luật, Nghĩa Tịnh cũng phiên dịch một số Kinh thuộc Mật giáo như *Phật thuyết Xưng tán Như Lai công đức thần chú kinh*,[153] *Phật thuyết Đại Khổng Tước vương chú kinh*[154]...

---

[151] 兩部大法相承師資付法記, T51n2081, tr. 783c25; 786b20.

[152] *Tống Cao tăng truyện*, quyển 1, T50n2061, tr. 711b05, truyện Kim Cang Trí.

[153] Đại chánh 21, Mật giáo bộ iv: T21n1349, tr.863a04.

[154] Đại chánh 19, Mật giáo bộ ii: T19n0985, tr. 459a19.

Mặt khác, trong *Tát-bà-đa bộ mục lục tựa*,[155] soạn bởi Tăng Hựu, ghi thứ tự lịch đại truyền thừa các Tổ thuộc Hữu bộ, chúng ta thấy: 1. Đại Ca-diếp, 2. A-nan, 3. Mạt-điền-địa (*Madhyāntika*), 4. Xá-na-bà-tư-la (*Śāṇavāsī*)... như đã đề cập trong phần trên, về sự lưu truyền Hữu bộ tại *Mathurā* và *Kashmir*. Tiếp tục đến đời thứ 18. La-hầu-la, ... 33. Đạt-ma-thi-lị-đế, 34. Long Thọ Bồ-tát, 35. Đề-bà Bồ-tát... Đại để, danh sách này gần phù hợp với ghi chép trong Phật giáo sử của *Bu-ston* như đã thấy trên.[156] Trong danh sách ghi nhận bởi Tăng Hựu này, Long Thọ được kể là truyền thừa đời thứ 34 của Hữu bộ, và trong Mật tông cũng được tôn là Tổ thứ nhất. Xem thế, trong truyền thuyết được lưu truyền tại Trung Quốc, những vị truyền thừa Mật giáo hầu hết đều xuất thân từ Hữu bộ. Không cần phải mất nhiều thời gian để Không Hải biết được thế hệ truyền thừa của Mật giáo liên hệ với luật Căn bản Thuyết nhất thiết hữu bộ như thế nào.

Trở về nước, Không Hải tích cực truyền bá Mật giáo, có ảnh hưởng lớn đến Thiên hoàng Ta Nga (*Saga*), và thậm chí cả đến Tối Trừng. Tối Trừng du học Trung Quốc đồng thời Không Hải dưới sự bảo trợ của triều đình. Khi về nước, Tối Trừng kết hợp với Mật giáo do ảnh hưởng của Không Hải lập thành hệ Thai Mật. Về phương diện Luật học, Tối Trừng bác bỏ hệ luật Tứ phần trước đây được truyền bởi Giám Chân, cho đó chỉ là giới pháp của Tiểu Thừa. Sư muốn lập đàn Viên đốn, thọ giới Đại thừa theo luật Phạm Võng, khiến đệ tử là Quang Định (*Kōjō*) đề nghị ý kiến này với Hộ Mạng (*Gōmyō*) tông Pháp tướng (*Hossō*), chùa Nguyên Hưng tự (*Gangōji*), bấy giờ đang giữ chức Đại Tăng đô (*daisōzu*), chấp thuận. Vì theo luật pháp, mọi tổ chức giới đàn đều phải được viện Tăng chánh (*Sōgō*) cho phép. Nhưng đề nghị này bị Tăng chánh tại Đông Đại tự bác bỏ. Theo tường thuật của Định Quang, ý kiến của Hộ Mạng cho rằng Bồ-tát giới Phạm Võng chỉ là "giới", có thể chung cho cả tại gia và xuất gia; nhưng người xuất gia còn có "luật" tức tì-nại-da. Bỏ luật Tứ phần,

---

[155] Tăng Hựu (445-518 TL), *Xuất Tam tạng ký tập*, quyển 12, T55n2145, tr. 89a20.

[156] Xem trên.

chỉ thọ Bồ-tát giới, chỉ được giới mà thiếu cơ sở luật.[157] Tuy vậy, sau khi Tối Trừng tịch, giới đàn Viên đốn được Thiên Hoàng Ta Nga chấp thuận.

Năm 827, dưới thời Thuần Hòa Thiên hoàng (*Junna Tennō*), Không Hải được Thiên hoàng phong chức Đại Tăng đô (*daisōzu*), đứng đầu Viện Tăng chánh (*Sōgō*), thống lãnh toàn bộ Tăng Ni toàn quốc. Từ trước, tòa Tăng chánh được đặt tại chùa Đông Đại, và giới đàn cho tất cả Tăng Ni trong các tông phái thường niên được tổ chức tại đây. Khi nhận lãnh chức vụ này, Không Hải không cực đoan như Tối Trừng bác bỏ hệ luật Tứ phần, mặc dù trong thư tịch Không Hải mang về từ Trung Quốc chỉ có hệ Luật Căn bản Hữu bộ. Nhưng lập trường của Không Hải là dung hòa các chế độ Luật. Cho nên, tại đây, Sư tổ chức đồng thời ba cấp giới đàn. Giới đàn truyền giới theo hệ Tứ phần; giới đàn Bồ-tát Phạm Võng; và giới đàn truyền tam-ma-da giới của Mật thừa. Trong khi đó, không thấy Không Hải có tích cực gì trong việc phổ biến luật Căn bản Hữu bộ.

Trong di chúc "Hoằng nhân di giới",[158] Sư dạy đệ tử: "... Giới có Hiển và Mật. Hiển giới, đó là ba quy, tám giới, năm giới và Thanh văn giới, Bồ-tát giới. Bốn chúng đều có giới riêng. Mật giới được gọi là tam-ma-da giới, cũng gọi là Phật giới, cũng gọi là phát bồ-đề tâm giới, cũng gọi là vô vi giới. Các giới ấy lấy mười nghiệp thiện làm gốc: thân có ba, ngữ bốn và ý ba. Rút ngọn về gốc, thì gốc là Nhất tâm. Tánh của Nhất Tâm là Phật tâm. Tâm của tâm, tâm của Phật và tâm của chúng sanh, cả ba không khác nhau... Giới này không được phạm. Ai phạm, không phải là đệ tử Phật... Những ai đã thọ cận viên, cầu tịch, cận sự đồng tử, hãy phụng hành các giới này... Ai trái lời dạy của ta, kẻ ấy là hạng nhất-xiển-đề, chìm đắm lâu dài trong biển khổ..." Lại nữa, về sau, trong "Thừa hòa di giới",[159] Sư cũng nói: "... Hai giáo Hiển và Mật nhất như, không được trái vượt..."

---

[157] *Ryūichi Abe* (An Bệ Long Nhất): *The Weaving of Mantra*, Columbia University Press, 1893, 1999, tr. 51.

[158] Hoằng nhân (*Kōnin*), niên hiệu dưới thời Ta Nga Thiên hoàng (*Saga Tennō*), tính từ 810- 824 TL.

[159] Thừa Hòa (*Jōwa*), niên hiệu dưới thời Nhân Minh Thiên hoàng *Ninmyō Tennō*), tính từ 834-848 TL. Thừa Hòa năm thứ 2 (835), tháng Giêng, Không Hải viết di chúc, tháng Ba năm đó tịch.

Trong cả hai "Di huấn" tuy nhắc nhở đệ tử phụng hành giới luật, nhưng không nói chi tiết giới luật theo hệ nào, mà tổng quát là các giới do Phật đã chế. Trong đó, Sư dùng các thuật ngữ như "cận viên, cầu tịch, cận sự" là những từ Hán dịch bởi Nghĩa Tịnh trong các bản dịch luật Căn bản Hữu bộ, không phổ biến trong giới học luật theo hệ Tứ phần. Điều này cho phép suy đoán, ngoài tam-ma-da giới mà người tu Bí pháp Mật thừa cần phụng hành, các giới khác của Thanh văn, như được truyền thừa bởi các Tổ trong Hữu bộ, cũng không được vi phạm.

Hệ Luật Căn bản Hữu bộ được Không Hải mang về có vẻ không gây ảnh hưởng gì đáng kể trong giới học Luật thời bấy giờ, mặc dù trong *Tam học lục* do Không Hải soạn,[160] mục lục thư tịch về Kinh-Luật-Luận trong chương trình tu học của Chân ngôn tông, Luật Căn bản Hữu bộ được đề nghị chính thức. Tuy vậy, có vẻ Không Hải không có ý định, hoặc vì thấy chưa thuận tiện nên chưa có ý định thay thế hệ Luật Tứ phần bằng Luật Căn bản Hữu bộ. Trong cương vị Đại Tăng đô bấy giờ, nếu Không Hải muốn, điều này không phải khó thành.

Chân ngôn Mật tông được Không Hải lập và truyền, cho đến 300 năm sau, đến đời Duệ Tôn, bắt đầu lại có chuyển biến với sự xuất hiện Chân ngôn Luật tông. Sự kết hợp giữa Mật và Luật có một ý nghĩa xã hội đặc biệt. Như đã thấy, trong hai di chúc của mình, Không Hải cẩn thận căn dặn đệ tử phải nghiêm trì giới luật, bao gồm giới Thanh văn cho đến Mật thừa Tam-ma-da giới. Tất nhiên trong sự biến thiên của lịch sử, không những Chân ngôn Mật tông suy thoái, đi vào con đường tà đạo, mà đạo đức xã hội của các đệ tử Phật đang trên đà thoái hóa. Đó là cơ hội để Duệ Tôn khôi phục lại bản chất của Mật giáo, đồng thời chấn chỉnh đạo đức.

Duệ Tôn (*Eison*) sinh năm 1201 Tl; 7 tuổi mẹ mất, 11 tuổi được bố gởi vào chùa Đề Hồ theo học với A-xà-lê Duệ Hiền, 17 tuổi chính thức xuất gia. Chủ yếu học theo Mật giáo, chứng kiến hành giả Mật giáo đương thời lạc vào tà đạo, và thâm cảm di giáo của Hoằng Pháp Đại Sư nên Duệ Tôn quyết chí phục hưng Mật giáo và Luật học. Năm 35 tuổi, Sư đến trú ngụ chùa Tây Đại (*Saidaiji*). Chùa Tây Đại được dựng lập từ thời Hiếu Khiêm Thiên hoàng sau khi thoái vị, là một trong bảy ngôi chùa lớn ở

---

[160] 宗秘論三學錄: 附: 真言宗所學經律論目錄新文豐出版公司, 1974.

Nara (Nại lương) được gọi là "Nam đô thất đại tự" (*nanto shichi daiji*).

Ở chùa Tây Đại được một năm, năm sau Duệ Tôn cùng với bốn bạn đồng tu đến chùa Đông Đại *tự thệ* thọ giới thành Tỳ-kheo Bồ-tát.

Khi Duệ Tôn đến đây, chùa đã thành hoang phế. Ba năm sau, Sư khởi sự vận động trùng tu, về sau trở thành Tổng bản sơn của hệ phái Chân ngôn Luật tông mà Duệ Tôn là Sơ tổ. Trong khi tái thiết chùa Tây Đại, Duệ Tôn cũng bắt đầu khởi xướng phong trào từ thiện xã hội, với lý tưởng "hưng Pháp lợi sanh". Hoạt động của Sư rất được đông đảo quần chúng ủng hộ và tham gia. Sư tổ chức thọ giới tập thể, truyền Bồ-tát giới chung cho cả xuất gia và tại gia, có khi lên đến 97.710 người, trong số đó tại gia có 96.016.[161]

Nhưng ở đây không chủ đích tường thuật các hoạt động của Duệ Tôn. Điều mà chúng ta lưu ý là trong chủ trương hành trì Luật của Chân ngôn Mật tông lập bởi Duệ Tôn, chỉ hai hệ Luật được nói đến: hệ Luật Đại thừa theo Bồ-tát giới Phạm Võng, và hệ Luật Thanh văn theo Tứ phần. Không thấy nói đến Luật Căn bản Hữu bộ. Dù cho lịch sử có nói rằng Duệ Tôn do học di huấn của Không Hải mà quyết tâm phục hưng giới luật. Có lẽ phải đợi đến gần 500 năm sau đó nữa mới có người trong Mật tông muốn thay luật Tứ phần bằng Luật Căn bản Hữu bộ. Đó là Cao dã sơn Diệu Thụy (*Kōyazan Myōzui*, 1696-1764) và các môn đệ kế thừa: Học Như (*Gakunyo*, 1716-1773), Vinh Nghiêm (*Eigon*, 1814-1900), Vân Chiếu (*Unshō*, 1827-1909).

Từ sau Không Hải và trước Diệu Thụy, Phật giáo Nhật trải qua nhiều thời kỳ phục hưng Luật học do tình trạng suy thoái đạo đức của giới xuất gia, nhưng tất cả, về Đại thừa, đều căn cứ Bồ-tát giới Phạm Võng, và về Thanh văn giới thì y hệ Tứ phần. Chỉ khi Diệu Thụy, trong khi nghiên cứu chương trình tu học cho môn hạ Chân ngôn tông soạn bởi thủy tổ Không Hải, mới phát hiện trong đó Luật học được đề nghị là hệ Căn bản Hữu bộ chứ không phải Tứ phần.

---

[161] Theo Lori Meeks, *Vows for the masses*, trong "Buddhist Monasticism in East Asia", edited by James A. Benn, Loris Meeks and James Robson, Routlege, 2009, tr. 148-177.

Diệu Thụy bắt đầu vận động phục hưng Luật Hữu bộ.[162] Đệ tử trực tiếp của Sư là Mật Môn và Học Như, và đệ tử của Mật Môn là Đẳng Không, ba vị này được xưng tụng là "ba Đại Luật sư Hữu bộ".[163]

Trong tiểu sử "Hòa thượng Diệu Thụy và Hữu bộ luật", *Ueda* (Thượng Điền) cho biết, trong các trước tác của Hòa thượng có hai bản chép tay "Hữu bộ tiêu mục". Sách này là tiêu ký mục lục về nội dung các điểm mà, trong 2 năm niên hiệu Diên hanh thứ 4 và 5 (1747-1748), bấy giờ 52 tuổi, Hòa thượng phân tích, diễn giải các quyển của Luật Hữu bộ trong nhiều địa phương. Những bộ luật thuộc hệ Căn bản này được giảng giải trong nhiều địa phương khác nhau, *Ueda* ghi lại khá chi tiết, cho thấy nội dung và tầm mức phổ biến của Diệu Thụy rất sâu rộng.

Kế thừa Diệu Thụy, ba môn đệ lỗi lạc tiếp tục phổ biến ý kiến thay thế luật Tứ phần bằng luật Căn bản. Chi tiết cuộc vận động này nên để dành cho những nghiên cứu chuyên sâu hơn. Ở đây chỉ có thể nói vắn tắt, các cuộc vận động áp dụng luật Căn bản Hữu bộ này không thành công, gặp phải những chống đối quyết liệt của truyền thống Tứ phần. Tạm thời có thể mượn ý kiến của Clarke thay kết luận: "Tổng chung, nhận xét từ những hoạt động của các Tăng sĩ hệ Căn bản Hữu bộ này cho thấy rằng, ít nhất trong một số nhóm nhất định, Phật giáo đã rất sinh động và các Tăng sĩ này rất năng động trong xã hội. Thêm nữa, nhìn từ những tranh luận về việc nên áp dụng hệ Luật nào, cho thấy rằng Luật học (*Vinaya*) không chỉ là lớp ngoại vi mà thực tế là một thành phần chủ yếu trong đời sống của các cộng đồng Chân ngôn tông bất kể họ tự nhận là theo luật Căn bản Hữu bộ hay luật Tứ phần..."[164]

---

[162] 上田天瑞 (*Ueda Tenzui*) 妙瑞和上と有部律 - *Mikkyō kenkyū* 69: 1–17. *Clarke* dẫn *Ueda Tenzui* nói, Diệu Thụy khởi sự nghiên cứu luật Căn bản Hữu bộ do gợi ý của Chân Nguyên (*Shingen*, 1689 hay 1690-1758). Chân Nguyên cũng gợi ý Từ Vân Ẩm Quang (*Jiun Onkō*) học Phạn ngữ và viết sớ giải *Nam hải ký quy nội pháp truyện* của Nghĩa Tịnh. Shayne Clarke: *Miscellaneous Musings on Mūlasarvāstivāda Monks – The Mūlasarvāstivāda Vinaya Revival in Tokugawa Japan*, Japanese Journal of Religious Studies 33/1: 1–49 © 2006 Nanzan Institute for Religion and Culture.

[163] *Shayne Clarke*, dẫn trên.

[164] Shayne Clarke, dẫn trên.

THƯ MỤC THAM KHẢO

A Complete Catalogue of The Tibetan Buddhist Canons (*Bkaḥ-ḥgyir and Bstan-ḥgyur*), Edited by Prof. Hakuju Ui, et al., Published by Toohoku Imperial University, Aided by Saito Gratitude Foundation, Sendai Japan, 1943.

A History of Mindfulness, Bikkhu Sujato, Santipada, 2012

A-dục vương kinh, Tăng-già-bà-la dịch - 阿育王經 僧伽婆羅譯 Đại chánh 50 No 2042.

Biện ngụy lục, 5 quyển, đời Nguyên, Sa-môn Tường Mại, trụ trì Đại vân phong soạn; Triều Nguyên, Hàn lâm học sỹ Phụng huấn đại phu tri chế cáo đồng tu quốc sử Trương Bá Thuần (1242-1302) việt tựa. Đại chánh 52 No.2116.

Buddhist Monks and Business Matters, by Gregory, published by University of Hawaii Press and copyrighted, © 2004.

Buddhist Sects in India, by Nalinaksha Dutt, Motilal Banarsi, 1998.

Căn bản Thuyết nhất thiết hữu bộ bí-sô tập học lược pháp, Nguyên Đế Sư Bạt-hạp-tư-ba tập 根本說一切有部苾芻習學略法-元帝師苾芻拔合思巴集

Căn bản Thuyết nhất thiết hữu bộ Xuất gia thọ cận viên yết-ma nghi phạm, Nguyên Đế Sư bí-sô Bạt-hạp-tư-ba tập 根本說一切有部出家授近圓羯磨儀範, 元帝師苾芻拔合思巴集 Đại chánh 45 No 1904.

Cảnh đức Truyền đăng lục, 景德傳燈錄 Đại chánh 51 No 2076.

Cổ kim đồ thư tập thành- Thích giáo bộ vựng khảo 釋教部彙考 Tục tạng 77 No 1521.

Đại Đường Tây vực ký, Đường Huyền Trang phụng chiếu dịch, Sa-môn Biện Cơ soạn - 大唐西域記 Đại chánh 51 No 2087.

Đại Tì-bà-sa: *A-tì-đạt-ma đại tì-bà-sa luận*, Đường Huyền Trang dịch - 阿毘達磨大毘婆沙論 – Đại chánh 27 No 1545.

Đại Tống Tăng sử lược 大宋僧史略, Tống Tán Ninh soạn – Đại chánh 54 No 2126.

Đại trí độ: Ma-ha Bát-nhã ba-la-mật kinh thích luận 大智度 - 摩訶般若波羅蜜
經釋論, Cưu-ma-la-thập dịch – Đại chánh 25 No 1509.

dBa' bzhed, The Royal Narrative Concerning the Begining of the Buddha's
Doctrine to Tibet, translation by Pasang Wangdu and Hildegardberger,
Verlag der Osterreichischen Akademie der Wissenschaften Wien 2000.

Doing business for the Lord: lending on interest and Written Loan Contracts in
the *Mulasarvastivada-Vinaya*.

Đốn ngộ Đại thừa chánh lý yếu quyết tự thuyết tịnh hiệu ký, Nhiêu Tông Hy 王
錫頓悟大乘 正理要決序說幷校 記饒宗頤, Hiện đại Phật giáo Học thuật
tòng thư, tập 79, tr. 307-367.

Encyclopedia of Buddhismm, chủ biên: Robert E. Bushwell.

Figments and Fragments of Mahāyana Buddhism in India, Gregory Schopen,
University of Hawaii Press, 2005.

Histoire du Bouddhisme Indien, Des origines à l' Ère Śaka. Etienne Lamotte.
Université de Louvain, Bibliothèque du *Muséon*, vol. 43. Louvain,
Publications Universitaires, Institut Orientaliste 1985. Bản Anh: *History
of Indian Buddhism: from the origins to the Śaka era.* Translated from
the French by Sara Webb-Boin under the supervision of Jean Dantinne.
(Publications de l'Institut Orientaliste de Louvain, 36.) xxvi, 870 pp., 5
maps, 30 plates. Louvain Paris: Peters Press, 1988.

History of Buddhism (Chos-ḥbyung) by *Bu-ston* vol. I&II, translated by
Obermiller, Heidelberg 1931.

Khai nguyên Thích giáo lục, Sa-môn Trí Thăng soạn - 開元釋教錄 – Đại
chánh 25 No 2154.

Konponsetsuissaiubu' to 'setsu-issai-ubu, Enomoto Fumio - 根本說一切有部
& 說一切有部 榎本 文夫 Indogaku bukkyōgaku kenkyū 47 (1), 111—
119 (1998).

Le Concile de Lhasa, Une Controverse sur le Quiétisme entre Bouddhistes
de l'Inde et de la Chine au VIIIè de l'Ere Chrétienne par Paul Demiéville,
Bibliothèque de l'Institut des Hautes Études Chinoises, Paris, 1950. 妙和
尚尚有部

Les Sects bouddhiques du Petit Véhicule, André Bareau (1955) – Anh dịch:
The Buddhist Sect of the Lesser Vehicle, bởi Gelongma Migme Chodron
(2005).

Lịch đại pháp bảo ký, 曆代法寶記 (亦名師資眾脈傳。 亦名定是非摧邪 顯正
破壞 一切心傳。 亦名 最上 乘頓 悟法門) - Đại chánh 51 No 2075.

Miscellaneous Musings on Mūlasarvāstivāda Monks – The *Mūlasarvāstivāda Vinaya* Revival in Tokugawa Japan, Shayne Clarke. Japanese Journal of Religious Studies 33/1: 1–49 © 2006 Nanzan Institute for Religion and Culture.

Nam hải ký quy nội pháp truyện, Sa-môn Nghĩa Tịnh soạn - 南海寄歸內法傳 Đại chánh 54 No 2125.

Note sur des manuscrits sanskrits provenant de Bamiyan (Afghanistan) et de Gilgit [Cachemire] – M. S. LÉVI - Journal Asiatique, Recueil Trimestriel de Mémoires et de Notices Relatifs aux Études Orientales, publié par la Société Asiatique – Tome ccxx, Paris 1932.

Phật Tổ lịch đại thông tải, Nguyên Niệm Thường tập - 佛祖歷代通載 念常集 - Đại chánh 49 No 2036.

Saicho and Kukai - A Conflict of Interpretations. Ryuichi Abe 安部龍一 Japanese Journal of Religious Studies 1995 22/1-2.

sBa bzhed, Tạng văn, phiến đoạn, dịch Anh bởi Matthew T. Kapstein, *The Assimilation of Buddhism*, Oxford Univeversity Press, 2002.

Tạng truyền dị bộ tông luân luận, Teramoto Enga & Higure Kyoyu 藏伝異部宗輪論」寺本 婉雅 日暮 京雄 (共訳)- 仏教研究 通号 25.

Tây Tạng vương thống ký 西藏王統記 - *rGyal rabs gsal ba'i me long* (Gương sáng Vương triều), cổ sử Tây Tạng, soạn bởi bSod nams rGyal mtshan (Phước Tràng, 1312-1375); Hoa dịch bởi Lưu Lập Thiên, Dân tộc xuất bản xã, Bắc Kinh 2000.

Tāranātha's History of Buddhism in India, translated from Tibetan by Lama Chimpa Alaka Chattopadhyaya, Motilal Banarrsidass, Delhi, 1970, reprinted 1990.

The Blue Annals (Deb theg sngon pa), cổ sử Tây Tạng, tác giả Gos Lo tsā ba gzhon nu dpal (1392–1481) dịch Anh bởi George N. Roerich (1949), 1996.

The Earliest Vinaya and the Beginnings of Buddhist Literature, E. Frauwallner, Serie Orientale Roma VIII, 1956, tr. 25.

SÁCH DẪN

(Tì-nại-da sự)

GIÁO HỘI PHẬT GIÁO VIỆT NAM THỐNG NHẤT
HỘI ĐỒNG HOẰNG PHÁP*

CHỨNG MINH:
Trưởng lão HT Thích Thắng Hoan   (Hoa Kỳ),
Trưởng lão HT Thích Huyền Tôn   (Úc châu),
HT Thích Bảo Lạc   (Úc châu),
HT Thích Tuệ Sỹ   (Việt Nam)

CỐ VẤN CHỈ ĐẠO:
HT Thích Tuệ Sỹ   (Việt Nam)

CHÁNH THƯ KÝ:
HT Thích Như Điển   (Đức)

PHÓ THƯ KÝ:
HT Thích Nguyên Siêu   (Hoa Kỳ),
HT Thích Bổn Đạt   (Canada)

THÀNH VIÊN:
Âu châu: HT Thích Quảng Hiền (Thụy Sĩ), HT Thích Minh Giác (Hòa Lan), TT Thích Thông Trí (Hòa Lan), TT Thích Nguyên Lộc (Pháp)
Úc châu: HT Thích Minh Hiếu, TT Thích Tâm Minh
Hoa Kỳ: HT Thích Nhật Huệ, TT Thích Từ Lực

* Cập nhật ngày 08.05.2022.

BAN PHIÊN DỊCH & TRƯỚC TÁC:

Cố Vấn kiêm Trưởng Ban: HT Thích Tuệ Sỹ (Việt Nam)
Phó Ban: HT Thích Thiện Quang (Canada)
Phụ Tá: TT Thích Như Tú (Thụy Sĩ)
Thư Ký: ĐĐ Thích Hạnh Giới (Đức)
Ban Viên: ĐĐ Thích Thanh An (Tích Lan), NT Thích Nữ Giới Châu (Hoa Kỳ), NS Thích Nữ Quảng Trạm (Pháp), SC Thích Nữ Giác Anh (Úc), CS Hạnh Cơ (Canada)

BAN TRUYỀN BÁ GIÁO LÝ:

Cố vấn: Trưởng lão HT Thích Thắng Hoan (Hoa Kỳ)
Trưởng Ban: HT Thích Nguyên Siêu (Hoa Kỳ)
Phó Ban: HT Thích Bổn Đạt (Canada)
Phó Ban: HT Thích Trường Sanh (Úc châu)
Phó Ban: HT Thích Tâm Huệ (Âu châu)
Phó Ban: TT Thích Thiện Duyên (Hoa Kỳ)
Thư Ký: TT Thích Hạnh Tấn (Đức)
Ban Viên: HT Thích Nhựt Huệ (Hoa Kỳ), TT Thích Hoằng Khai (Na Uy), TT Thích Giác Tín (Úc Châu), TT Thích Thiện Long (Hoa Kỳ), TT Thích Thiện Trí (Hoa Kỳ), TT Thích Đạo Tỉnh (Hoa Kỳ), TT Thích Chúc Đại (Hoa Kỳ), SC Thích Thông Niệm (Canada), SC Thích Tịnh Nghiêm (Hoa Kỳ), v.v...

BAN BÁO CHÍ & XUẤT BẢN:
Trưởng Ban: TT Thích Nguyên Tạng (Úc)
Phó Ban: TT Thích Hạnh Tuệ, CS Tâm Quang Vĩnh Hảo (Hoa Kỳ)
Thư Ký: CS Tâm Thường Định Bạch Xuân Phẻ (Hoa Kỳ)
Ban Viên: CS Tâm Huy Huỳnh Kim Quang (Hoa Kỳ), CS Quảng Tường Lưu Tường Quang (Úc), CS Nguyên Đạo Văn Công Tuấn (Đức), CS Nguyên Trí Nguyễn Hòa/Phù Vân (Đức), CS Quảng Trà Nguyễn Thanh Huy (Hoa Kỳ), CS Quảng Anh Lê Ngọc Hân (Úc), CS Thanh Phi Nguyễn Ngọc Yến (Úc)

BAN BẢO TRỢ:
Cố Vấn: TT Thích Trường Phước (Canada)
Trưởng Ban: TT Thích Tâm Hòa (Canada)
Phó Ban Úc Châu: TT Thích Tâm Phương (Úc)
Phó Ban Âu Châu: TT Thích Quảng Đạo (Pháp), NT Thích Nữ Diệu Phước (Đức), NS Thích Nữ Huệ Châu (Đức)
Phó Ban Châu Mỹ: NS Thích Nữ Diệu Tánh (Hoa Kỳ), TT Thích Thường Tịnh (Hoa Kỳ)
Phụ Tá: ĐĐ Thích Thông Giới (Canada), SC Thích Nữ Thông Tịnh (Canada)
Thủ Quỹ: NS Thích Nữ Bảo Quang (Canada)
Thư Ký: NS Thích Nữ Đức Nghiêm (Canada)

HỘI ẤN HÀNH ĐẠI TẠNG KINH VIỆT NAM
VIETNAM TRIPITAKA FOUNDATION
(trực thuộc Hội Đồng Hoằng Pháp)

Hội trưởng:	HT Thích Nguyên Siêu
Thư ký:	TT Thích Hạnh Tuệ
Thủ quỹ:	CS Tâm Quang Vĩnh Hảo

Ban Ấn hành:

Trưởng Ban:	TT Thích Hạnh Viên
Phó Ban:	CS Nguyên Đạo Văn Công Tuấn
- Đặc trách Phát hành:	NS Thích Nữ Quảng Trạm
- Đặc trách Ấn loát:	CS Tâm Thường Định Bạch Xuân Phẻ,
	CS Nhuận Pháp Trần Nguyễn Nhị Lâm
- Đặc trách Kỹ thuật:	CS Quảng Pháp Trần Minh Triết,
	CS Quảng Hạnh Tuệ Nguyễn Lê Trung Hiếu

□ **Liên lạc thỉnh Đại Tạng Kinh:**

NS Thích Nữ Quảng Trạm
Tổ Đình Khánh Anh (Bagneux)
14 Avenue Henri Barbusse, 92220 Bagneux - France
Tel.: +33 609 09 01 19
Email: hdhp.inan@gmail.com

———

Ghi chú các chữ viết tắt: HT=Hòa thượng; TT=Thượng tọa;
ĐĐ: Đại đức; NT=Ni trưởng; NS=Ni sư; SC=Sư cô; CS=Cư sĩ.

Liên lạc HỘI ĐỒNG HOẰNG PHÁP

Hòa thượng Thích Như Điển, Chánh Thư Ký, HĐHP
Chùa Viên Giác. Karlsruher Str. 6, 30519 Hannover, Germany
Website: www.hoangphap.org; Email: hdhp.ctk@gmail.com;
Tel: + 49 511 879 630

Thượng tọa Thích Nguyên Tạng, Trưởng ban Báo Chí & Xuất Bản, HĐHP
Tu Viện Quảng Đức, 105 Lynch Road, Fawkner, Vic.3060 Australia
Website: www.hoangphap.org; Email: hdhp.bbc@gmail.com;
Tel: +61 481 169 631

Thượng tọa Thích Tâm Hòa, Trưởng ban Bảo Trợ, HĐHP
Trung Tâm Văn Hóa Phật Giáo Pháp Vân, Ontario, Canada
420 Traders Blvd E, Mississauga, ON L4Z 1W7, Canada
Website: www.phapvan.ca; Email: thichtamhoa@gmail.com
Tel: +1 905-712-8809

Liên lạc thỉnh ĐẠI TẠNG KINH

Ni Sư Thích Nữ Quảng Trạm - Tổ Đình Khánh Anh (Bagneux)
14 Avenue Henri Barbusse, 92220 Bagneux- France
Tel.: +33 609 09 01 19 - Email: hdhp.inan@gmail.com

www.ingramcontent.com/pod-product-compliance
Lightning Source LLC
Chambersburg PA
CBHW081651120626
46550CB00010B/2855